வெயிலும் நிழலும்

இலக்கிய விமர்சனக்கட்டுரைகள்

பிரமிள்

தொகுப்பாசிரியர்
கால சுப்ரமணியம்

நூல் : வெயிலும் நிழலும்

: (இலக்கிய விமர்சனக்கட்டுரைகள்)

ஆசிரியர் : பிரமிள்

தொகுப்பாசிரியர் : கால சுப்ரமணியம்

உரிமை : © கால சுப்ரமணியம்

முதற்பதிப்பு : டிசம்பர் 2011

அட்டை வடிவமைப்பு : ஓவியர் கே.சுப்ரமணியன்

வெளியீடு : வம்சி புக்ஸ்

19.டி.எம்.சாரோன்,

திருவண்ணாமலை.

செல்:9444867023, 04175-251468

அச்சாக்கம் : மணி ஆப்செட், சென்னை - 600 077

விலை : 550/-

ISBN : 978-93-80545-54-7

www. vamsibooks.com - E.Mail.vamsibooks@yahoo.com

Title : Veyelum Nilalum

: Essays on Literary Critisim

Author : Pramil

Edited by : Kaala Subramaniam

Copyright : © Kaala Subramaniam

First Edition : December 2011

Wrapper Design : Artist K.Balasubramanian

Published by : Vamsi books

19.D.M.Saron,

Tiruvannamalai-606 601

9444867023, 04175-251468

Printed at : Mani Offset, Chennai-600 077

Price : 550/-

ISBN : 978-93-80545-54-7

www. vamsibooks.com - E.Mail.vamsibooks@yahoo.com

பொருளடக்கம்

தொகுப்புரை 5

1960

1. சொல்லும் நடையும் 9
2. ஜீவனாம்சம் - ஆய்வு 21
3. மொழிபெயர்ப்பு 27
4. கலைக்கொள்கை 32

1961

5. சி.சு. செல்லப்பாவின் இயக்க உலகு 40
6. மொழிப்பிரயோகம் 51
7. நம் சைத்ரிகர் 54
8. அக உலகக் கலைஞர்கள் 61

1962

9. பச்சைக் கனவு - மதிப்புரை 72
10. மனதுக்கு இனியவள் - மதிப்புரை 75
11. தேசிய இலக்கியம் 78
12. இருமை வாழ்வு 83
13. இலக்கியமதிப்பீடு 91
14. வெயிலும் நிழலும் 102

1963

15. எஸ்.பொ.வின் தீ நாவல் பற்றி 118
16. பொறி விளக்கு 125
17. பேச்சு, எழுத்து, இணக்கநடை 142
18. கல்தீபம் 160

1965-66

19. படைப்பாளி மனநிலை 175
20. சிருஷ்டி இயக்கம் 183

1967

21. நிழல் கலை 190
22. மௌனி கதைகள் - முன்னுரை 198

1971

23. புனித ஜெனெ 210
24. மௌனியின் 'தவறு' பற்றி 220

1972

25. கோணல்கள் 223

1973

26. ரஸனையும் விமர்சனமும் செல்லப்பாவும் 244

1975

27. மூன்றாவது துருவம் 255

1976
28. கலைஞனும் கோட்பாடும் — 261
1977
29. அக்ரஹாரத்தில் கழுதை - முன்னுரை — 281
1979
30. ருசிகரம் — 291
1984
31. புதிய புட்டியில் பழைய புரசு: ஜெ. ஜெ. சில குறிப்புகள் — 316
1985
32. சிருஷ்டியும் போதனையும் — 334
33. மௌனிக்கு அஞ்சலி — 341
34. மௌனி நினைவுகள் — 346
1986
35. சுந்தர ராமசாமிக்கு ஒரு பதில் — 358
36. மனோவியாதி மண்டலம் — 362
37. டி. ராமநாதன் மறைவு — 387
1987
38. பொய்த்தேவு: சிறந்த தமிழ் நாவல் — 391
1988
39. மனிதச்சுவடு: விஷ்ணு நாகராஜன் சிறுகதைகள் — 399
1989
40. யேசுவின் வேதனை — 407
41. படைப்பு, போதனை, பொழுதுபோக்கு — 413
42. க.நா.சு.வின் லட்சிய வித்துக்கள் — 424
43. கலைத் தர்க்கம் — 448
1991
44. தனி மனிதவாதத் திட்டு — 458
45. பொய்த்தேவுத் தடம் — 477
46. கலைத்தர்க்கமும் இலக்கியப்புறம்புகளும் — 480
1992
47. மௌனியும் மவ்னியும் — 490
1993
48. ஜோர்ஜ் சந்திரசேகரன் சிறுகதைகள் — 504
49. மீறல்: பிரேமின் சிறப்பிதழ் - முன்னுரை — 508
1995
50. ஜால யதார்த்தம்: புதுமைப்பித்தனின் மேஜிக்கல் ரியலிஸம் — 512
1998
51. இலக்கிய தர்சனங்களும் நிராகரிப்புகளும் — 526
தகவல் குறிப்புகள் — 531
பொருள் வகைபாடு — 551

தொகுப்புரை

நவீன தமிழ் இலக்கிய உலகில், விமர்சகர் என்னும் தகுதிக்கு உரியவர் பிரமிள் மட்டுமே என்று சொல்லமுடியும். தமிழின் மிக முக்கியமான கவியாக நிலைபெற்ற பிரமிள், சுயமான அவதானங்களிலிருந்து ஆழ்ந்தகன்ற கோட்பாடுகளை வெளிப்படுத்திய விமர்சகராகவும் விளங்கினார். படைப்பாற்றலும் விமர்சனசக்தியும் ஒருங்கே பெற்ற வர், புதுமைப்பித்தனுக்குப் பிறகு பிரமிள்தான் என்று சொல்வதில் நிறைய நியாயங்கள் உண்டு. கவிஞராகவும் விமர்சகராகவும் மட்டுமல்லாமல் - ஓவியராக, நாடகாசிரியராக, சிறுகதையாசிரியராக, மொழிபெயர்ப்பாளராக, விஞ்ஞானக்கட்டுரையாளராக, நியூமராலஜி ஜோதிடம் போன்றவற்றில் வல்லுநராக, ஆன்மவியலாளராக - பல்திறப் பரிமாணங்கள் கொண்டிருந்தவர் பிரமிள்.

இலங்கையின் திருக்கோணமலையில் 20 ஏப்ரல் 1939-ல் பிறந்த தருமு சிவராம், தொடக்கத்தில் ஓவியராகவே தோற்றம்பெற்று, 1960-லிருந்து *எழுத்து* பத்திரிகையில் புதுக்கவிதையாளராகவும் இலக்கிய விமர்சகராகவும் மலர்ந்தார்; அறுபதுகளின் இறுதி ஆண்டுகளில் தமிழகத்துக்கு வந்தவர், 1997 ஜனவரி 6-ல் மறைந்தார். அவர், 56 ஆண்டுகளே வாழ்ந்திருந்தாலும், அவரது படைப்புகள், தமிழ் இலக்கியத்துக்கு மேன்மையை அளித்தன.

யாழ் (கையெழுத்துப் பத்திரிகை), *எழுத்து*, *மரகதம்*, *தேனருவி*, *இலங்கை எழுத்தாளன்*, *கசடதபற*, *அஃக்*, *ஞானரதம்*, *சதங்கை*, *கொல்லிப்பாவை*, *பிரக்ஞை*, *படிமம்*, *லயம்*, *திசை நான்கு*, *தீட்சண்யம்*, *நிழல்*, *நிகழ்* ஆகிய சிறுபத்திரிகைகளிலும் *வீரகேசரி*, *தினகரன்*, *விடுதலைப்புலிகள்*, *அரும்பு*, *பசுமை*, *தினமணிகதிர்*, *உதயம்* ஆகிய ஜனரஞ்சகப் பத்திரிகைகளிலும் இலக்கிய விமர்சன - விஞ்ஞான-ஆன்மீக-மொழிபெயர்ப்புக் கட்டுரைகளை எழுதியுள்ளார் பிரமிள்.

பிரமிளின் வாழ் நாளிலேயே அவரது *விமரிசன ஊழல்கள், ஸ்ரீலங்காவின் தேசியத்தற்கொலை, தமிழின் நவீனத்துவம்: எழுத்து கட்டுரைகள், சாது அப்பாத்துரையின் தியானதாரா, விமர்சனாஸ் ரமம், விமர்சனமீட்சிகள், மீறல்: பிரேமிள் பேட்டி, மார்க்ஸுºம் மார்க்ஸீயமும்* (தமிழாக்கம்) ஆகிய நூல்கள் வெளிவந்தன. அவரது மறைவுக்குப் பின், அவரது அனைத்து எழுத்துகளையும் தொகுத்துத் தரும் நோக்கில், *பிரமிள் கவிதைகள்* (முழுத் தொகுப்பு), *பிரமிள் கவிதைகள்*(சிறப்புப் பதிப்பு), *பிரமிள்படைப்புகள், யாழ்கதைகள்* ஆகிய படைப்பிலக்கியத் தொகுதிகள் வெளிவந்தன. பின்பு *வானமற்ற வெளி:* கவிதை பற்றிய கட்டுரைகள், *பாதையில்லாப் பயணம்:* ஆன்மீக-மறை முகஞானப் படைப்புகள் ஆகிய விமர்சனக் கட்டுரைகளின் தொகுதி கள் வெளிவந்தன. மேலும் *விடுதலையும் கலாச்சாரமும்:* மொழி பெயர்ப்புப் படைப்புகள், *காலவெளிக் கதை:* அறிவியல் கட் டுரைகள் ஆகியவையும் வெளியாயின. அவரது முக்கிய விமர்சனக் கட்டுரைகள் *வெயிலும் நிழலும்:* இலக்கிய விமர்சனக் கட்டுரை கள், *வரலாற்றுச் சலனங்கள்:* சமூகவியல் கட்டுரைகள், *அறை கூவல்:* இலக்கிய-அரசியல் எழுத்துகள் என்ற பெரும் தொகுதி களாகத் தொகுக்கப்பட்டு இவ் வாண்டு வெளிவருகின்றன. *எதிர்ப் புச் சுவடுகள்:* பேட்டிகள் தொகுப்பு, தனியாக வெளிவருகிறது.

தற்போது பிரமிளின் அனைத்து எழுத்துக்களும் பல தொகுதி களாகப் பிரித்துத் தொகுக்கப்பட்டு வெளிவரும் நிலையில், 1960-ல் *எழுத்து* பத்திரிகையில் வெளியான முதல் கட்டுரையிலிருந்து 1997-ல் *லயம்:* பிரமிள் நினைவுச்சிறப்பிதழில் வெளியான இறுதிக் கட்டுரை வரை பிரமிள் எழுதிய ஏராளமான விமர்சனக் கட்டுரை களில் இருந்து மொழி, இலக்கியம், இலக்கிய விமர்சனம், கலைக் கோட்பாடு, சிறுகதை, நாவல், நாடகம், திரைப்படம் போன்றவை பற்றி எழுதிய கட்டுரைகளை மட்டும் சேர்த்து இங்கே *வெயிலும் நிழலும்* என்ற நூலாகத் தரப்படுகிறது.

டிசம்பர் 2011,

கால சுப்ரமணியம்,
செல்: 9442680619,
Email: kaasu.layam@gmail.com

வெயிலும் நிழலும்
இலக்கிய விமர்சனக் கட்டுரைகள்

1 சொல்லும் நடையும்

படைப்பாளியின் சந்நிதியில் கவிதை, உரைநடை ஆகிய இரண்டு செடிகளிலுமிருந்து பல்வேறு வர்ணப் பிரச்னைகள் பூத்து நிற்கின்றன. கவிதை ஒரு செடி; உரை மற்ற செடி. இவற்றின் பிரச்னைப் பூக்களிலிருந்து உண்மையைத் தேனீயாகச்சென்று உறிஞ்சிச் சேர்க்கிற முயற்சியில் எழுத்து கட்டுரையாசிரியர்களும் வாசகர்களும் கடந்த ஒரு வருஷமாக ரீங்காரம்செய்து வருகிறார்கள். சி.சு. செல்லப்பா சமீபத்தில் சொன்னபடி, படைப்பைப் பற்றிய நுணுக்க விசாரணை, படைப்பதைபோல் எளிதான காரியமல்லதான்.

கொஞ்சகாலத்துக்கு முந்தி நானும் ஒரு தனித்தமிழ்க்காரன் என்பதை மனம்விட்டுச் சொல்லிக்கொண்டு, படைப்பாளியின் முன் நின்று அழிந்துஅழிந்து போகிற கேள்விக்குறிக்குப் பெயின்ட் அடித்துப் புதுப்பிக்கிற எழுத்துத்துறைச் சநாதனத்தைக் கவனிப்போம். தனித்தமிழ் என்று ஒரு செத்துப்போன வார்த்தையில் ஏற்பட்ட அநுதாபத்தினால் இப்போது நம்மூடே ஓடுகிற மொழிச்சரட்டில் பழைய தசைத்துணுக்கை ஒட்டி ஃபிராங்கன்ஸ்டீன் வேலைசெய்வது அர்த்தமற்றது; கேவலம் அர்த்தமற்ற வார்த்தைகள்தான் மொழி என்று கருதியதால் வந்த வினை இது! ஆனால் வார்த்தைகள் தான் பாஷையா என்பதை எல்லாரும் புரிந்துகொண்டால் இதில் சர்ச்சை கிளம்பாது.

பாஷை வெறும் வார்த்தைக் கோவை அல்ல; கொஞ்சம் மேம்பட்டது.

நான் எஸ்கிமோ நாட்டில் கிடந்தும், 'ஸ்வயாகாரத்தின் ஸதாகார ஸர்வாதிகாரம்' என்கிற வசனத்தைக் கேட்டால், 'தமிழடா!' என்று குதிப்பேன்.

ஆமாம், ரவீந்திரநாத் தாகூர் சொன்னாரே, 'என் சுயமொழியில் தான் கவிதையை, கவியுள்ளத்தை அனுபவிக்க முடிந்தது. பிற

பாஷைக் கல்வியினால் எனக்கு கவிதானுபவம் கிட்டவில்லை; எவனும் சொந்தமொழியில்தான் கவிதையின் உள்ளத்தைத் தொட லாம்' என்று. அங்கே மொழி என்ற அர்த்தத்தில் தாகூர் என்ன நினைத்திருப்பார்? வார்த்தைகளையா?

வார்த்தைக்கு அர்த்தமில்லை என்று சொன்னது சிக்கலான கருத் தாகத் தோன்றலாம்; அதில் உண்மை உண்டு. நாம் 'பண்' என்கி றோம்... இசைக்கு, பாட்டுக்கு; இங்கிலீகாரன் இரட்டுற மொழிதல் அல்லது சிலேடைக்கு, 'பன்' (Pun) என்கிறான். இப்படி ஒரு பாஷையில் ஒரு சப்தம் ஒரு கருத்தைச் சொல்ல, மற்றொன்றில், அதே போன்ற சப்தம் இன்னொரு அர்த்தத்தைச் சொல்லுகிறது. உண்மையில் ஒரு வார்த்தைக்கு அர்த்தம் என்று ஒன்று இருந்தால் அது, சூர்யன் கிழக்கில் உதிப்பான் என்ற சர்வலோக உண்மை மாதிரி ஒரே அர்த்தத்தைத்தான் மொழிகள் தோறும் சொல்லவேண்டும். மொழிகள்தோறும் ஏன் - 'சிலை' என்ற சொல்லுக்கு, 'கல், வில்' போன்ற பல அர்த்தக் கூத்துக்கள் நம் பாஷையிலேயே உண்டே!

சொற்களைப் பற்றிய ரகஸ்யம் என்னவென்றால், அர்த்தத்திற்குப் பிறகுதான் சொல் பிறந்தது. 'பெண் வந்தாள் பார்த்து நின்றான், பேச ஒரு மொழி செய்து, கண் கண்ட காட்சிக்கெல்லாம் கருத்தாலே கலர் கொடுத்தான்,' என்ற கவிதாவாக்கில் இந்த உண்மைப் பொதியைப் பாருங்கள். அர்த்தத்திற்காகத்தான் சொல்; சொல்லுக்காக அர்த்தம் தன்னைத்தானே சிதைத்துக்கொள்ள முடியாது. 'தனித்தமிழ் பண் ணுங்கோ,' என்று தன் சமயப் பிரசங்கங்களோடு சம்பாஷணை களுடன் அவிழ்த்துவிடுகிற சுவாமியார், என் நண்பர் 'கார்' (Car) என்ற சொல்லுக்கு எப்படித் தனித்தமிழ் பண்ணுகிறது என்று கேட்ட போது, சொன்னார்: ''கார் பிற மொழிச்சொல். அதுக்கு தனித்தமிழ் ஏன்? அதையே தனித் தூய தமிழாக, 'பொருள்'படுத்திக்கொள்ள லாமே: கார், அதாவது வானில் ஓடுகிற கார் (கருமுகில்)போல், பூமியில் ஓடுகிற முகில்.'' கருத்தை, கேவலம் ஒரு வார்த்தைக்காகத் தியாகம் செய்கிறதனால் மொழிக்குச் சேவை செய்கிறோமா? முத லில் ஒரு அர்த்தத்தை உணர்ந்ததும், மன எழுச்சிக்கும் மொழியின் சப்தவரம்புக்கும் ஏற்றபடி ஒரு ஒலியசைவை உண்டாக்கி, அதை மனிதன் வார்த்தை ஆக்குகிறான். இதில் 'சப்தவரம்பு' மீறப்பட்டு, மீறி நிற்கிற பாஷைப்பெருக்கின் கரையே புதிய வரம்பு ஆவது சாத்தியம் - முக்கியமானது. இப்படி சப்தவரம்பை மீறிமீறி தமிழை

யும் புதுவார்த்தைகளுக்கு அறிமுகப்படுத்தி, சிந்தனா விஸ் தீரணத்தைப் பெருக்கவேண்டும்.

நாம் Frankenstein என்ற சொல்லில் F என்ற சப்தத்தை மழுப்பிச் சொல்கிறோம். பாஷையின்சப்த வரம்பு குறுகியிருப்பதேதான்காரணம்.

வேற்றுமொழிச் சொல் என்று ஒதுக்குகிறோமே, அந்தச் சொல்லின் அர்த்தம் தமிழுக்குப் புதிது என்பதற்காகவா, அல்லது அந்த சப்தம் புதிது என்பதற்காகவா, அல்லது இரண்டுமே புதியன என்பதற்காகவா? எப்படி யாவது வைத்துக்கொள்ளட்டும் இவர்கள். நமது அறிவுக்கு இதுவரை எட்டாத 'தனிமம்' என்ற சொல்லை எடுத்துக் கொள்வோம். இது தமிழ்ச் சொல் என்று அறிமுகப்படுத்த முயன்றால், இங்கே அதன் அர்த்தமும் புதிது, வார்த்தைச் சப்தமும் புதிது. பாஷைக்கு இருக்கிற தேவையில், இது பழசோ புதுசோ, தூக்கி எறியாமல் எடுத்துக்கொள்ள வேண்டிய நிர்ப்பந்தம் வேறு, நடைமுறை வார்த்தைகளைப் பிய்த்து எறிந்து சிதைவு செய்வது வேறு. எப்படி ஹைட்ரஜன் என்று எல்லாரும் புரிந்து வைத்திருக்கிற இரவல் சொல்லை, ஒரு தனித்தமிழ்க் குழு 'ஐதரசன்' ஆக்க, இன்னொன்று 'நீரகம்' ஆக்க, இந்த இரண்டும் வேண்டாம், ஹைட்ரஜன் போதும் என்று ஏற்றுக் கொள்கிறோமோ, அப்போதே நமக்கு, சப்த வரம்பில் விஸ்தீரணம் உண்டாகிறது. இந்தச்சொல் வேற்றுமொழிச் சொல், இது தனித்தமிழில் ஊறியுள்ளவர்களுக்குப் புரியாது என்று முரண்டுபண்ணுகிறவர்கள், தனித்தமிழிலேயே புதுப்புதுச் சொற்களை, தங்களுக்கு முன்பின் அறிமுகமில்லாத சொற்களைக் கற்றுக் கொள்வதில்லையா? ஒரே பாஷையில் புதிய சொற்களைச் சந்தித்து விழிக்கிறாப்போலவேதான் வேற்றுமொழிச் சொற்களையும் சந்தித்து விழிக்கிறோம். ஆனால் இந்த விழிப்பில், எதிரே நிற்பது பாஷையின் முழு உருவமா அல்லது வெறும் தனிச் சொல்லா? தாகூர் சொன்னது ஒரு பாஷையின் முழுஉருவத்தை. அதை, வார்த்தைகளாக உதிர்த்து, 'இதுதான் பாஷை. இதன் கவிதை உள்ளம் எனக்கு எட்டவில்லை' என்று பிறமொழி பற்றிச் சொல்லியிருந்தால் தவறு. ஏன், சொந்தமொழியில் ஒரு புரியாதசொல் கோர்வையைக் கண்டு நாம், இது நம் பாஷைதானா என்று சந்தேகிக்கவில்லையே! 'ஸ்வயாகாரம்', 'ஸதாகாரம்', 'ஸர்வாதிகாரம்' – மூன்றாவது சொல்லுக்கு மட்டும்தான் எனக்கு அர்த்தம் தெரியும். ஆனால், மூடி இருக்கிற கண் இமையில் இருட்டு நீங்கிச் சிவப்புக் கலர் தெரிந்ததும்

அறையில் விளக்கு ஏற்றப்பட்டுவிட்டதை உணர்கிறாப்போல், இந்த 'ஸ்வயாகாரத்தின் ஸதாகார ஸர்வாதிகாரம்' என்ற வசனம் எனக்கு சூக்ஷ்மஒளியை அறிவுக்குதந்து 'எதையோ' புரியவைக் கிறது. 'ஸர்வாதிகாரம்' என்ற சொல்லுக்கும் எனக்கு அர்த்தம் தெரியாது என்று வைத்துக்கொண்டால், இங்கே என் இமையில் விழுகிற சிவப்பு ஒளி எது?

'மோசம் மோசம் மோசம்...!' விடாமல் குறைந்தது இருபது தடவைகளாவது இந்தச் சொல்லைத் தொடர்ந்து உச்சரியுங்கள் – எந்தச் சொல்லையும்!

என்ன ஆகிறது? இந்த வார்த்தையின் அர்த்தம் மனசிலிருந்து கழன்று, சப்தத்தில் லயித்த மன ஒருமையிலிருந்து, இந்த வார்த் தைக்கே அர்த்தமில்லை என்ற விழிப்பு வரவில்லையா?

உச்சரிப்பினால் இந்த விழிப்பு வராவிட்டால், ஒரு பக்கம் தொடர்ந்து ஒரே சொல்லை எழுதுங்கள் தெரியும்.

வார்த்தைக்கு அர்த்தம் இல்லை. அர்த்தங்கள் பலவற்றைச் சேர்த்து மனிதன் சிந்திக்கும்போது கற்பனையிலிருந்து பிறந்த சப்த ரூபம்தான் வசனம்-பாஷை. இங்கே அர்த்தங்கள் முதலில் தென்படு கின்றன; அவற்றிற்கு இரண்டாம்படி யாக மனிதன் சப்த ரூபத்தை எழுப்புகிறான். ஒரு சப்தம் ஒரு அர்த்தத் திற்கு என்ற ஸ்திரம் அடுத்தபடி. நான்காவதாக உதிப்பதுதான், அர்த்தங்களைச் சேர்த்தும் விலக்கியும் சிந்தித்தல். சிந்தனையைக் குரலில் அல்ல, வரிகளில் அடைத்துக் கக்கும் போதுதான் மொழி என்ற கவிதையை மனிதன் கவனம் செய்கிறான். இங்கே மொழி எது?

நீரகம் என்ற பிணத்துக்கு உயிரூட்ட, ரூபம் செய்கிறதற்கு உதவு வதே ஹைட்ரஜன் என்ற ஜீவன்தான். ஹைட்ரஜன் என்ற சொல் புரிந்தவனுக்குத் தான் இந்த நீரகம் என்ற வார்த்தையின் அர்த்தம் புலப்படும். ஹைட்ரஜன் பிறமொழிச் சொல்தான். ஆனால் தமி ழாகி விட்டது. அது இயங்குகிற உறுப்பு. என் கண் அழுக, அதைக் காலம் என்கிற டாக்டர் தோண்டி எறிந்துவிட்டு, புதுக்கண் ஒன்றை அது இருந்த இடத்தில் புதைத்திருக்கிறார். இது தமிழாக இருந்து சமஸ்கிருதச் செற்களில் மருவி நிற்கிற அர்த்தங்களைப் பற்றியது. இங்கே தோண்டி எறியப்பட்ட கண் இனி என்னது இல்லை; பிறனிட மிருந்து வாங்கியபடியால் இரவல் கண்ணும் உண்மையில் என்

னுடையது இல்லைதான். அப்படியானால், இங்கே 'என்னுடைய' என்ற இயக்கத்திற்கு உவமை தரும் மொழி என்ற ஆத்ம ரூபம் எது?

இந்தக் கேள்விக்குறிக்கு மேலே என்னால் கோடுபோட முடிய வில்லை; அதுதான் பாஷை கொஞ்சம் மேற்போனது என்று முன்பே சொல்லி விட்டேனே என்று நழுவிவிடலாம். பார்வைக்கு எட்டா விட்டாலும் உணர்வுக்கு எட்டும் என்ற நம்பிக்கை இருப்பதால் கேள்விக்கு அப்பால் துளாவுகிறேன்.

'ஸ்வயாகாரத்தின் ஸதாகார ஸர்வாதிகாரம்' என்ற வாசகத்தில் மூன்று சொற்கள் மணிகள் மாதிரி கோர்க்கப்பட்டு நிற்கின்றன. மூன்றுமே எங்கள் நிலத்தில் விளையாத மணிகள். ஆனால் அவை எங்களுடையவை என்று பரிச்சயப்பாத்தியதை கொண்டாட வைக் கிறதற்கு உற்சாகம் கொடுப்பது தான் அவை சேர்க்கப்பட்டிருக்கும் சரடு. சரடு எங்களுடையது: எனவே அவற்றில் தொங்குபவை எங்களுடையவை. ஸ்தூலமாக இந்தச் சரடு மூன்று மணிகளுக்கும் இடையே உள்ள இரண்டு இடைவெளிகளில் புலப்பட்டு தமிழ் வசனம் என்ற உணர்வைத் தருகிறது. 'இன்' ஒரு இடைவெளியில்; தமிழ் அடைமொழிகள் யாவையும் முடிகிற மாதிரி (உ-ம். மடப் பயல் : மடையன் என்ற பொருட்சொல் அடைமொழியாகும்போது ஈறுதிரிந்து 'அ'கரத்தில் குறுகியது), 'அ' என்று முடிவது மற்ற இடைவெளியில்.

இந்த வாக்கியம் தமிழ் வாக்கியம் என்பதற்கு இவை போதும். உண்மையில் அர்த்தமற்ற சொற்களைப்பற்றிக் கவலைவேண்டாம்.

இலக்கிய சிருஷ்டியில் இறங்குகிறவனைப் பார்த்து முறைக்கிற முதல் பிரச்னை இப்படித் தீர்ந்துபோக முடிந்தால், அடுத்ததுதான் நடை. நடையின் மூலரூபங்களான வார்த்தை உறுப்புக்களைப்பற்றி மேலே குறிப்பிடப் பட்டவை வீண் அளப்பு அல்ல என்பது, நடை வார்த்தை வீச்சுகளினால் அமைகிறது என்பதை உணர்ந்தால் புரியும். இன்று தேவையான உரைநடை என்று ஒன்றைப் புதுசாக உருவாக்க முனைவது, தனித் தமிழ்க்காரர் வார்க்கத்திலும் புதுமை எழுத்தாளர் வர்க்கத்திலும் இருந்து முரண்பட்டுக் கிளம்புவதன் காரணம் வார்த் தைகளைப் பற்றிய பிரச்னையையும் முக்கியமாகக் கொண்டிருப்பது தான். உண்மையில் ரொம்பவும் நெகிழ்வான, கோடை காலத்து மழை போன்ற பிரச்னைதான் இது; தீர்ந்துபோகும்.

கருத்துத்தெளிவுக்கு நடைபற்றிய பேச்சு வேண்டாம். சிருஷ்டிக்கு ஒரு நடை. அதில் வேகம் வேண்டும்; அதைத் தமிழ் என்று ஏற்றுக் கொள்ள வேண்டும். அதில் கருத்து சிக்குப்பட்டுக் கிடக்கலாம்; நடையின் தெளிவு கருத்தின் சிக்கறுப்புக்கு வகை வைக்கும். லா.ச.ரா.வைப்போல் நடை பதிந்துவிட்டால் அது இனி வருகிற சிருஷ்டிகளில் எழுத்தின் நபும்சகம் விழாமல் பாதுகாக்க முயலும். ஆனால் இந்த லா.ச.ரா. நடைக்கோ புதுமைப்பித்தன் நடைக்கோ பின்னால் சுவடு விட்டுக் கொண்டு வருபவர்களிடம் சிந்தனா வறட்சி, கற்பனை வறட்சி வீசினால் போச்சு. அவர்கள் 'பத்திரிகைக் கதை' எழுத்தாளர்களாக, அல்லது மரபு வழியையும் மரபுத் தொடர்கள், பழைய புளித்த உவமைகளையும் கட்டி அழுகிற கூட்டமாகத்தான் பரிணமிக்க முடியும். ஆனால் எழுத்திலே வேகத்தை முடுக்கி, மொழியின் சொல் பிரச்னைக் கவர்ச்சியால் தடங்காமல் ராக்கெட் கம்பீரத்தில் எழுதுகிற வாசகர்களைக்கூட இன்று எழுத்து தோறும் சந்திக்க முடிவதன் காரணம், பாரதிக்குப்பிறகு, வ.ரா., சொ.வி., லா.ச.ரா போன்றவர்கள் 'கருத்தை பிரதானமாக' வைத்து வசனங்களில் நடை முறைச் சொற்பிரயோகம் என்கிற ஜீவத் துடிதுடிப்பை செருகியதுதான். கல்கி போன்றவர்கள் 'தெளிவு' என்று மட்டும் கோடு போட்டுக்கொள்ள, லா.ச.ரா.வரை 'வேகம்' என்று வரம்புகளை உடைக்கிறார்கள்.

ஒருத்தரைப்போல் இன்னொருத்தன் நடை பதியாதுதான்; அதை அர்த்தம் பண்ண வில்லை. இன்று பாஷை வரம்புகளைச் சிதைத்துத் திமிறுகிற கருத்துப் பிதுக்கங்களை வசனங்கள் தோறும் பழமை தெரியாமல் போட்டு மூடிக்கொண்டு வருகிற பாரதியின் வழிவழி வர்க்கத்திற்கு விழிப்புக் கொடுக்க மூலபுருஷர்கள் இருந்தார்களே; அவர்களைப் போன்ற மேதைகளினாலேயே கருத்துவளம் நிறைந்த தமிழ் வளர்கிறது என்று கொட்டிச் சொல்கிறோம். அவர்கள் பாதையைக் கவனித்து நடந்தால் எழுத்தில் நபும்சகம் விழாதுதான்; காரணம், நடை கருத்துக்காக என்ற அசுர இலக்கணம்தான் நடையே ஆகிறது. எனவேதான் எழுதுகிறவன் வாசகனாக இருந்தாலும் அவனுக்குப் பாதைக்கோடு மரபு இருட்டில் பிடிபட்டுவிட்டால் இவற்றை உணர்கிறான். 1. புதிய உவமைகள். 2. வார்த்தை அடுக்குகள், ரா.பி.சேதுப்பிள்ளை போன்றவர்களது அல்லாமல், கருத்தோடு மட்டும் லயித்திருத்தல். 3. இதனால் ஒரு வசனமாவது கருத்துப்

பொதி இல்லாமல் ஜனிக்கக்கூடாது என்ற விதி. 4. புதிய பாணியில் சிந்தனை வீச்சை வெளிப்படுத்துதல்; ஓரளவு ஆங்கில பாஷைப் பயிற்சியால் பாதிக்கப்பட்டு, சொ.வி. போன்ற தீர்க்கதரிசிகள் எத்தகைய சக்திகளை எதிர்த்து நாலாவது விதியை விடாப்பிடியாகக் கடைப்பிடித்துத் தமிழை எழுதினார்களோ (தமிழைத்தான் எழுதினார்கள்), அந்த எதிர்ப்புச்சக்திகளைக் கண்டு கலங்காத இலக்கிய ஆத்மா இந்த நாலு - ஒன்றுக் கொன்று பரிச்சயமான - விதிகளிலும் ஊடுருவி நிற்க வேண்டும். கருத்துக்களை வசனவடிவில் கற்பனைக் கோடுகளில் அடைத்துத் தருகிற எழுத்து இந்த ரகத்தைச் சேர்ந்தது. 'அவளுடைய எண்ணங்கள் நத்தைபோல் சுருங்கி மனசின் நில வறையுள் ஓடி ஒளியத் துவங்கின,' என்ற பாணியில் ஜீவவிந்து புரள்வதன் காரணம், கருத்தோடு அர்த்தநாரீசுவர ரூபமாகத் தழுவிக் கொண்டு வருகிற கற்பனைதான். பாமரப் பிரியமான தொய்வு நடைகளில் ஊறிப்போய் வசனங்களில் தாவித்தாவிப் பார்வையைச் செலுத்திப் படிக்கிறவர்கள், 'அவசர (தெளிவு!)' நடையைப் புதுத் தமிழ் என்று கருதுகிறவர்கள், இலக்கியத்தோடு புழங்கவில்லை!

சொ.வி.யின் 'பின்னல் நடை', விடாமல் பின்பற்ற வேண்டியது. லா.ச.ரா.போல் கற்பனைச் செழுமையுள்ளவர்களினால் தான் அப்படி நடையைத் தொடலாம்: ஆனால், அவ்வளவு மேதை இருந்துவிட்டால் புதிய ஒன்றையல்லவா பிதுக்கி விடுகிறார்கள்! சொ.வி.யின் பின்னல்நடை உத்வேகம் பெற்றுப் பரவாத காரணங்களுள் ஒன்றாக, 'இப்போது அப்படி எழுத முடியாதவர்கள் இருக்கிறார்கள் என்று சொல்ல முடியாது. அவர்கள் தங்களுக்கென்று புதுப்பாதைகளைப் போடுகிறார்கள்.' என்று ரகுநாதன் அவர்களுக்கு நாம் பதில் சொல்லலாமா? மௌனி, ஓரளவில் சி.சு.செ., இவர்களை புதுமைப்பித்தனின் பின்னல் நடையைப் பின்பற்றி வசனங்கள் யாப்பவர்கள் என்றுகூடச் சொல்லலாம். ஏன், ரகுநாதனே இப்போது எழுதி சாதித்துக் கொண்டு வருகிறார். அடுத்த இலக்கிய வம்சம் நிச்சயமாகப் பின்னல் நடையைக் 'கப்'பென்று பிடித்துக் கொள்ளப் போகிறது.

சொ.வி. தான் இந்த நடைக்குப் பிதா என்று சொல்வதில் (ரகுநாதன் - *புதுமைப்பித்தன் வரலாறு*) எனக்குச் சந்தேகம். ராஜமையரின் வசனங்கள் சொ.வி.யினுடையவைக்கு முந்தியவை அல்லவா? இந்தச் சந்தேகம் தெளிவாக வேண்டும்.

சொ.வி.யின் நடைபற்றி ரா.ஸ்ரீ.தேசிகன் சொன்னது செவிடன் காதுச் சங்காகி விட்டதோ? எத்தனை ஆழ்ந்த நோக்கோடு இந்த அந்தரங்க சுத்தி மிகுந்த விமர்சகர் தமிழ் வசனநடை வளர்ச்சி பற்றிப் பிரச்னைகளை எழுப்பிப் பின்பற்றவேண்டிய சில நியதிகளைப் பிரஸ்தாபித்தார் என்பதை எழுத்து மறந்து போனாற்போல் தோன்று கிறது. விமர்சனம் வளர்கிறது என்றால், விமர்சனத்தை ஊன்றிக் கவனித்து ஷொட்டுக் கொடுப்பதோடு மட்டும் நின்றுவிடுவதற்குச் சொல்வதல்ல; விமர்சகனின் பிரஸ்தாபங்களை அலசிப் பார்த்து, நல்லதா கெட்டதா என்ற முடிவுக்கு வந்து, கெட்டவற்றை அவன் முகத்தில் எறிந்துவிட்டு, நல்லதை விக்கிரகமாகப் பூஜிக்க ஆரம்பிப் பதால்தான் விமர்சனம் வளர்கிறது - விமர்சகன் கௌரவம் அடைகிறான்.

வினைச்சொல்லில் தமிழ் வசனம் முடிவதால், தொடர்ந்து ஒரு பொருளைப் பற்றி விவரிக்கும்போது, அதைத் தொடரும் வினைச் சொற்கள் வேறுபட்டாலும், பொருளின் இருப்பு ஒரே காலத்தைப் பற்றியது என்ற காரணத்தால், ஒரே மாதிரி, வினைச்சொற்கள் - வசனங்கள் - முடிகின்றன. வினைச் சொல்லைத் தொடரும் காலக் குறிப்பான அசைச் சொல், தமிழில் நீளமாக இருக்கிறது.

ரா.ஸ்ரீ.தேசிகன், தொடர்ந்து வரும் வாக்கியங்கள் ஒரே சொல்லில் முடிவதைப் பலமாகக் கண்டித்தார். (உ-ம்: மழை வருகிறது. ஒளி மறைகிறது. உடல் குளிர்கிறது. காற்று அறைகிறது.) தமிழின் வசன அமைப்பில் நின்று முளைக்கின்ற பிரச்னையாகிய 'காலம்' என்ற கோளாறினால் விளைவதுதான் இது (இறந்த, நிகழ், எதிர் காலம்).

'காலம் என்ற கோளாறினால் விளைவதுதான் இது.'

இந்த வாக்கியத்தைச் சமைக்கும்போது, நான் 'இது' என்ற (Pronoun) சொல்லை (பிரச்னை என்ற சொல்லுக்குப் பதிலாக வரும் சொல்), கடைசியில் போட்டேன். தமிழ் வசனம் பெரும்பாலும் வினைச்சொல்லில் முடிகிறது. 'முடிதல்' - வினைச்சொல் அல்லவா?

Sit என்ற ஆங்கில வினைச்சொல்லுக்கு, நிகழ்காலக் குறிப்பாகத் தொடர்வது ஒரு S தான்; Sits - 'இருக்கிறான்'. 'இரு' என்றது வினை. 'கிறான்' என்பது காலத்தைக் குறிக்கும் தொடர்சொல். 'இரு' என்பதை விட, 'கிறான்' நீளமாக இல்லை...?

ஆனால் ஒன்று; இங்கே, காலத்தோடு 'அன்' விகுதி வந்து, இங்கிலீஷில் He sits (அவன் இருக்கிறான்) என்று சொல்வதை

'இருக்கிறான்' என்று ஒரே சொல்லில் குறுக்கும் சாமர்த்தியம் இருந்தாலும், மொழியின் ஜீவனாகிய வினைச்சொல்லின் அர்த்தத்தை, வீர்யத்தை நொதுமலாக்கும் குறையாகவே, இந்த 'கிறு', 'அன்' என்ற காலத் தொடர் சொல்லைப் பற்றிக் கருதுகிறேன். வினைச்சொல் உபயோகித்தால், அழுத்தம் வினையில் நிற்க வேண்டும். பழைய, 'இருக்கின்றனம்' என்ற சொல்லுக்கு அழுத்தம் (accent) எங்கே என்று பாருங்கள்: இருக்'கின்'றனம். தமிழில் உச்சரிப்புக்கு அழுத்தல் சங்கதி இல்லாவிட்டாலும், கொஞ்சம் உரத்து, பாஷை உள்ளத்தில் பாயவேண்டும் என்ற முரட்டுத்தனத் தோடு சப்திக்கும்போது நாம் அழுத்தத்தை உபயோகிக்கிறோம். 'நாயே' - சொல்லுங்கள் உரத்து! 'நா'யே என்று விழவில்லை? 'யே'யின் ஏகாரம் மங்கி மடியவில்லை? 'நா' சப்தத்தில் அழுத்தம். 'கின்' சப்தத்தில் அழுத்தம். எனவே, 'இரு' என்ற வினை உதாசீனம் செய்யப்பட்ட நிலையில், பழைய தமிழ் இயங்கியிருக்கிறது. 'ஏதோ இருக்கோம் சார்' என்ற நடைமுறைத் தமிழில் வினைச் சொல்லின் ஆக்கத்தைப் பாருங்கள். 'இருக்கோம்' என்ற சொல்லில், ஏன் இந்த முழு வசனத்திலேயே, 'இரு' என்ற வினை - ஜீவன் - எப்படிக் குத்தி வெளியே நீட்டுகிறது!

எந்த மொழியிலும், எல்லா வசனங்களிலும் வினைச்சொல்தான் உயிர்; மற்ற அமைப்புகள் துணைகள்.

தமிழில் வினைச்சொற்கள் குறைவு என்று கேள்வி. என்னால் இதை நிரூபிக்கமுடியாது; போகட்டும். இருக்கிற வினைச்சொற் களை, வினையில் அழுத்தம் கொடுத்து, ரா.ஸ்ரீ.தேசிகனின் பிரஸ் தாபத்தையும் அருகு வைத்து, எப்படி வசன உடலில் புகுத்தலாம் என்று கவனிப்போம்.

'வீழில், முப்பதுகோடியும் வீழ்வோம்' என்ற ஆக்ரோஷம், 'வீழ்வு' என்ற வினையில் திமிறுகிறது. வினைச்சொல் குறுகி, சொல்லில் காலமோ பொருளோ (நாம் என்ற மறைந்துநிற்கும் பொருட்சொல்) பிரதான்யம் பெறாமல், வினையே பிரதான்யம் பெறுவதால்தான் இந்த திமிறல். வினைக்கு ஆதரவு தந்து, கரை கடந்து பரவும் 'முப்பது கோடியும்' என்ற பிரம்மாண்டம் நிற்கிறது.

பாரதி கவிதைகளுள் சிரஞ்சீவித்வம் பெற்ற 'ஊழிக்கூத்து', வினைச் சொல்லுடனேயே வெடிக்கிறது: 'வெடிபடுமண்டத்திடி பலதாளம்போட!'

வினைச்சொல்லில்தான் சலனம் உண்டு. அது தனித்து இயங்கும். பொருட்சொல், அடைச்சொல் போன்ற எதுவும் துணை வராமலே, தனியே ஒரு வினைச்சொல் நின்று வாக்ய அமைதி பெறுவது சாத்யம். ரொம்பவும் இறுக்கமான ஒரு சந்தர்ப்பத்தில், அது மனதில் உதைக்கிறதைக் காணலாம். 'ஓடு' என்றோ, 'கொல்' என்றோ, 'வீழ்க' என்றோ, நிச்சயமற்ற இடத்தில் ஒரு பெரிய திருப்பத்தை அன்றாட வாழ்விலேயே வினைச்சொல்தான் இயக்குகிறது. தமிழில் இதன் வளம் பெருகவேண்டும் என்ற கனவோடேயே சொல்கிறேன்: சிலவேளைகளில் தேவையற்ற இடங்களில் பிறமொழிச் சொற்களை ஏற்கிறோம்; ஆனால், அப்படி ஏற்றுக்கொண்ட பொருட்சொற்களைத் தமிழாக்கி உபயோகிக்கிறாப்போல் வினைச்சொற்களை உபயோகிப்ப தில்லை. இது, நம் பாஷையின் இயல்பைப் பொறுத்தது. தமிழ் வேகம் நிறைந்த பாஷை அல்ல. ரொம்ப மேன்மையானது; ஆனால் நுட்பமானது. அதுக்கு வேகம் கொடுக்கிறதில் வெற்றி கண்டவன் கம்பன். அதுக்கு முந்தியே, சில கவிகள் முயன்றிருக்கிறார்கள்.

'படையழிந்து மாறினன் என்று பலர் கூற
மண்டமர்க் குடைந்தன னாயின்
உண்டவென் முலையறுத்திடுவன் என்று சினைஇக்
கொண்ட வாளொடு படுபிணம் பெயரா. . .'

என்று ஓடுகிற பழைய தமிழில், வீரச்சுவை எத்தனை நொதுமலாக இருக்கிறது என்பதை,

'திருகிய சினத்தொடு செறுத்தெரி விழித்தான்
ஒருவது திசைக்கணும் ஒலித்தஒலி ஒப்பத்
தருவனம் எனப்புடை தழைத்துயர் தடக்கை
இருபதும் எடுத்துரும் இடித்தென அடித்தான்.'

என்று ராவணனின் பீறிக் கிளம்பும் வீர்ய வெறியைச் சொல்கிற கம்பன் தமிழோடு ஒப்பிட்டு, அப்புறம் இங்கே பாரதி பாட்டுக்கு வந்து நின்று சுற்றிப் பாருங்கள்; தமிழின் பழைய இயல்பான மென்மை, எப்படித் திருகி வீறுபெற்று வேகம்அடைந்து வந்திருக்கிறதென்று புரியும். இந்த வீறுபேற்றில் வினைச்சொற்களின் பங்கு என்ன என்பதை, உதாரணத்திற்கு நீங்களே மூன்று கவிகளை எடுத்து ஆராய்ந்தால் போதும்.

எவ்வளவு வேகம் பெற்றும், இன்னும் தமிழில் வினைச்சொல் முதிரவில்லை. காரணம், 'கின்றது, கிறது, கின்றனர், கின்றன' என்ற இழுபடுகிற அசைகள்தான் என்று ஸ்தூலமான குறையைச் சொல்லலாம்.

ராஜமையர், ''கடல்... நம்மோடு இடையறாது வசனிக்கிறது,'' என்றார் - வசனம் என்ற சமஸ்கிருதச் சொல்லைத் தமிழில் அதன் வினைரூபமாக ஏற்று. ஆனால், இப்படி எங்காவது விரல்விட்டு எண்ணக்கூடிய வினைச்சொற்கள்தான், பிறமொழிகளிலிருந்து பிறந்து தமிழோடு கலக்கின்றன. ராஜாஜி, ''தமிழர்கள் 'பண்ணு கிறது' என்ற சொல்லைக் கண்டுபிடித்து விட்டார்கள்,'' என்று சுட்டிக் காட்டினாரே? இந்த 'பண்ணுகிறது' என்ற சொல், தமிழில் பிறமொழி வினைச்சொற்கள் கலப்பதற்குப் பெரியதொரு தடை. நல்லதோகெட்டதோ, அதைப்பற்றி நான் சொல்லப்போவதில்லை. பெரும்பாலும், ஆங்கில வினைச்சொற்களோடு தொடர்த்தி, இந்தப் 'பண்ணுகிறது' என்ற இழுப்பைச் சேர்க்கிறோம். ஆனால், வினைச் சொற்களை ஒரு மொழியி லிருந்து இன்னொரு மொழியுடன் அவ்வளவு சுலபமாகக் கலக்க முடியாது என்பதற்கு இது அத்தாட்சி ஆகலாம். நடைமுறையில் இருப்பதே, ஏற்றுக்கொள்ள வேண்டிய தும் இயல்பானதுமாதலால், 'பண்ணுகிற' தடையை முறித்து, பிறபாஷை வினைச்சொற்களினால் மொழி வேகம் ஏற வசதி வேண்டும் என்று நான் சொல்லவில்லை. இதைத் தமிழின் வினைச் சொல் நிலையைக் காட்டவே சுட்டினேன்.

என் பிரஸ்தாபம் இது: வினைச்சொற்களில் வினையைக் குறிக்கிற சப்தம் பிரதான்யம் பெறவேண்டும்.

இதை ஏற்கெனவே கையாள்கிறார்கள் - சந்தோஷம் பூட்டுகிற துணிவோடு. சி.சு.செல் லப்பா, *எழுத்து* 13-வது இதழில், சாகித்ய அகாடமிகாரர்களைப் பற்றி, 'இருக்கா' என்று கேட்டு எழுதியிருந் தார் - 'இருக்கிறதா' என்று எழுதாமல்.

இரண்டாவது பிரஸ்தாபம்: வினைச்சொற்கள் விழவேண்டிய இடத்தில் வசனம் தயங்கி நிற்பது உண்டு.

உதாரணம், நான் மேலே எழுதின வசனங்கள்:

1. 'பெரும்பாலும் ஆங்கில வினைச்சொற்களோடு... ('தொடராக' என்று வினையைக் கோட்டைவிடவேண்டிய இடத்தில்)... தொடர்த்தி...'

2. 'வினைச்சொல் நிலையைக் காட்டவே... ('காட்டிக் காட்டினேன்' என்று 'காட்டினே'னைத் திரும்பச்சொல்லி, வசன ஓட்டத்தை வினைச்சொல் வறட்சியால் இழுக்காமல்)... சுட்டினேன்...'

இப்படித் தயங்கி நிற்கிற இடங்களில், பொருட்சொல்லை - சம்பிரதாயமான ஒரு புளித்த வினைச்சொல்லோடு கோர்த்து வழ வழா ஆக்காமல் - டக்கென்று முறிந்து விழுகிற மாதிரி, பொருட் சொல்லையே ஈறு திரித்து வினைச்சொல் ஆக்கவேண்டும். இதுக்குக் கொஞ்சம் மொழிப்பயிற்சியும் கற்பனை வீறும் இருந்தால் முடியும். இவை இரண்டும் இருப்பவர்களிடம் இதைப்பற்றிச் சிந்திக்கும்படி கேட்டுக்கொள்கிறேன்.

வினைச்சொற்கள் யாவும், கால ஒற்றுமை காரணமாக ஒரே சப்தத்தோடு முடிவதன் காரணத்தாலேயே, ரா.ஸ்ரீ.தேசிகன் சொல்வதை அவ்வளவு சுலபமாக ஏற்றுக்கொள்ள முடியவில்லை; அநுபவத்தைச் சொல்கிறேன். அதுவும், புதுமைப்பித்தனைப்போல் 'ஏகம்பவாணனின் பூதம் வேலை செய்கிற மாதிரி' எழுதுகிறவர்கள், வசன அழகுக்காக நின்று கருத்துக் கொப்பளிப்பை உதாசீனம் செய்ய விரும்பமாட்டார்கள். என்றாலும், ரா.ஸ்ரீ. சொன்னதை ஏற்றுக் கொண்டு நடக்க முயன்றால், ஒரு மூளியைத் தவிர்க்கலாம்.

அவர் சொன்னதை ஏற்றுக்கொள்ள ஒரே வழிதான் உண்டு : வசனங்கள் 'கிறது', 'கிறது' என்று முடியப்போகின்றன என்ற விழிப்பு வந்ததும், அந்த இடத்தில் எழுத்தாளன் நின்று, வினைச் சொற்களில் வசனத்தை முடிக்காம லிருக்க முயற்சிக்கலாம். இதுக்கு ஓரளவு இலக்கண வரம்புகளை உடைக்கத்தான் வேண்டும்.

வினைச்சொற்களில் வசனங்கள் முடிவதுதான் தமிழின் அழகு என்றும் எனக்குப் படுகிறது. எந்தச் சிற்பி இந்த அபிப்பிராயத்தை முறிக்கிறார் என்று பார்ப்போம்; முறிக்கலாம் என்ற நம்பிக்கை உண்டு.

எழுத்து :16, ஏப்ரல் 1960.

2 ஜீவனாம்சம் - ஆய்வு

அல்பெர்ட்டோ மொரேவியா என்ற இத்தாலிய எழுத்தாளர், இங்கிலீஷில் *தி வுமன் ஆஃப் ரோம்* என்று மொழிபெயர்க்கப்பட்ட தனது *லா ரோமானா*வின் முகவுரையில், இந்தக் கருத்துப்பட எழுது கிறார்: 'கதாநாயகி சொல்கிற மாதிரியே நாவல் எழுதப்பட்டுள்ளது. ஆனால் சுயநிலையில் (first person) நின்று விவரிக்கும்போது, பாஷையைப்பற்றிய பிரச்னை தோன்றும்; பேசப்படுகிற கொச்சை உபயோகத்தோடேயே எழுதியிருக்கலாம். ஆனால், அது கவித்துவத் துக்கு சார்பானது அல்ல. எனவே, கதாநாயகியின் விவரிப்பை, அவள் பேசியிருக்கக்கூடிய பாஷையில் இல்லாமல், பட்டை தீட்டியே எழுதுவது சிறப்பு என்பதால், அப்படி எழுத முடிவு கட்டினேன்.'

ஹெமிங்வேயின் எழுத்தோ, அல்பெர்ட்டோ மொரேவியா வின் கருத்துக்கு முழுக்க முழுக்க மாறானது. சில கதைகளில், தன்னைப் பாத்திர நிலையிலிருந்து வேறுபடுத்தி எழுதும்போது கூட, பேச்சு உபயோக மொழியைக் கையாள்கிறார். பாரதி தன் கவிதைகளில் ஆங்காங்கே எழுத்துமரபுக்கு முரணான சொற்களை உபயோகிக்கிறார் (ஆனால் அவை இப்போது மரபு பெற்றுவிட் டன). *ஜீவனாம்சம்* நாவலில் சி.சு.செல்லப்பா, சாவித்திரி மூலம் பேசும்போது, 'கொச்சை'யை உபயோகிக்கிறார்.

ஆனால், செல்லப்பா கொச்சையை உபயோகித்ததன் காரணத்துக் காக, அவர் பாரதியாகவோ ஹெமிங்வேயாகவோ மொரேவியா வுக்கு எதிர் முரண்பட்ட ஆளாகவோ ஆகவில்லை. ஏனெனில், மொரேவியா நிகழ்ச்சி களின் மூலம் கதையைச் சொன்னார். அவரது பேனா சரிந்து கொடுக் காதுக்காக - தனது அசாத்திய வர்ணனை ஆற்றல் எங்கே கொச்சையில் தளர்ந்து, 'கவித்துவ' மொழிப் பிர யோகத்தின் விஸ்தீரணத்தையும் வார்த்தைவளத்தையும் இழந்து

21 ~ பிரமிள்

விடுமோ என்ற பயத்துக்காக - ஏதோ சாக்குச் சொல்லியிருக்கலாம். ஹெமிங்வேயின் எழுத்தில், ஒரு நனவோடைப் போக்கும் நிகழ்ச்சியின் பிரதான்யத்தோடு கலக்கிறது. தானே கதை சொன்னாலும் (டிக்கன்ஸ் தன் *எ டேல் ஆஃப் டூ ஸிட்டீஸ்*-இல் பாமரப் பாத்திரமான ஜெரிகிரஞ்சநடே, டார்னேயின் முதல் வழக்கைப் பார்ப்பது போல்), ஒரு பாத்திரத்தின் மனோவளர்ச்சிக்கு ஏற்ப, தான் அவனோடு ஒன்றி நின்று அவன் பார்வைகளை பிரதிபலிக்கும் கண்ணாடியாகப் பேசுகையில், அல்லது ஒரு கூட்டத்தின் பார்வைகளை பிரதிபலிக்கையில், அவனோ அவர்களோ எப்படித் தாம் கண்டவற்றை ஒப்புகைப் படுத்தி மனக்குரலினால் பேசிக் கொள்வார்களோ அப்படி எழுதினார். பாரதியின் வார்த்தைப் பிரயோகம், தன் எழுத்து கற்றோரும் 'மற்றோரும்' அறியக்கூடியதாக இருக்கவேணும் என்ற ஆசையால் 'கொச்சை' பெற்றது.

செல்லப்பா இந்த மூவரிலுமிருந்து எப்படி மாறிநிற்கிறார் என்பதை அறிந்தால், *ஜீவனாம்சம்* சாதித்தது, அல்லது முயன்றது என்ன என்பது புரியும்.

செல்லப்பா, தன் சொல்பிரயோகம் எல்லாருக்கும் புரியவேணும் என்பதற்காகக் கொச்சை எழுதவில்லை. ஏனெனில், தன் கொச்சை மூலம் அவர் பேசுபவை, எல்லாரும் புரிந்து கொள்ளக்கூடிய விஷய அடக்கம் பெறாததால், பாரதியிலிருந்து இதில் மாறி நிற்கிறார்.

ஹெமிங்வேயின் விஷய அடக்கம் குரூரமானது. சம்பவங்களையோ பாத்திரங் களையோ சொல்கையில், பார்க்கையில், ஒரு 'டெவில்' பார்வை செலுத்துகிற முரடர் அவர். இதனால், அவரது மனிதாபிமானம்கூட ஏதோ சொப்பனக்குரல் மாதிரித்தான் ஒலிக்கும். அதோடு, நிகழ்ச்சிகளையும் அவற்றின் முறிவுகளையும் அவர் பிரதானமாக்குவார். செல்லப்பாவின் தன்னம்பிக்கை, நிகழ்ச்சிகளை ஒதுக்கிவிட்டது. அவற்றில் முறிவு இல்லை. ஓடுகிற காரில் இருந்து பார்க்கையில், தூரத்து ரஸ்தா நெளிவு புலப்பட்டு, சமீபத்தில் வர, ஒரு கிரகிக்க முடியாத பாதை வளைவைக்காட்டி, வளைவில் திரும்பி ஓடும்போது, வளைவே தூரத்தினால் ஏற்பட்ட பிரமையாக மறைவது போன்றது, *ஜீவனாம்சத்தில்* ஏற்பட்ட முறிவு - இல்லை, திருப்பங்கள். ஆனால், நெளிவைக் கடந்து கதைக்கு வெளியே வந்து திரும்பிப்பார்க்கையில், அது முதுகுத்தண்டின் முறுக்கல் போன்ற

திருப்பமாகவே புலப்படுகிறது. திருப்பங்களில், செல்லப்பா தன் அபிமான பாத்திரத்தை இட்டுச்செல்கையில், குழந்தையை இட்டுச் செல்வது போலவே மிருதுவாகச் செல்கிறார். இதனால், அவர் மனிதாபிமான ரீதியில் எத்தகைய இளகியநோக்கை வெளிப்படுத்து கிறார் என்பது புலப்படும். சம்பவங்களின் குரூரத்தன்மையைக்கூட, அழுதபடி முகத்தைப் பொத்திப் பார்க்க வைக்கிறார்! இந்த அம்சங் கள் அவரை ஹெமிங்வேயிலிருந்தும் பிரிக்கின்றது. ஹெமிங்வே யைப் போல் யதார்த்தத்தைக் காட்டி பயமுறுத்தவில்லை இவர்.

மொரேவியாவும் யதார்த்தத்தைக் காட்டிப் பயமுறுத்தவில்லை தான். ஆனால், அவர் சொல்லுபவை வாழ்வின் சிக்கல்கள். ஏற் கெனவே தெரிந்தவை; ஆனால் விரசமானவை. பிணத்தைத் தின்கிற ருசி அவர் கதைகளைப் படிக்கையில் உண்டாகும். ஆனால், அரு கேயே நிணம் ஊட்டுகிற அருவருப்பு! செல்லப்பா, மொரேவியா விலிருந்தும் முரண் படுவது கொச்சை விஷயத்தில் மட்டுமல்ல. மொரேவியா கொச்சையை உபயோகித் திருந்தாலும், அது தன் பாத்திரத்தோடு நம்மை விசாரித்துவிடுகிற முயற்சியோடு நின்று விடும். செல்லப்பா, தன் பாத்திரத்தின் தன்மை யதார்த்தமானதுதான் என்பதற்காக, ஒரு கொச்சைப்பூச்சை உபயோகித்தார். மொரேவியா வினுடையவை போலல்லாமல், எழுச்சி யூட்டாத, சறுக்கிவிடாத, எளிமையான விஷயத்தை, நாட்டையும் சமூக அமைப்பையும் பிரதிபலித்து, அதே சமயத்தில், ஒரு அசந்தர்ப்பம் எத்தகைய மனோ விசாரங்களில் சாதாரண விதவையை ஈடுபடுத்தி விட்டது என்பதை ஸ்தூலலோகத்திலிருந்து மட்டும் காட்டாமல்காட்டினார் செல் லப்பா. வெற்றி என நம்புகிறேன்.

உண்மையில் ‘விதவை’ விஷயம், ஜீவனாம்சம் மாதிரி ஒரு பொதுப்படை விவகாரத் தோடு தொடர்புபட்டு, ரஸத்தூய்மை யோடு படித்தது இதுவே எனக்கு முதல் தடவை. எந்தத் தமிழ் எழுத்தாளனும் சமூக நடவடிக்கை களைப் பெண்களோடு சேர்த்துப் பார்க்கையில், நமது கலாசாரப் பிரதிபலிப் போடு, அவளது ‘செக்ஸ்’ ஆதரவு நீங்கலாக, உறவு ஆதரவு, பொருள் ஆதரவு பற்றிய பிரச்னை களை எழுப்பிப் பார்க்க வேண்டும்.

‘சென்டிமென்டாலிட்டி’ இல்லாமல் இப்போது எழுத முற்படு வது, அது எத்தகைய இலக்கிய சுமரணை உள்ளவனிடமிருந்து

புறப்பட்டாலும், ஒரு வகையில் சோதனையே. எங்களூர் இளம் எழுத்தாளர் சங்க போட்டிக் கதைத் தேர்வு ஒன்றில், இலக்கிய நயம் எவ்விதத்திலும் இல்லாமல், வெறும் 'ஹா, ஹூ' உணர்ச்சிப் பிரவாகம் மட்டும் செறிந்த கதை ஒன்று, 'உள்ளத்தைத் தொடுவதால்' வெற்றிபெற்றது நினைப்புக்கு வருகிறது. தமிழ் எழுத்துலகில் தகுந்த விமர்சனப் பார்வை இல்லாததால், எங்கு பார்த்தாலும் இதே மாதிரி தேர்வுதான் நடந்து வருவது கண்கூடு. ஆனால், செல்லப்பா ரகம் இதுக்கு மாறானது. சென்டிமெண்டல் சகதியுள்ளேயே முங்கிக் கிடக்கிற வாசகர்களுக்கு, ஜீவனாம்சம் ஒரு 'உப்புச் சப்பு இல்லாத விஷயம்' தான்.

ஆனால், மனக்கோடுகளைப் பிரதிபலிக்க ஆசிரியர் கையாண்ட நினைவுப்பாதை உத்தி, சாவித்திரியின் கணவனது சாவு இடத்தில் வந்ததும், மனசு கலங்கத்தான் செய்கிறது. இந்த இடத்தை சென்டிமெண்டல் என்று சிலர் தப்பர்த்தப்படுத்தலாம்; அல்ல.

தன் பாத்திரங்களின் உணர்ச்சிகளோடு ஆசிரியன் தன்னை லயிக்க விடாத மாதிரி காட்டிக்கொண்டு, அதே சமயத்தில் அவற்றுக்கு மிகை இல்லாத, நிசர்சனப்போக்கான கெளரவம் கொடுக்கையில், வாசகன் வசப்படத்தான் செய்வான். போலி உணர்ச்சி பற்றி, இலை ஒடிந்ததுக்கு ஒருத்தன் அழுவதையும் நிஜ உணர்ச்சியை, அம்மா செத்ததுக்கு கெளரவிக்கிறதும் பற்றி ஒருத்தர் எழுதினதையும், இவ்விடத்தில் நினைவு கூர்ந்து கொள்ளவும்.

ஜீவனாம்சம் ஒரு முக்ய பிரச்னையை, சமூகம்பற்றிய சிந்தனையில் எழும்புகிறது. அது சாவித்திரியின் கணவன் சாகும்போதே எழும்புகிறது. 'கொடுத்து வைக்கலையேடி!' என்ற குரல், புக்காத்துச் சுவர்களில் எதிரொலித்து, சாவித்திரியின் வாழ்வு முழுவதிலும் ஊடுருவிப் பாய் கிறது. இந்தக் கொடுத்து வைக்காதது, ஒரு இந்தியப் பெண் வரையில் எது என்பதைத்தான் *ஜீவனாம்சம்* உணர வைத்தது. சாவித்திரிக்கு, 'உறவு' கொடுத்து வைக்கவில்லை. 'புக்ககம்' என்ற உறவா? - அது மட்டுமா?

இந்தியப் பெண்களின் நிலை இது. அவர்களுக்கு உறவு, பிறந்த வீட்டு ரீதியில் நிலையற்றது. கணவன் உள்ள வரை, அவனது ஒப்புதல் புக்ககம் மட்டும்தான். தன் வம்சவிருத்திக்காகவே வேறு குடும்பத்துப் பெண்ணை கருவியாக்கும் ஆணின் சுயநலப் பாங்கு,

இந்த சாவித்திரி விஷயத்தில் அவன் மரணத்தோடு கழன்று போயும், பெண்மையின் தியாக உணர்வு, அவனை 'தான்'என்ற சுமரணையையும் 'ரத்தம்' என்ற பாசத்தையும் மீறி, 'கொடுத்த இடத்துக்குத்தான் இந்தத் தான்' என்ற உணர்வுவிழிப்பு வந்ததும், அவளை அங்கே உந்திவிட்டது. ஜீவனாம்ச வழக்கு இந்த உந்துதலுக்கு ஒரு சிறிய கருவியாகிற்று.

ஒரு சில இடங்களில் நனவோடைப் போக்கிலும் நாவல் முழுக்க நினைவுப்பாதையிலும் போவது மட்டுமல்ல, ஒரே பாத்திரம் மட்டும் தன் அவசங்களோடு விசார ரீதியில் நாவலைத் தூக்கிச் செல்வதும், உண்மையில் தமிழுக்கு ரொம்ப ரொம்பப் புதிது. ஒரு இடத்தில், சாவித்திரியை வெங்கடேஸ்வரன் கேள்வி கேட்டுவிட்டுப் பதில் வாங்காமல் திரும்பிப் போவதுவரை, விநாடிகளை அணுக்களாக்கி, அவற்றினுள்ளேயே உணர்ச்சி- நினைப்பு லோகங்களை, சடபடவென்று ஒரே உலுப்பில் ஆயிரம் நாவல் பழங்கள் உதிர்க்கிறாப்போல் சாவித்திரி யிடமிருந்து உதிரவைத்த இயற்கைத் தன்மையைப் புகழாமல் இருக்கக் கூடாது. அதை ரசிக்க எந்தப் பாதை என்று புரியவில்லை.

தத்துவ ரீதியாக, தர்ம அதர்மப் பார்வையில் நிகழ்ச்சிகளை விமர்சிக்கும் மனப்பாங்குள்ள பெண்தானா சாவித்திரி என்பது என் சந்தேகம். பாத்திர சிருஷ்டியின் விஸ்தீரணம், சில இடங்களில் அவளது மன இயல்பை மீறினதாகக் காட்டுகிறது. எனினும், அதில் உள்ள இயல்புக் கேடு, அந்த விசாரத்தில், விசாரத்தின் கனத்தூடே தென்படும் துயரின் ரத்தச்சுவடுகளுக்கு அடியில் மறைந்துவிட்டது. ஓரொரு கட்டங்களில், எத்தகைய பாமரனும் 'தன்னை மீறி'ச் சிந்திக்க நேரும். இந்த 'மீறுதலை' இயல்பாக்கி, உணர்ச்சிகளுக்கும் நினைவுகளுக்கும் பட்டைபோட்டு வெளியிட்டதுதான், சாவித்திரி யின் நெஞ்சலைகள் என்றால் பரவாயில்லை. உண்மையில், இந்த 'மீறுதல்' எங்கே நிதர்சனப் பூச்சை இழந்துவிடுமோ என்று பயந்தது தான், கொச்சையை உபயோகித்து நம்மை பாத்திரத்தோடு நெருக்கிய தந்திரம் என்று கருத இடம் உண்டு. ஆனால், நனவோடைக்கோ நினைவுப்பாதைக்கோ, கொச்சையின் கலப்பு இல்லாவிட்டால், அதில் ஒரு கட்டுரைப்போக்குத்தான் தொனிக்கும் என நினைக்கிறேன்.

ஆசிரியர், கட்டுரைப் போக்கை விசாரப் பார்வைக்காகத் தவிர்க்க வேண்டிக் கொச்சையை உபயோகித்தது போக, நடையில் ஒரு

கழுகின் பறப்பை நினைவூட்டுகிறார். லா.ச.ரா., தன் தத்துவக் கலப்பு களில் கையாளும் நடையில் படபடப்பு அதிகம்; ஒரு இடைவிட்ட பாய்ச்சல் எப்பவும் இருக்கும். செல்லப்பா, இறுகிய பனி ஆறு நகர்ந்து செல்கிற மாதிரி, சில இடங்களில் கதையை நகர்த்துகிறார். அதே சமயத்தில், வேகம், நினைப்பு சம்பந்தப்பட்டவரை, கொஞ் சம் தீவிரமாகவே இருக்கிறது. ஆனால், நாம் நினைப்போடு அதே ரீதியில் ஓட முடியவில்லை. இது ஒரு குறை அல்ல. *ஜீவனாம்சத்தின்* தனியான சிறப்பே இதுதான்.

நினைப்பு எப்படி அறிவைத் தூண்டுகிறது என்பதைப் படம் பிடித்தே காட்டுகிறார் செல்லப்பா. துணிச்சலான முயற்சி. குறிப் பிடத்தக்க, கற்பனையின் நிர்வாண அழகு தெரிகிற உவமை நயத்தை விட, என்னைக் கவர்ந்தது இந்த நினைப்பின் பரிணாமத்தை எழுத் தில் அடைத்ததுதான். கதையின் இறுதித் திருப்பமே, இந்தப் பரிணா மத்தின் பூர்வத்துவம்தான். இதில் இரண்டு பார்வைகள் அல்ல, உன்னுடையதும் இருக்கிறது என்ற வெளிப்பாட்டின் மூலம், சாவித் திரியின் நினைவு சிறைப்பட்டு அதிலிருந்து அவளது சுயேச்சையான தன்மயம் இறுதியில் புலப்படுவதுதானே கதையின் முடிவு? ‘சஸ் பென்ஸ்’ இல்லை என்ற சுமரணையே ஏற்படாமல் கதையை ஓட்டிச் சென்றது, இந்த நினைவுக் கழிதான். அந்தச் சுழி, அடிமன ரீதியில் தனிப்பட்ட பாசங்களை ‘கணபதி?’ என்று உரக்கக் கூவிக் கேட்டு வெளிப்படுத்துகையிலும் - சுயேச்சை வெளிப்படத் தளை அவிழ்ந்து, ஜீவனாம்ச வழக்கையே indifference இல்லாமல் வெறுக் கத் தூண்டுகை யிலும் கிளறுகோலாகிறது!

இந்தக் கிளறுகோல் சாதித்த முழுமையான வெற்றிதான் என்ன?

ஆமாம், நினைவுகளைத் தளைக்க இயலவில்லை என்ற உண் மையை, அது ஒரு பார்வை யிலிருந்தே வெடிக்க, கண்மடல் விரிக்க வைத்ததுதான் சாதனை.

அந்தப் பார்வைதான், ஆணுக்கோ பெண்ணுக்கோ நினைப்பு ரீதியாகவேனும் உரிமையான பார்வை; அது, தன்னைப்பற்றிய சச்சரவில், இரண்டு குரல்கள் மோதுகையில் வெடிக்கும், ‘தான்’ என்ற மூன்றாவது பார்வை.

எழுத்து : 17, மே 1960.

3 மொழிபெயர்ப்பு

ஒரு கதையை மொழிபெயர்க்கிறவன், மூலபாஷையின் சொல் வளத்தை மனசில் சொற்கருத்து ரீதியாக உணர்கிறதோடு, தான் உணர்ந்ததை தன் பாஷையில், மூலத்தின் அர்த்தவலுவுடன் மூலத் தின் வேக மும் தணியாமல், அதே சமயத்தில் சுயபாஷையின் இயல்பையும் அழகையும் கெடுக்காத ஒரு சரளமான நடையில் தருகிறபோதே, அவன் வேலை பூர்த்தியாகிறது. மூலத்தைப் படிக் கிறபோது, மொழி பெயர்ப்பாளன் வாசகனாக நிற்கையில், அவ னுக்கு மூலத்தை ஏற்கிற, அதன் நிஜ வலுவை ஆழமாக வாங்கிக் கொள்கிற சுரணை ஏற்கெனவே இருந்தாகவேண்டும். அப்போது தான் மொழிபெயர்ப்பு நேர்மையான தாக இருக்கும். இந்த பொது விதிகளோடு, 'சொல்லுக்குச் சொல் மொழிபெயர்ப்பு', 'கருத்து நடை மொழிபெயர்ப்பு' என்ற இரண்டு ரகங்களையும் தனித்தனி யாக ஏற்று ஒரு வேலை ஆரம்பிக்கையில், எழுதுகிறவன், இந்த இரண்டு ரகங்களுள் ஒரு ரகத்தையே முழுக்க முழுக்க கையாள விரும்புவான். அவன் துணிச்சலானவனாக இருந்தால், சொல்லுக் குச் சொல் மொழிபெயர்ப்பே அவனைக் கவரும். பொதுவாக, எல்லாரும் கருத்துநடை மொழிபெயர்ப்புத்தான் செய்வார்கள். அது சறுக்கிவிடாது.

சொல் மொழிபெயர்ப்பின்போது ஒரு பிரச்னை. அதைப் பற்றித் தான் இங்கு அதிகம் சொல்ல விரும்புகிறேன். மொழிபெயர்ப்பு எழுத்தாளன், மூன்று விதமான பிறபாஷைச் சொற்களைக் கொண்டு வருகிறான். முதலது, ரோட், கப், போலீஸ் போன்ற, நமது பாஷை யில் ஊறி இனம்பிரிக்க முடியாது உபயோகத்தில் புரண்டு, பெரும் பான்மை எழுத்தாளர்களால் சுயபாஷையாகவே உபயோகிக்கப் படுபவை. இவைபற்றிப் பிரச்னை வேண்டியதில்லை. இரண்டா வது, நம் பாஷையில் உபயோகத்தில் இல்லாத கருத்தை உள்ளடக்

கின சொல் அல்லது சொல் தொடர். உதாரணமாக, 'ஸ்டிரீம் ஆஃப் கான்ஷஸ் னஸ்' (தனிச்சொற்கள் ரொம்ப அபூர்வம். ஆனாலும், சொற்களின் அர்த்த உணர்வை நுட்பமாக அறிந்தவர்கள், இந்த விஷயத்தில் பச்சையாக நடப்பது உண்டு. வீரமாமுனிவர், பண்பு என்ற தமிழ்ச் சொல்லுக்கு இங்கிலீஷில் வழக்க அர்த்தம் இல்லாத தில், வார்த்தையும் இங்கிலீஷில் இல்லையென்று, 'பண்பு' என்றே இங்கிலீஷிலும் உபயோகிப்பாராம்). இத்தகைய சொற்கள் பிரச்னை கள்தான். மொழிபெயர்ப்பாளன், இந்தச் சொற்களை எப்படியாவது வழக்குமுறையிலுள்ள, அர்த்தத்தைப் பார்த்தவுடன் புரிந்து கொள்ள வைக்கிற சுயமொழிச் சொல்லினுள், அர்த்த இடமாற்றம் செய்ய வேண்டும். இதைத் தன் மொழிபெயர்ப்பின் ஒரு சின்னப் பகுதி யாகக்கொள்வது சிலாக்கியமானது. ('ஸ்டிரீம் ஆஃப் கான்ஷஸ்னஸ்' - நனவோடை என - போன ஆண்டுத் தமிழ்ப் பிரயோகத்தினுள் வந்து விட்டது.) மூன்றாவது, மூலவிஷயத்தின் ஜனனப் பிரதேசத்திற்கே உரியதாய், முன்போ பின்போ சுயபாஷைப் பிரதேசத்தில் உலவ நிர்ப்பந்தமோ வகையோ இல்லாத சொற்கள். எடுத்துக்காட்டாக, 'விண்ட்மில்' இவற்றை (தற்காலிகமாகமட்டும் நிற்கிறவையாகை யால்) மூல உருவத்தோடையே சுயபாஷையில் எழுத அனுமதி தரலாம். ஆனால் இவற்றோடு சிறு விளக்கக் குறிப்புகள் இருப்பது உதவும்.

இனி, மூல ஆசிரியன் எந்த வசனங்களில் தன் கற்பனை திமிறிவர எழுதுகிறானோ, அதே வசனங்களைச் சப்பையாக்கி விட்டு, மொழி பெயர்ப்பாளன் தன் கற்பனைக்கும் சொல்வளத்துக் கும் சுயேச்சை கொடுத்து, மூல ஆசிரியன் உத்தேசிக்காத இடங்களில் கற்ப னை யை, வெடிப்பைக் கொணரக் கூடாது. இது, கருத்துநடை மொழி பெயர்ப்பினால் ஏற்படக்கூடிய ஒரு சறுக்கல்.

வசனங்களை ஜாக்கிரதையாக பெயர்க்க முடிந்தால், ஒருத்தன் மூல ஆசிரியனை நமக்கு ஏமாற்றாமல் சொல்லுக்குச் சொல் மொழி பெயர்ப்பின் மூலம் தரமுடியும். இந்த விதத்தில், 'கூஸ்பரீ'ஸை விட 'புரூக்ஸ்மித்' கவர்கிறது. மூல ஆசிரியனின் நடையிலுள்ள தனித்வத் தைக் கருத்துநடை மொழி பெயர்ப்பினால் தரமுடியாது. அது சொல்லுக்குச் சொல் பெயர்ப்பாலேயே முடியும்.

அடுத்ததாக, மொழிபெயர்ப்பினால் பாஷைக்குச் சொல்வளம் ஏற்படுவது மட்டுமல்ல; சிக்கலான விஷயங்களையும் மன முண

முணப்புகளையும் சொல்லிப் பழகின ஒரு பாஷை யிலிருந்து நேரடியாக மொழிபெயர்க்கையில்தான், சுயபாஷையின் வலு எந்த அளவு என்று அறியலாம். மொழிபெயர்க்கிறவன் இந்த ரீதியில், சொற்களின் அமைப்புகளைப் புதுமாதிரி, மூலபாஷையின் கருத் தாழமும் தாக்கு வலுவும் தளராத நடையில் தர முயற்சிக்கையில், சுயபாஷை வசனமும் செழுமை பெறுகிறது. ஆமாம், இன்று தமிழ் உரைநடை, ஒரு புறத்தில் சிக்கலான விஷயங்கள் இத்யாதிகளை கையாண்டு பழகின பாஷைகளோடு தொடர்பு கொண்டு, தன் இயல்புகளுக்கு மெருகும் புதுமையும் கொடுத்துக்கொண்டு வர வேண்டும். அப்போதுதான் அது ஒரு இன்றைக்கான பாஷையாகும்.

ஆசிரியரின் கட்டுரைகளில்... 'இலக்கணப் பிழைகள்', 'மொழி அமைதிக்குப் புறம்பான நடை' இத்யாதிக் 'குறைகள்' இருந்தாலும், கட்டுரையில் காண்கிற செல்லப்பா வேறு. அதோடு, 'இலக்கணப் பிழைகள்...' இத்யாதிகளை, அவை என்னென்ன, எங்கெங்கு உள்ளன, எந்தப் பதத்துக்கு எந்தப் பதத்தைப் போடலாம் என்றெல் லாம் சொல்லியே குறிப்பிடுவது நல்லது. இப்படிக் 'குறைகள்', மரபைப் பத்தாம்பசலித் தனமாக ஒட்டி ஓடுவதை விரும்பாததால் வருபவை. 'அவன் அல்லன்' என்று எழுதுவது தமிழ்; கதையில் படிக்கும்போது மனசை வெளித்தள்ளி விடுகிறதாகத் தோன்று வதால், 'அவன் அல்ல' என்பது இலக்கண ரீதியாகப் பிழையாக இருந்தாலும், பேச்சுவழக்கு என்கிற ஜீவரூபத்தில் புரள்கிற பிர யோகமாகையால், மனம் நின்று முறைக்காமல் படிந்து மேலே போகிறது. 'தமிழ் அமைதிக்குப் புறம்பான நடை'யாகச் செல்லப்பா வுடையது உள்ளதால்தான், வளர்ந்து வரும் உரைநடையில் அவரது இடம், வேலை எல்லாம், தாக்கான, பொறித்துவைக்கத் தக்கதான தகுதியை அடைந்து வருகின்றன. எனவே அவருடைய அந்தக் 'குறை' அவரைத் தமிழின் உரைநடைப்பாதையில், *வாடிவாசல், ஜீவனாம்சம்* ஆகிய கல்வெட்டுகளில் ஒரு குறியீட்டுக்கு (Reference) உரிய ஆளாக வைக்கும் எனக் கருதுகிறேன். இதெல்லாம் அவரு டைய இலக்கிய வெற்றிக்குப் புறம்பான அம்சங்கள்.

ஜீவனாம்சம் சம்பந்தப்பட்டதில், நான் கே.எஸ்.சிவகுமாரனுக்கு இரண்டு விஷயங்களுக்கு பதில் சொல்ல வேண்டியவன்: 'சென்டி மென்டாலிடி', 'சாவித்திரி'.

நண்பர் சொல்லுகிற சென்டிமென்டாலிட்டி, அகராதி அர்த்தத்தில் ஏற்றுக்கொள்ளப்பட வேண்டியது. ஆனால், விமர்சனத்தில் உணர்ச்சி வெளியீடு சம்பந்தமான உபயோகத்தில், இந்தச் சொல்லின் அர்த்தம் 'போலி உணர்ச்சி வெளியீடு' - 'உணர்ச்சிகளை பெரிதுபண்ணி' (மிகைப்படுத்தி) காண்பித்தல் என்பதாகும். இதை என் ஆய்வுக் கட்டுரை(அது அபிப்ராயக் கட்டுரைதான் - ஆய்வுவழி வந்ததல்ல என்று பெயரை மாற்ற விரும்பாவிட்டால்)யில் சொல்லி உள்ளேன். இதைப்பற்றி மார்ச் இதழில், 'சென்டிமெண்டல்' என்ற கால்பக்கக் கட்டுரைத் துணுக்கைப் படிக்க வேண்டும். 'சென்டிமெண்டல்' என்ற சொல்லின் அர்த்தத்தை விபரீதமாக விஸ்தரிப்பது அபாயகரமானது. விஸ்தரித்து விமர்சித்தால், நுட்பமான உணர்ச்சிகளை சூசனையாக உணர்த்தும் மேதைகளின் எழுத்து எரிமலை போன்ற கதைகளின் முன்னால் மங்கிவிட நேரும் - ஒரு பரீட்சையை வாசகராகிய நீங்களே செய்யுங்கள்: *கலைமகள்*மே இதழின் 'நிழல்கள்' (பிச்சமூர்த்தி) கதையைப் படியுங்கள். எவ்வளவு நுட்பமான சூசனையாக உணர்ச்சி வெளியிடப்படுகிறது என்பதையும், ஒரு பத்திரிகைக் கதையை அதனுடன் ஒப்பிட்டு, 'பத்திரிகைக் கதை' யாகவே அது இருப்பதன் காரணத்தையும் கண்டுபிடியுங்கள். சென்டிமெண்டாலிட்டி என்று விமர்சனத்தில் பேசப்படும் சொல்லின், ஊசிபோன்ற அர்த்தம் அப்போது புரியும்.

சாவித்திரி என்ற பாத்திரத்தின் சிருஷ்டி ஒரு தோல்வி என்று நான் அபிப்பிராயப்படவில்லை. அது ஒரு அசாதாரணமான வெற்றி. அசாதாரணமான என்பதைத்தான் என் சந்தேகமாக, 'பாத்திரசிருஷ்டி சில இடங்களில் இயல்பை மீறினதாக உள்ளது' என்ற கருத்தில் சொன்னேன். இதையேதான் துரைஸ்வாமியும், 'இவ்வளவு திறமையாக இவளால் பார்க்கமுடியுமா என்று நான் சந்தேகமுறாத வண்ணம், ஆசிரியர் நடத்திச் செல்லும் ஆற்றல்' என்று சொன்னார். ஆக, 'தர்ம அதர்மப் பார்வைகளில் நிகழ்ச்சிகளை விமர்சிப்பதும்' - 'அனுபவத்தை ஒரு கைதேர்ந்த கலைஞனைப்போல் பார்ப்பதும்' அசாதாரணமானவைதான். ஆனால் ஆசிரியரின் திறமை இந்த அசாதாரணத் தன்மையைக் கலைவன்மையின் நுட்ப சாதுர்யத்தில் மழுப்பி விடுகிறது. அதையும் நான் தெளிவுபடுத்தவே என் ஆய்வுக் கட்டுரையில் விரும்பியிருந்தேன். ஆசிரியர், தான் வாழ்வில் படித்தறிந்த பெண்களின் மனோபாவத்தையே அப்பட்டமாகச் சொன்ன

தாய் வாதாடினாலும், இங்கே விமர்சனம் என்று பேர்வைத்த வகையில் நாம் சொல்லுவது தனிமனித அபிப்பிராயம் தானே? நான் அறிந்த பெண்களை வைத்து எடுத்த பொதுப்படுத்தலைத்தானே, சாவித்திரி விஷயத்திலும் பிரேம் போட்டுப் பார்ப்பேன் - என் பொதுப்படைக் குறிப்பு தப்பாயிருந்தாலும்!

'அபிப்பிராயத்தைத் திறம்படக் கூறியிருக்கிறார், அவ்வளவே' என்று மட்டமாக அடித்துவிடுவதால், 'உண்மைக்குப் புறம்பான ஒன்றாகும்' என்று சொல்லி ஒரு நூல் பற்றி இன்னொரு அபிப்பிராயத்தைக் கொண்டு வருவதால், முதலாவது அபிப்பிராயத்தின் தன்மையைக் குறைப்படுத்த முடியாது. ஏனென்றால், விமர்சனம் என்பது ஒரு தனி மனிதனின் ரசனாநு பவத்தை, அபிப்பிராயத்தை ஆதாரங்களுடன் விஞ்ஞான ரீதியாக உணர்த்துவதுதான் - அதாவது, 'அபிப்பிராயத்தைத் திறம்படக் கூறுதல்'தான். எனினும், 'முறையான ஆய்வு வழி' என்று அடிக்கடி சுக்கானை ஞாபகப்படுத்தும் செல்லப்பா போன்றவர்கள், விஞ்ஞான ரீதியான வாய்க்கால்களை விமர்சனத்துறையில் வெட்டுவதற்கு உரிய சந்தர்ப்பங்களை உண்டாக்க வேண்டும்.

எழுத்து : 19, ஜுலை 1960.

4 கலைக்கொள்கை

மனித குலத்தின் எழுச்சி வீழ்ச்சிகளை நிர்ணயிக்கும் மூலசக்திகளைப் பற்றியும் அந்த நிர்ணயத்திற்கான வழிமுறைகளைப் பற்றியும், இன்னும் வாழையடி வாழையாகக் கூட்டு முயற்சியில் ஒருமை காண்பதை லக்ஷியமாகக் கொள்ளச்செய்கிற துறைகளின் தழைத்து வரும் தன்மைகள் பற்றியும் நாம் ஒரு பொதுநோக்கு அடிப்படை வைத்திருக்கலாம். இந்த பொதுநோக்குகள் யாவும் மனித அனுபவங்களாகவே பெரும்பாலானவை தோற்றுவாய் தந்தும், ஒவ்வொரு பரம்பரையும், அதன் தனித் திவலைகளினால் அதே உயிர்ப்புடன் அனுபவிக்கத்தக்க - விஞ்ஞானரீதியான - அடிப்படை உள்ளவையாகும். எந்தெந்த துறைகளில் பொதுநோக்கும் வகுப்பு வரம்புகளும் அப்பட்டமாகப் பொருந்துகின்றனவோ, அந்த துறையில்தான் மயிரிடை வித்யாசப்பிளவுகள் எல்லாம் சாத்யம். அங்கே அனுபவங்களின் முடிவு, சோதனைகளின் மூலம் நிரூபிக்கத்தக்க ஒன்றுதான்!

இந்த தன்மைவாய்ந்த எத்துறையிலுமிருந்து கலைத்துறை மாறுபடுகிறது. ஏனெனில், கலை தனி அகநோக்கின் பரிவர்த்தனை. அது பொதுநோக்கின் பார்வைகளைக் குழந்தையின் திமிறலோடு முறைத்து எதிர்க்குமளவு, சுதந்திரமும் ஓரளவு சக்தியும் உடையது. அந்தச் சுதந்திரம், எதிர்ப்பினால் ஒரு லக்ஷியத்தைச் சாதிக்கத்தக்கதா என்பது, அந்த சக்தியைப் பொறுத்ததோடு, முற்றிலும் வேறு விஷயம் அது.

எந்த ஒரு ஏது(மீடியம்)வின் மூலம் கலை தன்னை வெளிக்காண்பித்துக் கொண்டாலும், அதுக்கு ஒரு உத்தேசம் இருக்கும். அந்த உத்தேசத்தின் மூலம் படைப்பின் தாக்குவலு உருப்பெறுவதோடு, 'கலை' என்ற தன்மையே அந்த தாக்குவலுவின் உடலை சுமந்து பறக்கும் இறக்கையாகிறது. இந்த உத்தேசம், மனிதகுலம்

என்கிற தொகையுடலின் நோய்களைப் பற்றியும் அதற்கான மருந்து மாத்திரைகளை பற்றியதாகவும்தான் இருக்க வேண்டுமா என்பது பிரச்னை. கேள்வியே, கலைக்கு ஒரு பொதுநோக்கு அடிப்படை வேண்டும் என்ற கோஷத்தின் நாசூக்கான விண்ணப்பம்தான். இந்த பிரச்னையை அலசி, உடன்பாட்டு முடிவுக்கு வந்து, தன்னைத் தொகையுடல் ஒன்றன் பிரதிநிதியாக்கிக்கொள்ளும் மனிதன் அரசியல்வாதியாகிறான்; எதிர்மறை முடிவுக்கு வருபவன் அராஜகக் கிணற்றுத்தவளையாகிறான்.

கலைஞன் அரசியல்வாதியா? அல்லது அரசியல் என்கிற தொகையுடல் பிரக்ஞையை புறக்கணித்து, 'தனி மனித அகநோக்கு' என்ற சொல்பிரயோகத்தை விபரீதமாகப் புரிந்துகொண்டு, நடப்பியலையும் மீறின மனித வெறுப்பிலோ, அல்லது கனவுப் புகையிலோ முகுகிறவனா? இந்த இரண்டு தன்மைகளும்கூட, தனித் தனியே ஒரு 'பொதுநோக்கு அடிப் படை விளைவு'தான். முதலில் கலை, பொதுநோக்கை முறைக்கிற துறை என்று பேசிக்கொண்டேமே! எனினும், கலைஞன் அரசியல்வாதியும் அவநம்பிக்கை வாதியும் ஆகமுடியும் - அந்தக் கொள்கைகள் அவனது தனிமனிதக் கொள்கையானால்.

பொதுநோக்கின் பார்வைக்கு எதிர்ப்பார்வை போடுகிற ரீதியில், கலை மனித நிழலிலிருந்து ஊர்ந்து புறப்பட்டுத் தோன்றுவதுதான். அதாவது, இன்றைய விஞ்ஞான அரசியல் பொதுமுறை அமைப்புகளின் போக்குகளைப் பற்றி, ஒரு தனி மனித இருதயத்தின் பாதிக்கப் பட்ட துடிப்பின் மூலம், உலக அபிப்பிராய வானிலே கலை பிரஷினால் சிவப்புக் கேள்விக் குறிகளைப் போடமுடியும். ஆனால், இந்த கேள்விக்குறிகள் அந்தப் பொதுமுறைகளின் போக்குகளைப் பற்றியதேயன்றி, போக்கின் விளைவுகளைச் சந்தேகித்ததேயன்றி, அந்த துறைகளையே சந்தேகித்து அல்ல. அவ்வளவு தூரத்துக்கு இன்றைய அரசியல் விஞ்ஞானத் துறைகளின் அஸ்திவாரங்களையே வேர் பிடுங்கி, சமூகத்தைக் கட்டியிழுக்க வேறு திசையும் காட்டி, கயிறும் கொண்டுவர, மதம் என்கிற அனுபவ பரிவர்த்தனை பரவாத ஒரு துறையில் மட்டும், அதுவும் ரொம்ப அருகியே பேசப்படுகிறது. இப்படிப் பொதுமுறை வெறுப்பு ஏற்பட, ஏது உண்டாக இடம் இருப்பதினால், அந்தத் துறைகள் பற்றிய விஞ்ஞான ரீதியான அடிப்படைகளையும் சந்தேகிக்க வேண்டியதில்லை.

ஏனெனில், அவை பொதுமனிதன் ஏற்படுத்திய சட்டதிட்டங் களையும் அனுபவ உண்மை களையும் உள்ளடக்கியவை. ஆகவே தான், இந்த விஞ்ஞானமுறைப் போக்கைக் கலை முறைத்தும் பெரும்பாலான இடங்களில், கலையே காலத்தினாலும் எதிர்த்து வரும் ஆதாரபூர்வமான நியதி வகைகளாலும் தளர்ந்து போகிறதை, அத்தகைய பொதுமுறை எதிர்ப்பு உத்தேசம் கொண்ட கலைப் படைப்புச் சம்பந்தமாக அடிக்கடி காண்கிறோம். எனினும் அது, தான் உள்ளடக்கிய மனித இதயத் துடிப்பை வெளிப்படுத்தும் ஆவல் பாங்கின் தாக்கு வலுவில் தொக்கி ஜீவிக்க இடமுண்டு. இதையும் மீறி, சில விரல்விட்டு எண்ணிவிடக்கூடிய படைப்புகள், தனி மனிதக் குரலினால் சந்தேகங்களை எழுப்பி, ஒரு வம்சத்தின் சட்டதிட்டங்களின் விஞ்ஞானபூர்வமான பொதுமுறை களை எதிர்த்து, தன் கருத்தில் வேர் துளைத்து எழுந்த வேறு அனுபவங் களின் அடிப்படையில் உருவானவற்றை, ஒரு எதிர்முறைப் பிரசார ரீதியில், தாக்கான அடிப்படையில் உருவாக்கி உலகுக்குச் சொல் கின்றன. அவற்றைப் படைப்பவன், அவற்றின் கலையம்சத்தைக் கொண்டு மட்டும் அளிக்கப்பட்டு, அபூதனாகக் கொள்ளப்படக் கூடியவனல்ல. அவன் அந்தத் துறை சம்பந்தப்பட்டதில், தன் சித்தாந்தத்தை ஒரு கலையழகுடன் சொன்ன படைப்பாளி ஏற்றுக் கொள்ளவேண்டும்.

பொதுமுறை விதிகளை எதிர்க்கிற, முன்சொன்ன படைப்பு களுக்குக் கலா அந்தஸ்து கொடுத்துவிட்டு, தன் உத்தேசத்தில் வெற்றிகொண்ட இதற்கு, ஒரு சித்தாந்தம் என்று ஏன் பட்டம் சூட்டவேண்டும் என்ற கேள்வி கிளம்பலாம். பதில்: அந்த முன் போன படைப்புகள், தனிமனித இருதயத்துடிப்பை மட்டும் ஆதார மாக்கின. பின்வந்தவை இருதயத்தையும் மீறிய அறிவுநோக்கினால் முதல் முறைகளுக்கு எதிர்முறைகளை வெட்டுவாள்களாகக் கொண்டுவந்தன. முதலது: கலை உணர்ச்சி வழிவந்ததால், இரண்டா மது: அறிவு வழிவந்ததால் - ஒரு சித்தாந்தம்! புதிய பொது நோக்கு களை உருவாக்கவும் பழயவற்றை முறியடிக்கவும், இப்படித் தனித் துவம் பொருந்திய படைப்பாளிகள் தோன்றி, அறிவு நோக்கைக் கலையழகுடன் சொன்ன சந்தர்ப்பங்களை, இலக்கியங்கள் என்று தப்பர்த்தப்படுத்திக்கொண்டதன் விளைவுதான், இன்று கலையுல கில் உருவத்தைத் தாழ்த்திப் பேசும் நிலை. இலக்கியம், அத்தகைய

மேதைகளின் உத்தேச முயற்சியின் விளைவு. அவர்களது உத்தேசம், உள்ளடக்க ரீதியாக நன்றாக இருக்க, சொன்ன பாங்கின் தன்மையைக் கால் பார்த்துக் கவனித்து நடந்ததால், உள்ளடக்கத்தையும் மீறின ஒரு அழகு, உருவரீதியாக அங்கே பிறந்தது: இலக்கிய அந்தஸ்து அந்த உருவத்துக்குத்தான். உள்ளடக்கம் இந்த அந்தஸ்தை, சுருதியின் ஒருமைப்பாடாக எவ்வளவு தாக்குகிறது என்பதை, ஒரு இலக்கிய நோக்கிலிருந்து கவனித்து மகிழலாம். இலக்கிய உலகில் உள்ளடக் கத்தின் கௌரவம் அவ்வளவே. இல்லையென்று, உள்ளடக்கத்தின் முக்கியத்துவத்தை, அது மனிதவம்சத்தின் தொகையுடலுடன் உறவு பெற்றதாக வரம்பு குறுக்கி, உயர்த்திப் பேசினால், அது கொண்ட உருவம், தன் அந்தஸ்துக்கு மீறின பெருமை பெற நேரும். ஆனால், உள்ளடக்கத்தின் தன்மை - வெற்றிக்கு ஏற்ப, அதன் அந்தஸ்து வேறு துறைகளில் உயரலாம்!

கலைஞன் முதன்மையாக ஒரு மனிதன். அவனது படைப்பை ஏற்றுக்கொள்ளவருகிற உலகம், அவனை நோக்கித் தன் பார்வை யைத் திருப்பும் சந்தர்ப்பங்களில், அவனைச் சமூகத்தில் நிறுத்திப் பரிசோதிக்கிறது. அவனது அபூதத் தன்மைகளுக்குச் சமூகம் எத் தகைய மூல வஸ்துக்களைக் கொடுத்தது என்று புரிந்துகொள்வதற் காக மட்டுமல்ல இந்தப் பரிசோதனை. அவன், உலகக் கோளத்தின் மேடுபள்ளங்களிலே குவிந்துகுவிந்து வாழ்கிற தங்கள் சுயகுலத்தின் முழுமுதல் தன்மையான பகுத்துணரும் வித்தையை அறிந்தவனா என்று அறியவும்தான். முதலில், தகுந்த சுரணையோடு வாங்கிக் கலைஞ னுக்கே உரித்தான நுட்ப உணர்வுத் தராசில் எடைபோட்டு, அந்தந்த அனுபவங்களின் பிறப்பு - வளர்ப்பு - பாதிப்பு பற்றியும், அனுபவத்தின் மூலச்சரக்குகள் பற்றியும், ஒரு மனிதரீதியான அபிப் பிராயம் - பச்சையாகச் சொன்னால் - ஒரு கொள்கை உடையவனா என்பதிலிருந்து அவனது பகுத்துணரும் சக்தி அறிப்படுகிறது.

ஆனால், அவனுடைய இந்த வாழ்க்கைநிலை அடிப்படையும் அனுபவ அடிப்படையு மான கொள்கை நிலை எடுப்புக்கு, அவனே காரணமாகிறான். சமூகத்தின் சட்டதிட்டங் களை உடைத்து, அதன் வகுப்பு வரம்புகளையே தூஷிக்குமளவு, கலைஞன் சுதந்திரம் பெற்று, தன் மனிதக்குரலின் ஆக்ரோஷத்தால் எதிர்வெட்டு கொண்டுவருவதற்கு, அவனுக்கு மனிதன் என்ற ரீதியிலும் கலைஞன் என்ற - உணர்வுநுட்பம் கொண்டு, சமூகத்திலேயே மிக

35 ❧ பிரமிள்

ஆழமாக அறியக்கூடிய ஜந்து என்ற - ரீதியிலும் உரிமை இருப்பது போலவே, கலைஞனின் குரல், அவனது படைப்பின் மூலம் கலைக் குரலாக எழும்பு கையில், கலைத்தன்மையை உருவரீதியாக அனுப விக்கும் இச்சையைமட்டும் ஏற்றுக் கொண்ட மனப்பாங்குடன் அதன் உள்ளடக்கத்தை 'வெறும் கலைக்கனவு' என்று உதாசீனம் செய்து விடச் சந்தர்ப்பங்களும் கனவை ஏற்றுக்கொள்ள விரும்பாத நடப்பியல் விழிப்பு அடிப்படையில் ஒரு உரிமையும், கலைஞன் யாரை நோக்கிக் குரல் எழுப்பு கிறானோ அந்த உலகு சம்பந்தப் பட்டமட்டில் உண்டு. இத்தகைய சந்தர்ப்பங்களில், உலகு அவனது கலையின் உள்ளடக்கத்துக்கு எதிர்மாறான கருத்துக்களை, ஒரு அறிவு அடிப்படையில் உருவாக்கி, தன் மனசுக்குக் கவசம் அணிந்து கொண்டே, தன்மீது கலை தொடுக்கும் போரை எதிர்பார்க்கிறது. கலையின் உள்ளடக்கம் ஒரு பயங்கர விஷம் தோய்ந்த கணை யானால். அந்த கணையின் வேகம்தான் இந்தப் போரில் உருவம். உருவம் என்ற பிரயாண கதி, உள்ளடக்கத்தை ஏற்றுவதன் வெற்றி தோல்விகளுக்கு, கலாரீதியாகக் காரணமாகிறது. ஆனால், சில இடங்களில், உலகின் அறிவுக் கவசத்தைக் கலா உருவத்தின் தாக்கு சக்திக்குப் புறம்பான உள்ளடக்கக் கணையின் பயங்கர விஷத் தாலோ, சாவு போன்ற கூர்மையாலோ, ஒரு எதிர்க் கொள்கை ரீதியில் கிழித்துவிடும் சாத்யங்கள் இருக்கின்றன. இந்த இடங்களில் உருவம் பிதுங்கி நிற்பதில்லை; உள்ளடக்கம்தான் முனை காட்டுகிறது.

ஆக, கலைக்கொள்கை ரீதியாகக் குரல் எழுப்புகையில்கூட, ஒரு பொதுமுறை வகுப்பது சாத்தியமில்லை. அந்தச் சந்தர்ப்பத்தில் கலையின் உருவம் முக்கியமா அல்லது உள்ளடக்கம் முக்யமா என்ற மயிர்ப்பிளவு வரையறுப்பு அசாத்யமாகிறது. அந்தக் கொள்கைப் போர்ச் சம்பவங்களில்கூட கலை, படைப்புக்குப் படைப்பு மாறு பட்டு, உருவ ரீதியான வெற்றியைச் சில இடங்களிலும் சில இடங் களில் உள்ளடக்கமே எதிர்க்கொள்கைகளை எதிர்ப்பதாகவும் இயங்குவதைக் காணலாம். கலை என்ற, கைப்பிடியின் வலமும் இடமும் கூர்த்தகடு கொண்ட இரண்டைக் கத்தியில், உருவம் என்ற கூர்த்தகடு சில சந்தர்ப்பங்களிலும் உள்ளடக்கம் என்ற தகடு சில சந்தர்ப்பங்களிலும், எதிர்க்கொள்கைகளைக் கிழிப்பதில் வெற்றி பெறுகிறது. ஆனால், கொள்கைப் போரில் கலையை இறக்கும் போது, உள்ளடக்கத் திற்கு அழகும் தாக்கு வலுவும் தருகிற துணைப்

பொருளாகவே உருவம் இயங்கும். அந்த உருவம் வெற்றி பெறுகிற சில சந்தர்ப்பங்களிலும், கலையின் உள்ளடக்கம் காலத்தாலும் எதிர்க்கொள்கைத் தாக்குதல்களாலும் தளர்ந்து விட இடமுண்டு. அதோடு, உள்ளடக்கத் தைப் பிரதான்ய மாக்கிப் போரிடுகிறபோது, உள்ளடக்கம் மீறி நிற்கையில், அபூதத்தன்மை கொண்ட லோகாய தப் பூச்சுகலைக்கு ஏறி, அது உணர்ச்சி என்கிற கலையின் கர்ப்ப முக்கியத்வத் தையும் உணர்ச்சியை மனசில் செலுத்துகிற உருவத்தை யும் கைநழுவவிட அநேக சந்தர்ப்பங்கள் பிறக்கின்றன.

இதனால், கொள்கைப் போரில், உருவம் கலாரீதியாக வெற்றியும் உத்தேசரீதியாகத் தோல்வியும் பெற, உள்ளடக்கம் கலாரீதியாகத் தோல்வியும் உத்தேசரீதியாக மட்டுமே வெற்றியும் பெறுவதைக் காண்கிறோம்.

ஆனால், எவ்வளவுக்கு எவ்வளவு கலாரீதியாக வெற்றி பெற்று உருவாகியதோ, அவ்வளவுக்கு அவ்வளவு கொள்கைரீதியான உத்தேச வெற்றியும் பெற்ற ரகத்தில் கலைப் படைப்புகள் இன்று வரை உருவாகித் தான் இருக்கின்றன என்பதையும் நாம் மறுக்கக் கூடாது. இந்த வெற்றியின் காரணம், கலைஞனின் சுயேச்சையான தனிமனிதக் கொள்கையாக அந்த உத்தேசம் எழுந்து நிற்பதுதான்.

இதன் முடிவாக, உருவமும் உள்ளடக்கமும் ஒன்றுக்கொன்று சமஎடை உள்ளதாக, கலா வெற்றியும் உத்தேச வெற்றியும் ஒருங்கே பெறுவதாக உள்ளதுதான் இலக்கியமா என்றால், கொள்கை வாழ் வுக்குத் தன் கலைப் பணியை அர்ப்பணித்த படைப்பாளி சம்பந்தப் பட்ட வரையில் ஆம் என்பதே பதில். ஆனால், கொள்கை வாழ்வுக் காக மட்டும்தான் கலையா? கலா அந்தஸ்தை நிர்ணயிப் பதற்கு ஒரு அளவுகோலாக உள்ளடக்கத்தை நாடுகையில், கொள்கை வாழ்வுத் துறையில் உள்ளடக்கத்தின் வரப்பு களைக் குறுக்கி, அதன் தன்மை மாட்சிமை பொருந்தியதாக மட்டுமே இருக்கலாம் என்று அறுத்து வைக்க இடம் உண்டு. ஆனால் கொள்கை வாழ்வுக்காக மட்டுமே கலை என்ற பகுப்பு, கலைஞனை அரசியல் வாதியாக்கும் சூழ்ச்சி யாகும். ஆனால் கலைஞன், அராஜகனும் அல்ல. அவன் உலகி னிடமிருந்து எதிர்பார்ப்பதெல்லாம், தன் கலா அபூதத் தன்மைக்கும் உள்ளே முங்கிக் கிடக்கிற மனித இருதயத்தின் மூலம் - அதன் துடிப்பின் மூலம் - தன்னை உலகு புரிந்து கொள்ளவேண்டும்

என்பதுதான். இதனால், கலைஞன் தன் வாழ்க்கை நிலைபற்றி, ஒரு தனித்த மனித ரீதியான கொள்கையை ஏற்றுக்கொண்டு, உலகோடு அணைந்து தன் துடிப்பைச் சொல்கிறான். அந்தக் கொள்கைகளின் நிஜத் தன்மைக்காக அல்ல; அந்தக் கொள்கைகளின் மூல விந்துவான உலகத்தின் சரக்குகள் கொடுத்த அனுபவங்களுக்காக அனுபவ ரீதியில் தன் அனுபவத்தை உலகும் தன் நிலையில் நின்று அறிவதற் காக. இந்தத் துடிப்பைச் சொல் கையில், அவனுடைய உத்தேசமான கலா உள்ளடக்கம், அந்த உலகத்து மூலச் சரக்கான அனுபவம்தான்; அரசியல் கொள்கையல்ல. உலகத்தின் சாதனா வெற்றி இந்த உள் ளடக்கத்திற்கு தாக்கு வலுவைத் தருகிறது. வெறும் கொள்கை மயமான உள்ளடக்க இலக்கியம்தான், இந்த அனுபவ உள்ளடக்க இலக்கியம் அல்ல. இது வேறு.

இந்த முறைச் சிந்தனையின் மூலம், உள்ளடக்கத்தைப் பகுதி பிரிக்க முடியும். இன்றைய கலை உலகக் குழப்ப நிலையில், எந்த அம்சம் ஒரு பொதுமுறைப் பகுப்பின் பிரச்னையாக திமிறுகிறதோ, அது எந்தெந்த திசைகளில் திமிறுகிறது எனப் பார்த்து, அந்தந்தக் கிளைகளாக அதைக் கிழித்துவிடுவது பாதுகாப்பானது.

அரசியல் கொள்கை வகையான உள்ளடக்கம், உருவத்தின் கலா அந்தஸ்து என்கிற சிறகின்மூலம் எப்படி இலக்கியக் கௌரவம் பெற முடியுமோ, அப்படியே தொகையுடல் பிரக்ஞையைத் துச்ச மாக மதித்த - உள்ளடக்கத்தின் உத்தேச விஸ்தீரணத்தை அளவு கடந்து பெருக்கிக்கொண்ட மனப்பாங்கின், மாட்சிமையற்ற கீழ்த் தரமான மனித வெறுப்பு ரீதியான உள்ளடக்கமும், கலைமதிப்புப் பெற முடியும். ஆமாம், உருவச் சிறகுதான் இங்கும் அந்த ('Bitter' அம்பிரோஸ் பியர்ஸ் ரக) எழுத்தையும் இலக்கிய கௌரவம் பெற வைக்க முயலும்; முயன்று வென்றுகூட இருக்கிறது. அப்படி யானால், உருவம்தான் ஒரு படைப்பின் கலைத்தரத்தை நிர்ணயிக் கிறதா என்றால், உருவப் பிரக்ஞைபெற்ற ஒரு இலக்கிய ஸ்மரணை யின் அளவுகோல் முறைப்படி, ஆம் என்பதே பதில். தான் மனசில் வாங்கிக் கொள்ளச் சிரமப்படுகிற, ஒரு அவநம்பிக்கைவாத அடிப் படை பெற்ற கலைப்படைப்பை, உருவத்துக்காக, அது தன் பகுத் துணரும் திராணியையே கணநேரம் ஸ்மரணை கெட்டு நிற்கத் திணறடிக்கும் ஒரு கலா உத்வேக சக்தியோடு சொல்லும் மேதா

விலாசத்துக்காகக் கௌரவிக்கிற ரஸனைத் துறையில், உருவம்தான் முக்யமா என்ற கேள்விக்கு மீண்டும் பதில் ஆம் என்பதுதான். தன் மேதையின் முழு பிரகாசத்தையும், உருவத்தின் மூலம் மட்டும்தான் ஒரு கலைஞனால் வெளித்தர முடியும் என்ற ஸ்மரணைப்படி, கலைத்தரத்தை நிர்ணயிப்பது உருவமா என்ற கேள்விக்கு மீண்டும் பதில் ஆம் என்பதே!

அப்படியானால், உள்ளடக்கம் என்பது ஒதுங்கி நிற்கவேண்டிய ஒன்றுதானா?

இல்லை. அதுதான் கலைஞனின் மனிதரீதியான அவனது படைப்பின் கலைக் கொள்கை! அது மனிதனுக்கு மனிதன் மாறுபடும் என்பது தான், இன்று கலையைப் பொதுமுறைப் பகுப்புக்குள் அடைக்க முயல்கிற வர்கள் உணரவேண்டியது. அரசியல்வாதி யாகவோ அராஜகனாகவோ, படைப்பாளியின் தனிமனித அக நோக்கான வாழ்க்கையின் பிரதிபலிப்பு - சிருஷ்டியின் பிரதிபிம்பம் - கலை; அது கலா உள்ளங்களின் வேறுவேறு நிறக் கண்ணாடிகளினால், உள்ளடக்கப் பாங்குகளில் வேறுபடுவதை அவதானித்து, கலை தருகிற ஸ்மரணையை உருவத்தின் தாக்குவலுவோடு அனுபவித்து, உள்ளடக்கத் தைப்பற்றிய நமது மனிதப் பார்வைகளின் தனித்த கொள்கைகளோடு, இலக்கியப் புறம்பான ஆராய்வு ஒன்றைப் புறநிலையில் நின்று செய்வது போதுமானது.

எழுத்து : 22, அக்டோபர் 1960.

5 சி.சு.செல்லப்பாவின் இயக்க உலகு

இலக்கியத்துறையில், 'ஒரு புதுஉலகம் இது' என்று சில அசாதாரணமான, அல்லது இதுவரை எழுத்துருவங்கள் பேசாத நடவடிக்கைகளையோ சிந்தனைக்கோலங்களையோ தீற்றிக் காட்டுகிற வேலை, விஷயரீதியான புதுமை நாட்டத்தில் ஆசிரியனின் ஈர்ப்பைக் காட்டும். இதுவரை எழுதப்படாத ஒன்றைப்பற்றி உருவாகிறது, விஷயப் புதுமை ஒன்றையே உயிராக்கி, இலக்கியம் ஆக முடியாது. இன்றைக்குப் 'பத்திரிகைக்கதை'க்காரர்கள் எல்லாருமே தேய்ந்த நாணயமாகிவிட்ட உள்ளடக்கங்களைக் கசக்கிப் பிழிந்து கதை கட்டுகிறார்கள் என்றும் விஷயப் புதுமையை நாடுங்கள் - அதனால் இலக்கியத்தைச் சாதியுங்கள் என்றும், அடிக்கடி சில இலக்கியக்காரர்களும் விமர்சகர்களும் யோசனை சொன்னதாகப் படுகிறது. இந்த 'யோசனை'களில் சத்தில்லை என்றே நினைக்கிறேன். இலக்கியத்தைச் சாதிக்கிற மேதை அவர்களுக்கு இருந்தால், விஷயம் அவர்களது படைப்பின் வெற்றிக்குக் காரணமாகிவிட அவர்களது மேதைதான் காரணமாக இருக்கும். எனினும், இன்று தமிழ்க்கதைகளின் களங்கள் குறுகியுள்ள நிலைக்கு, கொஞ்சம் அக்கம் பக்கங்களில் பார்த்து எழுதத் தூண்டுதல் கொடுக்க வேண்டியது அத்தியாவசியம்தான். ஆனால், இந்தத் தூண்டுதலை 'யோசனை'கள் சாதிக்காது. ஒரு உதாரணம்தான் சாதிக்க முடியும். அத்தகைய உதாரணங் களுள் ஒன்று, சி.சு.செல்லப்பா எழுதின ஜல்லிக்கட்டுக் கதை *வாடிவாசல்*.

இலக்கியம் என்னத்தால் சாத்தியமாகிறது என்ற கேள்வி சேகரித்துக்கொண்டுள்ள பதில்கள், அந்தப் பதில்கள் ஒவ்வொன்றுக்கும் பின் நிற்கிற மனிதானுபவம் - ரசனானுபவம் இரண்டினதும் தனித்துவத்தால், கௌரவம் பெறுகிறவை. தழுவி நிற்கிற ஒரு அகண்ட வளைவு அவற்றுக்கு ஒருமை கொடுக்கிறது. அதுதான் இலக்கியா

சிரியனின் மேதையைப் பற்றிய சுமரணை. களத்தை வர்ணித்தல், பாத்திரங்களைத் திரட்டி எடுத்தல், கதைக் கருவைப் பின்னுதல், கதை சொல்லல் போன்ற சாதனங்களையும் செயல் முறைகளையும் ஆசிரியன் எவ்வளவுக்கு எவ்வளவு திறம்படச் செய்து முடிக்கிறான், முடித்ததில் சோதனை நெரடுகிறதா, சாதனை உண்டா என்கிறவற்றின் ஆராய்ச்சியில், இலக்கியாசிரியனின் மேதை புலப்பட்டு விடும். ஆனால், உண்மையில் இத்தகைய நுட்பசாதன ஆராய்ச்சியினால்தான் ஒரு ஆசிரியனின் மேதை ருஜுவாகிறதா என்றால், எப்போதும் அப்படி அல்ல என்றுதான் பதில் வரும். சமீபத்தில் ஒரு ரஷ்ய விமர்சகர் சொன்ன மாதிரி, ஆசிரியனின் வன்மை, விமர்சகனது கையிலேயே பென்சிலில் ஏறி, புஸ்தகத்தில் மேற்படி சாதனங்களைக் கீறியெடுத்து பரிசோதிக்கிற மனஇசைவையே ஏற்படுத்தாமல் திகைப் பூண்டில் மிதித்துத் திசை தப்பினவன் மாதிரி இலக்கியத்துள் - அது ஊட்டும் ரஸங்களின் அனுபவங் களுடே - மிரண்டு செல்ல வைத்தால், அதுதான் சிறந்த எழுத்தாகும். இந்தச் சிறப்பு அம்சத்தை *வாடிவாசலில்* ஓரளவு காண முடியும்.

நாவல் என்றதும், நாம் சில தேய்ந்துபோனபோது அம்சங்களை நினைவுக்குக் கொண்டு வருகிறோம். குறைந்தது மூன்றுபாகமாவது கதை இருக்கவேண்டும். ஒவ்வொரு பாகத்திலும் சம்பவங்கள் மலிந்த அத்யாயக் கோவைகள் சுமார் முப்பது. அம்மாமிகளுக்குக் கதை எழுதுகிறவர்கள், பத்திரிகைத் தேக்கம் உள்ள இந்த யுகத்தில், இத்தகைய பொதுவிதிகளைப் பூசிய போலிப்படைப்புகளை நாவல்கள் என்ற பெயரில் தந்து கொண்டிருக்கிறார்கள். நாலு பாகம், ஐந்து பாகம் என்று எழுதப்படுகிற இவற்றின் 'நெடுங்கதை' உருவங்களின் முன்னால், *வாடிவாசல்* கூனிக் குறுகித்தான் நிற்கிறது. 13,200 வார்த்தைகளில் ஒரு நாவல் என்றால், இன்றைய பத்திரிகைக்காரர்களுக்குச் சிரிப்பாகத்தான் இருக்கும். ஆனால், சிறுகதை ஒன்றிலிருந்து வளர்த்தி எழுதப்பட்டதென ஆசிரியர் குறிப்பிடும் *வாடிவாசலின்*, அந்த 13200 சொற்களும் செட்டானவை. ஒரு சிறுகதையில் ஒவ்வொரு சொல்லும் கவிதா பிரதான்யம் பெற்றிருப்பதைப்போல, அதது பொதிக்கப்பட்ட இடத்திலிருந்து தனித்தனி டால் அடிக்கிறவை. வழ வழா என்று சம்பாஷணைகளையும் வர்ணனைகளையும் சத்தற்று இழுத்தடித்து, சொல்லுகிற விஷயத்தின் சுருதி, ரஸம் இரண்டையும் நீளத்துக்காகத் தியாகம்செய்கிற இன்றைய தொடர்

கதைகளுக்கும் *வாடிவாசலுக்கும்* இந்த வார்த்தைப் பிரயோக விஷயத்தில் வெகுதூர வித்யாசம் இருக்கிறது.

இந்த 'செட்டான' வார்த்தைப் பிரயோகம்தான், நாவலின் உருவத்தைக் குறுக்குகிறது என்று அல்ல. மூலரூபமான சிறுகதை உருவத்தின் விரிவாக நாவல் இருப்பது, கதையின் கருப் பொருளுடைய விஸ்தீரணம் - இரண்டும்தான் புஸ்தகத்தைச் சின்னதாக்குகின்றன. ஆனால், சிறுகதையின் உருவம் மீறப்படும்போது, ஆசிரியரின் உத்தேச உருவமான நாவல் உருவத்தை அடைந்தது, ஒரு உருவப் பிரக்ஞை உள்ள பேனா ஓட்டத்தைக் காட்டுகிறது. செல்லப்பா, விமர்சனத்திலும் சரி படைப்பிலும் சரி, உருவத்தின் விதிமுறைகளை அறுதியிட்டுக்கொண்ட விழிப்போடு பேசுகிறவர். வாடிவாசலின் உருவம் சிறுகதையை மீறி நாவலாக நிற்பது. அந்த விழிப்பு அவர் பார்த்துப்போட்ட நடையைப் பலப்படுத்துகிறது.

'நாவல் என்பது பல சிறுகதைகளின் ஒரு தொகுதி' என்று, பத்திரிகை மனப்பான்மைக் காரர்கள் ஒரு விகடத் துணுக்கு ரகமாகப் பேசுவார்கள். அவர்களுக்குத் தங்களது அந்தக் கூற்று, ஒரு ஹாஸ்ய ரஸத்தை முன் வைத்துப் பேசப்பட்டது என்று தெரியும். ஆனாலும், அவர்களது கதைகளைப் படிக்கும்போது, அந்தக் கூற்றில் நிஜம் இருக்குமோ என்ற சந்தேகம் வராமல் போகாது. அத்தகைய சந்தேகங்களை எழுப்புகிற 'நாவல்'களின் மத்தியில், *வாடிவாசல்* ஒரு நீண்ட சிறுகதையாகக் கருதப்பட்டால் ஆச்சரியமில்லை. விளைவாக, வாடிவாசலின் கதையோட்டம், ஒரே களத்தில், குறிப்பிட்ட சில பாத்திரங்களின் நடவடிக்கைகளை மட்டும் பிரதானமாக்கி, திட்டமிட்ட ஒரு முடிவை நோக்கி, முடிவுக்குக் காரணமான சிக்கலையும், வழக்கமான எழுத்தாளர்கள் செய்கிறமாதிரி ஒரு தனிப்பாகத்தில் விவரிக்காமல் செய்கிறதைப் பார்த்தால், அது 'நாவலே அல்ல!' என்று அடித்துச் சத்தியம் செய்யப் பல கதைக்காரர்கள் முன்வரலாம். உண்மையில், இந்தப் போலி இலக்கிய மலிவுக்குட்டையில் ஸ்மரணை தப்பி, எனக்கே அந்த மயக்கம் வந்தது! இந்த மயக்கம் தீர்ந்த பாதையை, நிச்சயம் இந்தச் சந்தர்ப்பத்தில் திரும்பிப் பார்த்துக் கொள்ள வேண்டும்.

சிறுகதையின் உணர்ச்சி ஒருமைக்கும் வார்த்தைச் செட்டுக்கும் 'லிரிக்'கை உவமிப்பார்கள். நாவலில் உணர்ச்சி, சுருதி இரண்டும்

ஏகத்துவம் பெற்று இருக்கக்கூடாது என்று அல்ல. ஆனால், சில அடிப்படை வித்யாசங்கள் இருக்கின்றன. சிறுகதையின் வீச்சு ரொம்பவும் குறுகினது; அதில் களம், பாத்திரம், சம்பவம் மூன்றும் சமத்துவ முக்கியத்வம் பெற இடமில்லை; விஸ்தீரணம் இல்லை. ஆனால், நாவலில் இந்த மூன்றும் வெகு தாராளமாகக் கையாளப் படலாம் என்று, இங்கிலீஷ்காரர் ஜெப்ஸன் சொல்லுகிறார். இந்த மேலோட்ட வித்யாசத்தின் மூலமே *வாடிவாசலு*க்கு நாவல் அந் தஸ்து கிடைத்தாலும் -

வாடிவாசல் தன் மீது சுமந்து செல்லும் ரஸம், இயக்க சக்தியை வெளிப்படுத்துகிறது. ஆசிரிய ரின் உத்தேசமே, அந்த இயக்க சக்தியின் வலுவைக் காட்டுவதுதான். அதுக்காக அவர் ஜல்லிக் கட்டைத் தேர்ந்தெடுத்தாரா, அல்லது ஜல்லிக்கட்டை விவரிக்கப் போய் இயக்கத்தின் கதியில் நாவல் ஆளுகைப்பட்டதா என்ற ஆராய்ச்சி, ஆசிரியரின் மனசில் சொட்டிய கதையின் விந்துத் துளியைப் பற்றிய நிச்சயிக்க முடியாத சிந்தனைக்குக் கொண்டு போய்விடும். எப்படியும் அவரது உத்தேசம், இயக்கசக்தியின் உலகையோ அல்லது ஜல்லிக்கட்டு என்ற ஸ்தூல உலகையோ காட்டு வது தான். இரண்டுமே ஒன்றுக்கொன்று காரணமாகவும் விளைவாகவும் இருந்திருக் கின்றன என்று கொள்வோம். அந்தக் காரணத்தையும் விளைவையும், ஆசிரியர் தன் முகப்பு உரையில்,

'ஒத்தைக்கு ஒத்தையாக கோதாவில் இறங்கும் மிருகத்துக்கும் மனுஷனுக்கும் நடக்கிற விவகாரத்துக்கு இரண்டிலொரு முடிவு காணும்...' நோக்கத்தோடு கதை சொல்வதாகக் குறிப்பிட்டிருக் கிறார். நாவலின் மூல ரஸம் அது. ஆனால், மூல ரஸம் மட்டும் நாவல் என்கிற அந்தஸ்தை ஒரு கதைக்குக் கொடுத்துவிடாது. சிறுகதைக்கும் நாவலுக்கும் இடையே வித்யாசம் கணிக்கப்படும் போது, பிதுக்கமான வித்யாசமாகக் கணிக்கப்பட வேண்டியது ரஸபேதம். சிறுகதையில் உயிர், சுமை இரண்டுமாகச் செல்ல வேண்டியது ஒரேயொரு உணர்ச்சி ஓட்டம்தான். நாவலிலோ, துணை ரஸங்கள் எத்தனைக்கும் நல்ல விரிந்த களம் இருக்கிறது. *வாடிவாசலி*ன் துணைரஸங்கள், விரிந்து அகன்று ஆக்ரமிக்கவில்லை. ஆனாலும், சாதுர்யமாக அங்கங்கே சந்திகளில் தேர் திரும்புவதற்குக் கட்டை சறுக்குகிற மாதிரி, தங்கள் காரியங்களைச் செய்துவிட்டு ஒதுங்கி நிற்கின்றன. இத்தகைய ரஸபேத ஓட்டம், *வாடிவாசலி*ன்

நாவல் அந்தஸ்தை மட்டும் அல்ல, அத்யாயம் பிரிக்காத ஒரே முழு ஓட்டத்திலேயே, ஒரு ரஸத்திலிருந்து இன்னொரு உணர்ச்சிக்குத் தொற்றிப்போகிற எழுத்தோட்டத்தின்சாமர்த்தியத்தையும்காட்டுகிறது.

நாவலின் கருவான, மாட்டுக்கும் மனுஷனுக்கும் இடையே எழப்போகும் தசைவலுப்போட்டியை நோக்கி நகர்ந்து கொண் டிருக்கையிலேயே, நினைவுப் பாதையைப் பின் னோக்கி ஓட விடுகிற மாதிரி, சம்பாஷணை மூலம் கதைக்கு காரணமான சம்ப வத்தை ஆசிரியர் சொல்கிற இடத்தில் தான், இந்த ரஸபேதம் அதிகம் நழுவி ஓடி அவரது சாமர்த்தியத்தைக் காட்டுகிறது. ஜானகிராமன் கையில் சம்பாஷணை, உக்ரமாக உத்தேசக் கருவை நோக்கிச் செல் கிற மாதிரி, செல்லப்பாவின் நாடகத் திறன் அந்த இடத்தில் செயல் படுகிறது. ஆனால், ஜானகிராமனிடம் ஹேமிங்வேயின் நிதர்சனத் தன்மையும் சம்பாஷணைச் சுருதியில் செதுக்கிவிடாத - நன வோடை போன்ற - நிர்வாணமான பேச்சு வேகமும் இருக்கிற மாதிரி, செல்லப்பாவிடம் இல்லை. எனினும், பாத்திரங்கள் பேசு கையில் இயங்குகிறதை, வசனங்களையும் உடைத்து வசன இடையே திணித்து, இங்கிலீஷ் பாணியில் சம்பாஷணையைக் கட்டியிருக்கிறார். கண்ணெதிரே பாத்திரங்கள் இயங்கு கின்றன. வெறும் குரல் மட்டும் காகிதத்திலிருந்து கேட்கவில்லை. வர்ண னையும் நாடகமும் இணைந்து இயங்கும் பாத்திரங்கள் பேசுகின் றன. ஒரு சின்ன உதாரணம்:

''யாரையா நீங்க, கிளக்குச்சீமைக்காரனுங்களோ?'' கடைவாய்ப் பக்கங்களில் வெற்றிலைச் சார் தேங்கிய உதடு இடுக்கை சற்று விரித்து, பல் போனதால் சொல் தெளிவு கம்மிய உச்சரிப்புடன் கேட்டான் கிழவன். ''பேச்சைப் பார்த்தா அப்படித்தான் தெரியுது.''

தமிழுக்கு இத்தகைய சம்பாஷணை அமைப்பு புதிது. 'அவன், ''...'' என்று சொன்னான்' என்ற பாணியில்தான் இதுவரை எழுதி வந்திருக்கிறோம். இந்த உதாரணத்தில், ஆசிரியரின் வர்ணனைத் திறனையும் கண்முன்னால் படத்தை விழச்செய்யும் சாமர்த்தியத் தையும்கூடக் காணலாம். ஆசிரியரின் *ஜீவனாம்சத்தில்*, பாத்திர மனநிலை என்கிற தண்டவாளத்தில் கதை செல்லவேண்டி இருந்த துக்கு ஆசிரியர் எவ்வளவு வெற்றிகரமாக நினைப்பு ஓட்டத்தைக் கையாண்டாரோ, அதேவிதச் சாமர்த்தியத்துடன் வர்ணனை ஆற்

றலை, தசை இயக்கத்தின் மீது வேர்வைத் துளியாக வழுக்கிஓடும் விதமாக இந்த நாவலில் ஆசிரியர் கையாண்டிருக்கிறார். வர்ணனை ஒருவிதச் சோதனை முறையில் இந்தக் கதையில் கையாளப்பட் டிருக்கிறது என்று சொன்னால், வர்ணனைக்கும் கதைக்கும் இடையே உள்ள ஒட்டுறவின் தவிர்க்க முடியாத உறவைக் குறிப் பிட்டவனாவேன்.

பாஷையின் வலுவை, உணர்ச்சி வெளியீடு போலவே வர்ண னையும் அளவிடும். தமிழின் அந்த வலுவை, செல்லப்பா திறம்பட அளந்து பார்த்திருக்கிறார். இயக்கம் (action), தமிழில் இவ்வளவு உக்ரமாக வர்ணிக்கப்பட்டு நான் படித்ததில்லை. பழைய நூல் களில்கூட, போர் நிகழ்ச்சிகளின் படபடப்பு, சப்த நயத்தின் கதியில் தான் வெளியிடப்பட்டு இருக்கிறதே யன்றி, இத்தனை நுட்பமாக, இயக்கத்தில் ஈடுபட்ட பாத்திரங் களின் தசைகள் கணத்துக்குக் கணம் புரள்கிறதை, மனசில் ஐயப்பாடு (suspense) - கைவிரல்களில் அகப்பட்ட புறாவின் இறக்கைகள் போல் அடித்துக்கொள்ள - எங்கும் வர்ணிக்கப்படவில்லை; எனக்குத் தெரிந்தவரை. செல் லப்பா, பாஷையினுடைய மூலை முடுக்குகளில் குடைந்து நின்று துணிச்சலாக, தனக்கு அவசியமான இடங்களில் வசன மரபை (வசனத்துக்கு எழுத்து மரபு தமிழில் இருக்கு என்ற அர்த்தமற்ற நினைப்புவரை விஸ்தீரணித்துக் கொள்கிறேன்) முறித்துக் கொண்டு, சொல்லவேண்டியதின் ரஸத்தையும் குருதியையும் மட்டும் தேக்கிப் பாதுகாத்தபடி எழுதுகிறவர். அவரது வசனங்கள், புதிய எழுத்தாளர் களுக்குப் புதுமைப் பித்தன், மௌனி போன்றவர்களது வசனங்கள் மாதிரி பாதை காட்டுபவை. *வாடிவாசல்* மூலம் அவர் வசனங்கள், 'அறுத்தெடுத்த' முழுசாதனை ஒன்றை உருவாக்கியுள்ளன.

வாடிவாசல் சொல்லப்பட்ட பாஷையிலும், சோதனை அம்சம் ஓங்கி நிற்கிறது. ஆசிரிய கூற்றாக எழுதப்பட்ட எந்தக் கதையும் அத்தகைய பாஷையைக் கையாளவில்லை. ஒரு கதையின் குருதி நிலையை மீட்டுவதற்கு, குறிப்பிட்டமாதிரி சொல் பிரயோகங் களில்கூட ஆசிரியன் கவனம் செலுத்த வேணும். உதாரணமாக, 'சில்பியின் நகரம்' என்ற கதையில் சோழநாட்டு அங்காடிச் சூழ் நிலைக்கு ஏற்ற சொற்களும், 'அன்று இரவு' என்ற கதையில் தேவார காலத்துச் சொல் பிரயோகங்களும், அதே சமயத்தில், 'இது மெஷின் யுகம்' போன்ற கதைகளில் புரளும் நவீன சொல் பிரயோகங்களும்,

'நாசகாரக் கும்பல்' இல் தொனிக்கிற கொச்சைச் சம்பாஷணைகளும், சுருதியை மாற்றுவதற்கு அடிப்படைச் சாதனங்களில் புதுமைப் பித்தன் செலுத்திய சிரத்தையைக் காட்டுகின்றன.

'கொச்சை' என்றதும் மூக்கைச் சிணுங்கிக் கொள்கிற பேர்வழிகள், *வாடிவாசலின்* உணர்ச்சி வெளியீட்டுக்கு, கதாபாத்திரங்கள் மூலம் மட்டும் பேசுகிற நெகிழ்வு, இவ்வளவு தூரம் முழு நூலையும் ஆக்ரமிக்கிறதாகி விட்டதா என நம்பிக்கை இழக்கலாம். கதையின் ரத்தப் பசை காயாத நேரடி மனப்பதிவுப் படங்கள், மனசில் எந்தக் கொச்சைப்பாஷையின் பற்களில் சப்பிப்பார்க்கிறோமோ, அதே பாஷையில் வெளியிடும் போதுதான் உருவாகின் றன. சங்க காலத் தமிழில்தான் மனசில் சப்புகிறோம் என்று முரண்டு பிடித்து, தாங்கள் சொல்லுகிறதை நம்புகிறதுக்கும் யாராவது தயாராக இருப்பார்களா என்பது சந்தேகம். கொச்சைதான் உள்ளத்தின் பாஷை. எங்கள் உள்ளங் கள் சுயமொழியில்தானே சிந்திக்கின் றன? அதனால்தானே, இலக்கிய ஆசிரியன் எவனும் இலக்கியப் படைப்பு எதையும், சுயமொழியிலேயே எளிதாகச் சாதிக்கிறான்? டாகுர் *கீதாஞ்சலியை* யும், பாஸ்டர்னாக் *டாக்டர் ஷிவாகோவையும்* சுயமொழிகளில்தான் எழுதினார்கள். பாரதி தமிழில் தான் பாடினர். உணர்ச்சி வெளியீட்டின் திருப்திகரமான சாதனை, சுயமொழியில் மட்டுமே சாத்யம். ஆனால், சுயமொழிக்கும் சுயரூபமான உள்ளத்தின் சிந்தனைப்பாதை கொச்சை தான். ஹெமிங்வே அந்த பாஷையில் தன் நடையை உருவாக்கியதுக்கும், ஷேக்ஸ்பியரைப் பின் பற்றியவர் களைவிட அவரை அதிகம் பேர் பின்பற்றுவதுக்கும் காரணம், கொச்சை உணர்ச்சிகளின் ரத்தப் பசை காயாத பச்சை இறைச்சித் தன்மையை, கவித்துவம் என்கிற நாகரீக வேக்காட்டில் அவிக்காமல் தருவதுதான். ஹெமிங்வே, அந்த கொச்சையை இலக்கியமாக்கினார்; அந்த கொச்சை நடைக் காகவே நோபல் பரிசையும் பெற்றார். The Modern way of Narration என்று அதுக்குப் பேர் வைத்து வெள்ளைக்காரன் திருப்பித் திருப்பி மெல்லுகிற சமயத்தில், நாம் காலத்தின் இருண்ட அடிவயிற்றில் உழல்கிறோம். என்றாலும், *வாடிவாசல்* போன்ற நம்பிக்கைகள் ஜொலிக்கின்றன.

இவ்வளவையும் *வாடிவாசலின்* கொச்சைப்பாஷையைப் பற்றிய அபிப்பிராயபேதத்தைத் தவிர்க்கிறதுக்காகத்தான் சொன்னேன். சோதனைக்காரன் புதிராகப்படுகிறவன் என்று ஆசிரியரே சொல்லியிருக்

கையில், அடிக்கடி அந்தப் புதிரையும் அதன் விளைவாகக் குழம் பின கருத்துக்களையும் தெளிவாக்குகிறது, ஈடுபட்ட ஒரு வாசக னுக்குக் கடமை யாகும்.

இவ்வளவு சொன்னாலும், *வாடிவாசல்* முழுக்க முழுக்கக் கொச் சையில் எழுதப்பட வில்லை தான். அது, ஹெமிங்வே இங்கிலீஷில் சாதித்ததை நோக்கி எடுத்துவைத்த ஒரு அடி. பரபரவென்று செல் லும் அந்தக் கொச்சைச் சிலிர்ப்பு எழுந்த வர்ணனைக்கு,

'.......உச்சிப்பகலுக்கு முன்னாடியே இருந்து, சுற்றுவட்டம் எட்டு நாழி, பத்து நாழி, நடைபோட்டு வரக்கூடிய தூரத்துக் கிராமங்களி லிருந்து...வீச்சுக் கையிலே சுழலும் கம்புமாக... வந்து கொண்டிருந்தார்கள். வண்டி போட்டு வருகிற ஜனம். அது வேறே.'

என்ற பாராவையும், இயற்கைத் தன்மையை அப்பட்டமாகப் பச்சை யாக விழியிலே தீற்றின படம் மாதிரி சொல்லுகிற சக்திக்கு,

'வெயில் பட்டுப் பட்டுக் காச்சுப்போன மூடி இராத அத்தனை கறுப்பு முதுகு களையும் இன்னும் தகிப்புத் தணியாத பிற்பகல் சூரியனின் கிரணங்கள் துளைத்துக் கொண்டிருந்தன. துளிர்த்து வெடிக்கும் வேர்வைத் துளிகள் பளீரிட்டு நடுமுதுகுக்கு ஓடிக்கலந்து வாய்க்கால் வகுத்து வழிந்தோடிக் கொண்டிருந்தன.'

'முகத்தில் அறைந்தமாதிரி ஆத்திரத்துடன் பொக்கை வாயி னாலே பாதி, புகையிலைச் சார் தேக்கத்தினாலே பாதி, வார்த்தை களை உளறிக் கொட்டினான் கிழவன். வெற்றிலை எச்சில் அவர்கள் முகத்தில் தூவான மாகத் தெறித்தது.'

'உற்சாகம் தாளாமல் வேகமாக உளறிப்பேசிய அவன் வாயின் உதட்டோரங்களில் தேங்கித் ததும்பின ரத்தச் சிவப்பு எச்சில், நெளி யும் உதட்டு இடுக்கிலிருந்து ஒழுகி வழிந்து அவன் நெஞ்சில் படர்ந்து விழுந்தது.'

'கிழவன் புகையிலை எச்சிலை ஒருதரம் விரல் இடுக்குவழியாக புளிச்சென்று தன் காலுக்குக் கீழே துப்பிவிட்டு...'

என்பது போன்ற துணுக்குகளையும் உதாரணம் காட்டலாம். இத் தகைய நுணுக்கமான, தூய உணர்ச்சிச் சிறையில் அகப்படாத வர் ணனை, ஆசிரியரின் உத்தேசமான இயக்க வர்ணனையை நோக்கி மீட்டிய ஆரம்பச் சுருதிநிலைகளாகச் சப்திக்கின்றன.

இந்தச் சுருதிநிலைக்கான ஏற்பாடுகளோடு, கதா பாத்திரங்களை யும் ஆசிரியர் திரட்டிச் சமைக்கிறார். கிழவன், ஆரம்பத்திலேயே பூரணமான உருவம்பெற்று, தன் படம் விழவேண்டிய கதையின் பாக்கி இடங்களில் எல்லாம் மூளி இல்லாமல் தோன்றுகிறான். அந்தமாதிரி பிச்சியையும், ஏன் மருதனையும்கூட ஆசிரியர் சமைத் திருக்கலாம். இயங்கிச்செல்கிற பிச்சி, கதை முடிவில் ஒரு தீட்சண்ய மான உணர்ச்சி வியக்தியையும் வலிமையின் உருவமற்ற சூக்ஷ்ம மான தன்மையையும்தான் பெறுகிறான். பிச்சி, கதையில் மனித னாக நினைவில் நிற்கவில்லை. ஒரு சக்தியாக அவன் மனக்களத்தில் ஓங்கி நிற்கிறான். மனிதனாக அவனது பாத்திர அமைப்பு வெற்றி பெறாத வகையில், ஆசிரிய முகப்பு உரையில் குறிப்பிட்டபடி, 'இந்த பக்கங்களை மூடிவைத்துவிட்ட பிறகும் அந்த காளையும் மனிதனும் வாடிவாசலும் உங்கள் நினைவில் இருந்துகொண்டே இருக்கும்' என்று உத்தேசித்துச் சொன்னது, நூற்றுக்கு நூறு உண்மை யாகவில்லை எனலாம். பிச்சியின் பாத்திரம் பூரணமாகியிருந் திருந்தால் மட்டும்தான், ஆசிரியரின் அந்த உத்தேசம் சாதனை யாகியிருந்திருக்கும்.

பாத்திர சிருஷ்டியின் வெற்றியை உருவ வர்ணனையின் மூலம் எளிதில் சாதிக்கலாம். கிழவனை அவனது உருவத்தின் மூலமே ஆசிரியர் அறிமுகப் படுத்துகிறார்.

'உழுத வயல் மாதிரி சுருக்கம் விழுந்த ஒரு கிழட்டு முகத்தில் கண்குழி ஆழத்திலிருந்து கிளம்பிய தீட்சண்யமான பார்வை அவர் களை ஒரு தரம் ஏற இறங்கப் பார்த்தது.'

முதல் எடுப்பிலேயே கிழவனது பிதுங்கி நிக்கிற தன்மைகள் அழுத்தமாக வரையப் பட்டிருக்கின்றன.

அடுத்ததுதான் சம்பாஷணை. கதையில், சம்பாஷணைகள் முழுவ தையும் ஆக்ரமித்து நிற்கிறவன் கிழவன். அவன் பேச்சைத்தான் கதாநாயகனும் மதித்துக் கேட்கிறான். எனவே, முனைந்து நிற்க வேண்டிய பிச்சியின் தன்மைகள், கதை இயக்கநிலை அடையும் வரை முக்கியத்வம் பெற வில்லை. கிழவனின் பேச்சில்தான் சிலிர்க் கின்றன. அவன் பேச்சில்தான் சுற்றி நிற்கிற தெற்கத்தியாரின் அபிப்பிராயங்களும் ரஸனையும் அலைபடுகின்றன. இந்த இரண்டு விதத் திரட்டுமுறைகளின் மூலமும் சிருஷ்டிக்கப்பட்ட பாத்திரமாக,

கிழவன் மட்டும்தான் *வாடிவாசலில்* வெற்றி பெற்று, கதை முகப்பு - நடு - முழுக்க ஆக்ரமிக்கிறான். பிச்சியை, உருவ வர்ணனை மூலம் சிருஷ்டி செய்திருக்க வேண்டியது அத்யாவசியம். ஏனென்றால், அவன்தான் இயங்குகிறவன். இயக்கம் உருவம் இல்லாமல் ஆடுமா? வாசகனின் கற்பனையில் உருவாகிய பிச்சிதான், காளை களில் விழுகிறவன். செல்லப்பா சிருஷ்டித்த பிச்சி அல்ல.

பாத்திரத்தை இயக்கம் - அதாவது பாத்திரத்தின் நடவடிக்கைகள் - நினைவு ஓட்டம் இரண்டாலும் கூட சாதிக்கலாம். *ஜீவனாம்சம்* சாவித்திரி, முழுக்க முழுக்க நினைவுக் களத்தில் திரண்டெழுந்த பாத்திரம்தான். ஆனால், கதையின் உத்தேசம் இயக்கமாக இருக்கை யில், நினைப்பு ஓட்ட யுக்தியில் உருவான பத்திரம், மையமாக அசைந்து திரிய முடியாது. இயக்கத்தினால் பாத்திரம் அமைக்கப் படுவதென்பது, இயக்கத்தின் முடிவில் தான் சாத்யம். ஆனால், நடவடிக்கை என்பது ஸ்தூலமான பிண்டங்களின் அசைவாக இருக் கையில், உருவ வர்ணனையினால் எழுந்த பாத்திரம்தான், இயக்க முறைப் பாத்திர சிருஷ்டியில் பூரண வெற்றிபெற முடியும். ஜமீந் தாரின் நடவடிக்கைகளும் அவரை ஒரு செதுக்கி எடுத்த பாத்திரமாக்க முயன்றாலும், அவர் வெற்றி பெறுவது, தன் சவாலைப் பிச்சி ஏற்றுக்கொண்டு போராட்டத்துக்குத் தயாராகும் போது கிளறப் படும், அவரது ஒரு பாரா நினைப்பு ஓட்டத்தால்தான்.

இவர்களோடு காரியின் பாத்திரம் -

காரி, அது ஏற்றுக்கொண்ட கதையின் பங்கிற்கு ஒரு முழு சிருஷ்டி தான். அதன் உக்ரத்தை வெளிப்படுத்தி, அதை மற்றக் காளைகளி லிருந்து தனித்துக் காட்டுகிறதுக்கும் அதன் தனித்த உயிருள்ள சிருஷ்டிக்கும் உதவியாக, ஆசிரியர் அது விடும் மூச்சுக் காற்றையும் காற்றுப்பட்டு நிலத்தில் மண் பக்கங்களுக்குச் சிதறியடிப்பதையும், இரண்டு தடவைகள் கொண்டுவருவது ஒரு நல்ல தந்திரம். அதனால், காரி ஒரு மூச்சுவிடுகிற ஜீவனுள்ள பாத்திர மாகவே ஆகிவிடுகிறது. அந்தக் காளை, பார்க்கிறவர்களின் மதிப்பையும் நம்பிக்கையும் எவ்வளவுக்குப் பெற்றிருந்தது என்பதை, பிச்சியின் வியக்தி பரி காசப் படுத்தப்படுகிறபோதெல்லாம் உணர முடிகிறது. இத்தகைய கதையில், கதை ஒருபுறச் சரிவு இல்லாததாக இருக்கவேண்டிய அவசியத்தை உணர்ந்துதான், ஆசிரியர் அது செய்திருக்க வேண்டும்.

கதையின் உச்சமான அந்த இறுதிப்போர், தமிழ்க் கதை உலகில் எனக்கு ஒரு புதிய அனுபவம். முருகு என்ற பாத்திரத்தைக் கொணர்ந்து, போரில் பிச்சிக்குச் சோதனை நிலையை அதிகப் படுத்தியதுடன், கதையின் ஐயப்பாடும் இயக்க நிலையின் உக்ரமும் சுருதி ஏறிவிடுகின்றன.

'காரியும் நகரவில்லை, மனிதனும் அதன் குறிக்குத் தப்பி விலக வும் வழி இல்லை,' என்ற நிலையிலிருந்து, காளையின் குறியைத் தப்பவைக்க, பிச்சி செய்யும் தந்திரம், ஜல்லிக்கட்டை ரொம்ப அனுபவித்த ஒரு உள்ளத்தின் தயாரிப்பாகத்தான் இருக்க முடியும். 'தன் சவாலுக்கு முடிவு தெரியும்வரை இம்மியும் நகரப் போவ தில்லை என்ற உறுதி காட்டின மாதிரி, நின்ற இடத் திலேயே கால்களை மாறிமாறிப்போட்டு மூச்சு உதறுவதும் காலடிப்பதும் கொம்பலைப்பதுமாக,' நிற்கிற காரியின் கொம்பு, ரத்தத்துக்காகக் காய்ந்து கிடக்கிறது. பிச்சி, அப்பனின் ரத்தத்துக் குப் பழிவாங்க நிற்கிறான். மனுஷசக்தியும் மிருகசக்தியும் மோதுகிற இந்த இயக்க நிலை, இலக்கியம் வெறும் தசை வலுவின்மீது வியந்து மட்டும் எழுவில்லை - இயக்கமாகவே எழுத்து நடையை ஆக்கிப் புரளவிட முடிந்த ஒரு உள்ளத்தின் கலைத் தன்மையோடு - அந்தப் போரையும் கலையாக அடையாளம் காணமுடிந்ததினால்தான் எழுந்திருக்க முடியும்; அல்லது அந்த கலைத்தன்மையை எழுத்து, ஜல்லிக் கட்டுக்கு தீற்றிவிட்டது என்றாவது சொல்லத்தான் வேண்டும்.

எழுத்து : 26, பிப்ரவரி 1961.

6 மொழிப்பிரயோகம்

மொழிப் பிரயோகங்கள் எல்லாம் உணர்ச்சியைத் தொற்ற வைப்பதற்கோ, அல்லது தகவலைப் பரிமாறவோதான் ஏற்பட்டன என்று பரந்த விஸ்தீரணம் கொடுத்துப் பார்த்ததில், எவருக்கும் எதுவும் புரியவேண்டும் என்று ஆகிறது. ஆனால், ஒரு சில உணர்ச்சி வெளியீட்டுத் தன்மை களுக்கும் தகவல்களுக்கும் சஞ்சாரநிலைகள், மற்றவற்றினுடையதைவிட வித்தியாசமாய் இருக் கின்றன. அந்த நிலைகளில், மொழிப் பிரயோகங்களின் தன்மை பாதிக்கப்படு கிறது. பாதிக்கப் பட்ட இந்த பிரயோகங்களுக்கு உட்படும் வார்த்தை கள், சாதாரணமானவை ஆயினும், புதிய பரிமாணங்களைப் பெறும். அர்த்தப் பிதுக்கமோ, செழுமையோ அற்ற சப்பையான வெளியீடுகளில் ஈடுபட்டு இருந்தவர்களுக்கு, இந்த மொழி அமைப்பு அந்நியமானதாகப்படுவது வியப்பல்ல.

எனினும், இந்த அந்நியத் தன்மையை உண்டாக்கும் நடை இன்றிய மையாததுதானா என்ற சந்தேகம் எழுப்பப்படுகிறது. ஒரு குறிப்பிட்ட சொல், அதன் இதுவரைய அர்த்தத்தோடு உபயோக மாவதுபோல், 'டெக்னிக்கல்' என்று சொல்லப்படும் பரிபாஷை ரீதியான பிரயோகத்தில் கையாளப் படுவதில்லை. அந்தச் சந்தர்ப் பங்களில், சொல்லுக்குப் புதிய பரிமாணத்தை அளிக்கும் விதமான மொழிச் சேர்க்கை இன்றியமை யாதது ஆகிறது. உதாரணமாக, 'கன்ஸம்ப்ஷன்' என்ற பதம் 'உட்கொள்ளல்' என்ற வழக்க அர்த்தத் துக்கும் மேலே பட்டை ஏறினதாக பொருளாதாரத் துறையில் உபயோகமாகும்போது, 'அவன் பேனாவை உட்கொண்டான்' என்ற சப்பையான பிரயோகம் அசிங்கமாகத்தான் இருக்கும். எனவே, அந்தச் சொல்லின் தன்மைக்கே செதுக்கல் செய்து, ஒரு புதிய மினுக் குத் தளத்தை அதற்கு அளிக்க, அதோடு இணங்கிவரும் பிற சொற் களும் பிரயோகங்களும்தான் உதவும். ஆரம்பத் தில் இத்தகைய

சிக்கலான பிரயோகங்களின் சூளையில் புடம்போடப்பட்ட சொற்கள், 'காலப்போக்கில்' தன் வழக்கமான அர்த்தமாகவே தன் புதுப் பட்டை முகத்தையும் கொண்டு, 'அவன் பேனாவை உட் கொண்டான்' என்பது போன்ற சாமான்ய வசனங்களிலும் நிலை குலையாமல் ஜீவிக்கத்துவங்கும். ஆரம்பத்தில் சொற்களின் அர்த்தங்கள் கூர்மையாக நிர்ணயிக்கப்பட்டு, 'இந்தச் சொல்லுக்கு இந்த வாக்கியத்தில் இது ஒன்றே அர்த்தம்' என்ற அழுத்தம் விழும் பிரயோகங்கள், சாதாரணக் கண்களுக்கு அந்நியமாகவே முதலில் இருக்கும்.

இங்கிலீஷ் வசனங்களின் தரங்கள், கடின வார்த்தைப் பிரயோகம் என்கிற பண்டித நாகரிகத்தால் பாதிக்கப்படுவதில்லை. இம்மாதிரி 'டெக்னிக்கல்' எனப்படும் விஷேச பரிபாஷைக் கூர்மையும் அந்தந்தத் துறையின் பிரத்தியேகத் தன்மையில் அழுத்தமும் உள்ளவிதமான அணுகுதல்களினால் தான், அங்கே வசனத் தரங்கள் பிரிக்கப்படும்.

தமிழில் 'டெக்னிக்கல்' ஆக, வெகுசமீபத்தில்தான் விமர்சனத் துறை அணுகப்படுகிறது என்பதை, இன்றைய குறிப்பிட்டவித மொழிப் பிரயோகம் சம்பந்தமாக 'அபிப்ராயம்' சொல்லுமுன் உணர்ந்தாக வேண்டும்.

இனி, கற்பனை வழி எழுத்தையும் குறித்து ஒரு ஆசிரியரின் நடை பரிசீலனைக்கு இருக்கிறது. "தமிழில் உவமேய ரீதியாகத்தான் பாஷை பிரயோஜனமாக்கப்பட்டு வருகிறது. நான் உருவகத் (அலிகாரிக்கல்) தன்மையை என் தமிழுக்குக் கொடுத்திருக்கிறேன்,'' என்று விமர்சன பாவத்தில் தன் கருத்தைச் சொல்லும் மௌனியின் நடை அது.

கற்பனைவழி வெளியீட்டில் மௌனியும் டெக்னிக்கலாக விமர்சனத்தைப் பகுப்பு (அனலிட்டிகல்) முறையில் கையாளும் செல்லப்பாவும், தமிழ் நடையில் செய்யும் இந்த சோதனைகள் இன்றியமையாதவைதானா என்பது ஒரு சிலரின் முணுமுணுப்பாகும். இருவரையும் அருகருகே வைத்து இங்கு நான் குறிப்பிடுவதை, இருவரில் எவரும் விரும்பாவிட்டாலும், சோதனைகளின் உக்ரம், வெற்றி தோல்வி, இத்யாதிகளில் வித்யாசம் முதலியன இருந்தாலும், தங்கள் சோதனைகளைப்பற்றி முழுவிழிப்பு அவர்களுக்கு இருக்கிறது என்பது ஒரு ஒற்றுமை. அவர்களது சோதனை முயற்சிகள், சுதாவாக, இன்றியமையாத தன்மைபெற்று எழுகிறவை தானா என்பதை, 'அபிப்பிராயங்கள்' உணர்த்தப் போவதில்லை.

அக்கறை உள்ளவர்களின் நிதானமான பரிசீலனைகளும் பிரஸ்தாப ஆசிரியர்களே தங்கள் உத்தேசத்தின் இன்றியமையாமையைக் குறிப்பிடுவதும் இன்று உதவும்.

இருவர் நடைகளுக்குமே தெளிவற்ற, தொற்றவைக்காத... என்று அடுக்கப்படும் பிரயோகங்கள் கல்வீச்சு அடிக்கின்றன. சிந்தனை தெளிந்திருந்தால் வெளியீடும் தெளிவாக இருக்கும். தெளிவற்ற நடை என்பதுக்கும் சிக்கலான நடை எனப்படுவதுக்கும் தொடர்பு இல்லை. தெளிவற்றது என்றால், கருத்து முரண்பாடுகளால் விஷயமும் வெளியீடும் குழப்பப்படுகிறது என்பதே ஆகும். 'சிக்கலான' என்பதால், 'சுலபத்தில் தொற்றாத' என்று ஆகலாம். ஆனால், சிரமப்பட்டு அதன் தொற்றுதலுக்கும் முயற்சிப்பவன் அல்லவா நேர்மையான வாசகன்? கொழகொழா என்றில்லாமல், ஒரு பாராவை ஒரே வசனத்தில் அடைத்து விடுவதனாலோ, 'அதைப் போல் இது, இதைப்போல் அது' என்று வரும் செங்கல் அடுக்கான உவமைகளை உருவகங்களாக்கும் வீர்யம் உள்ள நடை என்பதாலோ, தொற்றுதல் தாமதப்படுகிறது. ஆனால், தொற்றிய வுடன் நெருப்பாகவே அல்லவா அது பற்றிக் கொள்ளும்? 'சாதாரண வாசகனின் சகவாசமே நமக்கு வேண்டாம் - அவன் பத்திரிகை யுகத்து அவசர நாகரீகக்காரன்' என்று 'தீண்டாமை' பேசுகிறவர் களே, தொற்றாத நடை என்று ஒன்றைக் குறிப்பிடும்போது, 'யாருக்குப் பரிந்துகொண்டு இப்படி குற்றம் சாட்டு கிறீர்கள்? - யாருக்குத் தொற்றாத நடை?' என்று கேட்கத் தோன்றுகிறது. இத்தகைய குற்றச்சாட்டுகள், 'எனக்கு இது புரியவில்லை' என்கிற மாதிரி குரலுடன் ஆரம்பித்தால் தான், சக்தி வாய்ந்து இருக்கும். விளக்கம் சொல்வதற்கு அந்த நடைக்காரனும் சந்தோஷமாக முன்வருவான்.

தமிழ் மரபும் வேறு மரபுகளும் முட்டிக்கொள்ளும் விவகாரமே அல்ல இது; தன் வீச்சின் உக்ரம், அதன் முழு கதியில் வெளிப்பட்டே ஆகவேண்டும் என்று முனைந்து எழுதுகிற சுவபாவகர்த்தா (Radical)க்களின் சோதனைகள் பற்றிய விவகாரம்தான். சுவபாவமாக பாஷை பிரயோகிக்கப்படும் சந்தர்ப்பங்கள், மொழிக்கு அதிர்ஷ்ட கரமானவை. அந்த சந்தர்ப்பங்களை நிதானத்தோடு பரிசீலிக்கும் போது, அணுகப்பட்ட புது 'மைல்கல்'லின் அடையாளம் தெரியும்.

எழுத்து : 30, ஜுன் 1961.

7 நம் சைத்ரிகர்

டைம்ஸ் ஆஃப் இன்டியா ஆண்டுமலர், போன வருஷம் நமது 'தமிழ் நாட்டு ஓவியர்கள்' விஷயத்தில் ஒரு சின்னக் கேள்வி எழ வைத்திருக்கிறது. அம்ரிதா ஷெர்கில்லிலிருந்து ஹேபர் வரை, ஏன் ஸ்ரீனிவாஸன் வரை, இந்திய ஓவியத்தின் நவீன சாதனையை விமர் சித்து வந்த *டைம்ஸ்* கட்டுரை ஆசிரியர், தென்னிந்தியாவிலிருந்து குறிப்பிடத்தக்க, சாதித்த ஓவியர் ஒருவரும் இல்லையென்று போட்டு விட்டார். தென்னிந்தியக் கலைத்துறையின் பழமைக்காகப் பிரதிநிதித் துவம் வகிக்க முன்வருமளவு, தமிழனுக்கு ஒரு 'ஆதிக்குரங்கு' மனப் பான்மை இருப்பதுதான். அந்த அளவுக்கு, பொதுவாக மற்ற ராஜ்யங் களையும் உள்ளிட்ட தென்னிந்தியா வைப் பார்த்துக் கொடுத்த அந்தக் கருத்து, நம் 'தமிழ்நாட்'டின் மார்பு மையத்தில்தான் ஏறவேண்டும். 'ஓவியக் கலை'க்காகவே தங்கள் இதழ் களை அர்ப்பணிக்கிற மாதிரி பேசிக் கொண்டு, மேனாட்டுப் பாணி யிலோ அன்றி கீழ்நாட்டு (ஓரியண்டல்) பாணியிலோ தனி முதிர்ச்சியற்று, இரண்டு பாணிகளை யும் (இரண்டுள் ஒன்றிலாவது முழுப்பயிற்சி இல்லாததால்) குழப்பி யடித்து வரையும் படங்களை வெளி யிட்டு, அதுவே மகா ஓவிய சாதனை என்று நம் 'ரசிகர்' குழாத்தையே நம்ப அடிக்கும் பத்திரிகை ஜாம்பவான்களுக்கு, *டைம்ஸ்* குரல் எட்டியிருக்குமா? எட்டியிருந் தும், ஓவியக்கலை என்று குறிப்பிட்டுச்சொன்ன வெளியீட்டுச் சாதனத்திற்குக் கலையுலகில் இருக்கும் அர்த்தம் புரியாத அளவில், *டைம்ஸின்* குற்றச் சாட்டின் அர்த்தம்கூடப் புலப்பட்டிருக்குமோ என்னமோ!

மேல்நாட்டு நிர்வாணத்துவம் (நூடிஸம்) என்ற அற்புத ஓவியத் துறை, இவர்களுக்குப் புரிய நியாயமில்லை. ஆனால், அதைத் தவறாக எடுத்துக் கொண்டதால், சல்லாத் துணியூடே முலைக்காம்பு வெளித் தெரியும்படி வரைவதுதான் 'கலாவளர்ச்சி'யின் அடையாளம் - நம்

பத்திரிகை உலகத்தில் இப்போ. அதையும், ஓவியக்கலையின் பூர்ணத் தன்மையாக அங்கீகரிக்கும் ரசிகர்கள் இருக்கிறார்கள்.

ஓவியத்துக்கும் பத்திரிகைக்கும் முடிச்சுப் போட்டு, ஏன் வம்பு வளர்த்து இதெல்லாம் சொல்ல வேணுமோ என்று ஒருத்தர் கேட்டால், அப்படிக் கேட்பதில் முழுக்க முழுக்க நியாயம் இருக்கிறது. இங்கே, ஓவியம் பத்திரிகையாலேயே சாத்யம் என்ற மனப்பான்மை உண்டே, அதுக்காக என்கிறேன்!

ஓவியன், தன் ஆத்மதிருப்திக்காக அக் கலையைச் சாதனமாக்கும் சுத்தமான அர்த்தத்தில், உலகில் எங்குமே பத்திரிகை மூலம் ஓவியம் வளர்கிறது என முடியாது. இதுக்கு ஏராளமான காரணங்கள் இருக்கின்றன. பத்திரிகாசிரியரின் நோக்கும் வாசகவட்டத்தின் திருப்தியும், பத்திரிகை உலகத்தில் ஓவியத்தின் கலா சுயேச்சையைத் தணிக்கை செய்வது ஒரு காரணம். இதனால், ஓவியன் வெளியிட உத்தேசிக்கும் அவனது பெர்ஸனா லிட்டி-வியக்தி-வெளிப்பட, பத்திரிகைக் களம் இடம் விரிக்காது. ஓவியன், திரைச்சீலையில் (கான்வாஸ்) விளையாடிக் காட்டும் அதே வர்ணங்களை, ப்ளாக் எடுக்கும்போது அப்படியே தர முடியாததையும் ஒரு காரணம் எனலாம். மூல (ஒரிஜினல் ஓவியத்தின் அளவு, பிரசுரத்தில் மாற்றம் அடைந்தால்) வெளியீட்டு வரிகளின் உக்ரம் (இன்டன்ஸிட்டி) அச்சில் பாதிக்கப்படும். அச்சையும், பிரஸ் தொடர்பு வைத்து, அதைத் தனது சாதனமாக்கித் தான் விரும்பிய விளைவுகளை, பிரசுரமாவதில் கொணர ஓவியனால் முடிந்தாலும், சிருஷ்டி நோக்குக் கொண்ட சைத்ரிகன் தன் ஓவியத்துக்கு லட்சக்கணக்கான பிரதிகள் வேண்டும் என்று எதிர்பார்ப்பதில்லை. பிரதிகள் அதிகரிப்பதால், மூல ஓவியத்தின் தகுதி மலிவது ஒரு முக்ய காரணம்.

இலக்கியத்துக்காகவே வாழும் பத்திரிகைகள் மாதிரி, ஓவியத்துக்காகவே மேல்நாட்டில் வெளியாகும் பத்திரிகைகளும், சாதனையை 'எடைபோட' வெளியாகுபவையேயன்றி, அவற்றின் மூலம் ஒரு ஓவியனின் சாதனை பூரணமாகக் காட்சிக்குத் தரப்படுகிறது என முடியாது. திரைச்சீலைச் சித்திரங்களை மூல அளவிலேயே அச்சில் பிரசுரித்துப் பார்ப்ப தற்கும் மூல ஓவியத்தையே பார்ப்பதற்கும் வித்யாசம் காணமுடியும். இப்படியே, சிருஷ்டிநோக்கான ஓவியத்துக்கும் பத்திரிக்கைகளுக்கும் இடையே விழுகிற பிளவை, அடிஅடியாக அளக்கலாம்.

அமெரிக்க மார்க்கெட்டின் வர்த்தகத் துறையுள்ளே ஓவித்தைச் செலுத்திப் புகழ்பெற்ற மாரியோ கூப்பர், *தி வாஷிங்டன் ஸ்கூல் ஆஃப் ஆர்ட்* பாட புஸ்தகத்தில், தனது பகுதியான விளம்பரத்துறைச் சித்திரப் போதனையை ஆரம்பிக்கையில், இப்படியான கருத்தில் எழுதுகிறார். ''பிஸினஸ் துறை இப்போது ஓவியத்தையும் ஓவியனையும் போஷிக்கிறது என்று சொன்னே னானால், உங்களுக்கு வியப்பாயிருக்கும். விளம்பரத்துறை ஸ்தாபனங் கள் இன்று அபரிமிதமாகச் சித்திரங்களை வாங்குகின்றன என்பதைத்தான் குறிப்பிடு கிறேன். பிஸினஸின் விளம்பர ஏஜென்ஸிகளுக்கு ஓவியத்தின் தேவை இருப்பதால், ஓவியன் இன்று வளமாகப் போஷிக்கப் படுகிறான்.''

இதில் மாரியோ கூப்பர் ஓவியக்கலை எனச் சொல்லுகிற அர்த்தத்தில், அக்கலையின் சுத்தத் தன்மையை அவர் குறிப்பிடவில்லை என்பது புலனாகும். ஏனென்றால், விளம்பரத் துறையில் ஓவியம் பிரயோஜனமாகும்போது, ஓவியனுக்கு - அவன் சுயேச்சைக்கு - கிடைக்கும் தணிக்கை களும் மேற்பார்வைகளும் அளவு மீறியவை. ஸ்டூடியோக்களில் ஒரே விளம்பரம், மனித உருவங் களுக்காக ஒரு சைத்ரிகனிடமும் பகைப் புலக் காட்சிக்காக மற்றவனிடமும் எழுத்துக் களுக்காக இன்னொருத்தனிடமுமாக, கை மாறிமாறிச் சென்று அச்சாவது வழக்கம். ஒரே விளம்பரத்தில் ஐந்து சித்திரக்காரர்களின் உழைப்புக்கூட, இந்த விதத்தில் ஸ்டூடியோ வேலையில் விழுவது உண்டு.

பொதுவாகக் கலை என்றாலே, கலைஞனின் தனித்துவ வெளிப்பாடு என்பது ஒப்புக் கொள்ளப் பட்டதுதான். ஐந்து பேர் சேர்ந்து வரைகிற ஒரு சித்திரத்தில் இந்தக் கோட்பாடு சிதறுகிறதால், 'கலை' என்ற கூர்மையான அர்த்தத்தில் மாரியோ கூப்பரினால் விளம்பரத் துறை ஓவியம் குறிப்பிடப் படவில்லை.

ஆனால், ஓவியத்தின் பூரண கலா அர்த்தத்தில், இலக்கியம் என்ற சுத்த கலைத்துறையிலிருந்துகூட ஓவியத்தை இனம்பிரிக்க முடியாதபடி, தனது ஆத்ம தரிசனத்தை ஒரு சித்திரக்காரன் தரக்கூடும்.

இயற்கை எப்படிக் கலாரூபங்கள் யாவற்றையும் அதிர்ந்து எதிரொலிக்க வைக்கிறதோ, அதே மாதிரி ஓவியம் ஒரு இலக்கிய ஆத்மாவில் பிரதிக்குரல் தரலாம். அப்படியே, இலக்கியம் ஓவியத்தில் எதிரொலிப்பதும் உண்டு. ஷேக்ஸ்பியரின் நாடகங்களுக்கு, இங்கிலீஷ் ராயல் அகாடமி ஓவியர்கள் கொள்ளையாக எல்லாக் காலங்களிலும்

வரைந்து வந்திருப்பது ஒரு உதாரணம். இந்த எதிரொலி, ஓவியனின் ரஸனா பாவத்தில் நிஜமான ஒரு இலக்கியக் கலைஞன் சலனம் தரும் ரகத்தைப் பொறுத்தது. எதுவிதத் தணிக்கை யையும் மீறி, தான் இலக்கியாசிரியனோடு ஒன்றிய நிலையைக் காட்டவே சைத்ரிகன் தூரிகையை அங்கெல்லாம் செலுத்துகிறான். அதுக்கும், பத்திரிகையில் பிரசுரமாகிற தரமற்ற விஷயங்களுக்கு ஒரு சித்திரக்காரன் படம் போடுவதுக்கும் உள்ள வித்யாசத்தை உணர வேண்டும்.

பத்திரிகையில் விளம்பரத்தில் எல்லாம் கலைஞனின் சுயத்தன்மை புலப்படாது என்றாலும், ரெம்ப்ராண்ட் வரைந்த ஒரு வட்டத்திலேயே அவரது தனித்வத்தை யாரோ கண்டு பிடித்துவிட்ட கதை மாதிரி, ஓவியனின் தனித்வம், அவனுக்கு எத்தகைய தணிக்கையை விதித்தாலும் வெளிப்படத்தான் செய்யும். ஆனால், கலையின் கூர்மையான அர்த்தத்தில், அந்த வியக்தி, கலைஞனின் அகநோக்கைப் பரிவர்த்தனை செய்யும் கலா உத்வேகம் பெறுவது வேறு.

நமது பத்திரிகைக்காரர்களுக்கு மகா சைத்ரிகர்கள், தங்கள் பத்திரிகைகளில் உருவப் பூர்ணத்துவமற்ற சப்பைக் கிறுக்கல்களைச் சித்திரம் என்று வரைகிறவர்கள்தாம். வங்காளம் அம்ரிதாவையும், ஏன் இலங்கைகூட ஒரு ஜார்ஜ் கெயிட்டையும், புது விழிப்புப்பெற்றுத் தனக்கென்று ஒரு நவீனத் துவத்தை வளர்த்து எழுந்துவிட்ட இந்திய ஓவியத்துறைக்கு அளித்திருக்கையில், போயும் போயும் கற்றுக்குட்டி நிலையில், ஓவியத்தின் அடிப்படை நுட்பங்களையே (டெக்னிக்ஸ்) சரிவரக் கையாளத்தெரியாதவர்களை வைத்து அப்பாவித் தமிழனுக்குக் காது குத்துகிறதில், ஏதோ ஓவியக்கலையைப் பத்திரிக்கை மூலம் வளர்க்கிற தாய்க் கனவு காண்கிறார்கள் - பிதற்றுகிறார்கள். பத்திரிகைகளின் தேவையைப் பூர்த்தியாக்கி, கவர்ச்சி யையே மூலநோக்கமாகக் கொண்டு வெளியாகிற ஓவியங்களின் தரத்தைவைத்து, அந்தப் பத்திரிகை உலவும் களத்தில், சிருஷ்டிநோக்கு ஓவியம் எந்தத் தரத்தில் இருக்கு என அறிய ஒரு வசதி உண்டு. இதுக்காகவும்தான் நான் பத்திரிகைகளை வம்புக்கு இழுக்க நேர்ந்தது.

மாரியோ கூப்பர், ஸ்டூடியோ வேலையையும் பத்திரிகை வேலையையும் ஆசைமிக்க ஓவியனுக்கு முக்யம் என்று கருதுகிறார். ஏனென்றால், அவற்றில்தான் அவனது செய்முறை நுட்பம் (டெக்னிக்) புடம் போடப்படுகிறதாம். ஸ்டூடியோவிலும் பத்திரிகையிலும்தான், மேற்

பார்வை யாளர்கள் அவனுள்ளிருந்து அவனது திறமையைப் பிழியச் சந்தர்ப்பம் உண்டாகுமாம். ஆனால், இது மேல்நாட்டில் மட்டும்தான் என்பது, அங்கத்தைய பத்திரிக்கைகளை நம்மதுடன் ஒப்பிட்டுப் பார்க்கையிலேயே புரிகிறது. சைத்ரிக னிடமிருந்து அவனது முழுச் சத்தையும் பிழிகிறதுக்கு ரசனையின் வலுவேண்டும். நமது பத்திரிகை நிர்வாகிகளின் ரசனைக்கு ஒரு உதாரணம்: ஒரு பத்திரிகை, அதுவரை வேறு பத்திரிக்கையில் வரைந்து வந்த ஒரு சைத்ரிகரைத் தன்னிடம் அமர்த்திக்கொண்டதும், அதே பத்திரிகையில் முன்பு இருந்து சினிமா வில் புகுந்துவிட்ட ஒருத்தர் ஆரம்பித்து வைத்த 'பாணி'யிலேயே புது ஆளையும் வரைய வைத்து, 'பத்திரிக்கை மரபை'க் காத்து வருகிறது. அந்த புதிய சைத்ரிகனின் தனித்வத்துக்கு அப்பத்திரிக்கை கொடுக்கிற இந்த கெளரவ லட்சணத்தில், ஓவியத்தின் நுட்பமான கலைப் போக் கைப் பற்றி அதுக்கு லக்ஷியம் இருக்கப் போகிறதா என்ன? அந்தப் பத்திரிக்கை செய்தது, தமிழ்நாட்டு ரசனைக்கே ஒரு உதாரணம் என்றும் சொல்லலாம்.

பத்திரிக்கையோ ஸ்டூடியோவோ, தமிழ் சைத்ரிகனின் ஒரு நோக் காகிவிடுவது அவனின் பலவீனம் - சுயவெளியீட்டுத் திறமையின் மையின் அறிகுறியும்கூட. இந்த பலவீனத்துக்கு முதற் காரணம், ஓவியத்தின் சிகரம் பத்திரிக்கைக் கவர்ச்சியான சித்திரமடல்கள்தாம் என்ற மருட்சி ஏற்பட்டு விட்டதுதான். இப்படி ஏற்பட்டுவிட்டதன் காரணமோ, நமது பத்திரிக்கை யாளர்கள் உள்பட ரசனையைப் புலப் படுத்தி மக்களிடையேயும் அதை வளர்க்கவேண்டிய பொறுப்புற்றவர் கள், சினிமா பானர் பெயின்டிங் செய்கிறவர்களுக்குக்கூட 'ஓவியக் கலை ராஜா' பட்டங்கள் கொடுக்குமளவுக்குத் தத்துப்பித்து என்று நடப்பது என்பதைக் குறிப்பிட வேண்டும்.

எல்லா சுத்தக் கலைகளையும் போலவே, ஓவியமும் அதன் முழு கலா அர்த்தத்தில், சுயவெளியீட்டுக்கான ஒரு சாதனம். ஓவியத்தின் சாஸ்திரீய மான (அகடமிக்) முறை களையே திருகி, உக்ரத்தோடு சுயவெளியீடு செய்யும் ஒரு நவீனமுறை, இப்போது கலையுலகில் குணவாசகம் (அப்ஸ்ட்ராக்ஷன்) என்ற பெயரில் புழங்கத் துவங்கி இருக்கிறது. இதை இங்கு என்ன, நியூயார்க்கிலும் பாரிஸிலும் லண்ட னிலும்கூடப் புரிந்து கொள்ளச் சிரமப்படுகிறவர்கள் இருக்கிறார்கள். ஆனால் அதை ரசிக்க வேண்டுமானால், முன்பாக, சாஸ்திரீய முறை ஓவியப் படைப்புகளை முழுசாக ரசிக்கப் பழக வேண்டும். அதுக்கு,

சாஸ்திரீயமாகப் பூரணத்துவம் வாய்ந்த கலைஞனின், சுயவெளி யீட்டுச் சாதனமாய் உரம் ஏறிய ஓவியத் தளத்தை, நமது சைத்ரிகன் எட்ட வேண்டும். நமது தற்போதைய நிலைமையில், அதுவே வெகு தூரத்தில் இருக்கிறது.

இந்நிலையில், ஓவியக்கலை ஏதோ சினிமா போஸ்டர்களிலும் பத்திரிகை அட்டை களிலும் பானர் பெயின்டிங்குகளிலும் தங்கி நிற்பது அல்ல; இவைகளை மீறி, கலாசக்தியின் தன்னிச்சை வெளி யீட்டில் அது இருக்கிறது என்பதைச் சொல்ல வேண்டிய நிர்ப்பந் தத்தில், பத்திரிக்கைகளை யும் அவற்றின் ஓவியர்களையும் பேச்சில் போட நேர்ந்தது.

புது இலக்கிய வளர்ச்சிக்கு விமர்சனம் தேவை என்று கங்கணம் கட்டிக் கொண்டுள்ள நிலை இன்று. ஓவியமும் அதன் உடனிகழ் வளர்போக் கோடு, நமது ரசனைத் துளிர்ப்பில் கிளைவிட வேண்டு மானால், ஓவியத்துக்கும் விமர்சனம் தேவை.

எழுத்து : 31, ஜுலை 1961.

கு.ப.ராஜகோபாலன்

8 அக உலகக் கலைஞர்கள்

இலக்கிய வெளியீடுகளின் வெற்றிக்குக் காரணம், அவற்றை படைத்தவர்களின் உத்வேகம்தான். உத்வேகமே எல்லா உருவமாகப் பரிணமிப்பது. ஆனால், படைப்பவன் தேர்ந்தெடுக்கும் விஷ யம், அவனது உலகம் போன்ற தூலப்பொருள்களையும் சர்ச்சையில் போடும்போதுதான், பாஷை யில் வடிக்கப்பட்ட உருவமும் அதன் மூலக்காரணமான உத்வேகமும் அணுகப்படுகின்றன.

படைப்பாளி உலவும் உலகைத் தூலமானது என்று குறிப்பிட் டாலும், இலக்கிய நதி இன்று தூல உலகங்களிலிருந்து சூட்சும உலகங்களினுள்ளும் சூட்சுமப்பொருள்களினுள்ளும் திசை திரும்பி விட்டது. ஹெமிங்வே போன்ற தூல உலகக் கலைஞர்களோடேயே, ஃபாக்னர் போன்றோரும் நிமிர்ந்துவிட்டார்கள்.

ஷேக்ஸ்பியரின் மனப்போராட்ட உலகமும் அகநானூற்றுத் தொகுப்பும் கூட, இந்தச் சூட்சும உலகினுள் நுழையச் செய்த ஆரம்ப முயற்சிகள்தான். தொடர்ந்து கவிதை உலகம் இன்று அந்த உலகினுள் ஓடவில்லை. பாரதிகூட, கற்பனைக்கலவையில் உணர்ச் சி யையும் சக்தியையும் வடித்துத் தந்ததோடு நின்றுவிட்டார். இன்று அகத்துறை கவிஞர்கள், வசனத்தைத் தங்கள் வெளியீட்டுச் சாதன மாக்கிக்கொண்டார்கள் என்பதுதான் சரி. ஆகையால்தான், இன்று அந்த விரல்விட்டு எண்ணி விடக்கூடிய ஓரிரு வசனகாரர்களின் எழுத்து, இன்றைய கவிதைகளில் இல்லாத ஆழ்ந்த அகஉலக அநுப வத்தை அளிக்கின்றன. அக உலகப் பரிசோதனைகளை அவர்கள் வசனத்திலேயே சாதித்து வருவதால்தான், அவர்களது எழுத்துக் களினுள்ளே விமர்சனத்தைத் தூண்டி, விளக்கமும் ரஸனைக் குறிப் பும் கேட்கிற ஆழம் தெரிகிறது.

ஸ்டெந்தால் அதைத்தான், 'இன்றைய வசனம் இன்றைய கவி

தையை விட உயர்ந்தது,' எனும்போது அர்த்தப்படுத்தினார். கவிதை, உயர்ந்த இலக்கிய உருவமாக இருந்தது, அதை ஆழ்ந்த உள்நோக்குள்ளவர்கள் கையாண்டபோதுதான். இன்று வசனத்தில் அந்த உள்நோக்கை, ஒருசில (வெகுசில) கலைஞர்கள் வெளியிடுகிறார்கள். எனவேதான், ஒரு சிலரின் வசனங்கள்மட்டும் திருப்பித் திருப்பிப் பரிசீலிக்கப்படுகின்றன. அவையும், பரிசீலனைகளின் உணர்வு முனைகள் தம்முள் நுழைய நுழைய, புதுப்புதுப் படலங்களை விரிக்கின்றன. பாரதி உள்பட, இன்றைய கவிதை உணர்ச்சியில்தான் தேங்கி நிற்கிறது.

ஆனால், நம்முள் பழைய அக உலகக்காரர்களான நமது மூதாதைக் கலைஞர்கள் இருக்கிறார் கள். அவர்கள் கவிஞர்கள். உண்மையில் கவிதைக்கு விமர்சனம் வேண்டும் என்று ஒருத்தர் அங்கலாய்க்கும்போது, அந்தப் பழைய கவிதைகளைப் பற்றியதாகவும் அந்த அங்கலாய்ப்பு உள்ளவரை பலனுள்ளது. அகநானூறு போன்ற நுணுக்குக் கவிதைகளில் செய்யப்பட்ட மனஉலகப் பரிசோதனைகள், தமிழிலக்கியத்தின் இடைக்கால இருளின் முன் மறக்கப்பட்டுவிட்டன. இன்று ஒரு புதுவிழிப்பு ஏற்பட்ட பிறகும், அது முழுசாக உணரப்படவில்லை. காரணம், அந்த இடைக் காலத்தின் பின்பு வந்துள்ள தமிழ்ப் பண்டிதப் படிப்பு எதுவும், அந்த அக உலக ஓட்டத்தை எட்ட வில்லை. எனினும், இயல்பிலேயே சுரணையுள்ள படைப்பாளிகள் அதை உணர்ந்துகொண்டார்கள். அதனால்தான், புதுமைப்பித்தன் அன்று மௌனியிடம் சொன்னார்: ''அகநானூறின் மன உலகம் இந்தப் பண்டிதர்களுக்குத் தெரிந்திருந்தால், இன்று உன் கதைகளையும் என் கதைகளையும் 'புரியவில்லை', 'தெளிவில்லை' என்று இவர்கள் சொல்ல மாட்டார்கள்.'' (இது மௌனி என்னிடம் கூறிய விபரம்.)

இன்று அந்தப் பண்டிதர்கள் போன சுவடு தெரியவில்லை. அவர்களின் வாரிசுகளும் இரண்டாந்தர வாசகர்களும்கூட, புதுமைப்பித்தனை மென்று விழுங்கிவிட்டார்கள். ஆனால், அவரது மன உலகப்போக்கை உணர்ந்துகொண்டு விழுங்கவில்லை. உணர்ந்திருந்தால், இன்று மௌனியை விழுங்க இவ்வளவு அவஸ்தை நேராது.

தமிழ்ப் பண்டிதர்கள் போனாலும் போனார்கள்; இன்று இங்கிலீஷ் பண்டிதர்கள் அவர்கள் இடத்தைப் பிடித்துக்கொண்டார்

கள். பாஷை என்னவானாலும் பண்டிதர் பண்டிதர்தான் என்பதை இவர்கள் நிரூபிக்கிறார்கள். 'இங்கிலீஷ் இலக்கியப் பரிச்சயம்' என்ற போர்வை, இவர்களது குறுகிய பார்வைகளுக்குப் போர்வையிடுகிறது. இங்கிலீஷ் மணமே தெரியாத, வெற்றிலைக் கடைக்காரர்களும் ஜவுளிக் கடைக்காரர்களும் உணர்ந்து ரஸிக்கிற எழுத்தை, இவர்கள் தங்கள் பாண்டித்தியத்தின் மேடையில் நின்று விசிறி விடுகிறார்கள். இலங்கையின் பிரபலக் கவிஞர் களுள் ஒருவர் இதுபற்றிக் குறிப்பிடும்போது, தமிழ்ப்பண்டிதர்களை விட இந்தப் புதுப்பண்டிதர்கள் அதிக சிரமம் கொடுப்பவர்கள் என்றார். இந்த இரண்டு பண்டிதப்பார்வை களுள் எதுவும், அல்லது புதுமைப் பித்தனை இவ்வளவுக்கு பிரபலப் படுத்தின 'விமர்சகர்கள்' எவரும், அவரது அக உலகப் பரிசோதனைகளை உணர்ந்து கொண்டதாகக் காட்டிக்கொள்ளவில்லை. அவரது உக்கிரமான பாஷையும் 'சவுக்கு'ச் சுளீரடியும்தான் பிரமாதப்படுத்தப்பட்டு வந்திருக்கின்றன. புதுமைப்பித்தனுக்கு, எனக்குத் தெரிய, சி.சு.செல்லப்பாதான் ('புதுமைப் பித்தன் கதைக்கரு') ஒரு நியாயமான எடைபோடல் செய்யமுயன்றவர். அதிலும் அவர் புதுமைப்பித்தனை ஆழ்ந்து பரிசீலிக்கவில்லை. பெ.கோ.சுந்தரராஜனின் 'பித்தனும் புதுமையும்' பாதியில் நின்றுவிட்டதால், அதிலும் நியாயமான அணுகுதல் முழுமையடையவில்லை.

'ஞானக்குகை'யைப் பற்றி ரா.ஸ்ரீ.தேசிகனின் புதுமைப் பித்தன் கதைகள் முகவுரையில், ஒரு குழப்பியடிக்கப்பட்ட விளக்க முயற்சி தெரிகிறது. அதிலுள்ள மனக்களப் பின்னணியை ஞாபகத்துக்குக் கொண்டுவரவே, எழுத்துவில் அக்கதை மறுபிரசுரம் செய்யப்பட்டது. 'சில்பியின் நரகம்', அக உலகின் நடவடிக்கைகளோடு இயங்கும் இன்னொரு படைப்பு. 'கனவுப் பெண்', 'பயம்', 'பித்துக்குளி' போன்ற கதைகளிலும், ஏன் 'ஆண்மை'யிலும் கூட, அவர் வக்கிரமான சில முயற்சிகளை அந்த உலகினுள் நின்று செய்திருக்கிறார். இக்கதைகளின் மனக்களம் பொருட்படுத்தப்பட்டிருந்தால், புதுமைப்பித்தனை விட ஆழமாகவும் சோதனையாகவும் மன உலகினுள் மட்டுமே உலவி எழுதிய மௌனி எவ்வளவு கவனத்துக்கு உரியவர் என்று தெரியவந்திருக்கும்.

இன்னொரு அக உலகக்காரரான லா.ச.ராமாமிருதமும் அங்கீகரிக்கப்பட்டுள்ளது, அவரது அகநோக்குகளுக்காக என்று ஒரேயடியாகச்

சொல்வதுக்கு இல்லை. ஏனெனில், அவரிடம் இண்டாந்தர வாசகனின் அங்கீகாரத்துக்கும் காரணமான மொழிப்பிரயோகமும் ரத்தத் துடிப்பை ஊட்டும் முரட்டு உணர்ச்சிவெளியீடுகளும் இருக்கின்றன. மௌனியின் எழுத்தில் வார்த்தை டாம்பீகம் இல்லை; ஆனால், அழகின் பூரணத் தோற்றம் இருக்கிறது. அவரது உணர்ச்சிகள் முரட்டுத்தனமாகத் தாக்கு பவை அல்ல; ஆனால், குரூரமாக ஊறிக்கலக்கும் விஷம் போன்றவை. லா.ச.ரா.வின் எழுத்து அச்சுப் பக்கங்களிலிருந்து வாசகனைக் குத்திக் கிழிக்கத் தாவிவருவது என்றால், மௌனியின் எழுத்து வாசகனை நோக்கி வாய் பிளந்தபடி பக்கங்களினுள்ளே ஆழ ஓடும் இருட்குகை. வாசகனின் சுயமுயற்சி, லா.ச.ரா.வையோ புதுமைப் பித்தனையோ அணுகு வதற்குத் தேவையானதை விட, மௌனியை அணுக அதிகம் தேவையாகிறது. அப்போதுதான், மௌனி இலக்கியத்தில் மன இருள் அனுபவம் புலப்படும். மேலோட்டமாகக் கதைகளின் சம்பவங்களிலேயே ஓடி, 'அவர்கள் பேசினது இவனுக்கு எப்படித் தெரியும்' - 'அவள் ஏன் தற்கொலை செய்ய வேண்டும்' - 'இவள் ஏன் சிரித்து விட்டு அழுதாள்' என்றெல்லாம் லோகாயதப் பார்வை செலுத்திப் பார்க்கிறவர்கள், மௌனிக்கு எட்ட நிற்கிறார்கள். தூல உலகத்து நிகழ்ச்சிகளின் தர்க்கப் பார்வையோடேயே மௌனியை அணுகுபவர்கள் விஷயத்தில், எவ்விதச் சமனப்படுத்தலும் நேரமுடியாது. அவர்கள், மன இயலின் தர்க்கத்தை அநுசரித்த எழுத்தை அனுபவிக்க முடியாதவர்கள். அவர்களுக்கு மௌனி கை எட்டாது.

ஆனால், மௌனியின் கையைப் பற்றிக்கொண்டு போகிறவர்களும், அவர் தம்மை இருட்டுக்குள் நிறுத்திவிட்டு மறைந்துவிடுவதாகக் குற்றம் சாட்டுகிறார்கள். மௌனியைப் பற்றி வரை அது உண்மைதான். ஆனால், அது அவரது குறை அல்ல; சாதனை.

அவரே ஒருதடவை சொன்னார், ''நான் வாசகனை அப்படி இடையில் விட்டுவிடுவதன் காரணம், அதுக்கு மேலே என்னால் போகமுடியாததால் என்று ஒருவர் சொன்னாலும், அந்த ஸ்தானம் வரைக்கும் வாசகனை அழைத்துப்போனவன் நான்தான்; அவனாகப் போகவில்லை. அந்த அளவுக்கு என்னைப்பின் தொடர வைப்பதுதான் என் சாதனை. வாசகன் என்னைவிடத் திராணி உள்ளவனானால் மேலே போகட்டுமே - இருட்டானாலும் எதிரேதானே பாதை.''

முடிவுக்குப் பாதை காட்டிவிட்டவர்கள்தான் நல்ல கலைஞர்கள் ஆகிறார்கள். முடிவையும் சொல்லி விடுவது போதனா முயற்சி தான். கலைஞனுக்குத் தன் எல்லை எவ்வளவுக்கு எவ்வளவு துல் லியமாகத் தெரிகிறதோ, அவ்வளவுக்கு அவனது போக்கில் சுய நம்பிக்கையின் விளைவாக ஒரு சாதனை உருவாகும். மௌனியின் எல்லை அறுதியிடப் பட்டு, க.நா.சு. சொல்வதுபோல், அவரது கோணத்தின் பார்வையைப் பூரணமாக வெளியிட வசதிப்படுத்தி யிருக்கிறது. அக உலகினுள் இப்படித் தன் எல்லையை நிர்ண யிக்குமளவுக்குத் தெளிவாக, மௌனி கலை உருவாகியுள்ளது. மன உலகம் சிக்கலானது. அங்கேயே இந்த நிர்ணயம் நேருவது அபூர்வம். அதை அந்த உலகின் தமைகளை அறிவதன் மூலம் நாம் உணர முடியும்.

ஒரு அகன்ற பார்வையில், மன நிகழ்ச்சிகளான உணர்ச்சி ஓட்டங் கள் கையாளப்பட்ட எல்லா எழுத்தையுமே, அகத்துறையைச் சேர்ந்தவை எனலாம். நம்முடைய தமிழ்ப் பண்டிதர்களுக்கு, 'அகம்' என்றதுமே 'தலைவன் தலைவி' விஷயம்தான் குதித்துக் கொண்டு முன்வரும். இல்லறத்தின் தூலத் தன்மைகளை மட்டும், அகநானூறு போன்ற மனத்துறை இலக்கியங் களிலிருந்து வாங்கிக் கொண்டதின் விளைவு இது. ஆனால் தூல உலகத்துக்கே காரணமான சூட்சும உலகின் இயக்கமே அகத்துறை இலக்கியங்களில் கையாளப்படு வது. அது, மனிதனின் அக உருவை நோக்கி உள்ளே சுழன்று ஓடும் பாதையில் அமைகிறது.

நீர்நிலையில் கல் ஒன்று விழுந்தால், அலைகள் மையத்திலிருந்து அகன்று வெளியே பரவு கின்றன. தூல உலகினுள் விசாலித்துவிடும் எழுத்து அந்த ரகமானது. வட்டம் கிழிக்க உதவும் கருவியை உப யோகிக்கும்போது, வட்டம் சுத்தமாக விழுவதிலிருந்து சறுக்கி விடாதபடிக்கு, அக்கருவியின் ஒருஊசிமுனை, மையத்தில் குத்தி நிற்கிறதல்லவா? வட்டத்தை மனித வியக்தியாகவும் அந்த வட்டத் துக்கே காரணமான மையப்புள்ளியை அக சொரூபமாகவும் கொள் வோம். இப்போது வெளிவட்டத்தோடேயே சுழன்று சுழன்று நடுமையத்தைத் தொடும்வரை ஒரு சுழல் கோடு (ஸ்பைரல்) வரைந் தால், அதுதான் மனப்பாதை. அக உலகம், வெளிவட்டத் துக்கும் மையப்புள்ளிக்கும் இடையே உள்ள வெளிடம்தான். உபநிஷத்துக்

கள் அந்த வெற்றிடத்தினூடே சுழல் பாதை பிடித்து, மையப் புள்ளியை அணுக முயன்றிக்கின்றன; ஆனால் அடையவில்லை. அதனாலேயே அவை போதனைத் தன்மை வாய்ந்த எழுத்தாக இல்லாமல், மனிதனைத் தூண்டிவிடும் இலக்கியங்களாக இருக் கின்றன; 'மேலே மேலே' என்ற ஏக்கத்தை அளிக்கின்றன. மையத்தை அடைந்துவிட்டால் அப்புறம் வார்த்தைகள் இருக்காது. அதை அடைந்தவர்கள், அந்த அநுபவம் பற்றிப் பேசியதில்லை. காரணம், அந்நிலையில் வார்த்தைகள் போன்ற பாவனைகள், குறியீடுகள் யாவும் உதிர்ந்து விடுகின்றன. ஆனால், அதை அடைந்து விட்டமாதிரி நடித்தும் பாவனை பண்ணியும் எழுதப்படுகிறவை, இலக்கியக் களத்தினுள்ளேயே அநுமதிக்கப்படுவதில்லை. அவை தான் போதனைத்தன்மை (டைடாக்டிக்) வாய்ந்தவையாகின் றன. அப்படி எழுதுவதுக்கு முக்கிய காரணம், வெளி வட்டத்தினுள் ளிருந்து உள்ளே செல்லும் மனப்பாதையிலேயே தங்கள் எழுத்தை அவர்கள் ஓட்டாதது தான். அவர்களுக்கு அந்த அக உலக அநுபவமே இல்லாததால்தான்; இருந்தால், அந்த அநுபவத்திற்கே உண்மையாக நடந்து கொள்வார்கள்.

இலக்கியத்தைப் பொறுத்தவரை, அந்த மைய சொரூபத்தை அடைவது முக்கியமும் அல்ல. ஏனெனில், அடைய முயன்றவனின் அநுபவ வெளியீடாக இலக்கியம் இருப்பதால், அவ்வநுபவமே அதில் முடிவானது. அதை வாசகன் உணர்வதே அக உலக இலக்கிய அநுபவம். எதிரே வாசகன் போகவேண்டும் என்ற கட்டாயமும் இல்லை. சொல்லப்பட்டது எதுவோ அதன் பூரணத் தன்மையே, அக உலகக் கலைஞனின் அநுபவத்தை நமக்குத் தருவதாகும். ஆனால், அவன் கலை உண்மையில், மேலே என்ற ஏக்கத்தையும் அளிப்பதுதான்.

இவற்றை உணர்பவர்கள், மௌனி தம்மை இடையில் கைவிட்டு விடுவதாகக் குற்றம் சாட்டமாட்டார்கள். தம்மை அவர் இட்டுச் செல்லும் பாதையில் நேரும் அநுபவங்களுக்கு ஈடுகொடுப்பதி லேயே திருப்திப் பட்டுக்கொள்வார்கள்; திராணி இருந்தால் மேலே போவார்கள்.

அக உலகத்தை உணர்ச்சி உலகத்தோடு குழப்பிவிடும் வாசகர்க ளும் இருக்கிறார்கள். லா.ச.ராமாமிருதம் தமது அகஉலக அநுப

வத்தை சலிப்பு வருமளவுக்குப் பேசிவிட்டார் என்று ஒருவர் குறிப் பிட்டபோது, அவர் லா.ச.ரா.வின் உணர்ச்சி அநுபவத்தைத்தான் தவறாகப் புரிந்து அப்படிச் சொன்னார். அகத்துறையில் களைப்புநேர இடமில்லை. உணர்ச்சிகள் ஒரேவித உக்கிரத்தோடு வெளியிடப் படும்போது, அந்தச் சலிப்பு லா.ச.ரா.விடத்தில் நேருகிறது. ஆனால், மனப் பாதையில் வாசகனை இட்டுச் செல்பவன், ஒரே அநுபவத்தைத் திருப்பித்திருப்பிச் சொன்னாலும் அதில் சலிப்பு வராது. ஏனெனில், அவனை அப்படித் திருப்பிச் சொல்ல வைப்பது, அதே அநுபவத்தின் இன்னொரு சாயலாகத்தான் இருக்கும். லா.ச.ரா.வைப் பொறுத்தவரை, அவரும் 'திருப்பிச்' சொல்வ தாலோ, அக உலகில் ஆழ்ந்துபோவதாலோ (ஆழ்ந்து போனால் புதிய அநுபவங்கள் அல்லவா நேரும்?) இந்தச் 'சலிப்பு' நேர்வ தில்லை; அவரது உஷ்ணம் ஏறிய உணர்ச்சி வெளியீட்டினால்தான். அதிலும், அவர் இப்போது அநுபவங்களைத் திருப்பிச் சொல்வ தையேவிட்டு, பழையஉணர்ச்சிகளையே திரும்பஎழுப்ப முயல் வது தெரிகிறது. அது சற்றுச் செயற்கை யான - தானே உணர்ச்சி தோற்றுவிக்கும் முறையாக - 'பிராயச்சித்தம்' போன்ற வெகு சமீபத்திய கதைகளில் தொனிக்கிறது. இதனால் அவரது இயல்பான உணர்ச்சிப்போக்குக்கூட, அத்தகைய எழுத்துக்களில் நலிவடை கிறது.

லா.ச.ரா.வின் உணர்ச்சிப் போக்குக்காக, அவர் அக உலகக்காரரர் என்பதல்ல. உணர்ச்சி மன இயக்கத்தின் விளைவு. லா.ச.ரா., தன் அவ்வளவு உணர்ச்சிக்கும் பின்னால், அந்த மன இயக்கத்தை நிழ லாட்டுகிறார். அந்த மனநிழல்களை உருவாக்குவதும் இயக்குவதும் தான் அவரது கலையாகும். உணர்ச்சிகள், அந்த மனச்சலனத்தின் வெளிவிளக்கங்கள் - அவ்வளவு தான்.

லா.ச.ரா.வின் பாத்திரங்கள், தேகமே உணர்ச்சி வடிவானவர் களாகத் தோன்றுவதுண்டு. உண்மையில், உணர்ச்சி அவர்களது பாஷைதான். இதன் மூலம்தான் தங்களை அவர்கள் வெளியிடு கிறார்கள். அக உலகப் பாத்திரங்களைப் பொறுத்த பொதுத்தன்மை அதுவா னாலும், அவரது பாத்திரங்களிடம் இந்த உணர்ச்சி வெளியீடு நிதானம் மீறி இருப்பதால், உணர்ச்சியே ஆக்கிரமிக்கும் அம்சமாகி விடுகிறது.

உணர்ச்சியையே இயக்கும் காரண நிலையமான அக இயக்கம், லா.ச.ரா.விடம் மிகவும் மங்கித் தெரிவது, இத்தகைய அபரிமித உணர்ச்சி வெளியீட்டால்தான். உணர்ச்சி, அவரது அக உலகின் மீது திரைவிழுத்தி விடுகிறது. எனினும், தூல தேகத்தாலும் தூல உல காலும் தூண்டப்படாத உணர்ச்சிகள் அவை என்பதை, எத்தகைய வாசகரும் உணர முடியும்.

மௌனியின் கதாபாத்திரங்களையாவது மனநோய் பிடித்தவர்கள் எனலாம். ஆனால், லா.ச.ராவின் பாத்திரங்களைப் பற்றித் திட்ட வட்டமாக அப்படி ஏதும் சொல்ல முடிவ தில்லை. அதனாலேயே அவர்களது மன இயக்கத்தின் சூட்சுமம் புலப்படவில்லை. அவர் கள், குடும்பத் தோடு தசையும் தோலுமாக ஒட்டியிருப்பவர்கள். ஆனால், பிறவியிலேயே ஒரு மனநிலையைப் பெற்றுவிடுகிற ார்கள். அது, விதியின் கைபோல் அவர்களை இட்டுச் செல்லுகிறது. தம்மைச் சௌக்கிய நிலைக்குக் கொண்டு போவதற்கு உரிய தூல மான சந்தர்ப்பங்களையும், அந்த விதிக் குக் கட்டுப்பட்டதால் தானோ என்னமோ உதறிவிடுகிறார்கள். 'புற்று', 'கொட்டுமேளம்' கதாநாயகர்கள் இதற்கு நல்ல உதாரண பாத்திரங்கள்.

அவரது பாத்திரங்களின் மனரகசியங்களைப் புரிந்துகொள்ள, நமக்குக் கிடைக்கும் திறவு கோல்கள் அவர்களது உணர்ச்சிகள்தான்; உணர்ச்சிகளின் ஆதிக்கத்தால் அவர்கள் திடீர் திடீர் என்று செய்யும் காரியங்கள்தான். அந்தத் திறவுகோல்கள் திறக்கும் கதவு களினூடே, கர்விகள் தெரிகிறார்கள். அடிமனத்தில், நினைவுமறந்த பருவங் களில் ஏற்பட்ட கீறல்களால் ஆனவை தானோ என்று சந்தேகிக் கத்தக்க முரட்டுச் சுபாவங்கள் தெரிகின்றன. அவரது பெண் பாத் திரங்க ளிடத்தில் அபரிமிதமான தாய்மை தெரிகிறது. ஆனால், அவரது பெண்கள் பலம் குன்றியவர்கள்.

குடும்பத்தோடு ஒட்டிய அக உலகம் அவருடையது. அங்கே, மன உந்துதலைத் தூண்டும் ஒரு சிறு அதைப்பு, அவரது பாத்திரங்களை இங்ஙனம் உண்டாக்கிவிடுகிறது. சாதாரண வாழ்வின் ஒரு சிறு நிகழ்ச்சியில் ஒருவன் கொள்ளும் உக்கிர மனநிலையை, அவர் தம் பாத்திரத்தின் வாழ்வுப்பாதை முழுதிலுமே தாராக உருக்கி ஊற்றி விடுகிறார். ஒரு பாத்திரத்தின் ஒரு கணமே, அதன் முழு வாழ்க்கை யுமாகிறது. அதை முழு வாழ்க்கையையும் உணர்ச்சியால் நிரப்பிக்

காட்டுகிறார். அதனாலேயே அவரது பாத்திரங்கள், அவரது பாஷை யிலேயே 'ஆச்சரிய மான கணங்கள் படைத்த'வர்களாகிறார்கள்.

ஒருகணத்தில் ஒருவனிடத்தில் தோன்றி மறையும் உணர்ச்சி அலையை நிறுத்தி, அவனது வாழ்க்கை முழுதையுமே அதே துடிப் பில் செலுத்துவது தான் லா.ச.ரா.வின் கலை ஆகிறது. அந்த ஒருகண உணர்ச்சி என்பது, அகத்துள் ஒரு பெரிய நிழலாகப் படிந்து விடு கிறது. வெளியே உணர்ச்சி தோன்றாத கணங்களிலும், அதன் நிழல் அகத்தே நிற்கிறது. ஆனால், உணர்ச்சி சொரூபம் பெறுவது அந்த மனநிழலிலிருந்துதான்.

லா.ச.ரா.வின் பாத்திரங்களின் மனநிலைகள், உணர்ச்சியைத் தாக்கி, உணர்ச்சியின் கைகளால்தான் தூல நிகழ்ச்சிகள் அமை கின்றன. ஆனால், அக உலக இயக்கம் உணர்ச்சியைக் காட்டிக் கொடுப்பதன் முன்பே தூல நிகழ்ச்சி நேருவதும் உண்டு. 'எமிலி கிரீர்ஸன்'னில், எமிலி தன் காதலனைக் கொன்று விட்டுப் பிணத்தோடு வாழ்ந்தாள் என்ற தூலநிகழ்ச்சி தெரிந்த பிறகுதான், அந்தக் காரியத்தின் காரணமான உணர்ச்சியும் எமிலியின் அக நடவடிக்கையின் விசித்திரமும் தெரியவருகின்றன. மௌனி யிடமோ, தூல உலகில் நிகழ்ச்சிகள் அதிகம் இல்லை. ஆனால், அவரது பாத்திரங்களும் ஏதோ அங்கங்கே செய்கிறார்கள். ஆனால், அவர்கள் காரியம் நிகழ்த்துவதைவிட அதிகம் உழன்றுவிட்டுப் போய் விடுகிறார்கள்.

மௌனிமட்டும்தான் மனஉலகின் தர்க்க முறைகளுக்கு முழுக்கக் முழுக்க கட்டுப் பட்டு எழுதுகிறார். இதனால், அகப்பார்வையின் சுத்தமான அர்த்தம் அவரைச் சாருகிறது. அவர், சாமான்யத் தூல நிகழ்ச்சிகளை ஒரேயடியாக அசட்டை செய்பவர்.

உதாரணமாக -

'பிரக்ஞை வெளியில்' சேகரும் சுசீலாவும் சந்திக்கும் விதம், அக உலக தர்க்கத்திற்கு மட்டுமே இணங்குகிறது. சுசீலா, தன் தோழி களோடு சேகரைப் பற்றிப் பேசிக்கொண் டிருக்கும்போது, சேகரும் தன் நண்பர் களோடு அவளைப்பற்றிப் பேசியபடி அணுகுகிறான். இருகோஷ்டியும் நெருங்கியபோது, திடீரென்று எல்லாரும் பேச்சை நிறுத்துகிறார்கள். அந்த மௌன வேளைதான் அறிமுகம் நேரும் வேளை. அந்த அறிமுகம், மௌனியின் பாத்திரங்களுக்குப்

போதும். பிறகு, ஹோட்டலில் சுசீலாவும் சேகரும் அந்த அறிமுகத் தைக் கொண்டே பேசிக்கொள்கிறார்கள். தூல உலகத் தர்க்கப்படி பார்த்தால்தான் இந்த அறிமுகம் போதாது. அந்தத் தர்க்கத்துக்கு மௌனி கட்டுப்படமாட்டார். ஏனெனில், அக உலகத்து இலக் கணப்படி, அந்த சூட்சுமமான மனமோதலே ஒரு பரிச்சயம் அளிப் பதுதான். இந்தத் தர்க்கத்துக்கு அவர் கட்டுப்படுவதாலேயே, தூல நிகழ்ச்சிகளுள் குறிப்பிடத் தேவையற்ற வற்றை அவர் ஒதுக்கி விடுகிறார். அப்படி ஒதுக்கப்பட்ட ஒரு நிகழ்ச்சிதான், ‘எங்கிருந்தோ வந்தான்’னில் கதை சொல்பவன், பத்மாவின் பேச்சு வார்த்தைகளை அறிந்ததைப் பற்றிய நிகழ்ச்சியும்.

மௌனி, குறியீடுகளை அங்கங்கே உபயோகப்படுத்துவதாலும் நிகழ்ச்சிகள் தேவையற்றுப் போகின்றன. லா.ச.ரா.வைப் படிப் பவர்கள், அவரது உணர்ச்சியிலேயே தேங்கிவிடச் சந்தர்ப்பங் கள். இருக்கின்றன. ஏனெனில், அக உலகால் தூண்டப்பட்டாலும், அவை தூல உலகினுள்ளேயே பரிணமிக்கின்றன; பாத்திரங்களின் காரியங்களாலும் இதர தூலத் தன்மைகளாலுமே அவை தெரிய வருகின்றன. எனவே அந்த உணர்ச்சி கள், வெளி உலகினுள்ளேயே லா.ச.ரா.வின் வாசகனை நிறுத்திவிடலாம்.

ஆனால் மௌனி, தூல உலகுக்கு உணர்ச்சியை இடம் மாற்றுவ தில்லை. குறியீடுகள் என்ற கொக்கிகள்தான், மன உணர்ச்சிகளை நோக்கி மனசினுள்ளேயே வாசகனை இழுப்பதுக்காக, வெளி உலகினுள் நீட்டி இருப்பவை. அந்தக் கொக்கிகளும் பாத்திரங் களும்தான் தூலமானவை. அவரது உணர்ச்சிகளோ, அவரது நாடகத் தின் மனத்திரைப் பின்னணியிலேயே நிகழ்கின்றன. தூல நிகழ்ச்சி கள் மூலமோ, காரியங்கள் மூலமோ, அவரது உணர்ச்சிகள் வெளி உலகுள் கக்கப் படுவதில்லை. ஆனால், தவிர்க்க முடியாத - ஒரு லேசான, தூலமான - காரியத்தை வெளியே வலையாக வீசி, வாசகனைப் பாத்திரத்தின் அகஉலகினுள் இழுக்கிறார். லா.ச.ரா. விலுள்ளது போல், அகஉலகிற்குக் குறுக்கே, தூலமான காரியங் களோ உணர்ச்சிகளோ மௌனியிடம் இல்லை. எதிரே வெளியிடம்; அதனூடே அக உலகம் என்ற மௌனி சமைத்த இருட்குகை. எனவே வாசகன், மௌனியை வெறும் தூலப் பார்வையாலேயே, அவரது தூல நடிவடிக்கைகளில் மட்டும் தேங்கி விடுவதாலேயே ரசிக்க முடியாது. மௌனியைச் சுலபத்தில் இரண்டாந்தர ரசனை

ஏற்றுக் கொள்ளச் சிரமப்படுவது அதனாலேயே. வெளி உலகினுள் வழிந்து விடாதபடி கவன மெடுத்து, மனதினுள்ளே அக இயக்கத்தோடு இணைத்து, அதன் களத்திலேயே உணர்ச்சியை இயக்குவது தான் மௌனியின் தனித்த சாதனை.

புதுமைப்பித்தனின் அக உலகம் இந்த அளவு ஆழ்ந்தது அல்ல. அவர் தூல உலகிலேயே நின்று, சி.சு.செ. சொன்னமாதிரி, 'அழுகல் பழங்களைச் சீவிக்கொண்டிருந்தவர்'. எனினும், 'சில்பியின் நரகம்', கதையில், சாத்தனின் வெளிமனத்துக்குத் தெரியாமல் அடிமனத்தில் ஒரு ஏக்கம் ஊறியிருந்து அவன் கனவில் வெளிப்படுதல், 'ஞானக்குகை'யில் சித்தபுருஷர் காட்டும் அன்னையை, மனைவி கருப்பாயியாகக் கண்ட குழந்தையின் ஆதித்தன்மையான (பிரிமிட்டிவ்) பாலுணர்ச்சி - இவை புதுமைப்பித்தனை, ஃபிராய்ட் சார்புள்ள சித்தாந்தங் களில் கதைகளை வகுத்தவர் என்றே காட்டுகின்றன. அவர், காதலையும் மனத்தோடு இணைத்துக் கௌரவிக்க வில்லை. அக உலகினுள் ஆழமாக வாசகனை இட்டுச் செல்ல அவருக்கு முடிவதும் இல்லை.

ஆனால் லா.ச.ரா., உடலைக் காரணமாக்கி மனதை இழைய விடும் பாத்திரங்களைப் படைத்தார். அவரிடத்தில் பாலுணர்ச்சி, காதலாக அக உலகுள் இட்டுக் செல்கிறது.

மௌனியோ பாலுணர்ச்சியையே உதறிவிட்டார். காதலுக்கு உடல் ரீதியாக அவர் அர்த்தம் கொடுக்கவில்லை; மனசினுள்ளேயே அதற்குப் பொருள் தேடுகிறார். இதுவரை அது கிடைக்கவில்லை. ஆனால், அவரது பாதையில் ஒரு நிச்சயம் தெரிகிறது; காதல் என்று ஏதும் இல்லை என்ற முடிவை நோக்கிப் போகும் பாதைதான் அது என்ற நிச்சயம். இந்த முடிவை நோக்கியா, அவரது பாத்திரங்கள் வாழ்க்கை முழுக்கத் தேடுகிறார்கள்?

ஆமாம், அவர்கள் தங்கள் நிழல்களையே அளக்கிறார்கள்.

மௌனியும் அளக்கிறார் - மனிதர்களின் நிழல்களை அல்ல; மனிதர்கள் என்ற நிழல்களைத் தான் - ''எவற்றின் நடமாடும் நிழல்கள் நாம்?'' என்றாரே அந்த நிழல்களை.

எழுத்து : 36, டிசம்பர் 1961.

9 பச்சைக்கனவு . மதிப்புரை

*ஜ*னனிக்கும் இதழ்களுக்கும் பிறகு, குறிப்பிடத்தக்க பக்குவ நிலை யிலேயே எழுதப்பட்ட பதினொரு ஆரம்பகால லா.ச.ரா. கதைகளின் தொகுதி *பச்சைக்கனவு*. தகவலுக்காக ஆரம்பகாலத் தவை என்று சொன்னாலும், கதைகளில் உணர்ச்சிவெளியீடு, 'கலைத்'தன்மை போன்ற அம்சங்களில் சோடை தெரியவில்லை. ஆசிரியரின் குடும்ப உலகம், இவற்றில் முன்நிச்சயத்தோடு உருவா கிறதைக் காணலாம். உணர்ச்சி வெளியீடும் அப்படித்தான். ஆனால், ஆசிரியரே முன்னுரை யில் சொன்னபடி, அங்கங்கே இக்கதைகள், தாம் 'கடிவாளம் மறுத்த ஆரம்ப காலச் சீற்றங்கள்' என்பதைக் காட்டிவிடுகின்றன; சில கதை களில் உருவம் சரியாக வராததைக் குறிப்பிட வேண்டும்.

இந்தப் பதினோரு கதைகளிலும், லா.ச.ரா.வின் உக்கிர உணர்ச்சி இழையோடுகிறது. 'அபூர்வராகம்' கதாநாயகியின் பாத்திர விவரிப் புக்கு, அவள் கடைசியில் பண்ணும் காரியம் பொருந்துகிறது; ஆனால், கதாநாயகனும் கதாநாயகியும் பிரிந்திருந்து கொண்டு, ஆளுக்கு ஆள் பொய்த்தந்தி கொடுப்பது விரஸமாயிருக்கிறது. லா.ச.ரா.வின் பாத் திரங்களிடத்தில், ஆளுக்கு ஆள் கர்வத்தோடு ஈடுகொடுக்கும் இயல்பு தான் இருக்கிறது. அந்த இயல்பில் ஓட்டை யாக, ஒரு அசட்டு அபி மானம் காட்டும் விதத்தில்தான் அந்த பொய்த்தந்தி விஷயம் வருகிறது. அதில் நிதானம் இல்லை. தலை மயிருக்குப் பதிலாக உயிரைக் கொடுக் கும் காரியம் பாத்திர இயல் போடு இணைவதால், அது உணர்ச்சி மேலேறிய நிலையிலேயே இயங்கும் நிதானத்தைக் காட்டுகிறது.

'பச்சைக்கனவு'வில்தான், ஆசிரியரின் பக்குவமான கதை சொல் லும் முறை (டெக்னிக்) நன்கு கைவந்திருக்கிறது. குருட்டுக் கதா நாயகனை அறிமுகப்படுத்தும் விதமும் வார்த்தை களில் தொற்றி

நினைவு எழுப்பி, அதன் மூலமே கதைசொல்வதும்தான் அந்தத் தனிமுறை. ஊமைச்சியின் சைகைப் பாஷையைக்கூட (காண முடியாத தால்) உணர முடியாத நிலை யில், குருடன் அவளோடு இழையும் கதைக்கரு சக்திவாய்ந்தது. 'அக உலகக் கலைஞர்கள்' களில் தரும சிவராமு, லா.ச.ரா. பற்றி, தூல உலகின் உணர்ச்சி வாயிலாகவே அகவாழ்வு வாழும் பாத்திரங்களைச் சிருஷ்டி செய்ப வர் என்று குறிப்பிட்டது இது பற்றியே. தூலமாக ஒருவரை ஒருவர் புரியமுடி யாமல், தேகத்தின் ரத்தத் துடிப்பையே பாஷையாக்கி, ஆளை ஆள் உணரமுயலும் அகவாழ்வுக்காரர்கள்தான் 'பச்சைக் கனவு'ப் பாத்திரங் கள். வாசகனுக்கு லா.ச.ரா., இந்த தனித் தன்மையாலேயே 'உள் அநுபவம்' என்ற மனக் கிளர்ச்சியை ஊட்டு கிறார்.

'தாக்ஷாயணி'யில் கதாநாயகியின் உணர்ச்சிப் போக்கு, உக்கிர உணர்ச்சியிலிருந்து அசட்டு உணர்ச்சிக்கு வழுக்கிவிடாமல், ஒரு எல்லைக்கோட்டில் கலைத்தன்மை பெறுவது குறிப்பிடத் தக்கது. லா.ச.ரா.வின் உணர்ச்சி வெளியீட்டில், அது சோதனைரீதியாகக் கையாளப்படும் கத்திவிளிம்பு நடைதான். இக்கதையும் குறிப்பிடத் தக்கது; இதிலும் 'பிளாஷ்பாக்' உத்தியோடி, உணர்ச்சியே பாஷை யாகக் கதை செல்கிறது. கதாநாயகனின் கர்வமும் அதில் கொடி போல் பட ரும் கதாநாயகியின் இயல்பான பெண்மையும், நடப்பு உலகத்தின் உணர்ச்சிகளுக்கும் மனநிலை களுக்கும் புது விளக்கம் தருகின்றன. அந்த விளக்கத்தை 'ஆத்ம இழைவு' என்று சொன்னால், மிகைக் கூற்றாகும் என்று பயப்படத் தேவையில்லை. ஏனெனில், மனித மனங்களைக் கருத்துக்களினாலன்றி உணர்ச்சி யாலேயே இணைக்கும் சக்தி, மனித வியக்தியின் ஆத்ம அடிப்படையில்தான் இயங்க முடி யும். ஆசிரியர், அதையே தம் கதைகளில் இயக்க முயல்கிறார்.

'பேசும்விரல்', மனக்களத்தினுள் ஆழ்ந்து ஓடாத தூலச் சித்திரம் தான். மனைவி ஞாபகத்தில் யாரோ ஒருத்தியிடம் தவறாக நடக்கத் தூண்டப்படும் நிலைக்கு, நினைவுப் படம் எழுச்சி யூட்டுவது இயல் பாகவே இருக்கிறது. பாத்திரங்கள் ஒழுங்காக இயங்கு கின்றன; லேசான கதை இது. 'சுமங்கல்யன்', பலதாரக்காரக் கிழவ னின் நினைவு ஓட்டத்திலேயே நின்று அவரைக் கிண்டல் பண்ணும் கதை. சமூகப் பார்வையிலிருந்து செய்யப்பட்ட கிண்டல் அல்ல;

அவரது வாழ்க்கைக்கு, உணர்ச்சியைப் பலிகொடுத்த பெண்களின் மனத்தவிப்பு பின்னணியில் நின்றும், அதை உணரமுடியாதவனைச் செய்யும் கிண்டல். லேசான பரிகாசம்தான் எனினும், கிழவரின் அசட்டு நினைவுகளும் அவரது மனைவிகளின் உணர்ச்சிப் பொருள் நிறைந்த தவிப்பும், அந்தக் கிண்டல் திரையின் பின்னால் மோதிக் கொள்ளுவது, ஆசிரியரது கட்டுப்படுத்தப்பட்ட உணர்ச்சி வெளியீட்டால் குரூரமாக மனதைத் தாக்குகிறது.

'மேகரேகை'யில் உருவம் கலைந்துவிடுகிறது. உச்ச ஏற்றம் நன்றாக இல்லை. முடிவு இயல்பாக நேராததால்தான் அக்குறை; கதையம்சமும் நன்றாகக் கையாளப்படாததால் லேசாகிவிடுகிறது. 'காட்சி' யிலும் முடிவு திருப்திதரவில்லை. உரமான கதையம்சம் இருந்தும், ஆசிரியர் ஏற்றிவந்த மனஅவசம், கதைமுடிவில் நிகழ்ச்சிரீதியாகவோ உணர்ச்சிரீதியாகவோ உச்சம்பெறவுமில்லை; திருப்பம் பெறவுமில்லை. சப்பையான முடிவு நேர்ந்திருக்கிறது. கதையின் பயானக ரஸம் நன்றாக இருக்கிறது. 'பாற்கடல்'லில் வரும் அந்த மூலக்கிரக அம்பாள் கிழவி, கதையின் குவிப்பில் நின்று நல்ல ரூபம் பெறு கிறாள். குடும்பத்தின் இதர பாத்திரங்களிலிருந்து அவள் வரை ஓடும் இழைக்கதிராக நடமாடும் 'அம்மா' உக்கிரமான பாத்திரம்; ஆனால், கணவனை இழந்த ஒரு பாத்திரத்தின் உணர்ச்சி அமைதியற்றுப் பிறக்கிறபோது, கதையின் உணர்ச்சி ஒருமை (யூனிட்டி ஆஃப் இமோஷன்) கெடுகிறது. அவரது சோகம் அமைதியானதாக இருந் திருக்கலாம். 'சாவித்ரி'யும் 'பாற்கடல்'லும் குடும்ப உலகின் அகண்ட சித்திரங்கள். அங்கே பாத்திரங்களின் மன மோதல்கள் அதிகம் இல்லை. 'அம்முலு' கதைப்பாத்திரம், மனக் களத்தைத் தொடுவது. அவளது ரகசிய உணர்ச்சி, அவளது கலகலப் பான உருவத்தை மீறியே நம்மைப் பாதிக்கவைக்கும்படி எழுதிய சாதனை குறிப்பிடத்தக்கது. 'மண்'ணில் வரும் கதாநாயகன், குரூர மாகவே கிராமத்தின் மீது 'பழி' வாங்குகிறான். 'மண்', சக்தி வாய்ந்த கதை.

மொத்தமாகப் பார்த்தால், *பச்சைக் கனவு* ஒரு வெற்றிகரமான சோதனைக் கதைத் தொகுப்பு. தமிழ்க் கதைக்குலத்திற்கு ஒரு அரிய சமர்ப்பணம் பச்சைக்கனவு.

எழுத்து : 37, ஜனவரி 1962.

10 மனத்துக்கு இனியவள் :
மதிப்புரை

கலைமகள் ஸ்தாபனத்தார் ஆண்டுதோறும் நடத்தும் நாராயண ஸ்வாமி ஐயர் நாவல் போட்டியில் பரிசு பெற்ற இந்த நாவலை எழுதிய குமாரி ஆர்.சூடாமணி, பல சிறுகதை களையும் சிறு நாவல்களையும், பல பத்திரிகைகளிலும் எழுதியிருக்கிறார். தமிழ்ப் பத்திரிகை வாசகர்களுக்கு, ஒரு ஏழெட்டு வருஷங்களாகவே பரிசயமாகிக் கொண்டிருக்கும் பெயர் அவருடையது. மனத்துக் கினியவள் என்பது அவருடைய முதல் முழுநீள நாவல் என்று எண்ணுகிறேன். மற்ற நாராயணசுவாமி ஐயர் பரிசு நாவல்களுக்கு இது ஒன்றும் மட்டமாக இல்லை என்று எடுத்த எடுப்பிலேயே சொல்லிவிடலாம்.

ஆனால், நாவலாக இதை மதிப்பிடும்போது ஆசிரியை அவ்வளவாக வெற்றி பெற்றிருப்பதாகச் சொல்லிவிட முடியாது. சாதாரணமாகத் தொடர்கதைகளாக எழுதப் பெற்ற - வாராவாரம் எழுதப் பெற்று, நூல் உருவம் பெறுகிற - நூல்களுக்குள்ள குறைகள் இதில் இல்லை என்பதும் குறிப்பிடப்படவேண்டிய விஷயம். மிகைப்பட எழுதியோ, திருப்பித் திருப்பி ஒரு விஷயத்தை வற்புறுத்தியோ எழுதாமல், கச்சிதமாக முழு உருவத்தையும் மனத்தில் வாங்கி ஆசிரியை நாவலாக எழுதியிருப்பதால், மொத்தத்தில் அது படிக்கும்படியாக இருக்கிறது என்று சொல்லலாம். மற்றபடி, தமிழ்த் தொடர் நாவல்களுக்குள்ள குணாதிசயங்கள் எல்லாம் இந்த நாவலுக்கும் இருக்கின்றன. அந்தோ பரிதாபம் என்று கிள்ளிவிட்டு அழவிடுகிற தோரணையில்தான் நாவல் அமைந்திருக்கிறது. விருவிருப்பாக இருக்க வேண்டும் என்கிற தொடக்கத்துடன், சம்பவங்கள் நம்ப முடியாத அளவுக்கு, அதிசயோக்தியான வகையில் உருவாகியிருக்கின்றன.

நோயின் காரணமாக (அது என்ன நோய் என்பது நாவலில் தெளிவு படுத்தப்படவில்லை) கால்கள் இரண்டும் பயனற்றுப்போன படித்த, பணக்கார மங்கை ஒருத்தி, படுத்த படுக்கை யாகவே தன் நாட்களைக் கடத்த வேண்டியதாக இருக்கிறது. ஆத்திரத்தி னாலும் பிறரிடம் உள்ள பொறாமையினாலும் அமைதி பெற முடியாத கதாநாயகி, பிறரிடம் அன்பு செலுத்துவதிலே அமைதி காண்கிறாள். இந்த அன்பு செலுத்து கிற காரணத்துக்காக, ஒரு குழந்தை வந்து - எழுதிய வீட்டுப் பாடத்தைக் காண்பிக்க உத்தரவுப்படிவந்து - மழையிலும் குளிரிலும் விரைத்து, உடல்நலம் கெட்டுக் கஷ்டப் படுகிறது என்று கதைத்திருப்பது அவ் வளவு உண்மையாக இல்லை. அதன் விளைவுகள் பிரமாதப்படுத்தப் பட்டிருப்பதும், நாவலுக்குத் தேவை என்று சொல்லலாமே தவிர, கலைக்குத் தேவை யில்லை. மகாலட்சுமியின் உள்ளத்தில் அன்பு சுரப்பதை எதிர்மறை யான விஷயங்களைக் கொண்டு சொல்வதற்குப் பதில், நேர் விஷ யங்களாலே சொல்லி அமைத்திருந்தால் வலுவாக இருந்திருக்கும்.

ஆனால், ஆசிரியை செய்யாததைச் சொல்லிப் பலனில்லை. அவருக் குப் பதில் நாமா நாவல் எழுத உட்காருவது? எழுதியுள்ள வரையில் மனோதத்துவ அடிப்படை, நோய்வாய்ப் பட்டவள் மனம் இப்படித்தான் இருக்குமோ என்று குத்துமதிப்பாக சொல்ல வந் திருக் கிறதே தவிர, கலை ரீதியாக இது தப்ப முடியாது என்றோ அல்லது விஞ்ஞானரீதியாக இருப்பதுதான் என்று அடித்துச்சொல் கிற அள விலோ வரவில்லை. கதைப் போக்கிலே, வெறுப்பும் கசப்பும் மாறி அன்பும் இனிமை யும் வருவது என்று காட்டுவது, நாவலுக்கு ஒரு கட்டுக் கோப்பையும் இயக்கத்தையும் தருகிறது. அந்த அளவில் திருப்திப்படலாம்.

வழுக்கி விழுந்துவிட்ட ஒரு ஸ்திரீக்கு, அடைக்கலம் தந்து வீட்டில் வைத்துக் கொண்டிருப் பதற்காக, யாருடைய தூண்டுதலின் பேரிலோ, ஒரு கிராமமே திரண்டு எழுந்து புரட்சி செய்வதாக விவரித்திருப்பது, குமாரி சூடாமணியையும் வை.மு.கோதை நாயகி அம்மாள் மரபில் எழுதுகிறவராகச் சேர்த்து விடுகிறது. 1961-ல் சென்னையில் வாழ்ந்து வருகிற ஒரு உள்ளம்தான், உண்மையோடு ஒட்டாத இந்த அளவுக்குக் கற்பனை செய்யமுடியும். அந்தக் காட்சி கள், நாவலைப் பற்றிய வரையில் மிகவும் அனாவசியம். அவை யில்லாமலே நாவலுக்கு ஒரு கட்டுக் கோப்பு இருந்திருக்கும்.

நாவலில் சம்பாஷணைகள் சரிவர உருப்பெறவில்லை. குணச் சித்திரங்களில், ஒன்றிரண்டு சில்லரைப் பாத்திரங்களைத் தவிர மற்றதெல்லாமே லேசான நிழல் உருவங்களாகவே தெரிகின்றன. அத்தையை உருவாக்குவது, எல்லோருக்குமே எளிதாக வந்துவிடு கிற பிரியம். கதாநாயகன், வில்லன் இரண்டு போக்குகளையும் தாங்குகிற பையன் சரியாக உருவாகவில்லை. அநாதையாக வந்து அண்டிப் பிழைக்கத் துணிந்த பாத்திரமும் ஓரிரு சிறுவர்கள் உருவ மும், சற்று அழுத்தமாக வந்திருப்பதாகச் சொல்லலாம்.

நாவலின் முடிவும், தவிர்க்க முடியாத முடிவாகவோ அல்லது கலா பூர்வமாக உருவாகி யிருப்பதாகவோ சொல்லமுடியாது. தகப்பனின் அன்புக்கு ஏங்கும் பெண், அந்த அன்புக்குப் பாத்திர மாகிவிடுகிறாள் என்று முடிப்பதற்கு முன், அந்தத் தகப்பனை மிகவும் திறமையுடன் உருவாக்கியிருக்க வேண்டும். மகாலட் சுமியின் தகப்பனார் எந்த அளவிலும் சரிவர உருவாகி யிருப்பதாகச் சொல்ல முடியாது.

மொத்தத்தில், குமாரி சூடாமணியின் நாவலைப் படிக்கமுடி கிறது என்பதனாலும், ஓரளவு எழுதும் திறமை இருக்கிறது என்ப தனாலும், இந்த ஆசிரியையால் நல்ல நூல்கள் சிலவேனும் எழுத முடியும் என்று எண்ண வேண்டியதாக இருக்கிறது. ஆனால் அப்படி அவர் எழுதுவதற்கு முன், தமிழ்ப் பத்திரிகை உலகப் பிரசுரத் தேவை களை மறந்துவிட்டு எழுதப் பயிற்சி வேண்டும். பத்திரிகை தேவை களை மட்டும் மனத்தில் கொண்டு எழுதப்படும் நாவல்களில், சிறந்தவை யும் இப்படித்தான் இருக்கும் - இதற்குமேல் தரங் காணமுடியாது என்பதற்கு, குமாரி சூடாமணியின் *மனத்துக்கினி யவள்* என்கிற நாவல் ஒரு நல்ல உதாரணமாகும்.

எழுத்து : 37, ஜனவரி 1962.

11   தேசிய இலக்கியம்

பொதுவாக, கலைத்துறையே மனிதனின் இதயத்திலிருந்து பூப்பதுதான். அறிவு, தாக்கத்தின் பாதையில், மூளையிலிருந்து பிறக்கிறது. அறிவுத் துறை எதிலும், எத்தகைய மனநிலை உள்ள வனும், தர்க்கமுறையைச் சரியாகக் கையாளும்போது, வெற்றி பெறமுடியும். கலைத்துறையில், ஒரு குறிப்பிட்ட வித மனநிலை தேவை. கலை, உணர்ச்சிப் பாதையிற் செல்வது. ஆகவே ஒருவன், உணர்ச்சிகளை மதித்து அவற்றுக்கு ஈடுகொடுக்கும் மனநிலை பெற்றவனாக இருக்க வேண்டும். அப்போது தான் கலை சாத்தியம்.

உணர்ச்சி மூலம் கலை அணுகப்படுவதால்தான், 'பொய்'யான கலைஞர்கள் கண்டுபிடிக்கப் பட்டு விசிறி விடப்படுகிறார்கள். இந்தப் 'பொய்'க் கலைஞர்கள், செயற்கையான உணர்ச்சியில் கட்டிடம் எழுப்பு பவர்கள். கலைத்துறையில், போலி உணர்ச்சி ஆபாசம் என்று கருதப் படுவது. ஏனெனில், அத்தகைய எழுத்து, ரசனைக்கு வேதனைதான் தரும். ஆனால், 'உண்மை'யான கலைஞன் எவ்வளவு உக்கிரமாக உணர்ச்சியை வெளியிட்டாலும் அது அருவருப்புத் தராது. ஏனெனில், அவன் தனது இயல்பான உணர்ச்சியைச்சொல்கிறான்.

கலைக்கு இயல்பாகத் தோன்றும் உணர்ச்சிதான் முக்கியம்.

இந்த இயல்பிலும் சுய உணர்ச்சியைக் கௌரவிக்கும் மனநிலை யிலும் ஒரு எழுத் தாளன் வேர் விட்டிருக்கும்போது, அவன் தன் தேசத்துக்கும் தன் சமூகத்துக்கும், தன் சுய இயல்பின் மூலமும் தன் சுய உணர்ச்சியின் மூலமும்தான் மதிப்பளிக்கிறான். அவனால் தன் பார்வைக்குத் துரோகம் செய்யமுடியாது. தன்னைத்தானே ஏமாற்ற முடியாததால், தன்னைச் சூழ்ந்துள்ளது எதுவோ, தன் அனுபவத் தைத் தூண்டியது எதுவோ, அதைத்தான் சொல்கிறான். அவனது எழுத்தில், தனது தனி மனிதப் பார்வை என்ற சாளரத்தின் மூலம்

தெரியும் வெளிநடப்புத்தான் இலக்கிய மாகிறது. 'தனது' எனும் போது, அவன் என்னென் னத்தால் எல்லாம் பாதிக்கப்பட்டானோ, அவைகளின் நிழல்களும் அந்தத் 'தனது' என்ற சொரூபத்தில் படிந்திருக்கும். அவனை அவனது சூழலும் தேசமும் பாதிப்பவை. எனவே, எந்தச் சுத்தமான கலைஞனும் தன் தேசிய இயல்பின் தன்மைகளை, தான் எழுதுமுன்பே தன்னுள் உறிஞ்சிக் கொண்டவன். உலகின் எல்லா 'நல்ல' எழுத்துக்களிலுமிருந்து இது தெரிய வருவதுதான். ஆகவே, இலக்கியத்தில் தேசியம் என்பதுக்கு, இதை மீறி ஒரு விஷேசமான அர்த்தம் இல்லை.

கலைத்தன்மையற்றவர்கள், அமெரிக்க இலக்கியத்தின் சிசுப் பருவத் தில், வானம்பாடி களைப் பற்றிக் கவிதை எழுதினார்கள். ஆனால், இலக்கிய விழிப்பு ஏற்பட்ட பிறகுதான் - வானம்பாடி அமெரிக்காவில் இல்லையே; அமெரிக்கர்கள் முன்பு வாழ்ந்த இடத்து ஐரோப்பியப் பறவை யாயிற்றே எனக் கண்டு - ஒரு விமர்சகர் கிண்டலாக, ''இனிமேல் வானம்பாடி வேண்டாம்'' என்றார். இலங்கைத் தமிழிலக்கித்தைப் பொறுத்தவரை நேர்ந்திருப்பது அத்தகைய விழிப்புத்தான். ஆகவே, இலக்கியத்தில் தேசியம் என்பது இலக்கிய அக்கறையோடு இங்கு கவனிக்கத்தக்கது. அது சுயத் தன்மைக்கு ஒருவன் கௌரவம் கொடுப்பதற்கும் இலக்கிய பிரசவத்துக்கும் உள்ள பிணைப்பை உணர்ந்து கொண்டதன் அறிகுறி.

கலா ரசனையின் விளைவுதான் இந்த அறிகுறி. எழுதுபவன் தனக்கு உண்மையாக நடந்துகொள்வதன் மூலம், தன் சூழலையும் உணர்த்து கிறான். சூழலுக்கு இன்னொரு பெயர் வடிவாகத்தான், தேசியம் என்ற சொல் இலக்கியத்துறையில் புழங்கமுடியும். இலக்கிய ரீதியான அர்த் தத்தை மீறிய ஒரு பிரயோகமாக அச்சொல் விழும்பட்சத்தில், அந்தப் பிரயோகம் கலா ரசனையின் அறிகுறி யாகாது; இலக்கியப் புறம்பான அக்கறைகளின் அறிகுறியாகி விடும்.

தேசியம் எனும்போது, தேசத்தின் தூலத் தன்மைகளைப் பொருள் கொள்ளக்கூடாது. தூலமாக மவுண்ட் ரோட்டையும் சென்னைச் கொச்சைத் தமிழையும் திணித்து எழுதப்படும், தென்னகத்து எழுத்து எல்லாமே இலக்கிய மவுசு பெறவில்லையே! ஒரு தேசத்தின் தெருக்கள், சரித்திர, அரசியல் நிகழ்ச்சிகள், பிரச்னைகள், கொச்சை

போன்ற தூலத் தன்மைகளின் முத்திரையைப் பதித்து விட்டால், எழுதப்பட்டது இலக்கியமாகி விடாது. ஒரு தேசம், இந்தக் குறுகிய எல்லைகளை மீறி, வேறு ஒரு பரிமாணத்தைத்தான் இலக்கியத்தில் இடம்பெறுகிறது. சரித்திர நூல்களிலும் செய்தித்தாள்களிலும் நாம் அறியவரும் தேசத்துக்கும் இலக்கியத்தில் எழும் அதே தேசத்துக்கும் இடையில் வித்தியாசம் இருப்பது இதனாலேயே.

சரித்திர, அரசியல் நிகழ்ச்சிகளும் பிரச்னைகளும் ஒரு கலைஞனைப் பாதித்தால்தான், அவனது எழுத்தில் இடம்பெறும். தன் இயல்போடு ஒரு கலைஞன் இயைந்து எழுதுவதாலேயே கலை பிறக்கிறது; ஆகவே தன் மனநிலைகளைத் தூண்டாதவற்றைப்பற்றி இலக்கியாசிரியன் எழுதமாட்டான். பெரும்பாலான மக்களைப் பாதிக்கும் அவ்வப்போதைய நிகழ்ச்சிகள், அவனையும் பாதிக்கத்தான் வேண்டும் என்ற அவசியம் இல்லை. இந்தியா தேசிய விடுதலைக் காகக் கொந்தளித்து ஓடிக்கொண்டிருக்கையிலேயே எழுதிய புதுமைப்பித்தனை, அந்த உடன்கால ஓட்டம் கவரவில்லை. ஆனால், தேசிய அரசியலைப் பின்னணியாக்கி எழுதப்பட்டவற்றைவிட, புதுமைப்பித்தனின் எழுத்து கலையம்சம் நிரம்பினதாய் இருக்கிறது. எனவே, கலையியலைச் சாதிப்பதற்குத் தேசத்தின் தூலமான தன்மைகள் அவசியமில்லை.

கொச்சை என்பது, ஒரு தேசத்தின் பாஷைகளுள் ஒன்றுக்கு உரியது. ஒரு மொழியில் எழுதப்பட்ட இலக்கியம் இன்னொன்றுக்கு மொழிபெயர்க்கப்படும்போது, கொச்சை அறுத்தெறியப்படுகிறது. அப்போதும், நாம் அந்தக் கொச்சையும் அந்தப் பாஷையும் உள்ள நாட்டை, இன்னொரு மொழி மூலம் இலக்கிய அநுபவத்தில் உணர்கிறோம். ஆகவே, கொச்சை ஒரு தவிர்க்க முடியாத தேசிய முத்திரை அல்ல.

ஒரு சுத்தமான கலைஞன், தன் நாட்டின் பெயரையேக் குறிப்பிடாமல் தன் நாட்டைப் பற்றிச் சொல்லக் கூடியவன். நாட்டைப் 'பற்றி' என்பது தவறு. நாடே அவனது விளைநிலம். ஆகவே நாட்டின் தன்மை அவனில் ஏறியிருக்கும். அவன் தன்னைப் பற்றிச் சொல்லும் போதுதான், அவனிலிருந்தே அவன் புரண்ட மண்ணின் வாசம் அடிக்கிறது. அதுதான் இலக்கிய அர்த்தத்தில் தேசியம்.

தேசத்தின் சரித்திர, அரசியல், பொருளாதார பிரச்னைகளை

அவன் கையாளுவதுதான் தேசியம் என்றால், இலக்கியத்துறை யோடு அது பொருந்தாது. கலைஞனின் உணர்ச்சி இயல்பை விட்டு, அவன் கையாளும் விஷயத்தின் மூலம் அவனது அறிவு இயல்பை அணுகும் பார்வை அது. இருள் - ஒளி, பசி - நிறைவு, வீழ்ச்சி - வாழ்வு, மரணம் - உதயம் என்று முரண்படுகிற வாழ்வின் எல்லாத் தன்மைகளும், உணர்ச்சி வடிவாகத்தான் அவனை மோதும். அது வும், அந்தந்த உணர்ச்சிகளுக்கு அவன் மனம் இயைந்தால்தான், இலக்கியமாக அவை மலர முடியும். அவனது எழுத்தில், ஒரு சரித்திரப் பின்னணியில் ஓர் உணர்ச்சி நாடகம் நிகழும்போது, நாம் அந்த நாடக இயக்கத்தை மறந்து, கதையின் பின்னணியான சரித்திர நிகழ்ச்சியில் பார்வையைச் செலுத்துவது ரசனையாகாது. கதை முடிந்த பிறகும், 'பிறகு ஐரிஷ்காரன் இங்கிலீஷ்காரனை விரட்டி விட்டானா என்பதை ஆசிரியன் கதையில் காட்ட வில்லையே?' என்று கவலைப்படுபவன், இலக்கிய மாணவன் அல்ல; அவன் அரசியல்காரன். அதேபோலத்தான், நாட்டின் அரசியல், பொருளா தாரப் பிரச்னைகளுக்கும் கலைஞனிடம் முடிவு கேட்பவன், கலா ரசிகனல்ல. கலைஞன், பிரச்னைகளுக்கு முடிவு சொல்ல வந்த வனல்ல. அவன், பாவம் தன் உணர்ச்சியை வெளியிடு வதுக்கு வந்தவன். உணர்ச்சி வெளியானதும் அவனது காரியம் முடிந்து விடுகிறது.

கதையில் வரும் பாத்திரங்களும் ரசனை ரீதியாகத்தான் கவனிக்கப் பட வேண்டும். ஏனெனில், அவர்கள் கலைஞனது உணர்ச்சிகளின் நிழல்கள். அவர்களது நிழலாட்டம் கலைஞனது இதயத்தில் நிகழ் வது. ஆகவே, அறிவுப் போக்காக அந்தப் பாத்திரங்கள் இயக்க வேண்டும் என்று ரசிகன் எதிர்பார்ப்பதில்லை. சமூகத்து அறிவுத் துறைகளின் எத்தகைய உயர் நிலையிலிருந் தாலும், இலக்கியப் படைப்பில் அவர்களது சொரூபம் அவர்களது உணர்ச்சிகள்தான். அறிவுப்போக்காகப் பாத்திரங்கள் பிரச்னைகளுக்கு முடிவு சொல்ல வரும்போது, உணர்ச்சியை ஏமாற்றி விடுகிறார்கள். அப்போது, இலக்கியத்தைப் பொறுத்தவரை அவர்கள் பிணங்கள். அத்தகைய பாத்திரங்களின் வாய்களிலிருந்து பிடுங்கப்படு பவை அறிவுத்துறை எதுக்கும் பலன் அளிக்குமானால், எழுதப்பட்டது அறிவுப் பொரு ளாகக் கௌரவம் பெறக்கூடும். ஆனால் உணர்ச்சியை ஏமாற்றும் எந்த எழுத்தும் இலக்கியமாக முடியாது.

கலைஞன், வாழ்க்கை என்ற உடலின் நரம்பு நிலையமாக இயங்குகிறான். அவனது வேலை உணர்வது - அவ்வளவுதான்.

தேசியத் தன்மை எனும் போதும், தேசம் தன் தன்மைகளால் அவனுக்கு ஊட்டும் எழுச்சிகள்தான் குறிப்பிடப்படுகின்றன. அந்த எழுச்சிகளை, அறிவு வாயிலாக இல்லாமல் உணர்ச்சி வாயிலாகவே பெறுகிறான். இந்த எழுச்சிகளை, ஒரு தேசத்தின் தூலத்தன்மை களான அரசியல், சரித்திரம், பொருளாதாரம், தெருக்கள், கொச்சை போன்றவை அவனுக்கு ஊட்டுவ தில்லை. இவற்றால் பாதிக்கப் பட்ட மனித இதயமே, அவனது கலையில் எதிரொலிக்கிறது. மனித இதயம் உலகெங்கும் இயங்குவது. ஆகவே, தேசிய பாதிப்புப் பெற்றிருந்தும், அவனது பாத்திரங்கள் இதயம் துடிக்கும் உணர்ச்சி வடிவங்களாக இருப்பதால், கலைஞனும் உலகப் பொதுவான வனாகிறான். இலக்கியத்தைப் பொறுத்த வரை, தேசவாழ்க்கையும் சமூக வாழ்க்கையும் குடும்பவாழ்க்கையும், வேறு வேறான வாழ்க் கைகள் அல்ல. ஏனென்றால், அவையாவுமே மனித இதயத்தில் நிகழ்கிறவைதான். தேசத்திலிருந்து தனிமனிதன் வரை குவியும் பாதையில், உணர்ச்சி என்கிற ஒரு ஒற்றுமையைக் காண்கிறவன்தான் கலைஞன். அவன் குடும் பத்தின் மூலையில், நம்பிக்கை என்கிற குத்துவிளக்குச் சுடரையும் அதன் கீழேயே விழும் அவநம்பிக் கையின் நிழலையும் பார்ப்பதன் மூலம், தன் தேசத்து ஒளியையும் இருளையும் மனிதன் என்ற பார்வையில், உலகு மீதே, ஒருபுறம் எரியும் ஒளியையும் மறுபுறம் அப்பிய இருளையும் தீட்டி விடு வான். அவனது மனம் எவ்வளவுக்கு எவ்வளவு தன் சுயத்தன்மையை உணர்கிறதோ, அவ்வளவுக்கு அவனது இதயச் சாளரம் தெளிவடை யும். இதர சக்திகளின் சந்நிதானத்தில், கலைஞன் தன் மனது இணங் காமல் பலியாகத் தலைகுனியும்போது, இதயம் நின்றுவிடும். இதய உணர்ச்சியில் இயங்கும் கலையியல் அங்கே உயிர் சிந்தி வீழும்.

மரகதம், ஜனவரி '1962

12 இருமை வாழ்வு :

'சித்தி' - ஆய்வு

மோதல்தான் படைப்புக்கே ருசியூட்டுகிறது எனலாம். பலநிலைகளில் இந்த மோதல் எங்குமே நடந்துகொண்டுதான் இருக்கிறது. மோதல் (கான்ஃபிளிக்ட்)தான் படைப்புக்கே ஆதாரம். அறிந்தோ அறியாமலோ, நல்ல படைப்பாளிகள் தம் உலகுகளுள் ஏற்பட்ட மோதல்களின் அதிர்ச்சிகளையே கலையுருவங்களாகப் பதிவு செய்திருக்கிறார்கள். அத்தகைய பதிவுகளுள், 'சித்தி' என்ற புதுமைப் பித்தன் சிறுகதையும் ஒன்று.

'சித்தி'யில் புதுமைப்பித்தன், இரண்டு உலகுகளை மோதிக் காட்டு வதைவிட, அந்த உலகுகளைச் சித்திரிப்பதில்தான் நல்ல சாதனை காட்டி இருக்கிறார். அந்த இரண்டு தனித்தனி உலகுகளும், ஒன்றுக் கொன்று எதிரிடை (கான்ட்ராஸ்ட்) காட்டி இயங்கு கின்றன. ஒன்று லோகாயதமான சமூக உலகு; மற்றது தனிமனிதனின் விசார உலகு - அதை ஆத்மார்த்த உலகு என்றும் சொல்லலாம். இரண்டும் தம் தம் இச்சைகளோடு இயங்கியபடி, செண்பகராமன் என்ற மைய பாத் திரத்தை வட்டமிட்டு மோதுவதுதான், 'சித்தி'யில் உச்ச ஏற்ற மாக இருக்கிறது. ஆனால், அந்த மோதல் கதையின் கலையுருவத் துக்கு ஏற்ற உச்சகட்டமாக இருக்கையிலும், அதிர்ச்சி தரும் மோத லாக இல்லை. இந்த இரண்டு உலகுகளுள் ஒன்று உதிக்கும் வேளை யில், மற்றது தானே அஸ்தமித்து விடுகிறது எனவேண்டும்.

புதுமைப்பித்தனின் கதையுலக அமைப்பே பொதுவாக லோகா யதமானது தான். அவர் கதை சொல்லும் விதம் அந்த அமைப்புக்கு உறுதி கொடுக்கிறது. ஒரு கதைக்கருவின் முழுசக்தியையும் வெளிக் கொண ருவதுக்கு ஏற்றவாறாக, கதைசொல்லும் விதத்திற்கு ஏற்ற பரிமாணத்தைப் பெறுகிறது. ஒரே கருவை இருவர் கையாண்டா லும், சொல்லும் விதத்திற்கேற்பக் கருவின் பரிமாணங்கள் வேறு படக் காணலாம். புதுமைப் பித்தனின் இயல்பான கதை சொல்லும்

முறை 'சித்தி'யில் கையாளப்பட்டு, கதையம்சத்துக்கு ஏற்ற பரி மாணத்தைத் திரட்டி யிருக்கிறது.

அவரது கதையுலகு, சமூகஉலகு. அவர் சமூகத்தின் கண்கள் மூலம் ஒரு தனிமனி தனின் வாழ்க்கையைப் பார்க்கிறவர். இங்கே சமூகத் தின் கண்கள் என்ற பிரயோகத்துக்கு, நமது அர்த்தத்தை உணர்ந்து கொள்ள வேண்டும். சமூகம் இங்கே ஒரு தனி மனிதனைப் பொறுத்த வரை கொள்ளும் அக்கறை அளவில்தான், அதன் 'பார்வை' குறிப் பிடப்படுகிறது. பொதுவான அர்த்தத்தில், சமூகப்பார்வை என்பது சமூகம் தனிமனிதனின் நடவடிக்கை களுக்கு ஏற்றும் மதிப்பைக் குறிக்கும். அந்தப் பொதுவான அர்த்தத்தில், புதுமைப் பித்தனின் பார்வைக்கும் சமூகப் பார்வைக்கும் எவ்வித ஒற்றுமையும் கிடை யாது. மனித நடவடிக்கைகளுக்குச் சமூகம் கொடுக்கிற அந்தஸ்தின் அடிப்படை, சட்ட ரீதியானதாக இருக்கலாம். புதுமைப்பித்தன் கொடுக்கும் அந்தஸ்து உணர்ச்சி ரீதியானது. சமூகத்தின் அந்தச் சட்டப்பார்வை மனிதனின் உணர்ச்சியைப்பாதிக்கும் இடம்தான், சமூகத்தின் தாக்குதலுக்கு உட்பட்ட மனிதனோடு அவரை இணைத்து விடுகிறது. அந்நிலையிலும், புதுமைப்பித்தன் வீழ்த்தப் பட்ட மனிதனை அசட்டு அபிமானத்தோடு வருடிவிடவில்லை. அவனது வீழ்ச்சிக்கு அவனையே திட்டுவதன் மூலம் மறைமுக மாகச் சமூகத் தைக் குத்துகிறார். இது அவரது பொது இயல்பு.

புதுமைப்பித்தனுக்கும் சமூகத்துக்கும் இடையே உள்ள இந்த உறவு 'சித்தி'யில் எழும்பவில்லை, அவர், சமூகம் தன் உள் உறுப் பான தனிமனிதன் விஷயத்தில் எவ்வளவு 'தூரத்து அக்கறை' காட்டு கிறதோ, அந்தவித உறவே காட்டி இங்கே பேசுகிறார். இதைப் பச்சையாகச் சொன்னால், ஒருவனைப் பற்றிய ஊர்ப்பேச்சுக் களின் தகவல் கோவையே, புதுமைப் பித்தனின் இயல்பான கதை சொல்லும் விதம் எனலாம். இதற்கு 'சித்தி'யைவிடச் சிறந்த உதாரணங்கள் இருக் கின்றனதான். எனினும், 'சித்தி' அவற்றுள் ஓங்கி நிற்கிறது - வேறு விதக் கலையம்சங் களுக்காக.

சமூகத்தின் கண்களினூடாகப் பார்த்துச் சேகரித்த தகவல்களை, வம்பளக்கும் பாணியில் புதுமைப்பித்தன் தந்துவிடவில்லை. அந் தத் தகவல்களை எழுத்துருவ மாக்குகையில், தன் சிந்தனைச் சக்தி யினால் சமூகத்தின் தொகைக்குரல் புதுமைப் பித்தனூடே புறப்படும் போது, மனிதப் போக்குகள் 'எந்த கதியில், நியதியில்' செல்லு

கின்றன என விஸ்தரித்துச்செல்லும் அவரது சிந்தனை முத்திரை களினால், புதுமைப்பித்தனின் தனிக் குரலாகவே ஒலித்துக்கொண் டிருக்கிறது. அந்தத் தனிக்குரல், மனிதனோடு பாந்தவ்ய உறவு கொண்டு பேச வில்லை; எட்ட நின்றே கதைக்கிறது. மனிதனின் உணர்ச்சிக்கும், ரத்தத்தொடர்புள்ளதுடிப்போடு கௌரவம் கொடுக்க வில்லை. அதற்கும் அவர், சமூகப் பார்வையையே தனக்கு ஜன்ன லாகத் திறந்து வைத்துக் கொண்டார் - தனிமனிதனுக்கும் சமூகத் துக்கும் உள்ள, தொட்டும் தொடாத உறவோடேயே அவன் வளர்ச்சி யையும் பார்க்கிறார்.

செண்பகராமனாகவும் சாந்தலிங்கமாகவும் ஒரே பாத்திரம் வாழ்ந்து காட்டும் இரண்டு உலகுகளுள், செண்பகராமனின் உலகம் கிராம சமூகம். அது, தன் ஒவ்வொரு மனிதத் திவலையோடும் தொடர்பை உணர்ந்திருப்பது. நமது உள்ளூர் வாழ்வே அதுதானே? ஒரு மனிதனின் வாழ்க்கை நிகழ்ச்சிகள், ஊர்வாய்க்கு அவல்பிடியாக விழுகிற வாழ்வு! புதுமைப் பித்தன், செண்பக ராமன் பிள்ளை எந்த உலகைத் துறந்து போனாரோ, அந்த உலகினுள் நின்று 'சித்தி' கதை நிகழ்ச்சிகளைச் சொல்லும்போது, இந்த 'ஊர்வாய்' மூலம்தான் பேசுகிறார். இதுதான், சாந்தலிங்கச் சாமியாராகிவிட்ட செண்பக ராமனின் தனிமனித விசார உலகுக்கு எதிரிடை காட்டும் லோகாயத உலகின் பரிமாணத்தை, நன்கு திரட்ட உதவிய கதைசொல்லும் முறையாக வந்திருக்கிறது. அந்த லோகாயத உலகு, ஒரே பாத்திரத் தின் காரியம், நினைப்பு என்பவற்றோடு மட்டும் ஒட்டிக்கொண்டு எழும்பவில்லை. சித்திரை அம்மாள், நல்லசிவம் பிள்ளை, ஆனை யப்பபிள்ளை, மீனாட்சி யம்மை போன்ற பாத்திரங்களின் நினைவு ஓட்டங்கள்கூட, அவர்கள் இயங்கும் 'சித்தி' கதைப் பகுதிக்குள் இல்லை. அவர்களது நடத்தை கள்தான் எட்ட நின்று பார்க்கப் படுகின்றன - தொட்டும் தொடாமலும். அந்தப் பார்வையும் கதைப் பகுதியில், ஒரு ஊரின் திண்ணைப் பேச்சுக் குரலின் குழப்பமாகவே எழுத்துருவம் பெற்றிருக்கிறது. இதனால், செண்பகராமன் பிள்ளை செய்த அந்தக் காரியமே, ஒரு கிராம இதிகாச மாக 'ஊரில் சுழித்துக் கொண்டு எதிரொலிக்கும்' நாடகமாகிறது. அவரது தனி வாழ்க்கை யின் இந்த அங்கம், சமூகத்தின் மார்பிலேயே எதிரொலிக்கிறது. செண்பகராமனின் உலகு, அந்த எதிரொலிகளா லேயே நிரம்பி வழிகிறது; அடுத்த உலகு சாந்தலிங்கத்தினுடையது.

புற உலகினுள் மனிதனின் யாத்திரை நின்று, குறுக்குவழி பிடித்து இன்னொரு சாலையிலே வண்டியைத் திருப்புகையில் தான், 'சித்தி' கதை திறக்கிறது. அந்த இன்னொரு சாலை, புற உலகுக்கு அன்னியமான விசார உலகு. செண்பகராமனின் விசாரம், அவருக்குச் சாந்தலிங்கம் என்ற காவிப்பெயரைப் போர்த்து, அந்தப் பாதையில் தனியாகத்தான் விட்டிருக்கிறது. அப்பாதைக்கு வழித்துணை இல்லை என்பது தெரிந்து தான். அதன் 'எல்லை', சாந்தலிங்கத்துக் குத் தெரியவில்லை - அவர் தொடவில்லை. எனினும், தொட முடியும் என்ற நம்பிக்கை அவரோடு துணை சென்றது. அந்த நம்பிக்கையின் மூர்த்திகரம்தான் (பெர்ஸானிஃபிகேஷன்) கிழட்டுச்சாமி எனலாம்.

இந்த இரண்டாவது வாழ்வில் சாந்தலிங்கத்தின் உலகு, முழு வெட்டாக செண்பகராமன் வாழ்ந்த, குழம்பிய புற உலகுக்கு எதிரிடை காட்டி நிற்கிறது. 'குழம்பிய' புற உலகு என்பதுக்கு ஏற்ப, அங்கே நல்ல சிவம்பிள்ளையும் ஆனையப்பபிள்ளையும் ஆளை ஆள் மடக்கு வதற்குச் செய்யும் அசுர முயற்சிகளின் விவரிப்பும், சிக்கல் முறை யிலேயே செய்யப்பட்டிருக்கிறது. அதோடு, அந்தப் புற உலகின் லோகாயதத் தன்மையின் அதி உச்சத்துக்கே, அதைப் புதுமைப்பித்தன் ஏற்றிக் காட்டுகிறார். லோகாயத உலகு என்பது, பந்தங்களினால் ஏற்படுவது என்பது ஒரு தளர்ந்த நிலையில்தான். பந்தங் களுக்கு அடிப்படையாக மன உணர்ச்சிகளின் சூட்சுமமான பாதிப்புகள் இருப்பதால், அவற்றை முழுக்க லோகாயதம் என முடியாது. ஆனால் இங்கே, அந்த உணர்ச்சிகளுக்கே முக்கியத்துவம் கொடுக்க முடியாத வறட்டு லோகாயதம் எழுப்பப்படுகிறது; ஆமாம், உணர்ச்சிகளும் தாண்டமுடியாத சட்டத்தின் மதில் அரணுள் இயங்கும் இயந்திரத் தனமான லோகாயதம். வடிவேலுவைத் தாய் மீனாட்சியம்மை, மாமன் வீட்டிலிருந்து தெருவழியாக அவனது உணர்ச்சியையே அசட்டை செய்து இழுத்துவரச்செய்தது சட்டத்தின் ஸ்பரிச உணர்வு அற்ற மனப்பான்மையின் தூண்டுதல்தான். நல்ல சிவம் பிள்ளையும் ஆனை யப்ப பிள்ளையும், உறவுகளையே களைந்து விட்டு ஆவேசத்தோடு இறங்கி இயங்கியது இயந்திரத் தன்மையான அந்த லோகாயத உலகுள்தான். இது, ஆத்ம வேட்கையால் தூண்டப்பட்டுப் புறப்பட்ட செண்ப கராமனின் புதிய விசார உலகுக்கு நேர் எதிரிடையாகவே எழும்பு கிறது. எனவே, 'சித்தி'யில் இந்த இருமை வாழ்வுகள் இருளும் ஒளியுமாகவே அமைந்துள்ளன.

புற உலக வாழ்வைச் சமூகத்தின் கண்களூடே காட்டிக் கதை சொல்லிப் போகும் புதுமைப்பித்தன், சாந்தலிங்கத்தின் விசார உலகினூடே செல்லும்போது சாந்தலிங்கத்தோடு ஒட்டிச் செல்லுகிறார். ஆனால், இதனால் இதை சொல்லும் குரலின் சுருதி மாறித் தொனிக்கவில்லை. சமூகக் கண்கள் எப்படிக் கதை நிகழ்ச்சிகளைப் புற உலகில் தொட்டும் தொடாமலும் பார்த்தனவோ, அதே பார்வைதான் இங்கும் செலுத்தப்படுகிறது. இங்கே அந்தப் பார்வை, கிழட்டுச் சாமியின் வைராக்கியத்தின் பாதிப்புப் பெற்று 'எட்ட' நிற்கிறது எனலாம். சாந்தலிங்கத் தோடு நெருங்கியும், புதுமைப் பித்தன் சாந்தலிங்கத்தினது தளர்ந்த மனநிலைகளுக்குக் கதையோட் டத்தை அர்ப்பணிக்க வில்லை. அதனால்தான், பஸ் விபத்து நேரிடும்போது சாந்த லிங்கத் தின் செயல் மூலம் நாமும் அவரோடு சேர்ந்து திகைப் படையாமல், அவரது துணுக்குற்ற நிலையையும் காரியங்களையும் கேலியாகப் பார்க்க முடிகிறது. இங்கே, அந்தப் பார்வைக்கு வலு வூட்டுவதற்குக் கிழட்டுச்சாமியின் அசையாத சித்தத்தால், சாந்த லிங்கத்தின் துணுக்குற்ற மன நிலைக்கு ஒரு எதிரிடை நிலை உரு வாகுகிறது எனலாம்.

சாந்தலிங்கத்தை ஒட்டிக் கதை சொல்லுகையிலும், கதை, எட்ட நிற்கும் பார்வை யால்தான் நல்ல உருப்பெறுகிறது. இப்படி எட்ட நின்றும், சாந்தலிங்கத்தின், அவரது வைராக்கியத்தின் வீழ்ச்சியை அவதானிக்க முடிகிறது - ஒட்டிக்கொள்ளாமல், அவரது மன ஓட்டங் களை அறிய முடிவதால். புற உலகைப் படம்பிடிக்கும்போது, ஒரு இடத்தில் நேரடிச் சம்பாஷணை மூலமும் மற்ற இடங்கள் முழுக்க மூன்றாமவர் திருப்பிச் சொல்லும் பேச்சுவார்த்தைகள் மூலமுமே பாத்திரங்கள் அணுகப்பட்டன. இந்த விசாரஉலகினுள்ளோ, செண்பக ராமனின் இதயத்தோடு உறவாட முடிகிறது. ஆனாலும், அந்த உறவும் உணர்ச்சி அபிமானம் இல்லாத உறவுதான்.

செண்பகராமன் பிள்ளையின் - (சாந்தலிங்கச் சாமியின்) மன ஓட்டம், அவரை ஒரு புதிர்ப் பாத்திரமாகவே காட்டித் தருகிறது. அவருக்குத் தன் காரியங்களின் அடியோட்டம் தெரியவில்லை. புற உலகுள் வாழ்ந்தபோது, அதன் அடியோட்டத்தைத் தொடாததா லேயே அதை உதறத் துணிகிறார், ஆனால், தன் புதிய விசார உலகத் தின் அடியோட்டம்கூடப் பிறகு அவருக்குப் பிடிபடவில்லை.

அங்கே தான், எதைத்தேடி வந்தாரோ அந்த மாயக்குரலின் மர்மம், எட்டாத கானலாக கிடக்கிறது. தான், சமூக உலகினுள் எப்படி அதன் உள்ச் சரடான பாசம், உணர்ச்சி லயிப்பு என்பவற்றோடு தொடர் பின்றி, 'தாமரை இலையில் தண்ணீராக' உருண்டு கொண்டிருந் தாரோ, அதைப் போலவே தன் புது உலகினுள்ளும் அவர் மனச் சாந்தியோடு இல்லாது, துறவின் உண்மையான ஒட்டுத லின்மை இல்லாது வாழ்ந் திருக்கிறார் - 'நிம்மதி இன்மை என்ற நிஜச் சொத்துடன்'. எனவே, செண்பகராமன் பிள்ளை சமூக வாழ்விலும் சரி, விசார வாழ்விலும் சரி, மன வீழ்ச்சியின் சின்னமாக நிற்கிறார்.

கிழட்டுச்சாமி ஒடுக்கமான பிறகு, தன் சந்தேகத்தையே அடைக ாத்துத் திரிகிற சாந்தலிங்கச்சாமி நம்பிக்கையும், கிழட்டுச்சாமியோடு ஒடுங்கி விட்டது எனலாம். அதன் பிறகு, புற உலகுத் தீப்பொறியின் ஒரு சமிக்ஞைத் தெறிப்பிலேயே, காட்டுநெருப்பாகப் பற்றிக் கொள்வ தற்குத் தயாராய், சாந்தலிங்கத்தின் நெஞ்சு உலர்ந்து விட் டது என வேண்டும். எனவேதான், ஆனையப்ப பிள்ளை புற உல கின் பிரதி நிதியாக வந்து குதித்தபோது, தான் இதுவரை வாழ்ந்த உலகின் தொடு வானத்தைச் சாந்தலிங்கம் ஒரே எட்டில் தாவி, செண்பகராமனாக மறு உலகுள் குதித்தார். அதன் புற உலகை ஆரம்பத்தில் துறந்தபோதும் சரி, இப்போது பழையபடி புற உலகுள் நுழையும்போதும் சரி, இந்த இரு உலகங்களும் மோதிச் சிக்கல் விளைவிக்கவில்லை. மதியம் தகர்ந்து மாலையாகி, இருட்டின் பிளந்த வாயுள் மெல்ல நழுவுவதுபோல், சுலபமாகவே அந்த மாறுதல்கள் நேர்ந்திருக்கின்றன. அந்த அளவுக்குச் செண்பகராம னும் சாந்தலிங்கமும், விரோதமில்லாமலேயே சுமுக மாக விஷ யத்தை முடித்திருக்கிறார்கள்.

ஆனால், புற உலகும் விசார உலகும், திடீரென்று ஒன்றை ஒன்று சந்தித்துத் திகைப்பை மூட்டும் இடமாக இதைக் குறிப்பிட வேண்டும்:

''சந்நிதியில் தம்மை மறந்த நிஷ்டை சற்றுக் கைகூடியது. லயத் தில் இருப்பவரை, 'அத்தான்' என்று யாரோ ஓடி வந்து கட்டிப் பிடித்துக் கொண்டார் - ஆனையப்ப பிள்ளை தான்.''

இங்கே, நிஷ்டை லயம் என்கிற விசார உலக அனுபவத்துள்ளே இருப்பவரை, 'அத்தான்' என்ற புற உலகப் பந்தக் குரல் அழைப்பது, அதிர்ச்சி தரும் மோதலாகவே வருகிறது.

செண்பகராமன் என்ற புறவாழ்வுப் பாத்திரத்தின் அடிச்சுவட்டில், ஆனையப்ப பிள்ளையும் நல்லசிவம் பிள்ளையும் மோதினார்கள். அங்கே செண்பகராமன் இல்லாத இடத்திலும், அவர் விட்டுச் சென்ற நினைவு நிழலின் ஆக்கிரமிப்புத் தெரிகிறது. எனவேதான், இல்லாமலேயே செண்பகராமன் அங்கு வாழ்ந்தார். அதே சமயத்தில் சாந்தலிங்கச் சாமியாகவும் அவர் வாழ்ந்தார். பிள்ளையாக வாழும் போதே ஆண்டியின் ஒட்டுதலின்மையோடு வாழ்ந்த செண்பக ராமன், சாமி யாராக வாழும்போது தம்முன், 'ஊர்ப்பயல்கள் கொட்டத்தை அடக் காமல் ஓடியா போவது?'' என்று குமுறுவதற்குத் தயாராக ஒளித்திருந்த பிள்ளை, சாகவில்லை என உணரத் தவறி விட்டார். அவர் வீழ்ச்சியின் காரணம் இதுதான்.

ஆனால் அதற்கும் மேலாக, தன் நம்பிக்கையின் மூலம் தன்னையே அளந்து அவநம்பிக்கைப் பட்டவர்தான் செண்பகராமன்: செண்பக ராமனின் நம்பிக்கைக்குத் தூல ரூபமாக நிற்கும் கிழட்டுச் சாமி, செண்பகராமனை நம்பவில்லை. அந்த நம்பிக்கையின்மையைக் கிழட்டுச்சாமி நாசூக்காக வெளியிடும் இடங்கள்! - அங்கே புதுமைப் பித்தனின் கலையே ஆழம்பெறுகிறது. பஸ் விபத்தில் லோகாயதமான பிள்ளையின் சுயரூபம் வெளிப்பட்டபோது, 'நெருப்பு அணையவில்லை' என்பதும், பிள்ளை பட்டைத் தண்ணீரால் அடுப்பு நெருப்பை அணைக்க, ''கிழட்டுப் பட்டையானாலும் ஒரு பட்டை தண்ணீருக்கு எவ்வளவு சக்தி இருக்கு பார்த்தியா?'' என்று தன் வைராக்கியத்தைக் கிழட்டுச்சாமி பிரகடனப் படுத்துவதும், புதுமைப் பித்தனின் கலைச்சத்து உள்ள, உள்ளர்த்த வெளியீடுகள். அங்கே கதை ஆழ்ந்து ஓடுகிறது.

கிழட்டுச்சாமி ஒரு அற்புதப் பாத்திரம். புதுமைப்பித்தன் கதைகளுள் குழந்தை வருகிற கதைகள் யாவுமே சிறந்தவை என்று க.நா.சு. சொல்லி இருக்கிறார். ஆசைக்கோளாறிலிருந்து விடுபட்ட இந்தக் கிழட்டுச்சாமியும், துறவியின் சுத்தமான தன்மையோடு குழந்தையின் படிவமாகத்தான் நிற்கிறார். செண்பகராமன் பிள்ளை, துறவு நிலையை சீரியஸாக அங்கீகரிக்கை யிலேயே, தண்ணீருக்குள் மூச்சுமுட்டி நீந்த முயலும் நிலத்து ஜீவனைப் பார்க்கும் ஜலராசியின் கேலிப்பார்வை யோடுதான், கிழட்டுச்சாமி செண்பகராமனைப் பார்க்கிறார். சாந்த லிங்கச்சாமியின் 'ஆண்டி' உலகுக்கும் எட்டாத

ஒரு ஜீவன் என்று காட் டத்தான் போலும், கிழட்டுச்சாமியை 'அது' என்று அல்திணையில் புதுமைப்பித்தன் குறிப்பிடுகிறார்.

'சித்தி' கதையின் பிரச்னையாக நிற்கும் ஒரு அம்சம் இனி இருக் கிறது. அதுதான் அந்த 'மாயக்குரல்'. அதுபற்றித் தெளிவுபடுத்த புதுமைப்பித்தன் அதிக சிரமம் எடுக்கவில்லை. மௌனியின் 'அழியாச்சுடர்'ரில் யாளி புருவம் சுளிப்பதைப் படித்துக் குழம்பிப் போய், அவரை நோக்கிக் கேள்விபோடும் இன்றைய விசித்திரமான 'ரஸனை', அந்த 'மாயக்குர' லுக்காக புதுமைப்பித்தனோடு குஸ்திக் குக் கிளம்பலாம். எனினும், அக்குரலை நாம் தூல வடிவு படுத்தப் பட்ட ஒரு உள்அழைப்பு என்று அநுமானித்துக் கொள்வோம். இங்கு அது அல்ல முக்கியம்.

புற உலகுள் வாழ்ந்த சமயங்களில், இக்குரல் செண்பகராமனை இரண்டு முக்கிய சமயங்களில் கூப்பிட்டதாகப் பிரஸ்தாபிக்கப் படுகிறது. ஒரு வேளையில் அவர் மனைவியுடன் இருக்கிறார். மறுவேளையில் பண விஷயத்தில் ஈடுபட்டிருக்கிறார். மன உழலில் அதிக தன்நினைவு இழக்கும் இந்நிலைகளில் அக்குரலை எழுப்பு வது, செண்பகராமனின் இதயத்து வேட்கையை ஒரு தவிர்க்க முடி யாத எழுச்சியாக்குகிறது. ஆனால் அதே குரல், சாந்தலிங்க ஆண்டி யைப் புற உலகின் விளிம்பை அவர் மீண்டும் தொட்டு நிற்கும் போதும் கூப்பிடுகிறது, ''அப்பா செண்பகராமா!'' என்று. சாந்த லிங்கத்தைச் செண்பகராமனாக வாழ்க்கை மாறக் கூப்பிட்டதாகவே, அந்த இடத்தில் அது தொனிக்கிறது. அதுதான்

'இந்தச் சென்மத்திலே நான் சாந்தலிங்கமாக மாட்டேன் போலும்! என்று தனக்குள் சிரித்துக்கொண்டது ஜீவாத்மா.'

இங்கே வாழ்க்கை கைமாறுகிறது - சாந்தலிங்கத்தின் கையி லிருந்து செண்பகராமன் கைக்கு. செண்பகராமன் பிள்ளை எழுந்து, சாந்த லிங்கத்தை மறைத்து விட்டார். செண்பகராமனின் புது சமூக உத்வேகத்தை குறியிட்டுக் காட்ட, அவர் உடலில் காப்பியின் புதுப் புழுக்கம்!

சாந்தலிங்கம்? அவர் எங்கே? 'சாந்தலிங்கம் மனசுக்குள்ளாகவே ஆழ்ந்து முழுகி விட்டது. மனசு, ஆழம் காணாத கிணறு அல்லவா?'

எழுத்து : 39, மார்ச் 1962.

13 இலக்கிய மதிப்பீடு

'காலத்தின் வரம்பிகந்த உண்மை'களுக்கும் இலக்கியத்துக்கும் என்ன சம்பந்தம் என்பதையும், அந்த 'உண்மை'களை இலக்கிய மதிப்பீடு என்ற அளவுகோலின் மூலம் எவ்வளவுக்குப் பிரதான மாக்கலாம் எனவும் அறிய முயற்சிப்போம்.

இலக்கியம் என்றால் என்ன?

இங்கிலீஷ் லிட்டரேச்சர் என்ற பதத்தில் அடங்கும் இக்கருத்து, இங்கிலீஷுக்கு லெட்டர் (லிபி) எனும் பதத்திலிருந்து கிடைத்திருக்கிறது. 'லிட்டரேச்ச'ருக்கு அகராதி அர்த்தம்: Write composition Esp.of the kind valued for form and style (உருவத்துக்காகவும் நடைக்காகவும் மதிக்கப்பட்டு உண்டான எழுத்துக்கோப்பு வகை). சாமான்ய அறிவின் மூலம், உருவமே இலக்கியமாக ஒப்புக்கொள்ளப்பட்டு, இப்படி கருத்து வேரூன்றியிருக்கையில், இனி ஏன் தேவையற்ற ஆராய்ச்சி என்று தோன்றினாலும், ஏற்பட்டுவிட்ட நம்பிக்கையின் அர்த்தவலு, அதுக்கு எதிராகக் கிளப்பப்படும் கேள்விகள் சேகரித்துவரும் பதில்களிலிருந்து தான் தகுதிபெற முடியும் என்பதால், மேற்கொண்டும் பேசித்தான் ஆகவேண்டும்.

லிட்டரேச்சர் என்ற பதம், கொஞ்சம் விரிந்து கொடுக்கிற அகராதி அர்த்தத்தை உடையது என்று 'விமர்சன மனோபாவரீதி'யில் ஆராய்கிறவர்கள், இலக்கியம் என்ற நம்மூர்ச் சொல்லைப் பிடித்துக்கொள்ளலாம். இலக்கியம், சமஸ்கிருதச் சொல்லான 'லக்ஷியம்' என்றதன் திரிபு என்கிறார்கள். பரிபூர்ணத்வத்தை நோக்கி மனிதன் சென்ற தடங்களில் கலையும் ஒன்று என்ற வகையில், 'லிட்டரேச்சர்' என்ற சொல்லைவிட, இலக்கியம் - லக்ஷியம் நல்ல சிந்தனைக்கு வாய்ப்புத் தரும் கூரான அர்த்தம் உள்ளதால், இந்த பதத்தின் பின்னே மறைந்து நிற்கும் உலகையும் இது உருவாக்கிய அபிப்பிராயப் பதிவுகளையும் கவனிக்கலாம்.

'பரிபூர்ணத்வத்தை நோக்கி மனிதன் சென்ற தடங்களில் கலையும் ஒன்று' என்றேனா? கலையின் முக்யமான பிரிவு இலக்கியம். அது ஒரு சுத்தக்கலை அல்ல என்று இன்னொரு துறையுடன் ஒப்பிட்டுச் சொல்லக்கூடாது. ஏனென்றால், இலக்கியத்தின் வேலை - நடனம், சிற்பம், சங்கீதம் மாதிரி - புலன்வழி அநுபவமல்ல; கருத்துணர்வின் சுரணையிலே, சிருஷ்டிக் கரங்கள் தட்டி விளையாடி உண்டாக்குகிற இன்பநாதம்தான் இலக்கிய அனுபவம். நடனம் இத்யாதிகள், உள்ளத்தின் மனோபாவனைக்குத் தக்க மாற்றுப் பரிதிபலிப்பைத் தருகையில், பெரும்பாலும் ரஸிக உள்ளங்கள் ஒத்து அநுபவிக்கின்றன. இலக்கியத்தில்தான், பருவ வேறுபாட்டுக்கு ஏற்ற கோடிக் கணக்கான மாறுபட்ட ரஸனைகள் உருவாக முடியும். காரணம், கருத்துணர்வின் சுரணையும் வளர்ச்சியும்தான் இலக்கிய ரஸ அநுபவத்திற்கு அடிப்படை - கண்ணோ, காதோ அல்ல. (ஆனால், இன்றைய குணவாசக (abstract) சித்திரங்கள் சம்பந்தமாக, பருவ வேறுபாட்டு ரஸனை உண்டே என்று கேட்கலாம்; உண்டு. ஆனால் அந்தப் பருவ வேறுபாடு, ஓவியக் கலையின் உருவப் பூர்ணத்துவ முறைகளையும் அடிப்படை நியதிகளையும், ஏற்கெனவே உணர்ந்து ரஸிக்கப்பழகிய கண்களின் பருவவேறுபாட்டைப் பொறுத்தது. அதில், கருத்து அல்லது உள்ளம் சம்பந்தமான வளர்ச்சிப் பாகுபாடு முக்யத்வம் பெறுவதில்லை.) எனவே புலன்களை மீறிய அநுபவத்தைப் புலன்களுக்கு உட்பட்ட அநுபவங்களுடன் ஒப்பிடக் கூடாது.

எனினும், எல்லாக் கலைகளுக்கும் ரஸனை, உள்ளத்தினால் ஏற்படுவது தான். ஆனால் இலக்கியத்தில், உள்ளம் மட்டுமே என்ற நியதி உண்டு. இந்தப் பொதுப்படைப்பிரிவுகளை ஒப்புக்கொண்ட பிறகு - கலையின் பரிபூர்ணத்வ - லட்சிய - யாத்திரை சம்பந்தமான பிரச்னை எழுகிறது. இந்த பரிபூர்ணத்வம் எது? - அதாவது கலை சம்பந்தப்பட்ட மட்டில். இங்கே, மனித குலம் என்கிற தொகையுடலை இழுக்கவேண்டாம். இழுத்தால், இது சமயக்கோட்பாட்டு விளக்கப் பேச்சாகவோ, மார்க்ஸீய வாதத் தத்துவப் போராட்ட விசாரமாகவோ மாறிவிடும். இல்லை, மனித குலத்தின் லட்சியப் போராட்ட விளைவுகளுள் ஒன்றே கலை - அத்துறையின் முக்யப் பிரிவு இலக்கியம் என்று முரண்டு பிடித்தால் - அது பற்றியும் சிந்திக்கத்தான் வேண்டும்.

மார்க்ஸீயவாதம் போன்ற, ஒரு பரிபூர்ணத்துவ - இச்சை வெளிப் பாடு தான் கலையா? இலக்கியமா? அப்படிச் சொல்வதானால் -

மார்க்ஸ், லக்ஷக்கணக்கான நசுக்கப்பட்ட மனிதர்களின் வேதனைப் பிழம்பிலிருந்து, ஒரு பரிபூரண வாழ்வுதரும் தத்துவத்தை உண்டாக்க நிர்ப்பந்தம் உண்டு என உணர்ந்தார். அவரது தனி மனித உள்ளம், மனிதகுலத்தின் தொகைக்குரலின் பிரதிக்குரலாக, உலகின் சார்பில் பேசியது. இதேபோல ஒரு கலைஞனும் பேசவேண்டும், அப்படிப் பேசப்பட்ட வையே இலக்கியம் என்று சொல்லுகிறார்கள். அப்படியானால், மார்க்ஸ் எழுதிய 'டாஸ் கேப்பிட்டல்' ஒரு இலக்கியச் சிகர நூல்! சரியா? 'ஹூம்... அப்படி இல்லை...' என்று இழுத்தால் - 'ஏன்?'. நறுக்காக பதில் சொல்ல வேண்டியது தான். காரணம், 'டாஸ் கேப்பிட்டல்'லின் உருவம், இலக்கியத் துறை உருவங்களுள் அடங்கவில்லை. அதன் வசன அமைப்புகள், தத்துவ விளக்கப் போக்குக்காக உள்ளனவே யன்றி, கற்பனை உருவ அமைப்புக் கொண்டவை அல்ல. ஆகவே, ஒரு நூலின் கலைத் தன்மையை நிர்ண யிப்பது உருவம் என்று ஆகிறது. இந்த உருவத்தைக் கடைகிறது எந்த தாழியில்? உலகம் என்ற தொகையுள்ளத்திலா, கலைஞன் என்ற தனிமனித உள்ளத்திலா?

மார்க்ஸ், முதன்மையாகவும் சிந்தனையாளராகவும் ஒரு மனிதர். அவரது மனித உள்ளம், உலகின் துன்ப உஷ்ணத்தில் நெகிழ்ந்தது; மனித அறிவு ரீதியாகச் சிந்தித்து, அந்தத் துன்பத்தை அணைக்க வழிதேடி, ஒரு தத்துவத்தில் வந்து அடைந்தது. அவர் தம் தத்துவமாகச் சொல்ல முன்வந்த விஷயம், உலகத்திற்காக அள்ளிவிடப்பட்ட மருந்தாக, உலகத்தின் உள்ளத்தில் காட்டப்பட்டது- அதாவது, உலகின் ஒரு பிரிவுத் தத்துவத்தின், இந்தக் கிளை முரண் படும், இங்கே விபரீத விளைவு உண்டாக்கும் என்று பதிவைத்துக் கிளறிக் காட்டப்பட்டது. உலகத்தின் வரம்புகளான காலத்தையும் இடத்தையும் சுபாவத்தையும் அறிந்து, எப்போதும் எங்கும் எந் நிலையிலும் ஏற்றுக்கொள்ள என்று, அறிந்து செய்ய முன்வந்த முயற்சியாக இது இருக்கவேண்டும் என்றே, தன் சிந்தனைபற்றி அவர் கங்கணம் கட்டியிருப்பார். அது அவரது விருப்பப் படி, கால இட சுபாவங்களைமீறினதுதானா என்ற ஆராய்ச்சி, வேறு துறைக்கு உரியது.

ஆக, மார்க்ஸ், தன் தனி மனித உள்ளத்தின் அறிவுப் பிழம்பை, உலக உள்ளத்தில் தீவட்டியாகப் பிடித்துப் பார்த்துச் சிந்தித்துத் தந்தது, அவரது மார்க்ஸீயம். மனித குலத்தின் லட்சியப் போராட்ட மான ஒரு துறையில் பரிசீலனைக்குரிய விஷயங்களை, வெற்றி பெறும் என்ற நம்பிக்கையில் அவர் கொடுத்தார். இதேபோல், கலைஞன் எத்தகைய லட்சியப் போராட் டத்தை ஏற்றுக்கொண்டு இலக்கியம் பண்ணவேண்டும் என்கிறார்கள்? மார்க்ஸீயத்தையே எடுத்துக் கொள்வோம் - இன்றைய மனித உறவு, தொழில் உறவு, அரசியல் உறவு வகைகளுக்கு வகுத்த நியதிகளில் உழன்ற மனிதன், எப்படி இழிவை அடைகிறான் என்பதையும் மார்க்ஸீயம் அந்த இடத்தில் அவன் மூலம் என்ன சாதிக்கும் என்பதையும் புலப்படுத்த, ஒரு கலைஞன் வருகிறான்; அவன் இங்கே என்ன செய்யக் கூடும்?

ஒரு முதலாளியை வில்லனாக்கி - செகாவின் சில கதாபாத்திரங் கள் மாதிரி - சிறுவர்களையோ பலஹீனர்களையோ வேலைக்காரர் களாக்கி, துன்பத்தைக் கோடுபிடித்துக் காட்டலாம். இன்றைய அரசியல், சமூக, தொழில் துறை அமைப்புகளின் குரூரத் தன்மை களுக்கு பிரதிநிதியாக அந்த முதலாளி வில்லன், நசுக்கப்படுகிற மனித இனத்தின் பிரதிநிதியாக ஒரு நோஞ்சான் - இந்த ரீதியில் எழுதப்படுவது, உலகம் என்ற தொகை உள்ளத்தில் விளைந்த உணர்ச்சிக் குரலின் போக்குகளையா? இல்லை, அந்த 'வில்லன்' - 'கதாநாயகன்' என்ற இரண்டு தனிமனித உள்ளங்களின் விளைச்சல் களை மோதவிட்டு எடுக்கும் பதிவுகளையா? தெளிவாகச் சொல்வ தானால், இந்த இடத்தில் கலைஞன், உலகின் தொகையுமாகத் தன்னை பாவித்துக் கொண்டு, இந்த இரண்டு தனிமனித உள்ளங் களின் மோதல்களிடையே நீதி சொல்கிறான் என்று கூற வேண்டும். கலைஞன் தன்னை உலகமாகப் பாவிக்கையில், அவனது கலைப் படைப்பின் விளைவுதான் அந்த பரந்த மனபாவனையை வெளிக் காண்பிக்கிறது. ஆனால், படைக்கும்போது கலைஞனின் நிலை, தான் - உலகு என்பதாக இருக்க நேர்ந்தால், அவனது போக்கு லோகாயத அறிவுப் போக்காகி, படைக்கப்படுவது கற்பனை உருவ மாக அல்லாமல், விசார ரூபமாகி விடும். மேலும், கற்பனை உருவ வெளியீடான இலக்கியத்தின் உயிரூட்டியான உணர்ச்சியை, அவன் உலகத்திட மிருந்து பெற்றவனாக முடியாது. அந்த உணர்ச்சியை, உலகுதான் அவனிடமிருந்து எதிர்பார்த்து நிற்கிறது. எனவே, உணர்ச்

சிச் சாயையும் கற்பனை உருவமும் இழைந்த ஒரு விஷயத்தைக் கலைஞன் சிருஷ்டிக்கையில், அது அவனுடைய சரக்கு. அப்போது, அவன் உலகாவது இல்லை; தானே காட்சியாகவும் சாட்சியாகவும் திகழ்கிறான்.

படைக்கும்போது, தன் தனிமனிதக் குரல் உண்டாக்கும் முணு முணுப்புகளை எழுப்பும் கலைஞன், ஒரு தத்துவவாதியாக உலகின் இச்சை வெறுப்புகளை, நீத அநீதக் கொள்கை களை உணர்ந்து சொல்கிற மாதிரி அல்லாமல், கலைஞனாகவே எழுதுகிறான். அவன் படைப்பு, மார்க்ஸீயம் போல் - உலக உள்ளத்தில் நியதி, அறிவுரீதியாக - தொகையுணர்வு நிலையில் நின்று படைக்கப் பட்டதல்ல. உலகுக்காகச் சொல்லப்பட்ட அதே மார்க்ஸீ யத்தை, தனி மனித உணர்வாக, தன் உணர்ச்சிச் சாயை ஏற்றி, தன் அனுப வத்தின் தன்நிகழ்வாக, 'உலகத்துச் சரக்கைக் கொண்டு', தனது 'கள்ளச் சாராய உலையில்' காய்ச்சிய பொருளாகத்தான் தருகிறான். எனவே, கலைக்குத் தன் நிலைதான், உணர்ச்சி என்கிற அடிப்படை நியதியையே உருவாக்குகிறது.

இந்த ரீதியில், கலை ஒரு மனித சமுதாயத்தின் கூட்டுலட்சியப் போராட்டத்தைச் சித்தரிக்க வருகையிலும், அது ஒரு கலைஞனின் தனித்வம் பெற்றதாக முளைக்கிறது. இந்த ஒரு கலைஞனின் தனித் வம், அவனுக்குச் சமூகம் அளித்த சிந்தனை, மரபு முதலிய சூழ் நிலை, பரம்பரைச் சொத்துகளினால் பாதிக்கப்படும் என்பதற்காக, அவனது தனி மனிதத் தன்மையை, அவனது சமுதாயத் தொகை உருவத்தோடு குழப்பிக் கொள்ளக்கூடாது. அவன் சமுதாயத்தின் ஒரு திவலை என்ற பந்தத்திற்காக, தன்குலம் ஏற்றுக் கொண்ட லட்சியப் போராட்டத்தைத் தானும் ஏற்று நடத்தும்போது, அவன் தானாகவே குரல் எழுப்புகிறான் என்பது முக்கியமாக உணரவேண்டியது. ஆகவே, மார்க்ஸீயவாதக் கொள்கை இலக்கியம் எழுதும்போதும், அவனது மனித அறிவுத்தளத்தில் விளைந்த பயிர் இலக்கியமாக மலர்கையில், அது கலைஞனின் தனித்வ முத்திரையைப் பெறு கிறது.

இந்த தனித்வ முத்திரைதான் கலைத் தன்மை என்றால், இதன் லட்சியம் என்ன? இந்த இடத்தில், மார்க்ஸீயத்தை நெஞ்சில் உணர்ச்சி வாய்க்கால் வழியே (அறிவாக அல்ல) பாய வைத்தல்;

அதாவது ஒரு கூட்டுச் சமுதாய லட்சியத்தை வெளிக் காண்பித்தல். சரி, இந்தத் தனித்வ முத்திரையை அந்த கலைப் படைப்பிலிருந்து தள்ளி எடுத்துவிடுவோம் - எஞ்சுவது, வெறும் மார்க்ஸீயம்! வெறும் மனிதலட்சியம்! கலையின் துளி அங்கு இல்லாதவரை, அது வெறும் உள்ளடக்கமாக மங்கிவிடுகிறது. இதே உள்ளடக்கத்தையும் மார்க்ஸின் தத்துவ ரீதியான புஸ்தகத்தையும் ஒப்பிட்டால், முதலாவதின் சரக்கு எடுக்காது. ஏனென்றால், ஒட்டியிருந்த உணர்ச்சியும் போய், ஏற்கெனவே அகற்றிவிட்ட அறிவுவழியும் போய், சூம்பிப் போன நிலையில் கிடக்கிறது அது. இன்னொரு விதத்தில் சொன்னால், கலைஞனின் ஒட்டுறவு அற்று, உலகத்தின் ஒட்டுறவு மட்டும் உள்ள நிலையில் கிடக்கிறது அது. ஆகவே, கலையின் லட்சியமாக, அந்த உலகத்தின் தேவை பற்றிய கூக்குரல் கையாளப்பட்டிருந்தால், அகற்றப்பட்ட கலைத் தன்மையோடு அந்தக் கூக்குரலும் ஓடிப் போய், எஞ்சுவது இன்மையாக வேண்டும்.

ஆகவே, கலைஞனின் தனித்வ முத்திரையான கலைத் தன்மையின் லட்சியமாக (எத்தகைய உயர்ந்த தன்மை வாய்ந்ததானாலும்), அதன் உள்ளடக்கம் ஆக முடியாது. கலைத் தன்மையின் அடிப் படைச் சரக்கான உணர்ச்சி என்கிற உத்வேகத் தன்மையின் லட்சியம் உருவம்தான். இந்த உத்வேகத் தன்மைக்கு மூலமாக, உலகத்துச் சரக்கிலிருந்து கலைஞன் ஏற்றுக்கொள்வது மார்க்ஸீயமும் ஆகலாம்; ஏதும் ஆபாசத்தனமும் ஆகலாம். எனவே, கலையின் பரிபூர்ணத்துவ லட்சியம் அழகுதான். அப்படி யில்லாமல், மனித குலத்தின் லட்சியப் போராட்ட விளைவுகளுள் ஒன்று கலையானால், கலையின் உள்ளடக்கமாக இயங்கும் லட்சியப் போராட்டச் சரக்கைப் பிய்த்த பிறகு, உருவத்தின் கலைத்தன்மை சோர்கிறது என்று ஆக வேண்டும். உண்மையில், சோதனைத்துறை இலக்கியங்களில் உருவத்தை மட்டும் எடுத்து, உள்ளடக்கமே இல்லை என்று கருதத் தக்க படைப்புகளிலெல்லாம், மனிதகுலத்துத் தேவைக் குரல் இடையிடாமலே இலக்கிய சாதனைகள் ஆக்கப்படுகின்றன. எனினும், கலைஞன் மனிதனாகத் தனக்கு ஒரு பரிபூர்ண லட்சியத்தை வைத்து, அதைக் கலைமூலம் அடைய முன்வருதல் உண்டு.

''என்னைச் சிரிக்கவை, என்னை அழவை, எனக்குக் காதல் மூட்டு, என்னைப் பயமுறுத்து,'' என்று விண்ணப்பித்துக் கொள்பவன், கலைஞனை உணரத் தவறுகிறான். ''கலைஞன் எதைத் தன்

சுயாதீனமாகச் சொல்கிறானோ, அதை உணர முன்வருபவனே ரஸிகன்,'' என்ற மாபஸான் கருத்துப்படி, உள்ளடக்கத்தின் தன்மை களைக் குறுக்கிக் கொண்டு எடைபோட வருகிறவனை, 'இலக்கிய' விமர்சனம் செய்பவனாகக் கொள்ள முடியாது. அவனது விமர் சனம், இலக்கியப் புறம்பான தன்மைகளை நிறை பார்ப்பதாக முடியும். இனி, கலைஞனுக்குள்ளிருக்கும் மனிதனின் பரிபூர்ணக் கலை லட்சியத்தின் மறுபெயரான, காலத்தாலும் இடத்தாலும் சுபாவ வேறுபாடு களாலும் மாறாத உண்மைகள் தான் இலக்கியமா என்று பார்த்தால் - உண்மையில், இந்த மூன்றாலும் மாறாத உண்மை எதையும், மனிதன் வார்த்தை மூலமாகப் பரிவரித்தனை செய்து கொள்ளவே இல்லை என்று தெரிகிறது. இன்றைக்குக் கூட, உலகு தட்டை அல்ல என்ற எளிய உண்மையைப் பாமர சுபாவத்தினர் மறுக்கலாம். அதேபோல், உபநிஷத்துக்களின் மரணம் அமிர்தத்வம் போன்ற கொள்கைகளை, இன்னொரு மதத்தின் பார்வைகளைக் கொண்டு மோத முடியும். மாயா வாதிகளும் சித்தாந்தவாதிகளும், இரண்டு உண்மைகளைச் சுபாவ வேறுபாட்டு அடிப்படையில் ஆளுக்கு ஆள் மறுக்கிறார்கள். சயன்ஸ் போன்ற, பரிசீலனா ருஜுக் களை கண்முன் வைத்து மெய்ப்பிக்கப்படுகிற இடங்களில் தவிர, கலைத்துறையான அனுபவ அடிப்படைக் களத்தில், உள்ளடக்கக் கையாளுகையும் அநுபவ அடிப்படையான விஷயமாக இருக்கை யில், உண்மை என்று எல்லாக் காலத்தினரும் எல்லா இடத்திலும் எல்லா சுபாவ நிலையிலும் ஒப்புக்கொண்டது என்று ஒன்றுமே இல்லை. ஏன், ஒரே கலைஞன் ஒரு கால இட சுபாவ நிலையில் வெளியிட்டதன் உள்ளடக்கத்தை, இன்னொரு சமயத்தில் குறை யாகக் கருதலாம். புதுமைப் பித்தன் தன் கடிதம் ஒன்றில், 'சாப விமோசனம்' பற்றிய ஒரு நபரின் அபிப்பிராயத்துக்குப் பதில் சொல்கையில்தானோ என்னமோ, கலைஞன் உண்மை தேடியாக ஆகி, செய்த படைப்புகள் தன் லட்சிய உண்மையை வெளிக் கொணரவில்லை என உணரும் பட்சத்தில் காட்டிக்கொள்கிற மனத்தன்மையாக எழுதுகிறார்.

''(உன் கடிதங்கள் இரண்டையும்) படித்ததும் 'உள்ளங்கால் வெள்ளெலும்பு தோன்ற ஒரு கோடி வெள்ளங்காலம் நடந்து விட்டோமே' என்ற நினைப்புத்தான். இது எழுதுகிற வனுக்கு இயல்பாக அமையும் அவசம்.'' இந்த அவசம், எழுதுகிறவனின்

கலாவியக்தியில் தோன்றுகிற அவசம் அல்ல. அதுக்குப் பொறுப்பும் பாத்திரமுமானது அவனது மனுஷ வியக்திதான். அதே கடிதத்தில் புதுமைப்பித்தன், ''இவர்கள் எல்லாம் என்னை மனிதன் என்பதை மறந்து 'ரஸிக்க' முன் வருகிறார்கள்,'' என்கிறார். இப்படிப் பார்க்கையில், படைப்பாளி ரஸிகனைத் தன் கலாவியக்திக்காக அல்லாமல் மனுஷ வியக்திக்காகவே தன்னை ஏறெடுத்துப் பார்க்கும்படி சொல்லும் குரல், மாபஸானிடமிருந்தும் புதுமைப் பித்தனிடமிருந்தும் தோன்றுவதைக் காணலாம். ஆனால், இந்த மனிதவியக்தியின் லட்சியம் உருவாக்கும் உள்ளடக்கத்துக்கு ரஸிகன் கொடுக்க வேண்டிய கௌரவம், உருவம் பிறப்பதற்கு அந்த உள்ளடக்கமே உத்வேகமளிப்பதால் தான். ''உருவம் முக்யமல்ல, உத்வேகமே முக்யம்'' என்கையில், உள்ளடக்கத்தை உத்வேகத்தின் மூலச்சரக்காகத்தான் கொள்ள வேண்டும். ஆனால், உள்ளடக்கத்தின் கௌரவம் உத்வேகத்தின் தன்மை உயர்வுக்காக உயர்வதாகக் கொண்டால், உள்ளடக்கமே மீண்டும் உத் வேகத்தைவிட முக்யமானதாகிவிடும். ஆக, உத்வேகம் உருவத்தை விடவும் வேறுபடுவதைவிட, அதிகமாக உள்ளடக்கத்திலிருந்து மாறு படுகிறது.

ஆனால், இந்த உள்ளடக்கத்தினாலேயே உத்வேகம் உண்டாகிக் கலா உருவம் அமைவதால், இந்த உள்ளடக்கத்தை முற்றாக ஒதுக்கி விமர்சிப் பதைப் படைப்பாளி, விமர்சனமாகக் கொள்வ தில்லை. இதனாலேயே புதுமைப்பித்தன், தன் மனித வியக்தியை ஒதுக்கி 'ரஸிப்ப'வர்கள்மேல் சீறி விழுகிறார். இப்படிச் சீறி விழுவது 'புதுமைப்பித்தன்' என்ற கலாவியக்தி அல்ல, விருத்தாசலம் என்ற ஒதுக்கப்பட்ட மனிதன்தான்! 'உண்மை' சம்பந்தப்பட்ட இலக்கியங்களும் அவற்றைப் படைப்பவர்களும், உள்ளடக்கத்துக்குக் கொடுக்கும் முக்யத்வமே கலா முக்யத்வம் என்றால், புதுமைப்பித்தனின் சீறல் சத்தற்ற தாகிவிடும். ஆனால் அவர் கேட்பது, 'என்னை அபூதக் கலைஞனாக்காமல் மனிதனாக உணர முடிகிறதா?' என்பதே. இந்த உணர்வு, ரஸிகனுக்குக் கலா அநுபவத்தால் கிடைப்பதால், கலை ஒரு 'சொக்குப்பொடி'யாக, கலைஞனின் மனிதவியக்தி கொண்டு வருகிற 'உண்மை'யை ரஸிகன் ஏற்றுக்கொள்ளச் செய்ய உதவு கிறது.

அந்தக் கலைத்தன்மையான சொக்குப் பொடியின் பிடியிலிருந்து தெளிந்து விழித்தால், புதுமைப்பித்தன் சொல்லும் விஷயங்களில் எத்தனை, 'உண்மை'களாக ஏற்றுக் கொள்ளத் தக்கவை என்று

புரியும். இந்த ஏற்றுக்கொள்ளல், விமர்சகனின் ரஸனையிலேயே புலப்படவேண்டும் என்பதுதான் கலைஞனின் ஆசை இல்லை. ஏற்றுக்கொள்ளாமல், தன் மனித வியக்தி தரும் உள்ளடக்கத்தையும் விமர்சகன் எதிர்த்து முறைப்பதையும், ஒரு லோகாயத அடிப்படையில் அவன் எதிர்பார்க்கிறான். எப்படியும் கலைஞனின் படைப்பு, அவனது மனிதத் தளத்திலிருந்து முளைத்தது என்பதை ரஸிகன் அறிந்தாக வேண்டும். இதை அறிந்த பிறகு, அந்த உள்ளடக்கத்தை வைத்து 'இலக்கியமதிப்பீடு' செய்வதுவேறு பிரச்னையாகிறது.

டாக்டர் ஷிவாகோ, சோவியத் எழுத்தாளர் குழுவால் விமர்சிக்கப்பட்ட போது, கம்யூனிஸ தத்துவத்தைத் தனிமனிதப் பார்வையிலிருந்து வெறுத்துப் பார்த்து எழுந்த அந்த நூலின் உள்ளடக்கம், விமர்சகர்களுக்குத் தொல்லையாக இருந்தது என்பதில் வியப்பில்லை. தங்கள் பார்வைக்கு முரணாக இருந்ததுக்காக, அந்நூலின் உள்ளடக்கத்தை அவர்கள் நிலத்தில் போட்டு மிதித்து எழுத உரிமை உண்டு. ஆனால் அதன் கலைத் தன்மையை, உத்வேகத்தினால் அமைந்த உருவத்தை (form), தாழ்த்திப் பேச முடியவில்லை. டாக்டர் ஷிவாகோ பற்றி அவர்களது முடிவான கருத்து, "It is a reactionary hackwork, molded into the form of a literature". இந்த ஒரே ஒரு வசனம், பிரஸ்தாபப் புஸ்தகத்தின் உள்ளடக்க, உருவம் பற்றி மட்டுமல்ல. பிரச்னையாக நிற்கிற இலக்கிய மதிப்பீட்டு அளவு கோலுக்கே கோடிட்டுக் காட்டுகிறது.

மனிதனை மதித்து, 'உன் உள்ளடக்கத்தை வெறுக்கிறேன்' என்றாவது, ஒரு கலைப் படைப்பைப் பற்றிச் செய்யப்படுவது பரிபூர்ண விமர்சனத்தின் உரிமை. ஆனால், சர்வஜன கௌரவம் பெற்ற உண்மை, மனிதானுபவ முரண்பாட்டு அடிப்படையில் உருவான இலக்கியக் களத்தில் இல்லாத வரை, உள்ளடக்கங்களைக் கொண்டு கலைத்தன்மையை நிர்ணயம் செய்யக்கூடாது. எனினும், உள்ளடக்கம் எவ்வளவுக்கு, எப்படியெல்லாம், ஏன் உத்வேகமாகி உருவம் அமைக்கிறது என்பதை ஆராய்வதற்கு விமர்சனம் முன் வருவது அவசியம். அதற்கும் உள்ளடக்கத்தின் தன்மையைக் கொண்டு கலாநிர்ணயம் செய்வதற்கும் ரொம்ப வித்தியாசம் உண்டு.

இன்னொன்று, கலைஞன், தன் படைப்பு பற்றிச் சாச்வதமான திருப்தி கொள்ளச் செய்து சிருஷ்டிக்கப்படுவதே இலக்கியம் என்றால், படைப்புக்கு ஒவ்வொரு கலைஞனையும் பொறுத்தமட்டில்

ஒரு எல்லை வகுத்து விடுறோம். ஆனால், சிருஷ்டியின் அளவிறந்த சக்தியின் கர்ப்ப நிலையம், திருப்தி கொள்கிற தன்மையற்று இயங்கி ஜனிப்பித்துத் தள்ளிக் கொண்டிருக்கிற மாதிரி, கலைஞனும் திருப்தி யடையாது பிறப்பித்துக் கொண்டிருப் பதாலேயே அவன் கலைஞன் ஆகிறான். அவனுக்கு சாச்வத திருப்தி கிடைப்பதானால், அந் நிலையில் அவன் கலைஞன் அல்ல, ஞானி.

கலைஞனின் முக்ய தன்மை, ஒவ்வொரு படைப்பும் சாதனை யாக அமைகையிலேயே, புதிய தன் தன்மைகளைப் பிறப்பிக்க, மீண்டும் மனசில் கலைத்தன்மை அவதரிக்கக் கருத்தரித்தலாகும். ஒரு கலைப் படைப்புபற்றி அவனுக்கு உண்டாகும் சாச்வத திருப்தி யெல்லாம், கால இட சுபாவத்தின் வரம்புக்கு உட்பட்டதுதான். அவனது, காலத்தை மீறி சாச்வத திருப்திதரும் உள்ளடக்கம் ஒன்றை அவன் தருவதானால், அவன் அளிப்பது ஞான போதமாகத்தான் இருக்கும். அவற்றை அளிப்பவர்கள் கலைஞனுக்கும் மேற்போய், தொகையுடலாகத் தங்களை ஆக்கிக் கொண்டு உலகில் எதிரொலிக் கும் குரல் எழுப்புகிற ஸ்வபாவ கர்த்தாக்கள். அவர்களது விஷயத் தில், தாவி வரும் உருவம் உத்வேக அழகும் கலையழகும் பெற் றால், அவற்றைக் கலைப் பொக்கிஷங்கள் எனச் சொல்வதற்கு யாரும் மறுக்கவில்லை. ஆனால் அவற்றை வைத்து, மற்றவற்றின் உள்ளடக்கத்தன்மை இழிவிற்காக மற்றவை இரண்டாந்தரம் என்று மதிப்பது, மற்றைய படைப்பாளிகளையும் யாக்ஞவல்கியர்களாக எதிர்பார்த்துச் செய்த ரஸனையாகும். அவர்கள் தங்களை யக்ஞ வல்கியராகவோ வியாசராகவோ கருதத்தக்க படைப்புச் செய்கை யிலும், வேண்டுவது தங்கள் தனிமனிதக் குரலுக்குச் செவி சாய்க் கும்படிதான். அதை மதிப்பதையும் வெறுப்பதை யும் அவர்கள் எதிர்பார்க்கிறார்கள் - மனிதர்களாக! தாங்கள் தங்களை இந்த வகை யில் ஏற்றிச்சென்று, யாக்ஞவல்கியர் இத்யாதிகளாகப் பரிணமிப்பது அவர்கள் சுதந்திரம்.

முடிவாக, கலைத்தன்மையை மதிப்பிடுவது உள்ளடக்கத்தால் அல்ல. உள்ளடக்க மதிப்பீடு, கலைஞனின் மனிதத் தன்மையை மதிப்பிடவும் கலையின் உருவ, உத்வேகத் துக்கு உள்ளடக்கம் அளித்த பங்கை நிர்ணயிக்கவும்தான்.

எழுத்து : 44, ஆகஸ்ட் 1962

வெங்கட்சாமிநாதன் 1985

14 வெயிலும் நிழலும்

'யுத்த களத்தில் இறப்பவனை ஏன் நாம் கௌரவிக்க வேண்டும்? ஒருத்தன் தனது முரட்டு தைர்யத்தை, 'தான்' என்கிற பாதாளத்துக் குள் நுழைவதிலேயே காட்டலாம்.'

டபிள்யு.பி.யீட்ஸ்

கலைஞன் தன்னைப்பற்றிச் சொல்வதை ஒரு சாக்காக வைத்துக் கொண்டு உலகம் என்கிற, உலையின் அனுபவங்கள் முழுதையும் பதம் பார்க்கிறவன். இதைத்தான் அவனது பொதுவாழ்வு வியாபக மாக (impersonal) கொள்கிறோம். சிலர் இந்தப் பொதுவாழ்வு என்ற பதத்தை, கலைத்துறையிலும் அதோடு இணங்கும் விமர்சனத்துறை யிலும் சற்று மேலோட் டமாகப் பார்த்துவிட்ட விளைவாகத்தான், மேல்நாடுகளில் மனிதாயம் (Humanism), அதன் திருந்திய நிலை (Neo-humanism) என்பது போன்ற கோட்பாடுகளைக் கலைத்துறை யுள் கொண்டுவர நேர்ந்தது. டால்ஸ்டாயும் 'கலை எது?' என்ற புரட்சிகரமான கட்டுரையை எழுதி, கலையுலகையே பெரும் பரபரப்புக்கும் குழப்பத்துக்கும் உள்ளாக்கினார். நீதிபோதகமான வற்றையும் சீலத்தையும் ஒழுக்கத்தையும் முன்நிறுத்தி, மனிதனது உண்மை அநுபவங்களுள் எவையெவை அத்தகைய சீலம் முதலிய வற்றைப் பாதிக்கின்றனவோ, அவற்றை அறவே ஒழித்துச் செயற்கையாகப் படைக்கப்படுபவையாக, அந்தச் சமயத்தில் சில வெளிவரத்தான் செய்தன. டால்ஸ்டாய் தமது பின்காலத்தில் எழு திய சிறுகதைகள், *ஃபாதர் செர்ஜியஸ்* போன்ற நாவல்களைக் குறிப்பிடலாம். அவரே *போரும் சமாதானமும், அன்னா கரீனின்* என்பனபோன்ற தமது ஆரம்பகாலத்து இலக்கிய சிகரங்களைத் துறந்துவிட்டார். ஆனால், எப்போதும் விழிப்பிலிருக்கிற மேல் நாட்டு ரஸிக உலகு, இந்தப் புதுத்தாக்குதலில் அசந்துவிடவில்லை. உலகசிந்தனையையே பாதிக்குமளவு பிரமாண்டமாய் நின்ற

டால்ஸ்டாயின் வியக்தியில் மயங்கிவிடாமல், கலையின் பரிசுத்தம், கலைஞனது மெய்யநுபவத்தைச் சார்ந்தது என உறுதிப்படுத்திவிட்டார்கள். கலைப் படைப்பின் விஷய அம்சத்தில் - பொருள் அம்சத்தில், கலைஞனின் அநுபவச் சாயல்கள் வாழ்வில் ஏற்கெனவே இருக்கும் சீலமின்மையின் நிழல்களாக விழுவது கண்டு, அவனை அத்தகைய அநுபவத்தையே துறந்து எழுதும்படி சொன்ன மதிப்புகள் இலக்கியத்துறையைச் சார்ந்தவையல்ல, மாதாகோயில்களுக்கும் போலீஸ் டிபார்ட்மென்டுக்கும் உரியவை என்பது புலப்படுத்தப்பட்டது.

பொது வாழ்வு என்ற பதத்தின் மேலோட்ட அர்த்தம், தமிழ் சிந்தனையைக் கூடப் பாதித்துத்தான் இருந்தது. மதமதிப்பீடுகள் வெறிகொண்டு எழும்பியபோது, அவை தமிழ் நாகரீகத்தின் வேர் நிலையமான கலையுலகைத் தமது புதிய மதிப்புகளால் பாதித்து விட்டன. இசையும் நாட்டியமும் காமத்தை ஊட்டுபவை என்பது போல் அபத்தமான மதிப்புகள் அந்நாட்களில் தோன்றினதால்தான், இடையில் தமிழ் படைப்புலகிலேயே ஒரு இருள் வீசத் துவங்கியது என ஊகிக்கலாம். அத்தகைய போலிக் கலைமதிப்புகளினூடே பிழிந்து கொண்டு வளர்ந்த இலக்கியம், அதுபோன்ற மதிப்புகளையும் அவற்றின் வளர்ச்சிகளையும் தமிழ் புலமையில் ஊறச்செய்து, பழைய புலமையின் இன்றைய வாரிசுகளான தமிழ்ப் பண்டிதரின் பார்வையை இப்படிப் பாதித்திருக்கிறது என்பதில் ஏதும் தவறு இருக்காது. மத அடிப்படையில் எழும்பிய போலி அளவுகோல்களை, அறிவு அடிப்படையில் முறித்து விடுவதுக்குத் தமிழ் ராஜ்ய உடந்தை இருந்துவிட்டது, தமிழுக்கு நேர்ந்த பெரும் துரதிர்ஷ்டம். ராஜசபைகளிலேயே அரண்படுத்தப்பட்ட கலை, இன்று பொது வாசகனின் - ரஸிகனின் - பார்வைக்கு வந்து விட்டது. நாம் அன்று இருந்து இடம் தெரியாமல் பறக்கடித்துவிட்ட எமது ரஸிக அளவுதோல்கள் இன்று எம்மிடையே இல்லாததால்தான், டால்ஸ்டாய் போன்ற நிபுணர்களின் போலி அளவுகோல்களையே உடைத்துக் கொண்டு நிற்கும், தைரியமான மேல்நாட்டு ரஸிகர்களின் அளவைகளை இரவல் வாங்குகிறோம். எங்களிடம் இலக்கியப் பட்டின் நீளத்தை அளக்க வைத்திருந்த அளவுகோலை, அன்று மதத்துறையினர் முறித்து இல்லாதாக்கிவிட்டார்கள். எங்களிடம் இன்று அளவை ஏதும் இலக்கியத்தை அளக்க இல்லை. மதத்துறையினர்,

இலக்கியத்தில் பண்பு பார்த்தல், ஒழுக்கம், சீலம் முதலிய சாயங் களின் நிறத்தை அடையாளம் காணும் வசதியைத்தான் தந்து விட்டுப் போனார்கள். அவைதான் இருப்பவை. இன்றைய பண்டித மரபினர் அவற்றைத்தான் தமிழ் இலக்கிய அளவையெனக் கொண்டிருக் கிறார்கள். இன்று, பிறத்தியான் அளவைகளை நாம் இழந்துவிட்ட அளவைகளுக்குப் பதிலாக வாங்கிக்கொள்வதன் மூலம், எங்கள் படைப்புகளில், முக்கியமாக பழம் இலக்கியங்களில், இதுவரை காணப்படாத அழகு களைக் காணலாம். அப்படி மெய்யழகைக் காண்பதே இன்றைய நம் வளர்ச்சிக்கு உதவும்.

இலக்கிய ரசனையைப் பொறுத்தமட்டும், 'மீட்டரு'க்கு அஞ்சும் எழுத்தாளர்களுக்கும் பண்டிதர்களுக்கும் ஒரு வார்த்தை. தமிழின் பிற அறிவுத்துறைகளில், முக்கியமாகத் தமிழின் தூல உருவை அளக்கும் மொழியியலில் (ஃபிலாலஜி), வெளிநாட்டான் அளவு கோல்களே இயங்குகின்றன. உதாரணமாக, 'பரிதிமாற் கலைஞன்' வி.கோ. சூரியநாராயண சாஸ்திரி - இறுகின தனித் தமிழ்காரப் பண்டிதர்; தமது மொழியியல் நூலில், ''இத்தன்மையான நூல்கள் ஆங்கிலம் முதலிய பிற பாஷைகளிற் பலவிருக்கின்றன. மற்றுத் தமிழ்மொழிக்கோ ஒன்றேனுமில்லை'' என்றும், அந்நூல் முன் னுரையில் ஒரு இங்கிலீஷ்காரர், ''மேல்நாட்டு மொழியியலாரின் முறைகளை ஜீரணித்து, திராவிட மொழிகளை ஆராய,'' பரிதிமாற் கலைஞன் துணிந்துள்ளாரென்றும் குறிப்பிட்டிருப்பதுபோல், பல தமிழ் அறிவுத்துறை நூல்களில் பூர்வபீடிகைகள் காணலாம். தமிழின் தூல உடலை ஆராய மேல்நாட்டான் அளவைகள் இருக்கலாம் என்றால், அதன் ஆத்ம வடிவான இலக்கிய நயத்தை உணர ஏன் அவனது 'கூடா'தாகும்? அவனது அளவைகள் மூலம்தான், நாம் இங்கே பேச்சுக்கு எடுத்துக்கொண்ட குறிப்பிட்ட ஒரு கலைஞரின் பொதுவாழ்வு பற்றிய பிரச்னையையும் தெளிவாக ஆராய முடியும்.

கலைஞனைப் பொறுத்தவரை, பொதுவாழ்வு என்றால் என்ன என்பதைத் தவறாக உணர்த்தித்தான் சோஷலிஸ யதார்த்தம் போன்ற அரசியல் கலந்த இலக்கிய சித்தாந்தங் களும் பிறந்தன என இச் சந்தர்ப்பத்தில் நினைவு கொள்ளலாம். ஏற்கெனவே, சூசகமாகக் கலைஞன் தன்படைப்பில், கூர்ந்து பார்க்கும் ரஸிகனுக்கே படக் கூடிய மாதிரி வாழ்ந்து காட்டும் பொதுவாழ்வைப் பச்சையாக, கலைத்துறைக்கு உரிய உணர்ச்சியின் அடக்கத்தை மீறித் 'தாம் தூம்'

என்று சொல்ல வேண்டும் என்பது இச்சித்தாந்தம். பாமரத் தொழிலாளிக்குச் சோஷலிஸ அரசியல் கருத்தைப் புகட்டும் சாதனமாக இலக்கியத்தை உபயோகிக்கும் இயக்கம் ஆரம்பிக்கப்பட்ட போது, மாக்ஸிம் கார்க்கி அறிமுகப்படுத்தியதே 'சோஷலிஸ யதார்த்தம்'. உணர்ச்சி அடிப்படையிலும் யதார்த்தத்துக்குப் புறம்பான ஒரு எதிர்கால சமுதாய அமைப்பை விரும்பவைக்கும் கனவு அடிப்படையிலும் எழுதப்பட்ட, இச்சித்தாந்தத் துக்கு உட்பட்ட படைப்புகள் யதார்த்தமானவையாகப்படவில்லை. உணர்ச்சியையும் கனவையும் கொண்ட 'ரோமான்ஸ்' என்ற கற்பனார்த்தமாகவே இருக்கின்றன. இதனால்தான் க.நா.சுப்ரமண்யம், "சோஷலிஸ யதார்த்தத்தில் சோஷலிஸமும் இல்லை யதார்த்தமும் இல்லை" என்றார். கலைஞன் தனது சூசக உணர்த்து முறையைத் துறந்துவிட்டால்தான் மேற்படி சித்தாந்தத்துக்கு உட்பட்டுத் தனக்கு விதிக்கப்பட்ட கடமையான பிரசாரத்தைச் செய்யலாம். ஆனால் கலைவேறு. இதையே கார்ல் மார்க்ஸின் துணையாசிரியரான ஃபிரடரிக் ஏங்கல்ஸ் ஒரு கடிதத்தில், "கலைஞன் எவ்வளவுக்கு எவ்வளவு தன் உத்தேசத்தைச் சூசகமாக வைத்திருக்கிறானோ அவ்வளவுக்குப் படைப்பு உயர்ந்ததாகும்," என்று எழுதியிருக்கிறார். மார்க்ஸீய தத்துவஞானிகளுள் ஒருவரான ஏங்கல்ஸின் பார்வையே இப்படி இருக்க, மார்க்ஸியத்தை நடைமுறையில் இயக்க வந்த கம்யூனிஸ்ட் கட்சியினர், கலையையே பிரசாரத்துக்குப் பலியிடவந்தது முரணானது ஆகும்.

கலைஞனது பொதுவாழ்வும், ஏங்கல்ஸ் சொன்னதுபோல் சூசகப்படுத்தப்படுகையிலேயே கலைத்தன்மையடைகிறது. ஒரு கலைப் படைப்பில் உள்க்கூடாகக் கலைஞன் ஒரு விஷயத்தை எடுத்துக் கொண்டு, அதைச் சாக்காக்கித் தான் அறிந்தோ அறியாமலோ வெளியிடும் இன்னொன்றுதான் கலையின் ஆதாரநிலையமாகும். தூலமாக வெளியே தெரியும் அந்தச் சாக்கு, அவன் முதலே தேர்ந் தெடுத்துக்கொண்ட அந்தக்கூடு அல்ல கலையின் மையம். அம்மையம் அடிமனப்பாங்கானது. ஒரு கலைப்படைப்பில், பொது வாழ்வு என்ற உலகைச் சில கலைஞர்கள் கூடாக, அதாவது வெளித் தெரியும் அம்சமாகக்காட்டி எழுதுகிறார்கள். ஆனால், அது அவர்களுக்கு ஒரு சாக்குத்தான். அதைமீறி, பொதுவாழ்வு உத்தேசத்துக்கும் புறம்பான ஒன்றாகக்கூட, அவர்களது கலையம்சத்தின் உள்க்குரல்

இருந்து விடலாம். புதுமைப்பித்தனது 'நாசகாரக் கும்பல்' போன்ற படைப்புகள், வெளியே பார்வைக்கு, தாழ்த்தப்பட்ட இனம் பணத்தால்கூட மதிப்புப் பெறமுடியாத ஒரு பொதுவாழ்வுப் பிரச்னையைக் காட்டினாலும், அதற்கும் அடியில் அக்கதையின் கலையம்சமாக இருப்பது தாழ்த்தப்பட்ட கதாநாயகனது தனிமனித வேதனையாகும். வாசக உள்ளத்தைத் தாக்குவது அது. பொதுவாழ்வு என்ற புதர்களின் மறைவில் நின்று அம்பு எய்யும், தனிமனித உணர்ச்சிகள் பல புதுமைப்பித்தனின் கதைகளில் இருக்கின்றன.

'கடவுளின் பிரதிநிதி' என்ற கதையில், ஹரிஜன்களைக் கோயிலுள் அனுமதிக்கும்படி ஒரு வாலிபன் வந்து ஒரு கிராமத்தில் பேசித் தாக்கப்படுவதைச் சாக்காக்கி, புதுமைப்பித்தன் அவ்வூர்க் கோயில் பூசகரின் தார்மிக விசாரமான மனப்போராட்டத்தைக் காட்டுகிறார். அந்தப் பூசகரது மனித வேதனை, பழமையான அவரது அறிவுக்குப்பட்ட தர்மத்துக்கும் வாலிபனின் பிரசாரத்துக்குமிடையே அல்லாடுவதில் வெளிப்படுகிறது. எனவே, கலைஞன் பொதுவாழ்வைப் பச்சையாக வெளிக்காட்டி எழுதினாலும், அடியில் வேறு உத்தேசங்களின் நீரோட்டத்தில் வாசக உள்ளத்தை இழுபட்டு விடவைக்கும் படைப்புகள் இருக்கின்றன. கலைஞன் தன்னைச் சாக்காக்கி உலகைச் சித்திரிப்பது, அத்தகைய படைப்புகளுக்கு மாறான விதமாகும். இந்த மாதிரி கலைப்படைப்பில், வரலாறு, பிரச்சாரம் என்பன மாதிரி இல்லாமல், உள்ளே பொதிந்து கிடக்கும் அநுபவங்களும் இருப்பதை அறியாமலே, சில ஆசிரியர்களைச் சிலர் ஒரு குறிப்பிட்ட சட்டத்துக்குள் மாட்டிவிட முயல்கிறார்கள். புதுமைப்பித்தன் மாதிரி பொதுவாழ்வை - 'பிரச்னை'களை - வைத்து இவர் எழுதியிருக்கிறாரா என்று மௌனியைப் பார்த்து சிலர் கேட்டு, புதுமைப்பித்தன் பொதுவாழ்வை மீறி உத்தேசித்துப் படைக்கவில்லை என்றும் மௌனி ஏதோ வெறும் காதல் கதைக்கார ரென்றும் மட்டும் தாங்கள் உணர்ந்திருப்பதைப் பகிரங்கப்படுத்திவிடுகிறார்கள்.

புதுமைப்பித்தனிடம் பொதுப் பிரச்னைகளை மீறின அம்சங்கள் முன்னால் சொல்லப் பட்டன. அதே மாதிரி, மௌனியின் காதல் உலகு எதன் நிழல் என்பதையும் உணரவேண்டும். புதுமைப்பித்தனிடமாவது பொது வாழ்வும் பிரச்னையும் வெளித்தெரிந்தே முக்கியத்துவம் பெற்று இருந்தாலும், மௌனியிடம் வெளித்தெரியும் 'காதல்' அவரது உத்தேசமே இல்லை. 'காதல்' அவரது சாக்கு. அவர்

ஒரு குறியீட்டுக்காரர் - அதாவது symbolist. தமது கதைகளினுள்ளே கதையை நகர்த்த உபயோகிக்கும் துணுக்குக் குறியீடுகள் இருக்க, கதைகளின் பிரதான அம்சமாகப்படும் காதலையே ஒரு குறியீடாகக் கொண்டிருக்கிறார். இங்கே இன்னொரு வார்த்தை.

மௌனியின் கலைவாழ்வு தனி மனித ரீதியானது (Personal) என்பதோடேயே காஃப்காவுடன் மௌனியை க.நா.சு. ஒப்பிட்டபோது, காஃப்காவின் குறியீடுகள் பொதுத் தன்மையானவை (Impersonal) என்றும், ஆனால் மௌனியின் கலையுலகோடு அவரது குறியீடுகளும்கூட தனிமனித ரீதியானவை என்றும் ஒரு அன்பர் (சி.சு. செல்லப்பா) குறிப்பிட்டார். மௌனி ஏதோ 'காதலில் தோல்வியுற்ற ஆசாமி' என்றும் அவர் அதனால் ஏற்பட்ட மனச்சுமையை இலக்கியமாக இறக்கிவைத்திருக்கிறார் என்றும் தொனிக்க, ஏற்கெனவே எழுதப்பட்டு இருந்த ஒரு கட்டுரையைப் பற்றிப் பேசிக் கொண்டிருக்கையில் மௌனி, ''என் மனைவி ஓடிப்போனதாக எழுதினால் அது நடந்தமாதிரியா? இல்லையே, அதோ அவள் உள்ளே தான் இருக்கிறாள்,'' என்று சொன்னார். கதாசிரியரேதான், 'இவர் படைப்பு சுயசரிதைப் போக்கானது,' என்று சொல்வோருக்குப் பதில் சொல்லி ஆக வேண்டும். மௌனி சொன்ன பதில் நேரே பாய்வது. இதுக்குமேல் இப்படிப் படைப்பை விட்டு ஆசிரியனிடம் போகும் - அதுவும் மிகவும் மென்மையான சுய ரகசியங்களைத் தொடும் - பார்வைகளுக்குப் பதிலை விமர்சன ரீதியாகச் சொல்லமுடியாது. ஆனால், ஒன்றைக் குறிப்பிடத் தோன்றுகிறது. ஏற்றுக்கொள்ளப்பட்ட இலக்கியங்களுள், அப்பட்ட மாகவே வாசகர்களுக்குத் தெரிகிற மாதிரி சுயசரிதைப்போக்கான இலக்கியங்கள் இல்லாமல் இல்லை. ஜேம்ஸ் ஜாய்ஸின் *போர்ட்ரேயிட் ஆஃப் அன் ஆர்ட்டிஸ் அஸ் எ யங்மேன்* என்ற நாவல், அவரது வாழ்க்கை ஆரம்பத்தை வைத்தே எழுதப்பட்டது. எனவே, தனிமனித ரீதியான படைப்பு என்றதுக்காக ஒன்றை இலக்கியம் அல்ல என்றால் தவறு தான்.

விமர்சனத்தைப் பொறுத்தவரை, மௌனியின் தனிமனிதத் தன்மைகள் என்று கூறி அவரது மென்மையைப் பாதிப்பது தவறானாலும், ஒன்றுக்கு மேற்பட்ட சிலர் என்னிடம் அவரது கதைகளைப் பற்றி இதே கேள்வி கேட்டு இருக்கிறார்கள். அக்கேள் விக்கு அவர்களைத் தூண்டிய காரணங்கள் ஒன்றும் தாக்கானவை அல்ல.

மௌனி, அடிக்கடி சுசீலா என்பது போன்ற சில குறிப்பான பேர்களையே உபயோகிப்பதும் அவர் ஒரேவிதமான கதையம்சத்தின் சாயல்களையே கையாண்டிருப்பதும்தான் அக்கேள்விகளைத் தூண்டியவை. இவை, மௌனியின் தனிமனித வாழ்வோடு தொட்டு நிற்பவையல்ல. இவைதான் அவரது கலையின் ரகசியங்களுள் ஒன்று - இன்றைய இளம் எழுத்தாளர்கள் கவனத்துக்குக் கொண்டுவரவேண்டியது. மௌனி, பெயர்களுக்காகவோ கதையம்சத்துக்காகவே அதிகம் மெனக்கெட்டுக்கொண்டு நிற்பதில்லை. ஒரு இளம் சிறுகதைக்காரரின் கதையை, விமர்சித்துப் படித்துக்காட்டின மௌனி சொன்னதையே இங்கு சொல்வது இவ்விடத்தில் பொருந்தும்.

''இன்று பலர், கெட்டிக்காரத்தனமாக எழுதுவதை உயர்ந்த எழுத்தாகக் கருதிக் கொண்டிருக்கிறார்கள். ஒரு புத்தி சாதுர்யமான ஹாஸ்யத்துக்காக அவர்கள் படும் சிரமம் வரிதோறும் தெரிகிறது. புதுமைப்பித்தனைப் பின்பற்றுவதாகச் சிலர் நினைப்பு. புதுமைப்பித்தனிடம் இருந்தது ஏழ்மை யான கெட்டிக்கார ஹாஸ்யம் (wit) அல்ல, அது வேகம் (Power). அது புதுமைப்பித்தனின் தனித்தன்மை - இயல்பு. கெட்டிக்காரத்தனமாக எழுதுகிறவன், கதை ஆரம்பத்திலேயே வரிந்துகட்டிக்கொண்டு தசைகளை இறுக்கிப் பிடித்துக் கொண்டுபோய், கதையின் மையத்தைத் தாக்கும் இடத்தில் சோர்ந்து துவண்டு விடுகிறான். இன்றைய கதைகள் சாமான் யத்துக்கும் கீழே இருக்கிற காரணம் இதுதான்.'' - இந்த வரிகள் மௌனி என்னிடம் கூறிய வாய்மொழியின் குறிப்பாகும்.

கதை சொல்பவன் ஆரம்பத்திலேயே வரிந்து கட்டுமுன், கதைக்குப் பேர்வைத்தல், கதா பாத்திரங்களுக்கும் கதாபாத்திரம் நடக்கும் ரோடு, அவன் வீட்டு வேலைக்காரன் முதலியவற்றுக்கும் அவன் நாய்க்கும் கண்ணில் கண்ட ஹோட்டல்களுக்கும் எல்லாத்துக் கும் பேர்வைத்துக் கொண்டு, இதுக்கும் மேலே கதைப்போக்கை திருகி, துப்பறியும் கதைத் திகைப்புகளோடு 'கெட்டிக்கார' வாக்கியங்களையும் உபயோகிக்க வந்துவிட்டால், கலையம்சங்களை நிரப்பும் மெய்யனுபவத்துக்காகக் கற்பனையையும் சிந்தனையையும் அர்ப்பணிப்பது எங்கே?

மௌனி என்னிடம் குறிப்பிட்ட ஒரு விபரம் இங்கு பொருந்தும்: மூன்று வருஷங் களுக்கு முன் நடந்த அகில இந்திய எழுத்தாளர்

மகாநாட்டில் தலைமை வகித்த வங்காள நாவலாசிரியர் தாராசங்கர் பானர்ஜி, தமக்குக் க.நா.சு. மூலம் அறிமுகமான மௌனியின் சம்பாஷணையை மட்டும் கேட்டுவிட்டுச் சொன்னார்: ''நீங்கள் அவஸ்தைப்பட்டுக் கதைகளைக் கட்டவேண்டியதில்லை. சும்மா 'வந்தான் போனான்' என்று ஆரம்பித்து எழுதுங்கள். உன்னதமான படைப்புகளைப் பிறப்பித்து விடுவீர்கள்.'' பானர்ஜி, சம்பாஷணை மூலமே மௌனியின் மேதையைப் பிடித்துவிட்டார். மௌனியின் மேதை இயங்கக்கூடிய இயல்பும் அவருக்குப் பிடிபட்டுவிட்டது ஒரு அதிசயம்தான். ஏனென்றால், பானர்ஜி எவ்விதமாக மௌனியை எழுதும்படி சொன்னாரோ, அவ்விதமான அலட்சியத் தோடுதான் அவர் எழுதுகிறார். மௌனியின் கலையுள்ளத்தினுடைய அலட்சியத்தினால்தான் அவர், பெயர்கள், கதையம்சங்கள் முதலிய வற்றைப் பற்றி ஏதும் பிரமாதப்படுத்துவதில்லை. அவரது சஞ்சாரம், பெயரிலோ இடத்திலோ நிகழ்ச்சியிலோ அல்ல. ஏன், மௌனி தன் கதைகள் எதுக்கும் தாமாகப் பேர் வைத்ததும் இல்லை. எல்லா கதைகளுக்கும் பேர்கள் வைத்தவர்கள் அவற்றைப் பிரசுரித்தவர் களே. இதுக்கும் மேலே - *மணிக்கொடி* இதழுக்காக பி.எஸ். ராமை யாவிடம் கதைகளைக் கொடுத்தபோது, அவர் எழுதினவரின் பேர் எப்படிப் போடுவது என்று கேட்டதுக்குக்கூட மௌனி ஏதும் சொல்லவில்லை. ''ஏதாவது நீங்களே ஒரு பேர் வைத்துவிடுங்கள்,'' என்று சொல்லி விட்டார். பி.எஸ்.ராமையா தான் எஸ்.மணி என்ற இயல்புப் பேருக்குப் பதிலாக, 'மௌனி' என்று பேரிட்டவர். தனக்கே பேர் சூட்டிக்கொள்ளாத இவ்வளவு அலட்சியம் படைத்த கலைஞன், தன் பாத்திரங்களுக்கு முக்கி முனகிப் பேர்தேடப் போகி றானா? மனசில் ஏதோ வருகிறபேரை மௌனி அவசிய மானால் உபயோகிக்கிறார். கவனித்தீர்களானால், நமக்கும் ஏதோ ஓரிரு பேர்கள்தான் நன்றாக யோசிக்காத நிலையில் மனசிற்கு திரும்பத் திரும்ப வரும்.

தன் பெயர் முதலிய தூலமான முத்திரைகளைப் பற்றிக்கூடக் கவலைப் படாத மௌனி, 'காதல்' போன்ற தூல அனுபவங்களுக் காகச்சுயசரிதைக் கதைகள் எழுதினார் என்பது முரணானது. மேலும், காதல் அவருக்கு ஒருதூல அனுபவமே அல்ல. அதுவே இன்னொரு வாழ்வுக்கு பதிலாக நிற்கும் சாயலாகும்.

அந்த இன்னொரு வாழ்வைத்தான், அவரது அகவாழ்வு என்று முன்னொரு கட்டுரையில் எழுதி இருந்தேன். இந்த அகவாழ்வு என்பதை, ஏதோ ஒரு மனவியல்காரன் மாதிரி மௌனியும் நடத்தி, மனதின் தன்மையை ஆராய முயன்றிருக்கிறார் என நான் அர்த்தப் படுத்தினதாக ஒருவர்(மீண்டும், சி.சு.செ.) கருதிப் பேசினார். மனசின் தன்மையை அதாவது அதன் இயந்திரப் பாகங்களை, மனவியல்காரன் ஆராய்வதுபோல் ஆராய்தல் அல்ல அக வாழ்வு. அது உள்ப் பொருள் உணரும் முயற்சியாகும். மௌனியின் கதைகள் அந்த வாழ்வின் பாதையில் நேர்ந்த விளைவுகள்; வெறும் 'காதல்' கதைகள் அல்ல. உள்ப் பொருள் நோக்கிச் செய்த இந்த விசாரத்தை, அவர் தம்மை நாயகனாக வைத்துச் செய்திருக்கிறார் என்று கொள்வதில் குறையில்லை. 'அழியாச்சுடர்' - 'நினைவுச்சுவடு' - 'எங்கிருந்தோ வந்தான்' என்ற மூன்று கதைகளிலும், கதாநாயகர்களை இரண்டாவது பாத்திரமாக நின்றுபார்த்து எழுதி இருக்கிறார். இந்த மூன்று கதைகளிலும்தான், கதாநாயகன் வர்ணிக்கப் படுகிறான்.

'அழியாச்சுட'ரில் கதாநாயகன் மூலமாகவே :

''என் நீண்ட மூக்கு, முகத்திற்கு வெகு முன்பாக நீண்டு முன் செல்பவர் களை திருப்பி இழுப்பதுபோல வளைந்து இருக்கும். அதன்கீழ் மெல்லிய உதடுகள் மிருதுவாகி, பளீரென்ற பல்வரிசை களை பிறர் கண்கூச சிறிது காண்பிக்கும்...''

'நினைவுச் சுவடு'வில் இரண்டாவது பாத்திர வாயிலாக :

'அதே வளைந்த மூக்கு உயர்ந்த புருவம், மிருதுவான கன்னங்கள்...'

'எங்கிருந்தோ வந்தான்'னிலும் அப்படியே :

'மூக்கு நீண்டு வளைந்து இருந்தது. மெல்லிய உதடுகள் சிறிது விலகி இரு வரிசைப் பற்களை, கண்கூச, வெளிக்காட்டின...'

இந்த மூன்று கதைகளில் மட்டுமே கதாநாயக வர்ணனை இருக்கிறது - அவையும் ஒன்றுக்கொன்று ஒற்றுமை கொண்டு. மௌனியைச் சந்தித்ததுமே கொண்ட அதிர்ச்சி, இந்த வர்ணனைகளின் உயிர் சொரூபத்தைக் கண்ட அதிர்ச்சியாகவேயிருந்தது, மௌனியையும், இதே அவரது வார்த்தைகளில் வர்ணித்துவிடலாம். ''மூக்கு, புருவம், உதடுகள், பற்கள் (ஓயாது போடும் வெற்றிலைக் காவியில் மங்கி விட்டாலும்)'' அவரது வர்ணனைகள்தான். அப்படியானால்

மௌனியைப் பற்றி, சுயசரிதைக் கதைக்காரர் என்ற கூற்று எவ்வளவு பொருந்தும்? பார்ப்போம்!

அகவாழ்வில் ஈடுபடுபவன் தன்னூடே செல்பவனே. மேலும், தன்னை உடலாக மதிக்கையில், 'அழியாச்சுடர்' கதாநாயகன் மாதிரி, 'தன் அழகில் தானே ஈடுபட்டு' நிற்கிற ஒரு நிலை. வெளிவாழ்வில் இருப்பதை உணர்ந்து, அதன் நிச்சயமின்மையை உணர்வதும் அவ் வாழ்வில்தான். மௌனி, தம்மை மீறின ஒரு ஆத்மநிலையைத்தான் சோகமயமான 'எங்கிருந்தோ வந்தான்' கதாநாயகனிடத்தில், ''கண்ணீர் வறண்டு சலனமற்று நிற்கும் அவன் கண்கள், திகைப்பும் வருத்தமும் புதைந்து பாழ்பட்ட கேணிபோன்றுதோன்றின. அவன் நம்மை உற்றுநோக்கும்போது அவனது பார்வை நம்மை ஊடுருவிப் பிய்த்து, அமைதி அற நம் முன் சிலாகை கொண்டு துருவிப் பார்ப்பது போன்ற ஒரு உணர்ச்சி - ஓர் உயர்சக்தி நம்முன் நிற்கும் பயம் - இவைதான் நம் மனதை அலைக்கும்,'' என்ற வர்ணனையில் காட்டியிருக்கிறார். சுயவாழ்விலேயே உண்மையைத் தேடும் சலன மாகக் கலையுள்ளம் இயங்குவது இயல்பு. படைப்புகள் வெளிப் படையாக காட்டாத நிலையிலும், நுட்பமாகக் கலைஞர்களின் வாழ்க்கை, காரியங்களின் பின்நிற்கும் அர்த்தம் முதலியவற்றைக் கவனிக்க முடிந்தால் இதை உணரலாம். உண்மைதேடியின் அனுப வங்களையே, 'காதல்' போர்வை யுள் வெளியிட்ட மௌனியின் விஷயத்தில் இது சற்று அழுத்தமானது. எனவேதான் அகவாழ்வின் மூலம் மௌனி, உலகுமுழுதுக்கும் பொதுவானதான ஆன்ம வேட் கையைத் தன்னை நாயகனாக்கி வெளியிட்டிருக்கிறார். தன்னையும் உலகுக்குப் பொதுவாக்கி 'அவன்' என்று குறிப்பிட்டதுதான், அவ ரது பொதுவாழ்வின் தூல முத்திரை. பெரும்பாலும், அந்த 'அவன்' பெயரற்று, ஒரு இடத்துக்கு என்ற உரிமையற்று நிற்கிறான். எனவே, தனிமனித முத்திரை யாவற்றையும் துறக்கிறான். மௌனி, தன் முத்திரைகள் யாவற்றை +யுமே துறந்து, உலகுக்குப் பொதுவான அநுபவமாக வியாபித்துவிடவே விரும்பினார் என்பதே சரி.

அவரது பாத்திரங்கள் வெறும் 'காதல்' பண்ணியவர்கள் என்றோ, அவற்றின் மூலம் தனிமனித ரீதியாக மௌனி தன்னையே காட்டி னார் என்றோ சொல்வது தவறு. 'காதல்' தான் அவரது கதையம்சங் கள் என்றால், அவரது பாத்திரங்கள் ஏன் ஒருவரை விட்டு மற்றவர் நழுவி ஓட வேண்டும்? அவரது காதலர்களின் குறுக்கே ஏதும்

நிற்பதில்லையே? அப்படியிருந்தும், அவர்கள் ஒருவரை ஒருவர் தழுவிக்கொள்ளும் சந்தர்ப்பங்கள் வந்து காத்து நின்றாலும், ஒருவரிடம் மற்றவர் தம் காதலை வாய்மூலம் சொல்வது கூட இல்லையே ஏன்? இந்தக் கேள்விகளை எழுப்பிக் கொண்டு படித்தால்தான், மௌனியின் அக உலகுக் கபாடம் திறக்கும்.

மௌனியின் பாத்திரங்கள், தூலமாகச் சேர்ந்து விடுவதைக் காதலாகக்கொள்ளவில்லை. அதாவது அவர்கள் 'காதலிக்க' வில்லை. அவர்கள் தங்கள் காதலையே ஒரு ஆரம்பமாகக் கொள்கிறார்கள். பிறகு எதையோ தேடுகிறார்கள். பாத்திரங்கள் 'ஏன் - எங்கே? என்று கேட்பதைக் கவனிக்க வேண்டும். இந்தக் கேள்வி தன்னைப்பற்றிய சந்தேகத்தில் தோன்றும் கேள்வியாகும். ஆத்ம வேட்கை இக்கேள்விகளுடனேயே துவங்குகிறது. 'காதல்' என்ற தூலநிலையில் 'எங்கிருந்தோ வந்தான்' கதாநாயகன் கதாநாயகியிடம் ஈடுபடுவதை 'அவன் பக்கத்தில் உட்காருவ'தாகக் காட்டி, உடனே கதாநாயகி ஜன்னியில் "சீ... சீ... நீ யார், பத்மா என்கிறாயே, ஏ சனியனே, என்னை ஏன் பீடித்து இருக்கிறாய், நீ போ'' என்று வேகத்தோடு திமிருவதுபோல் உடம்பை நெளித்து முறித்துச் சொல்வதையும் காட்டு கிறார். இங்கேதான், உடலில் பிடித்த காதலின் போலித்தன்மையை உணர்ந்த கதாநாயகன், தேடுதலை ஆரம்பிக்கிறான்.

ஜித்து கிருஷ்ணமூர்த்தி காதலைப் பற்றிச் சொன்னதை இங்கு கவனிக்க வேண்டும்: 'நாம் காதல் என்று கொள்வது, மற்றவருக்கும் எமக்குமிடையில் இருக்கும் உறவைப் பற்றி நினைப்பும், அதுக்கும் மேல் போனால் மற்றவரை பற்றி நெகிழ்வோடு நினைப்பதும்தான். மெய்க் காதல் நினைப்பு அல்ல, அது தொடர்பைப்பற்றிய தெளிவுணர்வு.' இந்தத் தொடர்பைப் பற்றிய விவகாரத்தைத்தான் மௌனியின் பாத்திரங்கள் செய்கிறார்கள். அதனாலேயே, தூலமான சேர்க்கைகளிலோ, நினைப்புகளிலோ அவர்கள் புதைந்து விடுவதில்லை.

இப்படி, உள்த்தொடர்புக்குக் காரணத்தையும் அதன் அகப் பீடத்தையும் தேடும் கலைஞனின் படைப்புகள், எப்படி தனிமனிதப் போக்கானவை யாகும்? ஆத்ம தேட்டம், உலகின் பொதுவுடலின் – சமுத்திரத்தின் – தனித்தன்மை என்ற திவலையின் வியக்தியை இழப்பது அல்லவா?

இனி, மௌனியின் குறியீடுகள் தனி மனிதத் தன்மையானவை என்றது பற்றி : மௌனி, காதல் என்ற - தமது கதை யாவற்றுக்கும் பொதுவான - அம்சத்தையும் ஒரு குறியீடாகக் கொண்டிருக்கிறார் என்றோம். இந்தக் குறியீடுகூட, அவருக்கே உரிய தனிக்குறியீடோ அல்லது அவருக்கு மட்டும் புரியக் கூடிய (குறியீடு தனி மனித ரீதியானது என்றால் இது தான் பொருள் போலும்) ஒன்றோ அல்ல. எல்லா இந்தியக் கவிகளும் நூற்றாண்டு நூற்றாண்டாகப் புராணங் களிலும் காவியங்களிலும் ஆத்ம வேட்கைக்காக உபயோகித்து வந்ததே இது. பராசக்தி, இமவான் மகளாகப் பிறந்து ஈசனைக் 'காதலிக்க'வில்லையா? ஆண்டாளும் மீராவும் கண்ணனைக் 'காத லிக்க'வில்லையா? அங்கெல்லாம் காதல், உலகினரின் பொருளை மீறினதாக - ஆன்மவேட்கையாக - பரம்பொருளுடன் கலக்கும் இச்சையாகத்தான் எழுப்பப்பட்டிருக்கிறது.

கதைகளில் துகள்களாக நிற்கும் குறியீடுகளைப் பற்றியும் இப் படித்தான். 'மாறுதல்' தான் மௌனியின் குறியீட்டுக் கலை நுட்பத் தின் சிகரப் படைப்பு. அதில் வரும் பதனிக் 'குடம்' எந்த ஹிந்து வுக்கும் எளிதில் புலனாகும் குறியீடுதான். நந்தவனத்து ஆண்டிப் பாட்டில், குயவன் என்ற கடவுள் கொடுத்த தோண்டி (குடம்) யைப்பற்றி அறியாதவர்கள் யார்? அதே 'மாறுதல்' கதையில், படாடோபத்தின் குறியீடாக நிற்கும் சிங்கப்பூர்க் காரனிடத்தில் பொதுத் தன்மைக்கு விரியாத அம்சம் என்ன? அது பச்சையாகவே, அழிய நிற்கும் தோற்றத்தின் போலியழகைக் காட்டுகிறது. ஆசிரி யரே பாத்திர வாயிலாகப் பேசியும் அதை வெளிப் படுத்துகிறார். மேலும், விதிவசப்பட்டுச் செல்லும் மனித வாழ்வை, நாம் பேச்சி லேயே உபயோகிக்கும் 'செம்மறியாட்டுப் போக்கு' என்ற மரபுத் தொடரில் காட்டுறமாதிரித்தானே, மௌனி 'மாறுதல்'லில் வரும் ஆட்டிலும் ஏற்றிக்காட்டுகிறார். அந்தக் கட்டை வண்டி, நடுவில் தெரியும் 'அவன்' - எல்லாம், 'பாரத்தை' - உடல் பாரத்தைச் செலுத் தும் 'அவன்' தான்.

இதற்கும் மேலாக, இன்னொரு அபூர்வமான குறியீட்டை மௌனி உபயோகிக்கிறார், தமது பெரும்பாலான கதைகளில் - சங்கீதம். ஒரு தடவை சிதம்பரம் பிரகாரத்தில் க.நா.சு.வோடு செல்லும்போது, தமது சங்கீத ரஸனையைத் தமது அபிமானத்துக்கு

உட்பட்ட ஒரு வயலின்கார நண்பனுக்குப் பிறகு யாரும் திருப்திப் படுத்த முடியாது என்று நினைத்து, அவர் காலமானதிலிருந்து தாம் சங்கீதம் கேட்கிறதை நிறுத்திவிட்டதாகக் கூறியிருந்ததை நினைப்பு மூட்டி, அப்போது ஒலிபெருக்கியில் கேட்கும் இசைக்குத் தப்ப முடியாது போனதுக்கு, ''மனிதன் கடவுளைக் கோயிலுள் பூட்டி விட்டாலும், வெளியில் சங்கீதமாக கடவுள் வியாபித்துவிட்டான்,'' என்றார். (மௌனி சொன்ன இதை வைத்து, க.நா.சு. 'சங்கீதப் போராட்டம்' என்றொரு கதை எழுதியிருக்கிறார்.) அவரது இந்தப் பேச்சிலிருந்தே, சங்கீதத்தை ஒரு வியாபகத்தின் குறியீடாக அவர் கொண்டிருக்கிறார் எனக் காணலாம். 'பிரபஞ்ச கானம்'மில், கதா நாயகியுள் அடங்கிய சங்கீதம் வெளிவியாபகம் கொண்டு உலகை நிரப்பி, இயற்கையின் குறைபாட்டையே நிரப்பியதை உள்ளோட்ட மாகப் பார்த்தால், பரம்பொருள் ஜீவாத்மாவின் கலப்பில் புதுமை பெறுகிறது என்ற அற்புதமான உள்ப்பொருளை உணரலாம். சங் கீதத்தின் வியாபகத் தன்மையும் அது அளிக்கும் இன்பமும் இரண் டற நிற்பவை. ஆத்மாவின் தன்மையுடன் இதை ஒப்பு நோக்கி, மௌனி சங்கீதத்தை கொணரும் கதைகளைப் படிப்பது நல்லது. சங்கீதத்தின் தன்மையை யும் சரிவர உணர்ந்து, அதை ஆத்மாவின் குறியீடாக்கும்போது அவர் துணைக்கு எழுப்பும் வசனங்களையும் கவனிக்கவேண்டும். 'நினைவுச் சுழல்'லில் சேர்ந்து கச்சேரி வாசிக் கையில், கதாநாயகனும் கதாநாயகியும் ஒன்றாவதை மௌனி,

'அறியாது பந்தம் இறுகிக்கொண்டது. கண்டு கொள்ளாத வகை யில் நிரடான முடிச்சாகத்தான் இருந்தது... கருணையையும் கடந்த உணர்ச்சியற்ற சிரிப்பைத் தான் ஒலித்தது அந்நாதம்.'

என்று கூறுவது, பாத்திரங்களின் உள்ப்பொருள்கள் நாதம் என் னும் பெருவெள்ளத்தில் திவலைகளாகி இணைவதையே காட்டு கிறது. 'நினைவுச் சுழல்' பாத்திரங்களுக்கு மட்டும்தான் அந்தச் சங்கீதத்தின் மூலம் இணையும் வாய்ப்புக் கிடைத்தது. அவர்களும் உடல் ரீதியாக இணையவில்லை; பிரிந்து எதிர்த்திசைகளுக்கு ஓடி விடுகிறார்கள்.

'நாதப்பிரம்மம்' என்ற குறியீட்டின்படி, இந்த சங்கீதம் என்ற குறியீடு கூட மௌனியின் தனிமனிதத்துவத்துக்கு உரியது அல்ல. எல்லா ஹிந்துக்களுக்கும் ஆதிப் பொருள் நாதவடிவானது என்பது

தெரிந்ததுதான். ஆகவே, மௌனியை அவரது கலைக்காகவும்சரி, குறியீட்டுக்காகவும்சரி, தனிமனிதப் பார்வைக்காரர் என்பது தவறு. அவர் உலகுக்கு உரியவர். அவர் பார்வை, மனிதனின் மிக உன்னத மான வேட்கையை உயிராகக் கொண்டது. இதை எவ்வளவு விரை வில் தமிழர்கள் உணர்கிறார்களோ, அவ்வளவுக்கு அவர்கள் முனைந்து, பிற இந்திய மொழிகளுக்கும் உலகுக்கும் இந்த அபூர்வக் கலைஞனை உடைமையாக்கலாம். மௌனி யின் கலையுடலின் வியாபகம் அதற்கு இணங்குகிறது.

தனிமனிதத் தன்மையுள்ளதாயும், பிறருக்கு அவ்வளவு லாபம் காட்டாத தாயும் உள்ள தூல அனுபவங்களைக் கொண்டே, பொது வாழ்வை உள்க் குரலக்கிப் படைப்பதுக்கும் - அதாவது ஆசிரியரின் சுய சரிதைப் போக்கான விஷய அம்சம் படைப்பில் இருப்பதுக் கும்கூட - முகஞ் சுளிப்பது நல்ல வாசக அம்சமாகாது. ஏனெனில், கலைத்தரத்தைக் கதையிலுள்ள ஆசிரியனின் சுயவாழ்வு பாதிக்காது. கலைத்தரத்தின் உயர்வு தாழ்வுக்கு அவனது மேதையே காரணம். மௌனி விஷயம் இதைவிட சூட்சுமமானது. தூலமாகக் காதல் உலகைக் காட்டி, சூட்சுமமாக இன்னொரு உலகையும் அவர் காட்டினார். எனவே, இரண்டு வாழ்வு களுக்கு அவர் காரணமாகி றார். இந்த இரண்டு வாழ்வுகளுள், அவரது கலையின் உத்தேசவேகம் வாசகனை ஈர்ப்பது, அவரின் அகவாழ்வை நோக்கியே. ஆகவே, அந்த அகவாழ்வோடுதான் அவரது சுயவாழ்வைப் பின்னிப்பார்க்க லாம். கலைக்குப் பொய் ஒரு சாக்கு. பொய்யாகக் கற்பனை மூலம் ஒரு பிடிகயிறைக் குருட்டு வாசகனிடம் கொடுத்து, அவனை உண்மைமயமான கலையனுபவத்துள் ஈர்ப்பதுதான் கலைத் துறை யின் தந்திரம். எனவே, ஆசிரியனின் கலையை ஊடுருவிப் பார்த்து, அவரது படைப்பின் வெளித்தோற்றத்துக்கும் உள்ளே நிற்கும் ஆத் மாவை உணர்வதே நல்ல ரஸனை. வெளித்தோற்றமாகக் கற்பனை மூலம் எழும்பும் பொய்யான பிடிகயிறாக நிற்கும் மௌனியின் காதல் உலகையே அவரது அநுபவமாகக் கொள்வது வாசகக் கோளா றினால் தான். இப்படிச் சொல்ல நேர்ந்தது ஏனெனில், காதல்போன்ற அநுபவங்களை ஒருவன் உலகினரிடையே சமர்ப்பிக்கும்போது, அத்தகைய அநுபவத்திற்கு லோகாயதத் தன்மை இருப்பதால், ஆசிரியரை அதற்காகச் சந்தேகிப்பது அவரது மென்மையைப் பாதிப்பதாகும். மௌனி விஷயத்தில் அவரது உன்னத அநுபவத்தின்

காரணத்தையே உணராமல் இப்படிச் சந்தேகம் கொள்வது, விமர்சனத்தில் சுய ரகசியத்தைத் தொடுவது பற்றிய நாக ரீகத்தை மீறும் குற்றத்தைவிட, ஆசிரியரின் கலையையே சரிவர உணராது அநீதி செய்ததாகும். பாரதியின் கலையோடு புழங்குபவன் அவரது வாழ்வை நினைவுகொள்ளும்போதுதான், இன்று தம் அனுபவங்களுக்குப் புறம்பானவற்றை, பாரதி கவிதைகளைப் பின்பற்றும் சாக்கில் எழுதிப் பொய்ப்படைப்புச் செய்வோரின் குற்றம் தெரியும்.

எனவே, மௌனியின் படைப்பினுள் உள்ளோடி நிற்கும் அக வாழ்வும், அவர் தம்மை நாயகனாக்கித் தீற்றினவை என்று குறிப்பிட வந்தாலும், அது மௌனியின் தனித்தன்மை யான உலகைப் பிறர் இமிட்டேட் பண்ணுவதற்கு எச்சரிக்கையாக்கினதாகவே இருக்கும். 'காதல்' போன்ற லோகாயத அனுபவங்களை வைத்து எழுதும் கலைஞர்களைப் பற்றி இக்கோளாறு இல்லை; ஏனெனில், அவர்களது அனுபவங்கள், கற்பனைக்கும் சாதாரண உள்ளங்களின் அநுபவங்களின் அனுபவத்துக் கும் எட்டக்கூடியவை. மௌனி, அவரோடு ஒப்பிட்டு 'அகஉலகக் கலைஞர்க'ளில் பரிசீலிக்கப் பட்ட லா.ச.ராமாமிருதம் போன் றோரின் அகவாழ்வு, கற்பனைக்கு எட்டாதது. ஏனெனில், லோகாயதமான தூல அநுபவங்களுக்கு இருக்கும் தூலமான பொதுத்தன்மை அவற்றுக்கு இல்லை. அப்படிப் பொதுத்தன்மை வெளிப்பட இல்லாவிட்டாலும், அகவாழ்வு மனிதர்களிடையே நேரும் போதெல்லாம், அது ஒற்றை மனிதனின் அடையாளங்களைக் கீறிக்கொண்டு அவனுள் ளேயே சென்று, எல்லாரிடத்தும் எல்லாத்தினிடத்தும் ஊடுருவி நிற்கும் ஒற்றுமையை, அவனுக்குள்ளே அவனை ஏதுவாக்கி உணர்வதாகும், அதை உணரும் பாதையில் நேர்பவைதான், மனித குலத்தின் மிக உன்னதமான பிரச்னை களாகும். பொருளாதார, அரசியல், சமூகப் பிரச்னைகள் ஏன், பூத உலகின் எல்லாக் கேள்விகளுக்குமே சரியான பதில் அகத்துள் நிற்கிறது. அதுதான் ஒரே ஒரு பதில். அதில்தான் பொதுவாழ்வின் பூரண பிரக்ஞை குடி கொண்டிருக்கிறது. அதை நோக்கிச் செல்பவனின் அநுபவங்களை, இன்னொருவன் 'இமிட்டேட்' பண்ணிவிடமுடியாது. ஏனெனில், அநுபவிப்பவனின் தனியுள்ளத்தினூடே, அவனது முத்திரை பதிந்த அநுபவப் பாதையிலேயே, அவ் வனுபவங்கள் நேர்கின்றன.

ஆனால், அகவாழ்வு போன்ற உன்னத அனுபவங்களை ஆசிரியன் சமர்ப்பிக்கும் போதோ, அவனது சுயவாழ்வைப் பின்னிப் பார்ப்பது கலைஞனின் வியக்திக்கு பெருமையே அளிப்பதாகும்.

கலையின் பொது வாழ்வு வியாபகத்திலும் கலைஞனின் தனித் தன்மை தெரிவதுதான், கலையைப் பற்றிய விமர்சனங்கள் யாவற்றையும் திணறடிக்கும் அம்சம். பேருயிரும் சிற்றுயிரும்போல, பொது உலக உள்ளத்தில் நிழலாக நிற்பதுதான் கலைஞனின் வியக்தி. கடோபநிஷத்தில் சொல்வதுபோல், பேருயிரென்னும் வெயிலில் நிற்கும் நிழலே சிற்றுயிராகிறது. சிற்றுயிருக்கும், நிழலைப்போலவே அடையாளங்கள் பிறக்கின்றன. கலைஞனின் தனிமனித வியக்தியின் அடையாளங்களும், அவனது அடையாளமற்ற பொதுவாழ்வு வெயிலில் விழவே செய்யும். வெயிலை மறைத்து நிற்கும் தோற்றம் (மாயை) நீங்கியதும், நிழல் வெயிலோடு இரண்டறக் கலந்துவிடுவதுபோலவே, கலைஞனின் தனிமனித அம்சங்களுக்குக் காரணமான தூலத்தன்மைகளை நீக்கிப் பார்க்கும் போதுதான், அவனது பேருடல் புலப்படும். அதுதான், உள்ளத்தைப் பேருணர்வுக்கு உயர்த்தும் கலா அநுபவத்துக்கே வழியாகும்.

எழுத்து : 47+48, நவம்பர்+டிசம்பர் 1962.

15 எஸ்.பொ.வின் *தீ* நாவல் பற்றி..

நாற்பத்தொன்பதாவது *எழுத்து* இதழில் 'விவகாரத்துக்கு உள்ளாகியிருக்கும்' எஸ்.பொன்னுதுரையின் *தீ* நாவல் பற்றிய மு.தளையசிங்கத்தின் கட்டுரை, சில அடிப்படை விஷயங்களை நோக்கிக் கேள்வி எழுப்பு கிறது.

''*தீ*-யை ஒரு பூரணமாக வளர்ந்த நாவலாகவோ, அல்லது ஓர் இலக்கிய சகாப்தமாகவோ காணத்தேவையில்லை. அப்படி ஒன்றைச் சாதிப்பது ஆசிரியரின் நோக்கமும் அல்ல.'' இந்த வரிகளைப் படித்ததும், டி.எச். லாரன்ஸ் எழுதின லேடி சாட்டர்லீயின் காதலனில், கதையின் ஆசிரியர், 'உடல் மட்டும் காதல் என்பது எவ்வளவு ஆபாஸமோ, அதேபோல் உள்ளம் மட்டுமே காதல் என்பதும் ஆபாஸம்' என்ற கருத்தை வலியுறுத்த மட்டுமே நாவலைக் கையாண்டு, கலையுருவைத் தியாகம் செய்தது நினைவு வந்தது. டி.எச்.எல்.லின் இந்நாவலின் வெற்றி அவரது கருத்தின் பிரச்சார வலுவில் நிற்பது; கலையாக அல்ல. அது மேல் நாட்டு இலக்கிய உலகம் ஒப்புக் கொண்ட விஷயம். ஆனால் நம் கட்டுரைக் காரருக்கு அது போதவில்லை. ''அது ஓர் பூரணமாக வளரப்போகும் நாவலுக்கு, இலக்கிய சகாப்தத்துக்கு அறிமுகம்'' என்றும் சேர்த்துக் கொள்ளும்போது, தமது முன்னைய வரிக்கு முரண்படுகிறார். டி.எச்.எல்.லின் நோக்கு முழுக்க முழுக்க சமூகசீர்திருத்தம் சம்பந்தமானது. அவரது நோக்கத்திலோ, (அவருக்கு இவ்வளவு நாட்களுக்குப் பின்னும் சரி,) இலக்கிய உலகம் படைப்புலகம் பற்றி அக்கறை கொள்ளவில்லை. ஏனெனில் அவர் கருத்து சமூகத்தில் பரவி, சமூகம் ஊட்டும் அநுபவத்தின் மூலமே கலைஞன் உள்ளத்தில் உருப்பெற்று கலையாகவேண்டும். கருத்து-சமூகம்-கலை என்று நிரைபட்டு நிற்கும் மனோதர்மம், ஸைக்காலஜிக்கல் நியதி இதுதான். ஃபிராய்ட் தமது உள்மனம், தாய்மீது காமம் கொள்ளும்

மனநோய் (ஓடிப்பஸ் காம்ப்ளெக்ஸ்) பற்றியெல்லாம் தைரியமாகப் பேசுமுன்பே, சமூகத்தை நுண்மையாக அவதானித்த கலைஞர்கள் - அன்றைய ஷேக்ஸ்பியரி லிருந்து இன்றைய டி.எச்.எல். வரை - தமது *மாக்பெத்*, *ஸன்ஸ் அன் லவர்ஸ்* போன்ற நூல்களில், இந்த மனநோயை அவதானித்துக் கலைத்தீற்றல் செய்துவிட்டார்கள். ஏற்கெனவே கலைநுட்பத்தால் கண்ட ஒன்றை, ஃபிராய்ட் நியாயபூர்வமாகப் பேசினார். எனவே, ஃபிராய்ட் கருத்துக்கள் அவராகக் கண்டுபிடித்த வானத்துப் புதுமையல்ல; உண்மைகள்தான். பிரெஞ்சு உளநூல் மேதை ஜூல்ஸ்ரோமனும், உளநூல்கள் குறிப்பிடும் உண்மைகள் சாமானிய உண்மைகளென்கிறார் - உண்மை, ஹிந்து வர்க்கத்துக்கும் உண்மையே. நாம் பேச்சு வழக்கில் ஆபாஸமாகத் திட்டுவதுக்கு, 'தாயைப் புணர்ந்தவன்' என்ற பொருளில் இதை உபயோகிக்கும்போது, ஓடிப்பஸ் காம்ப்ளெக்ஸ்காரன் என்றே தொனிக்கிறோம். ஆகவே, ஃபிராய்டின் கருத்துகளை, சமூக அக்கறைகொண்ட நம்மவர் கன் தன்மையறியாமலே ஏற்கெனவே அவதானித்திருக்கிறார்கள். புராணங்களில்கூட இதுபோன்ற கருத்துகளின் மலச்சரக்கை அவதானித்த அடையாளங்கள், 'தாய்போல் மனைவிவேணும்' என்ற விநாயகர் (இங்கு ஓடிப்பஸ் காம்ப்ளெக்ஸ், ஃபிராய்டின் பாஷையில் உற்பூதப்படுத்தப்பட்டு 'ஸப்லிமேட்' பண்ணப்பட்டுள்ளது) போன்றாரது கதைகள் உள. இத்தகைய கருத்துக்களே நம்முன் ஆராயப்பட்டிருக்கையில், ஸெக்ஸின் - பாலுணர்ச்சியின் - வீர்ய 'லிபிடோ' ஆராய்ச்சிக்குக் குறைவிருந்ததில்லை - காமசூத்தி ராசிரியன் வாத்ஸ்யாயனை நாம்தான் உலகுக்கு அளித்தோம். அவனது ஸெக்ஸ் கருத்துக்கள் வெள்ளைக் காரனை எவ்வளவு கவர்ந்திருக்கின்றன என்று நம் கட்டுரை யாளர் குறிப்பிடுவதை, நமது சிந்தனையாளர்கள் துவக்கத்திலேயே கண்டுபிடித்தவர்கள். காதல், கற்பு எல்லாம் வெறும் செக்ஸ் என்பது, நமக்கு வானத்துப் புதுமைக் கருத்தோ ஆபாஸக் கருத்தோ அல்ல. இந்த நாவல் இவ்வளவு ஆர்ப்பாட்டத்தில் சொல்வதை, கலையைத் தியாகம் செய்யாமல் கலையுருவாகவே புதுமைப்பித்தனின் 'பொன்னகரம்' சாதித்து விட்டது: 'கற்பு கற்பு என்று கதைக்கிறீர்களே- இதுதானய்யா பொன்னகரம்.' இதுக்கும் முன்னால் நம் புராணங்களும் கோயில் சிற்பிகளும் சொல்லிவிட்டார்கள் - *விறலி விடு தூது* போன்ற நூல்களும் நம்முடையவைதான்.

ஆனால், கட்டுரையாளர் கட்டுரை முடிவில், 'இனிக் கற்பையும் காதலையும் போற்றுவதும் விடுவதும் அவரவர் விருப்பம்'' என்று, பாலுணர்ச்சிதான் இவையெனத் தாமும் தாம் ஆராயும் நூலும் வரையறுத்து ஆணி யடித்து விட்டதாக திருப்திகொண்டு, அவரே 'குள்ளச் சந்தோஷம்' கொள்கிறார். இதன் பின்னால் என்ன? அதை யல்லவா நாம் தேடுகிறோம்! ஹிந்து சிந்தனைப்போக்கு, ஸெக்ஸ் தான் - அல்லது ஹிந்துவின் மரபான பாஷையில் - சிற்றின்பம் தான் மனிதனை உந்துகிறது என்று கண்டபிறகு, அதற்குப் பின்பும் சிற் றின்பத்தையே தேடிப்போகவில்லை. ஆனால், ஃபிராய்டின் கருத்து களை அறிந்திருப் பதாகக் கட்டுரையாளர் குறிப்பிடும் மேற்கத்திய நாடுகள் விஷயத்திலோ...?

பரிதாபநிலை என்னவென்றால், மேற்கத்திய நாட்டை ஆட்டு வது ஃபிராய்டின் கொள்கையை ஏற்றுக்கொண்ட மனோநிலை யல்ல. பால் உணர்ச்சிக்கு - ஏன், துக்கத்தை இழவு வீட்டில் அழுது தீர்க்கவே - தடையிடும் கத்தோலிக்க மதம்தான். பெர்ட்ரண்ட் ரஸ்ஸல் அற்புதமாக, கத்தோலிக்க மதம் - ஏன், முழுக்கிறிஸ்தவப் பார்வையே - எப்படி அவர்களைப் பாதிக்கிறது என்பதைக் கீழை நாடுகளில் அநுஷ்டானங்களோடு ஒப்பிட்டு, ''மேற்கு நாடு களின் மதச் சட்டங்கள் வெகு உயர்வானவை - ஆனால், அநுஷ்டிக்கும் வாழ்க்கை கேவலமானது. கீழைநாடுகளில் மதச்சட்டங்கள் சாமானியமானவை - ஆனால், அநுஷ்டிக்கும் வாழ்க்கை உந்நத மானது.'' என்று ஒரு கட்டுரையில் குறிப்பிடுகிறார். கிறிஸ்தவ சமூகத்தின் சட்டதிட்டங்களின்படி கத்தோலிக்க கோவில்களால், உலகெங்கும் குறிப்பான புஸ்தகங்கள் (உதாரணமாக டி.எச்.எல்., மாபஸான் போன்றோருடையவை) படிக்கப்படக்கூடாது என்று லிஸ்ட் வகுக்கும் அளவு 'உந்நதமான' பார்வை அவர்களுடையது. எனவே, அவற்றுள் கட்டுப்படுபவனின் இச்சைகளுக்கு விடுதலை (Relief) கிடைப்பதில்லை. விளைவாக, அவ்வித இச்சைகளை நிறைவேற்றும் போது உள்மனம் புரட்சி செய்கிறது. இதனால் மனநோய் - காம்ப்ளெக்ஸ், உண்டாகிறது. இதன் காரணமாக, மேல் நாடுகளில்தான் மனநோய் கேஸ்களும் அதன் விளைவான மன அலசல் வளர்ச்சியும் அதிகம் என்பது கண்கூடு. ஆனால், நம் கோவில்களுக்குள் போனாலே, உள்மனத்தில் அமுக்கி வைத்தவை விடுதலை (Relief) அடைகின்றன. நிர்வாணம் என்பது சாமானிய

இயற்கை என்பதை, நம் கோவில் கலை பச்சையாகச் சொல்லி விடுகிறது. எனவே, மனசுள் அழுந்திப் புதைப்பதில் ஏற்படும் காம்ப்ளெக்ஸிற்கு இடமில்லை. ஃபிராய்டுக்கும் அதிக வேலை யில்லை. இது நம் நாவலாசிரியருக்குத் தெரிந்திருக்குமா என நினைக்கிறேன்...

'இனி கற்பையும் காதலையும் போற்'றாமல் விட்டுவிட்டு, மிருக இயல்போடு வாழ வேண்டுமென்றுதான் நம் பிரஸ்தாப நாவல் குறிப்பிடுவதாகக் கட்டுரையாளர் தொனிக்கிறார். நாமோ, கற்பை யும் காதலையும், அதன் விளைவாகப் பந்தத்தையும் பாசத்தையும், அதன் விளைவாக உலகநியதிகள் யாவற்றையும், ஹிந்து பாஷை யில் 'சம்ஸாரம்' என்று குறித்து ஒதுக்கிவிடும் வாழ்க்கைக்காரர்கள். 'ஸெக்ஸ்' என்பது உடலோடுதான் - ''ஆண் பெண் என்ற வித்யாசத் தில்தானே பாலுணர்ச்சி? அந்த வித்யாசம் உடலோடு ஒட்டி நிற்க வைக்கும் உணர்வை ஆத்மாவில் நிலைக்கச் செய். அங்கு உட லில்லை. ஆகவே பேதமில்லை. ஆகவே பாலுணர்ச்சியில்லை'' என்ற ரமண மஹரிஷியின் வாக்கு, கற்பு, காதல் பற்றிய நம் கட்டு ரைக்காரரின் மலைகல்லி எலிபிடித்த முடிவுகளுக்கும் அப்பால் நிற்பது. அங்கு, இந்த ஃபிராய்டின் நிலை என்ன? மனம் அற்ற நிலையில் மனவியல்காரன் எங்கே? அங்கு, ஹிந்துவின் பயணம் வெறும் மிருக வாழ்வுக்கல்ல.

காதல், கணவன் மனைவியுள் பிணைப்பைக் கொண்டுவந்து இருவருக்கும் பிறக்கும் குழந்தைகளில் தம் வாழ்வைக் குவித் தல்தான் இந்துதர்மம். அதாவது, சம்சாரத்தின் முக்கிய அங்கமான காதலையும் சொத்தாக கணவன் மனைவியையும் மனைவி கண வனையும் பாவிக்கும் கற்பையும் ('கற்பு நிலையென்று பேசவந் தார், இரு கட்சிக்கும் அஃது பொதுவில் வைப்போம்' என்று பாரதி கண்ட ஹிந்து தர்மத்தின்படி) கொண்டால்தான் குடும்பம் பிறக்கச் சாத்யம். இதன் விளைவானதே பாசம். ஆனால், கண்டிப்புடன் ஆராய்ந்தால், குடும்பங்களில் நம்மிடையேகூட கற்பு காதல் என் பது அவற்றின் முழு அர்த்தத்தில் அநுஷ்டிக்கப்படவில்லை. இது தான் கட்டுரை யாளரின் பலமான பொருள் அங்கம். ஆனால், அதற்காக, அவை அநுஷ்டிக்கப்படாமேலேதான் எல்லா குடும்பங் களும் – மேல்நாடுகளிலேனும் – இருக்கின்றன என்று நிரூபிக்க முடியுமா? அப்படி அநுஷ்டிக்காமல் குடும்பங்களைச் சிதறவிட்டு,

மிருகங்களைப்போல் சேர்வதுதான் 'முற்போக்கு' என்ற தொனியில் தாம், ஃபிராய்டைப் புரிந்துகொண்ட அழகைக் காட்டுகிறார் கட்டுரையாளர்.

கற்பு என்பதை ஒரு சரிக்கட்டடல், அதாவது 'திருப்தியடையாத செக்ஸ்' என்று சரிக்கட்டடல் செய்தல் என நாவல் முடிவுகூறுவதாகத் தொனிக்கும் கட்டுரையாளர், உண்மையான முக்கிய அம்சத்தைக் கவனிக்கவில்லை. நாவல், சரிக்கட்டடல் (ஃபிராய்ட் சொல்வது போல் Rationalize) செய்கிறது ஒன்றை-அதைக் கட்டுரையில் தொடவுமில்லை-நாவலில் அங்கங்கே, கதாநாயகன், தன்னைக் கெடுத்தவர் ஒரு பாதிரியார் என்று சொல்கிறான். தன் தந்தை தன்னை அடக்கியதுதான், தனது செக்ஸின் வழி தவறிய போக்கின் காரணம் என்கிறான். இதுக்கும் மேலே, மண் தின்னும் உடலை மனிதன் தின்றாலென்ன என்று, வெறும் பிணத்துக்கும் சமூக விழிப்புள்ள மனத்தோடு உயிருள்ள உடலுக்குமிடையே வித்யாசமறியாமல் சரிக்கட்டடல் (Rationalize) செய்கிறான்.

வாழ்க்கையில் குடும்பத்தில் கற்பு காதல் என்ற நடைமுறை வாழ்வே ஒரு லட்சியம் - ஐடியல்! அந்த ஐடியல் - லட்சியம் - எல்லா குடும்பத்தினருக்கும் ஏன் இருக்கக்கூடாது?

ஹிந்துசமூகத்தில் (தமிழகம், ஈழம் என்ற போலிப்பிரிவுகளையும் மீறி), காதல் கற்பு என்பது - ஐடியல் - லட்சியமாகக் குடும்பத்தைப் பிணைக்கிறது. ஆனால், 'குடும்பம்' என்பது பற்றியே கட்டுரையாளரோ நாவலோ விசாரத்துக்கு எடுக்கவில்லை. உண்மையில், நாவலின் எல்லை ஒரு முதிர்ச்சியற்ற வாலிப எழுச்சிகளோடு (அடோலஸன்ட் நிலையில்) முடிந்துவிடுகிறது. முதிர்ந்த மனிதனையோ, இன்னும் உக்கிரமான குடும்பஉறவுகளையோ அவதானிக்கவில்லை. எனவே, ஒரு இளைஞனின் கனவு தொனித்து மறைகிறது. இத்தகைய முதிர்ச்சியற்ற உறவுநிலையை விவரிப்பதால், சமூக அளவுகோல்களைப் பாதித்துவிட முடியாது. நிதானம் நிரம்பின டி.எச்.எல்.லின் மெல்லர்ஸ் - லேடி சாட்டர்லீயின் காதலன் - நமது நாவலாசிரியரின் பாத்திரத்தைப் போன்ற 'பொடியன்' அல்ல. மெல்லர்ஸ் பாத்திரம் முழுமையாக, பிரபு சாட்டர்லீயின் அறிவையும் மிஞ்சிய நூலறிவு, உலகஞானம் கொண்டவனாக எழும்புகிறது. எனவே, வாசகனால் மெல்லர்ஸ் மூலம் வெளி

யாகும் டி.எச்.எல். கருத்துக்களை ஏற்கமுடிகிறது. 'மண் தின்னும் உடலை மனிதன் தின்றாலென்ன?' என்று குழந்தைத் தனமாகச் சரிக்கட்டல் செய்யும் பொடியனுக்கும் மெல்லர்ஸுக்கும் வெகு தூரம். உண்மையில், மெல்லர்ஸ் போன்ற ஒரு எஃகு மனிதனின் குரலில் பேசுவதால்தான், ரிச்சார்ட் ஹொகார்ட் போன்ற சமூகவியல் காரர்களே டி.எச்.எல்.லை அக்கறைக்கு எடுக்கிறார்கள். 'புரட்சி' பண்ண வருபவர்கள், இதையெல்லாம் அவதானிக்க வேண்டும்.

கட்டுரையாளர், நம்மிடையே இல்லாத கருத்தென்று கூறிய 'அடிப்படை உணர்ச்சியே பாலுணர்ச்சி' கருத்து நமக்குப் பழசு; சிற்றின்ப புலன்வாழ்வாக நாம் அதை அவதானித்துள்ளோம் என்றேன். இதை அறியாத தால், நம்மிடையே கற்பு காதல் என்று போலிகள் இருக்கு என்கிறார். அதுவும் போலியென எங்களுக்குத் தெரியும். அதோடு, ரஸ்ஸல் வார்த்தை மூலம், போலியுலகு அவரது மேல்நாட்டுலகே என்றும் கண்டோம். 'நான் ஒரு பாவி' என்று பிரார்த்திக்கும் மேல் நாட்டுக்கும், 'நான் மாசற்ற ஆத்மா - உடலல்ல' என்று புரியவைக்கும் நம் தர்மத்துக்கும் அடிப்படையிலேயே உள்ள வேற்றுமைதான், அவர்களது போலிதனத்துக்கும் எங்கள் உந்நதத்துக்கும் காரணம். 'நான் ஒரு பாவி' என்ற வாக்கே காம்ப் ளெக்ஸ் ஏற்றி விடுகிறதே! ஆனால், 'நான் உடலல்ல' என்ற நம் வாழ்க்கை அடிப்படையில், 'நான் உடலல்ல, சிற்றின்பம் காண வரவில்லை' என உணர்ந்த குரல் இருக்கு. இது கட்டுரையாளர் குறிப்பிடும் 'மத்தியதரப் பழமை விரும்பும் - பிற்போக்கு' குரல் அல்ல. நமது சமூக நம்பிக்கைகளுக்கு அடிப்படைக் குரல். அவர் குறிப்பிடுவதுபோல், நவீன உலகு இந்த அடிப்படைக்கு முரண் பட்டு, வெறும் தூல உலகில் சிற்றின்பமே முடிவு என்றும் பறக்க வில்லை. மேல்நாட்டு அறிவுலகு, ஐன்ஸ்டீனின் பின்னால், வஸ்து - சக்தி (Matter-energy) கொள்கையில் தொற்றி, நமது தத்துவங் களூடேதான் நுழைகிறது. அந்த நமது தத்துவங்களின் அடிப்படை யில் நாம் கருதும் அன்புக்கும் வித்தியாசம் உணர்ந்திருக்கிறோம். ஆனால், ஃபிராய்ட் உடலுடனும் மனசுடனும் நின்றுவிட்டவர். அவரைக்கூட இன்று மீறிக் கொண்டு, அட்லர், ஜுங் போன்றோரின் வகுப்புகள் வளர்ந்தும்விட்டன. எனவே, நம்மிடமில்லையென்ற ஒரு கருத்தை ஏற்றிக் கூறிய நாவலும் அஸ்திவார நிலையற்றது; போலிக் கருத்தோடு நிற்பது.

நாவலின் கலையுரு பற்றி, ஆதரிப்பதா இல்லையாவென்று குழம்பிக் கட்டுரையாளர் முரண்படுகிறார். நாவல், கருத்தளவில் அப்படியென்றால், அதன் நடையிலும் உத்தியிலும் லா.ச.ரா.வின் 'மன்னிப்பு'வை இமிட்டேட் பண்ணி, ஆசிரியரின் சுயத்தன்மையினது வறட்சியை வேறு காட்டுகிறது. இமிட்டேஷனிலும், 'மன்னிப்பு'வின் சாதனையைவிட வெகு கீழேதான் நிற்கிறது.

எழுத்து : 50, பிப்ரவரி 1963

16 பொறி விளக்கு

ஒரு புதுவிதமான சோதனை இன்று ஹிந்து சிந்தனைக்கு நேர்ந்துள்ளது. இதுக்கு முன்னால் நேர்ந்த சோதனைக் கணங்களில், ஞானிகள் அதுக்குப் பக்கபலமாக நின்று உதவினார்கள். அந்த வரிசைக்காரர்தான் சுவாமி விவேகானந்தா. நவீனமான மேல்நாட்டு அரசியல் கொள்கைகளின் ஈடுபாட்டினால் இந்திய தேசீயம் விழித்த போது, அந்த அரசியல் கொள்கை களின் சுவட்டைப் பின்பற்றி, ஹிந்து சிந்தனைக்குப் புறம்பான, ஹிந்து சிந்தனையையே கவிழ்த்துப் புதைத்துவிடுகிற மாற்றுச் சிந்தனைகளும் நுழைந்துவிடாமல், இந்தியா வடிகட்டி ஏற்றுக் கொள்வதுக்கு சல்லடையாக இயங்கியது அந்த சந்யாஸியின் ஞானமேதை. இன்னொரு சந்யாஸி, குருக்ஷேத்திரத்தின் மடியில் இன்னொரு பாண்டவ சைனியத்தின் ஒற்றை வீரச்சுடராக, வரட்டுச் சநாதனிகள் ஊட்டிய விஷத்தில் மடிந்த தயாநந்த ஸரஸ்வதி - 'ஸதி' போன்ற அசட்டுக் கெடுபிடிகளை ஹிந்து சிந்தனையின் வாளால் அறுத்து எறியப் புகுந்த அந்தப் பாஞ்சாலனுக்கு, இன்று அவர் இயங்கினாலும் அதே பழைய குரூரத்தைத் தட்சிணை கொடுக்க நாம் தயங்கமாட்டோம்-இன்றும், அழுத்தி மிதிக்கப்பட்ட எஃகுச் சுருளாகத்தான் கிடக்கிறான், உண்மையான ஹிந்து! சநாதனிகள் தங்கள் தோற்றத்தை மாற்றியமைத்து, பாதியை ஏற்றுக்கொண்டு சமாளித்து நிற்கும் பண்டித வர்க்கமாக நிற்கிறது. இன்று அவர்களுக்கு இருக்கும் அரசியல் பக்கபலம் தான் ஹிந்து வுக்குப் பெரிய சோதனை-இன்று எந்த ஞானியும் வெளிச்சம் தரவில்லை என்பது மற்றொன்று.

இதே சமயத்தில், வங்காள தீபம் ராம் மோஹன் ராயையும் நாம் இங்கு கவனத்தில் போட்டுக்கொள்ள வேண்டும். வறட்டு சநாதனத்தைச் சாடி அவர் உருவாக்கின சமாஜம், எப்படி ஹிந்து சிந்தனை முழுதையுமே கைநழுவ விட்டு, வெறும் நாஸ்திக

மயமாக மாறியது! ஹிந்து சிந்தனைக்கு முரணாக ஒரு நாஸ்திகம் எழும்புவதென்றால், அது ஒரு குதர்க்கவாத அடிப்படையில் தான் நேர முடியும்: பழக்கத்திலிருந்த கிறிஸ்துவத்தை (அடிவாறாக கிறிஸ்து போதித்தது வேறு), அமெரிக்க ராபர்ட் இங்கர்ஸல் எதிர்த்த விதத்தை, ஹிந்து சிந்தனை தர்க்கபூர்வமானது என ஏற்றுக்கொள் ளுவல். இங்கர்ஸல் சத்யத்தைப் போற்றியவன். ஆனால், 'நிரந்தரமான உண்மை ஏதும் இல்லை' என்பது போன்றவை குதர்க்கமானவை. ஏன், தூலமான புலன் உலகின்மீது சந்தேகம் எழுப்பி, பதினேழு பதினெட்டாம் நூற்றாண்டுகளில் லாக், பெர்க்லீ, ஹ்யூம் - மூவரும் மேல்நாட்டிலேயே சப்ஜெக்டிவ் ஐடியலிஸ்ட் குரலைக் காட்டின தைத் தொடர்ந்து, உண்மையான கிறிஸ்தவத்தை, அதாவது யேசு சொன்னாரே 'கடவுளின் ராஜ்யம் உனக்குள்ளே இருக்கிறது' என்று, அந்த கிறிஸ்தவத்தின் புதைபொருளை எடுத்து வழங்கும் விதமாக, மேல் நாட்டுச் சிந்தனை இயங்கவில்லை. கான்ட், ஹெகல் இரு வரையும் தொடர்ந்தாலும், ரியலிஸ்டுகளான பெர்ட்ரண்ட் ரஸ்ஸல் போன்றாரின் மதப்புறம்பான சமூகங்களின் ஸெக்யூலர் ஸொஸைட்டிகளில் வந்து தேங்கியிருக்கிறது - மேற்கத்திய விசா ரணை. விஞ்ஞானிகள் எனத் தங்களைப்பற்றியும் தங்களை மனித னின் பிரதிநிதியாகவும் பீத்திக்கொள்ளும் மனப் பான்மை, ஜாக்கப் பொமியின் அநுபவத்தை மனித ரீதியானது என்று கணிக்கவில்லை. ரஸாயனக் குழாய்களுக்கு அப்பாற்பட்டது என்று ஒதுக்கி வைத் திருக்கிறது. இந்த 'அறிவுலகத்தின் குளிர்' ஹிந்து சிந்தனையின் சுடர்மீது வந்து மோதுவது, நேர்ந்துள்ள சோதனைகளில் இன் னொன்று - இதுக்கு ஈடுகட்டிப் பதில் சொல்ல, நம்மிடையே விசாரணை சக்தி இல்லாத காரணத்தால்.

இங்கு ஒரு எச்சரிக்கை: உண்மையில், இன்று ஐன்ஸ்டீன் கையில் தழைத்த பௌதீகத்தையே ரியலிஸ்டுகள் தங்கள் வாதத்துக்கு ஒத் தாசையாக்குகிறார்கள். ஆனால், அதே பௌதிகக் கொள்கைகள் நமது கொள்கைகளையும் விளக்க வருகின்றன. ஆகவே, விஞ் ஞானம் இன்று அதுவும் இதுவும் என்று மதத்தின் மேல் உட்கார்ந் திருக்கிறது. தமது மூலபுருஷரான ஃபிராய்ட், மனிதனின் மதக் கொள்கைகளை, குழந்தைப் பருவத்தில் பாதுகாப்பை நாடிய உணர்ச்சியின் வளர்ந்த நிலை என்று அலட்சியப்படுத்தினதை மறுத்த ஜுங், டியூக் யுனிவர்ஸிட்டி போன்ற விஞ்ஞான நிறுவனங்

களின் மூலம், மனிதனின் ஆத்மீகத்தை விசாரித்து வருவதையும் நாம் மறக்கக்கூடாது. இதன் விளைவாகப் பாராஸைக் காலஜி என்ற ஒரு கிளை வளர்ந்து, 'மிஸ்டிக்' அநுபவம் என்கிறோமே தொலைவிலுணர்தல், தொலைகாட்சி (டெலிப்பதி, கிளேயர்வயன்ஸ்) போன்ற அநுபவங்களை அடக்கி, மனோ ஆத்மிக அநுபவங்களை விஞ்ஞானக்களத்தில் நிறுத்தியிருக்கிறது. ஆனால், இதுக்கு மேற்கு தன் பிரதிநிதித்துவத்தையோ, பூரண 'அறிவுலக' ஒத்தாசையையோ அளிக்கவில்லை என்பதைத்தான் குறிப்பிடுகிறேன். சமூகரீதியாகக் காரணமும் இல்லாமலில்லை.

இரண்டாவது உலக யுத்தத்தின்போது, இந்த டியூக் யுனிவர்ஸிட்டியின் ஆராய்ச்சிகளுக்கு அமோக ஆதரவு. காரணம், தங்கள் உறவினர்களைப் போரில் இழந்தவர்கள், அவர்கள் 'இருக்கிறார்களா?' என்று ஏங்கினதுதான் - மரணத்தில்தான் ஞானவாழ்க்கை துவங்குகிறது என்ற உபநிஷத்துகளின் வார்த்தைகளுக்கு உதாரணமாக! சடலத்தைப் பார்க்கும்போது, புதுமைப்பித்தனாகப் 'பரமசிவம் பிள்ளை எங்கே' என்று கேள்வி எழுப்புகிறவன்தான் கதவைத் தட்டுகிறவன். ஆனால் யுத்தத்தின் மரணவாடையோடு மேற்கின் உற்சாகமும் மடிந்துவிட்டது. அந்த உற்சாகம் ஒரு உணர்ச்சி பூர்வமானதாக இருந்தது தான் காரணம். 'அறிவு'பூர்வமாக மேற்கின் நம்பிக்கைகள் வேறாயிருந்துவிட்டன.

போலிக் கிறிஸ்துவத்தின் 'கடைசி நாளில் கடவுளும் யேசுவுமாக வந்து மனித குலத்துக்கு தீர்ப்பு வாசிக்கும்' கொள்கை தன்னை மாற்றியமைத்துக்கொள்ள விரும்பாமல், ரோமன் கத்தோலிக்க வாதத்தின் தகர்க்க முடியாத எஃகுத் தகடுகளால் அரசியல் காரணங்களையொட்டிக் காப்பாற்றப்படுவது ஒருபுறமும் தனிமனித சுதந்திரத்துக்குப் போல்ஷவிஸம் எழுப்பிய பீதி ஒருபுறமுமாக, மேற்கின் அறிவுலகைப் பாதித்தது ஒரு காரணம்; மேற்கின் அறிவுலகு, பொது மனிதனை உத்தேசித்து வளர்ந்துவருவது இன்னொரு காரணம். பொதுமனிதன் கும்பல்மயமானவன். அவனை நேரடி அநுபவத்தின் மூலம் திருப்திப்படுத்த முடியாது. ஒரு தர்க்க பூர்வமான அடிப்படையில் அந்த அநுபவம் சமர்ப்பிக்கப்பட வேண்டும். நீதிபதி, ஒரு தனிமனிதனாக குற்றவாளி பற்றி அறிந்திருந் தாலும், ருஜுக்களின் முன்னால் சத்யம் தகர்வதைக் காணமுடிகிறது. ஆனால், பொது வாழ்வு லட்சியத்தில் இந்த தர்க்கமுறையும் ருஜுக்

களும் இன்றியமையாதன. மேற்கு இன்றைய உலகுக்கு அளித்துள்ள மறுக்கமுடியாத சேவை, இத்துறையைச் சேர்ந்தது. ஆனால், தனிமனித வேட்கைகள், அன்பு, ரசனை போன்றவற்றைக் கணக்கில் எடுக்கும்போது, சட்டத்தின் அநீதமும் தணிக்கையுலகின் முறைகளும் மட்டரகமானவை. ஆக, இன்றைய அறிவுலகின் இயக்கம், இந்தப் பொது மனிதனையும் தனிமனிதனையும் ஒருங்கே திருப்திப்படுத்தும் விதமாகப் போவதில் அக்கறை காட்டவேண்டியுள்ளது. அதாவது, பொது மனிதனைத் தனி மனிதனின் நுட்பத்தன்மைகளுக்கு ஏற்ப அநுமானித்து ஆகவேண்டும்.

உள்ளுணர்வு மயமான ஆத்ம விசாரத்துக்கு, விஞ்ஞானமும் அரசியலும் அக்கறை காட்டாதது இந்த அடிப்படையில்தான். உள்ளுணர்வின் தர்க்கமே வேறு. மதில்மேலிருக் கும் விஞ்ஞானம், ஐன்ஸ்டீனின் தனிமனித நம்பிக்கைக்குக் கடவுள் மதிப்பைக் காட்டியது; அதே சமயத்தில், அதே விஞ்ஞானம், ருஜுக்களை முன்வைத்துப் பேசும் ரஸ்ஸலுக்கு, கடவுள் மதிப்பை மறுக்கிறது. இங்கு, முன்னவருடைய மதிப்புக்குக் காரணம், உள்ளுணர்வு எனக் காண்கிறோம்.

தனிமனிதனின் இலக்கணம் உணர்ச்சிதான். அதுவே உள்ளுணர்வின் கதவு. அறிவுலகில் இயங்கும் ரஸ்ஸல், உணர்ச்சிகளை மனிதன் சரிகட்டல் (Rationalize) செய்து கொள்ள வேண்டும் என எதிர்பார்க்கிறார். அங்கு மரணம் போன்றவை அதிர்ச்சியளிக்கப் போவதில்லை. உணர்ச்சிகள், எண்ணங்கள், நோக்கங்கள், இவற்றின் அடிப்படையான மனப்பதிவுகள் - இவற்றின் இயக்கமே உயிர்வாழ்வு என்றும் இந்த இயக்கங்கள் மறைவது மரணம் என்றும் சரிக்கட்டிக் கொள்ள, ஹிந்து சிந்தனையின் இன்றைய பிரதிநிதியான டாக்டர் ராதாகிருஷ்ணன் ஒப்பவில்லை. ஹிந்து, 'நான் என்கிற சுரணை - பிரக்ஞை என்னாகிறது?' என்று கேட்கிறான். மரணத்தில் 'நான்' எங்கே என்கிறான்.

பழைய 'நான்', புது 'நான்' என்று பிரிவு கட்டுகிறார் ரஸ்ஸல். எண்ணங்கள் தொடர்நிலையாகச் செல்லுகின்றன என்பதையும் தொடரும் நொடிகளின் இயக்கமே காலம் - வாழ்க்கை என்ற பௌதிகக் கோட்பாட்டையும் இணைக்கிறார். காலம் அற்ற நிலை என்ற ஒன்றை நிதானிக்கவில்லை. எண்ணங்கள் அற்றால் காலமும்

அறுகிறது என்றது, ஹிந்துவின் ஒரு சாமானியக் கொள்கை. அந்நிலையில், சைதன்யமாக 'நான்' ஜொலிக்கும் பேரறிவுநிலையை - நான், சமாதி என்று குறிப்பிடும் ஒரு அகண்ட விழிப்பு நிலையை - ஆர்தர் கோய்ஸ்லர், மேற்குலகின் உளவியல் பாஷையில் மயக்க நிலை (Non or un-Consciousness) என்று, தமது *தி லோட்டஸ் அன்தி ரோபோவில்* வாதிக்கிறார். அதாவது, அவர் வாதத்தின்படி, பிரக்ஞை வெளித்தோற்றங்களிலும் புலன்களிலுமிருந்து தன் தொடர்பை உள்ளிழுத்து 'தான்'னில் நிறுத்துவது, ஒரு மயக்க நிலை; எண்ணங்களும் புலன்களும்தான் விழிப்பின் அறிகுறி என்பது அவரது முடிவு. ரஸ்ஸலும், எண்ணங்களின் தொடர் நிலைகள் ஒவ்வொன்றிலும் ஒவ்வொரு 'நான்' என்று, 'நான்'ஐ வெறும் மனோமயமாக்கி விடுகிறார். டாக்டர் ராதாகிருஷ்ணனோ, தமது அலட்டிக்கொள்ளாத பாணியில், நேற்றிருந்த 'நான்'னும் இன்றிருக்கும் 'நான்'னும் ஒருவனே என்பதை ஞாபக சக்தியின் அடிப்படையில் நிரூபித்து விடுகிறார். நேற்றைய 'நான்'னின் காரியங்களுக்கு இன்றைய 'நான்'ஐப் பொறுப்பாக்கும் ஒரு நான், இரண்டுக்கும் அடியில் இரண்டு 'நான்'களின் பதிவுகளையும் சுமப்பவனாக, ஏன் உபநிஷத் வார்த்தையில் புவனத்தையே சுமக்கும் கால-இடம் அற்ற 'நான்' ஆக நிற்கிறான். அவன் அறிவற்றவன். அவனே சைதன்யன்.

கோய்ஸ்லரின் மயக்கநிலைக் கொள்கையை மறுக்கிறது ரமண மஹரிஷியின் சகஜ சமாதி. அகண்ட நிலையில் (Absolute) லயித்தபடியே, சார்புநிலைமயமான (Relative) புலன் வாழ்வுகளையும் அவதானித்து நின்ற தொடர் சமாதிநிலை ரமணருடையது. ஹிந்துவின் பார்வை எட்டியவரை, வேறு எந்த ஞானியும் அடையாத பெருநிலை இது. இதைப்பற்றி விளக்கம் கேட்டபோது, இன்னொரு ஞானிக்கு மட்டுமே இது சரியாகப் புரியும் என்று கூறிய பகவான், ஓரளவு விளக்கவும் முயன்றார். சகஜ சமாதி நிலையில், புத்தகங்கள் பைண்டிங் விஷயமாக அக்கறை காட்டுகிற, அகப்பைகளுக்கு சிரட்டை செதுக்கிச் சமையலுக்கும் ஒத்தாசை செய்கிற அதே ரமணர், கோளாறில்லாமல் கண் புலனை இப்படி பயன்படுத்தியும், யாரோ ஒரு பக்தரால் இந்தியச் சுற்று யாத்திரை ஒன்றுக்கு வற்புறுத்தப்பட்டபோது, அதை மறுத்துப் பின்னொரு சமயம், ''யாத்திரை செய்து என்ன பயன்? என்னால் ஒன்றையும் காண முடியாதே!''

என்றார். ருசி விஷயத்தில் பதார்த்தங்களின் வித்யாசம் உணரும் அதே ரமணர், பல்வகைப்பட்ட ருசிகளுடன் தமக்கு ஒருவர் அளித்த விருந்து பற்றி, ''இப்படி பல கறிகள் ஆக்கியிருக்கவேண்டாம். உங்களுக்கென்றால் பல ருசி. எனக்கு ஒரே ருசி'' என்றார். 'நான்', அந்த ருசியும் - யாத்திரையில் பயன்படாத பார்வையும் - எதை உணர்கின்றன? ஒரு ரமணபக்தர், ''எங்கும் ரமணர் 'நான்'னை ருசித்தார், கண்டார்!'' என விளக்கம் தருகிறார். அங்கே காட்சியிலோ ருசியிலோ பேதமில்லை என்பதை அகண்ட நிலையாகப் புரிந்து கொள்ள முடிந்தால், அதே நிலையில் தோற்றங்களிடையிலும் ருசிகளிடத்திலும் பேதம் காண்கிற ரமணரைப் புரிந்துகொள்ள முடிய வில்லை. இந்நிலையை விளக்க, பாராஸைக்காலஜியின் பிதாக்களுள் ஒருவரான ஜுங் அக்கறை எடுத்தாரா என்று தெரிய வில்லை. அவர், ரமணரை ஒரு பெருநிலை எய்தியவராகக் கண்டு போற்றியிருப்பது தான் எனக்குத் தெரிந்தது. ரமணர் தரும் விளக்கம் இது: ''குழந்தைக்கு சினிமாப்படம் மெய்த்தோற்றமாக மிரட்டு வதைப்போல, உனக்கு புலனுலகம் மெய்த் தோற்றம் காட்டுகிறது. ஆனால், ஞானிக்கு அது பொய் எனத் தெரிகிறது. சத்யம் என்ற அடித்திரையில் ஓடும் நிழல்தான் உலகம். அதைவிட்டு, தியேட்ட ரின் உண்மையான மனிதர்களைக் காணும் முதிர்ந்த மனிதனாக ஞானி, நிர்விகல்ப சமாதி எய்துகிறான். சகஜ சமாதி, திரையில் ஓடும் உலகை பொய்யெனக் கண்டும், பார்த்தபடி, தியேட்டரின் ஜனத்தை யும் உணர்ந்து இருக்கும் ஒரு நிலை.''

சமாதியை இங்கிலீஷில் எக்ஸ்டஸி - பரவசம் - என்பர். கேவல நிர்விகல்ப சமாதியின் உடலைப்பாதித்துச் சிலிர்க்கவைக்கும் நிலை யிலிருந்து, அடிக்கடி ஏறி உணரும் நிர்விகல்ப சமாதிவரை மட்டும் அறிந்திருந்த உள்ளனுபவ உலகுக்கு, ரமண மஹரிஷியின் தோற்றம் ஒரு அற்புத நிகழ்ச்சி. அவர் தோற்றத்தை நீத்து பதின்மூன்று வருஷங் கள் ஆகியிருந்தும், நம் அறிவுலகு அவரது பெருமையைச் சரிவர உணரவில்லை. 'விஞ்ஞான' அடிப்படையை மனித சாதனை என்று கொள்வதில் பாமரத்தனமாக மயங்கும் சுலப சாத்தியம், ஒவ்வொரு மனிதனிடமிருந்தும் அவனது ஆத்மாவை, அவனது சாதனையை, 'நான் யார்?' என்ற கேள்வியின் மூலம் பீறியெழுப்ப இயங்கிய ரமணருக்கு ஈடுகட்டுவதில் இல்லைதான். ராமகிருஷ்ண விவே கானந்தாவை, ஏன் ரமண மஹரிஷியையே அவதாரங்கள் என்று

ஒதுக்கிவிட்டு, மனிதக் கேவலத்துள் உழன்று கொண்டிருக்க நாம் தயார். இந்தமாதிரி, ஞானிகளை மனிதனிடமிருந்து உயர்த்திப் பூக்களால் மறைத்துவிடும் சநாதனம், இன்றும் ஒரு தமிழ் பத்திரிகை யின் தொடர்கட்டுரை ஒன்றில் தொனிக்கிறது, உள்ளுணர் வின் மூலம் 'தான்'ஐ அகழ்ந்து எடுப்பதைவிட்டு, அப்படி அகழ்ந்து எடுத்த சக மனிதனை அவதார புருஷனாக்குவதுக்கு உள்ளுணர்வை உபயோகிக்கக்கேட்கிறார், ராமகிருஷ்ண - விவேகானந்தா பற்றிய அற்புத நிகழ்ச்சிகளைச் சித்தரிக்கும் ஆசிரியர். இந்த அற்புத நிகழ்ச்சி களையும் தெய்விகக் காட்சிகளையும், மனசின் எல்லைக்குட் பட்டது என்று ஒதுக்கிப் பேசிய ரமணரை, தமிழ்நாட்டுடன் சேர்த்து வைத்துப் பார்க்கவும் மனம் கூசுவது இதனால்தான். இன்றைய ஹிந்துவுடனேயே அவர் சேர்த்துவைக்கப்படமுடியாமல், மதத் தைத் துறக்காத நிலையிலேயே தமது மேல்நாட்டுப் பக்தர்களை ஞானப்பாதையில் செலுத்தின அகண்ட பார்வை ரமண மஹரிஷி யினுடையதுதான். தன் இன்றைய வண்டவாளங்களை உணராத ஹிந்துவுடனும் பழம் பெருமையுடன் தன்னை அடையாளம் காணும் தமிழனுடனும், அவரைச் சேர்த்துக் காண்பது அசாத்தியம்.

இன்று, அதுவும் ரமண சகாப்தத்தில், ஞான வாழ்வு ஒரு மூடக் கொள்கையின் விளைவு என்று நினைக்கத்தூண்டி, வெளிப்போக் கில் அங்கங்கே சில ஞானிகளைப் போற்றிக் கொண்டிருக்கும் மனப்பான்மைக்கு எட்டாததளத்தில் ரமணர் இயங்க விரும்பினது தான், அவரது பெயரையே அறியாத ஒரு தலைமுறைக்குக் காரணம். ரமண சகாப்தம், ஆத்மிகக் களத்தில் இன்றும் ஓங்கி நின்று கொடி வீசுகிறது: உண்மை தேடிக்கு, ''புலியின் பற்களில் சிக்குண்ட இரை மாதிரி என்னிடம் அகப்பட்டவன் 'தப்ப'முடியாது'' என்று தொனித்த மஹரிஷியின் பிரசன்னம், இன்றும் உள்ளுணர்வில் ரீங்காரமிடுகிறது. ''நான் இங்குதான் இருப்பேன்'' என்ற ரமணரின் வார்த்தைகளின் உண்மை, போலிச்சநாதனிக்கு உணர முடியாதது. ஏன், அவன்தானே தன் 'சாஸ்திர'ப் பார்வையில், தாயைத் தன்னோடு வாழ அனுமதித்து அவள் சடலத்துக்கும் கடமை செய்த மஹ ரிஷியை நிராகரித்தவன். அவன் அன்று சங்கரரையும்தான் இதுக்காக நிராகரித்தான்.

இந்த சநாதனிகளை, நாம் எத்தகைய அளவுகோல்களின் மூலம் கிண்டி எறிந்து ஹிந்துப் பயிரைக் காப்பது? இந்த சநாதனிகள் யார்?

இலக்கிய அளவுகோல்களின் மூலம் அகிலனையும் ஆர்வியையும் இனங்கண்டு ஒதுக்குகிற மாதிரி, இந்தப் போலிகளையும் ஒரு வேறுவகை அளவு கோல் கொண்டு ஒதுக்க முடியுமா?

மு.தளையசிங்கம், தருமு சிவராமு - இடையே நேர்ந்த பரிமாறுதல்பற்றி வெ. சாமிநாதன் கருத்துதான் இந்தவகைச் சிந்தனைக்குக் காரணம்: ''நீங்கள் இருவருமே தவறு செய்கிறீர்கள். ஒருவர் மட்டகரமான நாவலைப்பற்றித் தவறுகிறார். மற்றவர் இன்றைய ஹிந்து வாழ்வைப்பற்றிய அநுமானத்தில் தவறு செய்கிறார்.'' இன்றைய வாழ்வை நாவலுக்கு அனுமதியாக்கினார் முன்னவர். அதையே ஒரு 'கலாச்சாரப் பின்னணி' என்று பெயரிட்டு, பின்னவர் அந்த கலாச்சாரப் பின்னணியின் நூல் வடிவான லட்சியங்களை மட்டும் முன் வைத்து நாவலை மறுக்கிறார். பின்னவரின் யோசனையில் நாவலின் ஆதார அனுமதிதான் மறுக்கப்படவேண்டியதாகப் பட்டது. அதே சமயத்தில் நாவல், இன்றைய மனிதன் புலன்வாழ்வில் ஊன்றியே வாழ்கிறான் என்பதைக் காட்டுவதின் மூலம், அதன் அடுத்தபடியாக எதை நிர்மாணிக்கிறது? - புலன்வாழ்வின் தறிகெட்ட நாவல் சித்தரிப்புக்கு, சமூக லட்சியங்கள் வளைந்து கொடுக்க வேணும் என்பதையா அல்லது இப்படி புலன் வாழ்வில் தோய்ந்த வாழ்வு வேண்டாம் என்பதையா? நாவல் முடிவில் ஒரு விபச்சாரி பற்றிய வர்ணனையில், அது வேண்டாம் என்கிறதைத்தான் உத்தேசிக்கிறார் ஆசிரியர் என்று ஒருவர் கட்சி கட்டக்கூடும் - குழந்தையாக வாசகனைப் பாவித்து ஏமாற்றுகிற மனப் பான்மையில். அந்த மனப்பான்மை யில்தான் நாவல் உருவாகியுள்ளது. இதே ரகத்தில் மனம்போனபோக்கில், Vicarious ஆக எழுதப்பட்ட நூற்றுக்கணக்கான மலிவுப்பதிப்பு கிளேஸ் அட்டை ஆபாஸக் கதைகளும் இப்படித்தான் முடிவில் ஒரு 'தத்துவம்' பேசும். தமக்கு அனுமதியாக - அதாவது புலன்வாழ்வுக்கு எதிர்சக்தியாக ஒன்றை - ஆசிரியர் உத்தேசித்திருக்கிறார் என்பதை நிரூபித்தால்தான், இந் நாவல் ஆரோக்கியமானதாகும். தமது மன ஆரோக்கியம் சந்தேகிக்கப்படக் கூடாது என்பதுக்காக, கதாநாயகன் மெல்லரை டி.எச்.எல். எவ்வளவு நுட்பமாகக் கடைந்தெடுத்திருக்கிறார்! இந்த எதிர் சக்தி, ஒரு தமிழ் நாவலைப் பொறுத்தவரை எதுவாக இருந்திருக்கவேணும் என்பதைத்தான், தருமு சிவராமுவின் பதிலில் காணவேண்டும். இதுக்கு ஆதாரமாக மனசில் இருந்தது, நூல்வடிவில் என்றோ

மடிந்துபோய் பாசிபடர்ந்துவிட்ட பழைய தலைமுறைப் பெருமை கள் அல்ல; அந்தப் பெருமைக்குக் காரணமான லட்சியங்களைப் பற்றி இன்றைய பிரக்ஞை தான். ஆனால், இந்த பிரக்ஞை பற்றி சநாதனிகள் பெருமைப்பட்டுக் கொள்ளக்கூடும் - வெ. சாமிநாதன் கருதுவதுபோல். அதுதான், சநாதனத்தையும் ஹிந்து தர்மத்தையும் இன்றைய வாழ்வையும், தனித்தனியே சிந்திக்கத் தூண்டி - இந்த வரிகள்.

பழம்பெருமைக்குக் காரணமான லட்சியங்களைப் பற்றிய பிரக்ஞையை எழுப்பு வதுக்கு, சமூகத்தில் விழிப்பு உள்ள - பவுண்ட் சொன்னாரே, சமூகத்தின் உணர்வு நரம்பு என்று - அந்த உணர்வு விழிப்புள்ள ஒரு குழு இயங்கிக்கொண்டுதான் இருக்கிறது. வசன வளத்தில் நேற்றைய *மணிக்கொடி* சொன்னதை, இன்றும் கவிக் குரலில் புதுக்கவிஞன் சொல்லத்தான் செய்கிறான். ஆனால், வெறும் பழம் பெருமையும் அதன் பசுத்தோலைப் போர்த்துக்கொண்ட சநாதனமும் வேறு. இன்றைய வாழ்வை நோக்கிப் பிரலாபிக்கும் கலைஞனோ, நாம் செல்லவேண்டிய பாதைத் தளத்தை நோக்கி நம்மைப் புதர்களிலிருந்து இழுக்க முயல்கிறான் - அல்லது புதர் களுள் இருக்கிறோம் என்ற விழிப்பை மட்டுமேனும் நமக்கு உணர்த்துகிறான். இவற்றுள், விழிப்பை நமக்கு ஊட்டும் வகை யாகத்தான் உந்நதக் கலைப் படைப்புகள் இயங்கும். இந்த இன்றைய வாழ்வின் அவலத்தை மட்டும் ஒரு புதுமைப்பித்தனாகச் சுட்டுகிற கலைஞனுக்கு ஈடுகட்டும் விதத்தில், சநாதனிகளை வெகு சுலபமாகக் கண்டு பிடித்துவிடலாம். கலைப்பொருள்களுக்கு ஈடுகட்டும் விதத்தை, இன்றைய சநாதனத்துக்கு அளவுகோலாக்க முடியும்.

மேற்குலக விசாரணையின் நவீன வெற்றிகள் எதன் வாசற்படி என்பதைப்பற்றி, ரியலிஸ்டுகளுக்கும் ஐடியலிஸ்டுகளுக்கு மிடையே தான் இன்று பிடுங்கல். ஏனென்றால், பௌதீகம் இன்று லோகாயத வாதத்தைத் தகர்த்து, வஸ்துக்கும் சக்திக்கும் இடையே தொடர்பை நிதானித்து விட்டது - நாம் சிவசக்தி பற்றி அளப்பதுக்கு உடந்தையாக. ஆனால், சக்தியின் உள்க்களங்கள் பௌதீகத்தின் திரையில், ஐன்ஸ்டீனின் பிரக்ஞைச் சம்பவமான யுனிஃபைட் தியரியாக இருண்டுதான் கிடக்கிறது. ஆகர்ஷண சக்தி, காந்த சக்தி, மின்சக்தி போன்றவற்றின் அடிப் பிணைப்புகளைப்பற்றி முடிவு

வரையறுக்கப்பட்டால்தான், ரியலிஸத்தின் பிடியைவிட்டு ஐடிய லிஸ்டின் கொள்கைகளுக்கா, அல்லது ரியலிஸத்துக்கே தானா - பௌதீகம் சமர்ப்பிக்கப் படும் - என்பதை நிதானிக்கலாம். அந்த இருட்டுக்கும் அப்பால்தானே விரிகிறது, மின் சக்திகளை மனித மூளைமூலம் இயங்கி இயங்கும் மனோசக்தி?... அதுக்கும் அப்பால்?... மனசை அவதானிக்கும் சாக்ஷியான ஜீவன், அப்பால் ஜீவனையும் கண்டு நிற்கும் ஜீவசாக்ஷி... அதுக்கும் அப்பால்?... என்று அகழ்ந்து செல்கிறது ஹிந்து ஐடியலிஸம். எனவே, சடலம் அல்ல வாழ்க்கை என்பதுக்குப் பொது மனித சம்பவமான விஞ் ஞானமே ஆதரவு வளர்த்து வருகிற நிலையில், சநாதனத்தையும் இன்றைய நமது அவலத்தையும் நமது படுகையையும் தொட்டுப் பார்க்கும் ஊடுருவியாக நாம் கலைஞனை எதிர்பார்ப்பது அவனது சுரணைச் சக்தியைப் பற்றிய எதிர்பார்ப்புத்தான். ஒரு உந்நதக் கலைஞன் எப்பவும் செய்வதுதான் இது. அதாவது, கலையே இந் நோக்குத் தான். இன்றைய வாழ்வுக்குக் கண்மூடியாக இருப்பது அல்ல அவன் பார்வை. இன்றையதை, அதன் மெய்க் கோலத்தை, 'சிந்தையிற் கள் விரும்பிச் சிவ சிவ என்பதை' - பாரதி பாடினாரே 'சொல்வதறியாரடி' என்று? - அந்தக் கள் விரும்பிகளை அவதானிப் பதும் இன்றைய கலைஞனின் வேலையாகத்தானிருக்கிறது; சுந்தர ராமசாமி, அறிவுலகின் சந்நிதியிலேயே - பல்கலைக் கழகத்தின் முன்னாலேயே இருக்கும் (ந.பிச்சமூர்த்தியின் 'இயற்கைநெறித் திறவுகோலை' அளிக்கும்) உள்ளுணர்வின் குறியீடான தோட் டத்தை மெக்கானிக்கலான நாகரீகத்து 'மேஸ்திரி'யின் திட்டத்தின் மூலம் புலன்வாழ்வான மிருகக் காட்சிச்சாலை யாக்கும்போது, நாம் ஆராய்ந்த 'நாவ'லின் வியாபாரத்தனத்தையே தானே சாடுகிறார்! சி. மணி காட்டும் இன்றைய 'நரகம்'மிற்கு வாசல்தான் இத்தகைய போலிப்படைப்புகள். போலிகளைச் சாடும் சாக்கில் இத்தகைய போலிகளும் கிளம்பக்கூடும் என்பதை நாம் நிதானித்துக் கொள்ள வேண்டும்.

இன்றைய வாழ்வின் நீர்க் குழம்புதலின் ஊடே காணும் நமது அடிப்படுகை, புலன்களின் வெறிப்போக்கு எதுக்குத் தடையோ - அது. 'துருப்பிடித்த இதயத்தை துடைக்கவரும்' ஆன்மிக வாழ்வு தான் அது. ஆனால், 'துருவேற்றுவோர் எத்தனை?' இந்த துரு வேற்றிகளுள் முக்கிய அங்கம் வகிக்கிறவர்கள் - அதுவும் ஆபத்தான

பாதாளத்தில் - சநாதனிகள் தான். வியாபாரத்துக்கும் கலைக்கு மிடையே பேதம் தெரியாத மனப்பான்மைக்கு அடிக்காரணம் - அவர்கள்தான். இல்லாவிட்டால், புதுமைப்பித்தனின் 'பக்த குசேலா-நவீன மாடல்', ஏன் அவருக்கு நாஸ்திகப் பட்டம் கொடுக்க வேண்டும்? சநாதனியின் சுரணைக்கேட்டுக்கு, புதுமைப் பித்தனைப் போன்ற மேதையின் எதிர்மறைத்தாக்குதல் புரிவதில்லை; அது சில கலைஞர்களுக்கும் புரியாமல் போனதுதான், ஹிந்துப் பார்வையே துறக்கப்பட்ட எழுத்துக்கள் கிளம்புவதின் காரணம். இந்த ஆபத்து, அன்று ராம் மோஹன் ராயின் பிரமசமாஜத்துக்கு நேர்ந்தது, நமக்கு ஒரு எச்சரிக்கையாக இருக்க வேண்டும்.

ஆனால் அதே சமயத்தில், சில சநாதனிகளுக்குப் புதுமைப் பித்தனின் 'அன்று இரவு' திருப்திதரக்கூடும். அதிலும், அரிமர்த்தன பாண்டியன் வாதவூரனுக்கு முந்தியே, தனது கடமையின் வாயி லூடே பெருநிலை எய்திவிட்டதாக புதுமைப்பித்தன் இறுதித் திருகல் கொடுத்த விஷயம் புரியாமலேதான். கீதையின் ரகஸ்யமான இழை, மஹாத்மாவின் கர்மயோகக் கனலாகப் புதுமைப்பித்தனைப் பாதித்து, வாதவூரனின் பக்தியையும் மீறின ஒரு கர்மவீர்யத்தை, இன்றைய இந்தியாவின் பார்வையாக வெளிப்படுத்தியதுதான் 'அன்று இரவு'வின் சாதனை. 'பக்த குசேலா'வின் அசட்டுப் பழமை யைச்சாடும் புதுமைப்பித்தனும் ஹிந்துவின் அடிக்குரலைக் கௌர வித்த 'அன்று இரவு' ஆசிரியனும் ஒருவனேதான் என்பதை உணர்ந்து கொண்டு, இன்று கதை எழுதுகிறவன் பேனா தூக்க வேண்டும். அப்போதுதான், சநாதனத்தின் திரையை கிழித்து இன்றைய நிதர்சனத்தையும் - அதன் பாதாளத்துக்கு மேல் நிமிர்ந்து எங்கிருந்து நாம் விழுந்தோமோ - அந்தச் சிகரத்தையும், நமக்குக் கலைஞன் காட்டமுடியும். ஆனால், சினிமாக்காரிகளைக் கதாநாயகி களாக்கி, ஒன்பது காதல் பத்துக்காதல் என்று, நிதர்சனத்துக்கே பொருந்தாத கால் சட்டைக்கார கதாநாயகர்களை வைத்துக் கதை எழுதுவதுக்குச் சநாதனம் ஒத்து நிற்கிறது என்பதைக் காணும்போது, கோளாறு சமூகத்தின் சுரணை சக்தியில்தான் என்பதை நிதானிப்பது சுலபம்.

இதுவும், ஒரு துறையைப் பொறுத்த விஷயம் அல்ல. அண்ணா மலை யுனிவர்ஸிட்டியில் ஒரு விழாவில், சினிமாக்காரத் திருவாங் கூர் சகோதரிகளைக்கொண்டு கலைபண்ணின தமிழன், குழந்

தைக்குப் பால் புகட்டும் அபிநயமாக, நம் கலைவாணிகள் மார்பகங்களைக் குலுக்கிக்காட்டுவது போன்ற முதல்தர கேவலங்களை அனுமதிக்கிறான். *லேடி சாட்டர்லீஸ் லவ்வர்* நூலுக்குத் தடை விதிக்க பார்வையால், பம்பாய் நைட்கிளப் நடனக்காரி கோர்ட்டில், 'கலை' என்று தனக்கு அனுமதி பெற்றது போன்றவற்றை தவிர்க்க முடியவில்லை. காரணம், தனி மனிதனுக்கு வளைந்து கொடுத்துப் பேச முடியாத அசட்டுத் தர்க்க முறைதான் - அதாவது, கொலைக் குற்றத் துக்குத் தீர்ப்பளிக்கும் போக்கில் இயங்கும் ஒரு முரட்டு அளவுகோல்தான், சுரணைச் சக்திகளைத் தொட்டு இயங்கும் நுட்பமான - அதுவும் மனிதனின் கலாச்சாரசக்திகளை நிதானிக்கும் - கலைத்துறையில் பயன்படுத்தப் படுகிறது. தணிக்கையின் வேலையைச் சுளுவாக்குவது இதுதான். அதே சமயத்தில், மர்மமான ஆபாஸங்கள் வெகு லேசான சுதந்திரம் பெற்று உலவுவதும் இதனாலேயே. இதுக்குத்தான் விமர்சன சக்திப் பெருக்கம் நிர்ப்பந்திக்கப் படுகிறது. அதன் அளவுகோலில் கலைத்துறை களும் அறிவியக்கங்களும் எழும்பும்போது, இன்றைய வாழ்வின் கேவலத்தைக் கண்டு சமூகம் கண்மூட முடியாத நிர்ப்பந்தத்தை, கலைக்குக் கிடைக்கும் அனுமதி உண்டாக்கும். அங்கு, இன்றைய கேவலத்துள் இயங்கியபடியே பழம்பெருமை பேசும் சநாதனி, தீப்பிடித்த வீட்டுள்ளிருந்து புறப்படும் எலியாக வெளிப்படுவான்.

புதுமைப்பித்தன், 'வேதம் படித்த முயல்' என்று கூடார்த்தமாகச் சித்திரித்த சநாதனி, ஈசுவரனுக்குப் பலன்களை அளித்து - உலகத்தில் ஒரு சுகம் பாக்கிவிடாமல் அநுபவித்து - வரும் பகவத் கீதைப் படிப்பாளிதான். மாட்டை அடித்துக் கொன்றுவிட்டு, பலனுக்குப் பயந்து, அடித்த கையின் கடவுளான இந்திரனின் மீது பழியைப் போட்ட சாதுவின் பழைய கதை நினைவுக்கு வருகிறது. தேவர்கள் சாதுவின் தோட்டத்துள் நுழைந்தபோது, நான் 'நானேதான் இந்த தோட்டம் போட்டேன்...' என்று தன் கையின் பெருமையை மட்டும் தனக்கு ஒப்புக்கொண்ட சாது, இந்திரன்மீது வீசிய தன் நிழலையும் வாங்கிக்கொண்ட மாதிரி, நம் சமூகத்தின் பழம் பெருமைக்குப் பாத்திரமானவர்கள், இன்றைய வாழ்வு என்ற நிழலையும் விழுத்துபவர்கள் தான் என்பதை மறுக்கவோ, அதன் இருட்டிலிருந்து தப்பவோ முடியாது. அறிவுலகம் என்பது பொதுவாழ்க்கையின் பிரதிநிதி. பழம் பெருமைகளை ஷெல்ஃபில் வைத்துவிட்டு,

இன்றைய பத்திரிகையைப் பிரித்தால் தெரியும் - அச்சாகிக் கிடப்பவை நிழல்களா விளக்குகளா என்று. இன்றைய தமிழனின் சுரணை சக்தியின் மூலம்தான் அவனது ஆன்ம பக்குவத்தையும், அதன் பிரதி பிம்பமான பொதுவாழ்க்கையை அறிவுலகின் மூலமும் நாம் காணலாம். இன்றைய 'தத்துவக் கல்வி', ஞானிகளின் சித்து விளையாட்டுகளைப் பற்றி இருப்பதின் அழகில், விஞ்ஞானக் கல்வியைப் பெருக்காமல், ஹிந்து ஐடியலிஸம் தன் வீச்சை, நவீன பகுத்தறிவு வாதத்துக்கு ஈடுகட்டி, மிஞ்சி யிருக்கும் நிரூபணத் தளங்களை அமைக்க முடியாது என்பதைச் சொல்லிப் பயன்-?

கடந்து போய்விட்ட தலைமுறையில், பிராமணீயத்தின் போலித் தனங்கள் சிதறடிக்கப்பட்ட கணங்களில், மூடவழக்கங்களை உணரக்கூடிய அளவு சமூகத்தில் ஒரு அடிப்படைச் சுரணை உருவாகினது என்பதையும் மறுக்க முடியாது! அரசியல் சக்திகளைப் பக்க பலமாக்கிக் கொண்டு எழுந்த, கலாச்சாரப் புரட்சியாக விரிந்தது அந்தக் கணம். அதன் அறுவடைதானே, மணிக்கொடி இலக்கியம்? அன்று, தேசியம் என்ற மூச்சின் திணறல், சுரணையில் அபூர்வச் சிலிர்ப்பை உண்டாக்கியது. இன்றும், கீழை நாடுகளை நோக்கிப் பூதாகாரமான புகைக்காளான்கள் - பொருளாதார, ராணுவ உதவிக் கைகளாய் ஒருபுறமும் போல்ஷ்விக் வெறியாக மறுபுறமும் - நெருக்கத்தானே செய்கின்றன? இந்த கணத்திலும் நமது சுரணை, அசட்டுப்பிசட்டு வசன கர்த்தாக்களைப் பிதுக்கி, யதார்த்தத்திலிருந்து பழம்பெருமையுள் பின் வாங்கும் சினிமாவிலிருந்து, வியாபாரக் கதைகளை இலக்கியமாகச் சந்தையில் பரப்பும் பத்திரிகை உலகு வரை, அவசர ரஸனை பண்ணிக்கொண்டிருப்பதுதான் பிற்போக்குத் தனம். இன்றைய பொருளாதார சக்திகள் சமூகத்தில் பிரதிபலிப்பதைச் சுத்தக்கலையின் மூலம் காண, நாம் கண்விழித்தாக வேண்டும். பிச்சமூர்த்தியின் உலகத்தைச் சந்திக்க நிமிர்ந்தாக வேணும்.

தனி மனிதர்தான் சாதிக்க முடியும். அவனுடைய உள் இயல்புகளும் விகாரங்களும் மனப்பாவனைகளும், அகழ்ந்து எடுக்கப்பட்டு பரிசீலிக்கப்படுவதில்தான் சாதிக்கலாம். சநாதனி ஒற்றை மனிதனல்ல. சில கொள்கைக் கோட்பாடுகளின் சிமிந்திக் குழையலால் சேர்த்துக் கட்டப்பட்ட அப்ஸ்ட்ராக்ஷன் - வெளித்தோற்றம் அற்ற ஒரு குணவடிவம் அவன். தார்மிகத்துக்கு மனித இயல்பை விட்டுக்கொடுத்துப் பேசும் ஒரு கூட்டுக் கோஷம் அவன். தனிக்

குரலாக, அவன் பாரதி சொன்னதுபோல் 'சொல்வதறி'யாதவன். கலைஞன், தனிமனித இயல்புகளை இன்றைய யதார்த்தவாத அடிப்படையில் (கலையின் யதார்த்த வாதத்தைத் தத்துவத் துறையின் ரியலிஸத்தோடு குழப்பிக்கொள்ளக்கூடாது), பொதுத் தன்மையை அன்றி விசேஷத் தன்மைகளை விளக்கும் பாணியாகச் சித்தரிப்பது, சநாதனிக்குத் தடுமாற்றம் தருவது அவனது பலவீனத்தால்தான். ஏனெனில், அவனது விசேஷத்தன்மை கேவலமானது. இன்றைய மனிதனின் - ஹிந்துவின் - விசேஷத்தன்மை, தனித்த இயல்புகள், அவனது பொதுக் குரலுக்கு ஒவ்வாதவை. ஆகவேதாம், பொதுக்குரலை ஒடுக்கித் தனிக் குரல்களைப் பாடவிட்டுப் பார்க்க வேண்டும். கலைத்துறை இதைச் செய்யும். இந்தக் கலைத்துறைக்கு ஆதாரமாக விமர்சனம் போராடுவதின் மூலமும், கலைத்துறையின் மூலமும், நாம் கலாச்சார மூலச் சக்கரத்தை ஓரளவு சுழற்றிப் பார்க்கலாம்.

கு.ப.ரா.வின் 'நாகரீகம்?' என்ற கதையில், ஒரு நவநாகரீகப் பெண் ஒரு கடைக்காரனால் ஆடம்பரப் பொருள்களின் கடன்காசுக்காகத் திட்டப் படுவதைச் சித்தரித்து, கடைக்காரன் மூலம், 'இன்று ஒரு பெண் வெளிப் பகட்டுக்காக இத்தகைய ரகசியமான அவமானம் எதையும் சகிக்க முன் வருகிறாள்' என்கையில், வீழ்ந்துவிட்ட சமூகத்தின் தார்மிகச் சுரணையைக் காட்டுகிறார். மனசால் நேரும் அவமானத்தை ஏற்று, மனச்சாக்ஷியை நிராகரித்து வாழ ஹிந்து துவங்கிவிட்டான் என்பது, அவனது அடிப்படைச் சிந்தனை வளர்ச்சிக்கே குந்தகமானது. இரக்கமும் நாம் ஒய்யாரமாக வாய் நிறைய உச்சரிக்கிற 'பண்பாடு'ம் ஹிந்துவிடம் இல்லை. இலங்கையில், விருந்தோம்புதல் போன்ற அடிப்படைத் தர்மங்களை, நாம் தமிழர்களைவிட வேறு ஜாதியினரிடம்தான் காணமுடிகிறது. அழகுணர்ச்சி ரஸனை மண்டிப்போய், அவசரமான சினிமா ரசனையின் ஆட்சியைக் காண முடிகிறது. குழந்தைகளுக்கு ஒருவகை மனப்பான்மையினர், 'ராஜிஃப் ஷங்கர்' என்பதுபோல் வாயில் நுழையாத பெயர்களை இட்டு, பொருளாதாரத் தளத்தில் நசுக்கப்பட்ட நிலைமைக்கு அத்தளத்தின் 'உயர் ஜாதி'ப் பெயர் மூலம் ஈடுகட்ட முயன்றால், இன்னொரு வகை மனப்பான்மை, புரட்சி என்ற பெயரில் சநாதனப் பெருமையை ஆயிரம் வருஷத் துக்கு அப்பால் போய் 'நெடுமாறன்' என்பது போன்ற பெயர்களின் மூலம் வாங்கிவந்து,

தன் பொருளாதார - அரசியல் - கையாலாகாத்தனத்துக்கு ஈடுகட்ட முயல்கிறது. ஒரு பள்ளி வகுப்பில் குழந்தைகளின் பெயர்களைத் தொடர்ந்து பார்த்து வந்தால், இந்த இரண்டு விதமாய் - யதார்த்தத்திலிருந்து வேறு ஜாதியுடன் தன்னை அடையாளம் காண முயல்வதும் பழமையுடன் தன்னை நிறுத்த முயல்வதுமாய் - தத்தளிக்கும் ஒரு பலவீனத்தை நம்மிடம் சுலபமாய் உணரலாம். இளங்கோ அல்ல, சின்னத்துரையும் சின்னராசாவும்தான் இன்றைய பெயர்கள் என்ற காலநியதிச் சுரணையை, பொருளாதார அரசியல் காரணங்களால் பீதியுற்றிருக்கும் நம்மவர்களுக்கு காட்டுவதுக்கும், விசேஷத் தன்மைகளை வெளியிட்டு உரத்துப்பேசும் கலையினால் ஓரளவு முடியும். அந்த காலநியதிச்சுரணைதான் நம்மைச் செயலில் மாட்டும்.

விசேஷத் தன்மையான அவலம் சந்திக்கப்படும்போது, போலியான ஆசாரங்கள் என்ற மேல்பூச்சு பெருமையளிக்கப்போவதில்லை. தன் உள் வரட்சியைக் கண்டால், மடி காப்பதையும் தீட்டுக் காப்பதையும் சநாதனி தொடரமாட்டான். உண்மையான விசாரணைக்கும் இந்த போலிப் பூச்சு களுக்கும் சம்பந்தமில்லை என்ற உண்மையைத் தம் தாய்க்கே அடிக்கடி புகட்டின ரமணரின் அருகே பக்திபண்ண வந்த சில சநாதனிகளோ, இருண்ட சக்திகளையே சிதறடிக்கும் அந்த மஹாத்மாவின் கைபட்டதுக்குத் தங்கள் உடைகளைக் கழுவிக்கொண்டார்கள் என்றால் சநாதனத்தின் பிரதிநிதித்துவம் விவேகத் துக்கு அல்ல என்பது எளிதில் புரியும். அது ஒரு தோற்றத்துக்கு - பார்வை அழகுக்கு, ஆனால் அநுபூதிக்கு அல்ல.

விசாரணையின் அறிவு விளைவான தத்துவமும் அநுபூதி விளைவான உள்ளனுபவமும், ஒன்றாகச் சங்கமிக்க இடமளிப்பது ஹிந்து மார்க்கம் தான். ரோமன் கத்தோலிக்கத்துக்கு எதிராகப் புரண்ட லூதரின் ஜெர்மனியில், ஜான் கல்வின் போன்ற ஒரு மதப்புரட்சிக்காரரே, ஆபாஸம் - நாஸ்திகம் என்று ஜாக்கப் பொமியின் நாயக நாயகி பாவத்தைக் கருதின மாதிரியோ, ஸுஃபி அல்ஹல்லாஜ் 'நானே சத்யம்' என்றதுக்காக பாக்தாத்தில் சிலுவை ஏறின மாதிரியோ நிகழ்ச்சிகள் நம்மிடையே இல்லை. ஏனெனில், ஒவ்வொருத்தனின் தனி உள்ளனுபவமும் சந்தித்து ஒரு அகண்ட தத்துவத்தை - அந்த உள்ளனுபவம் எல்லாமே ஒன்றிற்கு வேறு வேறுவித மன நிலைகள் ஈடுகொடுத்ததின் வெளிவித்யாசம்தான் என உணர்ந்த தத்துவத்தை - ஹிந்துவிடம் காணமுடியும். 'கடையிற் சாமி' என்று

இலங்கையில் அழைக்கப்பட்டு வாழ்ந்த முக்தியானந்தாவின் ஞான வாழ்வில், அவர் மதுவுக்கும் மெழுகுவர்த்திக் குழம்புக்குமிடையே பேதம் காட்டாது புலன்களை அலட்சியம்பண்ணி ஏற்றுக்கொண்ட தக்குக்கூட, ஹிந்துவின் மோக்ஷசாதன நூல்கள் இடமளித்துவிடுகின் றன. அநுபூதியை மட்டுமே நாம் மதிக்கிறோம், ஆசாரத்தை அல்ல என்பதுக்கு இவை ஆதாரம். ஆகவே, மேல் பூச்சுகளைக் கழற்றிச் சமூக பேதம் அறுவதால், நம் அடிப்படை குலைய இடமில்லை. மாறாக, அடிப்படை மட்டுமே கௌரவம் பெறும்.

கலைவாழ்வினூடே சமூகத்தின் அவலம் வெளிக் கொணரப்படு வதின் விளைவு, இன்றைய சடலத்துக்கு உயிரூட்டுவதாக இயங் கியமையாக வேண்டும். சடலவாழ்வுக்கே ஆதரவு அளித்துப் பேசி னால் அந்த பேச்சு, இன்றைய வீழ்ச்சிக்குக் காரணமான மனப் பான்மையின் நீடித்த போக்கைத் தான் காட்டும். நிதர்சனத்தை ஜித்து கிருஷ்ண மூர்த்தி சொல்வதுபோல், ''இப்போது நீ இருப்பதை, அதின் முழு அர்த்தத்தோடு கண்டால், நேரடியாக உணர்ந்தால், அந்த உணர்வு, விழிப்பு போதும். அதுவே புரட்சி. மூடன் தன்னை மூடன் என்று உணர்ந்த கணத்தில் அவன் மூடனல்ல. அப்போழுதே அவன் விவேகி.'' பொதுமனிதனின் விழிப்பை நிதானிக்கும் கலைத்துறை யும் பொதுமனிதனின் அவலத் தைப் பற்றி விழிப்புக் கொள்கையில், கலைஞன் மூலம் மட்டும் அல்ல, கலைஞனை ஏற்றுக் கொள்வதின் விளைவாகப் பொதுமனிதன் மூலமே சமூகம் விழித்து விடும்போது நேரும் புரட்சியும் இதுவே. ரத்தம் சிந்தாதப் புரட்சி இது,

இந்தப் பொதுஉடல் பிரக்ஞையைக் கலைஞன் ஒரு பிரதிநிதி யாகப் பேசிக்கொண் டிருக்கவிட்டு, தனிமனிதன் ஓய்வதிலும் பயனில்லை. இன்றைய அவசர வழிபாடுகளில், 'சித்தி'களையும் 'தெய்விகக் காட்சி க'ளையும் கண்ணைப்பிடுங்கும் போஸ்டர்களாக ஒட்டி, பகுத்து விசாரிக்க மறுக்கும் கும்பல்போக்கிடம், ஞானிகளை விற்று வாழும் மனப் பான்மைக்கு, மஹாத்மா ஏற்கெனவே மருந்து செல்லிவிட்டார். அவரது போட்டோவின் பின்னால் அவரது சிந்த னைகளை மறைத்துவிட்ட நமக்கு, அவரது புரட்சி வழி புலப் படுமா? மனிதன், தன்னைத் தனது அகப்பீடத்துக்கு வாரிசாக்க வேண்டியவன் என்ற விழிப்புத்தான், ஹிந்துவின் முழுவிழித்த நிலையாகும் என்பதை, இன்றைய அவசரத்தில் எப்படி நிதானிக்க முடியும்? தனது உள் பீடத்தை அணுக அணுக, கலாவெளியீட்டின்

ஊற்றுக் கண்ணும் நெருங்கப்பட்டு, பாறைகளையும் சேற்றையும் குலைத்து 'வெள்ளம்போல்' கலைப் பெருக்கும் கவிப்பெருக்கும் மேவும். அப்போது, ஆபாஸ எழுத் தாளன் என்று டால்ஸ்டாய் அவமதித்த பால்ஜாக்கின் கலைக்கும் அவனது சமாதி அனுபவம் வாய்ந்த ஆன்ம முதிர்ச்சிக்கும் தொடர்பு தெரியும். நிகழ்கணத்து உளைச்சலில், அக்கணத்தை மூடிவிழும் பாவங்கள் மண் குழைய லாக எழும்பிக் கலைவடிவம் பெறுவது தத்துவ அடிப்படையில் பெறும் அனுமதியும், ந.சிதம்பர சுப்ரமண்யன் போன்றாரின் புது ரகக் கண்மூடித் தனங்களைத் திறக்கும். பாவத்தையும் உரித்து விசாரிக்கிற ஒரு தைரியம் கலைக்கு மட்டுமல்ல, ஆத்ம விசாரணைக்கும் தான் உரியது. ஆத்ம விசாரம் மண்டி ஒதுக்கப்பட்ட ஹிந்து சிந்தனையின் இன்றைய அந்தகாரத் திரட்சியைக் காண, ஏன் இந்த கலைப் பொறிகள் உதவ முடியாது? - 'கண்பெற்றுப் பதவிகொள்ள?' - பாரதி வேண்டியதுபோல்? ஆனால், நிச்சயமாகச் சநாதனிகள் பிடிக்கும் ஹிந்துசரித்திரப்பெருமை என்ற பகல்தீவட்டி உதவப் போவதில்லை.

எழுத்து : 56, ஆகஸ்ட் 1963.

17 பேச்சு - எழுத்து - இணக்க நடை

தமிழ் ரஸனை இன்று, சரியானவகை இலக்கியத்தை - பழைய தில்கூடத்தான் - காணமுடியாமல் தடுமாறுகிறது. அந்த அளவில் வியாபாரி எழுத்தாளர்களுக்கும் வேட்டை. அவர்களும் இலக்கியப் போர்வைக்குள்தான் புகுந்திருக்கிறார்கள்; அதில், இன்றைய 'இலக்கிய' ரஸிகனுக்குத் தன் படையும் தெரியவில்லை, மாற்றான் படையும் தெரிய வில்லை. இலைகளோடு விழுந்த பூக்கள் மாதிரி, ஒரே வீச்சில்தான் 'மணிக்கொடி காலம்' என்று குறிப்பிடப்பட்ட சமயத்துக்குப் பின் அகப்பட்ட, சில குறிப்பான பத்திரிகைகளை உபயோகிக்க முன்வந்த க.நா.சுப்ரமண்யம், ந.சிதம்பரசுப்ரமண் யன், ந.பிச்சமூர்த்தி, சி.சு.செல்லப்பா போன்றாரின் சிறுகதை களும், இதர கதைகளோடு அள்ளிக்கொண்டு வாசக உள்ளத்தில் ஓடியிருக்கின்றன. நின்று நிதானித்துக் கதைகளைப் பொறுக்கி, அனுபவத்தினிடையே வித்தியாசம் காணும் மனப்பான்மை இல்லா ததால், வாசிப் பவர்கள் இவர்களிடம் குறிப்பு விழுத்தவில்லை. ஆனால், புதுமைப்பித்தன் தமது அதிர்ஷ்டத்துக்கு உயிரை விட்டு வைத்தார் - அவரைச் சால்வையாகப் போட்டுக்கொண்டு சில அரசியல்வாதிகள் கிளம்பியதில், இன்று அவர் பொருட் படுத்தப் படுகிறார். கு.ப.ராஜகோபாலனை இன்றைய இலக்கிய மாணவ னுக்கு வாசிக்க எங்கே கிடைக்கிறது? அவரது *கனகாம்பரம், காணாமலே காதல்* போன்ற தொகுதிகளின் மறுபதிப்புகள் பிரசுர கர்த்தாக்களிடம் முடங்கிக்கிடக்கின்றன. வரட்டுப் பண்டிதர்களுக் கும் அரசியல் புரளிக்காரர்களுக்கும் பொன்னாடை கள் போர்த்தும் சந்தடிச் செலவுகளில், இலக்கியப் படைப்புகளுக்கும் நூல்வடிவக் கௌரவம் கொடுப்பதுபோன்ற ஒரு செயல்வடிவச்சேவை, வெறும் வார்த்தைகளையும் மீறி, தேவையானது என எங்கே உணரப் போகி றோம்? கு.ப.ரா.வை அலட்சியப்படுத்திவிட்டுப் புதுமைப்

பித்தனை லட்சியம் செய்திருப்பது, இருவருக்குமிடையே உள்ள பொதுக்குரலான கலைக்காக அல்ல; கு.ப.ரா.விடம் இல்லாத, ஆனால் புதுமைப்பித்தனிடம் காணக்கிடைத்த ஒரு சமூகப் பார்வைக் காகத்தான். அந்தப் பார்வையும் சீர்திருத்தத்துக்கு உபயோகப்பட்டு விடவில்லை - வெறும் அரசியல் புரளிக்குத்தான் பயன்பட்டது.

பண்டிதத்தனமான பார்வைகளும், புதுமைப்பித்தனுக்கு ஒரு வேறுவித மதிப்பை ஏற்றிவிட்டிருக்கின்றன. புதுமைப் பித்தனின் தமிழ், எதிர்ப்பு களுக்குப் பதில் காட்டி எழுந்ததில், 'இலக்கிய' உலகு அவர் 'மாதிரி'யை 'ஸ்டாண்டர்ட்' ஆக்கிக்கொண்டது - முடிவாக. கு.ப.ரா.வின் தமிழில் இல்லாத ஆர்ப்பாட்டம் புதுமைப் பித்தனிடம் இருந்தது. எனவே, ஆர்ப் பாட்டமாகத்தான் 'வசனம்' இருக்கவேண்டும் என்றாகிவிட்டது. அணிகளின் அடுக்காக (Rhetoric-ஆக), தமது கற்பனையால் சாதிக்க முடியாததை, புதுமைப் பித்தனின் வேகத்தை இமிட்டேட் செய்வதால் செய்ய முயல்கிறார் கள் - இன்றைய தலைமுறையினர். இந்த சந்தடியில், கு.ப.ரா. கிடைக்காவிட்டாலும் சி.சு.செ. திடீரென்று குரல்காட்டி வந்திருக்கிறார்.

தாம் மணிக்கொடி கோஷ்டியைச் சேர்ந்தவர் என்ற பிரக்ஞையுட னேயே இயங்கும், அக்கோஷ்டியைச் சேர்ந்த சிலருள் சி.சு.செ. ஒருவர். ஆனால், அந்த கோஷ்டியின் பலம் கோஷ்டி அல்ல, கும்ப லாகத் திரண்ட அடம்பங்கொடிப் பலம் அல்ல என்பதுக்கு உதாரண மாக, அதில் ஒவ்வொருவரது எழுத்தும் பதில் சொல்கிற மாதிரியே, சி.சு.செ.யின் எழுத்தும் கோஷ்டியுள் நிற்கிறது. புதுமைப்பித்தன் சமூகத்தை பார்த்த விதத்துக்கும் அவரது தமிழுக்கும் நடைக்கும் இருக்கிற முத்திரை வேறு; கு.ப.ரா.வின் மனவியல் உலகமும் அவரது அலட்டிக்கொள்ளாத நடையும் இன்னொரு விதம். இவர் கள் யாவரையும்விடத் தனித்து, அகத்துள் துளைத்துச் செல்லும் மௌனியும் அவரது தமிழின் இறுகிய சோதனைக்களமும் வேறு. இன்ட்ரோவர்ட்டாகத் தமது மன எழுச்சிகளைப் புறஉலகில் காட்டிச்சிந்தனைக் களத்தில் ஆராயும் ந.பிச்சமூர்த்தியும் அனுபவத் தின் சாயம் ஏறின அவரது எளிய உவமைகள் நிரம்பின தமிழும் இன்னொருவிதம். உவமை அணிகள் இன்றித் தத்துவக் கருத்துகளின் எழுச்சி நிலைகளைச் சாமானிய நிகழ்ச்சிகளில் கண்டு எழுதும் ந. சிதம்பர சுப்ரமண்யன், தனித்து நிற்பவர். மனிதனை அவனது குடும்ப உறவு அடிப்படை களில், அதுவும் உணர்ச்சி பூர்வமாக

இன்றி அறிவுபூர்வமாக, சிந்தனைக்குப் பிராதான்யம் தந்து எழுது பவர் க.நா.சுப்ரமண்யம். மணிக்கொடி காலத்துக்குப் பின்பே முழுசாக மலர்ந்த லா.ச.ரா.வின் உணர்ச்சி பின்னிய குடும்ப உலக மும் அவரது அகத்துறை அனுபவமும் நடையும் புதியன. மணிக் கொடியை ஒப்புக்கு உச்சரிப்பவர்கள், அதன் எழுத்தாளர்களிடையே இவ்வளவு அகண்ட வித்யாசம் இருந்தது என இன்னும் உணர வில்லை.

புதுமைப்பித்தனின் கிண்டல் - வேகம், லா.ச.ரா.வின் அபரி மிதமான சப்த தந்திரம் - இவைகூட ஒன்றுக்கொன்று வித்யாசம் காட்டுகின்றன. எவனும் தன் குரலை, தன் பார்வையை, தன்னைக் கிழித்து காட்டும்போதுதான் ஒரு படைப்பாளி ஆக முடியும் - ஒரு 'கோஷ்டி'யோடு ஒப்புக்கு அடையாளம் காட்டப்படுவதில் அல்ல. ஆனால், புதுமைப் பித்தன், லா.ச.ரா. போன்றோரை விழுங்கிக் கொண்ட சிலர், அவர்கள் தமிழை 'ஸ்டாண்டர்ட்' ஆக்கிக் கொண்ட தில், சுயத்தன்மை கௌரவம் இழந்திருக்கிறது. அவனவனுடைய வியக்திக்கேற்ப சுயத்தன்மை வித்யாசப்படும் என்ற சாமானிய அறிவுகூட இல்லாமல் இன்று எழுதும் வழக்கத்தில், ஒருவர் வசனம் என்பதையே தப்பர்த்தப்படுத்திக்கொண்டு, வசன இலக்கியங் களிடமும் கவிதையின் அணியழகை எதிர்பார்த்து என்னிடம் பேசினார். அணி - அதாவது உவமை, உருவகங்கள் - கவிதைக்குக் கூட அதிமுக்ய மானதல்ல என்று நாம் புரிந்து கொள்ள வேண்டும். அப்போதுதான், முக்கி முனகிக் கொண்டு வசனத்துக்கு வசனம் உவமை உருவக அணிகளை அடுக்குவதுதான் 'நடை' என்ற அசட்டு நினைப்பு - முக்யமாக இலங்கையில் இன்று வேரூன்றிவிட்ட நினைப்பு - மாறும். கவிதையில் அணியுருவம் இல்லாவிட்டாலும், 'அக்கினிக்குஞ் சொன்று கண்டேன் அதை அங்கொரு காட்டிலோர் பொந்தினில் வைத்தேன்' என்பது போன்ற பாரதியின் கவிதை களிலேயே, உட்பொருள் வளத்துக்கு வலு குறைவதில்லை. உவமை உருவகம் எல்லாம் கலைஞனின் மனோநிலையையும் சுயத்தன்மை யின் வித்யாசத்தையும் பொறுத்ததேயன்றி, அனுபவத்தை வெளி யிட, அது இல்லாவிட்டால் முடியாது என்பதல்ல.

ஜானகிராமன், கு.ப.ரா., ந.சி.சு., க.நா.சு போன்றோர் வசனத்தில் ஆர்ப்பாட்டம் இருப்பதில்லை. சி.சு.செ.யின் தமிழுக்கும் அதிக அணியழகு இருக்காது. அதைக் கவனித்துவிட்டுத்தான் போலும்,

இலங்கையில் லா.ச.ரா.வையும் புதுமைப்பித்தனையும் இமிட்டேட் பண்ணி 'நடை' வகுத்த ஒருத்தர், தாம் சி.சு.செ.வைப்போல 'முன்னூறு பக்கம் எழுதுவேன்' என்று சொன்னார். ஒருத்தன் நடையை இமிட்டேட் பண்ணவே கைவராமல், தன் சுயத்தன்மை யுள் ஊறிவிடுபவனே படைப்பாளியாவான்.

இமிட்டேட் செய்துவிட முடியாத நடையும் எங்கும் இல்லை; ஷேக்ஸ்பியர் அன்றும், இன்று ஹெமிங்வேயும், நூற்றுக்கணக் கானவர்களால் இமிடேட் பண்ணப்பட்டும், தங்கள் நடைகளின் கௌரவத்தை இழந்துவிடவில்லை. தமிழ்நாட்டின் பேச்சு வழக்கிற் கும் தமது தமிழுக்கு மிடையே ஒரு இணக்கத்தைக் கொண்டுவர சி.சு.செ. முயற்சிக்கிறார். அவரது கதைகளின் உலகமும், அதற் கேற்ப சி.சு.செ.யின் தமிழை வளைந்து வரும்படித் தண்டிக் கேட் கிறது. ஆகவே, வெறும் மொழிப் புரட்சி என்ற நோக்கின்றி, கலையின் இயல்போடு ஒட்டியே, விஷயாம்சத்துக்கு ஏற்பத் தமிழ் நடை அவருக்கு ஏற்பட்டிருக்கிறது. ஆர்ப்பாட்டம் இல்லாமல் எழுதும் இதர மணிக்கொடிகாரர்களின் நடைகளிலிருந்து இவரைப் பிரித்துக் காட்டுவது - பேச்சு நடைக்கு ஒட்டிய இவரது நடை. இது அறுபது என்ற தொகுதிக் கதைகளின் பின்னால் எழுதப்பட்ட வாடிவாசல், ஜீவனாம்சம் நாவல்களில் முழுசாக எழும்பி இருக்கிறது.

பேச்சு வேகத்துக்கு இசைய எழுத்தையும் இணக்கிவிடும் அவசியம் - பேச்சு வழக்குகள் மாறிப் போக - எழுத்துலகிலும் இருந்துகொண்டே வரும். பேச்சுத் தமிழ், எழுத்துத் தமிழுக்கு வெகுதூர நிற்கிறது. அதுவும் பாரதி தோன்றிய சமயத்தில், நூற் றாண்டுக்கணக்கான இடைவெளி - இரண்டுக்குமிடையே! பண்டிதர் கள், இரண்டாயிரம் வருஷங்களுக்கு அப்பால் நின்று, தகரக்குவளை யுள் கல்லைப்போட்டுக் குலுக்கிக் கொண்டிருந்தார்கள். அன்று வார்த்தைகளில் கொண்டிருந்த மோகம், இன்றும் வேறு உருவில் நவீன இலக்கிய உலகுள் நுழைந்திருக்கிறது. வசனத்தின், ஏன் மொழிப் பிரயோகத்தின் கடமையையே சரிவர உணராததால் நீடிக் கும் தொந்திரவு இது.

தமிழை, தொல்காப்பியத்திலேயே 'செந்தமிழ்', 'கொடுந்தமிழ்' என்று பிரித்துவைத்துவிட்டோம். செந்தமிழ், படைப்பு வேலை களுக்கும் கொடுந் தமிழ் பேச்சுக்குமாக. இதனால்தான், பேச்சு

ஒன்று எழுத்து வேறாக தமிழ் சிரமம் தந்து வந்திருக்கிறது. இலங்கையில் இன்று, சிங்கள உத்யோகஸ்தர்களே எழுத்துருவச் சிங்களத்துக்கு ஈடுகட்ட முடியாமல் தொழிலைவிட நேரும் நிலை, தமிழுக்கும் இருக்கிறது. இன்றும் பேசத் தெரிந்தாலும், உடன்கால எழுத்து வழக்குக்கு இணங்கத் தமிழை எழுதுவதுக்கு வேறுவிதப் பயிற்சி தேவைப்படுகிறது. ஆக, பேச்சுக்கு ஒரு பயிற்சியும் எழுத்துக்கு வேறொன்றுமாக, தமிழைப் புதுசாகக் கற்க வருகிறவன் அவஸ்தைப்பட நேர்வதோடு, பேசத் தெரிந்த எல்லாரும் எழுத முடியாத நிலையும் இருக்கிறது. இது, சமூகத்தினர் மொழியுருவங்களில் வெளியாகும் அறிவுச் சரக்குகளிலிருந்து, எவ்வளவு தூரவைக்கப்பட்டு பழகி வந்திருக்கிறார்கள் எனக் காட்டுகிறது. அரசியல் விழிப்புகளால் பத்திரிகைப் படிப்பு நேர்ந்த சமயம், தமிழுக்கு அதிர்ஷ்டகரமானதுதான். வார்த்தைகளைப் பொறுத்த அளவில், வழக்குமொழியைப் பயன்படுத்த - மக்களோடு தொடர்பு கொள்ளவேண்டிய தவிர்க்க முடியாத - பிரசாரம் நிர்ப்பந்தப்படுத்தியது. பண்டிதர்கள் அப்பவும் விடாமல், செந்தமிழ் கொடுந் தமிழோடு, பத்திரிகைத் தமிழ் என்றும் வார்த்தை உண்டாக்கினார்கள். இன்றும், சமூகத்தினர் அறிவுலகோடு நெருங்கி ஈடுபட்டுவிடவில்லைத்தான் - எனினும், வெறும் பத்திரிகை யுலகு அவர்களை இதுதான் அறிவுலகு என ஏமாற்றி வருவதில் மயங்கி, ஒரு வெகுளி வாசிப்பில் ஈடுபட வேணும் நேர்ந்திருப்பது, செந்தமிழ் இறங்கிக் கொடுந்தமிழை இடையில் சந்தித்துக்கொண்டதால்தான் - நவீன படைப்புலகும் அந்த தளத்திலேயே இயங்குகிறது. ஆனால், வ.ரா.வால் அதிகம் உற்சாகம் ஊட்டப்பட்ட சி.சு.செ., வழக்கிலிருக்கும் சொற்களோடு இன்னும் நெருங்கி உறவு கொள்வதில் மட்டுமல்ல, வழக்கிலிருக்கும் இலக்கணத்தையே கையாள்வதில் பிடிவாதம் காட்டுபவர். அப்போதுதான் பேச்சும் எழுத்தும் பூரணமாக இணங்கி நிற்கும்; பேசுபவன் யாரும் எழுதலாம். அதற்கும், விதிவிலக்குகளை அவர் ஆதாரபூர்வமாக்கி, தமக்கும் எல்லைகள் வகுத்தே இயங்குகிறார் என அவரை, பழைய இலக்கண அறிவோடும் பேச்சு வழக்குகளின் இலக்கண அறிவோடும், அசட்டு அபிமானங்கள் இன்றிப் படிப்பவன் உணரமுடியும்.

சி.சு.செ.யின் கதையுலகுமட்டும், அதுவும் இன்றுதான் இப்படிப் பேசுகிறது என்பதல்ல. திருமூலன் கொடுந்தமிழில் பேசியிருக்

கிறான். ஏன், சித்த புருஷர்களின் பாஷையே கொடுந்தமிழ்தான். ஏனெனில் மனிதனோடு அவர்கள் அதிகம் நெருங்கியிருந்தார்கள் - மனிதனிடத்தில் ஏற்பட்ட பிரியத்தினால், அவனுக்கு தெய்விகத் தைப் புகட்டும் நோக்கோடு. பண்டிதர்கள் இந்த விஷயத்தை அதிகம் தொடுவதில்லை. கொடுந் தமிழ் - போயும் போயும் இந்த பண்டிதர் களே வாய்க்கு வாய் பேசும் தமிழ்தான் - சித்தர் பாடல்களில் நேரும் போது, 'சிதைவு' என்றும் 'போனால் போகிறார், சித்தராச்சே' என்றும் அனுமதிக்கிற மாதிரித்தான், நூல் விளக்கங்களில் காண லாம். பண்டித உலகுக்குள் விழித்துகொண்டு பிறந்த இலக்கிய உருவங்களின் செயற்கையான வரம்புகள், தெருக்களில் மனித வாழ்வோடு புரண்ட சித்தர்களைப் பாதிக்கவில்லை. இன்று, ஜன நாயக உலகிலும் கலைஞனை நாம் சங்கப்பலகைகளிலல்ல, தெருக் களில்தான் எதிர்பார்க்கிறோம். மனித ஆத்மாவின் நேர்க்குரல் எங்கள் காதுக்கு வேணும்; தொல் காப்பியத்தின் தூரத்துச் சுவர் எதிரொலி களல்ல. மனிதனைவிட இலக்கணம் முக்கியம் என்ற தொனியில் இன்றும் தேங்கிநின்று ஒலிப்பவர்களுக்கு, சி.சு.செ.யின் தமிழ் தாராளமாக எரிச்சல் மூட்டும். உண்மையில், அவர் வசனத்தின் தொழிலைச் சரியாகப் புரிந்துகொண்டு எழுதுகிறார்.

நாம், வசனம் - கவிதை என்ற வார்த்தைகளிடையே இன்று அதிகம் மிரண்டு நிற்கிறோம். ஆகவே, இந்த பிரயோகங்கள்பற்றி முதலில் ஒரு தெளிவு வேண்டும். அப்போதுதான் வசனத்தின் கட மையை உணரலாம்.

மொழியை மட்டும் என்ன, எந்தப் பிறத்திக் கலைகளையும் ஏன் கையாளுகிறோம்? - 'உணர்ச்சி வெளியீட்டுக்கு' என்று பொத்தாம் பொதுவாகப் பேசப்பட்டு வந்தது. 'தரையில் நடக்கும் வசனம், உணர்ச்சி ஏறினால் சிறகு பெற்றுக் கவிதையாகிவிடும்' என்ற ந.பிச்சமூர்த்தியின் வரிகளைப் பிடித்துக் கொண்ட முருகையன், எழுத்துவின் புதுக் கவிதைச் சர்ச்சைத் துவக்கங் களில், மேடைகளில் உணர்ச்சி ஏறிப் பேசும் தோழரின் வசனங்களும் கவிதையாகி விடுமே என பதில் காட்டியிருந்தார். இங்கு மட்டுமல்ல, இந்த நூற்றாண்டு ஆரம்பத்தில் மேல்நாட்டில்கூட, உணர்ச்சி என்ற 'இமோஷன்' இப்படிக் கவிதைபற்றி சர்ச்சைகளில் உருட்டி விளை யாடப்பட்டது. அந்தச் சமயங்களில், எல்லா அறிவுத் துறைகளி லுமே - சயன்ஸில்கூட - இதே தொந்திரவு. விஷயத்தைச் சொல்ப

வரின் வார்த்தை களுக்குப் பின்னால், அவர் என்னத்தை அர்த்தப் படுத்துகிறார் என்ற கவலை இல்லாமல் எதிர்க்கட்சி கட்டினவர்கள், வார்த்தையின் பொருள் வழுக்குதலைப் பிடித்துக்கொண்டு வாதாடிக் கலாட்டா பண்ணினார்கள். அப்போதுதான் பெர்ட்ரண்ட் ரஸ்ஸல், ஐ.ஏ.ரிச்சர்ட்ஸ் போன்றவர்கள் குரல் எழுப்பி, வார்த்தை களூடே தர்க்கத்தின் நியதிகளுக்கு அநுசரணை யான மொழி விளக் கங்கள் தந்தார்கள். ரிச்சர்ட்ஸூம் ஸி.கே.ஒஜன்னும் சேர்ந்து எழுதின *தி மீனிங் ஆப் மீனிங்* அவசர அவசரமாக வெளிவந்தது. ரிச்சர்ட்ஸ், கவிதையின் 'இமோஷன்' என்ற பிரயோகத்தைத் தள்ளிவிட்டு, எக்ஸ்பீரியன்ஸ் - அநுபவம் - என்ற பிரயோகத்தைக் கொண்டு வந்தார். அநுபவத்தின் தொற்றும் வேகத்தைப் பொறுத்துக் கலை வடிவத் தரம் பிரிக்கப்பட வேண்டும் என்றார் - 'உணர்ச்சித் தொற்று தல்' என்ற பழைய பிரயோகம் பின்தள்ளிவிட்டது. இங்கு, அநுப வத்தின் தரம் முதலில் நிதானிக்கப்பட வேண்டிய நிர்ப்பந்தம், 'தொற்றுதல்' விவகாரத்துக்கு முந்தியே வந்து விடுகிறது. மேடை களில் அசட்டு அபிமானம் காட்டிப் பேசப் படும் புரளிப் பேச்சு களின் பின்னால் உள்ள அநுபவத்தின் மதிப்புக்கும், பிச்சமூர்த்தியின் கவிதையின் பின் நிற்கும் அநுபவத்துக்குமிடையே வித்யாசம் காண, ஒரு அசாதாரண விமர்சகன் தேவையே இல்லை. ஆக, கலைவடிவு எதுவும் 'உணர்ச்சி வெளியீட்டுக்கு'என்ற பதிலை நிராகரித்துவிட் டுப்பார்த்தால் -

வாழ்க்கை என்பதே அநுபவத்தின் திரட்சிதானே? உணர்ச்சிகூட அநுபவம் என்ற அகண்டத்துள் ஒரு தனித் திவலைதான். அநுபவத் துக்கு ஒரு சுரணையுள்ள - 'ஸென்ஸ்ட் டிவ்' ஆன - உள்ளம் ஈடு கொடுத்து, அதையே எழுப்பியும் காட்டினால், கலை எந்த உரு விலும் அமைந்துவிடுகிறது.

மொழியுருவின் கலைவடிவிலோ, நாம் அநுபவத்தை வசனத் தில் வெளியிடுகிறோம். கவிதை என்ற பிரயோகமோ? அநுபவத் தின் ஒரு இறுகின நிலைதான் கவிதை. அதை வெளியிட, நாம் இதுவரை செய்யுளை உபயோகித்து வந்தோம். செய்யுள் - வசனம் என்ற பிரிவையே சரி என்கிறேன். கவிதை - வசனம் என்ற பிரிவு தவறு. செய்யுள், வசனம் என்ற பிரிவுகள் தூலமான உடல்கள். கவிதை, அநுபவத்தைச் சார்ந்தது. அநுபவம் இறுகி உறைந்த நிலையே கவிதை. அதைக் கவித்வ அநுபவம் என்று வைத்துக்

கொள்வோம். அநுபவம் என்ற நீர்வெளி, உள்ளத்தின் துருவ எல்லையிலே பனிக்கடலாக உறைந்து விட்டால் அது கவிதை. அப்படி உறைவதுக்குச் செய்யுள் வடிவுதான் வேண்டும் என்பதல்ல, வசன வடிவிலும் அது உறைய முடியும் என இன்றைய கவி அறிந்து கொண்டான். ஆகவே, வசனம் - கவிதை என்ற பிரிவுபோய்விட்டது. செய்யுளுக்கு இருந்த உரிமை, இன்று வசனத்துக்கு கிடைத்திருக்கு. வசனத்தின் - ஒலியமுத்தம் உள்ள - ஒரு வேறு வடிவுதான் செய்யுள். அதை நன்கு உணர்ந்தே புதுமைப்பித்தன், 'யாப்பு (செய்யுள்) என்பது பேச்சு உருவுக்கு (வசனத்துக்கு) கொடுக்கப்படும் அமைதி' என்றார். ஆகவே, இன்று நமக்கு வசனமும் செய்யுளும் இரண்டுக்கு மிடையே 'வசன கவிதை' என்ற பெயரால் குழப்பப்பட்டு வந்த ஒரு வடிவும் - இருக்கின்றன. செய்யுளும் வசனமும் இழையும் இதை வசனகவிதை என்பதில் உள்ள தடுமாற்றம், அதை 'இலகுகவிதை' என்று அன்பர் சி.கனகசபாபதி சொல்வது மாதிரி குறிப்பிடுவதிலும் நேரும். ஏனெனில், 'கவிதை' இலகுவாகிவிட்டது என்றால் அதன் ஆன்மிகப் பொருளான அனுபவ இறுக்கம் தளர்கிறது என்றாகுமே! ஆனால், இது செய்யுளின் இளகின நிலையே. இலகு செய்யுள் என இதைக் குறிப்பிடலாம். இந்த 'லேபல்' விவகாரம் பண்டிதர்களின் திருப்திக்காக மட்டுமல்ல, கவிதையைத் தூலவடிவிலிருந்து பிரித்து உணர, இந்த தொந்திரவுகளுக்கு உட்படவேண்டியே உள்ளது. இவ்வளவுக்கு, கவிதை-அல்லது கவிதையாக இறுகின கவித்வ அநுபவம் பற்றி...

கவிதையிலிருந்து வசனத்தை இப்படிப் பிரித்தால். 'வசனம்' என்று இதுவரை நாம் உணர்ந்து வந்தோமே - லோகாயத அநுபவத்தை வெளியிட என்று குறிப்பிட்டோமே - அது என்ன? இங்கு குழப்பத்துக்கு இடம் உண்டு; ஏனென்றால், வசனத்தில் லோகாயத அநுபவம் மட்டுமல்ல, கவித்துவ அநுபவத்தையும் வெளியிடு கிறோம் என்றாகி விட்டதால்.

இவ்விடத்தில் இன்னொரு 'லேபல்' நேர்கிறதல்லவா? – 'லோகாயத அநுபவம்' என்ற 'லேபல்'? ஆக, செய்யுள் - இலகு செய்யுள் (இன்றைய யாப்பை மீறின புதுக் கவிதை யுருக்கள்) - வசனம் என்று எப்படி மொழியின் தூல உருவத்தைப் பிரித்தோமோ, அப்படியே அநுபவம் என்ற கலைகள் யாவற்றுக்கும் பொதுவான ஆன்மிக

அம்சத்தையும் இரண்டாகப் பிரிக் கிறோம் - கவித்வ அநுபவம், லோகாயத அநுபவம் என்று.

அநுபவம் உந்நதத்தன்மை அடைந்த நிலையில் அது கவித்வ மானது. அங்கு அது வசனத்தில் வெளியானாலும் கவிதையே.

அநுபவம், வாழ்க்கைப்பற்றிய சாமானிய அவதானங்களாக ஆன்மிக வேகம் இல்லாத வெறும் அவதானங்கள் (observations) ஆகும்போது, அது லோகாயதமானது. அது செய்யுளில் வெளியா னாலும் கவிதையாகி விடாது.

'கதை' என்று சொல்கிறோமே - அதுதான் இது. வெறும் 'கதை' யைக் கவியநுபவம் ஏறி உறையாத நிலையில், செய்யுள் வடிவில் வெளியிட்டாலும் அது கவிதையல்ல. பாரதிக்குப் பின்னால், சினிமாப்பாட்டுக்காரர்கள் சிலர் வெளியிட்ட 'கவிதை' நூல்களில், இதுக்கு உதாரணங்கள் காணலாம். இந்த அவதானிப்பு வடிவான 'கதை'கள், இன்று வசன உருவில்தான் வெளியானாலும் செய்யும் வடிவில் வெளியாகக்கூடாது எனவில்லை. அவற்றை, கவிதை - காவியம் என்று மருளக்கூடாது என்கிறோம். ஆக, அநுபவத்துள் உந்நதமானதைக் 'கவிதை' என்றும் லோகாயதமானதைக் 'கதை' என்றும் பிரித்து விட்டோம்.

மொழியை, கலையுருவாக இன்றியும் கையாள்கிறோமே - கட்டுரைகளாக - அவற்றிலும், இலக்கியத்தரமான 'எஸ்ஸே' வடிவு நம்மிடையே வளராவிட்டாலும், மேல்நாட்டில் உண்டு; இங்கு 'ஆர்ட்டிக்கிள்' என்ற வகையைக் குறிப்பிடுகிறேன். இத்தகைய 'கட்டுரைகள்', அநுபவத்தோடு சம்பந்தமே இல்லாதவை. கட்டுரை வடிவு அநுபவத்தைப் பரிமாற எழவில்லை. அதன் முக்ய வேலை கருத்துப் பரிமாறல்தான். வெறும் அறிவு, சிந்தனை வடிவில் அமையும்போது, கட்டுரை பிறக்கும்; அல்லது செய்திகளையோ தகவல்களையோ (facts) தரும். இந்த வேலையை இன்று வசனம் ஏற்றிருக்கிறது. ஆனால், அன்று இதையும் செய்யுளில் செய்யப் போய்த்தான், இலக்கண நூல்கள், நீதி நூல்கள் எல்லாத்தையும் அவற்றின் செய்யுள் வடிவுக்காக, 'இலக்கியம்' என்று குழப்பி வைத்துக் கொண்டு உட்கார்ந் திருக்கிறோம். அன்று வைத்ய நூல் களும், 'வாகடங்கள்' என்று செய்யுள் வடிவிலேயே பிறந்தன. கைவல்ய நவநீதத்திலிருந்து சிவஞானபோதம் வரை, நம் தத்துவ

நூல்களுக்கும் செய்யுள்தான் வடிவு. செவிமூலம் மட்டுமே பெரும் பாலும் அன்று அறிவு கிரகிக்கப்பட்டதால், ஞாபகத்திலிருப்பதுக் காக ஒரு ஒலியமைதியுள்ள வடிவு, பேச்சுருவைவிட லேசில் பதியும் என்ற விதியை ஒட்டித்தான், அறிவு நூல்களும் செய்யுளில் நேர்ந்தன. இன்று கவிதையைக்கூட ஞாபகமாக்கிக்கொள்ள நிர்ப்பந் தம் இல்லை. விரும்பின போது அநுபவிக்க, ஒவ்வொருவருக்கும் புத்தக வடிவில் அது எட்டுகிறது. இருந்தும், யாப்புருவுள் கவிதை இருந்தால் 'உருப்போடலாமே' என்ற அர்த்தத்தில் சிதம்பர ரகு நாதன், *புதுமைப்பித்தன் கவிதைகள்* முன்னுரையில் எழுதியிருக் கிறார், கவிதை, பாடமாக்கி வைத்துப் பரீட்சை பாஸாகவோ, மேடைப் பிரசங்கங்களில் மேற்கோள்காட்டிக் கவிஞனைத் தங்கள் கட்சிக்காரனாக்கவோ அல்ல; அது வாசகன் உள்ளத்தில் கவியின் மனச்சலனத்தைத் தொற்றவைக்க மட்டுமே. அந்த வேலைதான், கவிதையின் முதல் வேலை யும் முடிவான வேலையும்.

இறுகி உறையும் அநுபவம் - 'உந்நத' அனுபவம் கவிதை என்றால், சாமானிய லோகாயத அநுபவம் கதை வடிவில் நேர்கிறது என்றேன். ஆனால், சில புதுமைப்பித்தன் கதைகளும் மௌனி, லா.ச.ரா. கதைகளில் பெரும்பாலானவையும், 'லோகாயதம்' என்ற பொருளையும் திமிறி எழத்தான் பார்க்கிறேன். கவிதையை இறுதி உறைந்த அநுபவத்தின் பனிக்கடல் என்றால், கதையை உறையாமல் வழிந்து சுயேச்சையோடு நெளியும் சமுத்திரம் எனலாம். ஆனால் மௌனி, லா.ச.ரா, புதுமைப்பித்தன் போன்றாரின் அந்த உருகின அநுபவத்திலும், அலைகள் எழும்பிச் சமைந்த மாதிரி பனிப்பாறை கள் மிதக்கின்றன - கவிதை வரிகள் எழுப்பும் உயரத்துக்கு மனசை, அவர்களது கதை வரிகளும் தூக்கிச் செல்லுகின்றன. இருந்தும் அவை கதைகளே. ஏனென்றால், அவற்றின் அந்தக் குறிப்பான உந்நத அநுபவம் எழுப்பும் சில வரிகளின் உத்தேச வேகம் (Motive power), கதையில் மட்டும், அதாவது அவதானிப்புகளினால் ஆன சம்பவங்களில் மட்டும்தான். திமிறி எழும் கவித்துவமான வாக்கியங் கள், அந்த உள் உத்தேசத்தை நோக்கியே முகம் காட்டி நிற்கின்றன. கதையின் முழு உருவத்திலுமிருந்து அந்த வரிகளைப் பேர்த்து நிறுத்தினால், அவற்றுக்கு வலு இருக்காது. ஆனால் மௌனியின் சில வரிகளுக்கு, உதாரணமாக, 'எவற்றின் நடமாடும் நிழல்கள் நாம்?' என்பதுபோன்ற வரிகளுக்குத் தனிச் சக்தியே உண்டுதான்.

இருந்தும், அந்த வரிக்கு முன்னாலும் பின்னாலும் ஒரு சிந்தனைத் தொடர்பு இருப்பதை அது காட்டுகிறது. அது பூவிலிருந்து பிரித்தெடுத்த இதழ் மாதிரி மணம் வீசினாலும், தொடர்பு அறுந்து நிற்பதை உணர்கிறோம். ஆனால் கவிதையில், உதாரணமாக பாரதியின் காவியம் 'குயில்'லில், 'ஆசைக் கடலின் அமுதமடா, அற்புதத்தின் தேசமடா, பெண்மைதான் தெய்விகமாம் காட்சியடா' என்ற வரி, தானே தனித்து விரலில் எடுத்துத் தொங்கும் தண்ணீர்ச் சொட்டு மாதிரி, தொடர்புகளின் தேவையின்றி நிற்கும். அங்கு அந்தத் தனி வரிக்கே கவித்வ உந்நதத் தன்மை இருக்கு; ஒரு பூரண அநுபவத்தை உண்டாக்கி விடுகிறது. கதையிலோ, எங்களுக்கு அதன் ஒரு பாரா இரண்டு பாரா சில சிறப்பான அவதானங்களையும் படிம அழகையும் ஏன் கவித்வத் தையுமே கொண்டு வந்துவிட்டாலும், 'கதை முழுக்க' படிக்கப்பட்டால்தான் அநுபவம் பூரணமாக எழும். எச்.எல்.மெங்கன் சொன்னதுபோல், உருவத்தைவிட உத்தேசச் சக்தி (Motive power) தான் முக்யம்.

கட்டுரைகளில், அதுவும் பிரசாரத்துக்காகவே என் போன்றவன் எழுதும் கட்டுரை களில், உவமைகள் அணிகள் சம்பவிப்பதுக்காக, என் கட்டுரை யையும் 'கவிதை எனலாமே' என்று வம்புக்கு வர வேண்டாம். இங்கெல்லாம் உவமை அணி, கருத்துக்களின், சிந்தனைப் பொருள்களின், தயவில்தான் நேருகிறது. நான், கவிதையில் பிரயோகிக்கும் படிமத்தைவிட இறுகின ஒரு படிமத்தையே இங்கு எழுப்பினாலும், அதன் உத்தேசம் அநுபவத்தைப் பரிமாறுவதாக இங்கு இருக்காது. கருத்தையே பரிமாறும். இந்த உணர்வோடு நாம், தமிழில் பழைய நீதி நூல்களையும் இலக்கண நூல்களையும் படித்தால் குழப்பம் தீரும்.

இவ்வளவு உணர்வோடு சி.சு.செ.யின் வசனத்தையும் அணுகினால், அவர் ஏன் அலட்டிக்கொள்ளாமல் எழுதுகிறார் என்று அறியலாம். கதையில் தனித்தனி வரிகள் முக்யமல்ல. அதன் வரிகள் முழுதுமே சேர்ந்து கூடி எழுப்பும் கோஷம்தான் முக்கியம்; பழய கவிதைகளை மட்டும் படித்துப் பழகின எனக்கு நெருங்கின ஒரு பண்டிதர், மௌனியின் 'சாவில் பிறந்த சிருஷ்டி'யை முதல் இரண்டு வரிகள் படித்ததுமே, கேலிச் சிரிப்போடு மூடிவைத்து விட்டார். யாரோ சுப்பையர் தம் மனைவியைப் பார்க்கப் புறப்பட்டார் என்கிற பொருள், எடுத்த எடுப்பிலேயே, சொல் புணர்ச்சி,

படிம வேகம், புரியாத, அகராதி தேடவைக்கிற சொற்கள் - இவை இன்றி ஆரம்பித்தது 'பாமரத்தனமாக' பட்டிருக்கிறது அவருக்கு. சுப்பையர் போன்ற மனிதர்களைவிட, சொற்களிடமும் உவமைகளிடமும் புணர்த்தி எழுதின வரிகளிலும்தான் அவர் போன்றவர்களுக்கு அக்கறை. ஆனால், மனித உள்ளத்தையும் அவனது அநுபவங்களையும் இன்பதுன்பங்களையும் தனதாக்கி, அநுபவிக்க வருபவன்தான் இலக்கியவாசகன். அங்கு மனித அநுபவத்தில்தான் மனம் படியும்; வசனத்தின் சாமானியத் தன்மைகள் பின் தள்ளி ஓடிக் கொண்டிருக்கும். காட்சிகள் வேகமாகத் தொடரும்போது ஓட்டத்தை உணர்கிறோம். அங்கு நாம் ஓடிக்கொண்டிருப் பதுதான் பிரதான மானது. பிரயாணம் செய்கிறதில் நேரும் அநுபவம் இது. ஜன்னலுக்கு வெளியே ஒரு கோபுரமும் தென்னை மரங்களும் வயலுமாக வானம் சிவந்த காட்சியின் தொடர்ச்சியைக் கவனிக்காமல் ஒரே காட்சியில் சொற்ப நேரம் கண்குத்தி நின்றாலும், ரயில் ஓட்டம் புலப்படவே செய்யும். இதுதான், கதையில் கதையின் சம்பவ வேகத்தில் தொற்றி ஓடினாலும், இடையில் நேரும் படிமங்களில் குத்தி நிற்கும் அநுபவம் - அங்கும் கதை ஓட்டம் இருந்து கொண்டே இருக்கும். ஆனால் இந்த நியதி புரியாமல், கதையின் சரட்டை அழுத்துவதைவிட்டு தனிவசனங்கள் செதுக்குவதில் அக்கறைகாட்டும்போது, தனி வசனம் பிறவற்றின் தொடர்ச்சியின்றி நிற்க முடியாமையால், கவிதையின் சக்தியையும் இழந்து கதைச் சரடும் வேகம் இழந்து தொங்குவதை, இன்று சிலர் எழுத்துகளில் காண நேர்கிறது. சி.சு.செ. தனி வசனங்களில் கவனம் செலுத்தவில்லை. ஒரு சம்பவ ஓட்டத்தை, அது எழுப்பும் அநுபவத்துக்காக அமைத்துக்கொண்டே போகும்போது, சாமானியமான வரிகளாகவே வசனங்கள் நேர்ந்து கொண்டு போகின்றன. வசன இலக்கியம் என்று குறிப்பிடப்படும், சிறுகதை - நாவல் வகைகளின் விதி இது. இதை, 'கற்றை நாவல்' என்று கிண்டல்பண்ணி எழுதுபவர்கள் இதை அவதானிக்கவேண்டும். சி.சு.செ.யின் கதைகளில் தனி வசனங்கள் நெஞ்சில் அடிக்கவில்லை - கதை முழுக்க படித்து முடித்ததும், பாம்பு மாதிரி அணுஅணுவாக உள்புகுந்து குடியேறின ஒரு அநுபவத்தின் பிரக்ஞைதான் மிஞ்சுகிறது. அதைப் பூரணமாகச் சாதிப்பதுதான் கலையின் வேலை.

கதை படிப்பவன், சற்று மேலே நான் குறிப்பிட்ட பண்டிதரைப் போல, மனசை இறுக்கிக்கொண்டு சுடலைக்குள் பாதை பிடிக்கிறவனாக இறங்கக் கூடாது. பழம் நூல் பயிற்சி உள்ளவர்களால், இன்றைய எளிய அமைப்பில் உள்ள கதைகளை அநுபவிக்கத் தடையாக உள்ளது, அவர்களது முன்னேற் பாடுகளும் முஸ்தீபுகளும்தான். அவர்கள், பிறரிடம் வாய் மூலம் ஒரு விஷயத்தைக் கிரகிக்கும்போது எப்படி அவதானிக்கிறார்கள்? அங்கு வார்த்தைகளைப்பற்றி அவர்கள் அவதானிப்பு இல்லை. அவை எழுப்பிக்கொண்டே தொடரும் விஷயத்தில், பொருள் வடிவில்தான் அவதானம். உவமை உருவக அணிகள் இன்றியே, பேச்சுவடிவில் நுண்ணிய நெகிழ்ச்சி களைச் சில வார்த்தைகளில் நடைமுறையில் எழுப்பிவிடுகிறோமே, அப்படி எழும்பும்போது, அவை தமது உத்தேசத்தைச் சாதிக்கத் துணையாவது கவித்துவ வேகம் அல்ல. அங்கெல்லாம் நாம் கண்யமாக, நேர்மையோடு (Sincerly), அந்த உணர்ச்சிகளையும் அனுபவத்தையும் வெளியீடுகிறோம்! இன்றைய கதைக்காரனும் அதைத்தான் சாதிக்கிறான். அந்த கண்யமும் நேர்மையும் தான் அவன் சக்தி. இன்றைய பெரும்பாலான 'கவிதை'களிலேயே காணமுடியாத இது, சி.சு.செ. போன்ற ஒரு சிலரின் கதைகளில் காணக்கிடைக்கிறது.

புதுமைப்பித்தன் போன்றாரிடத்திலும் தூலமான வசனச் சிறப்புகள் இருக்க, அவரது அநுபவத்தையும் காணப் பழகவேண்டும். அநுபவத்தின் ஏழ்மை அவரிடம் இல்லை; நம் 'கவிதை'களில்தான் சிறுபிள்ளைத்தனமான உணர்ச்சிக் குவியல்களைக் காணலாம். அவரது அனுபவம், வாழ்க்கை நோக்கு பூரணமானது. இதை உணர்ந்தால், வெறும் அணி ரூபங்களையும் மீறின சி.சு.செ.யின் அனுபவ முதிர்ச்சி தெரியவரும். மணிக்கொடி கோஷ்டி எழுத்தாளர்களின் பொதுச் சிறப்பு இது. அவர்கள் ஒவ்வொருத்தரும், அருகிலிருந்து இயங்கின சக கோஷ்டிக்காரரும்கூட வசப்பட்டுவிடாமல், தனித் தனிப் பார்வை செலுத்தி வளர்ந்திருக்கிறார்கள். அநுபவத்தைப் பொறுத்துமட்டுமின்றி, தமிழிலும் நடையிலுமே ஆளுக்கு ஆள் வித்யாசம் தொனிக்கப் பேசுகிறார்கள். அவர்களுள், பாஷை என்ற தூல வடிவிலேயே பரிசோதனை செய்த புதுமைப்பித்தன், மௌனி, லா.ச.ரா. போல, சி.சு.செ.யும் தமது நடையைச் சோதனைக் களத்தில் இறக்கியிருக்கிறார். வாசகப் பார்வையை முழுக்கக் கவராமல், அநுபவத்தை முன்மிதத்தி, அடியில் முணு முணுத்து ஓடும் புதுக்

குரல் அவரது தமிழ்-இருந்தும், முன் மூவரின் சோதனைக் குரல் களிலிருந்து எவ்வளவு விலகி, தன் குரலாக ஒலிக்கிறது!

கதாபாத்திரமும் ஆசிரியரும் ஒருவரில் ஒருவர் மறைந்து பேசும் ஒரு முறையை, *ஜீவனாம்சம்*மில் சி.சு.செ. வெற்றிகரமாகக் கையாளுமுன், அதை 'கவுரவிப்பு', 'வலி', கள்ளர் மடம்' என்ற கதைகளிலும் காணமுடிகிறது. இவற்றின் கலைச்சிறப்புகள் இருக்க, ஆரம்பத்தில், கதை வடிவுகளின் பாஷை, சி.சு.செ.யின் தமிழ் பற்றியெல்லாம் கொஞ்சம் அக்கறை செலுத்தினது, அதன் 'கொடுந் தமிழ்' வடிவுக்காகத்தான். அவர் 'இருக்கிறது' என எழுதவில்லை. 'இருக்கு' என்கிறார். 'வேண்டும்' அல்ல 'வேணும்'. அதே சமயத் தில், பேசும் போது 'சஷ்டியப்த' என்று புணர்த்துவதை, எழுத்துரு வில் 'சஷ்டி அப்த' எனப் பிரிக்கிறார். ஒருமை பன்மைகளிலோ, பேச்சு அமைதியை ஒட்டியே இலக்கணம் அமைக்கிறார். ''கிராமத் தில் 'நாலு மாடு வந்தது' என்றுதானே சொல்கிறான் கிராமத்துத் தமிழன் - 'நான்கு மாடுகள் வந்தன' எனவில்லையே'' என்று அடிக்கடி வ.ரா. குறிப்பிடுவாராம். அந்த இலக்கணம் போதும் என்பது சி.சு.செ.யின் கட்சி. 'நமசிவாயம் பிள்ளையின் வாழ் நாட்கள் அவ்வளவு பழமையானது' என்று, 'நாட்கள்'ளின் பன்மை எழுவாய்க்கு இணங்காமல், பயனிலை 'பழமையானது' என ஒருமையில் முடிவதை, ஒருத்தன் பண்டிதத்தனமாக வசனங்களில் மட்டும் பார்வை குத்திப்போகும்போதுதான் காணலாம். ஆனால், செல்லப்பாவின் ஒவ்வொரு வசனமும் மறுவசனத்துக்கு மனசைச் சறுக்கிவிடும்படியான விறுவிறுப்போடு இயங்குகிறது. நினைப் பின் தொடர் ஓட்டமாகவோ சம்பவங்களின் கதியாகவோ அமையும் அவரது கதைப் பொருள்கள், இதுக்கு அநுசரணையாகின்றன.

பேச்சுத் தமிழையும் எழுத்துத் தமிழையும் இணங்கவைக்கும் முயற்சி, இன்னும் ஒரு முடிவுக்கு வந்து விடவில்லை என்பதுக்கு சி.சு.செ.யின் தமிழ் உதாரணமாகும். இன்றைக்கு இந்த பண்டிதர்கள் ஒரு ஒற்று தவறுகிறதுக்காக இப்படி அடித்துக் கதறுகிறார்களே, நாளைக்கு தமிழில் ஒரு ஜேம்ஸ் ஜாய்ஸ் பிறக்கப்போறான்!' என்று சி.சு.செ. ஒரு சந்தர்ப்பத்தில் குறிப்பிட்டார். வெறும் இலக்கணத்தை விட மனித அனுபவங்களைக் கௌரவிக்கும் எழுச்சி மிஞ்சும் போது, எத்தனை ஜாய்ஸ்களும் பிறக்க வழி கிடைக்கும். அதற்கு இப்படி மூலபுருஷர்களின் வேலை தொடர்ந்து கொண்டுதான்

இருக்கும் - பாரதியோடும் வ.ரா.வோடும் நின்றுவிட்டதாக இல்லாமல்.

பாரதியின் தமிழ் வசனமும் வ.ரா.வின் தமிழும் இன்றைய இலக்கியத் தமிழின் மூதாதைகளான அவர்கள் போன்ற மற்ற புருஷர்களின் தமிழும் இன்று திரும்பப் படிக்கப்பட்டால், பேசுவதுபோல் எழுதுதல் என்பது என்ன என அறியலாம். பண்டிதர்களுக்கு அல்ல இந்த விண்ணப்பம்- இலக்கிய மாணவனுக்குத்தான். புலவர்களுக்கு அல்ல - ரஸிகர்களுக்கு. இன்றைய ரஸிகன் தன்னை, தனது பார்வையை ஆதாரபூர்வமாக பலப்படுத்திக் கொள்வதின் மூலம்தான், உள்ளே கோறையான, படைப்புக்கருவோ உயிர்ச் சுரணையோ இல்லாத புலமை எறியும் முட்டைக்கோதுகள், எவ்வளவு அலட்சியப் படுத்தப்படவேண்டியவை என அறியலாம்.

இலக்கிய உலகின் கோட்பாடுகளை, விதிகளை அடிப்படைகளாக்கி, விமர்சனத்தையும் பெருக்கிவரும் ஒரு விஷயஞானமுள்ள, ஆழமான, தர்க்கபுஷ்டியுள்ள ஒரு பகைப்புலத் தோடுதான், சி. சு. செ.யின் வசனமும் இப்படி அமைந்திருக்கிறது. ஆகவே, படைப்பாளி யாகவும் விமர்சகராயும் இயங்கிவரும் அவரே, தமது ஒற்று எப்படி செட்டாக உபயோக மாகிறது என்றும் 'இயல்பான பேச்சு (பண்டிதரின் செயற்கைப் பேச்சல்ல), குரலின் நீட்சி அளவுக்கு அமைகிற வாக்கியங்களை... பேச்சு ஒலிநயத்துக்கு அமைகிற வாக்கியங்களை...' உருவாக்குவது பற்றியும் விளக்கம் தந்திருக்கிறார். இக்கட்டுரையோடு திரும்பப் பார்க்கப்பட்டால், அந்த விளக்கங் களின் மூலம் 'வலி' போன்ற மன ஓட்டக்கதைகள், 'கவுரவிப்பு' போன்ற சம்பாஷணை வடிவுக்கதைகள் - அவரே சொல்வதுபோல், அகப்பார்வையில் சிந்திக்கையில், ஏன் பிறரிடம் கதைசொல்லும்போதுகூட, கொச்சைநடையில் அதையும் தேவைக்கு ஏற்ப 'மெருகிட்டு' எழுதப்பட்டுள்ளன என்று உணர முடியும். இந்த 'மெருகிடல்' தான் கலையைத் தனித்துக் காட்டுவது - வெறும் நடைமுறைக் கொச்சைக்கும் இலக்கண சுத்தத்துக்கும் மீறி உயர்ந்ததாக. பிரக்ஞை நிலையில் கதை எழுப்பப்படும் போதும், இந்த 'மெருகிடல்' (உண்மையில், அந்நிலைக் கதைகளில்தான் வார்த்தைகளிடையே தேர்வுகூட அதிகம்) முக்ய அங்கம் வகிக்கும்.

தமிழ்நாட்டின் புலமைக் குரல்தான், இலங்கைப் பண்டிதரிடமும் எதிரொலிக்கிறது. அதுக்கும் பதிலாக, ஒரு அன்பர், தொடர்ந்து நடக்கும் ஒரு பத்திரிகை சர்ச்சையில் (இந்தப் பத்திரிகை ஏன் இந்த

விஷயத்தைத் தூக்கிவைத்துப் பொருட்படுத்துகிறது என்பதே மர்ம மாக இருக்கிறது. விற்பனை நோக்கமோ? ஏனென்றால், இன்றைய கலைஞன் இந்தப் பண்டிதப் பள்ளி ஆசிரியர்களின் லெவலைச் சரிவர உணர்ந்து இயங்கு கிறவன் – அதுவும் பாரதி, புதுமைப்பித்த னுக்குப் பிறகு, இந்தச் சலசலப்புகள் முன்னாலிருக்கும் முக்கிய வேலைகளுக்கு இடைஞ்சலானவை) இப்படி குறிப்பிட்டிருக் கிறார்: ''இஸ்துக்கினு, ஜலப்பு என்று விகாரக் குறுக்கெழுத்தில் எழுதத் தொடங்கினால், அவன் தன் நோக்கத்தையே சிதைத்து விடுகிறான்... இதே காரணத்துக்காகவே பண்டிதர்களின் பாணி யிலும் அவனால் எழுத முடிவதில்லை.'' கலைஞனையும், அவ னது அலுவலையும் நோக்கத்தையும் உரையாசிரிய பரம்பரைப் புலமை அறிந்து வைத்திருந்தால், நாம் இவ்வளவு அலட்டிக் கொள்ள வேண்டியதில்லை. சி. சு. செ. யின் தமிழ், எந்த உத்தேச வேகத்தில் எழுந்தது என அனுபவிக்கத் துவங்கிவிடுவோம்.

'சாதாரணமாக எழுதுவதுக்கும் இலக்கிய பூர்வமாக எழுதுவதுக் கும் உள்ள வேறு பாட்டை, நாம் இன்னும் உணரவில்லை' என்றது, தமிழர்களைப் பொறுத்து சரியே. இல்லாவிட்டால் பள்ளிக்கூடச் சுவர்களை மீறாத புலவரும் பண்டிதரும், எழுத்தாளர் களுக்குள் ஏன் கரடிவிட வருகிறார்கள்? பேச்சுவழக்குத் தமிழையே, உரை (உரைக்க -சொல்ல-பேச) என்று நாம் பழமைதொட்டுக் கணித்து வந்திருப்ப தால், அதற்குள்ள இலக்கண அமைதியையே பின்பற்றுவதில் குடிமுழுகும் என்று தோன்றவில்லை. ஆனால், முன்னெல்லாம், உரைநடை என்று கருதி எழுதப்பட்ட இறையனார் அகப்பொரு ளுரை போன்ற நூல்களில், பேச்சு வழக்கில் உள்ள தமிழ் இல்லை - 'செந்தமிழ்'தான். இன்றைய அர்த்தத்தில், உரைநடை என்ற பிர யோகம் - கொடுந்தமிழ் கலப்பையும் - அதுவும் ஓரளவுக்கே - குறிக்கிறது. ஏனெனில், பேச்சு வழக்குத்தான் உரை. அதோடு, 'கொடுந்தமிழ்' என்று ஏதும் இல்லை என்றும் உணரத் தலைப் பட்டிருக்கிறோம். இருப்பது 'தமிழ்'தான். பேச்சு வடிவில் சொற்கள் சிதைவதை, வளைவதை, 'கோடுவதை' வைத்துக் கோடிய தமிழ் என்ற பிரயோகம் பிறந்திருக்கிறது. ஆனால், பாஷையோ சொல்லோ மாறுதல் அடைவதை, சிதைவடைகிறது என்று அர்த்தப் படுத்துவது யுத்திக்குப் பொருந்தவில்லை. 'இருக்கிறது' என்ற சொல்லே, 'இருக்கின்றது' என்ற ஏழு எழுத்துக்களில் ஒன்றை

உதறிவிட்டுப் பிறந்தது தான். ஒரு எழுத்தை உதறச் சொல்லுக்கு உரிமை இருந்தால், மேலும் மேலும் அனாவசிய மான சப்தங்களை அது தொடர்ந்து உதறவும் அதுக்கு உரிமை உண்டு. அப்படிச் சொற்கள் செட்டாக ஒலிப்பதை மாறுதல், வளர்ச்சி என்றுதான் கொள்ள வேண்டும். வளர்ச்சி என்று ஏன் சொல்லவேணுமென்றால், பாஷையை உபயோகிக்கிறவன் வீண் தூலச் சுமைகளை அங்கு உதறுகிறான் என்பதால், அவனது கவனம் அநுபவத்தை வெளி யிடுவதில் கூடிய அக்கறைகொள்ள - 'வேணும்'மா? 'வேண்டும்'மா - 'கறுப்பு'வா? 'கருப்பு'வா? - 'எல்லாரும்'மா? 'எல்லோரும்'மா? என்பன போன்ற சில்லறை விஷயங்களில் தொங்கிக் கொண்டு நிற்கமாட்டான். ஆனால், வெளியிடத் தம்மிடம் அநுபவமோ, வேறு எந்தவித அறிவுச்சரக்கோ இல்லாதவர்கள்தான், இந்த மாதிரிச் சில்லறைத் தொந்திரவுகளை எழுப்புகிறவர்கள். திருக்குறளில் 'எல்லாரும்' என்றுதானே இருக்கு என்பது போல் மெனக்கெடுவது ஒன்றும் பயன்தராது - அப்படி வெகு நாட்கள் மெனக்கெட்டுக் கிடந்துதான், தமிழ்மேதை தன் ஒளியையும் கோட்டைவிட்டிருக் கிறது. பாஷை எனக்கேயன்றி நான் பாஷைக்கு அல்ல என்பவன் தான் கலைஞன். சாமானிய மனிதனைப் பொறுத்த உண்மையும் அதுவே. அவனுக்கு 'எல்லாதும்' என்றாலும் சரியே, 'எல்லோரும்' என்றாலும் சரிதான். இந்த அடிப்படையில்தான், 'நமசிவாயம் பிள்ளையின் வாழ்நாட்கள் அவ்வளவு பழமையானது' என்று, எழுவாய்ப் பன்மைக்குப் பொருந்தாமல் பேச்சு வழக்கு இலக் கணத்தை ஒட்டிப் பயனிலை முற்றைப் 'பழமையானது' என்று ஒருமையில் முடிக்கும் சி.சு.செ., 'காதுகள்... கேட்கத் தயாராயின', 'குரல்கள் பேசிக்கொண்டன' என்றும் இலக்கண அமைதியை எழுத்து வழக்கிற்கு ஒட்ட எழுதுகிறார். இது, கதைகளுக்காக அவர் எடுத்துக் கொள்ளும் 'பொயட்டிக் லைசென்ஸ்' என்கிற கலைச் சுதந்திரம் அல்ல. 'அவனுக்கு ஏற்படும் மோதல்கள் சிக்கலானது' என்று, 'மோதல்கள்'ளுக்கும் 'சிக்கலானது'வுக்கும் இடையே இணக்கமின்றி எழுதும்போதே, 'கவிதைகள் அடங்கி இருக்கின்றன' என்று எழுவாய் பயனிலை இடையே இலக்கண உறவு காட்டியும் எழுதுகிறார் - தமது கட்டுரைகளில்கூட. ஏனெனில், பேச்சுப்பாணி யில்கூட 'நாலுமாடு வந்தது' என்றுதான் சொல்லுகிறோம் என்ப தில்லை; 'நாலு மாடுகள் வந்ததுகள்' என்றும் பேசுவதுண்டு.

ஆகவே, ஒரு இலக்கண முறை 'ஸ்டான்டர்டாக' நம் பேச்சுக்கும் இல்லை. அந்த ஸ்டான்டர்ட் இல்லாத நிலைதான் இன்றைய விதி. அங்கு இலக்கணவிதி - பேச்சு வழக்கைப் பொறுத்தவரை - 'கிறது' என்று வினைமுற்று நேர்வது, பன்மைக்கும் ஒருமைக்கும் இணங்கும்; 'கின்றன' பன்மைக்கு மட்டும். இந்த விதியை, பாரதிக்குப்பின் நாம் அமோகமாக எழுத்துருக்களில் இன்று காண்கிறோம். ஆனால், நன்னூலையே ஏற்காத பண்டிதரிடம் இதை விதியாக ஏற்று - எஸ்.வையாபுரிப்பிள்ளை குறிப்பிட்டதுபோல் - நவீன எழுத்துக்கு இணங்கும் இலக்கண நூல் ஒன்றை வகுக்க எதிர்பார்க்க முடியாது. பண்டிதர்களைப் பொறுத்தவரை, தொல்காப்பியம் இருக்கட்டும், அகத்தியம் கைக்கு முழுக்க அகப்படாமல் போனதே கவலையாக இருக்கு அவர்களுக்கு, 'அகத்தியம்' கிடைத்திருந்தால் நன்னூலின் நிலை தொல்காப்பியத்துக்கும் நேர்ந்திருக்குமோ என்னவோ! மாடு, மாடுகள் - இடையே பேச்சுமுறைச் சிக்கலை உதறிவிட்டு, 'வந்தது' என்பது பன்மைக்கும் ஒருமைக்கும் - 'வந்ததுகள்' பன்மைக்கு மட்டும், என்று பார்த்தால், 'நாலு மாடுகள் வந்தது' என்பதும் சரி, 'நாலு மாடுகள் வந்ததுகள்' என்பதும் சரியே. இருக்கு என்றாலும் சரி, இருக்குது, இருக்கிறது, இருக்கின்றது என்றாலும் சரியே. ஏனெனில், இன்று இந்த எல்லாவிதங்களிலும் தமிழ் எழுதப் படுகிறது. சி.சு.செ.கூட இந்தப் பலவித ரூபங்களையும் கையாளுகிறார்.

அவரது நடையின் தூலத்தன்மைகளைப் பற்றிய இந்த பிரச்னைகளும், இன்றைய தமிழுக்கு ஏற்ற புது இலக்கண நூல் பிறக்காததின் விளைவுதான். இன்றைய தமிழுக்கு ஏற்ற இலக்கண நூலும் நேராத காரணம், படைப்புகள் இலக்கியமாக நம் அறிவுத்துறையுள் முழு மனசோடு வாங்கப்படாததாகும் - படைப்பு இலக்கியமாகும்போது, அதுவே இலக்கணத்தை வகுத்துவிடுகிறது என்ற சுரணை இல்லாததால்.

எழுத்து : 58, அக்டோபர் 1963

18   கல்தீபம்

சி.சு.செல்லப்பாவின் படைப்புகள், தமிழ் இலக்கிய உலகுள் நேர்ந்த உரமான இயக்கம் ஒன்றின் விளைவு. அந்த இயக்கம் இலக்கிய இயக்கமாக மட்டும் நேர்ந்தது என்பதுக்கு ஆதாரம், அதைச் சேர்ந்த தனித்தனி எழுத்தாளர்களின் பார்வை வித்யாசங்களும் நம்பிக்கைகளின் துருவ வேறுபாடுகளும் ஆகும். 'அன்று திரிபுரத்தை எரித்தாரே சிவன், இப்போது அவரால் இந்த குருவிக் கூட்டை எரிக்க முடியாது' என்று பேசும் புதுமைப் பித்தனின் குரல், பழமை எப்படி வலுவிழந்து நிற்கிறது என்பதைச் சொல்ல ஒலித்தால், சி.சு.செ.வின் குரல், 'ஒரு கைத்தாங்கலைக்கூட வேண்டாம் என்று கையலைத்துவிட்டு' மேடையில் ஏறும் நமசிவாயம்பிள்ளையிலும் 'பழம் தெம்புப் பேச்சு இம்மியும் குறையா'மல் பேசும் அய்யணனிலும் பழமையின் மடிந்துவிடாத வலுவில் நம்பிக்கை காட்டி ஒலிக்கிறது. இப்படித்தன் நம்பிக்கையின் பார்வையில் மனம் குவித்து இயங்குவதால்தான், அவரது நம்பிக்கை பற்றிய சரி தப்புகளைப் பற்றிய விசாரம் இன்றி, அதுக்குப் பின் நிற்கும் மனிதனை உணர வாய்ப்புத் தருகிறார். மணிக்கொடி இயக்கம் அப்படி மனித அநுபவத்தைக் கலையுருவாக்கும் பொறுப்பு ஏற்றுக்கொண்டுதான் எழுந்தது. ஆகவே, பாரதியினால் எழுச்சி புகட்டப்பட்ட வ. ரா. வைச்சுற்றி அந்தக் கோஷ்டி இயங்கியது என்பதுக்காகவோ, 'மணிக்கொடி' என்ற பெயரே பாரதத்தின் அப்போதைய சுதந்திரநாட்டத்தின் குறியீடாக இருந்தது என்பதுக்காகவோ, அந்தக் கோஷ்டியினர் தங்களுக்குள் கருத்தொற்றுமை, பார்வை ஒற்றுமை எதையும் வலிந்து சதைத்து, அதுக்காக தங்கள் கலையைப் பலியிட்டு விடவில்லை. இன்று முற்போக்குக் கோஷ்டியினர்போல், ஒரு அரசியல் சித்தாந்தத்தை மட்டும் நடுச்சுழலாக வைத்துக்கொண்டு, தங்கள் கலையைக் கோஷ்டியின் மற்றவர்களினது சுவடுகளில் சுற்றி மேய்க்

கவும் இல்லை. கோஷ்டி என்ற அர்த்தத்துக்கு இன்று இருக்கும் தப்பான அர்த்தத்தில், ஆளை ஆளோடு ஒரே வரியில் நிறுத்தத் தங்களை நிர்ப்பந்தித்தவர் களும் அல்ல. உண்மையில், *மணிக் கொடியில்* தமது கதைகள் பிரசுரமாயின என்பதைத் தவிர, அதோடு அதுக்கு மிஞ்சின தொடர்பு எதையும் மௌனி அங்கீகரிக்கவில்லை. இதர மணிக்கொடிகாரர்களுள், சி.சு.செ., கு.ப.ரா. போன்றவர்கள் வ.ரா.வோடு நெருங்கியிருந்தார் கள் என்றால், புதுமைப்பித்தன் போன்றார் எட்ட இருந்தார்கள். தாகூர், டால்ஸ்டாய் போன்றா ரிடத்தில் அதிக நாட்டத்தோடு ந.பிச்சமூர்த்தி, ந.சி.சு. போன்றோர் இருந்ததுக் காக, அவர் களோடு க.நா.சு. வம்பு பண்ணி எதிர்க்கட்சி கட்டியிருக்கிறார். இவர்களுள் சிலரை, பாரதியின் மூச்சு எழுதத் தூண்டியது. சிலர், ந.பிச்சமூர்த்தி, க.நா.சு.போல் இங்கிலீஷில் ஆரம்பித்துத் தமிழில் இறங்கினவர்கள். சிலர் பாரதியை, பின்னாலே வ.ரா. தொடர்பால் படித்தவர்கள். பாரதியைத் தாம் ரஸித்ததுகூட இல்லை என்கிறார் மௌனி. அவரை அன்றும் இன்றும் கவர்ந்து நிற்பது மேல்நாட்டின் குறிப்பான சிலர்தான். ஆகவே, *மணிக்கொடி* என்ற பெயரையும் வ. ரா.வின் ஆதிக்கத்தால் ஒட்டிப் பிறந்த 'பாரதீய'த்தை யும் கொண்டு ஒவ்வொருவருமே மூலபுருஷர்களாக (Radicals) திகழ்ந்த அதன் எழுத்தாளர்களை அளவிட முடியாது. ஏன், வ.ரா.வை ஒரு சந்தர்ப்பத்தில் 'வீரபாரதீயன்' என்று கிண்டல் பண்ணிய பி.எஸ்.ராமையாகூட மணிக்கொடிகாரர்தானே? அப்படி யானால், கோஷ்டி என்றால் மணிக்கொடியைப் பொறுத்தவரை என்ன அர்த்தம்? - அது ஒரு 'இலக்கிய இயக்கம்' என்பது தான்! 'இலக்கிய' இயக்கத்தின் கொடிநிழலில் மேதையின் புல் குடும்பம் தான் வளரும் - ஏதோ ஒரேவிதப் பார்வையை, நம்பிக்கையை விழுங்கிக் கொண்டு, அதுக்காக ஒன்றைக் குரல் எழுப்புவோர் அல்ல. 'கோஷ்டி' என்பது ஒரு நிழல் - கற்பிதம் (Fiction). மணிக் கொடி என்ற வேலியின் நிழல், ஒன்றாகவே நீண்டு அடர்ந்து நிற் கிறது. ஆனால் அந்த வேலியின் ஓலைத்தொடர்பைப் பிரித்துவிட் டால், எஞ்சும் தனிக்கதியால் மரங்கள் ஒவ்வொன்றும் ஒன்றுக் கொன்று எவ்வளவு பேதம் காட்டுகின்றன! வரலாற்று மாணவன் ஓலைபிரிக்காத வேலியைக் காணட்டும். நாம் ஓலையைப் பிரிப் போம். ஏனெனில் அந்த ஓலைக்கு உயிரில்லை. உயிர், மரத்தில்தான்.

இலக்கிய மாணவனின் அக்கறை, கலைஞனின் தனித்தன்மை யைப் பற்றியதே. தனித்தன்மைதான் கலைஞனின் இயல்பு. அந்த இயல்பு கெட்டால், ஒன்று அது இமிடேஷன் அல்லது போலி அல்லது பிரச்சாரம். பிரச்சாரகன் ஒருவனிடம் வாத நியாயங் களை எதிர்பார்க்கிறோம். அவற்றை அவன் தந்து, ஒரு கட்சிச் சுவரை எழுப்புவதால்தான் அவன் பிரச்சாரகன் ஆவதும். ஆனால், கலைஞ னிடம் அநுபவம் முன் மிதக்கிறது. அதுக்கு அவனிடம் வாத நியா யம் நாம் எதிர்பார்க்கவுமில்லை, அவன் தரவுமில்லை - தனது அநுபவத்தையே வாசக உள்ளத்திலும் எழுப்புவதுக்கு அவன் பயன் படுத்தும் உபகரணங் களும் சரக்குகளும், வாதநியாயத்தோடோ தர்க்கத் தோடோ உறவானவை அல்ல; அவை வாழ்க்கையோடும் அநுபவத்தோடும் சம்பந்தமானவை. சி.சு.செ.யின் வாழ்க்கை, அது நின்ற உலகம், இன்றைய சூழல்களில் விதைக்கப்பட்ட மனித உள்ளங்களுக்கு அந்நியமானது தான். கோபுரத்தைவிட விரல் கடை அளவு, 'மச்சுவீடு' உசந்திருந்ததை பொருள்படுத்தின அன்றைய வாழ்க்கைக்கு, அவர் தர்க்கபூர்வமான அஸ்திவாரம் அமைக்க வில்லை; அவரது நம்பிக்கை உந்நதமானதாக இருந்தாலும், 'சரிக் கட்டல்' கூடச் செய்யவில்லை - எப்படி, 'சீ மனிதப் புழு!' என்று மனித வெறுப்புவாதம் (Misanthropy) பேசின புதுமைப்பித்தன், தனது நோக்கிற்கு எவ்வித ஆதாரமும் (ஜெர்மனியில வளர்ந்த அவநம்பிக்கை - பெஸிமிஸ வாதத்தின் அடிப்படையை அவர் ஆதாரம் காட்டியிருக்கலாம்) காட்டாமல், மனிதன் புழுத்தனமாகச் செய்த காரியத்தை, அவனது மனசின் அசிங்கத்தைத் தான், 'கோபால புரம்' அநுபவத்திலிருந்து பொறுக்கித் தருகிறார்? புதுமைப்பித்த னின் திருநெல்வேலிக்கும் க.நா.சு.வின் சாத்தனூருக்கும் ஜானகி ராமனின் தஞ்சாவூருக்கும் சி.சு.செ.யின் மதுரை ஜில்லாவுக்கு மிடையில் வாழ்க்கை அமைப்பின் வித்யாசங்கள் இருப்பதால், இப்படி இவர்களது அநுபவங்களும் வித்தியாசப்படுகின்றனவா? ஒருவருடையது, மனிதனுடைய தனி உள்ளத்தின் கேவலநிலையின் படமாகவும் இன்னொரு வருடையது, மனிதர்கள் தம்மைத் தமது குடும்பத்தின் உருவோடு அடையாளம் காண்போராயும் மற்றவ ரிடம், சமூகத்தில் தம்மை நிறுத்தி வைக்க ஆதாரம் தேடுவோரின் அநுபவமுமாக வித்யாசங்கள் இருக்கின்றன; இல்லை, வித்யாசம் பிரதேசத்தில் இல்லை! கலைஞர்களிடம்தான் - அவர்களது அக்

கறைகளில்தான். சி.சு.செ.யின் அக்கறை மனிதன், தன் மனசுக்குள் புதைத்து வைத்திருக்கிற கேவலத்தைப் புதுமைப்பித்தனாகக் கிண்டி உலகம்காண வெளியே எறிவதில் அல்ல - மனிதன் எதைக் கௌர வப்படுத்தி போஷிக்கிறானோ, அந்த நம்பிக்கைகளை நினைவுக்குக் கொண்டு வருவதில்தான். அவர் ஒரு பிச்சமூர்த்தியாக, தமது சிந்த னையின் துணைச் சாரத்தால் அனுபவத்துக்குள் ஜன்னல் திறக்க வில்லை. சாமானிய அனுதாபங்

கள்தான், கற்களைப் பேர்த்து வாசல் உண்டாக்குகின்றன. ஏன், சி.சு.செ.யினால் தமது அனுதாபங்களுக்கு ஆதாரமாகச் சிந்தனை யின் துணையைக் கொண்டு வரவே முடியாமல், கொண்டுவர முயலும் இடங்களிலும் அநுபவத்தைத் தொங்க விட்டுவிடுகிறார் என வேண்டும். உதாரணமாக,

'கிளியும் குருவியும் உன் பரிவுக்கும் என் பரிவுக்கும் பாத்திரமாகி வாழ்வதைவிட, ஒரு மேலான சக்திக்கு பாத்திரமாகி வாழ்பவை யாக்கும். அந்தந்த சூழ்நிலையிலே அதனதன் வாழ்விலே ஏற்பட் டிருக்கும் சுழலில் அவை மாட்டப்பட்டிருப்பதையும், அவை சம்பந்தமாக நம் அசக்தியையும் எடுத்துக் காட்டினேனே தவிர...' என்று 'அதனதன் வாழ்வில்' கதை சொல்பவர் பேசும்போது, அது ஆசிரியரின் சிந்தனைகளாக மட்டும் எழவில்லை. சிந்தனை வரிகள் எந்த நிலையில் பலம் இழந்து தொங்குமோ, அந்தச் 'சரிக்கட்டல்' தொனியில் எழுகிறது.

இங்கு, கதை சொல்பவரே மனைவியின் குத்தலுக்குச் சமமாகச் சாக்குச் சொல்லி 'நழுவும்' கதைக் கட்டுத்தான் எழும்பி, இப்படிச் சிந்தனை வரிகள் வெளியாகின என்று ஒப்புக்கொள்ள முடிய வில்லை. ஏனென்றால், அப்படி நழுவுகிற அந்த மனப்பான்மை யின் சிறுமை, கதைப்போக்கில் வெளிப் படுத்தப்படவில்லை. மாறாக, அந்த மனப்பான்மைதான் துக்கப்பட்டு, ஆசிரியரின் பிரதிநிதிக்குரலாக, 'நீயும் நானும் இரக்கம் காட்டியோ பச்சாத்தாபப் பட்டோ என்ன பிரயோசனம்? நம்மால் ஏதும் தவிர்க்க முடிந்ததா?'' என்று கதையை முடிக்கிறது. 'அதனதன் வாழ்வில்' வரும் தோல் விக்கு இந்தச் 'சரிக்கட்டல்' சிந்தனைதான் முக்ய காரணம்.

'அவை சம்பந்தமாக நம் அசக்தி' எனும் வரியும் 'நம்மால் ஏதும் தவிர்க்க முடிந்ததா?' என்ற கேள்வியும், கதையில் இல்லாத ஒரு

முக்கிய விஷயத்தை மனசில் எழுப்புகின்றன - நம் அசக்தி, நம்மால் தவிர்க்க முடிவது - இரண்டும், பூனையின் வாழ்க்கைப் போருள் 'நாமும்' இறங்கி, அதன் குட்டிகளைக் காப்பாற்ற அதோடு சேர்ந்து போரிட்டுத் தோற்றுப்போன பிறகு பிறக்கவேண்டிய பிரயோகங்களாகும். ஆனால், கதை சொல்பவர் பூனைக்கு வெறுப்பும் ஒதுக்கலும் (indifference) காட்டுகிற மாதிரி, அவர் பேச்சு தொனிக்கிறது. அவரது காரியம்கூட இரக்கம் காட்டியதாய் இல்லை. ஆனால், அது குட்டியை இழந்த பிறகு அவர் இரங்குவதும் கதை முழுக்க அந்தப் பூனையின் மனிதச் சிநேகிதிகள் இரங்குவதாக வருவதும், நபும்சகமான மனநிலை இரக்கம்தான். அவர்கள் ஒருவருக்கும், பூனைக் கடுவன் விஷயத்தை ஊகிக்கக்கூடக் கதையில் முடியவில்லையே - அதுக்கு விரோத மாய்க் கட்சிகட்டி, தாய்க்காகக் காரியம் செய்வது எப்படி? பூனைக் கடுவன் வந்ததுமே, கதை இனி என்ன என்பது தெரிந்துவிடுவது, கதையைத் தொய்யவிடும் இன்னொரு காரணம். ஆனால், அது குட்டிகளைப் 'பார்க்க' வந்திருக்கிறது என்று கதை சொல்பவரைபேசவைப்பதால், கடுவனுக்கும் குட்டிக்குமிடையே உள்ள விரோதத்தைப் பற்றிய வாசக அறிவை, அவர் திரையிட முயல்கிறாரோ என்று சலிப்பு வந்துவிடுகிறது. அப்படித் திரையிட்டு வைத்ததின் செயற்கைத் தன்மையால், கடுவன்தான் குட்டிகளைக் கொண்டு போனது என்று கதைப்போக்கு வளர்வது ஒன்றும் பயங்கர உணர்ச்சி தரவுமில்லை; 'தானே எல்லாத்துக்கும் வழி பண்ணிக்கும்' என்ற வரி, கதைசொல்பவரின் ஒதுக்கான மனப்பான்மை(indifference) யோடு சேர்ந்து, நம்மையும் பூனையிலிருந்து எட்டவைத்து விடுகிறது. ஆனால், ஒரு பச்சாத்தாப உணர்ச்சியை ஆசிரியர், 'ஒரு மணி நேரமா அது இப்படித்தான் அனத்தரது... என் குட்டிகள் எங்கே எங்கேன்னு கேக்கரது', என்பது போன்ற வரிகளில்தான் எழுப்பப்பார்க்கிறார்.

இந்தக் கதையின் இத்தகைய தோல்விகளுக்கான அம்சங்களை ஆழ்ந்து அவதானித்தால் தான், சி.சு.செ.யின் வெற்றிக்கு அவசியமான துணைப் பொருள்களைப் பற்றிய பிரக்ஞை வரும். இங்கு சூசகமாக எதிர் மறையில், அவரது வெற்றிக்கு எவையெவை அவசிய மானவை என்று மேலேயே சொல்விட்டேன் 'இன்னின்ன இல்லை' என்றால், அவற்றின் அவசியம் தானே வற்புறுத்தப்படுகிறது! ஆக, சி.சு.செ.யின் வெற்றி,

சிந்தனை அம்சத்தில் இல்லை. சாம்பமூர்த்தி அத்தான் போன்றவர்கள் பழமையில் மனச்சாய்வு கொண்டு எழுப்பும் சிந்தனைகளும், கரடு முரடான பேச்சுப்பாணி மன அவசங்களேயன்றி, 'சிந்தனைகள்' அல்ல. ஆசிரியர் அவற்றைப் பொருட்படுத்தும் ஜாடை காட்டாமல், அவற்றைச் சாம்பமூர்த்தி அத்தானின் பாத்திர அமைப்பினுடைய பலத்திலேயே மாட்டி விடும்போது, முதிர்ச்சி பெற்ற எழுத்தாளராகிவிடுகிறார். சாம்பமூர்த்தி போன்ற பத்தாம் பசலிகளுக்கு அப்படித்தானே தோன்றும் என, வாசக உள்ளம் புகைவிடக்கூட ஒரு அனுமதியைத் தருகிறார் 'மச்சு வீடு'வில். அதோடு, அந்தக் கதையின் பலத்துக்கு ஆதாரமாய், ஆசிரியர் தம்மையும் தாம் உள்க்குரலில் ஒதுக்கிப்பேசும் புதுயுகப் போலி வாழ்வோடு அடையாளம் காட்டி, தமது அபிப்பிராயத்தையும் மறைத்து விடுகிறார். இந்த நிதானம் 'அதனதன் வாழ்வில்'லில் இல்லை. சிந்தனை - அவருடைய கலை அல்ல என்றால், அது ஏதோ அங்கங்கே தெறிப்பதற்குக்கூட விடாமல் ஆக்ரமித்து விடுகிற ஒரேயொரு முக்ய அம்சம், அவரிடம் சுருதியாக மட்டுமல்ல, முன் மிதக்கும் சப்த பேதங்களாகக் கூட - ஏன், ஸ்தாயி ஏற்றம், இறக்கம், சஞ்சரிக்கும் ஸ்வர நிலைகள்- யாவுமாக ஒலிக்கிறது; அதுதான் அவதான சக்தி (Observation).

அளவு கடந்த ஈடுபாடும் அநுதாபமும்தான் அவதானிக்க செய்யும். சி.சு.செ.யின் படைப்புகள் முழுக்கவும் அவதானங்களினாலேயே ஆனவை. அவதானங்களைத்தவிர, அவரது தனிமனிதப் பார்வையை எழுப்பும் அவரது மதிப்புகள், கொள்கைகள் ஏதும் கலக்காவிட்டாலோ, கதையில் அசாத்திய வெற்றியை சாதித்து விடுகிறார் - 'கூடுசாலை' ஒரு சிறப்பான உதாரணம். தமிழில், அவதானங்களைக் கொண்டே கதையை நிரப்பி எழுதும் சாதனையில் சி.சு.செ.யை இன்னும் ஒருத்தரும் மிஞ்சவில்லை என்று, 'கூடுசாலை' சிறுகதையும் 'வாடிவாசல்' நாவலும் சொல்லும்.

அவதானங்களினால் ஆன எழுத்தைக் கையாளுகிறவன், குறிப்பிட்ட விஷயத்தின் முழு தகவல்களை (facts and details) யும் அறிந்து வைத்திருக்க வேண்டும் என்பது மட்டுமல்ல, விஷயத்தில் ஒரு ஆன்மிக உடன்பாடும் இருந்தாகவேண்டும். அந்த உடன்பாடு இருப்பவன், தகவல் சேகரிக்கும் நிருபனாக ரிப்போர்ட் பண்ண மாட்டான். தகவல் சேகரிப்பு என்ற தூல இயக்கமாக இல்லாமல்,

மனசின் மண் குழையலில் விதைகளாக, தானே தகவல் விழுந்து கதை இயல்போடு பூக்கும்.

இங்கு, சி.சு.செ.யின் சிறப்பியல்புகளுள் ஒன்றைப் புதுசாக சேர்க்கிறோம் - அழுத்த நிலைமையை உண்டாக்கும் சக்தி. ஐயப் பாடு (ஸஸ்பென்ஸ்) என்பதையும் மீறின, ஒரு விடுபட முடியாத முடிச்சு நிலைமைதான் இது. இந்த அழுத்த நிலைமையை முக்கிய மாக சி.சு.செ., ஒரு போட்டி மனப்பான்மையை எழுப்பித்தான் கொண்டுவருகிறார். அவரது அவதானங்களும், போட்டியின் அடிப் படையில்தான் உற்சாகத்தோடு தொழில் படுகிறது. வாழ்க்கையின் இக்கட்டுநிலைகளில் இரக்கம் கொண்டு விஷயத்தைச் சந்திக்கும் மனப்பான்மையைவிட, இரண்டு சக்திகளினிடையே போட்டி யாக அந்நிலைமையை எழுப்புவதில் சி.சு.செ.வுக்கு உற்சாகம் அதிகம். அவரது மனித வியக்தியும் - ஆக்ரோஷக் குரல், நெஞ்சமுழுத்தத்தைக் காட்டும் பருத்த கழுத்து, மிதந்த நெஞ்சு - உடன் இந்த போட்டிக் காரனைத்தான் திரட்டி நிறுத்துகின்றன.

இந்த போட்டி நிலைமை ஏற்படும் மனநிலை என்ன? அதுவும் ஒரு அநுதாபத்தின் விளைவுதான். அநுதாபம்தான் கலையின் அடிப் படை. அங்கு 'கடமை' இல்லை - பிரியம், பற்று இருக்கும். வாழ்க்கையிலும் சக ஜீவர்களிலும் பற்று இல்லாதவன் கலைஞனாக இயங்க முடியாது. ஆனால் அதுக்காக அவன் ஒரு அரசியல் தளத்தில் நின்றால்தான் அந்த பற்று பொருட்படுத்தப்படும் என்பது, இன் றைய முற்போக்கு நிபுணர்களின் கலை பற்றிய சித்தாந்தம். கலை ஞன், தனது பற்றுதலையும் அநுதாபத்தையும் ஒரு அரசியல் கொள் கைக்குப் பலியிட இயங்கவில்லை. அவன் அதைக் கலா ரூபமாக்கித் தான் இத்தனை நூற்றாண்டுகளாக இயங்கி வந்திருக்கிறான். அவ னது ஆத்ம சுதந்திரம் காப்பாற்றப்படும் வரை அப்படித்தான் இயங் கப் போகிறான். அந்த ஆத்ம சுதந்திரம் ஸ்டாலினிஸத்தால், நாஜி களால், ஃபாஸிஸ்டுகளால் தடைப்படுத்தப்பட்டபோது கலைஞன் அரசியலில் குதித்ததுபோல், இங்கு கம்யூனிஸக் கருத்துத் திணிப்பை யும் எதிர்த்து, மனித குலத்தின் மீது தனக்குள்ள அநுதாபத்தை மூடும் அமைப்புகளை உடைத்துப்பாய, அவன் எந்த சமயத்திலும் தயா ராகவே இருக்கிறான். சி.சு.செ.யும், மனித வாழ்விற்கு அநுசரணை யான அநுதாபத்தின் அடிப் படையிலேயே இயங்குகிறார். அங்கும் அவரது உக்கிரம் வெறுமே இரங்கி அழுவதை விட, எதிர்சக்திக்குப்

போட்டியாக ஒரு ஆத்திர நிலையையே சாதிக்கிறது. எனவே, அவருடைய பழக்கம் ஆத்திர நிலைமையில்தான். மனிதனிடம் அவனது உள்மூச்சு ஒடுங்கும் வரை ஓங்கி நிற்கும் தலை குனியாத வேகம் தான், அவர் கலை.

'கவுரவிப்பு' நமசிவாயம் பிள்ளையின் மீது அவர் அநுதாபம் கொள்வதை விட, ஒடிந்து விழ நிற்கும் 'மூணுலாந்தல்' அய்யண னிடத்தில் பரிதாபம் கொள்வதைவிட, அவர்களது நெஞ்சழுத்தம் கடைசிவரை சிதைந்து விடாது நிற்கும் கல்விளக்காக எழும்பு வதைத்தான் சாதித்திருக்கிறார். காலத்தில் வெடித்து மறையும்வரை, தமது வியக்திகளில் ஏற்றப்பட்ட சுடரை அணைய விடாமல் காப் பாற்றின பிடிவாதகாரர்களாகத் தான் அவர்களைக் காண்கிறோம்.

'கிழவி' கதையில் வரும் குஷ்டரோகிப் பணக்காரியின் மீதும், அவள் சுமங்கலியாக இறக்க முடியாதது பற்றி அவளுக்கு அதிர்ச்சி நேரக்கூடாது என விஷயம் அறிவிக்கப் படாமல் வாழ்வதிலும், பழமைபற்றிய நம்பிக்கையின் உயர்வுக்கு ஆதாரமாகத்தான் மாங் கல்ய விஷயத்தில் உணர்ச்சிச்சரக்குக் கையாளப்படுகிறது. நமசிவா யம் பிள்ளையின் மீதும், அவரது வாழ்க்கை நிலைமை முதலியன பற்றிய வர்ணனைகள் மூலம் எழுப்பும் உணர்ச்சி கலந்த இரக்கம், அவரது செத்துவிடாத உக்கிரத்துள் கவனத்தை ஈர்க்க வெளியே நீளும் கைதான். ஆனாலும்,

'இந்த துரதிர்ஷ்ட நாட்டின் மரணவிகிதத்தையும் வாழ்க்கை வயது அளவையும் கணக்கெடுத்துப் பார்த்தால், அறுபது வயதுதாண்டி... பழயகணக்கைத் திரும்பிப்பார்ப்பதற்கும் அது உபயோகமாக இருக்கும்.'

'நான் கடவுள் பக்தி உள்ளவன் என்பதையும் வெட்கப்படாமல் பகிரங்கப்படுத்திக் கொள்கிறேன். அதோடு சேர்ந்ததாக சொல்லப் படும் அந்த மூடநம்பிக்கைகள் உள்படத்தான். கலாசாலை, இத்யாதி சூழ்நிலைகளில் பகுத்தறிவை உபயோபப்படுத்தி, நீட்ஷே மாதிரி உலக மகாப்பெரிய அறிவுக்காரர்களை படித்து நசிகேதன்போல்...'

-என்பது போன்ற வரிகளை, இன்னோரிடத்தில் மஹாத்மாவையும் பற்றி ஒரு குறிப்புடன் படிக்கும் போது, கதையோடு ஒட்டின மனஓட்டம் மாதிரி இருந்தும் இவை அநாவசியமாகின்றன. ஒரு காரணம், அதிலுள்ள உணர்ச்சிக் கலப்பு. ஆனால், உணர்ச்சி யையும்

அவர் தமது போட்டி நிலைமைகளுள் இழுப்பதுக்கு, அதை அவதானங்களாக நிகழ்ச்சி வடிவிலோ, பாத்திரக் குரலிலோ கரடு முரடாக்கும் போதுதான் வெற்றிகரமாக அமைகிறது.

சிறுகதை, சாமானியத்தன்மைகளூடே ஒரு மனோநிலையைச் சம்பவிக்கவைக்கக் கையாளப்படுவது. அசாதாரணங்களில் விழுந்தால், வாசக உள்ளம் சந்தேகங்களிடையே தத்தளிப்பதைத் தவிர்க்கும் விளக்கங்கள், கதையுருவைக் குலைக்கக் கூடும். இந்த சாமானியங்களை, பார்வைக்கு தப்பிவிடும் அவற்றை, ஓடும் போதே நிறுத்தும் சக்தியை, சி.சு.செ. பல்வேறு களங்களில் கையாண்டிருக்கிறார். ‘கிழவி’, ‘அதனதன் வாழ்வில்’, ‘வலி’ கதைகள் முழுவதும் பெண் குரல்களிலேயே சொல்லப்படுவதும், ‘எதற்கு வந்தான்’, ‘அறுபது’ கதைகளில் சமூக வாழ்க்கையோடு பின்னின மனிதன் பேசுவதும், ‘மச்சு வீடு’, ‘பக்தி’, ‘கவுரவிப்பு’ கதைகளில் பொதுப்பிரச்னைகள் பழமை அடிப்படையில் பார்க்கப் படுவதும், ‘மூணூலாந்தல்’ பழமையின் ஆத்மா அணையாத கூனலையும், ‘கள்ளர் மடம்’ அறத்தைத்துறக்காத பழையவாழ்வின் மறத்தையும், ‘கூடுசாலை’ மனிதனின் போட்டிப் பான்மையையும் - இந்த வேறு வேறு கதைப் பொருள்கள், அக்கறைகள் அவரிடம் இருக்கின்றன. இவற்றுள் அசாதாரணத்தன்மைகள் இல்லாமலே, ஐயப்பாடு, அழுத்த நிலை இரண்டையும் சாதித்து இருக்கிறார். இந்த அழுத்த நிலைகளில் வாசகமனம் திணறி நிற்கிறதை, அவர் நன்றாகச் சாதித்துள்ளார்.

இந்த அழுந்த நிலையைப் போட்டிக்களத்தில் மட்டுமில்லாமல், பழைய உறவுச் சந்திப்பு ஒன்றில் ‘எதற்கு வந்தான்’னில் எழுப்பியுள்ளது குறிப்பிடத்தக்கது. வந்தவனின் மனைவி – தங்கள் மகள் – விஷயமாகப் பேச்சு எழும்பின சமயத்தில், அவனைக் கொண்டு வந்து கதைப்பொருளின் நாளத்திலேயே கவனம் காட்டிக் கதையை ஓட்டிச் செல்லும் சாமர்த்தியம், இன்று பெரும்பாலான கதைக் காரருக்கு கைவருவதில்லை. சிறுகதையின் உருவத்தைப் பொறுத்த வரை, இப்படி விஷயத்திற்குப் புறம்பானதுகளைச் செதுக்கி, அநுசரணை யானவற்றை, அதுவும் இயல்பு கெடாமல் கோர்க்கும் திறமை, சி.சு.செ. கதைகள் எல்லாத்திலும் காணக்கிடைக்கும்.

இயல்புகெடாமல், வார்த்தைகளிலோ அல்லது ஏதும் படிமத்திலோ கூடப் பார்வை தங்கிவிடாமல் ஓடுவதால்தான், கதை படிக்கிற தூலஉணர்ச்சி ஏதும் சி.சு.செ.யைப் படிக்கையில் ஏற்பட

வில்லை. மௌனி போன்ற ஒரு எழுத்தாளரிடம், அவரது படிமங்களோடு குறியீடுகளையும் கடந்து உத்தேசத்தை அடைவது, நிழலும் வெயிலுமாகக் கோலம் போட்டுப் புல்லும் நிரம்பின ஒரு நீர் நிலையுள், நம் பிம்பத்தைத் தனியாக உணர்வது மாதிரித்தான். சி.சு.செ.யின் கதையிலோ, தனது தளத்தைக்கூடக் காட்டாமல், ஆனால் பார்ப்பவன் முகத்தையே காட்டும் கண்ணாடியில் பார்க்கிற அநுபவமே கிடைக்கிறது. ஆனால், இன்று உத்தி பண்ணுகிறோம், 'சோதனை' பண்ணுகிறோம் என்று, இயல்பும் திரிந்து, அநுபவத்தின் பிம்பமும் மறைய எழுதப்படும் படைப்புகளை, அதுவும் இலங்கையில் சிலர் செய்யும் ஆர்ப்பாட்டத்தை, பாசிபடர்ந்த குளத்திற்குத்தான் ஒப்பிடலாம்.

வசனத்திலிருந்து வசனத்துக்கு, உள்விஷயத்தைக் கைமாற்றிக் கொண்டே ஓடும் சி.சு.செ.யின் கதைகளில், சஸ்பென்ஸ், அழுத்த நிலை - இரண்டும் தங்கள் நாடக ரூபத்தைப் பூரணமாக எழுப்புவதுக்கு, 'கூடுசாலை' போன்ற ஒரு தூல உலக அவதானிப்புகள் மயமான கதை மட்டும்தான் சி.சு.செ.க்கு உதவ முடியும் என்பதல்ல. 'வலி' என்ற நினைவுத் தொடர்மயமான கதையையும் குறிப்பிட வேண்டும். இந்த இரண்டு-தூல உலகமாகவே முழுக்க முழுக்க ஒன்றும், மற்றது மன உலகமாகவே முழுக்கவும் இயங்கும் இரண்டு - உலகங்களில் விரிந்த காட்சிகளான *வாடிவாசல்*, *ஜீவனாம்சம்* நாவல்களையும் நினைவுக்குக் கொண்டு வரவேணும். 'வலி'யிலும் சரி, ஜீவனாம்சம்மிலும் சரி, நினைவுத் தொடரான மனக்களத்தில் கதை ஓடினாலும், மனசின் சாயைகளை சி.சு.செ. உணர்ச்சி ரூபங்களாக எழுப்பவில்லை எனக் கவனிக்க வேண்டும். இந்த முடிவை வாசகர், லா.ச.ரா. போன்ற ஒரு உணர்ச்சி ஆடும் மனக்களக்கதைக்காரரோடு சி.சு.செ.யை ஒப்பிட்டுப் பார்த்து உணரலாம். ஆனால், இதுக்காக நான் உணர்ச்சி மயமாகவே மனஉலகு இருக்கவேணும் என்று குறிப்பிடவில்லை. தமிழில், முதல்முதல் நினைவுத்தொடராக எழுதப்பட்ட புதுமைப் பித்தனின் 'கயிற்றரவு' ஒன்றும் உணர்ச்சி கொப்பளித்து நிற்கவில்லை. ஏனென்றால், 'கயிற்றரவு' பரமசிவம் பிள்ளையின் பாத்திர அமைப்பு அப்படி.

ஜீவனாம்சம் சாவித்திரியும் ஒரு விசார நிலைமையையே ஒட்டிச் செல்கிறாள். 'வலி' கதாநாயகியோ, உடல் வேதனையின் விளைவான மன ஓட்டத்தை, வாழ்க்கை நிகழ்ச்சிகளை அங்கும், கர்ப்ப

மான பிறகு தனக்குக் கொடுக்கப்பட்ட முன்னில்லாத அக்கறைகள் போன்ற புக்காத்து மனத் தன்மைகளைக் கொணருவதுக்குச் சாக்காகச் செலுத்துகிறாள். வலியின் விளைவாக ஒரு மனஓட்டம் பிறந்தது என்பதுக்குமேல், வலிகூட வெளிப் படுத்தப் படவில்லை. ஆனாலும், உணர்ச்சிக் கொந்தளிப்பாக இல்லா நிலைமையிலும் ஒரு அநுதாபம் நமக்கு கதாநாயகி மீது நேர்கிறது. அதுக்குக் காரணம், அவதானங்களினால் ஆன விவரணைகள்தான்.

நினைப்பின் ஓட்டத்தை, அதன் காலவரையறையைப் பிடிக்க, அவள் ஒன்று இரண்டு எண்ணுவதுக்குள், அதையே சட்டங்களாக பிரித்துக்கொண்டு போகும் சாமர்த்தியம், சி.சு.செ. உத்தி விஷயத்தில் எவ்வளவு ரகசியமான அக்கறை காட்டியிருக்கிறார் என்று புலப்படுத்துகிறது. அந்த ரகசிய அக்கறையும், கதைக்கு வெளியே நின்று நிதானித்துப் போகிறபோது மட்டுமே கண்ணில் படுமளவு, தமது உத்தியை முன் பிதுக்கிக் கதையைத் தியாகம் செய்து விடாததையும், இன்றைய இளம்எழுத்தாள நண்பர்கள் கவனிக்க வேண்டும்.

இருந்தும், வலியின் உணர்ச்சி எழுப்பப்படாததைப்பற்றிக் குறை காணாமல் இருக்க முடியாது. அந்த ஒலியின் காரணம் பற்றிய வர்ணனை இருந்திருந்தால்தான் அதைச் சாதித்திருக்க முடியும். வலியை, அதுவும் அதிமுக்யமானதாக உத்தேசிக்காத 'கூடுசாலை' யில், போட்டியின் நரம்பு தெறிக்கும் வர்ணனை இல்லாதிருந்தால், மாட்டுக்கு நேர்ந்த வலியை எப்படி அவ்வளவு உறுத்தலாக எழுப்பி இருக்க முடியும்?

உள்ளோடி வரும் உத்தேசத்தையும் மையப்பொருளையும், கதையின் பாதிவரை வெளிக்காட்டாமல் சி.சு.செ.யைப்போல வைத்திருக்க, நல்ல முதிர்ச்சி தேவை. 'கூடுசாலை' போன்ற ஒரு தூல உலகப்படப் பிடிப்பி லேயே, போட்டி ஜோடியைக் கண்ணுக்குள் எளிதாகக் கொண்டுவந்து விடாமலே போட்டியைத் துவங்கி விடுவது கவனிக்கத்தக்கது - எதிராளி இல்லாத இடத்திலும், தன் மனப் படத்துக்கு எதிராகவே ஆக்ரோஷம் எழுப்பும் நிலைமையாக.

இந்த போட்டி நிலைமைகளின் முடிவிலும், அவற்றைப் பற்றி, அவற்றின் ஆணவக் களத்தைப்பற்றி ஓரிரு வார்த்தை கீறிடுகையில், சி.சு.செ.யின் கலை தனது உத்தேசத்தை குறித்துக் காட்டிவிடுகிறது எனவேண்டும். அங்கு அது நமசிவாயம் பிள்ளையின் மனச்சபலத்

தின் விளைவாகப் பிறந்திருந்தாலும், கடைசியில் ஒரேயடியாக பாத்திரங் களிடமிருந்து விடுபட்டு, 'ஆசையை சுடுகாட்டு வரைக் கும் கொண்டு போகத்தானே' என்பது போல் விழும் வரிகள், அவரது அநுதாபப்பூச்சை ஒரேயடியாகக் கழற்றிவிடுகிறது. எழுப்பப் பட்ட அழுத்த நிலைமைதான் மிஞ்சுகிறது.

அந்த அழுத்த நிலைமைக்கு உபகரணங்களாக, சி.சு.செ. கையா ளும் போட்டிப் பொருள்களுள் முக்யமான ஜோடிதான், புதுமை யின் போலியை முறைக்கும் பழமை. இதையும், வெறுமே கோவிலைவிட உயர வீடு கட்டினது பற்றிய கதைப் பொருளைவிட, குளிருக்குப் பயந்து ரெகார்டில் பஜனையைக் கடத்தும் மார்கழி கால 'பக்தி' தான் உரமாக இருக்கிறது. முன்னதில் தாசி விஷயம், எதிர் சக்தியின் ஆத்ம நிலையை விழுத்த உண்டாக்கப்பட்ட, ஒரு புறம் பான சேர்க்கையாகப்பட இடமிருக்கு. ஆனால், குளிருக்கும் பயந்த திலேயே, நேற்றைவிட இன்று ஆத்மசக்தி எவ்வளவு வீழ்ந்திருக்கு என்ற உரமான பொருள், பழம்மதிப்புகள் பற்றிய சி.சு.செ.யின் அக்கறையை அநுமதிக்கிறது. 'மூணு லாந்தல்' அய்யணன் வெறும் நினைவுச்சின்னமாகப் பழமைச்சக்தியினது நினைவாகவும், 'கள்ளர் மடம்' கள்ளர்கள் பழையதர்ம உலகத்தின் பிரதிநிதிகளாகவும் நின்றாலும், 'பக்தி'தான் - அதுவும் ஒரு அதிர்ச்சிக் கதைத்திருப்பத் தோடு அமைந்து - பழமையை புதுமைக்கு எதிராக ஆத்மக் களத்தில் நிறுத்துகிறது. அங்கு, சுடர் நின்று ஆடின தீபத்தில் வெறும் புகை மட்டும் நின்று மடிவதைக்கண்ட திகைப்பு எழும்புகிறது. ஆனால், தமது உலகத்தைப் பிடித்த படங்களுள் வெற்றிகரமான தீற்றல்கள் என்று 'மூணுலாந்த'லையும் 'கள்ளர்மட'த்தையும் தான் குறிப்பிட வேணும்.

அக்கதைகளில், தமது நம்பிக்கைகளைச் சுற்றி அவர் கட்டி எழுப்ப வில்லை - ஆனால், அவற்றுக்கு ஏற்ற களனை அமைத்து விடுகிறார். 'மூணுலாந்தல்' - அய்யணனின் பாத்திர அமைப்பைச் சுற்றிய களன். 'கள்ளர் மடம்'மோ, திருடர் கூட்டத்தின் தொழில் சம்பந்தப் பட்டவரை, அதன் வாழ்க்கை நிகழும் முழுக்களன் - ஒரு உலகம்.

சி.சு.செ.யைப் பூரணமான ரஸிப்பதுக்கு, முதலில் கலை பற்றி ஒரு தெளிவான நோக்கு தேவை. இல்லாவிட்டால், அவரது பழைமை பற்றிய மதிப்புகள், இன்றைய தலைமறையின் மனப்

பான்மையுள் ஊறிவிட்ட யாருக்கும், அவருக்கு எதிரான மனச் சாய்வை ஏற்படுத்திவிட இடம் உண்டு. எந்தக் கலைஞனின் நம்பிக்கையும், அவனது அநுபவத்தின் வடிவுக்கு ஒரு துணைப்பொருள் என்ற அளவுக்கே பொருட்படுத்தப் படவேணும் என்ற தெளிவைக் குறிப்பிடுகிறேன்.

எந்த நம்பிக்கை அல்லது நம்பிக்கையின்மைக்கும், கதைக் கலையை சி.சு.செ. கையாளும் விதத்துக்கும், அங்கு ஐயப்பாடு, அழுத்த நிலை போன்ற அவரது சிறப்பியல்பு களுக்கும், ஒற்றை வசனங்களுக்கு அப்பால் எல்லா வசனங்களினூடேயும் ஓடி நிற்கும் அநுபவத்தின் பரந்த தேக்கத்துக்கும் உதாரணம் காட்டுவது அவசியம். அதுக்கும் விசேஷமான கதைச்சம்பவம் ஏதும் தேவை யில்லை. கதை சொல்பவர், '...அந்த பள்ளிக்கூடத்தை விட்டுச் சென்றவர்தான் நமசிவாயம் பிள்ளை. இப்போது தெருஓரத்துத் திண்ணையிலே அவர் குந்திக்கொண்டு இருக்கிறாரே அந்த இடத் திற்குச் சென்றார்' என்று முடிக்கும்போது, சிறுகதை ரூபம் தளர இடம் நேருகிறது. ஆனால் அந்த இடம் அறுந்து நிற்கவிடாமல், 'பாவம்! அப்புறம்?' என்ற ஒரு சுவாரஸ்யக் குரலை எழுப்புகிறார். கதையின் விறுவிறுப்பும் நாளமும் குலையாமல் தொடர்கின்றன. இருந்தும், பேச்சுநடக்கும் சபையிலிருந்து மேடைக்கு வாசகனை இழுக்க வேண்டிய நிர்ப்பந்தம் இங்கு! அதற்காக, டக்கென்று காட்சி மாற்றம் செய்வதுபோல் ஒன்றிலிருந்து ஒன்றை அறுத்துவிடாமல், 'அதோ சாமிநாத முதலியார் பேச எழுந்திருக்கிறார்' என்ற கூட் டத்தின் குரல் மூலமே, கொஞ்சம் கொஞ்சமாக வாசகனை மேடைக்கு ஈர்க்கிறார். அதற்கு இரண்டு பக்கங்கள் முன்னாகவே, டெப்டி கலக்டரிடம் முதலியார் பேசுவதைக் கவனத்துக்குக் கொண்டுவந்து, 'பிரசங்கம் ஆரம்பமாகிவிடும் போலிருக்கு. சீக் கிரம்...' என அவசர நிலைமை ஆரம்பிக்கப்படுகிறது.

ஒரு சாமானியமான, எல்லாருக்கும் நேர்கிற, ஆனால் கவனத்தில் வழுக்கிவிடுகிற அவசர நிலைமைதான்; நமக்கும் சிலவேளை, கூட்டத்தைக் கவனிக்கிறதா, கூட்டத்தோடு தொடர்புள்ள பேச்சை பக்கத்திலிருப்பவரிடம் கேட்கிறதா என்ற இக்கட்டு நிலைமையும். கதைக்கு உச்ச ஏற்றலாக இந்த இரண்டு பக்கங்களுக்கும் மனசை மாற்றிச் செலுத்தி, 'அதா, இதா' என்ற ஒரு சங்கட நிலைமையையே போஷித்துச் செல்கிற சாமர்த்தியம், கதையின் உருவ அமைப்பைக்

காப்பாற்றுவதுடன், அங்கும் தமது பழக்கமான ஆத்திர நிலமையில் மனம் செலுத்துகிறார் ஆசிரியர் என்று காட்டிவிடுகிறது. எந்த களத்திலும் நிகழ்ச்சியிலும் அதைக் கைவிட்டுவிட அவருக்கு மனமில்லை. கிழவரின் மீது கொண்ட அநுதாபம் கூட கிழவரின் 'அஞ்ஞானம்' பற்றி பேச்சில் உதிர்ந்து விட, அவரைப் பழமையின், பள்ளிக்கு அஸ்திவாரமான பழமையின் பிரதிநிதியாக்கினதுக்கு மேல், உணர்ச்சி பூர்வப் பார்வை இன்றிக் கதையை சங்கட நிலமை யாக மட்டும் எழுப்பி, அதுவும் மேடையில் அவரை உயிர்போக வைத்ததில், கூட்டத்தின் சம்பிரதாய நிலைமைக்கு முரணான ஒரு நிலைமையையும் எழுப்பி உச்ச ஏற்றலாக்குகிறார். கிழவனின் வியக்தி அப்படியே பரிமாறப்படுகிறது. ஏனென்றால், ஒரு சங்கட நிலைமையின் முக்ய அம்சத்தை மனம் மறக்காது என்ற நியதியில், சங்கட நிலைமை மூலம் இப்படி ஒரு பாத்திரத்தைத் திரட்டித் தரும் பாணியைத்தான், கிழட்டு அய்யணனிடமும் கையாளுகிறார். கதைக்கு உச்சமாக. கதை சொல்பவர் தமது இளம் மனைவியை அய்யணனின் கிழட்டுவண்டியில் ஏற்றும் போது, அந்த சங்கட நிலைமை தான் எழும்புகிறது - அய்யணன் மீது கதை சொல்பவரின் அநுதாபத்தைவிட! பழமையின் மீது அநுதாபத்தை விட, அது இன்றும் தாங்கிப் பிடிக்கும் என்ற நம்பிக்கைதான் சி.சு.செ.க்கு. வெறும் ஞாபகார்த்தத்துக்குச் செதுக்கிவிட்ட பாறை விளக்கில், தமது நம்பிக்கையை, இன்றைய நடைமுறை உபயோகத்தைச் சுட ரேற்றி விடுகிறார். அந்த எதிர்பாராத சுடரைக்கண்ட அதிர்ச்சியாகத் தான், இன்றையதுக்கு அவர் எழுப்பும் பழசும் உணர்வு பிறப் பிக்கிறது.

களனைப்பற்றியோ பாத்திரத்தைப்பற்றியோ கூட, ஏதோ ஒரு பாரா இரண்டு பாராக்களில் எழும் ரூபத்தை விட, கதை முழுக்க படித்தபிறகுதான் அது முழுசாகிறது. *வாடிவாசல்* பிச்சியும், ஆசி ரியர் மூலமாக இன்றி, கிழவன், ஜமீந்தார், இவர்களுக்கும் மேலே காளை காரியின் கண்களூடாகப் பார்த்து சமைக்கப்பட்டவன் என்கி றதை, அதுபற்றிய என் முந்திய கட்டுரையில் தவறவிட்டிருந்தேன். சி.சு.செ.யின் பாத்திரங்கள், கதைமுழுக்கப் படித்து முடித்த பிறகு தான் தமது விஸ்வரூபத்தை காட்டி எழும்பும். களன், நிகழ்ச்சி. வர்ணனை போன்றவற்றிலும், லா.ச.ரா, மௌனி போன்றவர் களினது ஓரிரு வசனங்கள் போல் திருப்தி தர மாட்டாது. 'கூட்டில்

சொருகி இருந்த சாட்டையை கொரக் என்ற சப்தத்துடன் உருவி இழுத்தான் வண்டி ஓட்டி. சாட்டையை திருப்பி அடிக்கட்டையை இரண்டுதரம் சக்கரத்தில் கொடுத்து ஒரு சடசட சப்தத்தை கிளப்பி னான். சாட்டையின் பிளந்த நரம்புகள் இரண்டையும் சேர்த்துப் பிடித்து...' என்று தொடராக முறுக்கைத் திருகிய படியே ஓடும் விஷயத்தின் கார ஏற்றம்தான் வசனங்களை மீறி மனசை மீட்டுவது. ஒரு இரண்டு தடவைகள் படிப்பதுதான் நவீனமான, அநுபவத்தின் நரம்புகள் புடைத்த அவரது தமிழில், பார்வைச் சக்கரங்கள் பழக்கத் தோடு ஓட உதவும். வாசக உள்ளத்தை, அவரது வசன அமைப்பைப் போலவே, அவரது அநுபவமும் ஒரு அறைகூவலோடுதான் அழைக் கிறது. மணிக்கொடி இலக்கியத்தில், அதன் கலையம்சம் இருக்க, அநுபவமும் இத்தகையதாக இருப்பது ஒரு பொதுச்சிறப்பு.

அழுத்த நிலைமை, போட்டி என்ற கதைப் போக்கையும் மேல் நகர்த்திச் சென்று, அதையே கார்ட்டூனாக்கி விடுவதைத்தான் 'கூடு சாலை' போன்ற ஒரு கதை சாதிக்கிறது. அதுதான் அவரது கலையின் உச்சமான முற்றுப்புள்ளி. வெறும் போட்டியின் விளைவாக, அவ ரது கலை அழுத்த நிலைமையின் பிரக்ஞையை எஞ்சவிட்டாலும், சி.சு.செ. ஆணவத்தை அனுமதிக்கவில்லை. அப்படி ஆணவ வீச்சையும் விழுத்துவதுக்குக்கூட, ஒரு சங்கட நிலையைத் தான் உபயோகிக்கிறார் என்பதுதான் விசேஷம். போட்டியில் வென்ற அய்யரின் வெற்றியுணர்ச்சியையும் தோற்ற கவுண்டரின் வீழ்ச்சி உணர்ச்சி யையும், வென்ற மாடுகளின் மீது எதிராளி காட்டின குரூரத்திலேயே ஒரு சங்கடத்தை உண்டாக்கி, போட்டி மனப் பான்மையைக் கழுவி விடுகிறார். ஆகவே, வெறும் மிருகத் தன்மை களையும் மீறின ஒரு பூர்ணத்துவத்துக்குத் தான் சி.சு.செ.யின் கதை கள் இட்டுச் செல்லுகின்றன. அந்த பூர்ணத்துவமும், மனிதக்குர லாக, 'வாயில்லாச் சீவனை நிறுத்தி ஆத்துடா' என்று ஒலித்து, சூசகமாகத்தான் தொட்டுக்காட்டுகிறது. இருந்தும், அங்குகூட போட்டி நிலைமை ஒரேயடியாக அணைந்து விடாமல், 'மனுஷன், வாயில்லாச்சீவன் இரண்டுக்கும் ரோஷம் ஒன்றுதானுங்களே' என்று காப்பாற்றி, நம் மனசுக்கு முடிவை விட்டுவிடும்போது, சி. சு.செ. கலை நிறைந்து விடுகிறது.

எழுத்து : 60, டிசம்பர் 1963.

19 படைப்பாளிமனநிலை

எந்தக் கலைத்துறையைப் பற்றிப் பேசும்போதும், கலைஞனைப் பற்றிய பேச்சைத் தவிர்க்க முடியாது. அதுவும், மனவியல் பல்வேறு வகைகளில் வளர்ந்து, கலைஞனே அத்துறையைச் சுவாதீனமாகத் தன் படைப்புகளுக்குத் துணையாக்க முன் வந்துள்ள இன்று, படைப் புக்குப் பின் நிற்கும் படைப்பாளி, முன்னைவிட முக்கியத்துவம் கூடியிருக்கிறான். எனவே, படைப்பாளியைப் பற்றி, சிருஷ்டிக்கும் மன நிலையைப் பற்றி (the creative state of mind) பேசாமல் படைப்பு பற்றி சொல்பவை பூரணமாகாது.

மனவியல் பல்வேறு வகைகளில் வளர்ந்துள்ளதுக்கு ஏற்ப, அத்துறையைப் பயன்படுத்தி இயங்கும் இலக்கிய விமர்சனமும் மனவியலில் வேறு வேறு வகைகளுடன் இணங்கி, ஒரே படைப் பைப் பலவகைகளில் அணுக முடிகிறது. இந்த ஒவ்வொரு வகை யும் விமர்சகனின், வாசகனின் மனஇயல்புக்கு ஏற்றதாகத்தான் இருக்கும். தன் இயல்புக்கு ஏற்ற ஒரு வகையைத்தான் வாசிப்ப வனும் கைக்கொள்கிறான். எனவே, படைப் பாளியைப் பற்றி எழுத வரும் வாசகனும், தனது ஈடுபாடுகளை, மனப்பண்பை வெளிக் காட்டிவிடுகிறான். ஆக, கலைத்துறையைப் பற்றிப் பேசும்போது, படைப்பாளி பற்றின பேச்சும் முக்கியமாகிறது போல, விமர்சனத் தைப் பற்றிப் பேசும்போதும் வாசகனைப் பற்றிய பேச்சு நுழைகிற தாகிறது.

மனவியலில் 'பல்வேறு வகைகள்' என்றேன். அதுபற்றிச் சில வார்த்தைகள் சொல்லாமல் மேலே சொல்லப்பட்டவை தெளி வாகாது. இன்று, மனவியல்காரர்கள் ஒவ்வொருவருமே தனித் தனிப்பாதையில் செல்லுமளவுக்கு அத்துறை வளர்ச்சி கண்டுள்ளது. அதுக்கு செல்வாக்கும் கவனிப்பும் அந்தளவுக்குக் கிடைத்துள்ளது. அதன் நிலவரம் பற்றித்தான் இப்படிச் சொல்கிறேனேயன்றி,

அதைப் பரிபூரணமாக அநுசரிக்கிறவனாக அல்ல. இங்கேயே நான்கூட, ஒரு சின்ன வகையிலேனும் அதே துறையில் வேறு பாதை பிடிக்கிறதாகத்தான் - 'அதை பரிபூரணமாக அநுசரிக்கிறவனாக அல்ல' எனும்போது - தொனிக்கிறேன். ஃபிராய்டை ஜுங் பரிபூரணமாக அநுசரிக்காது, கீழைத்தேச மனவியல் துறைகளில் தன் முடிவுகளுக்கு ஆதாரமும் அவற்றுடன் ஒற்றுமையும் தேடியுள்ளார்.

இந்தப் பல்வேறு வகைகள் பற்றி, ஃபிராய்டிற்கும் ஜுங்கிற்கும் இடையே வேறுபாடுகளைப் பேசுவதால், ஏதும் சொல்லலாம். ஃபிராய்ட், மனசின் வாழ்க்கை உத்தேசம் பாலுணர்ச்சியை நோக்கியுள்ளது என்றார். ஜுங், அப்படியல்ல ஆன்ம ஈடேற்றத்தை நோக்கியுள்ளது என்றார். இது பொத்தாம்பொதுவாகச் சொன்ன வித்யாசம்.

இந்த இருவரையும் படிக்கும் ஒருவன், தன் மனப்பண்புக்கு ஏற்ப வேறு ஒரு பார்வைதான் கொள்வான். பரிபூரணமாக இத்துறையில் ஒரு பார்வையை ஏற்பது அசாத்யமே. இதன் காரணம், இயற்கையின் விசித்திரத்தில்தான் இருக்கிறது என வேண்டும். ஒரே மரத்தின் ஒரே கிளையில் இரண்டு இலைகளிடையே உள்ள வித்தியாசத்திலுள்ள அதே சிருஷ்டி விசித்திரம்தான், இங்கு இரண்டு மனித மனங்களிடை யிலும். இப்படி நான் சொல்வதே எனது மனப்பண்பை வெளிப்படுத்தி, அந்த சிருஷ்டி விசித்திரத்திற்குள் நானும் வீழ்ந்துள்ளவனாகக் காண்பிக்கும்.

இங்கு, மனவியலின் 'பல்வேறு வகை' பற்றிச் சொல்ல முயன்றிருக்கிறேன். இந்த வெளிக் கோட்டுருவை வைத்துக்கொண்டு பார்த்தால்தான், விமர்சகனின் காரியத்திலுள்ள கஷ்டமோ அல்லது அபத்தமோ தெரியும். கஷ்டம் என்கிறேன்; ஏனென்றால், கலைப் படைப்புகள் யாவற்றுக்கும் ஒரு - ஒரே ஒரு - நிறுவையை யாவரும் உபயோகித்து அறியக் கூடியதாக வைத்துக் கொள்வதுக்காக. இதை ஒரு objective value எனலாம். மனவியல் துறையில் நின்றுபார்க்கையில், பல்வேறு வகையான மனப்பண்புகளுள்ள படைப்பாளிகள், பல்வேறு வகையான வாசகர்களிடையே ஒரு objective value உண்டாக்க முயல்வது அபத்தமாகவும் படுகிறது. இவ்விஷயம் மேலை நாடுகளில் அதிகம் பேசப்பட்டது என நம்புகிறேன். பேசப்பட்டவை பற்றிய என் சொந்த அறிவை நீக்கிக் கொண்டு பார்த்தால், அல்லது அந்த அறிவுடனேயே பார்த்தாலும், இவ்

விஷயம் objective ஆக தீர்க்கக்கூடியது அல்ல-அதாவது நாலு பேர் மத்தியில் தீர்க்கக்கூடியது அல்ல. ஸப்ஜக்டிக் ஆக, தன்னுள் ளேயேதான் தீர்வு காணவேண்டும் என்று தோன்றுகிறது - இவ் வகையாக எனக்குத் தோன்றுகிறதை சொல்வதிலேயே, மீண்டும் என் மனப்பண்பை உங்களுக்கு வெளிக் காட்டுகிறவனாகிறேன்.

மேல் நாடுகளில், மனவியல் துறையும் அது வளருமுன்பு தொட்டே தத்துவவியலும், இதுபோன்ற விஷயங்களில் ஆழ்ந்த அக்கறை காட்டியிருக்கின்றன. இலக்கிய விமர்சனம் அங்கு செழித் துள்ளதன் காரணம் இதுதான். இருந்தும், இன்றுவரை ஒரு படைப் பின் தரத்தை நிர்ணயிப்பதற்கு உதவியாக, யாவரும் உபயோகிக்கக் கூடிய எல்லாருக்கும் பொதுவான சமநிறுவை (Objective value) ஒன்றை எவரும் திட்டவட்டமாகத் தந்து விடவில்லை. அப்படி ஒரு நிறுவை கிடையாது என்று ஒரு பிரஞ்சுத் தத்துவாசிரியன் வாதித்து மிருக்கிறான். இதன் மூலம், கலையில் தர மதிப்பீடே அசாத்தியம் என்ற அபாய கரமான எல்லைக்கும் போகமுடியுமாகையால், இவ்வாதம் மறுக்கப்பட்டுள்ளது. என்றாலும், இவ்வாதத்தில் கணிச மான அளவு உண்மை இருக்கிறது என மறுத்தவர்களே ஒப்புக் கொண்டும் இருக்கிறார்கள்.

இந்த நிலையிலிருந்து மேலே, நான் என்னளவில் முடிந்தமட் டும் போகப் பார்க் கிறேன்...

இதுதான் அடிப்படைச் சங்கடம்: ஒவ்வொரு மனமும் வேறு வேறு அநுபவங்களால் ஆனது. ஆகவே, ஒரே அநுபவம் இரு வேறு மனங்களுக்கு நேரும்போது, அவை பிரதி பலிப்பவையும் வேறு வேறு தன்மையானதாகிறது. மௌனியின் உலகும் புதுமைப்பித்தன் உலகும் வித்யாசம் காட்டுகிறதாக இருக்க, இரண்டு வேறு வேறு வாசகர்களிலும் இந்த ஆசிரியர்கள் தனித் தனியே வேறு வேறு பிரதிபலிப்பையே தருகிறார்கள்.

இந்நிலையில், விமர்சகன் எதை வைத்து ஒரு படைப்பை நிறுப் பது?

இவ்விடத்தில், நான் முதலில் மேலாகத் தீண்டிச்சொல்லிய ஒரு பிரயோகத்தைக் கொணர்கிறேன் - சிருஷ்டிக்கும் மனநிலை (The creative state of mind).

ஹெமிங்வேக்கும் காஃப்காவுக்கும் எவ்வளவு வித்யாசம் இருந்தாலும், அவர்களது சிருஷ்டிக்கும் மனநிலை ஒரே வகையான தாகத்தான் இருக்கும். அந்த மனநிலையின் தன்மையில் வித்யாசமில்லை. இது என் தியரி அல்ல. பிறர் இதுபற்றி ஏதும் சொல்லியுள்ளார்களோ தெரியாது; சுதாவாக யோசித்தும் சொந்த அநுபவங்களில் என் சின்ன வகைகளில் கவனித்தும் சொல்கிறேன். அதாவது, வாசகனாகப் பிற ஆசிரியர்களை ரசித்து எழுதிய அநுபவத்தோடேயே கவிதைகள் என்றும் ஓவியங்கள் என்றும் சுயமாக முயன்ற அநுபவங்களும் எனக்கு கிடைத்திருப்பது, இக்கட்டுரையில் நான் படைப்பாளி பற்றிச் சொல்கிற எதுக்கும் கொஞ்சமாவது ஆதாரம் காட்டும்.

படைக்கிறபோது, அல்லது மனித ஜீவன் ஒரு படைப்பாளியாக மாறும் போது, அவனுக்கு நேர்கிற மாறுதலை அவன் படைப்பு காண்பிக்கிறது. மௌனி மன அசைவில் கண்டவற்றை சொல்ல வந்தாலும், புதுமைப்பித்தன் பிளாட்பாரத்தில் கண்டதைச் சொன்னாலும், அவர்கள் கண்டவகையும் சொல்லுகையில் இருந்த மன நிலையும் ஏறத்தாழ ஆளுக்கு ஆள் ஒத்து இருக்கிறார்கள். இந்த நிலையைத்தான் படைப்பின் மூலம் வாசகன் அடையவேணுமே யன்றி, வேறெதையுமல்ல. இந்த நிலையை அடைய உத்தேசித்த வாசிப்புத்தான் சுத்தமானதாகும்.

முன்னால் குறிப்பிட்ட 'பல்வேறு வகை' அணுகுதல், இவ் அணுகுதலிலிருந்து எப்படி வித்யாசப்படுகிறது என்பதைச் சொல்லி விடுகிறேன். அதன் பிறகு, இந்த அணுகுதல், இந்த சிருஷ்டி மன நிலைப்பற்றி பேசலாம்.

ஜெயகாந்தன், சுந்தர ராமசாமியை ராமாமிர்தம், மௌனியோடு ஒப்பிட்டு, பின்னவர்களிருவரும் 'ஹம்பக்'காரர்கள் என்கிற வாசகர்கள் இருக்கிறார்கள். இங்கு வேறொரு சங்கடத்தை முதலில் தீர்த்து விடுகிறேன். பின்னவர் இருவரையும் 'புரிந்து' கொள்ளாமல் இப்படிச் சொல்கிறார்கள் என்ற பேச்சு வேண்டாம். அப்படிப் பேசுவது கண்யம் அல்ல. விமர்சன இங்கிதத்துக்குப் பொருந்தாது. 'அவர்கள் வகையில் புரிந்துகொண்டிருக்கிறார்கள்' எனவேண்டும். இந்நிலைமையை விளக்குவதன்மூலம், நம் 'பல்வேறுவகை' பற்றி பிரச்னையைத் தீர்க்கலாம். சுந்தர ராமசாமி, ஜெயகாந்தன் இருவரையும்

எடுத்தது ஏனென்றால், இளையவர்கள் - முதியவர்கள் ராமாமிர்தம், மௌனி இருவரையும் கௌரவிப்பவர்கள் என்பதுக்காக. இவ்விரு புதியவர்களும் வெளிப்படையாகப் பத்திரிகை களில் கௌரவிக் கப்படாததைக் கொண்டு அவ்விஷயத்தை நிராகரித்தால், நாம் புதுமைப்பித்தனையும் க.நா.சு.வையும் நம் புது எழுத்தாளர்களுக் குப் பதிலாக எடுக்கலாம். லா.ச.ரா., மௌனி உலகுகளைவிட அதிகம் தூலமான உலகுகள் பு.பி., க.நா.சு. இருவருடையதும். ஜெயகாந்தன் - சுந்தரராமசாமி போல் - மௌனியையும் லா.ச.ரா. வையும் கௌரவிக்கிறார்கள். மௌனியை ரசித்துப் பாராட்டும் புதுமைப்பித்தனின் எழுத்தைப் பாராட்டும் வாசகர்கள் பலர், மௌனியை 'ஹம்பக்' என்கிறார்கள். இதுதான் நிலை. இந் நிலை யில் 'மௌனி' புரிந்துகொள்ளப்படவில்லை என்பது தவறு. புரிந்து கொள்ளல் ஒருவகையில், அதாவது வேறு ஒருவகையில் அந்தவகை வாசகருக்கு நேர்ந்திருக்கலாம். இந்த வித்யாசம் - புரிந்துகொள்ள லுக்கும் ஏதோ ஒரு வகையில் புரிந்து கொள்ளலுக்கு மிடையே உள்ள வித்யாசம் - தான் இக்கட்டுரையின் நோக்கம். வாசகர், இவ்வித்யாசத்தை என்னுடன் தொடர்ந்து அணுக முயலவேண்டும்.

மௌனி புரிந்துகொள்ளப்படாதவர் என்றால், உடனே ஒரு Objective Value உண்டாகிறது. அதாவது ஒரு சம நிறுவை, யாருக்கும் பொதுவான நிறுவை வருகிறது. இது, ஆசிரியனின் உத்தேசத்தைப் படைப்பில் புரிந்துகொள்ளல் வேண்டும் என்ற அடிப்படையில். மனவியல் வளர்ச்சியில் இன்று, ஆசிரியனின் உத்தேசம், அவனது பிரக்ஞை பூர்வமாக, அவனது உத்தேசம் பற்றிய அவனது கட்டுப் பாடுகளுள்தானா உண்டாகிறது என்பதே சந்தேகமாகும். அதாவது, மௌனியைப் போன்ற ஒருவரின் படைப்புக்கு ஒரு குறிப்பிட்ட திட்டவட்டமான உத்தேசம் என்று இருக்கா? மௌனியே அதை பிரக்ஞை பூர்வமாக வெளிக்காட்டி எழுதி இருக்கிறாரா என்பதுதான். இன்றைய மனவியல், ஃபிராய்டின் பின் 'உள் மனம்' என்கிற அபூர்வமான பெருவெளியில் உள்ள மர்மங்களுக்குள் இருந்து, ஆசிரியனின் வெளிப் பிரக்ஞையை அவனே அறியாமல் அவனை ஆட்கொண்டு எழுதவைக்கும் மர்ம உத்தேசங்கள் இருக்கலாம் என்கிறது. மௌனி எவ்வகை உத்தேசத்துடன் எழுதினாலும், அவ ரது உண்மை வேறு வேறு வகை உத்தேசங்களுடன் அதே கதையின் போக்கை நிதானித்து இருக்கலாம். எனவேதான், ஒரு கதைக்கு,

அதுவும் மௌனி போன்றவர் கதைக்கு, பிரக்ஞைபூர்வமான ஒரு தளம் இல்லை. ஏன், மௌனிக்கே இன்று, அவரது அன்றைய 'மாறுதல்' கதை வேறு வேறு செய்திகளைச் சொல்லக் கூடும் - நெருங்கிய நண்பர்கள், மூத்த மகன் போன்ற இருதயத் தொடர்பு களைச் சமீபத்தில் திடீர்திடீரென இழந்து மனப் பின்னணி பாதிக்கப் பட்டு இருக்கும் அவருக்குச் சொல்வதுக்கென்று அவரது உள்மனம் ஏற்கெனவே தந்த சமிக்ஞைகள் எதையும், மாறுதல் போன்ற அவரது வாலிப கால எழுத்துக்கள் சொல்லியிருக்கலாம். அவருக்கே எட்டாத மர்மங்களாக, அகழ்ந்து செல்லும் மனப் பண்புக்கு ஏற்ப ஈடுகட்டு வதாகவே அவரது கதைகள் இருக்கலாம். ஆகவே, இதுதான் புரிந்து கொள்வதுக்காக இக்கதையில் இருக்கிறது என்று ஒரு கதைப்பற்றிச் சொல்வது தவறு - இன்றைய மனவியல்துறை செல்வாக்கின் கீழ்.

ஆக பு.பி., க.நா.சு. - ஜெயகாந்தன், சுந்தர ராமசாமி ரசிகர்கள் மௌனியைப்புரிந்து கொள்ளவில்லை என்று, 'புரிந்து கொண்ட' நாம் மூக்கை நிமிர்த்துவது தவறு. நாம் புரிந்துகொண்ட வகையில் அவர்கள் புரிந்து கொள்ளவில்லை என்பதே சரி. இப்படி அந்த ரசிகர்களுக்கும் நமக்கு மிடையே ஒரு புதுவகை வித்யாசத்தை நாம் ஏற்றுக் கொள்கையில், இலக்கிய உலகில் மௌனியின் நிலை என்ன என்பது புதிராகிறது - அதாவது, அந்த ரசிகர்கள் மௌனியை ஹம்பக் என்பதும் நாம் மௌனியை நமது தலை முறையின் பெரிய எழுத்தாளன் என்று கொள்வதும் ஆன இரண்டு பார்வைகளில், எப்பார்வை ஸ்டான்டர் டானது? அதாவது எந்த வகையில் புரிந்து கொள்ளல் சரி?

இங்கு எந்த வகையில் புரிந்து கொள்ளல் சரி என்ற கேள்வி அபத்தமானது. சரியானவகையில் புரிந்துகொள்ளல் என்றால், இந்த உத்தேசம் இருக்கு, இது புரிந்து கொள்ளப்படவேணும் என்ற பழைய நிலை பிறக்கும். இதுதான் புரிந்துகொள்ள இருக்கு என்பது தவறு. ஆகவே சரியான வகைப் புரிந்துகொள்ளல் என்று இல்லை. இந்நிலையில், மௌனியின் இலக்கிய நிலைமையை. அவரிடம் புரிந்துகொள்ளப் படுவதுக்கு உள்ள எந்த மர்மத்தையும் கொண்டு நிதானிக்க முடியாது என்ற முடிவு வருகிறதல்லவா?

இந்த வகைச் சிக்கல் புதுமைப்பித்தனைப் பொறுத்து இல்லை. புரிந்துகொள்ளல், புரிந்துகொள்ளாமை சங்கடம் அவரிடம் இல்லை.

எனவே, அவரை எதைக்கொண்டு இலக்கியபீடத்துக்கு கொணர்கிறோமோ, அதையே தான் மௌனியிடமும் காண முயலவேண்டும். இப்பொது அம்சம்தான், சிருஷ்டிக்கும் கணத்தில் ஆசிரியன் கொள்ளும் மனநிலை.

சுத்தமான வாசிப்பு, அந்த சிருஷ்டி மனநிலையை ஒரு படைப்பில் வாசகன் உணர்கிற காலங்களில்தான். ஆசிரியனிடம் பிறந்து படைப்பில் வெளிப்பட்டு வாசகனிடத்தில் தொற்றும் இந்த சிருஷ்டி மனநிலை, எல்லாக் காலங்களிலும் விமர்சகர்களை ஏமாற்றிவந்துள்ளது - இன்றும் ஏமாற்றிக்கொண்டிருக்கிறது. அதாவது விமர்சகர்கள் இதை ஒரு சம நிறுவையாக்க முயல்கிறார்கள் - ஒரு 'ஆப்ஜக்ட்டிவ் வால்யு' ஆக்கப் பார்க்கிறார்கள்; சில திட்ட வட்டங்களை வகுக்கிறார்கள். ஆனால் ஒரு புதிய படைப்பாளி பிறந்து புரட்சி செய்யும் போது, அந்தத் திட்டவட்டங்களையும் மீறினதாக இவனுடைய படைப்பு வந்துவிடுகிறது. எலியட்டின் படைப்பை, ஹெமிங்வேயின் ஆங்கில நடையை, அப்ஸ்ட்ராக்ட் ஓவியர்களைப்பற்றி எழுந்த பிரச்னையும், திட்டவட்டங்களைப் பொறுத்ததுதான் - சம நிறுவை யைப் பொறுத்ததுதான். ஆனால், பழைய திட்டவட்டங்கள் தளர்த்தப்பட்டு மீண்டும் வாசகர்கள் விழிப்படையும் போதுதான், அவனவன், தன் தன் சுவாதீனத்தில் ரசிப்பது என்ற காரியம் நிகழ்கிறது. ஆப்ஜக்டிவ் ஆன சமநிறுவை கள், சுவாதீனமாக வாசகவிழிப்பின் பொறுப்பை எதிர்பார்ப்ப தில்லை. வாசகன் பொறுப்பு ஏற்கவேண்டிய கணங்கள், புரட்சிப் படைப்பாளியின் காலத்தில்தான் நேரும். ஒவ்வொரு காலத்திலுமே கலைஞன், வாசகனின் தனிப்பொறுப்பை எதிர்பார்த்துத்தான் புதுப் பாதை போட்டிருக்கிறான்.

புதுக்கவிதைக்காரர்களும் இவ்வகையாகத்தான் இன்று தமிழ் வாசகனின் பொறுப்பை எதிர்பார்க்கிறார்கள்.

விமர்சனமும் படைப்பைப்போலத்தான். படைப்பாளி, சிருஷ்டி மன நிலையை தன் படைப்புக்குள் கொண்டுவந்துவிட முயன்று, ஏதோ அரைகுறையாக நிறைவேற்றுகிறான். விமர்சகனும், படைப் பில் கிடக்கும் அந்த அரைகுறையை வாசகனுக்குச் சுட்டிக்காட்ட முயன்று அபூர்ணமாகவே நிறுத்திவிடுகிறான். படைப்பாளி இடை யறாது செய்யும் பரிசோதனைகளுக்கு எதிரொலித்தபடியே, விமர்சக

னும் தன் ஆப்ஜக்டிவ் வால்யுக்களை, பொது அளவுகோல்களை மாற்றி மாற்றிக் கொண்டிருப்பான். ஆகர்ஷணச் சுருக்கில் மாட்டிக் கொண்டாலும், தன்னுடன் ஒன்றுமோதி நெருங்கி விடாமல், ஆனால் ஒன்றைவிட்டு ஒன்று நீங்காமலும் சுற்றிவந்து கிரகங்கள் மாதிரிதான், படைப்பும் விமர்சனமும்; இவையும் இயற்கையின் நியதி களுக்கு உட்பட்டவை போலும்.

'இதெல்லாம் அழகாய்த்தான் இருக்கிறது - அந்த சிருஷ்டி மன நிலை, என்றால் என்ன?' என்று கேட்கிறீர்கள். அதை இதுதான் என்று கட்ட முயல்வதே ஒரு 'ஆப்ஜக்டிக் அப்ரோச்' அல்லவா? நான் சாமர்த்தியமாக தப்பிக்க முயலவில்லை. உங்கள் தனித்த வாசகப் பொறுப்பை எதிர்பார்த்துச் சொல்கிறேன். நீங்கள் அப் பொறுப்பு உள்ளவரானால், இளங்கோவின் கவிதையில் ஒரு மர்ம அநுபவம் - அதாவது இன்ப அநுபவம் கவி அநுபவம் என்ற லேபல் களை மீறி - எழுவது போலவே, ஒரு புதுக் கவிதையிலும் ஏற்பட முடியும். நாகரிக மாறுபட்டால், சரித்திரப் புழுதியால், எதாலும் தீண்டமுடியாத படைப்பாளியின் அம்மனநிலையை அணுகுபவர் களுக்குச் சொல்ல வேண்டாம் - அறிவார்கள்.

எழுத்து : 84, டிசம்பர் 1965

20 சிருஷ்டி இயக்கம்

எண்பத்தி நாலாவது எண் இதழில், 'படைப்பாளியின் மன நிலை' பற்றிப் பிரஸ்தாபித்து எழுதியிருந்தேன். ஒருவகையில் அது மேலோட்டமான பேச்சுத்தான்; 'அவ்வழியில் அல்ல, இவ்வழியில் எப்படியோதான்...' என்று, சரியான வழி தெரியாநிலையிலும் தப்புவழியைப் பற்றி, அது தப்பான வழிதான் என்று நிச்சயத்துடன் சொல்கிறவன் பேச்சு. அத்தகைய வழிகாட்டுதலுக்கு எப்பவுமே மவுசு குறைவு. தெரிந்ததுதான் ஆனாலும், இம்மாதிரிக் காரியத்தில் ஒரு ருசி இருக்கிறது - வழி தெரியாதவனோடு வழிகாட்டியும் நின்று தடுமாறுவது...

அக்கட்டுரையில், சமநிறுவைபற்றி எதையோ சொல்லியிருக்கிறேன் - 'ஆப்ஜெக்டிவ்' அளவைகள் குறைபாடானவை என்று. இந்த 'ஆப்ஜெக்டிவ்' ஆன, யாவருக்கும் பொதுவான அளவைக்கு அகப்படாத ஒன்றுதான், ஒரு கலைப்பொருளின் தாரதம்மியத்தை நிறுப்பது என்கிற ஒரு முடிவு காட்ட முயன்றிருந்தேன். சங்கதி என்னவென்றால், கடைசியில் அம்முயற்சி வெறும் புஸ்வாணமாகிவிட்ட பிரமையளிக்கிறது: பொது அளவைக்கும் அகப்படாத ஒன்றுக்கு, படைக்கும்போது படைப்பாளி கொள்ளும் ஒருவித மனநிலை என்று மட்டும் லேபல் ஒட்டிவிட்டு ஒதுங்கிவிட்டேன். அந்த 'ஏதோ ஒன்று' - "நன்றாயிருக் கிறது, ஆனால் ஏன் என்று தெரியவில்லை!" என்று தடுமாறவைக்கிற புகையுருவம்; விமர் சனத்துறை பல்வேறு வகைகளில் செழித்துள்ள இன்றும், 'இல்லை, இவர்கள் இங்கு தீண்டவில்லை' என்று, திரும்பவும் கலைப் பொருளுக்கே மனசை திருப்பி விடுவது.

'The Milky way is like a silver river' என்ற கவி வரியிலோ, 'எவற்றின் நடமாடும் நிழல்கள் நாம்?' என்ற கதாசிரிய வரியிலோ, மனம் மெய்யநுபவத்தைத் தேடுகிறதே - அங்கு விமர்சகன் தோல்வி

யடைகிறான். உண்மையில் அந்தத் தோல்விதான் அவன் வெற்றி யும்; வாசகப் பந்தை எகிறி ஆசிரியனின் கைக்கே பிரதிபலித்துவிடும் சுவர்தானே அவன்?

இந்தப் படைப்பு வரிகளின் மர்மம், படைப்பாளியின் சிருஷ்டி மன நிலையில் தொக்கி நிற்கிறது என்று எனக்குத் தோன்றுகிறது. எனக்கு மேற்குறிப்பிட்ட இரண்டு வரிகளும், அடிக்கடி உள்ளூர ரீங்காரம் செய்வ துண்டு. ரஷ்யாவிலிருந்து தப்பித்துக்கொள்ளத் தற்கொலை செய்த மாயாக்காவ்ஸ்கி என்ற கவி, தற்கொலை செய்யு முன் எழுதிவைத்த கவிதை யில் ஒரு வரி ஒன்று; மற்றது மௌனியின் 'அழியாச் சுடர்'ரில் ஒரு வசனம்.

இந்த இரண்டு வரிகளும் என் மனசை வட்டமிடுவதன் கார ணத்தை ஆராய்வதன் மூலம், நான் போனதடவை ஏனோதானோ என்று தொட்டுப் பார்த்துவிட்டு நகர்ந்த, 'சிருஷ்டி மனநிலை' பற்றி ஏதும் சொல்லலாம் என ஒரு சபலம். ஆனால், அக்கட்டுரையி லேயே சொல்லியிருக்கிறேன்; சிருஷ்டி மனநிலை பற்றி நான் ஏதும் சொல்ல முயல்வதே, அதை ஒரு பொது நிறுவைக்கு வசப்படுத்தச் செய்யும் அபத்தமான யத்தனமாகும் என்று. ஆகவே, வாசகர் என் எல்லையை ஞாபகத்தில் கொள்ள வேணும். நான் இங்கு, அந்தச் சிருஷ்டி மனநிலை இதுதான் என்று சுட்ட முயலவில்லை. அது முடியாது என்பது என் அபிப்ராயம். ஆனால் அதுபற்றி, அல்லது அது மேற்குறிப்பிட்ட வரிகளிலிருந்து என்னைத் தொற்றும் வகை பற்றிச் சொல்ல முயற்சிக்கிறேன். இதன் உத்தேசம் ஒன்றே ஒன்று தான். அதாவது, 'சிருஷ்டி மனநிலை' என்கிற ஒன்று இருக்கிறது என்று ஸ்தாபித்தல். இதைச் செய்யாதுவிட்டால், என் முன் கட்டுரை அஸ்திவாரமற்றதாகும் எனப் பயப்படுகிறேன்.

The Milky Way என்பது நமது நக்ஷத்ர மண்டலத்தின் பெயர். இதைப் போய் ஒரு வெள்ளி நதிக்கு ஒப்பிட்டதில் என்ன கவிதை இருக்கிறது பிரமாதமாக, என்று கம்பனின் கவிவரியில் ஒரு உவமை யழகை ஒருவர் காட்டி வம்பு பண்ணலாம். நமது தமிழ் சமூகத்தின் கலாச்சாரச் சீரழிவின் வெளிவிளக்கம் தான், அத்தகைய ஒருவர் பேச்சாகும். அவர் கம்பன் கவியையும் சரி, இந்த ரஷ்யக் கவி வரியையும் சரி, உணராதவர் என வேண்டும். அதாவது, அவர் சிருஷ்டிமனநிலையை உணரவில்லை. அதனால் பாதிப்புப் பெற

வில்லை என்கிறேன். ஒரு கவிதையின் நிரந்தரத்வம், அந்த சாகாத இயற்கைநிலையில் இருக்கிறது; கம்பனின் உவமைச் சிறப்பு, ரஷ்யக் கவியின் 'சாமான்ய' உவமை என்கிற சில மேல்தோல் அம்சங்களுக்கும் அடியில், படிமங்களின் இயக்க சக்தியில் உள்ளது. அந்த இயக்க சக்தி என்ன செய்கிறது நமக்கு? The Milky Way is like a silver river என்ற வரியைப் படித்ததும் எனக்கு நடந்தது என்ன? ஒரு பிரமிப்பு!

இவ்வளவுதான்! ஆனால், இந்தப் பிரமிப்பு வெறும் அறிவு பூர்வமான அதிர்ச்சியல்ல. உவமையின் சிறப்பில், கெட்டிக்காரத் தனம், வித்தை, 'இல்லையோவெனும் இடை' என்னும் அதீதத் தன்மைகளில் இல்லை – நம் பண்டித அளவுகோல்களின்படி, உவமைச் சிறப்பு அதன் அதீதத் (இயற்கையை விட்டு தூர விலகிப் போகிற) தன்மையில் உள்ளது. அவ்வகை உவமை வெறும் அறிவு பூர்வமான அதிர்ச்சியையேதரும். கெட்டித்தனமாகப்படும். ஆனால் பிரமிப்புத் தராது , உணர்வைத் தீண்டாது.

மௌனியின் 'அழியாச்சுடர்'ரும் 'பிரபஞ்சகானம்'மும்தான் சிறந்தவை என க.நா.சு.வுக்குப்படுவதன் காரணம், அவ்விரண்டி லும்தான் இந்த பிரமிக்கவைக்கும் கவித்வம் இருக்கிறது என்ப தாலோ என நினைக்கிறேன். இவ்விடத்தில் வாசகர், 'அழியாச்சுடர்' கதையில், கதாநாயகன் இரண்டாவது தடவையாக கோயிலுக்குப் போகும் இடத்தில், கர்ப்பகிருக வர்ணனையைப் படித்துப் பார்க்க வேண்டும் எனக் கேட்டுக்கொள்கிறேன். தமிழ் இலக்கியத்தில் பொறுக்கி எடுத்துக்கொள்ள வேண்டிய வரிகளுள் சில அவை. காரணம் அந்த பிரமிப்பு! ''உலகின் கடைசி மனிதன், அந்தத்திலும் அவியாத ஒளியை'' என்று வரும் வரிகளுள், எந்தச் சொல்லில், சொற்களில் ரகசியம் இருக்கிறது? மௌனி யினாலேயே அந்த விஷயத்தைப்பற்றி ஒன்றும் சொல்ல முடிவதில்லை.

''எவற்றின் நடமாடும் நிழல்கள் நாம்?'' என்ற மௌனியின் கேள்வி - அங்கும் இந்தப் பிரமிப்புத்தான். இந்த பிரமிப்பை ஆசிரி யன் நமக்கு ஊட்டுவது எவ்வகையில்? பண்டித அளவுகோல்களின் படி, அதாவது 'நமது விமர்சன அளவுகோல்' - 'நமது விமர்சன அளவுகோல்' என்று உதட்டளவில், விஷயம் அறிந்த க.நா.சு. போன்றவர் வரை சொல்லிக்கொள்கிறார்களே–அந்த 'நமது' அளவு

கோல்களின்படிக்குப் பார்த்தால், நம்மை நிழல்களுக்கு ஒப்பிடுவதிலோ 'மில்க்கிவே'யை வெள்ளிநதிக்கு ஒப்பிடுவதிலோ, 'உவமை நயம்' (நமது அளவுகோல்களிடையே ஒரு பிரயோகம்) பிரமாதமாக இல்லை.

மேல்நாட்டுமுறைகள், கவியின் தீண்டமுடியாத அம்சங்கள் வரை ரசிகனை இட்டுச் செல்ல முயன்றிருக்கின்றன. எவ்வளவுக்கு எவ்வளவு தேடி அடைய முயல்கிறோமோ, அவ்வளவுக்கு அவ்வளவு நம் தேடுதலுள் அகப்படாத மர்ம அம்சங்கள்தான், கவியின் பெருமைக்கு உரியவை என்ற ஸ்திர உணர்வு கிடைக்கும்; கவியில் ஒருமன இழப்பு நேரும். இந்த மன இழப்பின் வசப்பட்டுத்தான், நான் ஆரம்பத்தில் சொன்ன வரிகள், என் மனசில் எதிரொலித்திருக்க வேண்டும். ஆக,

'உவமை நயம்' அல்ல நான் எடுத்துக் கொண்ட வரிகள் என்னைப் பிரமிக்க வைத்ததின் ரகசியம். ஒன்றும் 'பிரமாத' (அதாவது அதீத) உவமைகள் அல்ல அவை.

இவற்றை, வேறுவகை அளவை கொண்டு பார்த்தால், சிறந்த 'படிமங்கள்' (images) எனலாம். 'பொய்த்தேவு' நாவல் முழுவதுமே ஒரு படிமம். நான் படித்துப் பத்து வருஷத்துக்கு மேலிருக்கலாம். ஆனால், வரண்ட பாலைவன வெக்கை, ஒரு கோடைகாலத்து மத்தியான உஷ்ணம், என் நினைவில் இன்னும் அந்த நாவலின் ஞாபகமாக நிற்கிறது. நாவலை மறந்து விட்டேன். ஆனால் அதன் படிமம் நிற்கிறது. எத்தனையோ நாவல்கள், கதைகளிடையே இது வேறு வகையாக, ஒரு கசப்பான தோல்வியின் ஞாபகம்போல் நிலைத்துவிட்டது. இந்த நிலைபேற்றின் காரணம், நாவலின் படிம சக்தி, 'இமேஜரி'. என் மனசில் இப்ப நிலை நிற்பது அந்த நாவலின் 'கதை' அல்ல. கதையின் பெரும் பாகம் மறந்து போய்விட்டது.

இவ்விடத்தில், வாசகர் என்னுடன் ஒத்துழைத்தால்தான் நான் சொல்ல முயல்வதை அறியலாம். சுரணையுள்ள எந்த வாசகருக்கும், மனசில் சில குறிப்பான ஆசிரியர்கள் - அந்த டாஸ்டாவ்ஸ்கி மாதிரியானவர்கள் தைத்து விட்ட முள்ளுகள் இருக்கும். படித்தது முழுக்க நினைவில்லா விட்டாலும், காஃப்கா - அல்லது சில புதுமைப்பித்தன் கதைகள், அவரது 'துன்பக்கேணி'. ஆமாம், வாசகருக்கும் அப்படி அனுபவங்கள் இருக் கின்றன. இந்த மாதிரி சக்தி -

படிம சக்தி - The Milky Way is like a silver river என்ற வரியில், ''எவற்றின் நடமாடும் நிழல்கள் நாம்?'' என்ற வரியில் இருக்கிறது.

அவ்வரி எனக்கு பிரமிப்புக் கொடுத்ததின் காரணம், கலைஞனின் மனப்பண்பு - அதாவது அவனைப் பாதித்த சில வேகங்களின் விளைவு - அவ்வரியில் வெளியாவதுதான். தெளிந்த இரவில் நீங்கள் 'மில்க்கிவே'யைப் பார்க்க முயன்றிருப்பீர்களோ என்னவோ, அது பிரபஞ்சத்தின் மௌனமான எல்லையின்மையைக் கண்களுக்குக் கோடிட்டுக் காட்டுவது. தற்கொலை செய்யப் போகிறவனுக்கும், சாவை நோக்கித் தன்னையே உருட்டி விடுகிற போது, தனது தூசித் தன்மையின் முன்னிலையில் ஒரு அகண்டத்தின் பிரக்ஞை எழு கிறது. சுமார் பத்துப் பதினைந்து வரிகளேயுள்ள அக்கவிதை யில், இந்த ஒருவரிதான் கவியின் தற்கொலை எண்ணத்தை ஒரு பொருட்டு விஷயமாக ஒதுக்கிவிட வைப்பது. இருப்பும் இன்மை யும் இந்த அகண்டத்தின் முன் ஒன்றுதான் என...

ஆம், பிரபஞ்ச வெளியின் முன் என் தூசித் தன்மையை அவ்வரி எனக்குப் புலப்படுத்தி யிருக்கிறது. அதுதான் என் பிரமிப்பின் காரணம். இப்பவும் ஞாபகம் இருக்கிறது. ஒரு நண்பரும் நானும் அக்கவிதையைப் படித்துவிட்டு, வெளியேவந்து வானை அண்ணாந்து பார்த்து மௌனமாக நின்ற வினாடிகள்...

''நாம் சாயைகள்தாமா? எவற்றின் நடமாடுகள் நிழல்கள் நாம்?'' நாம் சுவாதீனமான வியக்திகள் அல்ல, சுவாதீன சக்தியோடு இயக் கும் வேறு எவற்றையோ பின்தொடரும் நிழல்களா நாம்? ஆமாம், எந்தத் தீவிர நிலைமையில், நாம் நமது புத்தியின் இசைவுக்கு நடந்திருக்கிறோம்? யாவற்றுக்கும் மேலாக, நாம் எமது இசை வுடனா பிறந்திருக்கிறோம், அல்லது முடிவெய்துகிறோம்? சங்கிலி போல் தொடரும் ஆழ்ந்த வாழ்க்கைப் பிரச்னைகளை எழுப்பி விடுகிறது இந்த மௌனி வரி. இந்த ஆழ்ந்த பிரச்னைகளின் வேகம் தான் இங்கே பிரமிப்புத் தருவது.

இவ்வரிகளின் அடியில் இயங்குவதுதான் சிருஷ்டி கர்த்தாவின் மனநிலை. இம் மனநிலையை, அவன் வாழ்க்கையைப் புரிந்து கொண்ட வகை என்று பச்சையாகச் சொல்லலாம்.

ஆனால், வாழ்க்கையைப் புரிந்துகொண்டா எழுத வேண்டும்? புரிந்துகொள்ளாமல் கலை பண்ண முடியாதா என்று கேட்கலாம்.

வாழ்க்கையைப் புரிந்துகொள்ளா நிலையில், வெறும் பயிற்சி எழுத்தாகத்தான் எவ்வகை எழுத்தும் இருக்கும். 'இல்லாத இடை' போன்ற அதீத உவமைகள் பிறக்கும். அதாவது, வாழ்வை விட்டுக் கற்பனை தனித்தியங்கும். வாழ்க்கையைப் புரிந்துகொள்ளல் எனும் போதும், இதுதான் வாழ்வின் அர்த்தம் புரிந்து கொள்ளப்படுவதுக்கு என்று தொனிக்கிறது. அப்படியல்ல; சுரணையுள்ள இதயம், சிருஷ்டி சக்தியுள்ள இதயம் வாழ்வினால் பாதிக்கப்பட வேண்டும் என அர்த்தம் கொள்ளுங்கள். இப்பாதிப்புத்தான் முக்யம். ஆனால், அவனவனின் மன ஆழம் விஸ்தரிப்பு, அறிவின் பகைப்புலம், தீட்சண்யம், யாவற்றுக்கும் மேலாக விருப்பு வெறுப்பு - இவற்றுக் கேற்ப இப்பாதிப்பு ஓரொரு வகையில் கலையுள்ளத்தில் சமைகிறது. சமைந்த வாழ்வை, அவன் புரிந்துகொண்ட அளவிலான வாழ்வாகக் கொள்கிறோம். அது கலைப் படைப்பில் வெளிப்படும்போது பலவித அளவைகட்கும் - தத்துவ, மனவியல், சமூக அளவை களுக்கு - உட்பட்டு, ஆசிரியனின் தீட்சண்யம், முதிர்ச்சிபற்றி நிதானிக்க உதவுகிறது.

இப்படி ஒருத்தன் புரிந்துகொண்ட வாழ்க்கைதான், அவனுக்குப் படைப்பு வேகத்தை அளிக்கமுடியும்; அவனைச் சிருஷ்டி இயக்கத் திற்கு உட்படுத்த முடியும். எழுத வேண்டியது, தவிர்க்க முடியாத ஓர் காரியமாக இயல்பின் வசப்பட்டுப் பிறப்பது அப்போதுதான். இந்நிலையில்தான் தன்முனைப்பை மீறின வகையாகக் கவி இயங்கு வது. அவனே அறியாமல், அவனை வெளியீட்டு சக்திகள் இயக்குவது.

வெளியீட்டுச் சக்தியினால் இயக்கப்படும் மனசுக்கு கிடைக்கிற உந்நத நிலை, வாழ்வின் பரிச்சயம் அளித்த முதிர்ச்சி, அவனை எழுத வைக்கிற போது, அவனது வெளியீட்டு இயக்கம் தனித்த சில தன்மைகள் பெறு கின்றன. இதை அவன் எழுத்தில் உணர்ந்து பரவசப்படுகிறோம். கனவு அல்ல அந்தத் 'தன்மை'. ஆனால் மனசின் சபலங்கள் யாவற்றையும் மூச்சடக்கி விடுகிற வாழ்வின் நிதர்சனசக்தி என வேண்டும். சிறுபிள்ளைத் தனமான சபலங்களுள் தப்பித்துக்கொள்ளவிடாமல் மனசை ஈர்த்து, ஒரு தவிர்க்க முடியா மையை வாழ்வின் அம்சங்களுள் உணர்த்துவது. இதைத்தான் படைப்பாளியின் மனநிலை எனவேண்டும்; அதாவது, படைப் போடு அவன் சம்பந்தப்பட்ட அளவுக்கு. மனிதப்பிராணியாக அல்ல.

மனிதப் பிராணியாக, அவன் கொஞ்சம் சபலபுத்திக்காரன், நிறைவேற முடியாதவற்றை, நிதர்சனத்துக்குப் புறம்பானதை அங்கீகரிப்பவன் என்பது தவறல்ல. ஆனால், அவனது இயல்பான நொய்மை இருக்கிறது. அதே நொய்மையினால்தான் அவன், வாழ்வின் நிதர்சனம் எவ்வளவு ஆக்ரோஷ மானது என, பூரணமாக அதால் பாதிக்கப்பட்டு உணரவும் முடிகிறது.

இவ்வளவும் அறுவை வேலை. இந்த அளவோடு நிறுத்திக் கொள்கிறேன். இதுதான் என்று சிருஷ்டி மனநிலையை நான் சுட்டி விடாமல், வேறு வகைகளிலேயே அதுபற்றிச் சொல்ல முயன்றிருக்கிறேன். கலைஞனால் பிரமிப்படைய முடிகிறது; அதிசயிக்க முடிகிறது; கேள்விபோட முடிகிறது. அதிசயிப்பு, கேள்விபோடல் - இவைதான் கலையின் உந்நதமான காரியம் என நினைக்கிறேன். இந்த பிரமிப்பு, அதிசயம், கேள்விகள் என்பவற்றின் இயக்கம்தான், படைப்பு மனநிலை.

எழுத்து ; 90, ஜுன் 1966.

21 நிழல் கலை

சினிமா உண்மையில் பூர்ணமான கலையாவது எப்போது?

கலையை உணர்ச்சி வெளியீடு என்று சொல்வதைவிட, அழுத்த மாக, நிதர்சனத்தைப் பதிவு செய்தல் எனச் சொல்லலாம். உணர்ச்சி என்பதும் நிதர்சனத்தின் ஒரு கூறாக, இவ்வகையில் சொல்லப்பட்டு விடுகிறது அல்லவா?

மேற்படி விஷயத்தின் தத்துவப் பின்னல்களுள் விழாமல், வசதி யாக நான் சொல்ல வந்ததுக்கு ஆதாரத்தை மட்டும் அதிலிருந்து பிரித்தெடுத்துக் கொள்கிறேன். நிதர்சனம் என்ற வார்த்தையினுள், மனிதானுபவங்களின் பல்வேறு வகையான கூறுகள் அமைந்திருக் கின்றன. கலையை உணர்ச்சி வெளியீடு, அநுபவத்தின் வெளியீடு எனும்போதெல்லாம், அது நிதர்சனத்தை ஒரு அநுபவமாக, உணர்ச்சிபூர்வமாக வெளியிடல் என்றே பொருள்கொள்ள வேணும். மனிதனின் ஆழ்ந்த அநுபவங்கள் உணர்ச்சிபூர்வமானவை (எமோட் டிவ் ஆனவை). கலையின் இயக்கம் உணர்ச்சியின் ஒளியில்தான். இதனால்தான், உணர்ச்சி வெளியீடே கலை என்று சொல்ல நேர்ந் திருக்கிறது. உணர்ச்சி, பார்க்கப்போனால், கலை இயக்கத்தின் ஒழுக்கத்துக்கு வாய்க்கால் தான். அவ்வாய்க்காலூடே ஓடிவரும் கலைப் பொருள், உண்மையில் நிதர்சனமே.

நிதர்சனம் என்பதை, ரியாலிட்டி என்கிற ஆங்கில வார்த்தை மூலம் அச்சறுத்துப் பொருள் விளங்கிக் கொள்ளலாம். (யதார்த்தம் - ரியலிஸம் என்பதுபோல், தத்துவப் பாங்கான சிந்தனை தமிழில் பிறப்பதுக்கு, நாம் பிறமொழிகளுடன் கொண்டுள்ள உறவைப் பயன்படுத்துவது, லாபகர மானதும் சிக்கல் குறைவானதும் காரியத் தைத் துரிதப்படுத்தக் கூடியதுமாகும்.) இந்த 'ரியாலிட்டி' என்ற சொல் மூலம், நான் மேலே சொல்ல வந்ததிலுள்ள பாதிச்சிரமத்தை தீர்க்கிறேன் என நினைக்கிறேன். மேலே விஷயத்துள் நேரே நுழையலாமா...?

நிதர்சனத்தின் பதிவுகள், உணர்ச்சி வரிகளாக விழுகின்றன. ஆகவேதான், கலைஞன் என்பவன் நிதர்சனத்தை உணர்ந்து வெளிப்படுத்தும் ஒரு பாத்திரம் என்ற வகையில் முக்கியமானவன் ஆகிறான். இது முதல் படி; அடுத்து, கலைஞன் கையாளும் கலைத்துறை.

பெயின்டிங், சித்திரம் தீற்றல் ஒரு உயர் நுண்கலை. கவிதையில் கலைஞனின் சிந்தனை, ஒரு அறிவு பூர்வமாகவும் உணர்வுடனும் சேர்ந்து இயங்குவதுபோல், சித்திரத்திலே வேண்டியில்லை. சங்கீதமோ இதுக்கும் மேலே போய், சிந்தனையின் தர்க்கமுறையை முற்றாகத் துறந்து, அறிவுப்பொருள் தேவையற்ற தளத்தில், உயர் வகை கலையனுபவத்தை எழுப்பக்கூடிய ஒரு கலைத்துறையாகி விடுகிறது...

இவ்விடத்தில் கலைஞனின் சிந்தனை, விரல்கள், குரல் போன்ற அவனுடனேயே ஒட்டிய மனிதப் பகுதிகள், அவனது கலைத்துறைக்கு ஒத்துழைத்தும் சிரமம் தந்தும், சில அநுபவங்கள் சில துறையுள் நுழைந்தும் நுழையாமலும் இயங்குகின்றன. ஆனால், இவை அவனுடனேயே ஒட்டி, அவன் வியக்தி (பெர்ஸனாலிட்டி) யுடன் பிணைந்து நிற்பதால், இந்த விரல், சிந்தனை, குரல் போன்றவை அவனது கலைத்துறைகளை வேறுவேறாக்கினாலும், இவை மூலம் பிறப்பவை கலையாகப் பொருள் படுத்தப்படுகின்றன.

போட்டோவும் சினிமாவும் வந்தபின் -

கலைஞன் புதுத் துறைகளுள் ஈர்க்கப்பட்டுள்ளான்.

ஆனால், அவ்வகையில் ஈர்க்கப்படுபவன் கலைஞன் தானா? பார்ப் போம். இங்கே வருகிற பிரச்னை, கலைக்கருவி சம்பந்தமானது - 'மீடியம்' சம்பந்தமானது.

குரல், சிந்தனை, ஓவியனின் விரல்கள் என்பவை கலைஞனின் வியக்தி யுடன் ஒட்டி இருப்பதுபோல், நவீன போட்டோ, சினிமா கலைகளில், கலைஞனுக்கும் அவன் பிரயோகிக்கும் கருவிக்கும் இடையில் ஒட்டுறவு இல்லை என்று வாதிக்க இடமிருக்கிறது! கலை, நிதர்சனத்தை உணர்ச்சி மயமாக்கி ஒரு குரல் மூலமோ சிந்தனை மூலமோ பிறப்பிக்கும்போது, அங்கேதன்குரல், சிந்தனை போன்ற அங்கங்களுடன் ஒட்டியிருப்பதால், கலைஞனே அவற்றுடன் இயங்குகிறான். அவ்வகையில் சினிமாவூடே கலைஞன் இயங்கவில்லை - இது ஒரு வாதம். (ஒரு முக்கிய விஷயம். சினிமாக்

கலைஞன் எனும்போது, நாம் டைரக்டரையே குறிக்கிறோம் என்பதை நினைவில்கொள்ளவும் - அதாவது இப்போதைய அளவுக்கு.)

இந்தப் பின்னிரு கலைகளிலும் பதிவு முறை, யந்திர வாயிலாக நிகழ்கிறது என்பதுதான், முதல் பார்வையிலேயே நம் சந்தேகத்தை எழுப்புவது. ஆக,

நாம் திரும்பவும் மீடியம், கலைக் கருவி என்கிற இடத்துக்கு வருகிறோம். நிதர்சனம், கலைஞன், கலைத்துறை, கலைத்துறையை நிதானிக்கும் கலைக்கருவி - இந்த நான்கனுள் கலைக் கருவி ஒரு பிரச்னைப் பொருளாகும்போது, இதர மூன்று கூறுகளான துறை, கலைஞன், நிதர்சனம் என்பவையே பாதிக்கப்படுகின்றன. உண்மையில் அப்பாதிப்பு நிகழ்கிறதா?

இப்பாதிப்பு நிகழ்கிறது என்றால், கலைக்கருவி என்பது மட்டுமே இந்நான்கனுள் ஆதிக்கம் கூடியது - அதன் மூலமே கலைஞன் இயங்கு கிறான் என்பதால்.

இன்னொரு கோணத்திலிருந்து - கலை இயக்கம் எங்கே துவங்கு கிறது? அது துவங்கி, ஆரம்ப இயக்கம் எவ்வகையில் நிகழ்கிறது? வெளியிடப்படும் முன்...? ஏனெனில் வெளியிடும் இயக்கத்தில் தான் கருவி குறுக்கிடும். ஆகவே, வெளியீட்டின் முன்...?

இன்றைய மனவியல் வளர்ச்சியில், ஒருவனைக் கலைஞன் என்று நிதானிப்பது, அவனது வெளியீடு மட்டுமல்ல என்பதை நாம் உணரவேண்டும். கலையின் இயக்கம், கலைஞனின் அக இருளி லேயே ஆரம் பிக்கிறது அல்லவா? அங்கு நிகழும் இயக்கம், சக்திகளின் உருவற்ற ஓட்டம் போல்தான் துவங்குகிறது. அந்த அளவுதான் நாம் வார்த்தைகள் மூலம், அவன் இயக்கத்தின் முதல் நிகழ்ச்சியைச் சொல்லலாம். அந்த சக்திகளின் உருவற்ற ஓட்டத் தின்பின் மனசில் எழும் வடிவம், அவனது துறைக்கு ஏற்ப நிதானம் பெறுகிறது. உதாரணமாக, பாடகனிடத்தில் அந்த ஆரம்ப இயக்கம், மனசி னிடத்திலேயே - வாய்க்கு வருமுன்னா லேயே - இசை நெளிவுகளை எழுப்பும். ஓவியனிடத்திலும் கவியிடத்திலும் இப்படியே - வண்ணம், வடிவம் - வார்த்தைச் சேர்க்கை, படிமங்கள் என்று ஆகும். இந்த இயக்கம்தான் அவனைப் பாடகனாக்குவதும் கவியாக்குவதுமே தவிர, அவன் கையாளும் கருவி அல்ல. உண்மை யில், மேற்படி மன இயக்கத்தினால்தான் அவன் கருவி நிதானிக்கப் படுகிறது.

அப்படியானால், போட்டோ என்கிற கருவிக்கு மனநிகழ்ச்சி முதல் நிகழ்ச்சியாவது எப்படி? சினிமாவுக்கு...? உண்மையில், மனசின் விவரிக்க முடியாத மனோசக்தி இயக்கம்(கிரியேட்டிவ் ஃபோர்ஸ்), அதன் தொடரான இசை நெளிவு, வடிவம், சிந்தனைப் படிமம் - யாவுமே சினிமாவில் இயங்கமுடிகிறது. ஆனால், முதன் மையாகச் சினிமா, போட்டோவின் மூலம் சுத்தமான ஓவியங்களின் தொடரான நிகழ்வாக இயங்கியாகவேணும் என நான் அபிப்பிராயப் படுகிறேன். ஆகவே, ஆரம்பத்தில் டைரக்டரையே சினிமாக் கலைஞன் என நான் குறிப்பிட் டாலும், காமிராக்காரரின் பங்கும் இருக் கிறது. ஆனால் ஒரு சினிமா, டைரக்டரின் இதய எழுச்சியாகவே பிறக்கிறது.

சத்யஜித் ரேயை சினிமாவில் இயங்குவதுக்குத் தூண்டியது, *த பைஸிக் கிள் தீவ்ஸ்* என்ற ஐரோப்பிய தயாரிப்பு. ரே ஒரு வங் காளக்கவி. கவிதை மனித இயக்கம் யாவற்றுக்குமே கிரீடம் போன் றது. ஆனால், அத்தகைய கிரீடம் போன்ற துறையில் இயங்கத்தக்க ஒரு சக்தியை, சினிமா ஈர்த்தது எப்படி? காலஞ்சென்ற பிரெஞ்சுக் கவி ஜான் கொக்டோ, ஒரு சினிமாக் கலைஞன். அவன் சொல்வதன் படி பார்த்தால் (அவன் ஒரு தலை சிறந்த ஓவியனும் கூட), சினிமா, ஓவியம், கவிதை - யாவுமே ஒரே சக்தியின் இயக்கமாகிறது. ரே சினிமாவில் நுழைந்ததுக்கு, கொக்டோவின் இக் கருத்தே ஒரு விளக்கமாக முடியும்.

ரே, *பைஸிக்கிள் தீவ்ஸ்*ஸைப் பார்த்தபோது, அதன் இத்தாலிய சேரி வாழ்க்கையின் நிதர்சனம் - சுவரில் விளம்பரம் ஒட்டுபவனின் அத்திவார மற்ற தடுமாற்றமான வாழ்க்கையின் நிதர்சனம் - அவனது தேவைகள், உணர்வுகள் (சுவரில் ஒட்டும் போஸ்டர்களை, தானே தயாரித்தது போன்ற ஒரு சிருஷ்டி உணர்வைக்கூட அவன் கொள்கிற ஒரு மயக்கம், மனிதன் தனது இடைஞ்சலூடே கொள்ளும் ஆத்மா நுபவத்தின் குறியீடுபோல், அப்படத்தில் எடுக்கப் பட்டிருக்கிறது), எல்லாமே கவித்தரத்துக்கு மனசை எழுப்பிவிடும் வகையில் தயா ராக்கப்பட்டிருந்ததைக் கண்டிருக் கலாம். அதன் தொடராக, ரேயின் மனஇயக்கம் சினிமாவின் ஓவியஓட்டமாக நிகழத் துவங்கியிருக் கும். அதன் தவிர்க்க முடியாமை, அவரைத் தயாரிப்புத் துறையுள் ஈர்த்திருக்கும்.

சினிமா உண்மையில் பூரணமான கலையாவது, அது எவருடைய இதய எழுச்சியாக உருவாகியதோ, அவரது கையின் நேரடி ஆதிக்கத் துள் சினிமாவின் தயாரிப்புக் கருவிகள் யாவுமே அடங்கும்போது தான். இங்கேதான் காமிராவின் இடம் வருகிறது. ஏனெனில், சினிமா இதய எழுச்சியாக எழும்போது, பிலிமின் கனவோட்டமாகவே அழுத்தமான பகுதிகள் நிகழ்கின்றன. கலைஞன், திரையில் ஓட விருப்பதை முதலிலேயே கனவு கண்டு விடுகிறான் - கவி தன் கவிதையின் முக்கிய அங்கமான படிமங்களை மனசினுள்ளேயே எழுப்பிவிடுவதுபோல். எப்படி, கவி தன் கருவியைக் கையாண்டு வெளியீட்டை ஆரம்பிக்கிறானோ, அதே நிகழ்ச்சி, ஷூட்டிங்கிலும் எடிட்டிங்கிலும் நேர்கிறது. கனவு காணும் நிகழ்ச்சிக்கும் ஷூட்டிங் கிற்கும் இடையில் ஒரு முக்கிய அங்கம் - நம் தயாரிப்பாளர்கள் அதிகம் கவனிக்காத அங்கம் - கனவு நிலையைத் தொடர்ந்து இது மட்டும் பரிபூரணமாக நிகழ்ந்துவிட்டால், இதன் அமைப்பின் வெற்றியே படத்தின் கலைத்தர வெற்றி (வியாபார வெற்றியைப் பற்றிப் பேசவில்லை) ஆகும். அதுதான் எழுத்து!

டைரக்டரே எழுத்தையும் மேற்கொள்ள வேண்டும். 'எழுத்து' எனும்போது, நான் வெறும் 'கதை வசனம் என்கிறார்களே, அதைக் குறிப்பிடவில்லை. டைரக்டர், கதையையும் வசனத்தையும் வைத் துக்கொண்டு, மேற்கொண்டு ஒரு விஷயத்தை எழுத்தில் தயாரித்து விட வேண்டும் - சினிமாவின் ஒவ்வொரு அங்குலத்துக்குமான ஓவிய ஓட்டத்தை!

இதைக் 'காட்சி என்று வகுக்கலாம் - கதை வசனம், அடுத்து காட்சி. இதுதான் டைரக்டரின் பங்கு; அவரது இதய எழுச்சியின் விளைவு.

ஒரு கதை, டைரக்டரை இந்த இதய எழுச்சியுள் தூண்டிவிட்டு, அவரே 'காட்சி'யை அமைக்க, முதலில் எழுதி எடுக்க இயங்குதல் வேண்டும்.

காட்சி எனும்போது, எவ்வளவு லேசாக இது நமக்கு தொனிக் கிறதோ! காரணம், தமிழ் சினிமாக் காட்சிகளின் கற்பனைத்தரம் குறைந்த தயாரிப்புகள் தான், நடிக நடிகையரின் அடையாளங்கள் தான் - இன்னின்னார்இவர் என்று காண்பிக்கும் முறைதான் - காட்சி என்று நம்படங்களைக் கொண்டு நாம் அநுமானிக்க நேர்கிறது.

காட்சி இவ்வளவே அல்ல. *ஸ்பெல் பௌண்ட்* என்ற ஹிட்ச்காக் படத்தில் ஒரு முத்தமிடும் காட்சி. காதல ரிடையே அது முதல் முத்தம். அப்போது பகைப்புலத்தில், வெற்றிருளில் கதவுகள் திடீர் திடீரெனத் திறக்கின்றன - கதவுகள்! கதவுகள்! கதவுகள்! பாத்திரங் களின் உணர்வுமடைகள் திறப்பது, எவ்வளவு கலையுணர்வோடு அவ்வகையில் படமாக்கப் பட்டுள்ளது! சத்யஜித்ரேவுக்கு முந்திய காலகட்ட வங்காளிப் படமான *ரத்னதீபம்*-மில் ஜமீந்தாரென நடிக்க யோசிக்கும் ரெயில்வே ஸ்டேஷன் மாஸ்டரின் எதிரிடை மன ஓட்டங்கள் (சரியானதும் தப்பானதும்?), படமாக்கப் பட்டிருக்கும் முறை கவனிக்கத் தக்கது. வேறொன்றுமல்ல: பிளாட்பாரத்தில் பாத்திரம் நிற்கிறது; ஒரு ரயில் எதிரே இரவூடே ஓடுகிறது; அதன் ஜன்னல்களூடே பாயும் ஒளியும் ஜன்னல் சட்டத்தின் இருளும் மாறி மாறிப் பாத்திரத்தின் முகத்தில் வீழ்கிறது. ஒரு சத்யஜித் ரேயின் அபு படத்தொடர் ஒன்றில் காசி படிக்கட்டில் அபுவின் தந்தை வீழ்ந்து சாகிறான். அதே கணத்தில், ஒரு புறாக் கூட்டம் எழுந்து வானில் பறக்கிறது - அவனது ஆத்மாவின் குறியீடாக.

ஜெயகாந்தனின் *உன்னைப்போல் ஒருவன்*(நான் பார்க்காவிட் டாலும்), இவ்வகையில் சுத்தமான 'காட்சி' அமைப்பு கொண் டுள்ளது என்று சொல்கிறார்கள். உதாரணமாக, தாய் காலமானதும் உடனே அழாத சிறுவன், ஓரிரவு ஒரு அறையுள், ஜன்னலூடே தெருவில் போகும் ஐஸ்கிரீம் வண்டி வெளிச்சம் சுவரில் வீழ்ந்து நகர்கையில், தாயை நினைத்து அழுகிறான்...

வேறு தமிழ்ப்படங்களில் இவ்விதமாகக் குறிப்பிட்டுச் சொல்லக் கூடிய காட்சிகள் இல்லை. ஏனெனில், இத்துறையில், மனித மன சின் சிக்கல்களை உணர்ந்து, சினிமாவின் முறைகளூடே பேசக்கூடிய கலைஞர்கள் இயங்க முன்வராதது தான் என வேண்டும். எஸ்.பாலச் சந்தர், ஸ்ரீதர், கே.எஸ்.கோபாலகிருஷ்ணன் போன்றவர்களை வெறும் சமிக்ஞைகள் என்றே சொல்ல வேண்டும். இவர்களிடம் சீரியஸ்னஸ் இருக்கிறது. ஆனாலும் ஆழம் போதவில்லை. *அந்த நாள், நாலுவேலி நிலம், நெஞ்சில் ஓர் ஆலயம், என்னதான் முடிவு?* - தயாரிப்பாளர்கள் என்ற வகையில் பொருட்படுத்தத்தக்கவர்க ளென்றாலும் இவர்கள், முப்பது வருஷத்துக்கு மேற்பட்ட தமிழ் சினிமாத் துறையில் இயங்கியும், இன்னும் நமக்கு ஒரு அகில உலக

ஸ்தானத்தைச் சம்பாதிக்க முடியவில்லை. வியாபார வெற்றியை யும் கவனிக்க வேணும் என்கிறார்களே? ஒரு யோசனை -

பத்துவருஷ வயதுகூட ஆகாத சிங்களசினிமா, ஒரு கம்பெரலிய வைத் தயாரித் திருக்கிறது(டைரக்டர்: லெஸ்டர் ஜேம்ஸ் பீரிஸ்). இதற்கு வியாபாரரீதியாகச் சரிக்கட்டவும் ஒரு வழி செய்திருந்தார் கள். உண்மையில் படம், 'பாட்டு' வகையறாக்களுடன்தான் எடுக் கப்பட்டது. ஆனால், சீரியஸான ரிலீஸில் இவை எடிட் பண்ணப் பட்டன. வெளிநாடுகளுக்குச் சென்றது, இந்த எடிட் பண்ணப்பட்ட காப்பிதான்.

முதலிலேயே குறிப்பிட்ட விஷயம் ஒன்று - ஒரு சினிமாவின் சிருஷ்டி இயக்கத்துள், எழுத்து - ஷூட்டிங் - அடுத்தது எடிட்டிங் - இம்மூன்றுமே சினிமாக் கலைஞனின் முழு ஆதிக்கத்துள் வர வேணும். எடிட்டிங் கினாலேயே, ஒரு சாமானிய படத்தைச் சீரிய ஸான படமாக்க முடியும். சாங்கோபாங்கமான விஸ்தரிப்பு வசனங் கள், இயற்கைக்கு ஒவ்வாத பாவங்கள் முதலியவற்றை எடிட் பண் ணித் தள்ளிவிட்டால், ரஸிகனின் கற்பனையைக் கிளறிவிடுகிற ஒரு மர்மமான குரலைப் படம் ஏற்கிறது. இம்முறையைப் பிரமாதமாக, 'த கன்டெம்ன்ட் ஆஃப் அல்ட்டோனா' வில் காணமுடிகிறது - அது முழுக்க முழுக்க (ஜீன் பௌல் ஸார்த்ர்-ன் நாடகம் அது) சீரியஸான ஒரு தயாரிப்பாக இருந்தும், அதிலேயே எடிட்டிங் வெகு நுட்பமாக, ஈவிரக்கமற்று செய்யப்பட்டுள்ளது தெரிகிறது.

நாம் சீரியஸானவர்களை இத்துறையுள் ஈர்க்கும் வரை, தமிழ் சினிமாவுக்கு விமோசனம் வராது. ஜெயகாந்தன் ஒரு பெரிய தைரிய மான அடி எடுத்து வைத்திருக்கிறார். ஒரு வகையில் அவருக்கு விளம்பரம், விநியோகம் என்பவற்றில் சிரமம் இருக்கலாம். எனக் குத் தோன்றுகிறது: இன்றைய சினிமாவின் ஊழல்களுக்கு அஞ்சு பவர்கள் இத்துறையுள் நுழைய வேணு மானால், நான் குறிப்பிட்ட தமிழ் தயாரிப்பாளர்களுள் சிலரேனும் கூட்டுசேர்ந்து ஒரு முனையை உண்டாக்கவேணும். அதனால் ஏற்படக்கூடிய ஒரு சுமுகமான சூழ்நிலை யுள், சிலவேளை சீரியஸான நோக்கோடு, ஆழமான விஷயங்களைத் தர யாரும் வரலாம், அல்லது பிறக்கலாம்.

எழுத்து : 98, பிப்ரவரி 1967.

மௌனி 1985

22 மௌனி கதைகள்

முன்னுரை

தற்செயலாக நேர்ந்த ஒரு நிகழ்ச்சி போன்றதுதான், மௌனி எழுத்துத்துறையில் நுழைந்தது. 37 ஆண்டுகளுக்கு முன், படித்து விட்டு வேலைக் கென்று ஒன்றும் போகாமல், கும்பகோணத்தில் தம் மனப்போக்கிற்கிசைந்த ஒரு சிலரின் கோஷ்டியில் சேர்ந்து, தெளிவுகாண அநேக விஷயங்களைப்பற்றி விவாதித்துக்கொண் டிருந்த நாட்கள் அவை. 1933-ல் மகாமகம் வந்தது. அதற்காக ஒரு கண்காட்சி நடந்தபோது, கதர் ஸ்டாலுக்கு வந்திருந்த பி. எஸ். ராமையாவைச் சந்தித்தார். விவாதத்தில் பிரீதி உள்ள மௌனியிடம், பி.எஸ்.ஆர். எதையேனும் கண்டிருக்கலாம்; மௌனியே எதிர் பாராதபடி, ''நீங்கள் சிறுகதைகள் நன்றாக எழுத முடியுமென்று நினைக்கிறேன்; 'மணிக்கொடி' பத்திரிகைக்கு எழுதுங்கள்'' என் றார். மௌனி, இதற்கு அந்த வேளையில் என்ன சொன்னாரோ, எப்படி இதை எடுத்துக்கொண்டாரோ தெரியவில்லை. ஆனால், 1934-க்கும் 35-க்கும் இடையில், இப்போதும் அவர் வசமுள்ள குறிப்புப் புத்தகங்களில், அவ்வப்போது பளீரெனத் தோன்றிய வற்றுடன் சிறுகதைகளுக்கான குறிப்புகளையும் எழுத ஆரம்பித் தார். தொடர்ச்சியாக, 1934ஆம் வருஷ இறுதியில் ஆறேழு சிறு கதைகளையும் ஒரு குறுநாவலையும் ஏதோ வேகத்தில் எழுதினார். இதுதான் ஆரம்பம்.

மௌனியைப் புதுமைப்பித்தன், 'சிறு கதையின் திருமூலர்' என்று குறிப்பிட்டது, திருமூலரைப்பற்றி ஐதீகமாகச் சொல்லப் படுவதுபோல், மௌனியும் ஆண்டுக்கு ஒரு கதை எழுதினவர் என்பதற்காக அல்ல என்று, அவ்வொற்றுமை இல்லாததால், இவ் விடத்தில் கவனிக்கத்தக்கது. திருமூலர், மிக எளிய பதங்களையும் பதச்சேர்க்கைகளையும் கொண்டு உயர்ந்த தத்துவங்களைச் செய்யு ளில் வடித்தாற்போல, மௌனியும், 'கனமான விஷயங் களை ஏற்க

மறுக்கிற மெலிந்த சொற்களில்', உந்நத அநுபவங்களை எழுப்பி யிருக்கிறார் என்ற ஒற்றுமைக்காகவே, பு.பி. அப்படிச் சொல்லி யிருக்கலாம். ஆனால், தமது எழுத்தின் இந்தத் தரத்தைப் பற்றி, மௌனிக்கே ஆரம்பத்தில் ஒரு நிர்ணயம் ஏற்பட்டதாகத் தெரிய வில்லை. 'இலக்கியத்தைச் சாதிக்கும்' நோக்கம், அந்தவரையில் அவருக்குத் தோன்றவும் இல்லை. அவரே சொல்வதுபோல், ''பிர சுரிக்கும் நோக்க(மு)ம்... இல்லை. எழுத முடிகிறதா என்று பார்க் கும் நோக்கம் போலும்.'' இலக்கிய ரஸனை மிக்க நண்பர் ஒருவர் அக்கதைகள் பற்றிச் சொன்ன உயர்ந்த அபிப்ராயமோ, மௌனி எதிர்பார்த்ததை விடக் 'கொஞ்சம் திடுக்கிட இருந்தது'. அவர் ஆலோசனைப்படி, பி.எஸ்.ஆரைத் தமக்கு அறிமுகப்படுத்திய வக்கீல் நண்பரிடம் கதைகளை அனுப்பி, சென்னையில் 'எந்தப் பத்திரிகை ஆசிரியரிடமாவது காட்டி', போடத் தகுதியுள்ளதாயின் போடும்படி எழுதினார். வக்கீல்நண்பர், மணிக்கொடியுடன் தொடர் புள்ள பி.எஸ்.ஆரிடம் கதைகளைத்தந்தார் - இதிலிருந்து, மௌனிக் கும் மணிக்கொடிக்கும் இருந்த 'தொடர்பை'யும் நாம் நிதானிக்க லாம். - 1936, பெப்ரவரி தொடக்கம், மௌனி கதைகள் அவ்வப் போது வெளியாகின. அவரது பெரும்பாலான கதைகளைத் தாங்கி வந்த சிறப்பு மணிக்கொடிக்கு உரியது. மௌனி, இதர கதைகளுடன் அனுப்பிய குறுநாவல் பிரசுரிக்கப்படவில்லை; அதன் பிரதியும் காணாமற் போயிருக்கிறது. மௌனி அது பற்றிச் சொன்னதைக் கொண்டு பார்த்தால், அது அவரது தரமான கதைகளின் வரிசையில் வராதது என்று தெரிகிறது.

சிறுகதைத் துறையில், அதுவும் முதல் சந்திப்பில் பி.எஸ்.ஆர். சொன்னதை மனதில் வைத்துத்தானோ என்னவோ, 'எழுதிப் பார்த்து' எழுத்தாளரான மௌனி, தமது ஆரம்ப நாட்கள் தொட்டுச் சங்கீதத்திலும் ரஸிகராக ஈடுபட்டிருந்தது குறிப்பிடத்தக்கது. அக் காலத்தில், பிடில் வித்வானான ஒரு நண்பரோடு மௌனியின் நெருங்கிய ஈடுபாடும் ரசனையும் சர்ச்சைகளும் தான், அவர் கதை களில் சங்கீதம் வகிக்கும் இடத்திற்கு ஒரு அந்தரார்த்தம் கொடுப் பதற்கு காரணமானது போலும். அவர் எழுத்து சொல் ஜாலத்தை நிராகரித்துப் பிறந்தது.

பிடில் சங்கீதமும் எழுத்தும் தற்செயலான விளைவுகளுக்கு இடம் தருவன. இதனால், கலைஞனின் உண்மையான மனநிலை

கள், உணர்வுகள் போன்றவற்றுக்குக் கட்டுப்படாமல், தற்செயலான ஸ்வர வளைவிலோ, படிமங்களிலோ தடுமாறி, பிடில் வாசிப்பும் எழுத்துக் கலையும் செயல்பட முடியும். இந்தத் தற்செயல் விளைவு வேறு, தன்னை மறந்த வேகத்தில் பிறக்கும் படைப்பு வேறு என்பதைப் பெரும்பாலான கலைஞர்கள் மறந்து விடுகிறார்கள். முதிர்ந்த சில கலைஞர்ககூட, இவ்விரு துறைகளிலுமே, தற்செயல்விளைவுகளை விஸ்தரித்துக் கைதட்டலையும் வாசகரஸனையையும் பெற்று விடுகிறார்கள்.

இவ்விபத்துக்களையே அநுசரித்துப் பிறக்கும் கலை, கைதட்டலையும் ஆரவாரிப்பை யும் தான் பெறமுடியும். ஆனால், ''கைதட்ட வைப்பதோ, 'பேஷ், பேஷ்' என்று ஆரவாரிக்க வைப்பதோ அல்ல - நீண்ட பெருமூச்சுக் களை உண்டாக்குவதுதான் உயர்ந்த சங்கீதம்'' என்று, மௌனி ஒருதடவை சம்பாஷணையில் குறிப்பிட்டிருக்கிறார். பிடில் போன்ற ஒரு வாத்யத்தில், சாஸ்திரக் கட்டுமானங்களின் முடுக்கப்பட்ட ஓட்டத்தில் சில தற்செயல் விளைவுகள், கலைஞனின் உண்மையான உணர்ச்சிகள் போன்றவற்றுக்குக் கட்டுப்படாமல் பிறப்பதுண்டு. இது ஓரளவு எழுத்துத் துறைக்கும் பொருந்தும். இந்த தற்செயல் விளைவு, கலைஞனின் மனநிலையிலிருந்து வேறுபட்டதாக இருக்க, அந்த மனநிலையாலேயே ஆளப்பட்டு, பளீரெனப் பிறக்கும் சங்கீதமும் எழுத்தும் உண்டு. இப்படித் தன்னை மறந்த வேகத்தில் பிறப்பதற்கும் தற்செயல் விளைவுகளுக்கும் இடையே உள்ள வேறு பாட்டை, தமிழில் சில பழம் பெரும் எழுத்தாளர்கள்கூட உணரவில்லை; இன்றும், கைதட்டலையும் ஆரவாரிப்பையும் பெறும் அவர்கள், அந்தத் தற்செயல் விளைவுகளை விஸ்தரித்து எழுதுபவர்கள்தான் என்பதை, அவர்களது எழுத்துகள் கைதட்டலையும் ஆரவாரிப்பையும் மட்டுமே பெறுகின்றன என்ற ஒன்றன் மூலமே நிரூபிக்கலாம். மௌனியோ, நீண்ட பெருமூச்சுகளை எழுப்புபவர்.

சாஸ்திரப் பயிற்சி, மனநிலைகளை வெளியிடாமல் தன் போக்கிற்கு விளைவுகளை உண்டாக்கும் என்பதால், அத்தகைய பயிற்சி நிலையிலேயே தேங்குபவரை 'விரல் ஞானஸ்தன்' என்பதுண்டு; எழுத்துத்துறையிலும் அத்தகையவர்களை இப்படிக் குறிப்பிடலாம். இவர்கள், தற்செயல் விளைவு நேராத சமயத்தில்தான், ஒரு 'விரல் ஞானஸ்தன்' சாஸ்திரீயமாகத் தான் கற்ற ஸ்வர உருப்படி

களை மட்டுமே வாசிப்பதுபோல், காது புளித்த லட்சியங்களை உண்டாக்குவதும் தத்துவச் சரடு திரிப்பதும்.

அடுத்தது, மௌனி 'நடப்பியல்பு'க்குப் புறம்பான வகையாக எழுதுபவர் என்பது; ஆனால், நடப்பியல்புக்கு 'இசைய' எழுதுபவர் களில் சிலர் சாதிக்க முடியாத மனநிலைப் போக்குகளை, மௌனி தான் இயல்பானதாகத் தென்படும்படி சாதிக்கிறார். ஆளில்லா வேளையில் வீடு பெருக்குபவளை வரச்சொல்லிவிட்டு, அவள் வந்ததும் அந்த இக்கட்டான சமயம் பார்த்து 'மனம் மாறி' விடுகிற தாக எழுதியுள்ள ஒரு கதையுடன், மௌனியின் 'மனக்கோல'த்தை ஒப்பிட வேண்டும். நடப்பியல்பு என்ற அளவில் இயல்பானது, அந்த இக்கட்டான நிலையில் செய்யத் திட்டமிட்ட 'கெட்ட' காரியத்தை நிறைவேற்றுவதுதான். மனம் 'மாறுவது', மனோதத்துவ இயல்பு தென்படும் வகையில் சித்தரிக்கப்படாத அளவில், அம்மன மாற்றம் அக்கதையின் நடப்பியல்பு அல்ல. அந்த இயல்பைச் சித்தரிக்கும் சிரமத்தைத் தவிர்த்து விட்டு, தத்துவச் சரடு திரித்தே பாத்திரத்தின் மனதை மாற்றுவது, வில்லனைக் காரால் அடித்துத் தீர்த்துவிடுவது போன்ற ஒரு சுளுவான காரியம்தான். மௌனி, 'சுளுவான' தத்துவச்சரட்டை அனுமதிப்பதே இல்லை; பாத்திரத் தின் இயற்கை யையே கொஞ்சம் கொஞ்சமாகக் கட்டி எழுப்புகிறார். கேசவன் என்ற ('மனக்கோலம்') அப்பாத்திரம், மனம் மாறுவதற் கான காரணமும் ஏற்கனவே தென்பட ஆரம்பிக்கிறது. அவன் கௌரியை, 'ஒன்றிலும் கட்டுப்படாது, தனியே எட்டி நின்று உற்றுப்பார்க்கும்' பெண்மையாகக் காண்கையிலேயே விரும்பு கிறான். பெண்மை, அவன் வாழ்வுக்கு லட்சியமாகும் அவளது கருவிழிகள் என்பனவெல்லாம், உடலுறவுக்கும் அப்பாற்பட்ட அம்சங்கள். (ஆனால், உடலுறவையும் அவன் சரீரத்தின் தவிர்க்க முடியாத இயல்பால் நாடுகிறான் என்பதுகூட, தன்னறையில் அவளை அவன் தேடுவதில் சூசகமாக காட்டப்படுகிறது.) இருந் தும், இன்னொருவரின் மனைவி என்று (உடலளவில்?) கட்டுப் பட்டவளாக, அவள் அருவருப்பையே அளிக்கிறாள். எனவேதான், கௌரி தன்னை, அதுவும் தன் கற்பனையிலேயே பின்னிருந்து அணைத்ததாக உணர்கையில், அவன் அருவருப்படைந்து 'மன மாற்றம்' கொள்கிறான். இங்கு, கௌரியை நேரில் (நடப்பியல் உலகில்?) அவன் அறைக்குக் கொண்டு வந்து அவ்வருவருப்பை

உண்டாக்காமல், அவன் கற்பனையில் இதை நிகழ்த்தியதற்காகவும், மௌனியை நடப்பியல்புக்குப் புறம்பானவர் என ஒருவர் வாதிக் கலாம். அவ்விதமானால், அவளைக் கொண்டுவரும் வகை யாக நிகழ்ச்சிகளை ஏற்கெனவே எழுப்பியிருக்க வேண்டிய நிர்ப்பந் தத்தையும் அதனால் அவள் உணர்வுகள் எப்படி ஆகின்றன என்று சித்தரிக்கும் பொறுப்பையும் கொணர்ந்து, சிறுகதைக்கான கூர் மையை அழிக்கநேரும். ஆனால், மேற்குறிப்பிட்ட நிகழ்ச்சி உண் மையில் மனப் போக்குகளால் ஆளப்பட்டு நிகழ்வதால், மனநிலை களின் இயல்புக்குத் தான் முதலிடம் தரவேண்டும். *அதைத் தந்து விட்ட அளவில், புற நிகழ்ச்சிகளின் உதவி அங்கு வேண்டிய தில்லை.* இதுதான், மௌனியின் கதைகளை மற்றையவர்களி னுடைய வற்றிலிருந்து பிரித்துக்காட்டும் அம்சம். அவர் நடப்பியல் புக்குப் புறம்பானவர் அல்ல. *மனப்போக்குகளின் நடப்பியல் பையே,* அதுவும் பரிபூரணமாகச் சித்தரித்துவிட்டு ஒதுங்குபவர். இது அவர் சாதனை.

மௌனியின் கருத்தில், நடப்பியல் என்பது புற நிகழ்ச்சிகள் மட்டுமல்ல. அப்புறநிகழ்ச்சிகள் மனிதர்களோடு சம்பந்தப்பட்ட தால், அவர்களின் மனப்போக்குகளை உரியமுறையில் சித்தரிக்கு மளவுக்குத்தான், கதைகளும் நடப்பியலானவையாகும்.

புற நிகழ்ச்சிகள், நிலைமைகள் என்பவற்றைப் பற்றி, மௌனி 'கண்மூடி'த்தனமாக இருக்கவில்லை - நிகழ்ச்சிகளையும் நிலைமை களையும் சிக்கனப்படுத்தி இருக்கிறார் என்பதே சரி. இந்தச் சிக்கன மான எல்லைக்குள்ளேயே, அவர் வாழ்க்கையின் அகண் டத்தை, அங்கங்கே சிதறி விழும் வரிகள் மூலம் எழுப்பிவிடுகிறார். இதை அவரது கவித்வம் என்றே கூறவேண்டும். இந்த அம்சத்தை, 'உயிர் வாழ்ந்த ஒவ்வொரு கணமும் ஒரு புரியாத புதிராக அமைகிறது. விடை கண்டால், புரிந்த நிகழ்ச்சியும் மறுகணம் இறந்ததாகிறது' என்று சிந்தனைப் பொருளாகவும் 'ஒன்றிலும் கட்டுப்படாது தனியே எட்டி நின்று உற்றுப் பார்ப்பதே, பெண்மையின் பயங்கரக் கரு விழிகள்தான்' என்று கவிப்பொருளாகவும், அவரது 'சுமாரான' கதைகளின் வரிசையிலுள்ள 'மனக்கோலத்'திலேயே காணலாம்.

இவற்றை உணராது, வேலைநிறுத்தம் போன்ற புற நிகழ்ச்சிகளை யும் அதற்கான நிலைமைகளையும் சித்தரிக்காததுக்காக, அவரை

வாழ்க்கையைப் பற்றிக் 'கண்மூடிக்' கொண்டவர் என்றதுடன், ஃபிராய்டின் வழியில் ஆராயப்படத்தக்கவர் என்றும் அவரது ரசிகர்களே கூற நேர்ந்திருக்கிறது. மேற்சொன்ன வீடுபெருக்குபவளைப் பற்றிய கதையில், கதாநாயகன் மனம்மாறுவதைக்கூடப் ஃபிராய்டின் வழியில் ஆராயலாம் என்று நாம் திருப்பிச் சொல்லலாம். சுயநினைவோடு தத்துவமும் லட்சியமும் பேசுபவர்களும், ஃபிராய்டிடம் அகப்படுபவர்கள்தான்.

II

மௌனியின் இலக்கிய முன்னோடிகள் என்று, தமிழில் யாரையும் குறிப்பிட்டுச் சொல்லிவிடமுடியாது. வசன அமைப்புகளிலிருந்து கதையம்சம் வரை, வேறொருவருட னும் அடையாளம் காட்டமுடியாத தனித்தன்மையை அவர் கலை விளக்குகிறது. 'மறுமலர்ச்சி' என்ற பிரயோகத்தை (பதினாறாம் நூற்றாண்டில், ஐரோப்பாவில் பல கலைத்துறைகளிலும் அறிவுத்துறை களிலும் புத்துயிர் காட்டி உலகையே பாதித்த 'மறுமலர்ச்சி'யை மனதில் கொண்டு, அச்சொல்லை இங்கும் பிரயோகித்தார்களாயின், அது எவ்வளவுக்கு பரிதாபகரமான தப்பர்த்தங்களைக் காண்பிக்கும்!) 1930-க்களின் இறுதியில் சில தமிழ் எழுத்தாளர்கள் உச்சரித்தபடி, அத்தகைய அவர்களது லட்சியம் எதையும் ஏற்றுக்கொண்டு, இலக்கிய *மணிக்கொடி* பத்திரிகைக்கு மௌனி எழுதியவரல்ல என்பதை, அவருக்கு *மணிக்கொடி*யுடன் ஏற்பட்ட தொடர்பின் விதமே காண்பிக்கிறது. அதோடு, அக்காலத்தில் இயங்கிய 'இலக்கிய சக்திகள்' என்று குறிப்பிடப்படுபவர்கள்எவராலும்கூட, மௌனி ஆளப்பட வில்லை. இந்நிலையில், 'மணிக்கொடி கோஷ்டி'யுடன் அவரையும் அடையாளம் காட்டுவது எவ்வளவு முரணானது! அவ்வப்போது போய் வந்த தொடர்பைத் தவிர, 'மௌனி'க்குச் சென்னையுடனேயே தொடர்பில்லாது இருக்க, *மணிக்கொடி*யிலேயே நெருங்கிய தொடர்புகொண்ட புதுமைப்பித்தன்கூடத் தம்மை மணிக்கொடி கோஷ்டியினர் என்று குறிப்பிட்டால் சண்டைக்கு வந்து விடுவாராம். அப்பத்திரிகையில் எழுதியவர்களிடையே, மேதாவிலாசம் பொருந்திய எழுத்தாளர்கள் மௌனியும் புதுமைப்பித்தனும் மட்டுமே என்பது என் அபிப்ராயம். அவர்கள் அளவுக்கு மேதைகள் என்று இதுவரை, அவர்களுக்குப் பிறகும் வேறெவரையும் குறிப்பிட முடியாது. பாரதி இலக்கியத்தின் 'வாரிசுகள்' என்ற பிரயோகத்

துக்குப் புதுமைப்பித்தன் எப்படித் தம்மை ஈடுகட்டிக்கொண்டாரோ தெரியவில்லை. இதர 'மணிக்கொடி - மறுமலச்சி'க்காரர்களோ, இந்த 'பாரதி பரம்பரை' என்ற பிரயோகத்தையும் நாணயமாக்கி யிருக்கிறார்கள் போலிருக்கிறது. ஆனால், மௌனி இத்தகைய முத்திரை எதையும் ஏற்க மறுப்பதோடு, பாரதி கலையின் 'வாரிசாக' மௌனி கலை பிறக்கவில்லை என்பதையும் நாமாகவே காண முடிகிறது.

மௌனி ஒரு பெரிய படைப்பாளி என்ற அளவில், பண்டிதத் தனமானவர் அல்ல எனச் சொல்ல வேண்டியதில்லை. அவர் சொற் பிரயோகங்கள், இந்த 'பாரதி பரம்பரை'யில் வராததால் அவரைப் பண்டிதத்தனமானவரென்பது அபத்தமானது. 'போவது' என்றில் லாமல் 'சென்றது' என்று மட்டுமல்ல, 'நகைத்தல்' என்பது போன்ற பழைய சொற்களைக் கூட அவர் உபயோகிக்கிறார். இதன் காரணம், பாரதியின் கவிதையிலுள்ள தொனி யிலிருந்து மாறுபட்ட தொனி யில் அவர் சிறு கதைகள் பிறப்பதாலாகும். உதாரணமாக, பின்வரும் மௌனி வசனத்தில் உள்ள 'நகைத்த' - 'சென்றது' என்ற சொற்களை நீக்கி, 'சிரித்த,' - 'போனது' என்ற சொற்களைப் போட்டுப் படித்துப் பார்த்தால், தொனியில் மாற்றமும் கீழிறக்கமும் தென்படக் காண லாம்: ''அந்த இருள் வெளியில் கலகலவென நகைத்ததென ஒரு சப்தம் கேட்க, ஒளிகொண்ட ஏதோ ஒன்று உருவாகி எட்டிய வெளி யில் மிதந்து சென்றது.'' ('மனக்கோலம்')

ஒரு உயர்ந்த மனவெழுச்சியின் வசப்பட்ட தொனிக்காகத் தான், இச்சொற்கள் பிரயோகிக்கப்படுகின்றன. ஆனால், 'மாறாட்டம்' போன்ற கீழ் தளத்து தொனியுள்ள கதைகளில், 'கொச்சை'யையும் மௌனி உரியபடி உபயோகிக்கிறார் எனக் காணலாம்.

III

மௌனிக்கு தமது கதைகளில் ஒவ்வொரு சொல்லுமே முக்கிய மானது. சொற்களின் அர்த்தத்தோடு, சிலவேளைகளில், அவற்றின் சப்த அமைப்பை யும்கூட அவர் கவனத்தில் ஏற்கிறார்: ''எவற்றின் நடமாடும் நிழல்கள் நாம்?'' (அழியாச்சுடர்) என்ற வரியில், 'எவற்றின்' என்ற சொல் தவறு, 'எவைகளின்' என்பதே சரி என ஒருவர் மௌனியிடம் சொன்னாராம். மௌனி, அச்சொல்லின் சப்தம் அந்த வசனத்திற்குத் தேவைப்படுகிறது என்றார். 'எவற்றின்'

என்ற சொல்லின் அழுத்தமான சப்தமே, அவ்வரியிலுள்ள கேள்விக்கு அதிக வலிமையைக் கொடுக்கிறது எனக் காணலாம். தம் கதைகளில் பலவற்றை, பல தடவைகள் வேறு வேறு சொற்பிரயோகங்களுடன் திரும்பத்திரும்ப எழுதி, முக்கியமான இடங்களைச் சீராக்கும் மௌனியைப்பற்றி, 'சரி-தப்பு' பார்ப்பவர்கள் கொஞ்சம் நிதானித்து தங்கள் அபிப்ராயங்களைச் சொல்வது நல்லது.

சொற்களைப்பற்றியே இவ்வளவு அக்கறை காட்டும் மௌனி கதைகளுக்கு இடப்பட்ட சில தலைப்புகள், சில கதைகளுக்குப் பொருந்த வில்லை. 'நினைவுச் சுழல்' என்பது போன்ற படிமங்கள் - உவமை உருவகங்கள் - செறிந்த ஆடம்பரமான பெயர்களைவிட, 'மாறுதல்' என்பது போன்ற பெயர்கள்தான் அவர் கதைகளுக்குப் பொருந்தும். ஏனெனில், தானாக இச்சொல் ஒரு மனக் கிளர்ச்சியையும் ஏற்படுத்திவிடாமல், கதையைப் படிக்கும்போதும் படித்து முடித்த பின்னும் ஏற்படும் உணர்வினால் நிரம்புவதற்கென, வெறுமையாகக் காத்து நிற்கிறது. 'நினைவுச்சுழல்' என்பது போன்ற தலைப்புகளோ, தாமாகவே ஒரு உணர்வை எழுப்பி விடுவன. கதையைப் படிக்கு முன்பே, இவ்வுணர்வைக் கதையிலும் எதிர்பார்த்து நாம் தயாராகி விடுகிறோம், சில வேளைகளில், இப்படி எதிர்பார்த்தது நிறைவேறாமலும் போகும். மொத்தத்தில், நாம் மௌனி கதைகளில், பெயர்களைக் கொஞ்சம் ஒதுக்கி விட்டுத்தான் அவற்றைப் படிக்கவேண்டும் என்று சொல்லத் தோன்றுகிறது.

இதோடு, தமது கதாபாத்திரங்களின் பெயர்கள்கூட - கதையின் முக்கியமான ஓட்டத்தை மீறிச் சப்தம் போட்டு விடக்கூடாதே என்ற அக்கறையுடன் - பாத்திரங்களின் பெயர்களையும் சாமானிய மானவையாகவே உபயோகிக்கிறார். சில கதைகளில், அவசியமில்லை என்று காணும்போது, பாத்திரத்துக்குப் பெயரே இராது. பெயர் இருப்பினும் இல்லாவிடினும், பெயர்கொள்ள, பாத்திரம் உருப் பெறுவதே அதிமுக்கியம் என்பதை அவர் உணர்ந்திருப்பது, இவ் விஷயத்தில் தெரியவரும்.

IV

மௌனி, பல விஷயங்களில் பிரச்னைக்குரியவராகி யிருக்கிறார். பொதுவாக, அவர் எழுதுவதே புரியவில்லை என்ற குற்றச்சாட்டு ஒன்று - தமது வசனங்கள் ஏதும் புரியவில்லையா என்று மௌனி

கேட்கிறார் - அல்ல, புரிய மறுக்கிற சில விஷயங்களை, அங்கங்கே எளிமையான வார்த்தைகளில் மடக்கிக் கொண்டுவரவே அவர் முயல்கிறார். அவ்விடங்களிலும் ஓரிரு வசனங்கள், அதுவும் மௌனியிடத்தே புதுப்பரிச்சயம் கொள்வோருக்குப் புரியாதிருக்கலாம். மற்றப்படி, அப்படி ஒன்றும் மௌனி வசனங்கள் புரியாதவை அல்ல - அப்படியானால், தமது கதை எதுவும் புரியவில்லையா என மௌனி கேட்கிறார் - அப்படியும் இல்லை. ஒரு அளவுக்கு அவையும் புரிவது போல்தான் தென்படுகின்றன. ஆனால், அதற்கும் மேல் அதில் புரிந்து கொள்வதற்கு ஏதும் இருக்கிறதா என்று சந்தேகிக்க அவை இடம் வைக்கின்றன. உதாரணமாக, 'அழியாச் சுடர்' கதையில், ஒருவன் ஒருத்தியிடம் அவளுக்காகத் தன்னால் எதையும் செய்யமுடியும் என்று சொல்கிறான். ஒன்பது வருஷங்களின் பின், பூரண வாலிபப் பருவத்தில் அவளை மீண்டும் சந்தித்தபோது, அவள் அவனை நோக்கி ஏதோ ஆக்ஞையிடுவதாக அவனுக்குத் தோன்றியது. அவள் என்ன செய்யச் சொன்னாள் என்பதே புரியாமல் அவன் மறைகிறான். இவ்வளவும் புரிகிறது...-அவ்வளவுதான் அதில் புரிந்துகொள்ள இருப்பது என்கிறார் மௌனி. இதற்குமேல், பாத்திரங்கள் ஏன் சாதாரண மானவர்களைப்போல் நடக்கவில்லை என்பது போன்ற கேள்விகளுக்கு மௌனி, பாத்திரங்களின் பைத்தியக்காரத்தனமான இயல்பை ஒத்த நடத்தையாகத்தானே அவர்களின் காரியங்கள் இருக்கும் என்கிறார். இது இடக்கான பதிலே அல்ல. உண்மையில், பாத்திரங்களே சாதாரண மனிதர்களாகவன்றி, மனக்கோளாறு பீடித்தவர்களாகவோ, குடிப்பவர்களாகவோ, உந்நத மானவர்களாகவோதான் படைக்கப்பட்டிருக்கிறார்கள்.

மௌனியின் கதைகள், படிக்கும்போதே உயர்வகையான மனக் கிளர்ச்சியை ஏற்படுத்து கின்றன. இக்கிளர்ச்சிக்கான காரணங்களைக் கதைகளில் ஆராயும்போது, அவைகள் இப்படி அசாதாரணமான பாத்திரங்களைச் சுற்றி அமைவதாக காண நேர்கிறது என்பது, மேற்படி கூற்றுக்களுக்குக் காரணமாகலாம். ஆனால், திரும்பத் திரும்பப் படிக்கிறபோது, இந்த வெளிக் காரணங்களைப் பற்றிய சிரமம் பின்தங்கி மங்கிவிடுகிறது. ஒரு உயர்ந்த மனவெழுச்சியை உண்டாக்கிவிட்டுப் பாத்திரங்கள் மங்கி மறைந்துவிடவே தோன்றின என்ற உணர்வினால் இது நேரலாம். அதற்கப்புறம், எப்போது

படித்தாலும் இந்நிலையே நீடிக்கக் காண்கிறோம். உண்மையில், மௌனி கதைகள் திரும்பத் திரும்பப் படித்து அநுபவிக்கத் தக்கவை.

அசாதாரணமான பாத்திரங்களாகச் சிருஷ்டிக்கப்பட்ட பின், அவர்களது நடத்தையோ அவர்களால் நிகழ்த்தப்படும் சம்பவங் களோகூட, அவர்களைப் பொறுத்த அளவில் 'நடப்பியல்'புக்கு ஒத்தவைதான். குருவி 'ஏன் - எங்கே' என்று கத்துவதும் கல்யாளி எழுந்து நின்று கூத்தாடுவதும், கதாபாத்திரங் களைப் பொறுத்த அளவில்தான். வேறு ஆசிரியர்கள் ஆடம்பரமான பெயர்கள், வார்த்தைகள், சிக்கலான நிகழ்ச்சிகள், தத்துவச் 'சரடு', அரை வேக்காட்டு 'நனவோடை யுக்தி'களால் சாதிக்க முடியாத ஒரு தரிசனத்தை, மௌனி இந்த வகையாக அசாதாரணமான பாத்திர அமைப்பு என்கிற ஒரே தந்திரத்தின் மூலம், பிரமிக்கத்தக்க விதத்தில் சாதிக்கிறார் என்பதே, அவரது பாத்திரங்களின் அத்தன்மைக்குப் போதிய சமாதானமாகும்.

மௌனி தமது கதைகளில், பெரும்பாலும் நிகழ்ச்சிகளி னாலன்றி கவித்துவத் தினாலேயே பாத்திரங்களிடையே உறவு போன்றவற்றைக் கொண்டு வருகிறார். 'பிரக்ஞை வெளியில்' கதையிலே, கதாநாயகன் காரில் மோதுண்டு வீழ்வது போன்ற புற நிகழ்ச்சிகள் வரும்போது, அவை மங்கலாக்கப்பட்டு பின்னொதுக் கப்படுகின்றன. 'மனக்கோலம்' என்ற கதையில், கேசவனுக்கும் கௌரிக்கும் இடையே உள்ளக் கவர்ச்சியை ஏற்படுத்தும் நிகழ்ச்சி களை மௌனி தேடவில்லை. கவித்துவம் நிரம்பிய மௌனியின் எழுத்தோட்டத் திலேயே இந்தப் பிணைப்பு, அற்புதமாக, உதற முடியாமல் நேர்ந்துவிடுகிறது. அவள் கோலம் வரைவது, தன் மனம் சித்திரம் கொள்ள என்று கேசவன் கற்பிப்பதிலும், அவள் 'முகமே விழிகளென' இவனைப் பார்ப்பதிலுமே, மௌனி அவர்களிடையே வேண்டிய பிணைப்பைக் கொண்டுவந்து விடுகிறார்.

'பிரக்ஞை வெளியில்' கதையில், சேகரும் சுசீலாவும் ஒருவரைப் பற்றி மற்றவர் பேசிக்கொண்டிருந்து, கிட்ட நெருங்கியதும் பேச்சை நிறுத்தி ஒருவரை ஒருவர் பார்த்துக் கொண்டதில், தாம் பேசியது மற்றவருக்குக் கேட்டிருக்குமோ என்ற அழுத்தத்தினால் ஏற்படும் பிணைப்பை வைத்தே, 'அறிமுக'மானவர்கள் போன்று பின்னாடி ஹோட்டலில் சந்தித்ததும் பேச ஆரம்பித்துவிடுகிறார்கள். இந்த

அளவிற்கு மௌனி கதைகளில், நிகழ்ச்சிகளின் இடத்தைக் கவித்துவமும் மனோதத்துவப் போக்குகளுமே நிரப்புகின்றன.

V

இக்கதைகளில் உயர்ந்தவை இவை என்று சுட்டவோ, கதைகளை 'அலசி'ப் பார்க்கவோ நான் முயலவில்லை. உள்ளர்த்தம் பார்த்துப் 'பிச்சுப் பிடுங்கு'வது, பரம்பரையாகத் தமிழ் இலக்கிய ரஸனையில் ஊறிவிட்ட ஒன்று போலும். ஒரு படைப்பு, ஏதும் 'உள்ளர்த்தம்' கொண்டிருக்க வேணும் என்றும் அதுதான் 'ஆழமான' எழுத்தாகும் என்றும் கருதிப் பழகிவிட்டோம். இதனால், மௌனியின் கதைகளைப் போல், *படிக்கும் போதே* உயர்ந்த அநுபவங்களை உண்டாக்கக் கூடிய படைப்புகளைவிட, பிச்சுப் பிடுங்கி உள்ளர்த்தம் தேடி, *அதன் பின்பே* 'ஆழமான' எழுத்து என்று கருதத்தக்கதாக எழுதுதலே 'இலக்கியம்' என்ற பிரமை நம்மிடையே ஊறியிருக்கிறது. இலக்கியம், படிக்கும்போதே அநுபவிக்கத்தான். மௌனி கதைகள் இதற்குத் தகுந்த உதாரணங்கள் என்பதோடு, அவர் கதைகளில் கள்ள அர்த்தம், தத்துவச் 'சரடு' ஏதும் கிடையாது. அங்கங்கே தெளிவு பட்டு, எட்டி உயர்ந்து செல்லும் சிந்தனைப் பொருள்கள், வேகம் கொண்ட வசனங்களில் வருகின்றன. இதுதான் அவரைப் பொறுத்த அளவில் 'ஆழமானது'. அவ்விடங்களில் மௌனியின் வசனம் சிக்கலாவதும் உண்டு. ஒன்றுக்கு மேற்பட்ட வசனங் களில் சொல்வதால் பொருளின் வேகம் குறைந்து விடும் எனக்கருதி, சொல்ல வந்ததை ஒரு தரிசனமாகக் கண்ட கணத்தின் வேகத்தோடு, ஒரே வசனத்தில் சொல்ல முயன்றவைதான் அவை. உதாரணமாக, ''இரவின் அந்தகார இருளைக்காண, ஒரு சிறு ஒளிப்பொறி போன்றாக முடியுமா இப்பகல் தீவட்டிகளின் ஒளிகாட்ட முயலுதல்கள்?'' என்று 'மனக்கோட்டை'யில் வரும் வசனம். இது வார்த்தை ஜாலம் அல்ல. வார்த்தை ஜாலம் என்பது, பொருட்கிடை இல்லாத அபத்த வசனத்தைத்தான் குறிக்கும். மாறாக, இங்கே இதுபோன்ற வசனங்கள், பொருட்கிடையோடு தரிசன உணர்வும் செறிந்தவை.

தத்துவம், லட்சியம் போன்ற, கதைக்கு அப்பாற்பட்ட எதன் உதவியும் இன்றியே, மௌனியின் கதை வாசகர் மனதைச் சிறகு பெற்றதுபோல் உயர்வடைய வைக்கிறது; ஒரு காவ்ய இன்பத்தை அளிக்கிறது. இவ்வநுபவமே, ஆழமானதென்று சொல்லத் தக்க இலக்கிய அநுபவம்.

கதையம்சத்தை ஆழமாக்குவதாலோ, அதன் உள்ளர்த்தத்தைத் தேடிக் 'கண்டு பிடிக்கும்' சாமர்த்தியமும் 'கண்டு பிடித்தோம்' என்ற கர்வமும்தான் வாசகரிடையே வளரும். இது, பண்டிதர்களிடமிருந்து இன்று சில விமர்சகர்கள் வரை பரவி, தமிழ் ரஸனையைப் பீடித்த ஒரு வியாதியாகி விட்டது. இதை மாற்றியமைத்து, மௌனியின் கதைகள் போன்ற படைப்புகளை உணரத்தக்க விதமாக ரஸனை யைப் பண்படுத்துவதுதான் நாம் செய்ய இருப்பது.

தமிழில், ஆழமான கதையம்சத்தின் துணையின்றி, சாதாரண மான கதைகளிலேயே ஒரு காவிய உணர்வை, மௌனி மட்டும்தான் இன்று தருகிறார். அவரது சொற்களால் தீண்டப்பட்டதும், இயற் கைப் பொருள் களிலிருந்து, சங்கீதம், பெண்மை என்பனவரை, தம்மை மீறி வியாபகம் பெறுகின்றன. படிக்கப்படிக்க அலுக்காத உணர்வோட்டமும் இலக்கிய நயமும், இதனாலேயே மௌனி கலையில் பரந்து கிடக்கின்றன. இந்த அளவு உந்நதமான காவியத் தன்மை, உலக இலக்கியத்திலும் அபூர்வமாகவே காணப்படுகிறது. தமிழுக்கு, இந்த வரண்ட வேளையில் இந்தப் படைப்புகள் கிடைத் தது அதிர்ஷ்டம்தான். இருந்தும், இவை தமிழுக்கு மட்டும், அதுவும் இந்த வேளைக்கு மட்டும் உரியனவல்ல; சிலவற்றின் ஜோதி, காலத்தால் குன்றாது, தேசவரம்புகளையும் மீற ஜொலிப்பது என்று தோன்றுகிறது.

(திருக்கோணமலை, மே 1967)

'முன்னுரை', மௌனி கதைகள், மௌனி, சிதம்பரம், 1967.

23 புனித ஜெனே

Is Truth the height of social norms or is it the height of denying everything society is?

கலாச்சார உணர்வுக்கும் கலைக்குமிடையே உள்ள பந்தம், இந்த நூற்றாண்டில் சில அடிப்படைப் பிரச்னைகளை ஏற்படுத்தியிருக்கிறது. கலாச்சாரம், culture என்பது, கலையுணர்வைவிடச் சமூக உணர்வைச் சார்ந்த ஒன்றாகவே விரூபம் அடைந்துள்ளது, இதன் காரணங்களுள் ஒன்று எனலாம். இதன் விளைவாக, சமூக உணர்வையும் அதன் மதிப்பீடுகளையும் போஷிப்பதே கலை என்ற கொள்கை, கலாச்சாரக் கொள்கையாக அவ்வப்போது எழுந்துள்ளது. இதன் தீவிரவாதம், கலைஞனையும் சமூகப்பிராணியாக இருந்தாக வேண்டும் என்று வற்புறுத்தும் அளவுக்குப் போவதுண்டு. இந்த அளவுக்கு இக்கொள்கை ஒருதலைப் பாரமாகச் சரியும்போது, கலாச்சார சக்திகளே க்ஷீணித்துள்ளன என்பதுதான் இதிலுள்ள முரண்நிலை (Paradox). இத்தகைய சமயங்களில், உண்மையான கலைஞனின் இயக்கம் சமூக விரோதமானதாகக் கருதப்படுகிறது. இதுபோன்ற நிலைமைக்கு ஆளாகிய ஆசிரியர்கள், சமூக விரோதிகளாக வாழாததை சுட்டிக்காட்டி, உண்மையில் அவர்களது ஆரோக்கியமே அவர்களது எழுத்தின் வெளிப்படையான சமூக விரோதத்தை சமாதானப்படுத்துகிறது எனவும் நிரூபித்துத்தான், இவர்கள் இலக்கிய பீடத்துக்கு அனுமதிக்கப்படுகிறார்கள். எல்லாரும் அறிந்த ஒரு உதாரணம் என இதற்கு, டி.எச்.லாரன்ஸைக் குறிப்பிடலாம். ஆனால், இவனையே ஒப்புக்கொள்ள மறுப்பவர்கள், நம்மிடையே நமது தமிழ் இலக்கியக் களத்தில் நிற்கிறார்கள். லாரன்ஸின் *லேடி சாட்டர்லீஸ் லவர்*-க்கு, விமர்சகர் ரைடர் ஹொக்கார்ட் எழுதிய முன்னுரையை எழுத்துக்கு அனுப்பிய போது, அதன் ஆசிரியர் அதை மறுத்ததோடு நிற்காமல், நேர்சந்திப்பில், "How dare you send it to me?'' என்று 1967-ல் கேட்டார். இதுபோன்ற சில முக்கிய அடிப்படை விஷயங்களில், இந்தப் பத்திரிகாசிரியர் போன்ற முக்யஸ்தர்களது பார்வை மாறாவிட்டாலும், கலக்கமாவது அடையாதிருப்பது விநோதம் தான். ஏனெனில், இன்றைய உலக இலக்கியம், டி.எச்.லாரன்ஸின் புரட்சிகரமான நாவல் அம்சங்களுக்கும் மேலே ஏறிச் சென்று, சமூக கதிகளையே - அதுவும் அதன் தார்மிகத் தளங்களில் - கலக்கிக் கொண்டிருக்கிறது. சமூக விரோதமானதென மனித தர்மமே ஒதுக்கும் குற்றங்களை, உந்நதப்படுத்துமளவுக்கு எழுதுவோர் இன்று இருக்கிறார்கள். இது வெறும் கசப்பான உண்மை அல்ல. உண்மையில், பழைமைவாதிகளுக்கு இது பயங்கரமான ஒரு உண்மை. ஏனெனில், எந்த வகையிலும் சமாதானம் சொல்லமுடியாத வகையில், இவ்வகையாக எழுதுகிறவர்களின் படைப்புகள் குற்றத்தையே அநுசரிக்கின்றன. வெளிப்படையில் இது சமூக அநுசரணையானதுதான் என்று நிரூபிக்க, எழுதுகிறவனின் வாழ்க்கைகூட இடம் தருவதில்லை. இந்த அளவுக்குச் சிக்கலான எழுத்தாளர்கள், இன்று நிறையப்பேர் இருக்கிறார்கள் என்று சொல்லவில்லை. வடித்துப் பார்த்தால், உண்மையில் ஒருவன் எப்படியும் இவ்வகையானவனாகவே மிஞ்சுகிறான்; அதே சமயத்தில், அவனோ மிகப்பெரிய உலக இலக்கிய மேதைகளின் வரிசையிலும் நிற்கிறான்; அவனே ஜான் ஜெனே.

இவன் சமூக விரோதியாகவே வாழ்ந்தவன். ஆனால், தத்துவாசிரியக் கவியான ஃப்ரெடரிக் நீட்ஷே போன்றோரைத்தான், இவனுடன் சம இலக்கியத்தரத்தில் நிறுத்தலாம்.

இப்படிக் கூறுவது உயர்வு நவிற்சியாகாது. உண்மையில், ஜெனேயைப் பற்றி எழுத முற்படும் எந்த எழுத்தாளனும் விமர்சகனும், இந்தவகையான அபரிமிதமான புகழுரை களைத்தான் சொல்கிறான். ஜான் பவுல் சார்த்ர், இவனை எடுத்த எடுப்பிலேயே 'புனித ஜெனே' (செயின்ட் ஜெனே) என்கிறான். இதுவரை எந்த இலக்கியாசிரியனுக்கும், ஏன் கிறிஸ்துவ மததத்துவாசிரியர்களான அகஸ்தின் போன்றாரைத் தவிர, இதர தத்துவ மேதைகளுக்கே கிடைக்காத அடைமொழியாகும் இது.

இவ்வளவுக்கும் இவனது சாதனை என்ன? இவனது எழுத்திலோ, வாழ்விலோ அப்படி என்ன புனிதத் தன்மையிருக்கிறது? இதற்குப்

பதிலை, நாம் நேரே இவனது எழுத்திலும் வாழ்விலும் காணும் போது திடுக்கிடுகிறோம்.

ஏனெனில், இவனது எழுத்து முழுவதிலும், தனது சொந்த வாழ் விலேயே தானே நிகழ்த்திய சொந்தப் பாலுறவு வாழ்க்கையையும் திருட்டுத் தொழிலையும் பற்றித்தான் எழுதியுள்ளான். உண்மை யில், இந்த இலக்கிய நிலைமை இதுவரை இலக்கியப் புரட்சிகள் யாவற்றையும் பொருட்டற்றவையாகவே ஆக்கியுள்ளது.

பாவ புண்ணியத்தை மீறிய நீட்ஷேயின் தத்துவவாதமோ, அதற் கிணங்க இயங்கிய ஹென்றி மில்லர், ஆல்பர்ட் கெமு, ஆலன் ஜின்ஸ்பெர்க் போன்றாரின் இலக்கிய தனி மனித வாழ்வோ - எல்லாமே இவனுடைய இலக்கிய உலகிற்கு முன்னுரை போன்று தான் நிற்கின்றன எனக் காணலாம். ஏனெனில், இங்கு பரிசோதனை யையும் தவிர்க்க முடியாமையையும் மீறிய நிதர்சனம் ஒன்று நிற் கிறது. ஜெனே, தாய் தந்தையரற்று அனாதை விடுதியிலிருந்து திருடனாகினான். ஐரோப்பிய நாடுகள் யாவற்றிலும் சிறையிலிருந் திருக்கிறான். கடைசியில் பிரான்ஸிலேயே, மீண்டும் மீண்டும் திருட்டுக்காக அகப்பட்ட தின் பேரில், திருத்த முடியாத ஒரு திரு டன் எனக்கண்டு, ஆயுட்சிறைவாசம் பெற்றிருக் கிறான். இதிலெல் லாம் என்ன புனிதத் தன்மையிருக்கிறது?

உலகப்போருக்கு முந்திய ஐரோப்பிய பொருளாதார வறட்சி யின்போது, பிச்சைக்கார னாகவும் சொந்தப் பாலுறவுத் 'தாசி'யாக வும் கூடப் பிழைத்திருக்கிறான், இந்த மகா மேதை!

போயும் போயும், ஒரு யுத்த நிலைமையின் விளைவாக யாரோ அநாதையாக வாழ நேரிட்டுவிட்ட மேதை இவன் என்றும், இதெல் லாம் ஒரு விபத்து, ஏதோ தவிர்க்க முடியாமை என்றும் ஒதுக்க முடியாது. ஏனெனில், மேதையும் புனிதத்தன்மையும், இந்த விபத் துக்கும் தவிர்க்கமுடியாமைக்கும் ஊடே மீறி எழுந்து எரிந்துகொண் டிருந்தன. அதோடு மேதை, புனிதத் தன்மை என்பவை, வாழ இடமே இல்லாத சூழலில் வாழ்ந்திருக் கின்றன என்ற விபரம் விபத்தாகாது; தவிர்க்க முடியாமையுமாகாது. மூடர்களின் சமூகத் தில் மேதை பிறந்தால், அது விபத்து - அதாவது அதிசயம். பாதிரி களின் நடுவே புனிதத் தன்மை இருந்தால், அது தவிர்க்கமுடியாமை - அதாவது அங்கே புனிதம் இருந்துவிட்டால். ஆனால் இங்கே,

கலாச்சாரம் எவ்விதத்திலும் தழைக்க முடியாத, விபத்துக்கூட நேர முடியாத இடத்தில், பெரிய எழுத்து மேதை பிறந்திருக்கிறான். உண்மையில், பிரெஞ்சுக் கலாச்சார உலகமே, ஜெனே என்ற பெயரை ஒரு கேள்விக் குறியாகத்தான் காண்கிறது. ஜெனே? - ஒரு பதிலிறுக்க முடியாத கேள்வி. ஏனெனில், திருடனும் சொந்தப் பாலுறவுக்காரனுமான ஜெனே, ஒரு கலாச்சார சக்தியை அதன் உச்ச கதியில் இயக்கியுள்ளான்! சமூகத்தில் இத்தகையவனது நிலை என்ன? அதாவது, கலாச்சாரத்தை வளர்க்கவென்று ஏற்பட்ட சமூக அமைப்புகளையே முறியடிக்கும் இவனது இயக்கம், எத்தகைய தென்பது?

என்னவோ இந்தியத் தன்மை என்கிறோமே, அப்படிப் பார்த் தால், ஒரு எழுத்தாள னிடத்தில் எவ்வளவோ மனிதரீதியான குண வியல்புகளை நாம் எதிர்பார்க்கிறோம். ஆனால், டி.எஸ்.எலியட் என்ற கவிஞர், எழுத்தாளனது எழுத்தை மட்டும்தான் நாம் அளக்க வேண்டும், அவனை அல்ல என்ற கொள்கையை, விமர்சனத்துறை யில் நிலை நாட்டி விட்டார். இருந்தும், திருடன், சொந்தப்பாலுற வுத் தாசி - எழுத்தாளன் என்ற விஷயத்தில், அதுவும் தன் வாழ் வையே அப்பட்டமாக, சுயசரிதையாக எழுதியவனிடத்தில், நாம் திடுக்கிடவே செய்கிறோம். இதன் காரணம், சமூகத்தால் அங்கீகரிக் கப் பட்டவைதான் நன்மையானவை என்ற நமது பிரமையாக இருக்கலாம்; கலாச்சாரம் இந்நன்மைகளையே ஒட்டியவை என்ற பிரமையாக இருக்கலாம்.

இந்தவகையான, சமூக அங்கீகாரம் பெற்ற தன்மைகளை, சமூக வரம்புகளுள் - குடும்பம், பள்ளி என்ற வரம்புகளுள் - வளர்ந்த காரணத்துக்காக மட்டும்தான் நாம் மதிக் கிறோம் எனலாம். இந்த நன்மைகளை மீறி, எவ்விதமாக புனிதத் தன்மையுமில்லை என்றும் நினைக்கிறோம். இதனால் தான், ஜெனே புனிதமானவன் என்பது நாராசமாக ஒலிக்கிறது.

அப்படியானால், புனிதத்தன்மை என்றால் என்ன என்ற விஷயம் தெளிவுபட வேண்டும் அல்லவா? சார்த்ர், ஜெனேயைப் புனித மானவன் எனும்போது, பழைய கிறிஸ்துவப் புனிதர்களின் தரத் திலேயே ஜெனேயை நிறுத்துகிறான் என்பதுதான் அர்த்தம். ஆனால் வெளிப்படையாகப் பார்க்கும்போது, ஜெனே வெறும் சாக்கடை

மனிதன்தான். ஆனாலும், பழைய கிறிஸ்துவ புனிதர்கள் கடவுட் கோட்பாடு, மதநம்பிக்கை முதலியவற்றின் மூலம் பெற்ற அதே தரிசனங்களை ஜெனேயும் பெற்றான். இது, குற்றவாளியாக இருந்தாலும் தனது குற்றங்களை மன்னிக்கும்படி, ஏதோ பாவ மன்னிப்புப் பிரார்த்தனை பண்ணி அல்ல; தனது குற்றங்களையும் பாபகரமானதென நாம் கருதும் பாலுறவுகளையுமே, மகத்துவம் பொதிந்தவையாகக் காணத்தக்க அபூர்வ திருஷ்டி ஜெனேயிடம் இருந்தது என்பதுதான் ரகசியம். தனது அன்றாடக் குற்ற வாழ்வுக்கும் இழி நிலைக்கும் மீறிய எதையும், ஜெனே கும்பிடவில்லை. தனது இழிநிலை வாழ்வின் அகத்தையே ஊடுருவியது அவன் நோக்கு. இந்த நோக்கு கண்டது புனிதத்துவத்தையே. புனிதமானவனே இவ்வித இழிவிலும் புனிதத்தைக் காண்பான், அடைவான் என்பதுதான், இதனூடே ஒளிரும் விஷேச உண்மையாகும்.

ஜெனேயின் ஒவ்வொரு வசனத்திலுமிருந்தும் இந்த உண்மை பீறிட்டுப் பாய்கிறது. வெளிப்படையான மேல்தோல் புனிதத் துவத்திற்குத் தலை சாய்ந்தபடி உள்ளூர அழுகிக் கொண்டு போகும் உலகின் கலாச்சாரங்கள் யாவற்றையும் நோக்கி, மேதையின் கடூரமான பொறி பறக்கச் சிரிக்கிறது ஜெனே இலக்கியம்.

கவிதைகள், நாடகங்கள், நாவல்கள் என்ற துறைகளில் உழைத்துள்ள இதே எழுத்தாளன், பணத்துக்காக இலக்கியத்தை அர்ப்பணிப்பதை மகா கேவலமானதாகக் கருதியவன் என்பதுதான் குறிப்பிடத் தக்கது. உலகின் மேதைகளினாலேயே தேவதை எழுத்தாளன் என்று அழைக்கப்படும் இவனது இந்தப் புனிதத்தனமான இலக்கியநோக்கின் அடியிலேயே, இவனது உண்மையான ஆத்மாவைக் காணலாம். பணத்திற்காக எழுதுவதை விடத் திருடலாம் என்று, வேறு பெரிய எழுத்தாளர்கள் யாரும் சொன்னார்களோ தெரிய வில்லை. ஆனால், ஜெனே பணத்துக்காக எழுதக் கூடிய ஆற்றல் இருந்தும் திருடினான். அதே சமயத்தில், பயங்கரமான பரிசுத்தத்தோடு சிருஷ்டித்தான். திருடுவதன் மூலமேனும் சரி, இலக்கியத்தின் மீது பண வாடை படக்கூடாது என்ற இப்பிரமிக்கத்தக்க கொள்கையின் அடியில் உள்ள புனிதத் தன்மை, உண்மையிலேயே அசாதாரணமானது தான்.

1910-ல் அநாதையாகப் பிறந்து, திருடனாகவும் சொந்தப் பாலுறவுத் தாசியாகவும் பிச்சையேந்தி வாழ்பவனாகவும் வளர்ந்த ஜெனே,

தன் இலக்கிய வாழ்வைப் பணத்துக்கு அடிபணிய வைக்க மறுத்தான். அதே சமயம், கடுமையான சமயப் பயிற்சியின் மூலமே பெறமுடியும் என்று சொல்லப்படுகிற ஆழ்ந்த தரிசனங்களை, சமயத்தையும் சமூக ஒழுங்கையும் கிஞ்சித்தும் அறியாத ஜெனே பெற்றான். இவனது இழிவான வாழ்வையே ஊடுருவிய இவனது தீட்சண்யம்தான், இதன் ரகசியமாக இருக்க முடியும். தனது வாழ்வை மறுக்காமல், இகழாமல், சமாதானம் சொல்லாமல், அதையே வாயிலாக்கித் தன்னைப்பற்றி ரகசியங்களை அறிந்த இவனை, சார்த்ர் 'புனிதஜெனே' (செயின்ட் ஜெனே) என்று அழைத்தது ஆச்சரியமல்ல. ஆனால், விஷயத்தின் ஆழம் அறியாதவர்கள் திடுக்கிட்டார்கள்.

திருட்டுக்காக, பிரான்சிலேயே மீண்டும் மீண்டும் சிறைப்பட்ட ஜெனேயை, திருத்த முடியாத திருடன் என்று ஆயுள் சிறைத்தண்டனை கொடுத்தார்கள். ஆயுட் சிறைவாசத்தில் ஜெனே இருந்த போதுதான், இலக்கிய உலகை உலுப்பிய அதி அற்புத வசன சிருஷ்டிகளை எழுதினான். இவன் எழுதிய சூழலும் கடைசியில் அதே சிருஷ்டிகளுக்காகப் 'புனிதன்', 'தேவதை' என்றெல்லாம் புகழப்பட்டதும், ஜெனேயை பாதாள எழுத்துலகின் தீரனாக்கி யுள்ளன.

சிறையில், காகித உறை செய்யும் தொழிலைப் பிரெஞ்சு அதிகாரிகள் கைதிகளுக்குத் தந்திருந்தார்கள். ஜேனே அந்த 'பிரெளன்' தாள்களிலேயே பென்சினால், உலகின் தலைசிறந்த எழுத்துருவங்களின் வரிசையில் நிற்கப்போகிறவற்றை எழுதினான். இழிவானதும் ஆபாசமானதும் என்று படக்கூடிய விஷயங்களைத் தனது சொந்த வாழ்க்கையின் விபரங்களாகவும் தனது 'காதலர்கள்' வாழ்க்கையின் விபரங்களாகவும்தான் எழுதினான் ஜெனே. இப்படிக் கைதிகள் எழுதுபவை, சிறை அதிகாரிகளின் கண்களில் படாமலிருக்க முடியாது. அடிக்கடி பரிசோதனை பண்ணப்படும் சிறையில், ஜெனே இவற்றை ஒளித்து வைத்தே எழுதினான். இருந்தும் ஒரு தடவை, இவனது எழுத்துப் பிரதியைச் சிறையதிகாரி கண்டு வாசித்துப் பார்த்துவிட்டு, உதவாக்கரை விஷயம் எனக்கருதி எறிந்து விட்டார். ஜெனே மீண்டும் எழுதினான். ஏன்? எப்படியும் கண்டு பிடிக்கப்பட்டு அழியப் போகிறவை தான் இப்பிரதிகள்; சிறையை விட்டு வெளியே இப்பிரதிகள் போனாலும், பிரசுரத்துக்கு ஏற்கப் பட முடியாத விஷயங்கள், பிரசுரமானாலும் இவை நிச்சயம்

தணிக்கை செய்யப்படும். ஆனால், ஜெனே எழுதினான். ஏன்? இதற்குத் தான் எவராலும், ஜெனேயால்கூடப் பதில் சொல்ல முடியவில்லை. இதன் அடியில்தான், அப்பழுக்கற்ற இலக்கியத் தின், ஏன், சிருஷ்டியின் ரகசியமே உள்ளதோ என்று தோன்றுகிறது.

ஜெனே எழுதினான்; ஆயுட் சிறைவாசியாகயிருந்தபடியே, தனது எதிர்காலத்தைப் பற்றிய நினைவோ, தனது எழுத்தின் எதிர் காலத்தைப் பற்றிய நினைவோயின்றி எழுதினான். அவனது இலக் கிய வாழ்வின் மிகச் சிறந்த பகுதி என்று இதைத்தான் சொல்ல வேண்டும். ஆபாசம் என்று தென்பட்டதெல்லாமே இவனது எழுத் தின் மூலம், குழந்தையின் நிர்வாணம்போல பரிசுத்தமாயிற்று. ஒரு தெய்வத்தின் நிர்வாணச் சிலைபோல் புனிதமாயிற்று. சாதாரண இலக்கிய ஞானம் ஓரளவுக்கு உள்ளவனே, இதை ஜெனே இலக் கியத்தின் காணலாம். *எங்கள் மலர்ப்பெண்*, *ரோஜாமயமான அற்புதம்* என்ற இரு நூல்கள்தான், இந்தச் சிறைக்கால நூல்கள். ஒரு *திருடனின் வாழ்க்கைக் குறிப்புகள்* என்ற நூலில் சுயசரிதையைக் காணலாம்.

சாக்கடையைச் சொர்க்கப் பாதையாக்கிற்று, ஜெனேயின் இலக் கிய அற்புதம். சமூக நியதிகள் எதையும் ஏற்காத ஒருவனது ஒவ் வொரு கணத்திலும், பொன்மயமான அற்புதம் ஒன்று நிகழ்வதை நேரே அநுபவிக்க வேண்டுமானால், நாம் ஜெனேயைப் படிக்க வேண்டும். இந்த அற்புதம், ஏதோ சாமி ரகமானது என்று நான் சொல்லவில்லை. ஜெனே அப்படி ஒன்றும் 'சாமியார்' அல்ல. நான் குறிப்பிடுவது, இலக்கிய அநுபவத்தை; இலக்கியம் எனும்போது, கலாசார சக்தி என்றே இதைக் கொள்கிறேன். சமூக நியதிகளைக் கிஞ்சித்தும் ஏற்காத கலாசார சக்தி ஒன்று பேரிலக்கியமாகி உள்ளது, பாதாள வாழ்வின் பெருவெற்றியாகும். அதே சமயத்தில், மதத்தின் மூலமே பெறமுடியும் என்று குறிப்பிடப்படும் உந்நத நிலைகளை யும் இந்த உதவாக்கரை ஜெனே பெற்றிருக்கிறான் எனும்போது, மதத்தையும் மீறிய ஒரு பரிமாணத்தை இவன் பெறுகிறான். இதற் காக இவன் எவ்வித சாமிக்கோலமோ, தியானமோ மேற்கொள்ள வில்லை. போலியான சமூக ஒழுங்குகளுக்கே அநுசரணையான அவற்றையும் மறுத்ததாலேயே, ஜெனே வாழ்வின் பிரச்னையை நேரடியாகச் சந்தித்தான். பிச்சையெடுத்தபடி ஸ்பெயினின் கிராமங்

களைக் கடந்தபோது, உலகு முழுவதையுமே தன் அன்பால் போர்த்தியபடி சென்றான் ஜெனே; அதேசமயம், கொலைகாரர்களோடு படுக்கை யைப் பகிர்ந்தும் கொண்டான்.

மலர்களையும் கவிதைகளையும் நுகர்ந்தபடி வாழ்ந்த அதே ஜெனே, உணர்ச்சி வசப்பட்டால் தரிசன உணர்வு பெறத்தக்க அதே ஜெனே, ஒரு ஐரோப்பியச் சிறையில் போலீஸ் அதிகாரிகளின் மலகூடத்தையும் சுத்தமாக்கி யிருக்கிறான். சிறைப் பட்டதைவிட இழிநிலை! இத்தகைய இழிவான அநுபவங்கள், பொதுவாகக் குற்றவாளிகளைக் கல் நெஞ்சர்களாக்கி, எவ்வித நுண்ணுணர்வுக்கும் இடமே இல்லாமல் ஆக்கிவிடும். ஆனால், ஜெனேயின் மனமோ மேலும் பக்குவப்பட்டது.

இவை மட்டும் அல்ல. சமூகம் இதுதான் நல்லது, இது தீயது என்று செய்யும் விதிப்பாட்டை, அப்படியே தலைகீழாக்குகிறது ஜெனே இலக்கியம். தான் தீண்டி வாழ்ந்த வாழ்க்கை மதிப்புகளான, கொள்ளை போன்ற குற்றங்களையே, மனிதச் செய்கையின் உந்நதங்கள் என ஜெனேயின் இலக்கியம் கூறுகிறது. 'உதயம்' என்ற சொல்லை ஜெனே, குற்றத்தை உந்நதமானதாக்கவே உபயோகிக்கிறான். ஜெனே இலக்கியம், எடுத்த எடுப்பிலேயே நம்மை மின்னலாகத் தாக்கி அதிர வைப்பது இதனாலேயே. ஆழ்ந்து நோக்கினால், ஜெனே என்ற பெயரே ஒரு இயக்கம் என வேண்டும். நாம் வாழும் கூட்டத்துக்குள், எது உந்நதமானதோ அதுதான் நல்லது, புண்ணியகரமானது - மற்ற தெல்லாம் பாபகரமானவை - என்ற பிரமை சமூகத்தினுடையது. 'அப்படியானால், நான் பிறந்தது தொட்டு வாழும் குற்றவாளிகளின் உலகில் புண்ணியம் கொலைதான்!' என்றான் ஜெனே. அந்த உலகில் கொலையாளியே பெரியோன். *ரோஜா மயமான அற்புதம்* என்ற நூலில், கொலைக் குற்றத்துக்காகத் தண்டனை ஏற்பதற்குச் செல்லும் ஒருவனைப் பிணைத்திருந்த சங்கிலியை, ஜெனே பார்க்கிறான். உணர்வின் தீட்சண்யமும் அளவற்ற அபிமானமும், அச்சங்கிலியை ஒரு ரோஜா மாலையாக்கிய தரிசனம் ஜெனேக்குத் தென்பட்டது. ஜெனேயைப் பொறுத்தவரை, ஒரு கொலையாளி அவ்வளவு மகத்தானவன்.

இந்த இலக்கியம், கலாசார மேதைகளைக் கதி கலங்க வைத்துள்ளது. அப்படியானால், எது நல்லது எது தீயது? மனித மனத்தின்

ஆழ்ந்த ரகசியங் களை உதாசீனம் செய்துவிட்டு, கூட்டு வாழ்வுக்கு ஏற்ற சௌகரியங்களை, நல்லது - புண்ணியம் என்று கூறி, அதோடு தேசபக்திக்காக நடக்கும் போரையும் புண்ணியம் என்கிறோம். ஜெனே இதே தர்க்கத்தில் தான், தனது கூட்டமான குற்ற உலகில் கொலையும் கொள்ளையும் தான் புண்ணியம் என்கிறான். இது, உலகு முழுவதுமே உள்ள கலாசாரங்கள் யாவற்றுக்கும் விடப்பட்ட சவால்! இந்தச் சவாலை உணர்ந்து ஏற்றுக் கொள்ளும் கணத்தில், நமது மனதின் ஆழத்தில் புதுக்கிளர்ச்சிகள் பல எழுவதைக் காணலாம். இக்கிளர்ச்சிகளை ஏற்படுத்தும் இலக்கியத்தையே பேரிலக்கியம் என்கிறோம்.

ஆயுட் சிறைத் தண்டனை பெற்ற ஜேனேயை, கலாசார உணர்வு மிகுந்த பிரெஞ்சு மேதைகள் ஒதுக்கிவிடவில்லை. மாறாகத் தங்கள் சக்திகள் யாவற்றையும் பிரயோகித்து அவனை விடுவிக்க முயன்றனர். சார்த்ர் இவ்விஷயத்தில் முன் நின்றான் என்று குறிப்பிடத் தேவையில்லை. ஆனால், அவனைவிட அதிக செல்வாக்குள்ள ஜான் கொக்டு என்ற கவிஞன் தான், ஜெனேயின் விடுதலைக்காக அதிகம் உழைத்தவன். இதன் விளைவாக, பிரெஞ்சுக் குடியரசுத் தலைவரின் மன்னிப்பு ஜெனேக்குக் கிடைத்தது. சிறையிலிருந்து அவனும் அவனது அற்புத சிருஷ்டிகளும் வெளிப்பட்டன.

ஜான் கொக்டு இவனை, 'என் ஜெனே' என்று ஒரு இடத்தில் விளிக்கிறான். ஜெனே என்பது ஒருவகை அழகிய மலரின் பெயர்!

கசடதபற, பிப்ரவரி 1971.

மௌனி 1985

24 மௌனியின் 'தவறு' பற்றி...

தனது குணங்களையும் அவற்றிலிருந்து விளையும் காரியங்களையும் கொண்டு, தனக்கு விசேஷத்தன்மை கொடுப்பவன் ஜீவன் எனலாம். மனித ஜீவன் இவ்வகையில்முதிர்ந்தவன்.

குணங்கள் அவனிடத்தில் படிந்து, தங்களது கூட்டான ஒரு உருவம் என அவனை ஆக்குகின்றன. உலகத்தோடு அவன் தொட்டுக் கொள்ளும் அன்று துவங்கி, இந்த உருவேற்றம் அவனுக்கு நேர்ந்து கொண்டிருக்கிறது. சாவிலும் இவை மலரைப் பிரிந்த 'வாசனை' போன்று, அவனை வாழ்வினூடேயும் அரூப உருவாக்கி, தமது கூட்டுருவே அவனுரு எனக்கொண்டு செல்லலாம். எனவே, குணங்கள் அற்றநிலையில் ஜீவனின் தன்மை எத்தகையது என (குணங்களை விருத்தி செய்வதை ஒழித்து, அவற்றை ஆராய்ந்து மீற முடியுமோ எனக்கண்டு, மீறியோ, வேறு ஏதோவொரு விதத்தில் அவற்றை உதிர்ந்து விழச் செய்தோ) அறிவது, வாழ்வின் சிகர சுவாரஸ்யமாகும்.

ஆனால், குணங்களைப்பிரிந்தும் பழக்கதோஷத்திலோ பயத்திலோ, வேறு குணங்களை மாற்றிப் பிடித்துக் கொள்கிறோம். குண விஷேசங்களின் வசப்பட்டுள்ளதின் அபத்தம், இந்த மாற்றிப் பிடிக்கும் கணத்தில் வெளிப்பட ஏதுவுண்டு. ஒரு குணத்தை நீத்து இன்னொரு குணத்தை ஏற்கும் முன், இடைவெளியில் உள்ள மௌனம் தரும் ஒளியிலா இது? அந்த இடை வெளியே தன்னை நிலை நிறுத்தி, குணங்களுக்கு இடம் தராவிட்டால், ஜீவன் கொண்டுள்ள குணவிஷேசங்கள் யாவுமே, மனிதத் தன்மையே, கயிற்றில் தெரிந்த அரவென மறையக்கூடும். இடைவெளியென ஆரம்பத்தில் பட்ட அதுவே, வாழ்வின் துவக்க இடமாகவும் முடிவிடமாகவும் ஒரு அதிர்ஷ்ட அருள் கணத்தில் தெரியவந்து, அதிலிருந்து ஆரம்பித்து அங்கேயே திரும்பவருவது எனவோ, இடையில் இறங்கி மௌனத்

தில் மறைந்து தானற்று விடுவதோ என எதுவும் ஆகலாம். அப்போது உலகு, கனவைவிடப்பலமற்ற 'கனவின்சாயை' ஆகவும் போய்விடலாம்.

சேவலின் ஒளி நாடும் குரல், உடலற்ற தன்னியல்பை நீத்து, 'பனை, தென்னை, ஆடு, மாடு, நாயெனவும்' உடலேற்க அலைவது போல், தான் தானற்ற தன்மைகளுடன் சார்ந்து 'நான்' என ஆகியதே அடிப்படை error - தவறு. தன்னைப் பற்றிய இத்தவறே, காணும் உலகின் மீதும் படிகிறது. தன்னைப்பற்றிய குணங்களினூடே, உலகும் நல்லதுகெட்டது என்பதுபோன்ற எதிரிடைகளின் வசப்படு கிறது.

மேற்படி விபரங்கள், 'தவறு' கதையில்(*கசடதபற*, பிப்'71) சரியாக வந்துள்ளதாகவே நான் உணர்கிறேன். இதற்குள், இக்கதையின் விஷயாம்சத்தைப் பற்றிப் பேசுவது உரையெழுதுவதாக வந்து விடக்கூடும். டெர்மினஸ் ரயில்வே ஸ்டேஷன் இஸ் ஈகுவல் டு திஸ்... எக்ஸட்ரா எக்ஸட்ராக்களெல்லாம், நவீன தமிழிலக்கியத்தை கலாசாலைப் பண்டிதத் தூக்குமேடைக்கு அனுப்ப வழி வைக்கக்கூடும். பரீட்சை பாஸ் செய்வதற்கெனப் பிறவியெடுத்தவர்களுக்காகவா நாம் இலக்கியத்தை ரசித்துக் காட்டுகிறோம்?

ஆனால் இக்கதை பற்றி ஒரு பிரச்னை. ரயில்வே ஸ்டேஷன் என்ற, குழப்பங்களுக்கு இடம் தந்தும் தானசைவுறா 'மௌனப் புதிர் க்ஷேத்திரம்', கதையில் வரும் இடத்திலிருந்து தான் மேற் சொன் னவை வெளிப்படுகின்றன எனத் தோன்றலாம். 'அவனை' விட்டு 'இன்னொருவனுடன்' வாழும் 'அவள்' என்ற விபரமும் இன் னொருவனுக்காக அவன் காத்திருந்து அவனைத் தேடியெனச் சொல்லல் என்பதும், எப்படி மேற்சொன்ன ரயில் வசப்படுதலுடன் சேரலாம்?

இவ்விடத்தில்தான் உரையாசிரியத் தன்மையுடன், 'அவள்', 'அவன்', 'இன்னொரு வன்' என்ற அம்சங்களை விளக்க வேண்டியுள்ளது. ஆனால், மௌனி கதை எதுவுமே ச்டூடூனுஞ்ணிணூதா அல்ல. அலிகொரி என்பது விடுகதை போன்ற விவகாரமே. மௌனி, உண்மையில் குறியீடுகளைப் (symbols) பயன்படுத்துபவர். ஆகவேதான், உரையாசிரியத் தனமாக அவர் கதையை அணுகுவது, அணுகுபவனையே குழப்பும் காரியமாகும்.

இங்கு, காத்திருத்தல் என்ற actionஐயே - காரியத்தையே - எடுத்துக்கொள்ளும்போது, அவன் இன்னொருவனைக் காண்பதென்பது, ஒரு குணம் இன்னொன்றாக மாறுமுன் உள்ள இடை

வெளியை நோக்கியுள்ளது எனக் காணலாம். 'அவள்', புலன் வாழ்வெனலாம். ஆனால் காத்திருந்து நகர்கையில் சந்தித்த, ஆயிரம் விளக்கொளி ஆரம்ப முடிவிடம் - பொருட்டற்றவையான குண பேதங்களுக்கு அநாயாசமாக இடம் கொடுத்தும் - தான் தனித்து நிற்கிறது. மயக்கத்திலிருந்து ஒருவன், தான் அறிய நீங்க முடியாது. எப்படி, தான் அறிய ஒருவன் நித்திரை போக முடியாதோ, அப்படி. எனவே, தானறியாதே ரயிலேறி, ஒரு பிரமையைப் பிரமையெனக் காட்டும் பயணத்தின் வசப்படுகிறான் அவன் - புலன் (அவள்) வசப் படும் இன்னொருவனாக மாறக்காத்திருந்தும், அவ்விதமாகாமலே.

இந்த இடத்தில், பால்(sex) காரி - உடனிகழ்வாக உள்ள 'அவனுக்கு' வசப்படத் தக்கவள் என வருகிறாள். இன்னொருவனிடமுள்ள அவளுக்கும் இவளுக்குமிடையே உள்ள பேதம், கைவசப் பட உள்ள புலனநுபவத்துக்கும் நேற்றநுபவித்து மீண்டும் நுகர அவன் வேட்கும் புலனநுபவத்துக்கும் உள்ள பேதமே. ஆனால், இன்று என்ற 'அவன்' நாளை என்ற இன்னொருவனாகாது, 'யாரோ ஒருவனாக' (கடவுளாக!) உலகை, கனவினும் நொய்வான அதன் சாயை என்று கண்டு கொண்டிருக்கையில், கைவசப்பட உள்ள புலனநுபவமும் கழிந்து செல்கிறது. ஏனெனில், அவன் இங்கு இந்த அறையுள்ளிருந்தும், இங்கில்லை; ஒரு பயணத்தின் அங்கமாக இருக்கிறான்.

இந்த அர்த்தத்தை, கூடமாக ஒரு உள்ளுணர்வெனத் 'தவறு' கதை தெரிவிக்கிறது. அவ்வுணர்வை, கதை படிக்கும்போது கொள்கின்ற கணங்களை, இங்கே வார்த்தை களாக்கியதைத்தான் நீங்கள் காண்கிறீர்கள்; வெறும் 'உரை' எழுத நான் முயலவில்லை - ஆனால், 'உரை'யாகவே இது நின்று விட்டால், நான் குற்றவாளி - பண்டிதர்களுக்கு இடம் தரும் குற்றத்தைச் செய்தவன் - பண்டிதர்களுக்கும் புதிய பண்டிதர்களுக்கும்.

இதற்கும் மேல்சென்றுதான், நான் இனி கதையின் நயங்களை ரசித்துக்காட்ட வேண்டும். என்னளவில், 'தவறு' திரும்பத் திரும்பப் படித்து, மனசின் பக்குவத்தை இக்கதையின் பாதிப்புக்கு தந்து ரசிக்கத் தக்கது.

கசடதபற, மார்ச் 1971.

25 கோணல்கள்

சமூகத்தின் கோணலை நிமிர்த்துவதென்பது, நாய்வாலை நிமிர்த்திப் பிடித்துக்கொண் டிருப்பதைப் போன்ற காரியம். இதைச் செய்பவன் மறைந்த கணத்திலேயே, நாய்வால் மீண்டும் சுருண்டு விடுகிறது. ஆனால், இக்காரியத்தின் மூலம், தனிமனிதர்கள் சிலர் நிமிர்ந்து விடுகிறார்கள். இவர்களின் நிமிர்வுதான் லாபகரமாக அமைகிறது. எல்லாவகை யான புரட்சிகளின் லாபங்களும், இவ்வகையான தனிமனிதர்களது நிமிர்வுதான். தங்களது சொந்த எலும்புகளிலேயே நிமிரும் இவர்கள் மூலம்தான் புரட்சிக்கே அர்த்தம் இருக்கிறது. சுரண்டலற்ற சமூகங்களை உருவாக்க எழுந்த சிந்தனைகள், அத்தகைய சமூகங்களை எங்குமே உருவாக்கிவிடவில்லை. ஆனால், தனித்த தொழிலதிபர்கள் திருந்தியிருக்கிறார் கள். மனச்சாட்சி என்ற நிமிர்வுடன் பூதான இயக்கத்திற்கு ஆதரவளித்த ஒருசில பணக்காரர்கள் தனிமனிதர்களாகச் செயல்பட்டிருக்கிறார்கள். சுரண்டும் சமூகத்தை ஒழிக்கவென்று கட்சி கட்டுபவர்களோ, சமூகங்களாக உருவாகி, புதுப்புது வகை சுரண்டல்களில் ஈடுபடுகிறார்கள். ரஷ்யா போன்ற கடுமையான கம்யூனிச நாடுகளில், ஆன்மிகச் சுரண்டல் எவ்வளவு கேவலமாக நடைபெறுகிறது என்பதை, ஐஸக் பேபலின் மறைவிலிருந்து அலக்ஸாண்டர் ஸோல்ஜனிட்ஸின்னின் நிலைமை வரை, நாம் அவ்வப்போது அறிந்து வருகிறோம். சமீபத்தில் ஜோஸப் பிராட்ஸ்கி என்ற கவிஞன் அங்கே கவிதையைத் தவிர வேறெதுவும் செய்யாத குற்றத்திற்காகக் கழிவுப்பொருள்களைச் சுத்திகரிக்கும் தண்டனை பெற்றிருக்கிறான்.

இலக்கிய சமூகங்களின் நிலைமையும் இதுதான். அரசியல்வாதிகளும் வியாபாரிகளும், இடையறாமல் இலக்கியகர்த்தாக்களை ஆகர்ஷிக்கிறார்கள். இந்த ஆகர்ஷண வலையுள் வீழ்பவன், தமிழ் இலக்கியத்துறையைப் பொறுத்தமட்டில், 'எனது இலக்கியபீடத் தை

இழந்துதான் வீழ்கிறேன்' என்ற உண்மையை ஒப்புக் கொள்வ தில்லை. இதற்குமாறாக, தான் விழுந்ததையே தலைகீழாகக் கண் டவன்போல, மேலோங்கியிருப்பதாக, இலக்கியத்தையும் மேவி அந்தர இலக்கியவாதியாக ஆகிவிட்டதாக எண்ணுகிறான். இவ் வகை ஆசாமிகள், இலக்கியவாதிகளை எள்ளிநகையாட ஆரம் பிக்கிறார்கள். போகப்போக, இவர்கள் அறிவுத்துறையின் கோணங் கிகளாகிறார்கள். ஆனால், தமிழ் வாசகர்களின் விழிப்பின்மையில், இவர்களது கோணங்கித்தனமே வீரதீரத்தனமாகப்படுகிறது. இயல் புக்கு ஒவ்வாத கோணங்கித்தனங்களைக் கொண்டே கதாநாயகர் களை இனம்காணும் தமிழ்ப்பட ரசனை யின் ஒரு அறிவுவாத நிலைதான், இத்தகைய வாசகர்களிடமும் தெரிகிறது. ஒரு சர்ச்சை யின் தர்க்கப்பின்னணியையோ, அதன் குறிக்கோளிலுள்ள தர்ம அதர்மத்தையோ கண்டு கொள்ளாமல், எவன் துணிச்சலாக' (அதா வது குச்சுக்காரிபோல) வைகிறானோ, அவன் சொல்வதே 'ரைட்' என்பதுதான் தமிழ் இலக்கிய வாசகர்களின் பார்வைபோலத் தெரி கிறது. இது ஒரு adolescenceஐ, மனப்பக்குவமடையாத இளை ஞனது மனப்பான்மையைக் காட்டுகிறது. வாசகரின் இந்த மனப் பான்மையின் மூலம் சுரண்டல் கோஷ்டி செழிக்கிறது.

சமீபகாலத் தமிழ் இலக்கிய சரித்திரத்தில், நாய்வால் நிமிர்த்தி களாக எழுந்தவர்கள் க.நா.சுப்ரமண்யமும் சி.சு.செல்லப்பாவும். விஜயபாஸ்கரனுடைய *சரஸ்வதி*, சி.சு.செ.யின் *எழுத்து*, தமது *இலக்கிய வட்டம்* ஆகியவற்றின் மூலம் க.நா.சு.வும், *எழுத்து* மூலம் சி.சு.செ.யும் செய்த சேவையால், தமிழ் வாசக சமூகத்தில் ஏதும் நிமிர்வு ஏற்படவில்லை என்பதல்ல. தனிமனிதர்கள் சிலர் விழிப் பூட்டப்பட்டு, உருவாக்கப்பட்டு, புதிய சக்திகளாக இயங்க ஆரம் பித்துள்ளதற்கு, இவர்களும் இவர்களது பத்திரிகைகளும் காரணங் கள். ஆனால், இவர்கள் மூலம் நிமிர்ந்ததுபோல் தோன்றிய வாசக சமூகத்தின் கோணலோ, புதிய ஒரு திசையில் சுருள்வதாகத் தெரி கிறது. இந்தப் புதிய கோணல் மூலம், ஒரு புதிய சுரண்டல் கோஷ்டி செழிக்கிறது.

பழைய இலக்கியங்களைப் 'பற்றி' எழுதிக் கொண்டிருப்பதற் கும் இலக்கிய சிருஷ்டிக்கும் சம்பந்தமில்லை என்றுவாதித்து, க.நா.சு. 'பற்றி இலக்கிய'க் காரர்களைச் சாடினார். அவரும் சி.சு.செ. யும், ஜனரஞ்சகமாக எழுதுவதுதான் இலக்கியம் என்று வாதிட்ட

'பத்திரிக்கைக் கதை'க் காரர்களான அகிலன், ஆர்வி வகையறாக்களைச் சாடினார்கள். தமது பத்திரிகையில் 'எழுத்து அரங்கம்' என்ற பகுதியைத் திறந்து, அதன் மூலம் நயமுணரத்தக்க வாசகர்களைக் கொண்டே, சி.சு.செல்லப்பா, இலக்கியம் வேறு - ஜனரஞ்சக எழுத்தும் பண்டிதத்தனமும் வேறு எனச் சாதித்தார். நவீன தமிழிலக்கியச் சரித்திரத்தில், எழுத்து ஒரு புதிய பரிமாணத்தையே உருவாக்கிற்று. இப்பத்திரிகை, தமிழ்ப் பத்திரிகை வானில் அதுவரை திரிந்த காக்கை குருவிகள் எதுக்கும் எட்டாத உயரத்தில், கழுகாகப் பறந்தது. மணிக்கொடி கூட ஒரு பத்திரிகையாக இதழுக்கு இதழ் அவ்வளவு கடுமைகளை அநுஷ்டிக்கவில்லை என ஒரு மணிக்கொடி தொகுதியிலிருந்து அறிகிறேன். இந்த அசாத்திய பாய்ச்சலை எழுத்து சாதித்துள்ளதை மறந்து, அதன் 'விண்ணும் மண்ணும்' கட்டுரைத் தொடருக்காக, அதைத் தரக்குறைவாகக் காண்கிறார் சுந்தர ராமசாமி (ஞானரதம், செப்.1972), என்னுடன் பேசுகையில், கசடதபறவுடன் அதை ஒப்பிட்டு. தமிழில் இதுவரைய இலக்கியப் பத்திரிகாசிரியர்களுள், சி.சு.செல்லப்பாதான் முன்னணியில் நிற்கிறார் என்பதையும் கசடதபற, அக், நடை, இலக்கிய வட்டம் போன்ற பத்திரிகைகளை நடத்துவதற்கேற்ற ஒரு வாசகச் சூழலை ஏற்படுத்தியதே, அவரது எழுத்து தான் என்பதையும் நிதானித்துப் பார்த்தால் அறியலாம். இலக்கிய சரித்திரம் இதைக் கணித்துக்கொள்ளும். சி.சு.செ.யின் குறைபாடுகள் என நான் காண்பவற்றையும் மீறிய விஷயம் இது.

*எழுத்து*எப்போது க.நா.சு., சி.சு.செ, வெங்கட் சாமிநாதன், நான், டி.கே.துரைஸ்வாமி ஆகியோர் மூலம், மௌனி, ந.பிச்சமூர்த்தி, லா.ச.ராமாமிருதம் போன்றவர்களை, அகிலன், ஆர்வி வகையறாக்களிலிருந்து கூறுபடுத்தி, இலக்கியவகுப்பாகக் காட்டுவதில் வெற்றியடையத் தொடங்கியதோ, அன்றே ஒரு புதுவகைக் கோணலும் ஆரம்பமாகியிருக்கிறது. அன்று, 'நாவலாசிரியர்' என்று கருதப்பட்ட மு.வரதராசனாரை, *சரஸ்வதி*, *எழுத்து* காலத்துக்குப் பிறகு, இன்று கௌரவிக்க ஒரு 'இலக்கிய' வாசகர் குழுவும் இல்லை. ஆனால், ஜெயகாந்தனுக்கு விமர்சன ஆதரவற்ற ஒரு இலக்கிய கௌரவம் கொடுக்கப்படுகிறது. சரஸ்வதியில் 'பிணக்கு', 'நந்தவனத்திலோர் ஆண்டி' என்பது போன்ற கதைகளின் மூலம், இலக்கியாசிரியராக மலரக்கூடியவர் என்று க.நா.சு.வின் கட்டுரைகளில் இடம்பெறத் துவங்கிய ஜெயகாந்தன், தமது *சரஸ்வதி* கதைகளின்

மூலம் சம்பாதித்த இலக்கிய கௌரவம் ஒரு புறக்கூடு என நிற்க, உள்ளூர பத்திரிக்கைக் கதாசிரியராக மாறினார்.

சாந்தி என்ற பத்திரிகையில் பிறந்திருந்த சுந்தர ராமசாமி, ஜெய காந்தனைப் போல கம்யூனிஸ்டாக இருந்திருந்தும், *எழுத்து*வில் பசுவய்யா என்ற பெயர்மூலம் ஒரு முக்கிய மான கவியாக மலர்ந் தார். ஜெயகாந்தன், ஒரு சுமாரான கவிதையை *எழுத்து*க்கு கொடுத் தார் என்பதற்குமேல், இலக்கியத் தொடர்பு எதையும் அதனுடன் வைத்துக் கொள்ளவில்லை. இத்தொடர் பின்மையை, இவர் விஷ யத்தில் ஒரு குறியீடாகக் காணலாம். புதுமைப் பித்தனின் உக்கிரப் பார்வையை, மு.வரதராசனாரிஸ கதாபாத்திர சிருஷ்டிகள் மூலம் கொணர்ந்து, தமது இலக்கிய முகமூடியைக் காப்பாற்றும் காரியத் தையும் *ஆனந்தவிகடன், கதிர், குமுதம்* போன்ற வியாபாரப் பத்திரி கைகள் மூலம் ஜனரஞ்சக விரிவுபெறும் காரியத்தையும் செய்வ திலேயே, இதுவரை அவர் ஈடுபட்டிருக்கிறார். ஜெயகாந்தன், கட்சியைவிட்டதற்கும் பத்திரிகைக்கதைக்காரரானதற்கும் தொடர்பு காட்டும் விஷயமாக, இதை நான் சொல்லவில்லை; அவர் இலக்கிய வாதியாகத் தொடரவில்லை என்பதுதான்.

புதுமைப்பித்தனது உக்கிரப்பார்வை, ஒரு பாஷனாக ஜெய காந்தன் கையில் உருப் பெற்றது. சிதம்பர ரகுநாதனும் புதுமைப் பித்தனை எதிரொலித்து எழுதியவர்தான். ஆனாலும், ஜெயகாந் தனின் எழுத்தில் பத்திரிக்கைத் தேவைக்காக எழுதுபவர்களிட முள்ள போலித்தனம் ஒன்று தலைகாட்டுகிறது; கலையுருப்பெற முடியாத அரை வேக்காட்டுத் 'தத்துவங்கள்' தென்படுகின்றன. சாமான்ய இரக்கத்தையும் மனிதாபிமானத்தையும் களேபரமாக வெளியிடுவது கலையல்ல; ஆசிரியரது மேற்படி தத்துவங்களின் நூலிழுப்பில் ஆடும் பொம்மைகளாக, ஏற்கெனவே வரையறுக் கப்பட்ட இயல்புகளுடன் இயங்கும் பாத்திரங்கள், உயிருள்ள பாத்திரங்களுமல்ல. கதாபாத்திரங்களின் செய்கைகளும் கூற்றுக்க ளும், ஒரு கொள்கையையோ 'தத்துவத்தை'யோ பறைசாற்ற வென்றே தொழிற் படுவதன் மூலம், மனித வாழ்க்கையானது பிரதிபலிக்காது; குறிப்பிட்ட கொள்கையும் தத்துவமுமே பிரதி பலிக்கும். இப்படி, உயிர்ப்பொருளின் பலியில் பிறப்பது பிர சாரமே. ஜெயகாந்தனின் கம்யூனிஸ ஈடுபாட்டினால் வரையறுக்கப் பட்ட மனப்பான்மை இது என்றும், இதுவே இன்றும் மு.வ.

போன்ற ஒருவகைப் பிரச்சாரகராக அவரை இனம் காட்டுகிறது என்றும் பார்ப்பதில் தவறு இருக்காது.

ஜெயகாந்தன் எந்த வகையான கருத்துக்களுக்குக் கூடாகக் கதா பாத்திரப் பொம்மை களைத் தயாரிக்கிறாரோ, அவ்வகைக் கருத்து கள், மனிதனின் அடிப்படைப் பலவீனங்களின் முன்னால் தவிடு பொடியாகின்றன என்று காணத்தக்க தீட்சண்யம் புதுமைப்பித்த னுக்கு இருந்தது. அன்றாட வாழ்க்கையின் குரூரத்தின் முன்னால், தமது தத்துவங்கள் வெடவெடக்க நின்று நடுங்கிய ஒரு பிரத்தியட்ச மான ஜீவகோஷ்டி, புதுமைப்பித்தனது பாத்திரங்கள். இலக்கியப் படைப்பாளி என்ற பெயர், இவ்வகைப் பாத்திரங்களைப் படைப் பவருக்குமட்டுமே பொருந்தும். ஆனால், ஒரு விவாதப் பொருளை, அதற்கு மட்டுமே இணங்கும்படி சீராக வெட்டி எடுக்கப்பட்ட பாத்திரங்கள் மூலம் உருவாக்கும் எழுத்து, இலக்கியம் என்ற பிர மையை ஏற்படுத்தும் ஒரு தயாரிப்புத்தான். ஜெயகாந்த னோடு இந்தப் புதியகோணல் ஒன்று தமிழிலக்கியத்திற்கு ஏற்பட்டிருக் கிறது. இதன் பெயர் 'இலக்கியத் தயாரிப்பு' என்றிருப்பது, பல வகையில் விளக்கும் தருவதாக அமையும்.

இதோடு கம்யூனிஸ்டுகள்: பத்திரிகைகளின் வியாபார நோக்கங் களைப் பூர்த்திபண்ண எழுதுவதற்கும் ஒரு கட்சியின் கொள்கை களை விளக்கி எழுதுவதற்கும் வித்யாசமே இல்லை என்பது கம் யூனிசம் போன்ற கெடுபிடி யுள்ள ஒரு கட்சியில் உள்ளவர்களுக்கு புரியவராது. உருவம் உள்ளடக்கம் என்று கலைப்பொருளைதுண்டு போட்டு அரித்துப் பார்த்து, மார்க்ஸீயத்துக்கு ஒத்துவருமா வராதா என்பதைத் தவிர வேறெதையும் காணமாட்டாத கண்கள், உண்மை யில் யதார்த்தவாதம் என்ற அவர்களது தேவையையே பூர்த்தி பண் ணும் படைப்புகளைக்கூட ஒதுக்கிவிடக் காணலாம். நீதி புகட்டும் கதைகளைப் போன்று, கம்யூனிஸம் புகட்டும் கதைதான் இவர் களுக்கு வேண்டும். தங்களது அரசியல் கொள்கைகளுக்கு எதிரான கொள்கையுள்ள சகலவிதமான தர்மங்களையும், எவ்வித சூசகத் தன்மையும் இன்றி தாக்குவதைத்தான் இவர்கள் யதார்த்தவாதம் என்பார்கள். தமிழ் நாட்டைப் பொறுத்தவரை, இங்குள்ள கம் யூனிஸ்டு விமர்சகர்கள், அவ்வளவுக்கு ஆராயவே திராணியற்ற வர்கள். 'அவர்களது கட்சியில் இருந்து கொண்டால் போதும்; நீங்கள் எதை எழுதினாலும் இலக்கியம் என்பார்கள். எனது அனுபவம்

இது' என்றார் கட்சியில் இருந்து விலகிவிட்ட ஒரு எழுத்தாளர். இவர் ஜெயகாந்தனல்ல. ஆனால், பிரசுர சக்திகளின் மூலமன்றி, நேர்ப்பேச்சில் மட்டுமே இதை அவர் சொல்லியுள்ளதாலும் இம் மாதிரி வலுவான கூற்றுக்களைப் பிரசுரசக்திகள் மூலம் சொல்ல வழிகள் இருந்தும் கூட அவர் வாளாவிருப்பதாலும், அவர் பெயரை உங்கள் ஊகத்துக்கு விடுவதோடு நிறுத்திக் கொள்கிறேன்.

இது, கட்சி மனப்பான்மையின் குறுகலான தன்மையை நமக்குத் திரைவிலக்கிக் காட்டிவிடும் கூற்றென்பதோடு, கட்சியில் இருந்து இப்போது விலகிவிட்ட ஜெயகாந்தன், சுந்தர ராமசாமி ஆகியோரின் கட்சிக்கால, பிந்தியகால எழுத்துக்களை, கம்யூனிஸ இலக்கியக் கொள்கைகளோடு ஒப்பிட்டுப்பார்த்தால் சுவாரஸ்யமாயிருக்கும் என்று எண்ணவும் தூண்டுகிறது. ஆனால், கம்யூனிஸ்ட் கட்சியின் கொள்கையை அடிப்படையாக வைத்து 'இலக்கிய விமர்சன'மும் செய்யவேண்டிய நிர்ப்பந்தத்தைக் கட்சிக்காரருக்கு ஏற்படுத்தியது, க.நா.சு., சி.சு.செ.யின் மூலமும் *சரஸ்வதிக்குப் பிறகு* 'இலக்கிய விமர்சன குரல்' ஆகவே ஒலித்து விமர்சனத்துக்கு ஒரு ஸ்தானத்தை உண்டாக்கிய *எழுத்து* மூலமும் நடந்த இலக்கிய இயக்கம். இந்தக் கம்யூனிஸ விமர்சனம் என்ற புதிய கோணலையும் நாம் கவனத்தில் கொள்ளவேண்டும். இக்கோணல், சமீப காலங்களில் ஒரு மிரட்டல் தன்மையைக் கூட மேற்கொண்டிருக்கிறது.

இலக்கிய விமர்சனத்தை, கம்யூனிஸ்டுகள் ஒரு கட்சிக் கடமை யாக மேற்கொள்ள வேண்டிய நிர்ப்பந்தத்திற்கு, புதிய மிக ஆழமான இலக்கிய மதிப்புகள் *எழுத்து*வைச் சார்ந்த ஒரு சூழலில் பிறந்ததைக் காரணம் காட்டும்போது, கம்யூனிஸக் கொள்கைகள் எதற்கும் வசப்படாத ஒரு அற்புதமான படைப்பாளி, இந்த ஆழ்ந்த மதிப்பு களுக்கு ஆதர்சமாகத் திடீரென்று தமிழிலக்கிய உலகில் தோன்றி யதையும் மறந்துவிடக்கூடாது.

புதுமைப்பித்தன், ந.பிச்சமூர்த்தி போன்றவர்களது இலக்கியத் தைக் கம்யூனிஸஇலக்கிய சித்தாந்தங்கள்மூலம் ஏற்றுக்கொள்ள முடியும். ஆனால், 1959இல் ஒரு தொகுப்பாக மௌனியின் கதைகள் வெளிவந்ததைத் தொடர்ந்து எழுந்தன புதுப்புதுப் பிரச்னைகள். ஏற்கெனவே புதுமைப்பித்தனால் தீவிரமாக கௌரவிக்கப்பட்டு, ஆனால் மறக்கப்பட்டிருந்த மணிக்கொடிகால எழுத்தாளரான

மௌனியின் இலக்கியம், பிரக்ஞை நிலைகளையே கதைக்கரு வாகக் கொண்டு, அதே காரணத்தினால் ஒரு ஆழ்ந்த கலாபரிமாண மாகவும் பிறந்து, சமூகச் சிக்கல்களைக் கருவாக்கி எழுதுவதுதான் கலை என்று அதுவரை இருந்த ஒரு பரவலான இலக்கிய சித்தாந் தத்தை அறைகூவி அழைத்தது. பத்திரிகைக் கதைக்காரர்கள், மௌனி யின் ஒவ்வொரு கதையிலும் தீண்டப்பட்ட பிரக்ஞையின் வெவ் வேறு சிக்கல்களையும் அவற்றை மௌனியின் கலை எல்லையற்ற ஒரு குணரூப (abstract) தளத்திற்கு இட்டுச் செல்வதையும் காணக் கண்ணற்று, புறவுலகின் கதைக்கூடாக மௌனியின் சிக்கனம் மேற்கொண்டிருந்த காதல் கதையம்சத்தை மட்டும் கண்டு, 'ப்பூ இவ்வளவுதானா?' என்றார்கள். கம்யூனிஸ்டுகள், இன்னொரு கோணத்திலிருந்து தங்கள் வழக்கமான மார்க்ஸீய அஸ்திரங்களைப் பிரயோகித்தார்கள். ஏ.ஜே.கனகரட்னா என்ற இலங்கையின் கம் யூனிஸச் சார்புள்ள எழுத்தாளர், *சரஸ்வதி*யில் 'மௌனி வழிபாடு' என்ற கட்டுரையை எழுதினார். 'வழிபாடு' என்ற இந்த பிரயோகம், அன்றிலிருந்து எந்த ஒரு தர்க்கத்தையும் கண்காணாது மறைத்துவிடும் பிரயோகமாகப் பயன்படுத்தப்படுகிறது. இப்பிரயோகத்தையும் மௌனியின் இலக்கிய விரோதிகளையும் சாடி எழுதிய சி.சு. செல்லப்பாவே, இன்று இப்பிரயோகத்தை வெகு தீவிரமாக உப யோகிக்கிறார். இப் பிரயோகத்தின் வியாபகமே, மௌனி விரோதம் என்ற கோணலிலிருந்து பிறந்துதான்.

கருத்துலகில் தனிமனித ஆதிக்கமோ, கட்சி ஆதிக்கமோ வெகு காலம் நிலைக்காது. சி.சு.செல்லப்பாவுக்கு இதன் நிதர்சனமோ, மௌனி என்ற இலக்கியவாதியின் தொடர்பின் மூலம் ந.முத்துசாமி, கி.அ.சச்சிதானந்தம், வெங்கட் சாமிநாதன், நான் ஆகியோர், புதிய ஆனால் ஆழமான இலக்கிய சித்தாந்தங்களை ஆராய்ந்து கொண் டிருந்ததோ சரிவரப் பிடிபடவில்லை. தன்மூலம் ஆரம்பித்த ஒரு தீப்பொறி என்று, இந்த ஆராய்ச்சிகளில் ஈடுபட்ட மனப்பான்மை யைச் சிலாகிக்கவும் ஏனோ இயலவில்லை. மௌனியின் மூலம், இலக்கியச் சித்தாந்தக் கோட்பாடுகளை அறியவாவது இருந்த சந்தர்ப்பங்களையும், ஒரு பகைமையோடு உதறியிருக்கிறார். இதன் அடியில் ஒரு புதிய கோணல் தெரிகிறது. ஒரு அறிவு எதிர்ப்பு வாதத்தின் இழை! வெ.சா.வும் நானும் எழுத்துவை தத்துவம், ஓவியம் ஆகிய துறைகளுக்கும் விரித்து அடிப்படைகளை ஆராய

வசதி கேட்டதற்கும் மறுத்திருக்கிறார் என்று பார்க்கிறபோது, *எழுத்து* வின் பரிபூர்ணமின்மையின் காரணங்கள் தெரியவரும்.

நடை இந்த வகையில் ஒரு எட்டு மேலே சென்றது. மிகச்சிறந்த இலக்கியப் பத்திரிகாசிரியர் சி.சு.செல்லப்பா என்றால், *நடை*யைத் தான் இதுவரைய மிகச் சிறந்த இலக்கிப் பத்திரிகை எனவேண்டும். ஓவியர்கள் முதன் முதலாக தமிழில் எழுத, பேச ஆரம்பித்ததும் ஓவியங்களை ஒரு கலைச்சித்தாந்த நோக்குடன் தமிழன் பார்க்க ஆரம்பித்ததும் *நடை*யில்தான். பண்டிதர்களுக்குப் புதுக்கவிதை யுருவை விளக்கும் *யாப்பியல்* என்ற நூலனுபந்தமும், வெ.சா. எழுதிய 'மார்க்ஸின் கல்லறையிலிருந்து ஒரு குரல்' என்று கட்டுரை யும் ந.முத்துசாமியின் 'அப்பாவும் பிள்ளையும்' என்ற நாடகமும் டி.கே.பத்மினி என்ற ஓவியரைப்பற்றிய விமர்சனமும் *நடை*யின் சாதனைகள். ஆனால் கவிதையைப் பொறுத்தவரை *நடை*, *எழுத்து* வின் தரத்துக்கு வரவில்லை. செல்லப்பா, பிச்சமூர்த்தி ஆகிய இருவரும் கண்காணித்த கவிதைத்தரம், *எழுத்து* நின்ற பிறகு வீழ்ந்தேவிட்டது.

''பத்து பிரஷ்கள் கையிலிருந்தால் மூன்றைமட்டும் பயன்படுத்து. பத்து விஷயங்கள் ஒரு ஓவியத்துக்குக் கருவாகத் தென்பட்டால், அவற்றில் மூன்றை மட்டும் பயன்படுத்து. இதனால் உனக்கு ஒரு உள்ளடக்கிய பலம் - strength in reserve இருக்கும்'' என்றான் பாப்லோ பிக்காஸோ. மௌனி என்ற எழுத்தாளரைத் தவிர, தமிழில் இந்த அளவுக்கு ஒரு உள்ளடக்கிய பலத்தால் உந்தப்பட்டு, வெகு சிக்கனமாகவும் தீவிரமான கலை உணர் வோடும் எழுதியவர்கள் அதிகம்பேர் இல்லை. கொஞ்சம் அதிகப்படியாக, அதுவும் விரயம் என்று சொல்லுமளவுக்கு எழுதியவர்கள் என்றாலும், இவ்வகை யில் எழுதியவர்கள் என்று தமிழ் சிறுகதைத் துறையில் புதுமைப் பித்தன், ந.பிச்சமூர்த்தி, லா.ச.ராமாமிருதம் ஆகியோரைத் தான் குறிப்பிடலாம். தமது நாடகங்களுக்காகவும் 'நீர்மை' என்ற சிறு கதைக்காகவும், இந்த வரிசையில் ந.முத்துசாமி இடம் பெற முடி யும். இருந்த ஒரு துளி சிருஷ்டிப்பொறியையும் கரைத்து நீராக்கி ஊற்றிக் கொண்டிருப்பதால், ஜெயகாந்தனோ, அசோகமித்திரனோ எவ்வித உள்ளடக்கிய பலத்தையும் காப்பாற்றக்கூடிய தவம் இல் லாத யந்திர எழுத்தாளர்களாகியிருக்கிறார்கள்.

அசோகமித்திரனது யந்திரத்தனம் கவனத்திற்குரியது. ஜ.தியாக ராஜன் என்ற இயற்பெயரில், இவர் *எழுத்து* 13-வது இதழில் (ஜனவரி 1960) 'மஞ்சள் கயிறு' என்றொரு கதை எழுதியிருந்தார். இந்தக் கதை ஒன்றுதான் அசோகமித்திரனுக்குக் கௌரவம் தருவது. குருக்ஷேத் திரம் (தொகுப்பாசிரியர்: நகுலன்) தொகுதியில் வெளியான 'விமோ சன'மோ சிதறி விடுகிறது. கதையின், உடலுக்கொவ்வாது பொருத் தப்பட்டோ குருட்டுத்தனமாக வளர்ந்தோவிடும் வெற்று விவரணை கள் தலைகாட்டுகின்றன. குரூரமான வனாயினும் தன் கணவனை விட்டால் வேறுகதியில்லை என்று அவனிடம் சொல்லிவிடும் போதே, அவன் வீட்டுக்குத் திரும்பாது போய்விடும் முடிவு விமோ சனம்தானா, கதாநாயகியின் இக்கட்டான நிலைமையின் ஒரு அங்கமா என்ற தெளிவின்மையை உண்டாக்கிவிடுகிறது. இத் தெளிவின்மை, மௌனியின் தெளிவின்மையைப்போன்ற கலைத் தன்மையாக அல்லாமல், கலைத்தன்மையைச் சிதைத்துவிடும் குருட்டாம்போக்காக இருக்கிறது. மௌனியின் தெளிவின் மையோ, ஒரு குணரூபத்தை (abstraction) மனசில் எழுப்புவது. ஒன்றுக்கொன்று குறியீடுகளாகத் தொடர்புபட்டு, மனநிலையின் பிரதி பிம்பங்களாகக் கதையின் உருவைச் சமைக்கும் மௌனியின் வர்ணனைப் பகுதிகளை, விஷயம் தெரியாமல் இமிட்டேட் பண்ணு வதின் விளைவுதான், இந்த உப்புச்சப்பற்ற விவரணைக் கோவை என்று தோன்றுகிறது.

இந்த யந்திர எழுத்தாளருக்கு, ஒரு புதுவகையான 'மார்க்கெட்' தேவை இருக்கிறது; இலக்கியத் 'தயாரிப்பு'களைப் படிக்கும் ஒரு வாசகர் கூட்டம். இக்கூட்டத்தினால் 'ஒரிஜினால்டி' உள்ள எழுத் தாளர்களை இனம் காணவோ, யார் யாரை இமிட்டேட் பண்ணு கிறார் என்பதை உணரவோ, மாரீசம் என்ற இலக்கியத் திருட்டு எவ்வளவு மட்டமான நேர்மையின்மை என்று புரிந்துகொள்ளவோ கூட முடிவதில்லையா? 'ஒரிஜினால்டி'க்குத் தமிழில்வார்த்தை கூட இல்லையே! தமிழ் மொழியின் ஆணி வேர்களையே பிடுங்கி ஆராயுமளவு, தத்துவ-இலக்கிய செயல்முறைகளில் ஈடுபட்டால் தான், ஒரு விழிப்புள்ள வாசகர் கூட்டத்தை உண்டாக்க முடியும் போலும்.

சிலவேளை உண்மையில், நம்முடைய தமிழர்களுள்ளே தகுதி யான இலக்கியத்தையும், இலக்கிய விவாதங்களை - அவற்றின்

திருட்டோட்டங்களை ஊடுருவி - அடிப்படை களையும் புரிந்து கொள்ளக்கூடிய ஒரு கணிசமான வாசகக்குழு இருக்கத்தான் செய் கிறது என்றும் சமீபகாலத்தில் கண்ணீர்ப்புகைத் தாக்குதல்கள் போன்ற குழப்பமுறையில், confusion techniqueஇல், அவர்களது சிரத்தை சிதறுமளவு இலக்கிய நிலைமை திட்டமிட்டு சிக்கலாக் கப்பட்டிருக்கிறது என்றும் ஊகிக்கக்கூட இடமிருக்கிறது. இதை ஆராய்வது சிலவேளை பயன்தரலாம்.

இதன் அடிப்படை, சி.சு.செ.யிடமே ஒரு தூரத்து இழையாகத் தென்பட்ட அறிவு எதிர்ப்புவாதம்(anti - intellectualism) என்று சொல்ல வேண்டும். சைமன் கமிஷனை எதிர்த்து ஆங்கிலப் படிப்பை பகிஷ்கரித்த சி.சு.செல்லப்பா, இலக்கிய விமர்சனத் திலும் மேல்நாட்டு இலக்கியத்திலும் கொண்ட ஒரு அக்கறை யினால்தான், ஆங்கிலத்தையே ஒரு இடைவெளியின் பின் தீண்டி யிருக்கிறார் போலும். இவர், இலக்கிய விமர்சன நூல்களைத் தவிர வேறெந்த அறிவுத்துறை நூலையும் தொடக்கூடாது என்று கங்கணம் கட்டிக் கொண்டாரோ என்னமோ! வாழ்க்கையை வெறும் புலன் களினால் மட்டுமின்றி, பல்வேறு வகையான அறிவுத்துறைப் புலன் களின் மூலமும் அநுபவித்தால்தான் ஒரு உள்ளடக்கிய பலத்துக் குரிய மூலதனத்தை இலக்கியாசிரியன் பெறமுடியும் என்பது சி.சு.செல்லப்பா வுக்கு மட்டுமல்ல, இலக்கியாசிரியர்களாகக் கருதப்படும் ஜெயகாந்தன், அசோகமித்திரன், சா.கந்தசாமி ஆகிய வர்களுக்கும் தெரியாது. *கசடதபறவின்* இலக்கியத் திராணியிலே சந்தேகம் கொண்டவர் போன்று, சி.மணி ஒதுங்கிவிட்டார். *யாப் பியல்* என்ற *நடை* அநுபந்தத்தின் ஆசிரியர் இவர் என்பதைக் கவ னிக்க வேண்டும்.

தொடர்ந்து, தாம் ஆசிரியராக இருந்த பத்திரிகையில் வருகிற வற்றையே தாம் படிப்பதில்லை என்று பிரகடனம் செய்தபடி, *ஞானரதம்* ஆசிரியர் ஜெயகாந்தன், தமது பத்திரிகையிலேயே வெளியான கி. அ. சச்சிதானந்தத்தின் 'நரகம்' என்ற கவிதையையும் அதன் பின்னணியிலிருந்த இலக்கிய இயக்கத்தையும், தமது கேள்வி பதில் பகுதியில் பரிகசித்து, பத்திரிகையின் துணையாசிரியர் குழு பத்திரிகையுடன் தொடர்பு கொள்ளாது செய்தார்.

இதற்கு அடுத்ததாக, வெங்கட் சாமிநாதன் விவகாரம். எப்படி தனிமனித ஆதிக்க நோக்கம்தானா என்று சந்தேகிக்கத்தக்க அளவுக்கு

ஒரு அறிவியல் காரணமோ வாதமோ இன்றி, சி.சு.செல்லப்பா மௌனியைப் பகைத்தாரோ, அதே சந்தேகத்தைத் தூண்டுமளவு இருக்கிறது - கடந்த ஒருவருட காலமாக *கசடதபற*வின் நடத்துநர் களில் முக்கியமானவர் களான சா. கந்தசாமி, ஞானக்கூத்தன், மஹாகணபதி ஆகியோர், வெங்கட் சாமிநாதன் மீது காட்டிவரும் பகைமை. இளம்தலைமுறையினரின் சுழல் தன்னைவிட்டு மௌனி யிடம் ஓடிவிட்டது என்ற காரணம் சி.சு.செ.க்கு இருக்கக்கூடும். *கசடதபற* - வெ.சா. உறவில், அவரது பூதாகாரமான intellectural status, அறிவியல் வியக்தி, *கசடதபற*வை அவரது நிழலில் அது நிற்கிறது என்பதாகவன்றி, அதன் நிழலில் அவர் என்ற நிலைமையைத் தரவில்லை.

*கசடதபற*வில் வெளியான மிகச்சிறந்த கட்டுரைகள் யாவும் வெ. சா., முத்துசாமி, நான், ஓலூலூ (சி.மணி), கி.அ.சச்சிதானந்தம் ஆகிய *எழுத்து* தலைமுறையினரால் எழுதப் பட்டவைதான் என்பதும் இலக்கிய அபிப் பிராயங்களை ஆழமாகவும் தகுந்த காரணங்கள் காட்டியும் சொல்லக்கூடியவர்கள் இன்று இவர்கள்தான் என்பதும், இவர்களது கட்டுரை களை *எழுத்து* முதலிய பத்திரிகைகளில் அவதானத்தோடு படித்தவர்களுக்குத் தெரியும். அப்படியிருந்தும், *எழுத்து* தலைமுறையினருடன் தாங்கள் எவ்வகையிலும் ஐக்யமாகி விடக்கூடாது என்ற நோக்கத்தோடு அவ்வப்போது நடந்து கொண்ட *கசடதபற*வினர், வெ.சா. விஷயத்தில் ஆபாஸமாகவே நடந்து கொண்டுள்ளார்கள்.

தமது 13-வது (அக்டோபர் 71) இதழில் வெ.சா. எழுதிய கட்டு ரைக்கு, அதன் மறு இதழில் அசோகமித்திரனின் ஒரு ஆபாஸமான பதிலைப் பிரசுரித்து, அப்பதில் தாக்கப்பட முடியாத ஏற்பாடாக, 'இத்துடன் இவ்விவாதம் முடிவடைகிறது' என்று அறிவித்தும் விட்டார்கள். *கசடதபற* என்ற பத்திரிகை நடைபெறும் வரை, இந்த அறிவிப்பின் மூலம், அசோகமித்திரனது பதிலில் புரையோடும் சந்தர்ப்பவாதமான வியாபார எழுத்துக்கொள்கையில் அப்பத்திரி கைக்கு உடன்பாடு இருக்கிறது என்ற மனப்பதிவு, விழிப்புள்ள என்னைப் போன்ற வாசகனைவிட்டு நீங்கப் போவதில்லை. நேர்ப் பேச்சில், எத்தனையோ வகையாக (ஆழ்ந்த நட்புறவுடன்கூட) இவர்களுக்கு இந்த பிரசுரத்துறை இயல்பை விளக்கியும், என்னால் இவர்களது ஆத்மாவை எட்டமுடியவில்லை. போகப்போக, இவர்

களுக்கு ஆத்மாவே இல்லையோ என்று சந்தேகிக்கத் தோன்றுகிறது. இச்சந்தேகத் திற்குக் காரணம், இலக்கிய இயக்கத்தில் வியாபார நோக்கற்ற, அரசியல் நோக்கற்ற ஒரு கொள்கை உருவாகி வரும் சமயத்தில், அதைக் குழப்பவென்று, அறிந்தோ அறியாமலோ *கசடதபறவினர்* - ஜெயகாந்தன், அசோகமித்திரன் ஆகிய எழுத்தாளர்களைப் போல தாங்களும் - ஒரு குழப்பமுறை மூலம் இலக்கிய வாசகர்களின் வளர்ச்சியை குலைக்க முயல்கிறார்கள் என்பதே. இதன் அடியில் ஆத்மா இல்லை; ஒரு திட்டம்தான் தெரிகிறது. இதை ஓரளவு விளக்குகிறேன்.

வெங்கட் சாமிநாதன் எவ்விதமான வியாபார சக்திக்கும் வசப்படாதவர். தனது கருத்தை எந்த சந்தர்ப்பத்திலும் தகுந்த நியாயங்களோடு சொல்லத்தக்கவர். இது அசோக மித்திரனுக்கு நன்றாகத் தெரியும். வெ.சா. போன்றவர்களது விழிப்பின் வெளிச்சம் உள்ள வரை, தம்மைப்போன்ற இலக்கியத் 'தயாரிப்பாளர்'களுக்குப் படைப்பாளப் பட்டம் கிடைக்காதென்பதும் தெரிந்திருக்கலாம். வெ.சா.வைத் தாக்குவதற்கு இந்தக்காரணங்கள் அவருக்குப் போதும்.

இந்திரா பார்த்தசாரதிக்கு *தினமணிகதிர்* செய்த அவமானத்துக்காக மட்டும், வெ.சா. பரிந்து *கசடதபறவில்* எழுதியதற்காக, ஜெய காந்தன், தமக்கு ஏன் வெ.சா. வக்காலத்து வாங்கவில்லை என்று, கேவலமான தோரணையில் வெ.சா.வைத் திட்டியதை, 'சொல்லப் படும் வார்த்தைக்கு அப்பாற்பட்டு உணர' வேண்டியது என்கிறார் அ.மி.. ஜெயகாந்தனால் சொல்லப்பட்ட வார்த்தைக்கு அப்பாற் பட்டு உணரப்பட வேண்டியவற்றில் முக்கியமானது, அச்சொற்கள் *கசடதபறவைத்தான்* தாக்குகின்றன என்பதே. காரணம், வெ.சா. ஒன்றும் இந்திரா பார்த்தசாரதிக்காகத் தாமே வரிந்து கொண்டு இறங்கவில்லை. வரிந்து கொண்டவர்கள் *கசடதபறகாரர்கள்*. அவர்கள் தான், இந்திரா பார்த்தசாரதி மூலம் வெ.சா. விடம் கேட்டுத் 'திரைகளுக்கு அப்பால்' என்ற கட்டுரையையே எழுதத்தூண்டி, வாங்கிப் பிரசுரித்துக் கொண்டவர்கள்.

இதை ஏன் தமது பதில் கட்டுரையில் அ.மி. குறிப்பிடவில்லை? இந்த விபரம் தெரியாது என்று மழுப்புவதில் ஞாயமில்லை. இலங் கையிலிருந்து இங்கு வந்து, எந்தவித வியாபார லாபமும் எனக்கு இது தராது என்றறிந் திருந்தும், மேற்படி விஷயத்தை நான் அறியும் அளவு ஆராய்ந்துள்ளேன்.

இந்த விபரத்தை, 'சிறுகதை மன்னர்'(?) என்று சில சந்தர்ப்பங்களில் குறிப்பிடப்பட்டுள்ள ஜெயகாந்தனும் அறிந்திருக்க முடியாதென்றே தோன்றுகிறது. அவர், *கசடதபற* காரர்களைச் சந்தித்து, அங்கில்லாத வெ.சா.வை - அதுவும் சுயலாபம் எதுவுமின்றி, இலக்கியச் சூழலின் கௌரவத்தை நிலைநிறுத்தவென்று எந்தக் கட்டுரையை வெ.சா. எழுதினாரோ அக் கட்டுரைக்காக - திட்டிய போது, தங்களுடைய வேண்டுகோளிற்காகத் தான் அதை வெ.சா. எழுதினார் என்ற உரிய பதிலை, *கசடதபற* அன்பர்கள் 'மன்ன'ருக்குச் சொல்லவில்லை. மாறாக, அவர்களுள் முக்கியமாகக் கருதப் பட்டவரும் கட்டுரையைக் கேட்டு வாங்கியவருள் ஒருவருமான ஞானக்கூத்தன், 'எனக்கும் அக்கட்டுரை பிடிக்க வில்லை' என்று, 'மன்னர்' மனங்குளிரச் சொல்லியிருக்கிறார். இவ்விஷயம் பல இடங்களுக்கும் பரவியதையொட்டி, வெ.சா. மன்னருக்குப் பதில் எழுதியிருந்தார். *கசடதபற*வின் நேர்மையையும் இலக்கியத் திராணியையும் ஓலூலூ (சி. மணி) சந்தேகித்தது போலவே சந்தேகித்து, *கசடதபற*வுக்கு அனுப்புமுன் *தாமரை*க்கு இப்பதிலை வெ.சா. அனுப்பியபோது, இப்போது *தாமரை*யின் செப்டம்பர் 1972 இதழில், 'யாருக்காக எதற்காக என்று அழுவது' என்ற இக்கட்டுரை பற்றி, 'வெ.சாமிநாதனின் ஊதிப்போன சுய கௌரவத்தையும் பிதுங்கிய பார்வை யையும் வக்கரித்த உள்ளத்தையும் படுமோசமான சந்தர்ப்ப வாதத்தையும் வெளிப்படுத்தும் கட்டுரை' என்று கூறும் அதே தி.க.சிவசங்கரன், அதே வெ.சா.வுக்கு அதே கட்டுரைப்பற்றி எழுதிய கடிதம் இதோ :

தி. க. சிவசங்கரன்,
77, வேளாளர் தெரு, சென்னை - 24. *20 - 9 - 71.*

அன்புமிக்க நண்பர் அவர்களுக்கு,

வணக்கம். மூன்று நாட்களுக்கு முன்புதான், தாமரை அலுவலகத்திலிருந்து வந்த உங்கள் கடிதத்தையும், கட்டுரையையும் படித்தேன். தங்கள் அன்புக்கு நன்றி. தங்கள் கட்டுரை சூடும் சுவையும் பொருந்தியது. கசடதபறவில் நிச்சயம் பிரசுரிக்கப்பட வேண்டியது. தங்களது கோபாக்கினியைத் தாமரை தாங்காது!... (தவிரவும், இப்படிப்பட்ட கனுணூண்ணிணச்டூ தாக்குதல்களை வெளியிட இயலாது). ''புற்றென்று நான் நினைக்காத தெல்லாம் புற்றாக மாறி, அவற்றிலிருந்து

நான் பாம்பென நினைக்காதவெல்லாம் பாம்புகளாக மாறிச் சீறிக் கிளம்புகின்றன'' என்று, சோகமும் கோபமும் கலந்த தொனியில் எழுதத் தொடங்கியிருக்கிறீர்கள். இது போன்ற 'பாம்பு'களைப் பற்றியும், கடந்த ஏழு ஆண்டுக்காலமாக எங்களுக்கு நேரிடை அநுபவம் உண்டு. சந்தர்ப்ப சாட்சியங்களும் உண்டு...

ஆனால், ஒன்று சொல்லுவேன்; கோபித்துக்கொள்ளக்கூடாது; இது போன்ற 'பாம்பு'களையும் 'பாம்புப்புற்று'களையும் வளர்த்து விட்டதில் - வளர்த்து விடுவதில் - உங்களைப் போன்ற எழுத்தாளர் களுக்கும் விமர்சகர்களுக்கும் ஓரளவு பங்கு இருக்கிறது! (இது என் ஆழமான கருத்து...)

அதனால் தான் - ''இதை நான் வேறு யாரிடமிருந்து எதிர்பார்த் தாலும் எதிர்பார்க்கா விட்டாலும், ஜெயகாந்தனிடமிருந்து எதிர்பார்க்கவில்லை. என் மனதில் ஜெயகாந்தன் அளித்த தோற் றமே வேறு. அவ்வளவும் பிரமை போலும்'' என்று நீங்கள் எழுதியிருக்கிறீர்கள். ஜெயகாந்தன், சுமார் ஆறு ஆண்டுகளுக்கு முன்பே, சாவிகளுடனும் மணியன்களுடனும் (இப்போது 'குமுதம்' அண்ணாமலைகளுடனும்) Compromise செய்து கொண்டுவிட்டார். தமது ஆத்மாவை விற்றுவிட்டார் என்பது எங்களுக்கு மிக நன்றாகத் தெரியும். அதை நீங்கள் புரிந்து கொள்ள வில்லையென்றால், அது உங்கள் தவறே தவிர, அவரது தவறு அல்ல!...

ஜெயகாந்தன் ஒருகாலும் Sartre ஆக முடியாது என்பதும் 'Jayakanthan is not Tamil Nadu' என்பதும், உங்களுக்கு இப்போது தான் தெரிந்திருக்கிறது. அதுவும், ஜெயகாந்தன் உங்களைத் தாறு மாறாகத் திட்டிய பிறகுதான் தெரிந்திருக்கிறது! பரவாயில்லை, இந்தச் சமயத்திலாவது நீங்கள் ஜெயகாந்தனைப் பற்றிய ஒரு மதிப் பீட்டைத் தமிழ் மக்களுக்கு அளிக்க நேர்ந்திருப்பதற்கு மிக்க மகிழ்ச்சி. கசடதபற உங்களது கட்டுரையை வெளியிடும் என்றே நம்புகிறேன்.

தங்கள் அன்புள்ள, தி.க.சி.

இதே கட்டுரையை இப்போது தாக்கியதோடு, இக்கட்டுரைக்கு அசோகமித்திரன் எழுதிய பதிலை, 'மிகச் சிறந்த கட்டுரை' என் கிறார், தாமரையில் இதே தி.க.சி. அதோடு, அசோகமித்திரன் என்ற

ஐ.தியாகராஜனை ஆசிரிய உறுப்பினராகக் கொண்ட *கணையாழி* தி.க.சி.யின் *தாமரை* கட்டுரை பற்றி, ''அகண்ட பார்வை, தத்துவ விளக்கம், கண்டுபிடிப்பு கள் கொண்ட மிக நல்ல கட்டுரை'' என்று குறிப்பிடுவதையும் வெ.சா.வைப் பற்றி ''ஊதிப் போன...'' என்றெல்லாம் தி.க.சி. எழுதியிருப்பதைப் பற்றி எவ்வித அக்கறையும் காட்டா மல், தி.க.சி. என்னை அதே கட்டுரையில் - அதுவும் தாக்க முடியாமல் உளறி யிருப்பதற்கு மட்டும், மலையைக் கல்லி எலியைப் பிடித்ததுபோல் *கசடதபற* (அக்டோபர் 1972) இதழில் இப்போது பதில் சொல்லியிருப்பதையும் பார்த்தால், வெ.சா. தாக்கப் பட்டதுகூட தி.க.சி. மூலம் ஒரு 'தத்துவ'மாகி விட்டதென்றும் வெ.சா.வுக்கு அசோகமித்திரனின் கட்டுரை கொடுத்த ஆபாஸமான தாக்குதலின் விளைவு நிலைபெற்றுவிட்டதை அங்கீகரித்தபடி தான், *கசடதபற*காரர்கள் இன்றும் இருக்கிறார்கள் என்றும் தெரிகிறது.

அசோகமித்திரனின் (அக்டோபர் 1972 *ஞானரதம்*) உரத்த சிந்தனையில், ''வெ. சாமி நாதனுக்கு நீங்கள் ஜெயகாந்தன் பற்றி *கசடதபற*வில் பண்ணிக்கொண்டது மட்டும் literary விஷயமா?'' என்ற கேள்விக்கு, அ.மி.யிடமிருந்து பதில் இல்லை எனக் காணும்போது, இவ்விவகாரம் புனர்விசாரணை செய்யப்படாமல் இன்னும் நாறுவதை அறியலாம்.

விவகாரத்துக்கு உட்பட்ட வெ.சா.வின் 'யாருக்காக...' கட்டுரை, ஜெயகாந்தனின் அவதூறுக்கு மட்டும் எழுதப்பட்ட பதில் அல்ல என்பது, அசோகமித்திரனுக்கோ, அவர் பதிலைப் பிரசுரித்த (அதை *கசடதபற* பிரசுரிக்காவிட்டால், *கசடதபற*வுடன் தமது தொடர்பை அறுத்துவிடுவதாக பயமுறுத்தினார் சா.கந்தசாமி என்றும் கேள்வி. இது தவறான செய்தி என்று யாராவது வாதிட்டால், அதை நான் நம்பாமல் விடுமளவுக்கு, சா.க. எவ்வளவு தூரம் வெ.சா.வின் மீது அறிவுத்துறைக்குரிய காரணங்கள் தரவியலாத வகையான, ஆனால் தனிமனித காரணங்களுமற்ற பகைமை வைத்திருக் கிறார் என்று எனக்குத் தெரியும்.) *கசடதபற*வுக்கோ தெரியாதது, நான் குறிப்பிட்ட குருட்டாம்போக்கு இலக்கியவாசகனின் வரிசையில் இவர்களும் இருப்பதால்தான்.

உண்மையில், அது ஜெயகாந்தனின் அவதூற்றை சாக்காக வைத்து, இலக்கியத் துறையில் இயங்குபவனின் பொறுப்புகளை

ஆராயும் அளவுக்கு ஆழமாகச் சென்று, இவ்விவகாரத்தின் பரி மாணத்தையே உந்நதமாக்கிய கட்டுரை. தற்பரிவற்ற மேதைகள் சிலரது இயக்கங்களை அறியும் வாய்ப்பு, இக்கட்டுரை மூலம் கிடைத்தது. இதற்கு ஜெயகாந்தன் பதில் தர முயல வில்லை. ஆனால், அசோகமித்திரன் பதில் எழுதியிருந்தார். வெ.சா., தமது கட்டுரையை *கசடதபற*வின் வேண்டுகோளின் பிறகு தான் எழுதி னார் என்ற விஷயத்தை, சர்ச்சையின்போது தாமாகவே குறிப்பிட வேண்டாமென்று விட்டுவிட்டார்.

ஜெயகாந்தன், தமது பிரத்தியேக மொழி நடையில் கேட்ட, பிரசுரக் கருவிகளுக்கேற்பச் சொற்கள் மாற்றப்பட்ட கேள்வியான, '*ரிஷிமூலம்* வெளியானபின் *தினமணி கதிரி*ல் வெளியான ஆசிரியர் குறிப்புக்கு, எழுத்தாளர்களுக்காகச் சினங்கொண்டு எழும் வெ.சாமி நாதன் அந்நேரத்தில் என்ன செய்து கொண்டிருந்தார்?' என்பதற்கு வெ.சா., 'இப்போது நானாகத் தனியே சினம் கொள்ளவில்லை; *கசடதபற* சினந்து, என் சினத்தை வாங்கிப் பிரசுரித்துவிட்டு, உங்கள் வசவுக்கு என்னைக் காட்டிக்கொடுக்கிறது,' என்ற சுலபமான பதிலைச் சொல்லவில்லை. ஆனால், ஏற்கெனவே 'ஆத்மாவை விற்றுவிட்ட' ஜெயகாந்தனுக்காகத் தாம் பரிந்து பேசத்தயாராக யில்லை என்பதை, வெ.சா.வின் 'யாருக்காக...' கட்டுரை உள்ளர்த் தப்படுத்துகிறது. இதை அ.மி. உணரவில்லை. அவர் வாசிப்பு லட்சணம்!

அ.மி.யின் கட்டுரை மூலமோ, சார்த்தரும் டி போவாவும் பண லாபத்தை முன்னிறுத்தித் தான் தங்கள் படைப்புகளைப் பிரசுரிக்க வழி தேடுகிறார்கள் என்கிற அற்புத உண்மையை அறிந்தேன். வியாபார வெற்றியுடன், ஒரு குழப்பமான உறவு முறையை அ.மி. அநுசரிக்க இணங்கும் நோக்கம், இங்கு அவரிடம் தெரிகிறது. லட்சக்கணக்கான ரூபாய்களுடன் வந்த நோபல் பரிசை, சார்த்தர் தார்மிகக் காரணங்களுக்காக உதறியிருக்கிறாரே, அதை எந்தக் கணக் கில் சேர்ப்பது? பூரண இலக்கிய பிரக்ஞையோடு சிருஷ்டித்தபிறகு, அதைக்கொண்டு மட்டுமே பணலாபம் பெறுவதன் அடியில்தான், உந்நத மான கலாச்சார தர்மம் இருக்கிறது என்பதை உணராத ஒரு வியாபாரிதான் அ.மி.யைப்போல், ''வெ.சாமிநாதன் தலை வணங் கும் சார்த்தரும் டி போவாவும் தங்கள் படைப்புகளுக்கு அதிகப்

பலன் ஏற்படும் சாதனங்களில்தான் வெளியிட்டுக் கொள்கிறார்கள்'' என்று கூறி, கடைசியில் அவர்களும் வியாபாரிகள்தானே என்ற உள்ளர்த்தத்தைச் சொல்லமுடியும்.

மேல்நாட்டின் கலாச்சார விரிவை உணரத் திராணியற்ற அ.மி. *டைம்மையும் நியூஸ்வீக்கையும் தினமணி கதிராக*, வியாபாரத்தின் ஒன்றுமையை மட்டும் கண்டு கணிக்கிறார். மேற்படி பத்திரிகைகளின் புத்தகமதிப்புரைகளின் தரம், இங்குள்ள இலக்கியப் பத்திரிகைகளின் ஆதர்சமாக விளங்குகிறது என்பதும் அப்பத்திரிகைகளினதும் சார்த்தர், டி போவா வினதும் வியாபார வெற்றிக்கு, மேற்கு நாடுகளின் கலாச்சார வெற்றிதான் ஆதாரம் என்பதும் அமிக்குத் தெரியவில்லை. எங்கே யார் அதிகம் பணம் பண்ணுகிறான் என்ற ஒற்றுமையைத் தான் கண்ணில் எண்ணெய் விட்டுத்தேடுகிறார். ''ஜெயகாந்தன், *தினமணி கதிரில்* எழுதினால் என்ன, *குமுதத்தில்* எழுதினால் என்ன? - அவர் எழுத்து இலக்கியத்தரமாக இருக்கிறதா இல்லையா?'' என்பதைப் பரிசீலிக்கச் சொல்லும் அ.மி.க்குக் *கதிர், குமுதத்தில்* வியாபாரிகள் மட்டுமே இடம்பெற முடியும் என்பதோ, ஆத்மாவை விற்று வியாபாரம் பண்ணுகிறவர்கள் *டைம், நியூஸ்வீக்*கினால் கெளரவப்பட வில்லை என்பதோ தெரியவில்லை...

அவரது கட்டுரையின் '9' என்று எண்ணிட்ட பகுதியிலுள்ள அவ்வளவு சொற்களும், சரக்கை விற்க - அதிக விலைக்கு விற்க - எந்த பொத்தலையும் ஏற்கும் மனப்பான்மையைப் பிரதிபலிக்கிறது. சார்த்தர், எந்த ஒரு பொத்தலையும் ஏற்பவனல்ல. அ.மி. கட்டுரையினடியில் - தனது படைப்புக்கு அதிக விலைபெறும் சார்த்தரின் கலாச்சார உணர்வே, நோபல் பரிசை உதறி விடுகிறதே - அதுபோன்ற அந்தத் தார்மீகச் சுரணையும் இல்லை. ஆனால், அந்தச் சுரணை உள்ள வெ.சா.வை உதறிவிடும் மனப்பான்மை தெரிகிறது.

அது சரி, நான் கேட்கிறேன்: தாம் ஆசிரியராக இருந்தபோது *ஞானரதத்தில்* வெளியான கி.அ.சச்சிதானந்தத்தின் 'நரகம்' கவிதையைப்பற்றியும் உதவியாசிரியர் குழுவைப்பற்றியும் எவ்வித இலக்கிய சுரணையுமற்ற வார்த்தைகள் மூலம், இவர்களுக்குக் குப்பை கூளமும் கவிதையாகும் என்ற அர்த்தத்தில் ஆசிரியக் குறிப்பாக எழுதிய ஜெயகாந்தனுக்கு, வியாபாரமே நோக்கமான *கதிர்* ஆசிரியர் தம்மைப் பற்றி எழுதியதுதான் சுட்டுவிட்டதா?

முடிவில், *கசடதபறவில்* அசோகமித்திரன் மூலமும் *தாமரையில்* தி.க.சி. மூலமும், தி.க.சி.யின் வரட்டுத்தனமான, தர்க்கப் புலமை யற்ற கட்டுரையை, அ.மி.யின் பொறுப்பு சம்பந்தப்பட்ட *கணை யாழி*, 'தத்துவவிளக்கம் அது இது எல்லாம் உள்ள கட்டுரை' என்று கூறுவதன் மூலமும் தி.க.சி. கட்டுரையில் அவர் தமது பலவீனத் தைக் காட்டியிருக்கும் - அதாவது என்னைத் 'திட்டி'யிருக்கும் - பகுதிக்கு மட்டுமே சுளுவாகப் பதில் சொல்வதோடு நின்றுவிடுவ தால், வெ.சா. கட்டுரைப்பற்றி தி.க.சி. சொல்வதை *கசடதபற* ஒப்புக் கொள்வதன் மூலமும், வெங்கட் சாமிநாதன் உதறிவிடப்பட்டுள்ளார்.

குமுதம், நா.பார்த்தசாரதி போன்ற பலஹீனங்களைத் தாக்குவது தான் *கசடதபற*வின் ஆசிரிய பீடத்துக்கு அக்கறை என்றும் காணும் போது, ஏற்கெனவே *எழுத்து*, *நடை* ஆகியவை மூலம் எழுதப்பட்ட ஒரு இலக்கிய கௌரவத்தைத் தாமும் கொண்டிருக்கும் பாவனை தான் *கசடதபற*வில் தெரிகிறதன்றி, மேலே எட்டிப் பாயும் திராணி அதற்கு இல்லை என்று தெரிகிறது. வியாபாரப் பத்திரிகைகளை அடிப்பது, இப்போது செத்த பாம்பை அடிக்கிற காரியம். 'ஒரு வல்லின' மாத ஏடான *கசடதபற* ஒன்று செத்த பாம்பை அடிக்கிறது, அல்லது தன்னையே உண்மையில் போஷிக்கக்கூடிய வெங்கட் சாமிநாதன் போன்றோரின் முதுகில், சந்தர்ப்பம் வாய்த்தபோது குத்துகிறது. இது இன்றைய இலக்கிய உலகில் நேர்ந்துள்ள பெரிய கோணல்.

இதன் விளைவாக நேரும் ஆபத்து, வியாபாரம், அரசியல் ஆகிய வற்றை முன்நிறுத்திச் செய்யப்படும் இலக்கியத் 'தயாரிப்பு'களுக்கு வழி வைப்பதாகத்தான் முடியும். *கசடதபற*வில் ஊதிக்காட்டப் படும் ஞானக்கூத்தன் கூட, கவிஞர்களுள் 'தயாரிப்பு' ரகமாக எழுது பவர் தான். அப்பத்திரிகையின் தொனியும் அதில் இப்போது எழுதி யுள்ள நகுலன் போன்றோரும், ஞானக் கூத்தனைப் பெரிய கவி யாகக் காண்பதே, ஒரு சலசலப்பை எழுப்பி அதன் அலைகளில் பவனிவரும் மனப்பான்மைக்கு வசப்பட்டுள்ளமையைக் காண் பிக்கிறது.

ஞானக்கூத்தன் கவிதைகளில், 'உழைக்கமாட்டேன்' என்பதை இலக்கியத்துக்குரிய எவ்வித அர்த்த ஆழமுமின்றிச் சொல்வதை ஒரு 'புதுமை'யாகக் காணும் *கசடதபற*வுக்கு, கவிதை என்பது ஒரு அர்த்த ஆழத்தையே முக்கியமாகக்கொண்ட அநுபவப்பொருள் என்பது

தெரிய வில்லை. தெளிவின்மையின் மூலம் அர்த்தத்தை ஆழமாக்கிக் குணரூபமாக்கும் ஒரு கவிக் கொள்கைளை புதுக்கவிதையில் சிலர் சாதித் துள்ளார்கள். ஆனால், அர்த்தத்தைக் குழப்பிவிடும் தெளி வின்மைதான் ஞானக்கூத்தனுடையது.

'மஹ்ஹான் காந்தீ மஹ்ஹான்' என்ற கவித்தலைப்பைத் தொட ரும் கவிவரிகள், 'வழுக்கையைச் சொறிந்தார்...' என்று ஆரம்பித்து, அந்த சொறிந்தவர் யாரென்பதையே சொல்லாமல், அது மஹாத்மா காந்தி அல்ல, ஒரு பேச்சாளர்தான் என்று ஊகிக்க வேண்டிய அர்த்த மற்ற பொறுப்பை வாசகர்களுக்கு ஏற்றுவதால், தெளிவின்மை கவித்வமடைவ தில்லை. குழப்பமும் முடிவில், 'நல்லவேளை காந்தி அல்ல' என்ற நிம்மதியும்தான், கவிஞர் உத்தேசித்த மற்றைய நோக்கங்களைவிட முன்நிற்கிறது. 'அன்று வேறுகிழமை'யில், ஒரு அசோகமித்திரன் பாணி விவரணை தெரிகிறதே யன்றி, அது ஏதோ இருக்கிறது என்ற பிரமைக்குமேல் எதையும் சாதிக்க வில்லை.

இவ்வகைத் தெளிவின்மையும் ஏதோ இருக்கிறது கண்டுபிடி பார்க்கலாம் என்று பிரமை எழுப்புவதும், புதுக்கவிதையிலிருந்து ஒரு நவீன பண்டிதத்தனம் தோன்றத் துவங்கி யுள்ளதோ என்று எண்ணத் தூண்டுகிறது. இவரது 'கீழ்வெண்மணி', பத்திரிகைச் செய்தியை அறியாத எவருக்கும் எவ்விதத் தொற்றுதலையும் ஏற் படுத்தாது. ஆனால், ஞானக்கூத்தனின் கவிதையை விட, விவசாயி களை நசுக்க நடந்த கீழ்வெண்மணிக் கொடுமையைப் போஸ்டர் களும் பத்திரிகைச்செய்திகளும் அழுத்தமாகச் சொல்கின்றன என்று பார்க்கும்போது, இக்கவிதை இச்செய்தியை ஒரு சாக்காக்கி ஜீவிக்க முயல்கிறது என்று தெரியவரும். எல்லா அரசியல் கவிதைகளி லுமுள்ள குறைபாடு இது. இது மட்டுமல்ல -

ஞானக்கூத்தனால், பழங்கவிதையின் சப்தக்கூடு கருத்திசைவை எவ்வளவுக்கு பாழாக்கும் என்பதை உணரக்கூட முடியவில்லை. 'அனைத்துமே மனிதன்போல இருந்திடும் அவனைக்கண்டேன்' என்பது போன்ற வரிகளில், (இருந்)திடும் என்பது சப்த நிறைவுக் காகப் பழைய கவிஞர்கள் ஏற்றுக்கொண்ட அநாவசியமான சுமை களில் ஒன்று. புதுக்கவிதை என்பதே, இச்சுமைகளை அறுத் தெறிந்துவிட்டு சிறகு பெற்றதுதான். அர்த்தத்தின் கடுமையையும் அதன் ஆழத்தின் மூலம் ஒரு எல்லையின்மையையும் காண

விழைந்த புதுக்கவிஞனுக்கு, சப்தம் உண்மையில் இரண்டாம் பட்சம் தான். ஞானக்கூத்தனின் பெரும்பாலான கவிதை களிலோ, அர்த்தம் இரண்டாம்பட்சமாகிறது. *கசடதபற*வின் மூலம் நிகழும் இதையும், தற்சமயத்துக் கோணல்களின் வரிசையில் சேர்த்துக் கொள்ளலாம்.

'பத்திரிகைக் கதைகள்' என்று க.நா.சு. லேபல் இட்ட ரகமான படைப்பு களும் இலக்கிய இயக்கங்களும் சந்திக்கும் ஒரு Synthesis ஆக இருக்கின்றன - நான் இதுவரை குறிப்பிட்ட வகையான இலக் கியத் 'தயாரிப்பு'கள். உண்மையில், இவற்றை இலக்கியப் படைப் புகளிலிருந்து தனியாக வேறுபடுத்திப் பார்த்தால், தமிழ் இலக்கிய உலகில் ஓரளவு ஆரோக்கியம் ஏற்பட்டுள்ளதின் அறிகுறியாகவே இதைக் காணமுடியும். பத்திரிகைக் கதைகளை ஜனரஞ்சகமான பத்திரிகைகளே உதறிவிட்டு, இந்த இலக்கியத் தயாரிப்புகளை ஏற்க முன்வந்தால், இந்தத் தயாரிப்புகள் எந்தச் சக்தி நிலையங்களின் வெளிச் சிதறல் களாகின்றனவோ, அந்த இலக்கிய சிருஷ்டிகளின் வியாபகமும் அதிகரிக்க வாய்ப்புக் கிடைக்கும். இதற்காக, அசோக மித்திரன், ஞானக்கூத்தன் போன்றோரை இலக்கியப் படைப்பாளி களாகக் கொள்ள முடியாது என்பதல்ல.

'இவன்' என்ற, நாமதேயமற்ற ஒரு பாத்திரத்தை மௌனியிட மிருந்து இரவல் வாங்கி, அவனை வெறும் உப்புச்சப்பற்ற வர்ணிப்பு களினூடாகத் தரதரவென்று இழுத்துச்செல்லும் காரியத்தை, *கசட தபற*வின் பெரும் பாலான புதிய எழுத்தாளர்கள் செய்கிறார்களே, இந்தவகை எழுத்து எப்படியிருப்பினும், 'பத்திரிகைக் கதை'களை விட கௌரவத்துக்கு உரியவைதான். இந்தக் கூட்டத்தினுள்ளிருந்து நா.சேதுராமன், ராமகிருஷ்ணன், நா.ஜெயராமன் ஆகியோர் உயர்ந்த கலைஞர்களாக எழக்கூடிய சகுனம், அவர்கள் எழுத்துக்களில் தெரிகிறது. முத்துசாமி, *கசடதபற*வுக்குத் தமது 'நீர்மை' என்ற உந்நத சிருஷ்டி ஒன்றைத் தந்துள்ளதன் மூலம், அப்பத்திரிகைக்குக் கௌர வம் ஏற்பட வசதியளித்திருக்கிறார். இக்கதையின் வீச்சும் ஆழமும் புதுமைப்பித்தனும் மௌனியும் இணைந்த சக்தியாக ந.மு. பிறந் துள்ளதைக் காட்டுகிறது.

தன்னைமீறிய உணர்வோடு எழுதும்போதே, ஆழமாகவும் பல வித அர்த்தங்கள் செழிக்கவும் எழுதுவதென்பது, வெறும் வரப்

பிரசாதத்தை முழு ஸ்மரணையோடு பண்படுத்தி வளம் ஏற்றுவதில் தான் அது தங்கி இருக்கிறது. அதோடு, உந்நத எழுத்தை எங்கு கண்டாலும், அதில் இதயத்தை இழந்து விடும் அளவு அடக்கம் வேண்டும். முத்துசாமியிடமும் ராமகிருஷ்ணனிடமும் சேதுராம னிடமும் இவ்விரு பண்புகளும் இருப்பதை அவதானித்திருக்கி றேன். அம்பை என்ற பெயரில் எழுதும் சி.எஸ்.லக்ஷ்மி என்பவ ரிடமிருந்து உயர்ந்த கலைப்படைப்புகளை எதிர்பார்க்க முடியும் என்பதை, சமீபத்தில் அவர் படிக்க நேர்ந்த ஜான் ஜெனே (Jean Genet) பற்றி, ஒரு உரையாடலில் அவர் சொன்னதிலிருந்து உணரமுடியும்:

''அவனைப் படித்த பிறகு நாமெல்லாம் ஏன் எழுதுகிறோம் என்று தோன்றுகிறது.''

இந்த சலிப்பும் உள்வாங்குதலும், ஒரு உள்ளடக்கிய பலத்தை அகத்தே வளரவிடும் தவமாக மாறும்போதுதான், தன்னை மீறிய உணர்வோடு ஆழமாக, பலவித அர்த்தங்களும் எல்லையற்றுத் தோன்ற ஒருவரால் எழுத முடியும். இன்றைய அறிவு எதிர்ப்பு வாதிகளான இலக்கியத் தயாரிப்பாளர்கள் இதை உணர்வது, தமி ழிலக்கியத்தின் எதிர்காலத்துக்கு உதவக் கூடும்.

அஃக், அக்டோபர் 1972.

26 ரசனையும் விமர்சனமும் செல்லப்பாவும்

விமர்சனம் என்பதே நமக்கு ஒரு புதிய விஷயம். நாம் அறிந்திருந்தது ரசனைதான். ரசனை என்பது, வாழ்வின் சௌகர்யங்களை அமிதமாகப் பெற்றுள்ள ஒரு வர்க்கம் குருட்டுத்தனமாகப் பொழுது போக்கும் ஒரு மனநிலை என்றுதான், இன்றைய நமது பிரக்ஞைக் குப்படுகிறது. இன்று 'ரசனை' என்ற பதம் எங்காவது பிரயோகிக்கப்பட்டால், அது விமர்சனம் என்ற பிரயோகத்தின் வசப்பட்டு, ஒரு ஆழ்ந்த அர்த்தத்தை ஏற்றுக்கொண்ட வகையாகத்தான் உபயோகிக்கப்படுகிறதா என அவதானிக்க வேண்டும். அப்படி ஒரு ஆழ்ந்த அர்த்தம் அதற்கு இல்லையென்றால், 'ரசிப்பது' என்பது 'பேஷ்' போட்டுத் தலையாட்டும் ஒரு கோணங்கி மரபுதான். இது, விஷேசமாக, சௌகர்யமான வாழ்க்கை நிலையில் கிடந்து மந்தமான உணர்வுகளுடன் வாழும் வர்க்கத்தினரின் மரபு. இவ்வர்க்கம், தமிழர்களிடையே, 'பொழுதுபோக்கு' என்ற அடிப்படையில்தான் பேரிலக்கியங்களைக் கூடச் சந்தித்து வந்துள்ளது. மிகவும் 'ஹைகிளாஸ்' பொழுதுபோக்கு, அவ்வளவுதான். இன்றுகூட இந்த மனப்பான்மையிலிருந்து நாம் வெகுதூரம் வந்திருக்கிறோமா என்று பார்த்தால், வெகுசமீபத்தில், ஜான் ஜெனே (JEAN GENET) என்ற பிரெஞ்சு எழுத்தாளனின் பெயரைத் தமது கட்டுரையில் குறிப்பிட்ட ஒரு தமிழ் இலக்கிய விமர்சக ஜாம்பவானிடம்கூட, இந்த மனப்பான்மையைக் கண்டு அதிசயித்தேன். ஜெனே குற்றவாளியாக வாழ நேர்ந்துவிட்ட மேதை. அவனுடைய 'ரகத்தில்' எழுதுவதைப் பற்றிக் குறிப்பிடுகையில், பொழுதுபோக்கப் புறப்பட்டவராக, இவர், 'கொலை, கொள்ளை, கற்பழிப்பு' (அவரது வார்த்தைகள்; ஜெனே செய்யாத குற்றங்கள் இவை. இவற்றை ஏன் இந்த அன்பர் குறிப்பிட்டாரோ தெரியவில்லை. ஜெனேயைப் பற்றி அறியாததன் விளைவுதான், அவர் செய்யாத குற்றங்களைக் குறிப்பிட்டதன்

காரணம் எனத் தோன்றுகிறது. ஜெனே, ஒரு சாமானியத் திருட னாகவும் சமப்பாலுறவுத் தாசியாகவும் பிச்சைக்காரனாகவும் வாழ்ந் தவன். இந்நிலையிலிருந்து மீண்டு, இன்று ஒரு கலாச்சார சக்தியாக இவன் மாறி விட்டான். *தன் சூழலின் சிறையை, ஒருவன் இலக்கிய சாதனையின் மூலம் மீறிய அற்புதம் இது.)* முதலியவற்றைப் பற்றித் தமிழிலும் எழுதி, 'மனதைக் கவரும் காரியம்' என்று குறிப்பிடு கிறார். *குற்றவாளியாக வாழ்ந்தவன், தனது வாழ்க்கையைப் பற்றி எழுதுவது தான் ஹ்ருதய பூர்வமானது நேர்மை. ஆனால், அவன் வாழ்வு இலக்கியமாகும் போது, நமது தமிழ் மூளைக்கு அது 'மனதைக் கவரும்' காரியமாகிறது. கொலையா? கற்பழிப்பா? ''பேஷ்!''*

இது, 'இலக்கியம் என்றால் என்ன?' என்றே கேட்க வைத்து விடுகிறது. *இலக்கியம் மனித அநுபவத்திற்கு நியாயம் செய்தாக வேண்டும்.* கொலைக்கு 'பேஷ்' போடவைக்கும் படியாக எழுதுவது இலக்கிய சிருஷ்டி அல்ல. மிகக் கேவலமான வியாபார முறை அது. இன்று இந்திய சினிமாவில், கொலையும் கற்பழிப்பும் 'பேஷ்' வாங்கப்படவென்றே, அவற்றின் குரூரமான மிருகத்தன்மைகளை நீக்கி ருசிகரப்படுத்தப்படும் ஆபாஸத்தைக் காணலாம். இது கண்டிக் கப்பட வேண்டியது. கலையல்ல. காரணம் கொலை, கற்பழிப்பு என்ற செய்கைகளை (சினிமாவில் கண்துடைப்புக்கு இவை குற்றங் கள் என்று சமிக்ஞை யாக மட்டும் காட்டிவிட்டு), 'மனதைக் கவரும்' அம்சங்களாகவே தயாரிப்பாளர்கள் சேர்க் கிறார்கள். இக்கட்டங்களில் மனித இயல்பு எத்தகையதாக செயல்படும் என்ற உண்மை மழுப்பப்படுகிறது. இது விஷயத்தில், இந்தியத் தணிக்கை நிபுணர்கள் காட்டும் வினோத மதிப்பீடுகள் இருக்கட்டும். எங்கள் க.நா.சு. சொல்வதுபோல் பார்த்தால் இதுதான் கலை; ஏனெனில், இவ்விஷயம் லட்சக்கணக்கான மனங்களைக் 'கவர்'கிறது. இதன் காரணம் என்னவோ, இந்த மனங்களின் சீரழிவுதான். இக்காட்களின் *நிதர்சனத்தன்மையை அவற்றின் முழு குரூரத்தோடு படமாக்கி னால், அவை நிச்சயம் மனதைக் கவராது; உலுக்கிவிடும்.*

கலைத்துறை எதுவாயினும், இலக்கியம் உட்பட, உண்மைக்கு வசப்பட்டது. நிதர்சன இயல்புகளையே அடிப்படையாகக் கொண் டது. வாழ்வின் கதியும் மனித இயல்பும், மனிதன் இவற்றை எதிர்த்து, இவற்றுக்கு அடிமைப்பட்டு, ஈடுகட்டி, வென்று,

தோற்று, வாழ்ந்து சமைக்கும் நிதர்சனமும் கலையுருப்பெறும் போது அது மனதைக் கவராது; படிப்புவனின் மனதைத் தாக்கும், விழிப்பூட்டும், அவனைத் தன்னுள் ஆழ்த்தி எடுத்து உலுக்கிவிடும். இந்த இயல்பு இலக்கியத்தில் இல்லையென்றால், 'பாதிப்பு' என்ற ஒரு அதிர்ச்சியே நேர்ந்திராது. இந்தப் பாதிப்பின் விளைவுதான் பாரம்பரியம். இந்த இயல்பு இலக்கியத்தில் இல்லையென்றால், மனித அறிவின் வரலாறே இன்று நாம் அறிந்துள்ள வகைக்கு வந் திராது. ஹோமரிலிருந்து ஓவிட், இப்ஸனிலிருந்து ஷா, ஹென்றி ஜேம்ஸி லிருந்த ஜாய்ஸ், காப்காவிலிருந்து ராபர்ட் ம்யூஸில், லூயி பெர்டினான்ட் செலினிலிருந்து ஹென்றி மில்லர், டாஸ்டாயவ்ஸ்கி யிலிருந்து கெமு என்ற பாரம்பரிய வரிசை இந்த தாக்கு தலின், விழிப் பூட்டலின், உலுக்குதலின் விளைவு; மனம் கவரப்பட்டதன் விளை வல்ல.

ஆனால் ஒன்று; மேற்படி எழுத்தாளர்களின் படைப்புகளில் பெரும்பாலானவற்றைக் கூடக் 'கதை'களாகப் படிக்க ஒரு 'சான்ஸ்' உண்டு. டாஸ்டாயவ்ஸ்கியின் கரமஸாவ் சகோதரர்களையும் குற்ற மும் தண்டனையுமையும், கதைக்காகப் படித்து 'ரசிப்பவர்'களை எனக்குத் தெரியும். டாஸ்டாயவ்ஸ்கி எழுப்பும் நிதர்சனம் இவர்கள் மீது இறங்கும்போது, எருமைமாட்டின் முதுகில் பெய்த மழை யாகத்தான் முடியும். எந்த டாஸ்டாயவ்ஸ்கி நாவலையும் படிப்பது, ஒரு பயங்கரமான பிரயாணத்தை மேற்கொள்ளும் காரியம் என்றே நினைக்கிறேன். பேரிலக்கியங்கள் இந்த அநுபவத்தையே நமக்குத் தருகின்றன. சிலப்பதிகாரம் பேரிலக்கியமாவது இந்த அம்சத்துக் காகவே. ஆனால் க.நா.சு தமது ஞானரதம் மணிவிழா மலரில், சிலப்பதிகாரம் ''தொட்ட இடமெல்லாம் இனிக்கிறது,'' என்கிறார். இக்கூற்றின் அடியில் கலையுணர்வு முதிர்ச்சி (aesthetic maturity) அற்ற நமது தமிழ் 'மரபு ரசனை' தான் குரல் காட்டுகிறது. இதெல் லாம் க.நா.சு.விடம் நாம் காணும் அதிசயங்கள்.

மனதைக் கவரவோ இனிப்பூட்டவோ இலக்கியங்கள் பிறப்ப தில்லை. (இவ்விடத்தில் எழுத்து மூலம் அறிமுகமான ஒரு கவிஞர், இலக்கியம் 'குதூகல'ப்படுத்துகிறது என்று கூறியதையும் சேர்த்துக் கொள்ளலாம்). நமது இந்திய மரபில் பழைய இலக்கியவாதிகள், தார்மிக அடிப்படைக்கு முக்கியத்வம் தந்து எழுதுவதைக் கலை யாகக் கண்டார்கள். ஆனால், அவர்கள் யுத்தம் முதலிய முரட்டுக்

காரியங்களை, அவற்றின் முரட்டுத்தனம் புலப்படவே சித்தரித்தனர். ராவணன் சீதையைத் தூக்கிச் சென்றதை மூலகாவியமான வால்மீகி ராமாயணம், அந்தச் செய்கையின் குரூரம் ஒரு மனிதத் தளத்திலேயே தெரியும்படிக்குத் தான் விவரித்துள்ளது. இந்த நிதர்சனத்துவம் சிலப்பதிகாரத்தில் கோவலனுக்கும் நேர்கிறது. ஆனால், நிதர்சனத்தைச் சந்திக்கக் கூசி, நாயக நாயகிகளைப் படிப்பவர்களின் மன உளைச்சல்களின் பிரத்தியட்சப் படுத்தலாகக் காட்டும் மனப்பான்மை வளர்ந்து விட்ட தாலோ ஏதோ, இடையில் இந்திய ரசனையைக் குன்ற வைக்கும்படிக்கு, 'சந்தோஷ முடி'வாக அவதாரத் தன்மைகளும் நன்மை வென்று தீமை ஒழிவதுமாக இலக்கியம் எழுந்ததுதான், தார்மிக அடிப்படையை விகசித்துக் காட்டும் முயற்சியாயிற்று எனலாம். இந்த 'சந்தோஷ முடி'வையே, இன்றும் சினிமாவின் கற்பழிப்பில்கூடப் பார்த்துக் குதூகலத்தை அனுபவித்துக் கொண்டிருக்கிறோம். இது, இலக்கியத்தில்கூடத்தான் என்றிருப்பது தான் பரிதாபமானது. இது, இந்தியக் கலையுணர்வின் முதிர்ச்சி, இடையில் தேய்ந்து அப்படியே நின்றுவிட்டதைக் காட்டுகிறது.

மேனாட்டில் இம்மரபு, மார்க்குவிஸ் து சாட் என்ற பிரெஞ்சு எழுத் தாளனால், பிரெஞ்சுப் புரட்சியின்போதே சித்தரிக்கப்பட்டது. சம்பிரதாய தார்மிகச் சுரணை காட்டாமல், இதயபூர்வமாக எதையும் எழுதும்போது இலக்கியத்தைப் பிறப்பிக்க முடியும் என்ற மர்மம் வெளிப்பட்டது இவன் மூலம்தான். இவனது 'ஜஸ்தின்', இவ்விதத்தில் மிகக் குரூரமான ஒரு நூல். ஆனால் து சாட், அடிப்படையில் தார்மிகச் சுரணை மிகுந்தவன். அவனது நோக்கு, பிரெஞ்சு அதிகார வர்க்கத்தை அவர்கள் கண்ணூடாகவே காட்டித் தாக்குவதாகத் தான் இருந்தது. இருந்தும், சம்பிரதாய தார்மிகச் சுரணைக்கு முரண் பட்டுக்கூட இலக்கியத்தின் தொனி இருக்க முடியும் என, தன் வாழ்வையே (இவனும் பிரெஞ்சு அதிகார வர்க்கத்தைச் சார்ந்தவன். தான் அநுபவித்த வாழ்க்கையைத்தான் இவன் இலக்கிய மாக்கினான்) எழுதிக் காட்டி நிரூபித்தவன் இவன். இந்த நேர்மை தார்மிக சக்திக்கு எதிரானதல்ல; அதை விழிப்பூட்டுவதாகும். இது சமூகத்தைக் கெடுக்குமா கெடுக்காதா என்ற விசாரணைக்கே, ஒரு உயர்ந்த அறிவுவாதத் தளத்தில் இடமில்லை. குரூரத்தன்மை யின் முழு உள்ளோட்டங்களையும் காட்டுவது எச்சரிக்கையாகவே முடியும்; குரூரத்தன்மையின் மானுட மனஉள்ளோட்டங்களற்று, செய்

திப் பத்திரிகை தரும் கொலை, கொள்ளை, கற்பழிப்புப் பக்கங்கள்தான், இச்செய்கைகளின் மன விபரங்களைக் காட்டாத அளவில், இலக்கியங் களைவிட ஆபத்தானவையாகின்றன. *தமது கீழ்மையையே இலக்கிய மாக்குவதற்கு விஷயம் கையிலேயே உள்ள நபர்கள்* இன்றைய தமிழிலக்கியத் துறை யிலேயே இருந்தும், அவர்கள் ஹ்ருதயபூர்வமான நேர்மையோடு எழுதாததற்கு, இவர்களும் க.நா.சு. சீடர்களாக, இலக்கியம் குதூகலப்படுத்த, கவர, இனிக்க என்றிருப்பதுதானோ தெரியவில்லை. நண்பர்களின் முதுகிலேயே கத்திக்குத்துக் கைங்கர்யம் செய்யும் இவர்களது மனப் பான்மையுடன் வாழ்ந்தவன்தான் லூயி பெர்டினாண்டு செலின் என்ற பிரெஞ்சு எழுத்தாளனும்; ஆனால், *தனது இயல்புக்கு முரணாக, மேற்படி தமிழ் எழுத்தாளர்களைப் போன்று,* பிறர் கஷ்டம் கண்டு உருகி, முதலைக் கண்ணீர் வடிக்கும் 'இலக்கியத்தைப்' படைக்கவில்லை. அப்படி அவன் செய்திருந்தால், நம் ஆசாமிகளின் எழுத்துக்கள் எப்படி *ஸ்பஷ்டமாக அவர்களது போலித் தனத்தைக் காட்டி விடுகின்றனவோ* அப்படியே, அவன் எழுத்திலும் போலித் தனம்தான் இருந்திருக்கும். செலினின் நேர்மையோ, அவனது கீழ்மையான மனப்பாங்கையே இலக்கியமாக்கிற்று. இவ்வகையான இலக்கியம் நம்மைச் சங்கடப்படுத்தும்; வருத்தும். கீழ்மையின் முழுத்தன்மையையும் காட்டி எச்சரிக்கும்; 'இனிக்'காது.

இந்த இனிப்பு, சுவைப்பு, ரசனையிலேயே நமது இலக்கிய சமூகம் ஈடுபட்டுக் கொண்டிருந்த சமயத்தில்தான், விமர்சனம் என்ற ஒரு விழிப்பைத் தமிழ் ரசனை பெற்றது. இந்த விமர்சன விழிப்பு, ஒரு இயக்கமாக, ஒரு தீவிரமான தபஸாக, தமிழிலக்கியக்களத்தில் *எழுத்து* என்ற பத்திரிகையின் பக்கங்களில் நிகழ்ந்தது. இவ்விழிப்பின் விளைவுகள் பரவலாக இன்று செயல்படுவதை, எவராலும் உணர முடியும். சிறுசிறு இலக்கியப் பத்திரிகைகள், விமர்சனங் களை அரங்கேற்றும் வாசகரவைகள் முதற்கொண்டு, ஜனரஞ்சகப் பத்திரிகை களின் புதுவிதமான புத்தக மதிப்புரைகள் வரை, *எழுத்து*வின் பாதிப்பு, எதிர்விளைவுகளைத் தந்துள்ளது. இவ்வளவுக்கும், *எழுத்து* ஐந்நூறுக்கும் உட்பட்ட தொகை வாசகர்களால்தான் படிக்கப் பட்டது. இவர்களில் ஒரு ஐம்பது பேராவது, இப்பத்திரிகையைச் சுத்தமாகப் படித்திருக்கக் கூடும் என்றே தோன்றுகிறது. அந்த எண்ணிக்கையும் அதிக பட்சம்தான். *எழுத்து* போன்ற ஒரு உக்கிரத்

தன்மையுள்ள பத்திரிகை, அங்கங்கே உக்கிரமான மனங்களிலேயே எதிரொலித்து, இந்த எதிர் விளைவுகளைக் காட்டியுள்ளது என்பது தான் அவதானிக்கத் தக்கது. இத்தகைய உக்கிரமான மனங்களுடன் உறவு கொண்டு, அவர்கள் மூலம் சமூகத்தின் மீது இறங்கும் காரியத்தை *எழுத்து* செய்த பிறகு, இன்று ஜனரஞ்சக எழுத்தாளர்கள் பின்வாங்கிவிட, புதுவகைப் போலிகள் இலக்கியக் களத்தில் இறங்கி, ஜனரஞ்சகத் தன்மையை நோக்கி விரிய முயன்றபடியே, இலக்கிய கௌரவத்தையும் பெறமுயல்கிறார்கள். அகிலன், ஆர்வி வகையறாக்கள், அன்று தாங்களே இலக்கியாசிரியர்கள் என்பதற்குத் தாங்கள்தான் பெருவாரியான வாசகர்களால் படிக்கப்படுகிறோம் என்ற காரணத்தைத் தந்ததுபோல், இன்று இந்தப் புதுவகைப் போலிகள் தர முயற்சிக் காததும் தங்களது 'இலக்கிய கௌரவம்' தாக்கப் பட்டால், 'விமர்சன'க் கட்டுரைகள் மூலமே தங்கள் கௌரவம் சரிந்துவிடாமல் காப்பாற்ற முயல்வதும் *எழுத்து*வின் எதிர்விளைவுகள். இந்த விமர்சனக் கட்டுரைகள், உண்மையில் விமர்சனங்கள் தனானா என்பது வேறு விஷயம். *ஞானரதம்* ஜனவரி 1973 இதழிலேயே வெளிவந்த இத்தகைய கட்டுரை ஒன்றில், ஒரு கதாபாத்திரத்துக்குச் சமாதானமாக, ''அப்பாத்திரத்துக்கு என்னென்ன கவலைகளோ?'' என்று (அப்பாத்திரத்தைச் சிருஷ்டித்தவர், 'குடும்பம் நடத்துபவர்கள், பிள்ளைகுட்டிக் காரர்களை'யெல்லாம் இலக்கிய மதிப்பீட்டின்) கதாபாத்திர சிருஷ்டிக்குப் புறம்பான அனுமானங்களைக் கொண்டு வருவது போன்ற, பேத்தல் நியாயங்கள் இருந்தன என்பதை அவதானிக்க வேண்டும்.

இத்தகைய போலி இலக்கிய மனப்பான்மையின் கரு, ஆயிரத்துத் தொளாயிரத்து ஐம்பதுகளில் அகிலன், ஆர்வி போன்றாரின் ஜனரஞ்சக 'இலக்கிய சித்தாந்த'ங்களில் இருந்திருக்கிறது. எவன் அதிக வாசகங்களைக் கொண்டவனோ அவனே சிறந்த எழுத்தாளன் என்பது, இச்சித்தாந்தத்தின் மஹாமந்திரம். அச்சமயத்தில், ஸி.வேங்கடாச்சாரி *சுதேசமித்திர*னில் ஆசிரியராக இருந்தார். இவர் ஒரு இலக்கிய அபிமானி. இந்தச் சூழலைப் பயன்படுத்தி, க.நா.சுப்ரமண்யமும் சி.சு.செல்லப்பாவும், *சுதேசமித்திர*னில் இலக்கியம் தேங்கிவிட்டது என்ற விஷயத்தைச் சொன்னார்கள். 'எங்கே தேங்கிவிட்டது, நாங்கள் இலக்கியம் பண்ணுகிறோமா இல்லையா?' என்று, தங்கள் மேற்படி மஹாமந்திர உச்சாடனத்துடன் பதில்

அளித்தார்கள் அகிலனும் ஆர்வியும். அதே சமயத்தில், வ.விஜய பாஸ்கரனின் *சரஸ்வதி*யும் இது சம்பந்தமான இலக்கியச் சர்ச்சைக்கு இடம் தந்தது. க.நா.சு.வும் செல்லப்பாவும் இச்சர்ச்சையைத் தொடர்ந்து நடத்தும்போதே, *எழுத்து* பிறப்பதற்கான அத்யாவசியங்களும் வளர்ந்துவிட்டன.

எழுத்து பிறக்கும் வரை, இலக்கியம் சம்பந்தமாக, விஷயம் தெரிந்தவர்களும் தெரிந்த மாதிரி வேஷம் போடுவதில் வெற்றி பெற்றவர்களுமே, விமர்சனம் என்ற பெயரில் கட்டுரைகளை எழுதி வந்தனர். இவர்களுள் ஒருவர் க.நா.சுப்ரமண்யம். பிறர், இவரைப் போன்ற அளவு தொடர்ந்து அச்சமயத்தில் குரல் காட்டவில்லை. வல்லிக்கண்ணன் போன்றோர், பலத்த குரல்களுக்குத் துணைக் குரல்களாகத் தான் ஒலித்தனர். அத்துடன் க.நா.சு., தமது சம்பாஷணைகளின் மூலம் ஒரு செல்வாக்கையும் பெற்றிருந்தார். இத்தகைய பலங்களின் அடிப்படையில், இவர் அபிப்ராயங்களையே விமர்சனங்கள் என்று எழுதி வந்தார். விஷயம் தெரிந்த பிறரின் ஒப்புமையும் இவரது பிற இலக்கியசாதனைகளும் பிரசுரிப்போர் இவர் மீது காட்டிய மதிப்பும்தான், அரைகுறை விமர்சனமாகவும் அவசர அபிப்ராயங்களுமாக உள்ள க.நா.சு. கட்டுரைகளைத் தாங்கி நின்றன. இன்றைய இவரது கட்டுரைகளுக்கும் இதே கதிதான் என்பது ஒரு துரதிர்ஷ்டம். ஏனெனில்,

இந்தவிதமான அவசர அபிப்ராயங்களும் அரைகுறை விமர்சனங்களுமான கட்டுரை மரபை, சி.சு.செல்லப்பா என்ற புதிய இலக்கிய சக்தி தோன்றி வேரறுத்துவிட்டது. எந்த ஒரு இலக்கிய அபிப்ராயமும் ஆதாரபூர்வமாகப் பிறக்க வேண்டும் என்ற பிடிவாதத்தோடு, விமர்சனத்துறையில் காலடி வைத்தார் செல்லப்பா. இதன் விளைவாக, எத்தனையோ அபிப்ராய கர்த்தாக்கள், பிறர் அபிப்ராயத்தைத் திருப்பிச் சொல்லும் கட்டுரையாளர்கள் எல்லோரும் மங்கியிருக்கின்றனர். *ஆதாரமற்று அபிப்ராயம் சொல்வது, உண்மையில் அறிவுவாதிகளின் களத்தில் நடைபாதைத்தனமானது.* இத்தகைய அபிப்ராய விமர்சன மரபில், 'பட்டியல் விமர்சன'மும் அடங்கும். அன்று மட்டுமல்ல, இன்றும், க.நா.சு. போகிற போக்கில் விரலுக்கு வந்த பேர்களைப் பட்டியலாகச் சேர்த்து எழுதிக் கொண்டுபோவதைக் காணலாம். விமர்சன பூர்வமாக இவர், தமது பட்டியல்களில் இடம் பெறும் ஆசிரியர்களைக் கணித்து நிரூபித்த பிறகு, இப்பட்டியல்

களைத் தருவது தான் நியாயம். *எழுத்து*வையும் சி.சு.செல்லப்பா வையும் தொடர்ந்து, சுத்தமான விமர்சனம் இன்று வெங்கட் சாமி நாதன் போன்றாரின் கைகளில் வளர்ந்துள்ளதைப் பார்த்துவிட்டு, க.நா.சு.வின் பட்டியலையும் பார்த்தால், தசை நீத்த எலும்பு களின் குவியலைப் போன்றுதான் அவரது பட்டியலிலுள்ள பெயர்கள் தோன்றுகின்றன.

இருந்தும், தமிழில் விமர்சனத்தின் அவசியத்தை வலியுறுத்திய வர் க.நா.சு.தான். செல்லப்பா 1959-ல் *எழுத்து*வை ஆரம்பித்தபோது, க.நா.சு. வின் நெருங்கிய தொடர்பு செல்லப்பாவுக்கு இருந்தது. அச் சமயத்தில், தமிழில் விமர்சனம் வேண்டும் என்று வலியுறுத்தியவர் க.நா.சு.வாகவும் விமர்சனத்தை ஒரு சாதனையாகக் காட்டியவர் செல்லப்பாவாகவும் ஆனது, இத்தொடர்பின் மலர்ச்சியாகப் பல னளித்தது. விமர்சனத்தை வலியுறுத்திய வரானாலும், செல்லப்பா ஆதர்சமாகக்கொண்ட ஆய்வுமுறையை க.நா.சு. அநுசரிக்க வில்லை. *எழுத்து*வில் எழுதிய ஒரு கட்டுரையில் அவர், விமர்சனம் என்பது கலைப்படைப்பைத் தொட்டும் தொடாமலும் (tentative), பூனைக் குட்டி ஒரு பொருளைத் தொடுவது போல தொட்டுப் பார்ப்பதுதான் என்று எழுதினார். ஆனால், இந்தத் தொட்டும் தொடாதநிலை என்பது, அபிப்ராயம் சொல்வதோ, பட்டியல் போடுவதோ அல்ல; கலைப் படைப்பையே தீண்டி ஆராய்வதுதான். (பூனைகுட்டி ஒரு பொருளை ஆராயும்போது, அதனிடம் தோன்றும் உக்கிரத்தைக் கவனித்திருப்பீர்கள்.) எவ்வளவுதான் ஆழ்ந்து அலசி ஆராய்ந் தாலும், அது இந்தத் தொட்டும் தொடாமலும் சென்ற அளவுதான். ஏனெனில், எத்தகைய விமர்சனமும் கலைப்படைப்பை அப்பிப் பிடித்து ஒட்டி இழுத்துவிட முடியாது. தொட்டுக் காட்டி விட்டு, விலகி நிற்பது தான் விமர்சனம். ஆய்வு முறையின் மூலம் இந்த தொட்டுக்காட்டடல், ஒரு கணிப்பாக, நிரூபணமாக செல்லப்பாவின் கையில் உருப்பெற்றது.

க.நா.சு.வின் அடிப்படையற்ற அபிப்ராயங்கள் அவரது செல் வாக்கின் தளத்தில் பிறந்தவையானாலும், இன்று, க.நா.சு.வை மறந்து விட்டு அவரது கட்டுரைகளை மட்டும் படிப்பவனுக்கு, ''நான் சொல்கிறேன் கேள், இவர்கள் தான் இலக்கியாசிரியர்கள்,'' என்ற தொனியாகவே அவை சப்திக்கும். இந்தச் சாத்தியத்தையும் செல்லப்பா உணர்ந்திருக்கிறார். செல்லப்பாவின் விமர்சன இயக்கத்

திலோ, இந்த தற்பாவத்தொனி அறுத்தெறியப்பட்டது. சொல்லப் பட்ட அபிப்ராயத்துக்கு, காரணங்களே அடிப்படைகளாயின. மௌனி, ராமாமிருதம் போன்றோரைச் செல்லப்பா விமர்சித்த முறை ஆய்வுரீதியானது. இந்த முறையின் பின்விளைவுகள் ஆழ மானவை. செல்லப்பா விமர்சனம் செய்ததன் விளைவாகத் தான், ஜனரஞ்சகவாதிகளே தங்கள் தளத்துக்கு ஒதுக்கப்பட்டனர். ஆனால் க.நா.சு., 'அபிப்ராயங்க'ளையும் மேனாட்டு ஆசிரியர்களின் பெயர் களையும் மட்டும் சொல்லி ஜனரஞ்சக எழுத்தாளர்களைத் தாக்கிய போது, இந்த வியாபார எழுத்தாளர்களே முனைந்து அவரை மிரட் டல்காரர் என்றுசொல்லி உதறிப்பேசவும் பரிகரிக்கவும் செய்தார் கள். ஆனால் செல்லப்பா ஆய்வுபூர்வமாக, மௌனி, புதுமைப் பித்தன், ராமாமிருதம், பிச்சமூர்த்தி போன்றோரைப் பற்றிய கட்டுரை களைத் தாமும் எழுதி, என் போன்றோர் எழுதியவற்றையும் பிர சுரித்ததன் மூலம், உண்மையான இலக்கியத்தின் ஆழம், விஸ்தாரம் முதலியவற்றை இனம் காட்டினார். இதன் விளைவு, ஜனரஞ்சக எழுத்தாளர்களிடம் இந்த ஆழமும் விஸ்தார மும் இல்லை என்ற உண்மையைப் புலனாக்கிற்று. இது ஒரு தர்க்கபூர்வமான விளைவு. மேற்படி இலக்கியாசிரியர்களின் இலக்கியத்தின் ஆழ்ந்த தன்மை களினுள், செல்லப்பாவின் *எழுத்து* கட்டுரைகள் ஆழ்ந்து காண்பித்த போதுதான், இந்த ஆழம் ஜனரஞ்சக எழுத்தில் இல்லை என்பது தானாகவே புலனாயிற்று. எந்த ஜனரஞ்சக எழுத்தாளரும் *எழுத்து* வின் பக்கங்களில் தனியாக விமர்சிக்கப்பட்டதில்லை என்பதையும் கொண்டு, இந்த விளைவை அவதானிக்க வேண்டும். மௌனி, பிச்சமூர்த்தி போன்றாரின் எழுத்துக்களில் இருக்கும் கலைத்தன்மை, *எழுத்து*வின் விமர்சன மதிப்பீடுகளின் மூலம் பிரத்தியட்சமாகி, ஜனரஞ்சக எழுத்தின் சிற்றுருவைக் காட்டும் விஸ்வரூபங்களாக எதிரே நிற்கையில், ஜனரஞ்சக ஆசிரியர்களைத் தனியாக விமர்சிக்க வேண்டிய அவசியம் இருக்கவில்லை.

மேனாட்டுக் கவிகளும் விமர்சகர்களுமான எஸ்ரா பவுண்டும் டி.எஸ்.இலியட்டும் எழுதிய விமர்சகக்கட்டுரைகள், எப். ஆர். லீவிஸ் நடத்திய Scrutiny என்ற விமர்சனப் பத்திரிகை, ஐ. ஏ. ரிச்சர்ட்ஸின் Principles of Literary Criticism ஆகிய ஊற்றுக்களி லிருந்து பிறந்து வளர்ந்த மேனாட்டு விமர்சன சித்தாந்தங்கள், செல்லப்பா மூலம் தமிழில் விமர்சன இயக்கமாயிற்று. தி.ஜானகி

ராமன் இது பற்றி, செல்லப்பா மேனாட்டு இலக்கிய அளவுகோல் களைக் கொண்டு தமிழ் இலக்கியத்தை அளக்க முயல்கிறார் என்று 'கற்பு' பேச ஆரம்பித்தார். இதுபோன்று நேரிடையாகவோ சுற்றி வளைத்தோ அச்சமயத்தில் சொல்லப்பட்ட இலக்கியக் கருத்துக்கள் யாவற்றுக்கும் செல்லப்பா பதில் சொன்னார்; தமது பத்திரிகையில் விளைந்த எல்லா வகையான கருத்துப் பரிமாறுதல்களிலும் பங்கு கொண்டு, பொறுப்புடன் நடந்துகொண்டார். ஒரு இலக்கியப் பத்திரிகாசிரியனின் கடமையையும் பொறுப்பையும் தீவிரமாகக் கடைப்பிடித்த ஒரே பத்திரிகாசிரியர், இதுவரையில் செல்லப்பா தான். இச்சமயத்தில், செல்லப்பா மேற்கொண்ட விமர்சன சுத்தமான பார்வை, முரண்பாடுகளேமயமான க.நா.சுப்ரமண்யத்தின் கட்டுரை களையும் 'தமிழ்வளருமா?' என்ற தலைப்பின் கீழ் ஆராய்ந்தது.

தன்னுடன் தானே முரண்படுவது இயல்பு. முன்னாடி ஒன்றைச் சொல்லி விட்டு, அதையே இப்போது மறுப்பது அறிவுத் துறைக்கு இணங்கும். ஆனால், தனது முந்திய முடிவை, பிந்திய முடிவால் ஒருவன் காரணங்கள் காட்டித் தகர்த்தால்தான் இந்த இயக்கம் நேரும். காரணங்கள் காட்டாமல், வெறுமனே முடிவுகளை மாற்றிக் கொண்டு போகிறவர்கள் சந்தர்ப்பவாதிகள் தான். இன்றைய சில இலக்கியப் பிரச்னைகளின்போது, முன்னுக்குப் பின் முரணாகச் சந்தர்ப்பவாதம் பண்ணும் இலக்கியப் போலிகள் இதைக் கவனிக்க வேண்டும். முடிவுமாற்றத்துக்குக் காரணங்கள் காட்டும்போதும், நேற்றைய முடிவுக்குக் காட்டப்பட்ட காரணம் இன்றையதைவிட தர்க்க பூர்வமானதாக இருக்குமானால், நேற்றைய முடிவே ஒப்புக் கொள்ளப்படும். அதன் வலுவில்தான் ஆசிரியனின் இன்றைய கௌரவம் தங்குமேயன்றி, இன்றைய அவனது காரணமற்ற முடி வில் அல்ல. *தமது நண்பரான க.நா.சு. வையே இந்த வகையான தர்க்கத்தின் முன் நிறுத்தி விசாரித்த போது, செல்லப்பா தமது விமர்சன இயக்கத்தை ஒரு தார்மிகமான தபஸாக மாற்றினார்.*

கருத்துலகில், சொந்த விருப்புவெறுப்புகளுக்கோ, செஞ்சோற் றுக்கடனுக்கோ இடமில்லை. அதெல்லாம், கருத்துலகிற்குப் புறம்பான பிதிர்வழிபாட்டு மனப்பான்மைகள். இந்த சொந்த விருப்பு வெறுப்பு, செஞ்சோற்றுக்கடன், குருதோஷம், பிதிர் தோஷம் யாவற்றையும் மீறிய தர்க்கபூர்வமான காரணார்த்த மான

விமர்சனமாகச் செல்லப்பா நடத்திய இயக்கம், அந்த இயக்கத்தின் உக்கிரகதியைத் தணிக்க அவரே முயன்றால் கூட, பிறரின் கைகளை உபயோகித்து இதே கதி அவரையே ஒதுக்கிவிடும்; இது கருத்துலகின் தர்மம். இந்த தர்மத்தை உணராமல், செஞ்சோற்றுக் கடனை நினைத்து பஜனை பாடுவது ஒருவகைக் காட்டுமிராண்டித்தனமாகும். ஒரு 'ஜனரஞ்சக இலக்கிய' பத்திரிகையின் 'கடைசிப் பக்க'த்தை எழுதிவரும் அன்பர் ஒருவர், கடந்த ஆண்டில் செல்லப்பா தாக்கப்பட்டதை நினைத்து, ஏதோ 'சோறு தண்ணி' என்று எழுதியதை ஞாபகத்தில் வைத்து இதைச் சொல்கிறேன். க.நா.சு., செல்லப்பா ஆகியோரின் சாதனைகள், அவர்களை நமது விமர்சிப்புக்கு வசப்படாதவர்களாக ஆக்குபவை என நினைப்பது, உண்மையில் அவர்கள் எத்தகைய தார்மிக சக்தியாக உந்தப்பட்டார்களோ, அச்சக்தியையும் இதனால் அவர்களையும் அகௌரவிப்பதாகும். விமர்சனத் துறையில் மனிதர்களல்ல முக்யம் - மதிப்பீடுகள் தான். இந்த மதிப்பீடுகளின் ஆகுதியில், இன்று ஒரு நூறு ரிஷித்தன்மை வாய்ந்த வாசகர்கள் இலக்கிய குண்டத்தைச் சூழ்ந்து இருக்கிறார்கள் என்றால், அதற்கு அத்தாட்சிகள் கிடைக்குமானால், அதற்காக நாம் செல்லப்பாவுக்கு சரித்திரார்த்தமாக கடமைப் பட்டிருக்கிறோம்.

ஞானரதம், மார்ச் 1973.

27 மூன்றாவது துருவம்

நக்ஷத்ரவாஸியின் ஊற்று, இலக்கியமும் நாடகமும் ஒரே 'உள் வட்ட'த்திலிருந்து வெளியே தடுக்கி விழுந்து விட்ட வேறுவேறு உருவங்கள் என்பன போன்ற கொள்கைகளுக்கோ, அவற்றுடன் பிணங்கி 'எனக்கு இலக்கியமே குறி' என்று ஒரே குந்தாகக் குந்தி விடுகிற 'ஸ்பெஷலைஸேஷன்'களுக்கோ உடன்பாடான மனோ பாவத்திலிருந்து பிறந்ததல்ல. அல்லது, இது ஏதோ ஒரு 'குத்தூசி'யை வழவழப்பாக்கி வைக்கும் சமூகக் கைங்கர்யமும் அல்ல. 'செய்து பார்க்க'ப்பட்ட 'சோதனை'யோ, நிர்வாணமாக - ஏழுவயதிலிருந்து எழுபத்தேழுக்குள் எத்தகைய எலும்பும் தோலுமாக இருந்தாலும் - ஒரு 'பெண்'ணை மேடையில் 'காட்டி', கலைக்கும் தமிழுக்கும் யாவற்றுக்கும் மேலாக, தமிழ் இலக்கியக் கும்பல்களின் மண்டை களினுள் இருப்பதாகக் கண்டு பிடிக்கப்பட்டுள்ள பிரக்ஞைக்கும், ஒரே போடான ஒரு சேவையைச் செய்தால் என்ன என்பது போன்ற பேருணர்வோ அல்ல.

இந்த நாடகத்தில் மேடைத்தனம் எத்தனை மாகாணி குறைகிறது, இலக்கியக்கனி பழுத்துத் தொங்குகிறதா என்றெல்லாம் கண்டு பிடிக்கப் போகிறவர்கள், மேற்படி அபத்த அளவைகள் போன்ற வற்றை உபயோகிக்காமலிருக்கவே இந்த எச்சரிக்கை.

பொதுவாக, எந்த கலைப்பொருளும் நிர்த்தாரணம் செய்யப் பட்டு, ஆனால் எல்லை யற்று, வெளிமண்டலத்தினுள் எல்லாத் திசையிலும் பாய்கிற ஒரு இயல்பான திறன்வாய்ந்த சக்தி, வாழ்வு டன் மோதுங்கால் நிகழும் சிதறலாகும். குத்தூசியே கலை என் போரும், "சரிதான், ஆனால் கொஞ்சம் வழவழப்பாக இருக்கட் டும்," என்போரும் கவனிக்க. இன்னொருபுறம், கலையுள்ளம் என்பதே தன்போக்கானது, சிருஷ்டி என்பதே 'கற்பனை' பண்ணுகிற காரியம், தார்மிக சக்திகளுடனோ சிருஷ்டியில் ஈடுபடும் மனோ

வியக்திகளின் பிரத்யேகங்களுடனோ சம்பந்தமில்லாத சுயம்பு என்று கருதுகிறவர்களும் கவனிக்க... ஓரொரு சமயங்களில், இந்த இருதுருவத்தினரும் என்னைத் தமது கட்சியினனாகக் காண முயன்றிருக்கிறார்கள்; ஆனால், என்னுடையது ஒரு மூன்றாவது துருவம்.

சமூகக் கைங்கர்யத்துக்குக் கிளம்பும் குத்தூசிக்காரர்கள், தார்மிக சக்தியை வெறும் உத்தேசங்களின் வசமாக்கி விடுபவர்கள்தான். விளைவு, வெறும் அபிப்ராயப் பிரச்சாரம். ஏனெனில், உத்தேசங்களை நிறைவேற்றுவது கலையல்ல, பிரச்சாரம். எவ்வளவு வழ வழப் பாக்கப்பட்டாலும், ஒரே ஒரு திசையை மட்டும் நாடுகிற தார்மிகம், உத்தேசம் ஒன்றன் கொம்பாக மாறிவிட்ட சக்திதான். எனது கருத்தில் தார்மிக உணர்வு, கொள்கையாகப் புலனாகி விடக் கூடிய நிலையில், அது தார்மிக இயல்பான ஒருமையிலிருந்து வழி பிறழ்ந்து, ஏதோ ஒரு குறிநோக்கிப் பாயும் வெறிபிடித்த மாடு ஆகிறது; குத்தூசியாகிறது. இந்நிலை யில், உத்தேசங்களை மீறிப் பலதிசைகளிலும் பாயும் அர்த்தங்களுக்கு இடம் கிடையாது!

மேற்படி கூற்று, உத்தேசமே இல்லாத ஒரு இயக்கமாகக் கலைஞனின் செயல் முறையைக் கூறுவதாக்கிவிடும். இந்த நிலையிலிருந்தும் நான் விளக்கம் தர இருக்கிறது. ஏனெனில், உத்தேசம் அற்றநிலை உயிர் வாழ்வின் சிகரசம்பவம். கலைஞன் என்பவனோ மனிதார்த்தங்களின் வசமானவன். இருந்தும், தனது உத்தேசங்களை மீறிய ஒருசக்தி தன்னூடே செயல்படுவதை உணர்ந்து, அதற்கும் தனக்குமிடையே ஒரு செயல்முறை உடன்பாட்டைக் கொள்கிறான். அறிவுவாதிகள் இந்த உடன்பாட்டைத் ‘தொழில் திறன்’ என்பர். உண்மையில் தொழில் திறன், உத்தேசபூர்வமான பிரச்சார ‘தார்மிக’த்தைச் சார்ந்தது. நான் குறிப்பிடும் செயல்முறை உடன்பாடு, ஒரு மனித சக்திக்கும் இயல்புணர்வுக் கும் இடையே நிகழும் சுயாதீனமான யோகம். எனவே, வெளியீட்டை நிர்த்தாரணமான சிதறலாக்க வல்லது.

இயல்புணர்வு கட்டுங்கடங்காதது என்று உணரவல்லோர்க்கே, இந்த யோகம் எவ்வளவு கடினம் என்பதும் ‘தொழில் திறன்’ வேறு என்பதும் புரியும். இந்த யோகத்தின் வாயிலாக, தன்னை மீறிய ஒரு சக்திக்கு, அதன் தரிசனாநுபவமற்றே உடன்படுகிற ஒரு துரதிர்ஷ்ட சாலிதான் கலைஞன். துரதிர்ஷ்டசாலி என்பது ஏன் எனில், தரிச ன

அநுபவம் அற்றவன் என்பதால். உத்தேசமே இல்லாத சிகர சம்பவத்தில்தான் அந்த அகச்சக்தி தர்சனமாகும். கலைஞர்கள் அவ்வகை மௌனிகள் அல்லர். ஏனெனில், மௌனமானதும் வெளியீட்டு உருவமே துறக்கப்பட்டு, கலை என்ற ஸ்திதிகூட ஒரு சிறையென தகர்த்தெறியப்படும்.

உத்தேசம் என்பது, கலைஞனது மனித எல்லையைக் கடக்கும் திரியாகும். கலைப் படைப்பு என்ற சிதறலை, கலைஞனது மனிதத்வம் மின் வீச்சில், இந்த நாபியினூடே பாய்ந்து விரிவடைய வைக்கிறது. மிகவும் பக்குவமான ஒரு தார்மிக உணர்வுதான், கலையின் அகச்சிதறலையும் கலைஞனது மனிதத்வத்தையும் இணைக்கிற நாபியாக முடியும். இந்த நாபி இல்லாமல், மிதந்து கலையைச் சமைக்க முன்வருபவர்கள், பிரசார வாதிகளின் சகோதரர்களான வியாபாரிகள், பொழுதுபோக்காளர்கள். இவர்களே இன்று தமிழ் நாட்டில் தங்களை இலக்கியவாதிகள் என்று கருதிக்கொள்கிறார்கள். இவர்கள், எவ்வித தார்மிகப் பிரச்னையையும் உணரத்திறனற்று, மேனாட்டு தார்மிகப் புள்ளிகளிடமிருந்து தத்துவ இரவல்களைப் பெறும் கைங்கர்யத்தை தற்சமயம் செய்கிறார்களெனத் தோன்றுகிறது. இவர்களது கும்பலும் சரி, இன்று தமிழில் பொதுவாக எழுதப்படும் எந்த இலக்கிய உருவமும் சரி, உயிரற்றது. உயிரற்றுப் போனால் என்ன குடிமுழுகிப் போய்விட்டது? 'எக்ஸிஸ்டன்ஷியலிஸம்' என்று எந்தப் பிணத்துக்கும் பெயர் வைக்கலாமே!

இயல்புணர்வை (spontaneity) ஒரு சிறிதளவும் தீண்டாமல், 'கற்பனை'யும் தத்துவச்சரடும் திரிக்கும் ஒரு க்ஷீணிப்பின் விளைவு இது. இயல்பாக எழுதுவதென்பது தறிகெட்ட போக்குமல்ல; ''ஏதாவது எழுதுகிறேன், அதில் தானே வரப்போகிற அர்த்தங்களை நீ கண்டுபிடி - எனக்குத் தெரியாது,'' என்பதுமல்ல. இன்று தமது எழுபத்தாறாவது வயதில், இலக்கிய இயக்கத்தை ஓரளவு நிறுத்திவிட்ட மேதை விளடீமர் நபக்கவ், 'இயல்பாக' எழுதவோ பேசவோ இயலாதவர். ஆனால், இயல்பான வகையான படைப்புகளை, ஒவ்வொரு வார்த்தையையும் பொன்மணியாக ஆக்கி சிருஷ்டிக்கும் முதல்தரக் கலைஞர். இங்கே, நான் முன்னே குறிப்பிட்ட 'யோகம்' என்ற விஷயத்தை வாசகர் ஆழ உணர வேண்டும். சுயாதீனமான யோகத்தில், கலைஞனே தனது படைப்பின் முழு அர்த்தங்களையும் என்ற அவசியமன்றி - சிலவேறு அர்த்தங்களையேனும் உணர்ந்து

சமைத்தாக வேண்டும். இந்த ஸ்திதி இல்லையெனில் அவன் ஒரு போலி. இயல் புணர்வை நிறைவேற்ற - முடிவுபெற்ற படைப்பில் தென்படவைக்க - கலைஞன் 'இயல்பாக', தறிகெட்ட போக்கில் எழுதுபவனாக இருப்பதைவிட, சுயாதீன சக்தி நிரம்பியவனாக இருப்பதே முக்யமாகும்.

இவை, *நக்ஷத்ரவாஸியின்* - எனது படைப்புகளின் - ஊற்றைத் திசைகாட்டக்கூடும். எழுதி முடித்தபின்பு, என்னை எழுதத் தூண்டிய உத்தேசங்களைப் பெருமளவு மீறிய படைப்பாக வந்துள்ளதாக *நக்ஷத்ரவாஸியைக்* காண முடிகிறது. எனது ஆரம்ப உத்தேசம் ஒரு வகையில் விஷமத்தனமானது. இதை நான் எழுதியது 1973 முன் பகுதியில். எனது ஆரம்ப உத்தேசத்தின் குறைபாட்டை முகாந்திரமாக்கி, என்கையிலிருந்த இந்த நாடகத்தின் ஒரு பிரதியை அழித்திருக்கிறேன். வேறொரு பிரதி தப்பிப் பிழைத்து, ஒரு நண்பரிடமிருந்து என்னை வந்தடைந்திருக்கிறது. இதை நேற்றிரவு படித்தேன். எனது விஷமத் தனமான உத்தேசம், எப்படி ஒரு குப்பைச் சருகாக ஒரு வெடிமருந்து பூசிய திரிக்குத் தீ சேர்த்திருக்கிறது என உணர முடிந்தது. சமீப காலங்களில், தமிழ் தலைகள் சில 'சிந்தித்து'க் கக்கியுள்ள சில சரக்குகளை நான்கண்ட தோரணை, ஒரு தார்மிக வழியாகி ஊடே பல்வேறு எதிரொலிகளாக மாறும் ஒரு சிதறலை உணர்ந்தேன். சங்கீதம் குறியீடாகிறது; பேருணர் வாகிறது. வித்யாவின் அறை இந்திய உள்ளத்தின் அகமூல (Archetypal) களமாகிறது. மோதுகிற பாத்திரசக்திகளின் பல்வேறு இயல்பு களிலிருந்து இதை உணரலாகும். மேலும் நுட்பங்கள் உள. ஆனால், அவற்றின் ஆசிரியனாக நான், அவை பற்றி விளக்கபூர்வமாக பேசுவது நயமல்ல.

மேடையேறுகிற சாத்யத்தை முன்னிட்டு, சில ஆலோசனைகள். ஆரம்பத்தில் வரும் பொம்மலாட்ட நிழல்களுக்குப் பதிலாக, பின்னணியில் வெறும் குரல்கள் பேசலாம். நக்ஷத்ரக் குறிகள் மூலம் அங்கங்கே, கெட்டியாக அமைந்துள்ள வாக்யங்களைக் கவனப் படுத்தி உள்ளேன். தயாரிப்பாளர்கள், நடிகர்கள், அந்த இடங்களில் வாக்ய விரிவுகளைத் தந்து, சபைக்கு அர்த்தம் புரியும்படி செய்யலாம். நிறுத்திப் பேசலாம். ஒரு தடவைக்கு இரு தடவைகள் ஒரே வாக்கியம் பேசப்படலாம். கண்ணாடி விஷயம் புரிகிறது என நம்புகிறேன். ஒரு புறம் சிதறிய கண்ணாடி; மறுபுறம் சிதறாதது. திரைமறைவில், சிதறல் உள்ள பக்கத்தைப் புரட்டிச் சிதறாத பக்கம்

வெளிக்கும் இடம், நாடகத்தின் உயிர் முடிச்சுகளுள் ஒன்று. நேற்றைக்கும் இன்றைக்குமிடையே, இனி என்றைக்கும் ஒன்றாகத் தொடரப்போகிற ஒரேவகை மோதல், முடிவில் தீவிரநிலையடைந்து, மீண்டும் அதே கதையாக மாறும் நச்சுவட்டத்தைக் குறியீடாக்கும் சமிக்ஞை அது.

இந்த நாடகத்தில் வரும் எந்தப் பாத்திரமும் உயிருடன் இருக்கிற - இருந்த - இருக்கப்போகிற எவரையும் குறிப்பிடுவதில்லை. ஏதும் குறிப் பிடுகிற மாதிரி இருந்தால், வாழ்க்கையின் அபூர்வமான விபத்துக்களுள் ஒன்றாகத்தான் அது இருக்கும்.

(சென்னை, 3.12.1975, 21.6.1976)

அஃக், ஜூன் - டிசம்பர் 1975.
பாலம், 1976.

வெங்கட் சாமிநாதன்

28 கலைஞனும் கோட்பாடும்

அறிவுலகக்காரன், பகிரங்கத்தின் முன்வைக்கும் விவாதங்கள், செய்திகள் யாவற்றிலுமே, ஒரு நிர்தாட்சண்ய சக்தியும் பொது மனிதனது அறிவுத் தாகத்துக்கான சிந்தனை அம்சம், தகவல்கள் ஆகியனவும் இருக்கவேண்டும். தன்னைப்பற்றி, தனிமனிதராக 'ஒரு ஜென்டில்மேன்' என்ற ரீதியில் உள்ள அபிமான அபிப்ராயங்களைப் பாதுகாக்க மட்டுமே பேனா தூக்குகிற எழுத்தாளன், உண்மையில் அறிவுவாதி அல்லன்; சுய கௌரவவாதி. இத்தகையோர், பகிரங்கக் களத்தைப் பொறுத்தவரை பிரச்னைகளை எத்தகைய கட்டத்தில் சந்திக்கிறார்கள், அப்படித் தமது கௌரவத்தைக் காத்துக் கொள்ள மட்டுமே பேனா தூக்குகிற ஒரு வேளையிலேனும், பிரஸ்தாபப் பிரச்னையை எத்தகைய தளத்தில் சந்தித்து, அதன் மூலம் எத்தகைய சிந்தனைகளையும் தகவல்களையும் தருகிறார்கள் என்பது, இவர்களது தலையின் தகுதியை நிர்ணயிக்கும்.

இந்த ஆண்டு (1976) ஆரம்பம் தொட்டு, *பிரக்ஞை*, *கசடதபற* ஆகியவற்றில் நிகழ்ந்து தொடரும் சில பிரச்னைகளைப் பற்றி, மேற்கூறிய வகையில் ஒரு பார்வை உருவாக வேண்டியது அவ சியம்; இல்லையெனில், வாசகர்களது அபிமானபூர்வமான ஈடுபாடு களை மட்டுமே ஊக்குவிக்கும் கட்சிவாதமே கலாச்சாரவாதமாகிவிடும்.

*பிரக்ஞையி*லும் *கசடதபற*விலும் வெளிவந்த கருத்துக்களை, *பிரக்ஞை* பிப்ரவரி - மார்ச் 1976 இதழில் தெளிவுபடுத்தியபோது, நான் என்னளவில் கடைப்பிடித்த ஒரு சுய ஒழுக்கத்தையே மேலே குறிப் பிட்டுள்ளேன். இந்த எனது செயல்முறையைப் பற்றி, 'மிக உயரத் திலிருந்து' கண்டும் காணாத தோரணைக் கருத்தெனச் சந்தேகிக்க வைக்கிற வரிகளுடன், அதே இதழின் ஆசிரியர்கூற்று முடிவுறு கிறது. ''*தமிழைப் பொறுத்தவரையில், கலைக் கோட்பாடு என்பது பகைமை உணர்ச்சிகளை வெளியிடப்பயன்படும் சாதனமாக*

இருந்துவருவது வருந்தத்தக்க விஷயம்.'' இவ்வரிகள், என் கட்டுரையின் கலைக் கோட்பாடு சார்ந்த தன்மையினடியிலே பகைமையைக் கண்டுபிடித்தவர்களது கூற்றானாலும் சரி, அல்லது அவர்கள் வேறேதோ 'சும்மா ஒரு பொழுதுபோக்காக சீரியஸாகவும் இருந்து பார்ப்போமே' என்ற மனோபாவத்தில் எழுதியதானாலும் சரி, தவறான கூற்றாகும். *எனது கருத்துகளின் தீவிரத்தன்மையே எனக்குப் பகைமைகளைச் சம்பாதித்து தந்துள்ளது என்பதை, எனது எழுத்துக்களே காட்டும். அதாவது, பகைமை முதலாவதாகவும் அதைத் தொடர்ந்து அதை வெளிப்படுத்தும் விதமாகக் கருத்து பிறப்பதாகவும், என் எழுத்தியக் கத்தில் ஏதும் இல்லை.* திரு. ஞானக்கூத்தன் முதலியோருடன் நண்பனாக இருந்த சமயத்திலேயே, நான் அவர்களை நிராகரித்த தீவிரத் தன்மைதான், *அவர்களது பகைமையாக என்னைச் சந்தித்துள்ளது. பிரக்ஞையினர்,* அதே இதழில் பிரசுரித்துள்ள என் கட்டுரையிலுள்ள இந்தத் தகவலைக் கவனித்திருந்தால், ஆசிரியக் கூற்று இவ்விதமாக பிறந்திராது. இவ்விஷயம் எப்படி இருப்பினும்,

பகைமையை வெளிப்படுத்தும் சாதனமாகிவிட்டால், 'கலைக் கோட்பாடு' என்ற ஸ்திதியே இராது; வெறும் பகைமைதான் வெளிப்பட்டு நிற்கும். ஜனவரி 1976 தேதியிட்ட *கசடதபற, பிரக்ஞை* இதழ்களில் உள்ள திரு. ஞானக்கூத்தனின் கட்டுரையில், எங்கேயுமே கலைக்கோட்பாடு கிடையாது; பகைமை மட்டுமே வெளிப்பட்டு நிற்கிறது. இத்தகைய விஷயத்தை, நமது தமிழ் மூளைகளுக்கு விளக்குவது கடினம். *கோபமாகவும் நையாண்டி யாகவும், ஒரு கோட்பாட்டைச்சார்ந்தவன் அதைப் புரிந்துகொள்ள மறுப்பவருக்கு விளக்கும் நிலையை, பகைமையென்றுதான் நமது தமிழர்கள் நினைக்கிறார்கள்.* சென்ற ஆண்டு இறுதி மாதங்களின், வட இந்திய Quest பத்திரிகை இதழ்களை உதாரணமாக எடுப்போம். 'Sri Aurobindo: Superman, or Super-Talk?' என்ற Claude Alvares ஸின் கட்டுரையில் உள்ள பௌதிகத்துறைக் கருத்து ஒன்றை, இந்தியக் காரியாலய பௌதிக விஞ்ஞானியான டாக்டர் கே.லோகநாதன் அடுத்த இதழில் தாக்கியபோது, தமது தகுதிக்குப் பொருந்தாத வகையில் அல்வாரஸின் கருத்தை கிரகிக்காத, அல்லது திரிபுசெய்த குற்றத்தை இழைத்தார். விளைவு, டாக்டரை நோக்கி அல்வாரஸ் தந்த விளக்கரமான பதிலில், ''டாக்டர் லோகனாதன் திரும்பவும்

பள்ளிக்குப் போகவேண்டும்,'' என்று கடுமையாகப் பதிலுறுத்தது தான். இது பகைமை அல்ல. எத்தகைய இடத்தில் எவர் இருந்து எத்தகைய பதிலைத் தரவேண்டும் என்ற அறிவொழுக்கத்தைத் தெரிவிக்கும் தொனியின் அடிப்படை உக்ரம் இது. 'தகுதி குறைந்த வர்கள் தமது தகுதியை மீறிய பதவிபெறுகிற ஒரு நிர்வாக முறை' பற்றி Peter Principle கூறுவதையும், டாக்டர் விஷயத்தில் அல்வாரஸ் நினைவுகூரத் தவறவில்லை. ("The Peter Principle reality works.")

வாசிப்பவரின் கடமை, எத்தகைய சிந்தனை அம்சம் நிகழ்கிறது, நிறை வேறுகிறது என்பதை கிரகிப்பதேயன்றி, 'இவர் அவருக்கு வேண்டாதவர் - எனவே இப்படித்தான் சொல்லுவார்' என்று முடிவு கட்டுவதல்ல. அப்படி முடிவுகட்டும் 'கிரகிப்பு' பின்வரும் வகை யான சிந்தனை எனலாம். 'டாக்டர் லோகநாதனை அல்வாரஸுக்கு பிடிக்காது; ஆகவே அல்வாரஸ், கோட்பாடு களைப்பற்றித் தெளி வாக, ஆதாரபூர்வமாக, மறுக்க முடியாத வலுவோடு எழுதுகிறார்.' பிரமாதம்! இல்லையா? அபிமானபூர்வமான இலக்கிய வாதிகள், தமிழ் நாட்டில் இத்தகைய மனோபாவத்துடன்தான் எத்தகைய கருத்தையும் சந்திக்கிறார் கள். சொல்லப்போனால், இத்தகைய மண்டைகளுக்காக என் கருத்துக்கள் வெளிப்படுவ தில்லை. இவர் கள் இலக்கியவாதிகளுமல்லர்; ஏன், வாசகர்கள்கூட அல்லர். வாசகர்க ளெனில், வாசிப்பனுக்கு உரியதாகமும் அந்த தாகத்தின் விடாய் தீர்தலும் நிகழும். அத்தகைய வாசகரது அபிமானம்கூட, தகுதியற்றவர் என்று நிரூபிக்கப்பட்டவரை விட்டு நீங்கும். இங்கே 'இலக்கியவாதிகள்' நடுவே நிகழ்வது, தலைகீழான சங்கதிதான். அபிமானத்துக்குரியவரைக் கலைக்கோட்பாடு பாதித்துவிட்டால், 'கலைக் கோட்பாடே பகைமைக் கருவி' என்று, எதற்காக யாவுமே இத்துறையில் முக்கியமோ, அதுவே இழிவுபடுத்தப்படுகிற நிலை!

இனி, எங்கே பகைமை முன்நிற்கிறதோ, அங்கே ஒரு தீட் சண்யபூர்வமான மனித ரிடத்தேகூட, கோட்பாடு நிறைவேறாது; பகைமை வெளித்தெரிந்து விடும். திரு. ஞா.கூ., தீட்சண்யமான ஒரு எழுத்தாளர் அல்லர் என்பதைக் கொண்டு பார்த்தால், அவரால் தமது பகைமையை மறைக்க முடியாதுதான் என்பது தெரியவரும். ஆனால், திரு. வெங்கட் சாமிநாதன் போன்ற ஒரு நுண்ணுணர் வுள்ள, தீட்சண்யமான விபரஞானமுள்ள கலச்சார வாதியிடத்தில் பகைமை செயல்பட்டால், அவராலேகூடப் பகைமைக்கு ஒரு

கோட்பாட்டு வேஷத்தை வெற்றிகரமாகத் தரமுடியாது என்பதுதான் சுவாரஸ்யம். பகைமை அவரது நுண்ணுணர்வு, தீட்சண்யம், விபர ஞானம் யாவற்றையும் கபளீகரம் செய்துவிட்டு, வெறும் பகை மையாகவே முன்னிற்கும். முன்னே நிற்கிறது: *பாலையும் வாழை யும்* என்ற அவரது கட்டுரை நூலில்! இதில் உள்ள புதிய கட்டுரை யான 'கலைஞனும் சூழலும்', என்மீது தவறான முடிவோடு திரு. வெ.சா. கொண்டுள்ள பகைமையின் விளைவு. பகைமைக்கு ஆட்படக் கூடிய அவரது மனோபாவத்தைக் குறித்து, நண்பனென்ற அடிப்படையில் கோபம் தொனிக்க நான் ஒரு கடிதத்தில் கண்டித் தமை, அவரை எனக்குப் பகையாக்கிய விஷயம் முற்றிலும் தனிப் பட்ட ஒன்றல்ல என்பதால், இங்கே நினைவுகூரத் தக்கது. எனக்கு அவர் எழுதிய பதில் கடிதம், எவ்வளவு தூரம் அவரிடத்தே பகை மையும் வெறுப்பும் செயல்பட முடியும் என்றே, எனது ஊகத்தை உறுதிப்படுத்திக் காட்டிற்று. எனவே, அவரும் வாசகரும் இந்த அவரது மனப்பாங்குபற்றி எச்சரிக்கை கொள்ளவேண்டுமென நினைத்து, பெருந்துறை *இளவேனில்*, *விமர்சனம்* பத்திரிக்கைத் தொடரில், 1975இல் ஒரு கடிதம் எழுதினேன். இளவேனிலில் இவர் எழுதிய கட்டுரையிலே, சூழலை உருவாக்கும் விஷயம் பற்றிய இவரது கருத்தை மறுத்து, *விமர்சனமில்* வெளியானது என் கடிதம். இந்த என் கடிதத்திலிருந்து ஒரு சில பகுதிகள்:

''இன்றைய வர்த்தகக் குழுவின் மனோபாவங்களை உணர்ந் துள்ள, 'சுரணையும் தீக்ஷண்ய நோக்கும் கலையுணர்வும் கொண்ட ஒருவனின் கவனம், இன்று இச்சூழலின் பேரில்தான் வீழும்,' என்ற வெங்கட் சாமிநாதனின் வார்த்தைகளை ஆக்ஷேபிக்க முடியாது. ஆனால், *'இச்சூழலை மாற்றித் திரும்பவும் ஒரு கலாபூர்வமான மரபை ஸ்தாபிக்கும் முயற்சியில் அக்கறை,'* என்று வெங்கட் சாமிநாதன் குறிப்பிட்டு, அந்த அக்கறையுடன் தாம் செயலாற்று வதாகச் சொல்லாது சொல்லும் வரிதான் எனது இலக்கு..... 'சூழலை மாற்றி புது மரபை ஸ்தாபிக்க', புது மரபின் ஜன்மஸ்தானமான புதுக் கலைப்படைப்புகளும் அவற்றின் சிருஷ்டி கர்த்தாக்களாக சுயத்வம் (ஒரிஜினாலிடி) உள்ள கலைஞர்களும்தான் தேவை; அவர்களா லேயே இந்த மாற்றமும் ஸ்தாபித்தலும் எங்கும் எப்போதும் நிகழ்ந் துள்ளன. மற்றையோர் இவர்களை இனம் கண்டு, இவர்களது புதுமரபை இனம்கண்டு தெரிந்து, உலகுக்குக் கூறிய வகையில்

விசேஷம் பெறுவோர்தாம்... 60க்களில் *எழுத்து* மூலம் உருவாகிய புதிய சூழலுக்கு, காந்தீயம், சுதந்திரதாகம் போன்றவை வேண்டி இருக்கவில்லையே! *இயல்பான கலாசக்தி உள்ள ஒருசிலர், அது வரை பிரசுரசாதனம் எதுவும் கிடைக்காததால் தமது சக்திகளை தாங்களே அறியாமல் கூட இருந்திருக்கக்கூடிய ஒருசிலர் மலர்ந் தனர்; உருவாக்கப்படவில்லை, மலர்ந்தனர்.* சி.சு. செல்லப்பா, மேற்கொண்டு இந்த இயல்பை ஒரு உருவாக்குத லெனக் கற்பிதம் கொண்டார். 'இனி நாம் யுத்தக்கவிதை எழுத வேண்டும்' என்று, 1967 அளவில் இந்தோசீன யுத்தத்தின்போது, *எழுத்து* கவிஞர்களிடம் கூறுமளவுக்கு வந்தார். சூழலை 'உருவாக் கும்' முயற்சி இது. விளைவு? என்னைப் போன்ற ஒருவனேனும், அதாவது நான் மட்டு மெனினும், இந்த பாக்டரி சூழ்நிலையிலி ருந்து பின்னடைந்தமை தான். *1967க்கு முன்னும் பின்னும், சில காலம் குறைவாக எழுதியும் எழுதாமலும் இருந்தமைக்கு, இத் தகைய 'சூழலை உருவாக்கும்' சில பிரயோகங்கள் என்னைத் தீண்டியதும் ஒரு காரணம் - வேறு சிலவற்றுடன். வெங்கட் சாமி நாதன், எழுத்துவில் தமிழுலகின் கலாச்சார விரூபங்களை ஆராய்வதோடும் தாக்குவதோடும் நின் றிருந்தவர். ஆனால், அதற்குப் பின்பு, நடை, கசடதபற ஆகியவற் றின் மூலம் புதிய சூழ்நிலைகளை உருவாக்க முயன்றிருக்கிறார்...* தகுதி குறைந்தவர்களுக்குப் பட்டி யல் பதவி தந்திருக்கிறார்... *உண்மையில் வெங்கட் சாமிநாதனின் குறைபாடு, அவரது 'சூழ் நிலையை உருவாக்கும் ஆசை'யே என்பது என் அபிப்ராயம்.* அதிக அளவில், நடுத்தர எழுத்துக்களுக்குத் தகுதியை ஈந்துவிடும் தன்மை இதனால் விளையும். இந்த குணக் குற்றத்தோடு, தனி மனிதராக அவர், எழுத்தாளர்களுடன் ஏற்படும் உறவுகளை ஆரம்பத்தில் மிகவும் உற்சாகமாக வரவேற்று, குறை பாடு களை உணராமல் போய், பின்னாடி, போகப்போக, காலம் கடந்து உணரும் ஒரு தன்மையும் - சமீபகாலத்தில் இதேகுணம், அவசர வெறுப்பு, மாற்ற முடியாத விருப்பு வெறுப்பு என்றெல்லாம் குழம்பியுள்ளமையும் - கவனத்துக்குரியவை என்பது என் அபிப் ராயம். இவை பற்றி நான் குறிப்பிடுவது, *மிகவும் நுட்பமான அவரது ஒரு இலக்கியக் கொள்கை பற்றிய* காரணத்துக் காவே. இந்த நுட் பம்... *'எழுத்தை மட்டும் விமர்சிக்க மாட்டேன்; சூழலை, அதாவது கலாச்சார உல கில் அவரவர் நடத்தை களையும் பார்ப்பேன்,'* என்ற வெ.சா.வின்

நோக்கம். ங்விருப்பு வெறுப்புடன், பிறரது நடத்தை களைப் பார்த்துக் கணிப்பது சாத்யமல்ல; நடுநிலை வேண்டும் (பிற்சேர்க்கை)... இந்த சூழ்நிலையை 'உருவாக்கும்' சாமிநாதா யிஸம், 1972-ஐத் தொடர்ந்து ஓரிரு வருஷங்கள் என்னையும் பீடித் திருக்கிறது. மிகக் குறுகிய காலத்து வியாதிதான். ஏனெனில், அதிர்ஷ்டவசமான நான் ஒரு கவிஞன். எனது கவிதைகள், 'புதிய சூழ்நிலையே! வர்றதுன்னா வா! வல்லேன்னாப் போ!' என்று கூறுகின்றன. நான் எழுதும் விமர்சனங்கள், உண்மையில் இப் போதுள்ள சூழ்நிலையைத் தாக்குகிறவை. எனக்கு சூழ்நிலை எதையும் உருவாக்கும் பேராசை கிடையாது... இதெல்லாம், வெ.சா.வுக்கும் எனக்குமிடையே முளைக்கும் 'புதிய' முரண்பாடு களல்ல. முதன் முறையாகப் பகிரங்கப்படும் பழைய முரண்பாடு கள். அவரது நோக்கங்களின் சில தன்மைகளைப்பற்றி எச்சரிக்க வேண்டியே, இவை பகிரங்கமாகின்றன.'' (விமர்சனம் - 'கடிதம்')

இனி, திரு. வெ.சா.வின் 'கலைஞனும் சூழலும்' கட்டுரைக்கு வருவோம். இந்தக் கட்டுரையில், கலைஞனது சுயத்வத்துக்கு நான் தரும் முக்யத்வம் பற்றிய பேச்சு கிடையாது. ஆனால், திரு. வெ.சா. இப்படி எழுதுகிறார்: ''தம்முள் ஒரு 'பொறி' கொண்ட எழுத்தாளர் களுக்கு, அப்பொறி சுடர்விட ஒரு களம் தேவை. அதே சமயம், அப்பொறிகளின் சுடரை இனம் கண்டுகொள்ளும் ஸஹிருதயர் களின் கலைப்பிரக்ஞையைக் கொழுந்துவிடச் செய்ய, அச்சுடர் பற்றும் சருகாகத் தாமும் சுடர்விட, அக்களம் தேவை. இல்லையெனில் உள்ளிருக்கும் பொறி அணைந்து விடும்.''

இது விசித்திரவாதம். ஏனெனில், *கலையுணர்வு என்பது ஒரு களத்தில் ஏறி நின்று எரிகிற தன்மையல்ல, ஒரு மனோபாவமாகும். வாழ்வை நோக்குகிறபோது மனம் கொள்ளும் விசேஷ விழிப்பாகும் இது. ஏதோ 'வளர' வேண்டிய 'பொறி' அல்ல; எந்தக் கலைஞனுக்கும், எழுதாத, தனது தூரிகையைத் தீண்டாத, தனது இசைக் கருவிமுன் இருக்காத சமயங்களில்கூட இயங்கக்கூடிய அதிசய சக்தி இது.* ஹென்றி மில்லர், தெருவில் தாம் அலைகிற போது உண்டாகும் எண்ணங்கள், தாம் எழுதுகிறபோது பிறக்கிற வற்றைவிடச் சிறந்தவை என்று கூறுகிறார் (Tropic of Cancer). தன்னை ஒரு களத்தின் மூலம் வெளிப்படுத்துகிறதினால் தான் இந்த அதிசய சக்தி தன்னிடம் ஜீவித்திருக்கிறது என்பதை, எந்தக் கலை

ஞனும் சந்தேகமற்று ஒப்புக்கொள்ளமாட்டான். திரு. வெ.சா. இவ்விஷயத்தில் புதுப் பிரச்னையைக் கிளறுகிறாரேயன்றி வேறல்ல. மேலும், கலைஞன் உருவாக்கப் படுவதில்லை, 'மலர் கிறான்' என்ற என் பிரயோகத்தையே அவரும் வலியுறுத்த, இக் கட்டுரையில் முன்வருகிறார் எனினும், 'பொறி வளர'க் களமும், ஸஹிருதயர்களின் உறவு, சூழல் முதலியனவும் அவசியம் என் பதை மிக அழுத்துகிறார்.

பிரான்ஸ் காஃப்கா, களம் இல்லாமலே தனக்குத்தானே எழுதிய டைரியில், பெரிய சாதனைகளைச் செய்த தகவலையும் தமக்குச் சாதகமாக்க முயற்சிக்கிறார். எனவே, டைரி 'களம்' ஆகிவிடுகிறது. ஒரு அகநிலையில் கூட இந்தக் 'களம்' இருக்க இயலும் என்பதை அல்லவா, டைரியையே 'களம்' ஆக்கிய வாதம் ஒப்புகிறது?

மேலும், காஃப்காவின் சூழல் என, ஸஹிருதயர்களான நண்பர் களின் சூழல் பற்றிப் பேசுகிறார். (நான் எழுப்பிய பிரச்னைக்கும் இதற் கும் சம்பந்தமில்லை.) இவ்விஷயத்தில் என்னைப்பற்றிச் சொல்வ தானால், எனக்கும் சில ஸஹிருதயமான நண்பர்கள், உட னுறை சூழலில் இருந்தனர் என்று சொல்லலாம். ஆனால், பெரிய விநோதம் என்னவெனில், *எனது இலக்கிய கலை ஆர்வங்களை அவர்கள் மீது போட்டு இழுத்து வைத்து, அவர்களை நான் உரு வாக்கியே, எனது சூழலாக ஒன்றை அடைந்தேன்.* அதாவது, எனது நேரடி உறவுகளில், நானே எனது சூழலை உருவாக்கினேன். எந்தச் சுயத்வம் மிகுந்த - வீர்யம் பொருந்திய - கலைஞனும் இங்ஙனம் இயங்குபவன்தான். இவ்விதத்தில், *தனது கலாசக்திக்கான ஒரு சூழலை உருவாக்கிக் கொண்டு, மேலும் விரிய நாடுகிற ஒரு தன் மையே, கலைஞனது சுயதர்சனத்தின் வீர்ய இயல்பு.* புறச்சூழலின்மையால் அணைந்து விடுகிற 'கேஸ்' எதுவுமே இத்தகைய தல்ல. இந்த விசித்திரமான தமிழ் இலக்கிய உலகின் கலாச்சார நிபுணர்கள் கிடக்கட்டும்; எனது எழுத் தாளர்களல்லாத நண்பர்களென வாய்த்தவர்களுள் பெரும்பாலா னோரை, நான் வாசகர் களாகவும் இலக்கியாபிமானி களாகவும் உருவாக்கியுள்ளேன் என்பதை அவர்கள் நன்றியுடன் ஒப்புக்கொள்வர். இது, என்னுள் கிடந்து அணைய மறுத்த 'பொறி', தனது சூழலை உருவாக்கியமை யாகும்.

இது நிற்க. திரு. வெ.சா., எனது கவிதைகள் பிறந்த கதையின் அடிப்படையில், அந்த அடிப்படைகளின் வரலாற்று நிகழ்ச்சி

களையும் தமக்குச் சௌகர்யமானதாகத் தொனிக்கும் படி வாதிப்ப தன் மூலம், என்னைவிடப் பிரம்மாண்டமான அகில உலகக் கலை ஞர்களைப் பற்றியே ஒரு கொச்சையான பிரதிமையை கொள்ப வராகிறார் என்பதுதான், அவரது பரிதாப கரமான நிலை! பிரச்னை என்னைப்பற்றியதல்ல; கலாசக்தியைப் பற்றியது. எனவே, திரு. வெ.சா. நிதானத்தோடு வாதிட வேண்டியது மிக அவசியம். நிற்க. 'நான்' என்ற தலைப்பிட்டு, யாப்பமைதி உள்ள ஒரு கவிதையை *எழுத்து* பத்திரிகையின் முதலாண்டான 1959இன் இறுதி இதழ்களுள் எதையோ படித்தபோது, அதற்கு எழுதி அனுப்பியிருந்தேன். இந்த தகவல் முக்யமானது. அதாவது, 'நான்' என்ற கவிதையை எழுதுமுன் வெளியான இதர 1959இன் முன்மாத இதழ்களில் இருந்த யாப்பற்ற கவிதைகள் ஏதும் எனக்குத் தெரியாது. இருந்தும்,

பாரதியின் வசனகவிதையை, ஏற்கெனவே பலதடவைகள் படித் திருக்கிறேன். பின்பு, *புதுமைப்பித்தன் கவிதைகள்* யாப்பின் அமைப்புக்குள் விழுவதும், அந்நூலினது முன்னுரையில் சிதம்பர ரகுநாதன் 'வசனகவிதை'யை நிராகரித்து வாதிப்பதும் சரியென எனக்குத் தோன்றின. இதில் விசித்ரமென்னவென்றால், இதற்கு முன்பே பள்ளி நாட்களில், விளையாட்டென ஆரம்பித்த கவிதைப் பயிற்சி, பின்னாடி யாப்புப் பயிற்சியைப் பெற்ற பின்பும், *பொருளை, நான் சொல்ல விரும்புவதை முன்னிறுத்தியே எனது எழுத்து விளைந்திருக்கிறது.* என்னைப்போன்று, என்னால் பாதிக் கப்பட்டு (சூழல்!) கவிதை எழுதிய திரு. வே.வ. என்ற பள்ளி நண்பர், முதலில் எதுகை மோனையாக வரக்கூடிய சொற்களை அடுக்கிக்கொண்டு, மற்றைய வார்த்தைகளை இட்டு நிரப்புவார். கவிதை பற்றி நான் படித்த முதல் கட்டுரையான ரகுநாதனது *புதுமைப் பித்தன் கவிதைகள்* முன்னுரை கிடைக்கு முன்பே, இந்த இட்டு நிரப்பல் அல்ல கவிதை என்றும் ஒரு பொருளை வெளியிடுவ தற்காக அது இயல்பாக நிகழவேண்டும் என்றும் வாதித்துள்ளேன். திரு. வே.வ. என் வாதத்தைத் தற்காலிகமாக மட்டும் ஒப்புக் கொள் வாரேயன்றி, அவரது விஷமத்தைக் கைவிடமாட்டார். எழுதி முடித்த கவிதையைத் தருவார். அதைப் படித்ததுமே, இட்டு நிரப்பப் பட்ட சாயல் எனக்கு சட்டென்று தெரியும். அவர் மறுப்பார். நான் பொருள் வாயிலாக அவர் இழைக்கும் அபத்தங்களைக் காட்டு வேன். இதுதான் எனது விமர்சன சக்தியின் ஆரம்ப மூச்சு.

இதே திரு.வே.வ., தூயதமிழ்க்காரராகி என்னோடு வாதிட்ட ஒரு நிகழ்ச்சியுமுண்டு, 'நான்' என்ற கவிதையை, திரு. சி.சு.செல்லப்பா பிரசுரித்த ஒரு மாதத்திற்குள் நிகழ்ந்தது இது. ஒரு தெருமுனையில் இரண்டு 'பொடியன்கள்' நின்று வாதிட்ட வெற்று நிகழ்ச்சிதான். இந்த நிகழ்ச்சியின் முக்யத்வம் என்னவெனில், திரு. வே.வ. இரக்க மற்ற ஒரு குதர்க்கப் பிரியர் என்பதும் அவரது குதர்க்கக் கூற்றுக்கள் யாவற்றையுமே சந்தித்து, எனது வாதங்களை முன்வைத்தும்கூட, அவற்றைக் காணமறுத்தார் என்பதும்தான். இந்நிலை எனக்கு ஒரு சவாலாயிற்று. நான் தெரிவித்த கருத்துக்கள், வெறும் தெருமுனைச் சர்ச்சையை மீறிய கலாச்சாரத் தன்மை உள்ளவை என்பதை நான் ஓரளவு உணர்ந்திருந்தேன். எனவே, அன்றிரவே நான் அவை யாவற் றையும் எழுதி, இரண்டொரு நாட்களுள் *எழுத்து*வுக்கு அனுப்பி வைத்தேன். இதுவே *எழுத்து*வுக்கு நான் முதன்முதலில் அனுப்பிய கட்டுரை. திரு. சி.சு. செல்லப்பா, இதை இரண்டு பகுதிகளாகப் பிரித்து, முதல் பகுதிக்கு 'சொல்லும் நடையும்' என்றும் இரண்டா வதுக்கு 'கவிதை வளம்' என்றும் தலைப்புகளிட்டுப் பிரசுரித்தார். இவற்றுள், 'சொல்லும் நடையும்' வெளிவந்ததும், திரு. வெ.சாமி நாதன் திரு. சி.சு.செ. க்கு அதுபற்றி கடிதம் எழுதி, சொல்லின் செல்வர் என்று சிந்தனை சக்தி அற்ற திரு. ரா.பி.சேதுப்பிள்ளை தூக்கப்படும் அபத்தத்துக்கு முரணாக, எனது கட்டுரை சிந்தனை சக்தி செறிந்து சொல்வளத்தை வெளியிடும் தன்மையை குறிப் பிட்டிருந்தாராம். இது, வெ.சா. தாமாக எப்போதோ எனக்குத் தந்த தகவல்.

ஆக, ஒரு குதர்க்கரமான பள்ளி நண்பர் ஒப்புக்கொள்ள மறுத்ததனாலேயே, எழுத்தில் அந்தக் கருத்துக்களை ஒரு இலக்கிய ஏட்டுக்கு அனுப்புமளவுக்கு தூண்டுதல் பெறுகிற மனோபாவம் கவனிக்கப்பட வேண்டும். இங்கே, பாதகமான சூழலை எதிர்த்து, ஒரு எதிர்ப்பாளனாகவே பொறி ஜ்வாலையாகிற கலைஞனது புரட்சிகரமான வீர்யத்தினது இயல்பு தெரிகிறது. எந்த சத்துள்ள கலாச்சார வாதியின் இயல்பும் இந்த எதிர்ப் பியல்புதான். இந்த இயல்புக்குச் 'சூழல்' அவசியம் என்று கூறுவதோடு மட்டுமல்ல, சூழல் இல்லா நிலையில் 'பொறி' அணைந்துவிடும் என்று கூடக் கூறுமளவுக்குத் திரு. வெ.சா. போய்விடுகிறபோது, பாதகமான சூழலில் 'கலைஞன் என்ற ஆளே அவுட்' என்ற அசட்டு எல்லைக்கல்லவா வழி செய்கிறார்! உண்மையில், *தனது சூழலை உருவாக்குவது மட்டு மன்றி,*

பாதகமான சூழலிலேயே தனது சக்திகளை விளையாட விட்டு வளர்பவனல்லவா உந்நத மனிதன் - கலைஞன்.

இத்தகைய எனது இயல்புதான், கசடதபற வினரது கும்பல் வியூகத்தையும் கம்யூனிஸக் கவிராயர்களது கட்சி வியூகத்தையும், ஒரு சவாலாக ஏற்றது. இந்நிலையில், நான் அடிக்கடி ஒரு லட்சியபூர்வமான பத்திரிகையாளன் தோன்றும்வரை எழுதப்போவதில்லை என்று கூறிவந்துள்ளமை, எனக்கு வசதியான சூழலை எதிர்பார்த்து ஏங்கியநிலையெனத் திரு.வெ.சா. கருதுவது, அவரே எழுதாது மடக்கப்பட்ட ஒரு சூழலைத் தகர்த்தெறிந்த, 'கோணல்கள்' போன்ற கட்டுரைகளை எழுதிய எனக்குப் பொருந்துமா என வாசகர் சிந்திக்க வேண்டும்.

அடிக்கடி, ஒரு லட்சியபூர்வமான பத்திரிகையாளன் தோன்றும் வரை நான் எழுதப் போவதில்லை என்று மட்டுமல்ல, இந்தக் கணம் நான் எழுதிக் கொண்டிருக்கும் வரிகளைகூட நான் எழுதப்போவதில்லை என்றும், திரு. வெ.சா.வை நான் தாக்காமல் அவரது 'கலைஞனும் சூழலும்'மை உதாசீனம் செய்து விடப்போவதாகவும் கூட, சில நண்பர்களிடம் இரண்டு வாரங்களாக சொல்லி இருக்கிறேன். நடப்பது என்ன?

இப்படிப் பின் வாங்கி முன்பே பாய்ந்து தாக்கும் குணம், ஒரு தனிமனித குணாதிசயம். ஒரு சிக்கலான பிரத்யேகத்தின் விளைவு; என்னாலேயே புரிந்துகொள்ளப்படாத ஒன்று. பின்வாங்கும் மனோபாவம் எனது 'தபஸ்' என்ற வசன கவிதையிலும், இதற்கு முரணாக முன்னே பாய்ந்து திடீரெனத் தாக்கும் தன்மை 'அறைகூவல்' என்ற கவிதையிலும் வெளிப்படுகின்றன. திரு. வெ.சா., இந்தப் பிரத்யேகங்கள் கவிதைகளாக வெளிவந்துள்ள ஸ்திதியை எடுத்து ஆராய்வதுதான் பயன்தரும். லட்சியபூர்வமான பத்திரிகையாளனுக் காகக் காத்திருப்பதாகச் சொன்ன நான், அப்படியே காத்திருந்தால்தான், திரு. வெ.சா. அந்த என் கூற்றை, சூழலின் அத்யாவசியத்துக்கு ஆதாரமாக்கலாம். எனது நடைமுறையிலோ, நானே எதிர்பாராத வகையில் திடீரென எழுத ஆரம்பித்து விடுகிறேனாதலால், என் கூற்றை நானே முறியடித்து விட்டேன் என்றாகிறது.

சரி, சூழல் பாதகமாக இருப்பதை ஒரு சவாலாக ஏற்கிற மனோபாவம், தனது படைப்பை ஒரு பத்திரிகை நிராகரித்ததும் மறைகிற ஒன்றாகுமா? திரு. வெ.சா. சொல்கிறார்: எனது 'நான்' என்ற கவிதை

யிலேயே, அது பிரசுரமாகுமா ஆகாதா என்ற நூலிழையிலேயே, பின்னாடி நான் எழுத்தாளனாகப் பிறப்பது தங்கியிருந்ததாக! 'நான்' என்ற கவிதையைத் திரு. சி.சு.செ. பிரசுரிக்காமல் விட்டிருந்தால், நான் பிறகு எழுத்துலகத்தின் பக்கம் தலைவைத்துக்கூட படுத்திருக்க மாட்டேன்! - திரு. வெ.சா.வின் இந்த வாதம், Aesthetic psychology என்ற துறைக்குத் திரு. வெ.சா. அள்ளி அள்ளித்தர, இன்னும் எவ்வளவோ இருப்பதைக் காட்டுகிறது!

எழுத்துவில் பிரசுரமாகாமலே நிராகரிக்கப்பட்ட, திரு. ஞானக் கூத்தனின் வரட்டு படைப்பியக்கத்தைப் பற்றிய விஷயத்தில்கூடச் செல்லுபடியாகாத வரட்டு வாதம் இது. ஒரு கடினமான நிலையை 'அல்வா' எனக்கருதும் எனது இயல்பை நன்கறிந்துள்ள திரு. வெ.சா., இந்த வாதத்தை என்மீது பிரயோகிப்பது, அவரதீட்சண்யம் எந்தக் கதியை அடைந்துள்ளது என்பதையே காட்டுகிறது.

'நான்' என்ற கவிதை பிரசுரம் பெற்ற பின்பு, இரண்டாவது, ('பயிர்' - யாப்பின் ரூபம் தளர்கிறது) மூன்றாவது ('கேள்விகள்' - யாப்பு உதறப் படுகிறது) கவிதைகளில், ஏன் யாப்பை துறக்க ஆரம்பித்தேன் என்று ஆராய முன்வருகிற மனோபாவம்தான் நேர்மை யானது. ஏனெனில், 'நான்' என்ற கவிதையை பிரசுரித்ததன் மூலம் திரு. சி.சு.செ. என்னை மயக்கிப் புதுக்கவிதையாளராக்கி விட்டார் என்ற திரு.வெ.சா.வின் அபத்தவாதத்தைவிட, 'நான்' னைப் போலவே தொடர்ந்து யாப்பை அநுசரித்து நான் எழுதாதது ஏன் என்ற சந்தேகம் எழுவதே முறையானது. இங்கேதான், முன்பு குறிப்பிட்ட பாரதி *வசனகவிதை, புதுமைப் பித்தன் கவிதைகள்,* அத்தொகுதிக்கு திரு. ரகுநாதனின் முன்னுரை ஆகியவை ஞாபகமாக வேண்டும். இவற்றுடன், பள்ளி நண்பர் திரு. வே.வ.வுடன் ஏற்பட்ட இனிமையான 'லடாய்'கள். இந்த விபரங்களினடியில், கவிதையின் பிரச்னைகளை நான் மனம்கொண்டு நின்றமை பெறப்படுகிறது.

இதுதான் பிரச்னை: பாரதியின் வசனகவிதைகளும் பாஞ்சாலி சபதத்தில் சூர்யாஸ்த மனக் காட்சியும் எனக்கு கவியுணர்வை அளித்தமையும் இவை கவிதைகளல்ல என்று கூறுகிற திரு. ரகு நாதன் (புதுமைப்பித்தன் கவிதைகளுக்கு) முன்னுரையும் பிரச்னை யின் காரணம். சொல்லவந்த விஷயத்தை யாப்பின் தேவைகள் விழுங்கி விடுவதை, அநுபவத் தில் நான் உணர்ந்தமையும் எனது வெளியீட்டைவிட யாப்பு முக்யம்தானா என்ற சந்தேகமும் ஆகும்.

இந்த மனோபாவங்களோடு, எனது தாயார் என் மனசின் மீது சுமத்த முயன்ற வழக்கமான ஹிந்து சம்பிரதாயங்கள், பூச்சாண்டிகள் யாவற்றையும் நிராகரிக்கிற, பரிகசிக்கிற ஒரு எதிர்ப்பியல்பும், ஞாபகம் கொள்ளப்பட வேண்டும். உதாரணமாக, வெகு இளமையில் இப்படி ஒரு விஷயம்: வாசற்படியில் உட்கார்ந்து எதுவும் சாப்பிடக்கூடாது என்றும் மீறினால் நிச்சயமாக நரசிங்கம் தோன்றி ஆளைக் கிழித்துப்போட்டுவிட்டுத்தான் மறுகாரியம்பார்க்கும் என்றும் அம்மா சொல்வாள். ஓஹோ, அந்த நரசிங்கத்தையும் பார்க்கலாம் என்று, அவள் பார்க்க வாசற்படியிலேயே பிடிவாதமாக உட்கார்ந்து ஏதாவது தின்பேன். இப்படிப் பலப்பல. இந்த எதிர்ப்பியல்பு, கவிதையின் பிரச்னையைக் கருக்கொண்டு வளரத்தக்க ஒரு துணிகரமான தன்மையாக, சுமார் இருபது வயதளவில் 1958-59 வாக்கில், என்னிடத்தே இருந்திருக்கிறது. ஆனால், எழுத்துவுக்கு முன்பே பிரச்னைக்குத் தீர்வு கிடைத்துவிடவில்லை. எழுத்துவின் புதுக் கவிதைகளிலே, வசனக் கவிதை என ஆகாத, ஆனால் யாப்பின் கெடுபிடியுமற்ற படைப்புகளே எனக்குப் பிரச்னை தீர உதவின. எனினும், நான் உடனேயே புதுக்கவிதை களை எழுதிவிடவுமில்லை. 'நான்' என்ற கவிதையைத் தொடர்ந்து வெளியான எனது விஷயமே, கவிதை பற்றிய என் சிந்தனை களையும் சேர்த்து நான் எழுதிய கட்டுரையின் முதல்பகுதியான 'சொல்லும் நடையும்' தான். இது, கவிதையின் பிரச்னையை அறிவு பூர்வமாகச் சந்தித்து, நான் செய்ய முற்படும் சோதனைக்கு - அல்லது திரு. ந. பிச்சமூர்த்தி செய்து முன்நின்ற சோதனைக்கு - ஒரு கோட்பாடுவகையான பின்னணியைக்கண்டு, அங்ஙனம் காணும் செயல்முறையின் இன்னொரு தரிசனமாகவே கவிதையையும் படைக்கிற எனது சுயத்வமாயிற்று. 'நான்' என்ற கவிதையில் 'ஊசலாடிய' என்னிட மிருந்து தான், அதுவும் ஊசலாட்டம் முடிந்த உடனேயே, எழுத்துவிலேயே, முதலாவதாக (?) கவிதை பற்றிய ஒரு சிந்தனை பிறக்கிறது! இன்று வரை, கவிதைபற்றிக் கோட்பாட்டின் தளம்வரை சென்று, அதிக அளவு சிந்தனைக்கட்டுரைகள் என்னிடமிருந்துதான் பிறந்துள்ளன.

கோட்பாட்டின் தளத்தில், பிரச்னைகளை எழுப்பி முடிவும் காட்டுகிற எனது கட்டுரைகளிலிருந்து பிறக்கக்கூடிய துணைச் சிக்கல்களுக்குப் பதில்தரக்கூட, இன்று தமிழ்நாட்டில் வேறு எவரேனும் இருக்கிறார்களா என்பது சந்தேகமே.

இத்தகைய ஒரு தீட்சண்யம், சுயாதீனமாகவும் இருந்திருக்கும். எனவே, ஒரு கவிதை மறுக்கப்பட்டிருந்தால், மீண்டும் தன்னை விசாரித்து வளர்ந்து ஏற்பை நாடியிருக்கும் என்பதும் கிடைக்கிறது. திரு. வெ.சா.வின் அலாதியான கலாமனோவியலின் பிரகாரம் பார்த்தால், பிரசுரமாகாதிருந்தால் ஆளே அவுட்! எதிரே இருக்கிற எந்தக் குப்பை கூடைக்குள்ளேனும் நானே பாய்ந்திருப்பேன்.

இவ்வளவும், நான் முன்னே மேற்கோள் தந்த எனது விமர்சனம் கடிதத்திற்கு, திரு. வெ.சா. முறையாகப் பதில் எழுதியதன் விளைவாகப் பிறந்த பிரச்னைகளை நான் ஆராய்ந்ததன் விளைவல்ல. முதலாவதாக, என் பிரச்னை எதையும் அவர் முறையாகச் சந்திக்க வில்லை. இனி, வேறு கட்டுரைகளில் சந்திக்கக்கூடும். இரண்டாவதாக, இவை எதிர்பாராத புதுப்பிரச்னைகள். மூன்றாவதாக, விமர்சனம் கடிதத்தில் நான் எழுதிய வற்றுள் ஒரு வரியை எடுத்து, அதையும் தவறாகப் புரிந்துகொண்டோ, பகைமையின் காரணமாகத் தீட்சண்யத்தை இழந்து திருகலாகப் பார்த்தோதான் பதில் எழுதியுள்ளார். ''அதிர்ஷ்ட வசமாக நான் ஒரு கவிஞன்,'' என்ற வரியை எடுத்துக்கொண்டு, எனது கதை முயற்சி களைத் திரு. சி. சு.செ, வெளியிடாமல், என்னை கவிஞனாகவே ஆக்கியதன் விளைவே என்னை நானே கவிஞன் என்று கூறும் நிலை என்கிறார். உடனே நான் மூக்கில் விரலை வைக்கிறேன்! ஏனென்றால், திரு. சி. சு. செ என்னிடம், நான் கவிதையும் விமர்சனமும் மட்டுமே எழுதவேண்டும் என்று தந்த ஆலோசனையை நான் ஏற்கவில்லை. ஆங்கிலத்தில் இரண்டு நாவல்களை எழுதியுள்ளேன். அவற்றுள் முதலாவதை, திரு. வெ. சா. டைப் செய்துகூட உதவி இருக்கிறார். அந்தச் சமயத்தில், அந்த நாவலில் திரு. வெ. சா. ஒரு சிறிதளவேனும் நன்மதிப்புக் கொண்டிராமல் டைப்செய்து உதவியிருக்கமுடியாது. எனது இரண்டாவது ஆங்கில நாவலை, அவர் 1972இல் படித்து, சிறப்பான தென்று (எவ்வளவு சிறப்பானது என்று அல்ல) கூறியிருக்கிறார். குருக்ஷேத்ரம் தொகுதியிலும் அஃக்- கண்ணாடியுள்ளிருந்து பின்னட்டையிலும், எனது ஆங்கில நாவல் முயற்சி குறிப்பிடப் பட்டு வாசகர் முன் நிற்கிறது. திரு. வெ. சா. என்னடா என்றால், இப்போது நடுப்புற, வேறு ஏதோ எழுதி வைத்திருக்கிறாரே!

அது மட்டுமா! கவிதை என்ற உருவைக் கையாள்பவன் மட்டுமே கவிஞன் என்ற பொருளில், 'நான் ஒரு கவிஞன்' என்ற எனது கூற்று

பிறக்குமா என்பதைப் பற்றிய யோசனை இன்றியே, நான் கவிஞனாக *எழுத்து* சூழலினால் 'ஆக்கப்பட்டதை'க் கூறுகிறார்! திரு. சி.சு.செ., ஒரு வரி கவிதை எழுதியிராத திரு. மௌனியைக் கவி என்று கூறுகிற சங்கதியை இவ்விடத்தில் ஞாபகமூட்டுகிறேன்.

இதைவிட அதிசயம், ''எனது கவிதைகள் 'சூழ்நிலையே, வர்ற துன்னாவா, வல்லேன்னாபோ,' என்று கூறுகின்றன'' என்ற வாக்யத்தில் அவர் கண்டுபிடித்த அர்த்தம்! எந்தவிதமான சூழ்நிலையும் இல்லாமலே என் கவிதைகள் பிறந்திருக்கும் என, நான் இவ்வரிகளில் இறுமாந்து கூறுவதாக திரு. வெ.சா. கருதுகிறார். இந்த முடிவின் அபத்தத்தைக் காட்டவே *விமர்சன*மில் நான் எழுதிய கடிதத்தின் பகுதியை மேலே தந்திருக்கிறேன். அதில், தொடர்ந்து, ''எனக்கு சூழ்நிலை எதையும் உருவாக்கும் பேராசை கிடையாது,'' என்றே எழுதுகிறேன். 'என் கவிதைகள் சூழ்நிலையை உருவாக்க எழுதப் பட்டவையல்ல,' என்பது பொருள். இதை தன்னகங்காரம் என்று திரு. வெ.சா. கூறுகிற போது, அவர் என் அகந்தையின் கொட்டத்தை அடக்கி ஆட்கொள்ள முயற்சிக்கிற சற்குரு வாகவே ஆகிவிடுகிறார்! பரிதாபம் என்னவென்றால், என் அகந்தையிலிருந்து இறந்து உதிர்ந்த ஒரு ரோமம்தான், அவர் பொறுக்கியெடுத்து ஆட்கொண்டுள்ள எனது கடித வரி!

உண்மையில், *எழுத்து* இல்லாதிருந்தால் எனது வசனகவிதைப் பிரச்னையும் கவிதை பற்றிய எனது முதிராத சிந்தனையும் மடிந்திருக்குமா? எவராலும் இதற்கு பதில்தர முடியாதே! இத்தகைய ஒரு ஹேஷ்யத்தினை நான் எழுப்பி, ''ஐயய்யோ *எழுத்து*வும் திரு. சி.சு.செ.யும் இல்லாதிருந்தால் நானெங்கே?'' என்று பரிதவித்து, இடையறாமல் *எழுத்து* சூழலை நினைவுகூர்ந்து ஆநந்த பாஷ்பம் சொரிவதுதான், *எழுத்து*வையும் திரு. சி.சு.செ. யையும் நான் எனது வாழ்வின் முக்யமான ஒரு கட்டத்தில் - திருப்பத்தில் - சந்தித்து, ஒரு களத்தை அடைந்த அதிர்ஷ்டத்தை கௌரவிக்கும் விதமா? அல்ல, நான் கலைஞனது சுயத்வத்துக்கும் சூழலை எதிர்க்கிற அவனது இயல்புக்கும் முக்யத்வம் தருகிறபோது, 'சூழலே வேண்டாம் போ' என்ப வனாகவும் 'ஏறிய ஏணியை எட்டி உதைக்கிறவ'னாகவும் ஆகிவிடுவேனா? (இது இன்னொரு சங்கடம். திரு. சி.சு.செ. ஏணியாம்; நான் அவர்மூலம் மேலேறி விட்டேனாம். இதைவிட அபத்தமான வகையில், திரு. சி.சு.செ. யின் இலக்கிய இயக்கமும் என்

போன்ற ஒருவனது கவித்வ மலர்ச்சியும் இழிவுபடுத்தப் பட முடியாது. 'நிலப்பிரபுத்துவ சமுதாயச் சிந்தனை' என்று திரு. வெ.சா.வே தாக்கிக் கொள்ளுகிற, அதைவிட மோசமான உவமை, இந்த 'ஏணி, தோணி, நாரத்தங்காய்' உவமைகள். இலக்கிய வளர்ச்சி, ஒருவனது திறமையை, இலக்கிய அநுபவமிக்க ஒரு முதியவர் கண்டு கொண்ட தன் விளைவான கலாச்சார மலர்ச்சி ஆகியவற்றைப் பொறுத்தவரை, இந்த ஆபாஸமான உவமைகளுக்கு இடமும் இல்லை; *எழுத்து* பத்திரிகை ஏதோ ஒரு திண்ணைப்பள்ளிக்கூடமும் அல்ல).

விஷயம் என்னவென்றால், உருவாக்கப்படுகிறவனாக நான் ஆக விரும்பவில்லை என்பதே. மலர்வதே சிருஷ்டியின் இயற்கை. 'மலர்ச்சி' என்ற சொல்லைத் திரு. வெ.சா என்னிடமிருந்து (?) சுவீகரித்து 'கலைஞனும் சூழலும்'மில் உபயோகிக்கிறபோதே, பிரச்னையில் பாதிக்குமேல் தீர்வு வந்துவிடுகிறதே! ஏன் அந்தத் தீர்வை, திரு. வெ.சா. உணரவில்லை...?

இன்னும் சொல்லிக்கொண்டு போகலாம். 'கலைஞனும் சூழலும்' மிலிருந்து, இன்னும் பிற பிரச்னைகள் பிறக்கின்றன. அவை பற்றி பிறகு. இப்போதுள்ள சமாசாரம் என்ன வென்றால், எத்தகைய ஒரு தீட்சண்யம் வாய்ந்த கலாச்சாரவாதியினாலும்கூட, கோட்பாட்டின் மூலம் பகைமையை வெளிப்படுத்த முடியாது என்பதுதான். முயன்றால், கோட் பாட்டை விழுங்கி விட்டுப் பகைமைதான் முன்நிற்கும். ஒரு முதல் நம்பர் உதாரணத்தை மேலே பார்க்கிறோம். ஆனால், கோபத்தோடு கோட்பாட்டை வலியுறுத்தலாம். *பாலையும் வாழையும்*மிற்குத் திரு. சி.சு.செ. அளித்துள்ள முன்னுரையில், வெறுப்பு என்பதையும் கோபத்தையும் அவர் ஒரே மனோநிலையாகக் காண்கிறார். இது தவறான பார்வை. *கோபம், தோன்றிச் செயல்பட்டு விட்டு (அல்லது செயலற்றே) மறைவது. வெறுப்பு நீடிப்பது; மனசில் கிடந்து அழுகி நாறுவது. கோபம் தேங்கினால் வெறுப்பாகும்.* கலாச்சார, தார்மிகத் துறைகளில் விருப்பு வெறுப்புகளுக்கு இடமில்லை; கோபத்திற்கு முக்ய இடமுண்டு. உந்நத மனோபாவங்கள், கோபத்தின் உக்ரப்பிழம்புகளாக எழுந்தே, உலகின்மீது மோதிப் பெரிய சரித்திர மாறுதல்களை உண்டாக்கியுள்ளன. வெறுப்பு சாதித்தவை அழிவும் விருபங்களும்தாம். நிற்க.

பிரக்ஞை ஆசிரியக் கூற்றில், மேலும் இக்கருத்துக்கள் உள்ளன. ''கலைஞனின் கலை வெளிப்பாட்டிற்கான எண்ணம், யூகத்தின்

மூலம் அவனுக்குப் புலனாகிறது என்ற கூற்றின் அடிப்படையில் பார்ப்போமானால், அவன் தன் கலைத்தன்மையை வெளியிட கையாளும் முறைகள் பற்றிய விஷயங்கள், அவனுள் அவனை யறியாமலேயே புதைந்திருப்பதாகத் தெரிகிறது. அவன் தன் எண்ணத்தின் வெளிப்பாட்டிற்கு, சில அத்யாவசிய மான வழி முறைகளைக் கையாள்கிறான். அவன் கையாளும் வழிமுறைகளைப் பற்றி, மற்றவர்களுக்கு எடுத்துக்கூறும் அளவிற்கு அவனுக்கு தெரிந்திருப்பதாகத் தோன்றவில்லை. அதை அவன் பழக்கத்தின் (habitual) வாயிலாகச் செய்வதாகத் தெரிகிறது.''

அந்தோ பரிதாபம்! யார் அந்த மாபெரும் கலைஞர்? தர்சன சக்தியோ, நிதர்சனத்தை உணர்கிற தெளிவோ அற்று, வெறும் 'யூகத்தில்' தொங்குகிற அந்த அகண்டாகாரம் யார்? பழக்கம் (habit) என்பதற்கு நேர் முரணான 'சிருஷ்டி' என்ற சாதனையை அறியாத சித்தர் யார்? வேறு யார், 'ஞானகூத்தன்' என்ற சுவரொட்டித் தலைப்பில், பிரக்ஞை ஏட்டிலேயே முன்பொருநாள், பேத்துப் பேத்தென்று பேத்தியவர்தான். போகப்போக *பிரக்ஞையினருக்கு*, அதுவும் பிறர் சுட்டிக்காட்டியபின்புதான், தாங்கள் பிரசுரித்துக்கொண்ட விஷயத்தின் பேத்தல் சொரூபம் தெரிந்திருக்கிறது போலும். உடனேயே, அகண்டாகாரம், 'கையாளும் வழிமுறைகளைப் பற்றி மற்றவர்களுக்கு எடுத்துக்கூறும் அளவிற்கு' ஏதும் தெரியாத கட்டெறும்பாகத் தேய்ந்துபோய் நிற்கிறது. இதை யாரிடம் சொல்லி அழுவது? ஆனாலும், 'கலைஞனின் மனதில் உருவாகும் கலை வெளிப்பாட்டிற்கான எண்ணத்தின் மூல காரணப் பிரக்ஞை, கலைஞனைக் காட்டிலும், கலையின் சிறப்பை சீர்தூக்கும் விமர்சகனிடம் அதிகமாகக் காணப்படுகிறது. விமர்சகன் கலைஞன் அல்ல.' அதாவது, அகண்டாகாரம் கட்டெறும்பளவு தேய்ந்துவிட்ட ஒரு அகண்டாகாரமாகி நிற்கிறது. ஆனால், கட்டெறும்பு என்று ஒரு சிலரால் தமிழ் நாட்டில் கருதப்பட்ட விமர்சகன், 'கலை வெளிப்பாட்டிற்கான மூலகாரணப் பிரக்ஞை'யை உணர்கிற ஆள் என்று இன்று அறிய வந்த நிலையில், கட்டெறும்புப் பதவியிலிருந்து கழுதைப்பதவிக்கு உயர்த்தப் பட்டுள்ளான். அகண்டாகாரக் கட்டெறும்பைவிடப் பிரமாண்டமானாலும், கழுதை கழுதையே என்பது இதன் தாத்பர்யம். இதற்குப் பதிலாக, இரண்டு பார்வைகளைப் *பிரக்ஞை*க்குத் தரலாம். முதல் பார்வை, திரு. வெங்கட் சாமிநாதன், 'என்னைப்

பற்றி' என்ற கட்டுரையில் தருவது (*பாலையும் வாழையும்*): ''இன்றைய தமிழ்நாட்டில், எழுத்தாளர் என்ற ஜாதி, தம் அக்கறைகள், ஈடுபாடுகள் என எதையெல்லாம் கற்பித்து, மதர்ப்பும் மன மயக்கமும் கொண்டுள்ளதோ, அவற்றுடன் எனக்கு எவ்வித உடன்பாடுமோ, பிரேமை யுமோ, அபிலாசைகளுமோ கிடையாது.'' நம்மூர் 'விமர்சகர்' (தம்மை திரு. வெ.சா. விமர்சகராகக் கொள்வதில்லை. எனவே கட்டுரை எழுதுகிறவராக, 'கட்டுரையாள'ராக கொள்ளலாம்; அல்லது கலாச்சாரவாதி என்று மதிப்பிடலாம்), 'கவிஞன்' பட்டமே வேண்டாம் என்கிறார். Literature and The Sixth Sense என்ற தமது நூலில் Philip Rahv சொல்வது, நம்மூர்க்காரர் யாவரையும் அதிரவைப்பதாகும்: 'Criticism is an art'. மேற்கொண்டு, மூன்றாவதாகவும் ஒரு தகவல். George Steiner தமது Language and Silence என்ற நூலிலே, சமகால அமெரிக்க நாவலாசிரியர்களைவிட - அதாவது கலைஞர் களை விட - சிறந்த உரை நடையை எழுதுகிறவர்களுள் சில விமர்சகர்கள் முன் நிற்பதைச் சுட்டி, ''இன்றைய அமெரிக்காவின் தலைசிறந்த உரைநடை எழுத்தாளர் யாரென்று பார்த்தால், எட்மண்ட் வில்ஸன் என்ற விமர்சகரே,'' என்று கூறுகிறார். தமிழ்நாட்டைப் பொறுத்தவரை, சமகால வசன நூல்களுள் தீவிரமும் தைரியமும் பார்வைத் தெளிவும் ஒரு முதல்தரக் கலைஞனின் வீர்யமும், வேறு எந்த கதைகள், 'கலை'களையும்விட, திரு. வெங்கட் சாமிநாதனின் *இலக்கிய ஊழல்களில்* இருக்கிறது. இன்று 'கதை' பண்ணுவோருள் (திரு. சுந்தர ராமசாமி தனிப்பட நிற்கிறவர்) எவரையும் விட, சிறந்த உரைநடையையும் கலைப்படைப்பில் இருந்தாக வேண்டிய - ஆனால் நமது கதைக்காரர் எவரிடமும் இல்லாத - வீரியத்தையும் திரு. வெ.சா.விடம் தான் காண்கிறோம். இந்த நிலை, ஒரு அகில உலக பிரதிமையாக முன் நிற்கும் விஷயமாகும். இவ்விஷயத்தை நான் தனியாக ஆராய்வது நல்லது. இவ்விடத்தில், *பிரக்ஞை*க்குப் பதில் தருவதே எனது நோக்கம்.

பிரக்ஞை, நம்மூர் அசோகமித்திரன்களையும் ஞானக்கூத்தன்களையும் மட்டுமே கலைஞர் களென்று கருதுவதாகத் தெரிகிறது. நாம் அறிய புதுமைப்பித்தன், மௌனி ஆகிய எழுத்தாளர்கள் விமர்சகர்களுமாவர். திரு. *க.நா.சுப்ரமண்யத்தின் விமர்சகமுகம், புதுமைப்பித்தனின் ஆளுமையில் உருவான ஒன்று என்பதை விஷயமறிந்தவர்கள் சொல்லக்கூடும். பாலையும் வாழையும்* முன்னுரை

யில் திரு. சி.சு.செ., பித்தனின் விமர்சன வீச்சைத் தொட்டுக் காட்டு கிறார். திரு. மௌனியின் சம்பாஷணைகளிலிருந்து விமர்சனத்தின் நுட்பங்களை நான் கற்றிருக்கிறேன். இவர்கள் 'யூகம்' பண்ணின கலைஞர்களல்லர். மேலும், எனது கவிதா இயக்கமும் விமர்சன இயக்கமும் ஒன்றிணைந்து வந்துள்ள தாக, நான் மேலே தந்துள்ள விபரத்தையும் ஒருவர் ஆராயலாகும்.

சங்கதி என்னவென்றால், ஏதோ சறுக்கியடித்துக் கதை கவிதை பண்ணுகிற தமிழ்நாட்டு அரைவேக்காடுகள், உண்மையில் வெறும் Men of poor ideas என்பதுதான். *பிரக்ஞை* எவர்களைக் கலைஞர் களென மதிக்கிறதோ, அவர்கள் எந்த ஒரு பிரச்னையையும் கலை பற்றிய சிக்கலையும், அறிவுபூர்வமாகச் சந்திக்கத் திராணியற்ற பூஜ்யங்கள்தாம். 'அதனால் என்ன? அவர்கள் கலைஞர்களாச்சே!' என்று கரங்குவிக்கிறது *பிரக்ஞை*, இதோடு - இதற்கு முந்திய *பிரக்ஞை* ஏட்டில் - திரு சா. கந்தசாமி, டால்ஸ்டாய் பற்றி ஏதோ சம்பந்தா சம்பந்தமில்லாமல் கூறுகிறார். அவரது சிந்தனைக் குழப் பத்திலிருந்து நமக்கு இந்தப் பொருள் சித்திக்கிறது: ''டால்ஸ்டாய் சிறந்த இரண்டு நாவல்களை எழுதினார். பிறகு விமர்சனங்கள் எழுதினார். விமர்சனங்களிலே தமது சிறந்த நாவல்களை நிரா கரித்தார். இதை உலகு ஒப்புக்கொள்ளாமல் அவரது சிறந்த நாவல் களைக் கொண்டாடுகிறது.'' மெத்தச் சரி, அதற்கும் திரு. ஞானக் கூத்தனது கருத்துக்களுக்கு முரணாக அவரது கவிதைகள் இருப்பதற் கும் என்ன சம்பந்தம்? நம் அகண்டாகாரத்தைப் போலவே, டால்ஸ் டாயும் தமது இலக்கியக் கருத்துக்களுக்கு முரணாக விமர்சனக் கருத்துகளைத் தெரிவித்தவரே என்று திரு. சா.க. நினைக்கிறாரோ! இதே பிரமைதான் *பிரக்ஞை*யையும் பீடித்துள்ளது போலிருக்கிறது!

எந்த முதல்தரக் கலைஞனும், தனது இலக்கிய கோட்பாட்டிற்கு முரணாக இலக்கியப் படைப்பு செய்பவனல்லன். நம்முள்ளே புதுமைப்பித்தனையும் மௌனியையும் பார்க்க லாம். அவர்களது பார்வையும் படைப்பும் முரணற்றவை.

டால்ஸ்டாய், தமது War and Peace நாவலை 1869லும் *அன்னா கரேனின்* (இந்த நாவலின் பெயரை அன்னா கரேனினா என்று 'னா'வில் முடிப்பது தவறு என்றும் மூலத்தில் அங்ஙனமில்லை என்றும் 'னா'வில் முடியும் ரஷ்ய மரபு நாட்டியக்காரிகளுக்குரியது என்றும் விளடீமர் நமக்கவ் தகவல் தருகிறார்: பார்க்க: Strong

Openions, Vladimir Nabakov) என்ற நாவலை 1879லும் எழுதி முடித்தார். இவற்றை எழுதிய சமயத்தில், அவர் கலைஞனாக நிகழ்த்திய தேட்டத்தை அவரது கடிதங்கள் காட்டுகின்றன. அந்த கடிதங்களிலிருந்து கிடைக்கிற அவரது கலைக்கோட்பாட்டுக்கும் இந்த இரு படைப்பு களுக்குமிடையே முரண் கிடையாது. இதை, திரு. சா.க. வாங்கிக்கொள்ள வேண்டுகிறேன். மேற்கொண்டு, டால்ஸ்டாய் தீவிரமான மதவாதியாகினார். கலையையே துறக் கிறார். A Confession என்ற அவரது கட்டுரை, 1879-ல் வெளியாகிறது. பார்வை மாறுத லடைகிறது. அவரது கதைகளும் அந்தப் பார்வை யோடு கூடவே மாறுபாடடைகின்றன. (திரு. சா.க. இதைக் கவனிக்க வேண்டும் - *பிரக்ஞையும்*) இந்த மாற்றம் பெருமுடிபாகியது, 1898-ல் வெளியான அவரது 'What is Art?' என்ற கட்டுரையில்; அதாவது அன்னாகரேனின் நாவல் எழுதி இருபது வருஷங்களின் பின்பு. இந்தக் கட்டுரையில் டால்ஸ்டாய், தமது முதலிரு நாவல்களையும் துறக் கிறார். அதாவது, தம்மிடத்திருந்த கலைஞனைத் துறக்கிறார். அதே சமயத்தில், அவரது படைப்புகளும், 'What is Art?' கட்டுரையில் அவர் எந்தக் கருத்துகளை அடிப்படையாக்கினாரோ அவற்றையே இப் போது அநுசரித்து, தசைப்பசியை மீற முயற்சிக்கும் Father Sergius ஆக, மேற்படி கட்டுரை வெளியான அதே 1898-ல் எழுதப்பட் டுள்ளது. தமது புதிய சித்தாந்தத்துக்கு ஒப்ப எழுதியே 1899-ல், Resurrection என்ற இறுதிநாவலை வெளியிடுகிறார். டால்ஸ்டா யிடம் எங்கே முரண்பாடு? இல்லையே! ஆனால், நமது அகண்டா காரங்களின் கேஸிலோ? சித்தாந்தம் ஒரு பக்கம் இழுக்கிறது - படைப்பு இன்னொரு பக்கம் இழுக்கிறது; சமகாலத்திலேயே!

தமது கோட்பாட்டுக்கும் படைப்புக்குமிடையே முரணற்ற ஒரு வர் டால்ஸ்டாய் மட்டுமல்ல, மேனாடுகளில் கலைஞர்கள் என்று அங்கீகரிக்கப் படும் ஒவ்வொருவரும் அத்தகையவர்தான். இது, கலையுள்ளத்தின் தர்சனத்துக்கு ஒரு சுயாதீனம் இருக்கிறது, இருந் தாக வேண்டும் என்ற நியதியைச் சார்ந்த விபரம், இந்த சுயாதீனமே கலைஞனிடத்து இயங்கும் சுயவிமர்சனமுமாகும். ஆனால் விமர் சனத்தையே தாங்கமுடியாதோர், சுய விமர்சனம் பண்ணுவதாவது!

(சென்னை, 29 மார்ச் 1976.)

கொல்லிப்பாவை, அக்டோபர் 1976.

அக்ரஹாரத்தில் கழுதை - நூல் அட்டைப்படம்

29 அக்ரஹாரத்தில் கழுதை : முன்னுரை

கலையுருவமாகச் சினிமா இன்னும் தமிழில் பிறப்படைய வில்லை. இங்கிலாந்து, பிரான்ஸ், அமெரிக்கா ஆகிய நாடுகளில், கடந்த நூற்றாண்டில் நடந்த சில விஞ்ஞான ஆராய்ச்சி களிலிருந்து, ஒரு விதத்தில் எதிர்பாராதவகையாக கிடைத்த இந்த சாதனத்தை, ஆரம்பச் சினிமா முயற்சிகளின் பின்பு, உடனடியாகவே மேனாட் டினர் கலைத்தரத்துக்கு ஏற்றி விட்டனர்.

தாமஸ் எடிஸனின் 'ஒட்டுப் பார்க்கிற' பெட்டிக்காட்சியாக, படங்கள் சலனிக்கும் தன்மையின் விசித்திரத்தில் தங்கியிருந்த சினிமாவின் முன்னோடி, ஒரு ஹாலில் பலரும் உடனே பார்க்கத் தக்க விஸ்தாரமான திரைக்காட்சியானது. *1985*ல், 'கபே டி பாரீஸ்' ஸில் (பிரான்ஸ்) இதை சாத்தியமாக்கிய கருவிதான் ஸினிமாடோ கிராஃப் (Cine-matograph). தொடர்ந்து *1897*இல், ஆர்.ஜி. ஹோால் மன், மூன்று ரீல் படங்களை நியுயார்க்கில் தள அமைப்புகளோடு எடுக்க, ஸ்தாபனம் அமைக்கிறார். அதே வருஷம், எநோக் ஹெக்டர் ஒரு குத்துச் சண்டை (Corbett vs. Fitzsimmons) காட்சியை, பதினோ ராயிரம் அடி பிலிம்மில் பிடிக்கிறார். எடிஸனின் பெட்டிக் காட்சி யில் வரக்கூடியது ஒரு ஐம்பது அடிகள்தாம். எடிஸன் எடுத்த முதல் படத்தில் ஒரு ஆள் தும்முகிறான். இவை வெகு ஆரம்ப முயற்சி களின் சரித்திரம்.

ஆரம்பத்திலேயே, *1894*ல், பெருமளவானவர்கள் ஒரு ஹாலில் உட்கார்ந்து பார்க்கத்தக்க காட்சியாக்குவதற்கு எடிஸனிடம் ஆராய்ச்சி யோசனை கேட்டபோது, அவர் அதைரியப்படுத்தி இருக்கிறார். அசையும் படங்களின் விசித்திரக் கவர்ச்சி செத்துவிடும் என்பது அவரது வாதம்! படங்களது அசைவின் விசித்திரத்தன்மை மட்டுமே இதில் கவர்ச்சி என்பதில், இந்த சாதனம் வேறொரு நிரந்தரக் கவர்ச்சிக்கு, அதாவது கலா வெளியீட்டுக்கு உபயோக

மாகுமா என்பதை எதிர்பார்க்காமல் கூறிய சாயல் தெரிகிறது.

1903லிருந்து கதை ருசி, நிகழ்ச்சி ருசி என்ற கதைத் தன்மைகளை, அதாவது சலனப்படம் என்ற விசித்திரத்தை ஒரு சாதனமாக்கி, அதன் மூலம் ஒரு கதையைச் சொல்லி அந்த கதையினது ருசியிலேயே கவர்ச்சியை ஏற்படுத்தும் முயற்சியை எட்வின் போர்ட்டர் செய்ய ஆரம்பித்தார். 1903 The Life of an American Fireman நிகழ்ச்சி, ருசியை அடிப்படையாக்கிய முதல் படம். தொடர்ந்து, அவரது The Great Train Robbery, கதைச் சினிமா என்ற மரபை ஸ்தாபித்த ஒரு மலிவு நாவலின் சினிமா உருவம். இவ்விதமாக, நவம்பர் 1905ல் ஆரம்ப மான சினிமாத் தொழில், நாடகார்த்த மதிப்பீடுகளை உடனே உபயோகிக்கவில்லை. உபயோகம் பெற்றவை, கதை ருசி அல்லது நிகழ்ச்சி ருசிதான். நாடகார்த்தமான மதிப்பீடுகளோ கலாபூர்வ மானவை. இதற்காக, வெறும் கதை ருசியையும் நிகழ்ச்சி ருசியை யுமே அடிப்படையாக்கி, அங்கே சினிமா தொன்றுதொட்டு இன்று வரை ஓடிக்கொண்டிருக்கவும் இல்லை: 1907லேயே, டேவிட் வார்க் கிரிபித் என்ற முதல்தரக் கலைஞர், சினிமாவைச் சாதனமாகக் கையாள ஆரம்பித்தார். நாடக நடிகராக வாழ்க்கையை ஆரம்பித்தவர் D. W. Griffith. சினிமா கருவி நுட்பங்களின் எல்லைகளை, தனது கலாவெளியீட்டின் தேவைகளால் தாக்கி விஸ்தரித்தவர் இவர். ஓவியார்த்தம், நாடகார்த்தம் என்ற கலயம்சங்களுக்குச் சினிமாவை தகுதிப் படுத்தியவர். Close-up, cut-back, fadeout, dissolve என்று இன்றைய சினிமா முறைகளாக ஸ்திரம் பெற்றுள்ள யுக்திகள் யாவும், கிரிபித்தின் கலாபூர்வமான அதிர்வுகளால் தாக்கப்பட்டு விளைந்த சினிமாக் கருவிமுறைச் சாத்யங்கள்தாம்: இதன் வழியில், 1907லேயே கிரிபித் ஒரு பின்னலான கதையைக் கலாபூர்வமான சாதனையாகப் படமாக்கினார். இது அவரது Ben-Hur.

1913-ல் Judith and Bethuliaவில் பிறந்த புதிய சினிமாக்கலைப் பரிமாணம், ஓவியார்த்தமான காட்சி அமைப்பு. கிரிபித் இதற்குப் பின்பு எடுத்த Birth of Nation என்ற படத்தின் மூலம், இனப் போராட்டத்தை (அமெரிக்க கிழக்கு, மேற்கு இனப்போராட்டத்தை) திரைக்குக் கொணர்ந்ததில், சினிமா தனது முழு சமூகார்த்தமான இடத்தையும் பெற்ற கலாவெளியீடாக மலர்கிறது. அதுவரை சினிமாவில், தூரக் காட்சியாக, வெறும் உரத்த அங்க அசைவாக இருந்த நடிப்பு நிலையை, கிரிபித் Close-up மூலம் தவிர்த்து,

உள்ளடங்கிய ஒரு இறுகிய நடிப்பாக மாற்றியமையும் இந்தச் சரித்திரப்போக்கிலேயே நிகழ்ந்துவிட்டது என்பது, இங்கே நம்முடைய பின்னணியில் கவனிப்புக்கு உரியது.

II

கதையைப் பின்னலாகச் சொல்கிற திரையுக்திகள், நடிப்பின் பல்வேறு பாவனா சாத்தியங் களையும் காட்சி அமைப்புகளையும் வேண்டிய வகையில் நிறைவேற்றுகிற வசதிகள் என, இன்னும் எவ்வளவோ தனித் துறைகளில், தமிழ் சினிமாவின் பொதுத்துறை நவீன நிலையில் உள்ளது. இவ்வளவு இருந்தும், இந்த வசதிகளில் பத்தில் ஒரு பங்கையேனும் ஒரு கலைஞன் உபயோகிக்கக்கூடிய சூழ்நிலை தமிழகத்தில் இல்லை. தயாரிப்புகளின் தொகை அளவு, வசூல் அளவு ஆகியவற்றில் தமிழ் சினிமா உலகத்தரத்ததாய் இருந்தும், கலைத்தரத்தின் வகையில் நமது தமிழ் சினிமா வெறும் நையாண்டிக்கூத்துத்தான். போலிக் கலைஞர்களும் கலைருசியே அற்ற வியாபாரிகளும் மட்டுமே தமிழ் சினிமாத் துறையை ஆக்ரமித்து பொது ஜனங்களின் கீழ்த்தர ருசிகளைக் குறிவைத்து வளர்த்துப் பேணி வருவது, இதன் அடிப்படைக் காரணங்களுள் ஒன்று. இதன் விளைவாக, நவீன வசதிகளும் பெருமளவுப் படங்களை எடுக்கிற தொழில் நிலையும் வசூலும் இருந்தும்கூட, தமிழ் வாழ்வு, தமிழ் நாடு, தமிழனது மெய்க் கலாச்சார வளம், சினிமாவின் வழி உலகை எட்டவில்லை. உலகின் *இதரப்பகுதிச் சாதனைகளினால் செம்மை பெற்ற - அதுவும், கலாவெளியீட்டின் உந்துதல்களினாலேயே செம்மை பெற்ற - ஒரு சாதனத்தை, நாம் கீழ்த்தரமாக்கி இருக்கிறோம்.* உலகின் செம்மையை உபயோகிக்கிற கருவிஞானம் மட்டுமே, நம்மிட மிருந்து சினிமாவாக வெளியீடு பெறுகிறது. கலைத்தரத்தைப் பொறுத்தவரையில், நம் தயாரிப்புகள் நையாண்டித்தனமானவை. இதன் விளைவாக, ஒரு பரந்த பார்வையில், நாம் காட்டுமிராண்டிகளைவிட, கருவிஞானிகள் என்ற வகையில், ஒரே ஒருபடி உயர்ந்தவர்கள் என்றே மதிப்பிடப்படலாகும். இது, நம் கண்வளத்தில் சாட்சியம் பெறுகிற நமது உண்மையான மனிதத் தகுதி அல்ல. பொதுஜன ருசிகளின் மலினத்தினால், அந்த மலினத்தை லாபவேட்கைகளுக்குக் களமாக்கும் கீழ்த்தரங்களினால் நாம்

பெறுகிற பழி இது. இதன் தொடர் விளைவான பேரபாயங்களைப் பற்றிப் பேச இது இடமல்ல.

III

நமது சிருஷ்டிப் பிரக்ஞையின் கோளாறு எது? ஸ்தாபன அள விலேயே, அகிலன் என்ற பிரகிருதி எழுதிய குப்பை கூளத்துக்குக் கலைத் தகுதியும் இந்திய ஞானபீடப் பரிசும் தந்து, அதன்வழியாக 'நாங்கள் காட்டுமிராண்டிகளை விட உசத்தி' என்று நாம் பவிஷு கொள்வதாகவே, பிற இந்தியர்கள்கூட நம்மை நினைக்க அனுமதிக் கிற கழிசடைத்தனம், நமது கோளாற்றுக் கூட்டணியின் சமீபகால விஸ்வரூப தரிசனம். நேர் விஷயத் தொடர்பு அற்றதாயினும், இவ்விடத்தில் குறிப்புப் பெறவேண்டிய பொதுப் பிரச்னையின் உள் விபரம் அது. பொதுக் கோளாறு எது?

பதில் மிகவும் பின்னலானது; அல்லது எதிர்பாராத வகையில் சுளுவானது. ஒரு ஜனத்தொகுதியின் பொது வியாதியைப் பற்றிப் பேசுகிறபோது, பதில்கள் எவ்விதமான அமையும் என்பதில் நிச்சயம் இராது. ஆகவே, இது விஷயத்தில் கத்திமுனையிலே நடக்கிற கண்காணிப்பு அவசியம்.

பல்வேறு வகையாக தமிழ் வாழ்வை அவதானிக்கிறபோது, அடித்தளத்திலே, அன்றாடத்தனமாக, ஒரு பாரம்பரிய நுண்ணிலக் கிய - கிளாஸிக்கல் - குணம் நம்மிடைய ஓடுகிறது. நமது வீழ்ச்சியின் காரணங்களுள் ஒன்று இதுவே என்பதுதான், நிலைமையின் தன் முரண் - Paradox. தமிழ் சினிமாவின் உணர்வுநிலை வெளியீட்டில் இந்தத் தன்முரணைக் காணலாம் - பாரம்பரியமான பவித்திர மதிப் பீடுகளுக்குத் தமிழ் சினிமாவில் ஒரு உரத்த வெளியீடு கிடைக்கிறது. இந்த பவித்திர மதிப்பீடுகளின் தகுதியோடு பின்னிப் பிணைந்து வெளியீடு பெறுவது, கீழ்த்தர நிலவறை ருசிகளுக்கான மாமிசம். காட்சி முறையை ஆராய்ந்தால், அதன் வழியாகவே இந்தத் தன் முரண் தமிழ் சினிமாவில் நிறைவேறக் காணலாம். கலைத் தரத்தை நிறைவேற்றவென உலகத்திடம் பெற்ற சாதனத்தைக் கீழ்மைப் படுத்துகிற கைங்கர்யம் இது. தாய் வழிபாட்டை உரத்த வெளியீடாக பிரகடனப்படுத்தியபடி, தாய் தூங்குவதைக் கண்டு அணுகும் காட்சியைப் படமாக்குகிற போது, அசம்பாவிதமாகவென ஒரு

கீழ்த்தர உத்தேசத்தையே நிறைவேற்றுகிறான் கீழ்த்தரத் தமிழன்: காட்சிக் கோணத்தில் லேசாக செக்ஸ் நுழைகிறது. இதை, இதன் காட்டுமிராண்டித் தனமான தூண்டுதலை, தாய்ப் பாசத்தினது பாரம் பரிய மதிப்பீடு சார்ந்த பிரகடனத்தின் போர்வை பாதுகாக்கிறது. இது ஒரு தீர்க்கமான உதாரணம்; படத்தின் பெயரைக் குறிப்பிட்டு, அந்தப் படத்தை மட்டும் எனது குற்றச்சாட்டுக்கு இலக்காக்குகிற தவறு இங்கே வேண்டாம். பொதுவாகவே, தமிழ்த் திரையில் இது போன்ற பல்வேறு வகையான காட்டுமிராண்டித்தனங்களைக் காணலாம். அவற்றின் பட்டியலும் இங்கே அநாவசியம்.

பாரம்பரிய மதிப்பீட்டின் பிரகடனப் போர்வையும் அதை கலை என்று கௌரவிக்கும் சமூகக் குணமும், நிலவறை ருசிகளுக்கான பாதுகாப்புக்கு அத்யாவசியமாகும். இந்த போர்வையே, தமிழ் வாழ்வின் அடிவளத்துக்கான ஒரு சாட்சியமும் - அதாவது, நில வறை ருசிகள் என்பவை விழிப்பற்ற கீழ்மனிதார்த்த குணமாக ஆதிக்கம் செலுத்துமிடத்தில்கூட அந்த ருசிகள் கீழ்த்தரமே என, லேபலையும் சரக்கையும் ஒத்ததாக ஏற்கத் தமிழன் கூசுகிறான். தமிழ் வாழ்வின் கௌரவ குணாம்சமாக நிலைபேறு பெற்றுள்ள, அடி வளத்தின் ஆதிக்க சக்தி இது. ஆக, இருவகை ஆதிக்கங்கள் இங்கே சமூகரூபம் பெறுகின்றன: பாரம்பரியமான உயர்மதிப்புகள், சக கீழ் மனிதார்த்தத்தின் நிலவறை ருசிகள். விளைவுகளுள் ஒன்று அகிலன் வகையறா; இன்னொன்று தமிழ் சினிமா.

வியாதியின் குணம் இது என்ற பதில்தான் இவ்வளவும்; தீர்வு பற்றிப் பேசுமளவுக்கு விரிவான பதில்கூட அல்ல இது. எனவே, இப்போதைய சினிமா பற்றிய பிரச்னையை இங்கிருந்து தொடர்வோம்.

IV

தமிழன், தனது உரத்த வெளியீட்டுத் தன்மையைக் 'கலை' என மதிப்பிடவைப்பது, அந்த உரத்தவெளியீடு பவித்திரத்தை வெளி யிடுகிறது என்பதினால்தான். உரத்து வெளியிடத் தக்கவை பாரம் பரியப் பெருமை, பவித்திரம் என்பவையே அல்லவா! இதுவும் தவறான அடிப்படைக் கோணல்தான்; பெருமைகள், மிகச் சிறு சமிக்ஞைகள் மூலம் தொற்றி விஸ்வரூபமடைய வேண்டும். பவித் திரங்கள், உள்ளடங்கிய வெளியீடுகள் மூலம் வீர்ய மடைந்து,

உட்பொருள்மயமாக ஊடுருவ வேண்டும்; இவை தான் சரியான அடிப்படைகள். பெருமைகளையும் பவித்திரங்களையும் தங்கள் நாடியில் துடிக்கக் கொண்டவகையான அபூர்வமான பிறவிகளா லேயே, உயர்ந்த கலைஞர்களாலேயே, இதுவும் சாத்யமாகும்.

பாரம்பரியப் பெருமை, பவித்திரம் போன்ற அம்சங்கள் உள் ளடங்கிச் சமிக்ஞைகளாகிவிட்டால், அவை வேறு எதற்கும் போர் வை களாகாமல் தாமே உணர்ந்து கொள்ளப்பட வேண்டிய செய்தி ஆகிவிடும். உண்மையான கலைமுறையின்படி, வெளிப்படை யிலே 'அசிங்க'மாகத் தென்படுவது புறச்சமிக்ஞை எனவும் அதன் பொதிவு, ஆழ்ந்த நிரந்தர மதிப்பீட்டுக்குரியது என்றும் காணலாம். ஸ்வீடிஷ் சினிமாக் கலை மேதை இங்மர் பெர்க்மன் அளிக்கிற படங்களில் வரும் செக்ஸ் காட்சிகளில்கூட, இந்த மகாவித்தை நிறைவேறுகிறது. முகத்தில் அறைகிற ஒரு நிர்வாணக் காட்சி, பார்வை யாளனது நிலவறைத்தனத்தைப் புறமனத் தளத்துக்கு ஒரே வீச்சில் இழுத்து, ஒரு நிதர்சன குணத்தின் குரூரத்தை உணர நிர்ப் பந்தித்து, அதன் விளைவாக ஒரு உந்நதத்தை நிலைநாட்டுகிறது. நமது கீழ்த்தரத் தமிழனின் சினிமாக் கைங்கர்யத்தில், குரூரமாக அமையவேண்டிய கற்பழிப்புகூட ருசிகரமாக்கப்படுகிறது. மிக விபரமாக, உயர்ந்த படங்களும் நம் படங்களும் இதுபோன்ற பலவகை அம்சங்களிலும் ஒப்பிடப் படவேண்டும். *நமது விசேஷ சீர்கேடு, இத்தகைய ஒப்பீட்டையே அநுமதிக்காது.* ஒருபுறம் ஒரு வெகுஜனப் பத்திரிகை, இத்தகைய கலைத்தரம் உள்ள படங்களை, ''பூ! இவ்வளவு தானா?'' என்றே மதிப்பிடும். இந்த மதிப்பீட்டில், நிலவறை ருசிகளுக்கு மாம்சம் கிட்டவில்லை என்ற அந்தரங்கம், ''இத்தகைய காட்சிகள் நமது பண்பாட்டுக்கு ஒத்துக் கொள்ளாது'', என்ற புறமுகம் கொள்ளும். அதே பத்திரிகையாளன் சினிமா எடுத் தானானால், ஆப்ரிக்காவிலிருந்து மேனாட்டு நைட் கிளப்புகளுக் குப் பரவிய ஆபாஸ நடனங்களை, கணவனைக் காக்கும் பவித்திரப் பொறுப்பை முன்னிட்டு ஒரு கண்ணகி சில காட்சிகளில் ஆடுவதும் அடுத்த காட்சிகளில், அவள் மஞ்சள் குங்குமதாரியாக மிளிர்வதும் திரையை வந்தடையும். நிலவறை ருசிகளை திருப்திப்படுத்தும் ஆப்ரிக்கக் காட்டுமிராண்டிக் கூத்து, தமிழ்ப் போர்வை பெறுவது 'பண்பாடு'!

இன்னொருபுறம், இங்மர் பெர்க்மன் போன்ற மேதைகளை உணரத் தக்க உணர்வு முதிர்ச்சி, அவர்களை மதிப்பிடத்தக்க மதிப் பீட்டுத் தெளிவு, நமது இலக்கியத்துறையின் சீரியஸான தளங்களில் கூட அபூர்வம்தான். ஒருமுறை இந்த நூலாசிரியரான வெங்கட் சுவாமிநாதனிடம், அவரது மதிப்புக்கு உரிய ஒரு பெரிய தமிழ் இலக்கிய கர்த்தா, பெர்க்மன் போன்றோரது சிருஷ்டிகளை 'அசிங்க' வகையில் சேர்த்து அபிப்ராயம் விளம்பினாராம்!? இத்தகை யோருக் குப் புரியக்கூடிய ஒப்பீட்டின் வழியில், சட்டடியாகச் சொன்னால்: பெர்க்மன் (Bergman) என்ற ஸ்வீடன்காரர், புநுவில் (Bunull) என்ற ஸ்பானியர் ஆகியோரது, Virgin Spring, Nazarene போன்ற படங் களில் வரும் கற்பழிப்பு, செக்ஸ் காட்சிகளில், பாரதயுத்த வர்ணனை யின்போது, சில அஸ்திரப் பிரயோகங்களுக்கு இலக்கான மர்ம ஸ்தான அங்கங்களின் குரூரம் எதிரொலிக்கிறது; நிதர்சனம் பார்வை யாளனைக் குதறுகிறது. நிதர்சனத்தின் வீர்யம் அசிங்கமல்ல. நில வறையும் அதன் திருப்தியும் அந்த திருப்திக்குக் கிடைக்கிற மறை முக சௌகர்யமுமே அசிங்கமானவை. குறிப்பிட்ட இலக்கிய அன்பர், இத்தகைய அசிங்கங்கள் நிரம்பிய தமிழ்ப் படங்களை ஏராளமாக பார்க்கிறவர் என்பதைக் கவனித்து, இவ்வளவையும் இங்கே பதித்துக் கொள்கிறேன். சினிமா பற்றி நமது மதிப்பீடுகளின் தெளிவின்மை எவ்வளவு குழப்பமானது என்பதற்கு ஒரு இலக்கிய கர்த்தா சாட்சியமாகும்போது, வெகுஜனப் பத்திரிகை வரை போக வேண்டுமா? ஒரு பெரு நாகரீகத்தின் மதிப்பீட்டுச் சீரழிவு, எந்த அடித்தளம்வரை புறை செலுத்தி இருக்கிறது என்ற அபாயத்துக்கு, மேற்படி உதாரணம் சாட்சியமாகும்.

V

உரத்த வெளியீட்டிற்கு சினிமாவில் அவசியமே இல்லை. இங்கே, முதல் பகுதியின் இறுதித் தகவலை நினைவுகொள்ளவும். அசைவு, சமீபப் புலம் என்பவை அன்று சினிமாவில் சாத்யமற் றிருந்தபோது, மேனாட்டு மேடை மரபுகளுள் ஒன்றான உரத்த சமிக்ஞைக்கலை (Pantomime), அவர்களது சினிமாவில் நடிப்பாக உபயோகமாயிற்று. தமிழுலகிற்குச் சினிமா வந்த முப்பதுக்களி லேயே, இது அநாவசியமான ஒரு வளர்ந்த நிலைதானே! இருந்தும்,

உரத்தவெளியீட்டிலேயே ஆரம்பித்துத் தொடர்ந்துகொண்டிருக்கிறோம்.

இப்படி நாம் உரத்துக்கொள்வது, நம்முடைய ருசிகளுக்கான போர்வையே என்பதுடன், தற்பெருமைப் பிரகடனம் என்ற ஒரு பொதுவியாதியே உணர்ச்சி வெளியீடாக மாறி விடுகிற அரசியல் குணமும் சேர்கிறது. பாரம்பரியமும் பவித்திரமும் அரசியல் வகையான வீறாப்பும் பழம் பெருமையும், இவற்றினடியில் கீழ்த்தர ருசிகளின் பசியும் சேர்ந்தால் கேட்கவா வேண்டும்! காட்சியில், ஓவியப் பாங்கான செம்மை அற்ற - ஆனால் பெரும் செலவில் ஆன - கோணங்கி 'ஸெட்'கள், கதை என நிதர்சன உணர்வைத் திருப்திப் படுத்தாத நிகழ்ச்சிப் பின்னல்கள், வயிற்றை எக்கி வாய் வழியே குடலைக் கக்கும் அலறல்கள், வீரசாகஸ அபத்தங்கள், நையாண்டிக் கூத்துகள், தர்மாவேச தகிடுதத்தங்கள், யாவும் ஏகோபித்தால் தமிழ் சினிமா.

இவற்றுள் மிகவும் தரக்குறைவான, ஆனால் தமிழ்க் குணமான ஒன்று உரத்த வெளியீடு. தமிழ் நாடக மரபைச் சார்ந்த கலைவடிவான தெருக்கூத்தில், இதன் மூலரூபத்தைக் காணலாம். நாடகத்தின் வழியே சீரழிந்து, தன் கலைக் குணத்தை இழந்து, சினிமா வினுள்ளும் புகுந்துள்ளது இது. தெருக் கூத்தின் மூலரூபத்தில் உணர்ச்சி வெளியீடு, காவ்ய நிர்ணயம் பெற்ற பாத்திரங்களாகவும் நிகழ்ந்த வற்றை நினைவுகூர்கிற பேச்சாகவும் முஸ்தீபு பெற்று, பூர்வீக சரீர முத்திரைகளில் ஏறிப் பிறக்கிறது. சினிமாவாக இந்த மரபு சீரழிகிற போது, தெருக் கூத்தின் காவ்யநிர்ணயம், சினிமாவின் நேர்மை வழுவாத போலி நாயக நாயகி பீடங்களாகிறது. காவ்யார்த்தமான உந்நத நிகழ்ச்சிகளை நினைவு கூரும் பேச்சுத் தொடர், சினிமாவில் வசனம் என வாய்கிழிகிற சவுடால் ஆகிறது. தெருக்கூத்தின் கலா பூர்வமான விஷேச சரீர சமிக்ஞை சீரழிந்து, உலகின் வேறெந்த சினிமாவிலும் இல்லாத ஒரு தமிழ் சினிமா நடிப்பாகி, நம் உணர்வின் மீது வெறி பிடித்த குரங்காகப் பாய்ந்து பிறாண்டுகிறது. ஆரம்பத்தில் நாம் குறிப்பிட்டுள்ள சரித்திர விபரங்களின்படி, தமிழுனை வந்தடைந்த சினிமா என்ற சாதனம், குறிப்பாக மிக நுண்ணிய சமிக்ஞைகளின் வழி எல்லா வகையான நுண்ணிய சிருஷ்டிப் பிரதிமைகளையும் மனோபாவங்களையும் வெளியிடத் தக்கது என்பதை இன்னும் உணராத பேதமை இது.

தெருக்கூத்து, அதன் காவ்யச் சார்பான கதை, கொச்சை முதலிய சில வரம்புகளினுள்ளே, பூர்வீக மனோபாவத்தின் உந்நத எழுச்சி யாக கலைவடிவம் பெறுகிறது. தமது ஸ்தானத் திலிருந்த இடம் பெயர்க்கப்பட்டு சினிமாவில் நுழைகிறபோது, இதன் முறைகள் அபத்தமடைகின்றன. சினிமாவின் கலைத்திசையோ, நுண்ணிய நிதர்சனத்தைச் சார்ந்தது. தெருக்கூத்தின் அடிப்படை, பெரிது படுத்திக் காண்கிற, பெரிதுபடுத்திக் காட்டுகிற, பூர்வீக வெளியீட் டுப் பாங்கினைச் சார்ந்தது. எனவே, இரண்டும் உணர்த்து முறை களைப் பொறுத்தவரையில் எதிர்மாறானவை. சினிமாவின் கலைத் திசையை உணராத நாம், மிகப்படாடோபமான ஒரு அபத்தத் தெருக்கூத்துக்கே சினிமாவைக் காட்சிப் பின்னணி ஆக்குகிறோம். கலைக்குணத்தை நிர்ணயிக்கிற உணர்த்துமுறையைப் பொறுத்த வரை, தெருக்கூத்தின் உரத்த உணர்த்துமுறைகளையே சினிமா விலும் பயன்படுத்துவது, சினிமாவையே ஒரு அபத்தகரமான தெருக் கூத்தாகவே ஆக்கி விடுகிறது. நேரடித் தன்மை உரத்த தன் மையை மறுக்கிற போதே, உரத்த தன்மையைப் பயன்படுத்துவது, சினிமாவின் நுண்ணிய நேரடி நிதர்சனத்தையும் மழுங்க அடித்து, அநாவசியமானது என்ற அளவில் உரத்த வெளியீட்டையும் அபத்த மாக்குகிறது.

சினிமாவில், நுண்மைகளின் நேரடிக்காட்சி, உள்ளுணர்த்தல் களின் பல்வேறு சாயல்களையும் மேற்கொள்ள இயலும் - ஒரு கலைஞன் அதைக் கையாள முன்வந்தால்; *அக்ரஹாரத்தில் கழுதை*, இந்த அளவில் பிறந்த சினிமா வகையான உணர்த்து முறைகளின் முதல் தமிழ் படைப்புருவம். கதையின் உருவற்ற மூலக்கூறுகள் சிலவற்றை மட்டும் திரு. ஜோன் ஆப்ரஹாமிடம் கேட்ட வெங்கட் சாமிநாதன், தமது சுயமான உலகம் ஒன்றையே 'அக்ரஹாரத்தில்' சிருஷ்டித்திருக்கிறார். ஒரு சினிமாக் கலைஞனது இலக்கிய பூர்வ மான பூர்வாங்க வேலை நிறைவேறி இருக்கிறது என்றே, வெங்கட் சாமிநாதனின் இந்த நூல்பற்றி எனக்குத் தோன்றுகிறது. நூல் முடி வில் உள்ள ஜோன் ஆப்ரஹாமின் கதைக் கூறுகள், ''அக்ரஹாரத்தில் ஒரு புரபஸர் கழுதை வளர்த்தார்'' என்பது போன்ற வெற்றுச் சாரங்கள்தாம் எனினும், இவற்றின் சாக்கில், இதுவரை விமர்சக ராகவே தெரியவந்திருந்த வெங்கட் சாமிநாதனின் மனப்பின்னணி யில், அவரை விமர்சனத்துக்கே தூண்டிய ஒரு கலைப்பாங்கு கிளர்ந்

துள்ளது. விமர்சனத்துக்கு உயிரான ருசியும் சிருஷ்டியும், ஒரே சக்தியின் இருவேறு தன்மைகள்தானே! சிருஷ்டிகரமாக மாறியுள்ள இந்த பார்வைத் தீட்சண்யத்தின் வழி, சிக்கலான நிலைமைகளும் மனிதனும் சந்திக்கிற கணங்களைத் தீற்றும் திறன் விசேஷ மானது. ஒரு விபரத்தின் பல்வேறு நிதர்சனச் சாயல்களையும் காண்கிற ஒரு பொதுத் தன்மையாக, இந்த படைப்பில் இந்த விஷேச குணம் நிறைவேறக்காணலாம். இவ்விதம், ஒரே விபரத்தை சுற்றி வளைத்து அணுகும் கலை விஷேசத்தில், நிதர்சனத்தின் பூரணச் சாயல் திரட்சி பெறுகிறது என்பதுதான் இங்கே நிறைவேற்றம். எனவே, வெங்கட் சாமிநாதனின் கலைக்குணம் யதார்த்தவியலைச் சார்ந்தது; இங்கே குறியீடு முதலிய குணங்களை எதிர்பார்க்கலாகாது. இருந்தும்,

காட்சிக்குக் காட்சி, வெங்கட் சாமிநாதனின் அநுபவ உலகி லிருந்து பிறந்து சேர்க்கை கொள்கிற, ஒரு பூரணமான தொனி கேட்கிறது. அது ஒரு மனிதத் தொகுதியின், ஜனசமூகத்தின், மனோ பாவமான தொனி. இந்த தொனியை, வேறு எந்த ஒரு கதைச் சாரத்தின் வழிலேயும் கூட இத்தகைய ஒரு கலைஞரால் எழுப்பி விட முடியும். கதையின் சாரத்துக்கே உயிர் பெய்யும் விஷேசத் தன்மை அது. அந்த விஷேசத்துவம்தான், கலைஞன் என்ற வியக் தியை ஒருவரிடத்தே இனம் காட்டுகிற சுயத்வமாகும் என்ற நுண் ணிய அடிப்படையில், வெங்கட் சாமிநாதன் ஒரு முதல்தரப் படைப்பாளியாக இந்த நூல் மூலம் அறிமுகமாகிறார்.

சினிமாவாகவே சிருஷ்டி பெறுகிற படிமங்களின் எழுத்துருவம் இது என்பதோடு, கொஞ்சம் ஆழ்ந்து பார்ப்பவர்களுக்குச் சினிமா வின் நுண்ணியல்புகளை அறிமுகப் படுத்துகிற அளவு, தமிழில் முதன்மை பெறுகிறது வெங்கட் சாமிநாதனின் *அக்ரஹாரத்தில் கழுதை*. இந்த சாதனையின் பின்னணியில் உலகத் திரைப்பட வளத்தை ருசிகண்டு, அதன் சாதன விஷேசங்களையும் தெளிந்த, பார்வையை உணரலாம்.

(சென்னை, 24.2.77)

'முன்னுரை', *அக்ரஹாரத்தில் கழுதை*, வெங்கட் சாமிநாதன், ஸ்ரீமணி பதிப்பகம், 1977.

30 ருசிகரம்

அறிவுத்துறையின், கலாச்சாரத்துறையின் முதன்மையான லட்சணம், சார்பின்மை - விருப்புவெறுப்பின்மை. அதை வெளிக்கொண்டு வரும்போது, செம்மை (Refinement) என்ற தீயில் அது புடம்பெறவேண்டும். அவ்வப்போது, தமிழ் கலாச்சார உலகின் நவீன அணியைச் சார்ந்த பெரிய தலைகளே இந்த அடிப்படைகளை உதாசீனம் செய்து, சார்புணர்வுகளையும் அவசரமான ஆழமற்ற அபிப்ராயங்களையும், ஓரொரு விசித்ரமான விளக்கங்களை முன்னிறுத்தி வெளியிட்டுள்ளார்கள். இன்று சுமார் பத்து வருஷங் களாகச் செய்யப்பட்ட தவறுகளுக்குச் சமாதானமாக தரப்படும் விளக்கம், 'இலக்கிய கலாச்சார சூழல் ஒன்றை உருவாக்கவென அவற்றைச் செய்ய வேண்டியதாயிற்று' என்பதாகும். இந்த விளக்கம் பரவலாக ஏற்கப்பட்டு, அதன் விளைவாகச் சகலவிதமான அரை குறைகளும் தகுதிக்கு மீறியதாக கணிக்கப்படுகிற நிலைமை உருவாகி - இதன் ஒரு காலகட்டமான 1970க்களின் ஆரம்பத்தின்போது - ஒரு விஷச் சூழலைத்தான் இந்த நோக்கம் தந்திருந்தது என்பதும் மறக்கப்பட்டு உள்ளது. இன்று போல் அன்றும், சூழலை உருவாக்கவென அரை குறைத் திறனாளிகளை தட்டிக் கொடுத்ததின் விளைவு அந்த விஷச் சூழல். இப்படித் 'தட்டிக்கொடுத்து சூழலை உருவாக்கும்' பிதாமகர்களையோ, தட்டிக்கொடுக்கப்பட்டவர்களுள் ஓரளவு திறன் உள்ளவர்களையோ, பத்து வருஷ காலச்சூழலின் முறைகளையோ, நான் இதுவரை பகிரங்கக் களத்தில் தீவிரமாக விசாரித்ததில்லை. இவர்களுடன் நடத்திய கடிதப் போக்குவரத்துகளிலும் நேர்ச்சந்திப்புகளிலும் தவிர, இவர்களை நான் வாசகரறிய விசாரித்ததில்லை. குறைபாடுகள் இருந்தாலும், கலாச்சார வேட்கை உள்ளவர்களாக இவர்களை நான் கணித்து வந்திருந்தமையே இதன் காரணம். ஆனால், இன்று இவர்களது கலாச்சார வேட்கை, மதிப்பீடுகளையே

குலைத்து செம்மையுணர்வை மழுங்க அடிப்ப தாகவே தேய்ந் துள்ளது. அதாவது, தங்களது அரைகுறைத்தனத்தையே மதிப்பீடு களாக்கும் சாயல், இவர்களது வேட்கையில் தெரிகிறது.

பொன் வைக்கிற இடத்தில் பூ வைக்கிறதாகவேனும் நவீன கலாச்சார தமிழுலகின் முன்னணித் தலைகள் தோன்றியதால், இவர்களைப்பற்றிய எனது முற்றான பார்வைகளை நான் எழுத்தில் தருவதே இல்லை. ஆனால், கடிதங்களிலும் நேர்ப்பேச்சுகளிலும் எனது விமர்சனம், எழுத்தில் உள்ளதை விடத் தீவிரமாக இருக்கும்.

சூழலை உருவாக்க முயன்றோர் ஒருபுறமிருக்க, படைப்பாளிகள் - அதாவது சூழலின் முக்ய பிரமுகர்கள் - எனது நேர்முக விமர்சனங் களுக்குத் தந்த எதிரொலி, அவர்களையும் இந்த சூழலையும் அடிக் கடி எனக்கு அம்பலப்படுத்தி வந்துள்ளது. ஒரு சின்ன உதாரணத் தைக் காட்டலாம்:

சி.மணி கவிதைகளில், அறிவுபூர்வமான வறட்டு முயற்சியும் அதன் விளைவான உயிரற்ற தொனியும்தாம் உள்ளன - உணர்வு சார்ந்த இயல்போ, அதன் விளைவான செழுமையோ இல்லை என்பதை, பசுவய்யா சுந்தர ராமசாமியிடம் கூறுகிறேன். உடனே, அதுகால பரியந்தம் மணியைப்பற்றி மூச்சுக்கூட விட்டிராத அவர் குஷி அடைகிறார். ''இதை நீங்கள் ஒரு கட்டுரையாக எழுத வேண் டும்'' என்கிறார். 'மணி'யின் பிரதிமை வீழ்ச்சி பெறுவதில் 'சுரா' வுக்கு ஒரு திருப்தி இருப்பதை, அவரது விகாரமான உற்சாகத் தில் காண்கிறேன். ஆனால், மணியைப்பற்றிய தீவிரக்கருத்தின் தளம், என் நேர்ப்பேச்சின் அளவில்தான். அதே தளத்தில் நான் மணியைப் பற்றி சு.ரா. சொல்வதற்கிணங்க எழுதினால், சு.ரா.வும் அதே தளத்தில் விமர்சிக்கப்படுவார். முடிவில், உள்ள ஒரு மிகச்சில படைப்பாளி களும் தரமற்றவர்களாக கணிக்கப்படும் அபாயம் இருக்கிறது. இவ்வளவுக்கும், இவர்கள் கலையுணர்வும் கலாச்சாரத் தெளிவும் உள்ளவர்கள்; தட்டிக்கொடுத்து உருவாக்கப்பட்டவர் களல்ல. இவர்களது சிறப்புகளே வாசகரது கவனத்துக்கு வரவேண் டும் என்றே நான் கருதி வருகிறேன். இவர்களது குறைபாடுகளை உடனடியாக கவனிக்கவேண்டியதில்லை. எனினும், இந்த என் நோக்கம்கூட விவாதத்துக்கு உரியது.

மணியைப்பற்றி மேற்சொன்னதை நான் எழுதினால், சு.ரா.வைப்

பற்றியும் நான் எழுதக் கூடியதை, சு.ரா.விடமே கூறுகிறேன்: சு.ரா.வின் கவிதைகளில், உணர்வின் கட்டற்ற போக்கு இருக்கிறது. இதனால், தேர்வு இன்றி அவிழ்த்துக் கொட்டும் முறையில் கவிதை களை எழுதுகிறார்; ஒரு கருத்தின் அல்லது கவிப்பிரதிமையின் உள்ளோட்டத்துக்கு ஏற்ப நிர்ணயம் பெறாமல் கவிதைகள் துகள் களாகக் கிடக்கின்றன. வெறும் அறிவு சார்ந்த மணியின் வரட்டு முயற்சியோ, வெறும் உணர்வுசார்ந்த சு.ரா.வின் அவிழ்த்துக்கொட் டலோ, இரண்டுமே கவிதையின் உயிருக்கும் பொருள் உருவுக்கும் பாதகமானவை - இவற்றை சு.ரா.வுக்கு விளக்குகிறேன். சு. ரா. வின் முகம் மாறுகிறது. பின்னால் என்னுடன் கொள்ளும் நேர்முக உற வைக் கூட பாதிக்கும் வித்தாக, இந்த என் நேர்முக விமர்சனம் சிலர் விஷயத்தில் அமைந்திருக்கிறது.

மேலே குறிப்பிட்ட எழுத்தாளர்களைப் போன்றோரை, நான் தீவிர அளவுகோல்களினால் மதிப்பிடாததின் காரணம், அவர் களைப் போன்றவர்களும் புதிதாக அவர்களைப் போல எழுத வருகிறவர்களும், விமர்சனக் கெடுபிடிகளைக் கண்டு சுருங்கக் கூடாதே என்பதல்ல; அப்படி எண்ணுவது விமர்சனத்துக்கே ஒரு தவறான வலிமை இருப்பதாக வாதிப்பதாகிவிடும். முக்யமாக, வாசகர்களின் வளராத விமர்சன மனோபாவத்தை முன்னிட்டே, நான் பகிரங்கத்தில் மேற்படி விமர்சனங்கள் போன்றவற்றை வெளி யிடுவதில்லை. அதிதீவிரமான அளவைகளை உபயோகிக்கும் போது, அவற்றைத் திருப்திப்படுத்தும் ஆசிரியர்களை அந்த அள வைகள் மூலம் ரஸித்துக் காட்டினால்தான், அந்த அளவைகளுக்குள் வராதவர்களை, வாசகர் சுலபமாக இனம்காண முடியும் என்பதும் ஒரு காரணம். நவீன தமிழ் எழுத்தில், அத்தகைய தீர்க்கமான சிகரங் கள் எவை கிடையா. எனவே, உள்ளவர்களுள் மிகச்சிறந்த எழுத்தா ளர்களை விமர்சிக்கவென, இங்கே உள்ள உயர்ந்த படைப்புகளின் சிறப்புகளே விமர்சன அளவைகளின் எல்லைகளாக உருக் கொள் கின்றன. எனது விமர்சனக் கட்டுரைகளை, அவற்றின் அளவை களை ஆராய முற்படுகிறவர்கள், இதை உணர இயலும். பகிரங் கக்களத்தைப் பொறுத்தவரை இது இயற்கையானது, போதுமானது. நேர்ப்பேச்சிலோ, ஆசிரியனுக்கு உயரிய உலக இலக்கியங்களுடன் உள்ள உறவுகளை முன்னிறுத்தி, நான் தீவிர அளவுகோல்களை உபயோகிப்பதுண்டு.

இன்னொரு கோணத்தில் நின்று பார்த்தால், ஒரு படைப்பின் சிறப்புகளை எடுத்துரைக் கும் விமர்சனம், எழுத்தாளனின் ஆர்வத் தைத் தூண்டக்கூடிய சாத்யம் இருக்கிறது. இப்படிப் படைப்பின் சிறப்பை எடுத்துரைப்பதும், அளவைகளை உபயோகித்து விமர்சன பூர்வ மாகவே செய்யப்பட வேண்டும். இந்த கோணத்தில் பார்த் தால், ஏதோ சிறப்பு இருந்தால் தான் அளவைகளின் மூலம் படைப்பு கணிக்கப்படும் என்று ஆகிறது. வெறுமனே சிறந்த எழுத்தாளர், 'அந்நியத்வத்தை' வெளியிடும் எழுத்தாளர் என்பதுபோல, தட்டிக் கொடுப்ப தல்ல இது. வெறுமனே தட்டிக்கொடுப்பதன் மூலம், ஆசிரியனின் ஆர்வம் வளராது; உண்மையிலேயே திறனுள்ளவன், தன்னை ஏன் ஒரு விமர்சகர் சிலாகிக்கிறார் என்பதையே அறிய விரும்புவான்; சிறந்த எழுத்தாளர்களின் நடுவே தனது பெயர் ஸ்தானம் பெற வேண்டும் என்பதை அல்ல. தட்டிக்கொடுத்துச் சூழலை உருவாக்க முன் வந்தவர்களுக்கும் 'தட்டுதல்'களை பெற்று முக்யஸ்தர்களானவர்களுக்கும் புரியாத விபரம் இதுதான்.

கலைஞனைப் படைக்கத் தூண்டும் உந்துதல்களைப் பற்றி எத்த னையோ வகையான பார்வைகள் உள்ளன. ஆனால் அவனது *படைப்பு, இயற்கையின் உயிர்த்தன்மை போன்ற ஒரு வீர்யத்தை கொண்டிருக்க வேண்டும்*என்பதை யாரும் மறுக்க முடியாது. சமீபகாலங்களில், சுமார் பத்து வருஷங்களாக, தமிழ் இலக்கியப் படைப்புகளில் இந்த உயிர்த் தன்மையைக் காணமுடிவதில்லை. இதற்கான காரணங்களுள் ஒன் றென, இலக்கியப்பிடிவாதம் என்ற வியாதியை காணமுடிகிறது.

இலக்கியத் துறையைச் சார்ந்து எழுதப்போவதாகத் தன்னைப் பற்றி கருதிக்கொண்டு எழுதுவது, இலக்கியத்தை வருவித்து விடுமா? ஆம், வருவித்து விடும் என்ற முடிவுடன் எழுத வருகிறவர் கள், தங்களைப் பற்றி முன்னபிப்ராயம் ஏற்படுத்திக் கொள்ளவென, ஜனரஞ்சக எழுத்தை பகிஷ்கரிக்கின்றனர். இது, அவர்களது முதல் பட்ச அநுஷ்டானம். இதற்கு முன்னோடியாக, இலக்கியச் சூழலை 'உருவாக்கும்' நோக்கங்கள் நிற்கின்றன. 'சூழல்' எனும்போது, ஜனரஞ்சகமான - பெரும்பான்மை ருசிகளுக்கேற்ற - எழுத்துக்குப் புறம்பாக, இலக்கிய பூர்வமாக எழுதுவோர் வாசிப்போர் ஆகி யோரின் தொகை அர்த்தமாகும். மொத்தத்தில், ஜனரஞ்சக எழுத் துக்கு எதிர்வினை காட்டுவதே இலக்கியத் தகுதிக்கான முதன்மை

யான சான்று எனும் விதிமுறை, 'சூழலை'ப் பற்றி சிந்திப்போரிடம் மேலோங் கிற்று. இதன் விளைவாக, விமர்சக அளவைகளின் முக்கியத்துவம் மறக்கப்பட்டது. ஜனரஞ்சகமான எழுத்துலகத் தையும் ஆசிரியர்களையும் அவ்வப்போது தாக்குகிற ஒரேஒரு செய் கையின் மூலம், இலக்கியச் சூழலினுள் நுழைய, அரைகுறைத் திறனாளிகளும் திறனற்றோரும் முன்வந்தனர். 1960க்களின் இறுதி யிலும் 1970க்களின் ஆரம்பத்திலும், நவீன தமிழ் இலக்கியத் துறை யில் நடந்தது இது.

மேற்குறிப்பிட்ட இலக்கியப் பிடிவாதத்திலிருந்து விளைந்த மிக முக்கியமான குறைபாடு ஆழமானது; ஜனரஞ்சகமான எழுத்தின் சாயல்கள் யாவற்றையும் அஞ்சி ஒதுக்கும் குணமே இது. ஆர்வத்தை யும் இயல்புணர்வையும் சுருங்க வைத்து, வெறும் வரட்டு எழுத்தை மேற்படி கால கட்டம் தமிழில் பிறப்பித்துள்ளது. படைப்பாளி களைவிட, 'சூழல் வேண்டும்' என்று கூச்சலிடுவோரே முக்கிய மானவர்களாக கருதப்பட்டனர் - இந்த மனோபாவம், இன்று ஒரு சித்தாந்தத்தின் வடிவத்தையே எடுத்துள்ளது. இதனால், ஆர்வத்தின் மூலம் விளையக்கூடிய உயிர்த்தன்மை, தமிழின் நவீன படைப்பு களில் ஸ்தம்பிதமாகிவிட்டது.

இலக்கியப்படைப்பு, சிரமம் தரவேண்டும் - கரடுமுரடாக இருக்க வேண்டும் - வரட்சியாக இருக்கவேண்டும் என்பது போன்று உள்ளூர தீர்மானித்துக்கொண்டவர்கள்தான் இன்றைய தலைமுறை யினரோ என்று, 1960க்களின் முடிவுக்குப் பிறகு பிறந்துள்ளவர்களின் படைப் புகள் எண்ண வைக்கின்றன. ஆர்வமோ, உத்வேகமோ, உயிரோ அற்ற எழுத்து இவர்களுடையது. இதன் காரணங்களுள் ஒன்றெனை, நான் மேலே குறிப்பிட்ட இலக்கியப்பிடிவாதத்தையே காண்கிறேன். *உயிர்த்தன்மை என்பதுவோ ஆனந்தமாக மாற்றத் தக்கது.* 'ஆனந்தமா? - அப்படியானால் ருசிகரம் என்று அர்த்தம். போடு! ஜனரஞ்சகக் குப் பைக்குள்' என்ற வகையில், இந்த உயிரம்சம் நமது 'சூழ'லினால் நசுக்கப்பட்டிருக்கலாம் என்றே நினைக்கிறேன். இலக்கியப் பிடிவாதத் தில் முடங்கிக்கிடந்தவர்கள், ருசிகரத்துக்கும் ஆனந்தத்துக்குமிடையே வேறுபாட்டைக் காணவில்லை. அப்படியெல்லாம் ஆழ்ந்து சிந்திக் கிறவர்களை, இந்தச் 'சூழல்' கவரவு மில்லை.

ஆனந்தம் என்பது ருசிகரம் அல்ல. நிதர்சனத்தின் தீவிரத் தன் மையை, ஆழ்ந்த மனோபாவத்தின் மூலம் சந்திக்கிறபோது கிளர்வது

ஆனந்தம். நிதர்சனம் குரூரமாகவோ, துன்பியலாகவோ இருப்ப தெனினும் இது நிகழ்கிறது. இதற்காக, குரூரத்தையும் துன்பத்தை யும் கண்டு 'ஆஹா' கொட்டுவதே 'ஆனந்தம்' என்று நான் கூற வில்லை. *ஆனந்தம், நிதர்சனத் தன்மையின் தவிர்க்க முடியாத குணத்தை, சமன நிலையில் கிளரும் ஆழமான உணர்வு.* ஒரு தளத்தில் குரூரத்தாலும் துன்பியலாலும் வருந்தியபடியே, இன் னொரு தளத்தில் 'இது உள்ளது' என்று - உள்ளதை உணர்வு பூர்வமாக - அறிவதே ஆனந்தம்.

ருசிகரம் என்பதோ சிற்றுணர்வுகளுக்கு தீனி போடுவது; முதிர்ச்சி யற்ற மேலோட்டமாக மனோபாவங்களை போஷிப்பது; பெரும் பான்மையினரால், வெகுஜனத்தினரால், விரும்பப் படுகிறவை எவை என்று குறிவைத்து அவற்றை வளர்ப்பது.

சூழலை உருவாக்க 'இலக்கியப் பிடிவாதம்' காட்டவேண்டும் என்று நினைத்தவர் களுக்கு, இந்த நுட்பங்கள் தெரியவில்லை. உயிரற்ற எழுத்தின் காரணம், ஆனந்தத்தை ருசிகரம் எனக் கண்ட மையே என்றிருக்கலாமாகையால், நுட்பமாக உணர்ந்து இலக்கியத் தைப் போஷித்தவர்களல்ல இவர்கள். இவர்கள் எழுதியவை, சகல விதத்திலும் வெகுஜன ரஞ்சகத்துக்கு எதிராக இருக்க வேண்டும் என்றே, இவர்கள் நினைத்தார்கள் போலிருக் கிறது. இது ஒரு செயற் கையான முயற்சியாக, இவர்களது ஆர்வத்தை உருமாற்றியுள்ளது. ருசிகரமான எழுத்தை, வெறும் இலக்கியப் பிடிவாதத்தினாலன்றி விமர்சன பூர்வமான மதிப்பீடுகளின்மூலம் மறுத்திருந்தால், ருசிகரத் தின் மூலவடிவமான ஆனந்தத்தைக் கிளர்விக்கும் உயிர்த்தன் மையை இவர்கள் அநுசரித்திருப்பார்கள்.

மௌனியின் எழுத்தை, அதன் பரிமாணம் புரியாமல், ஒரு கீழ்த்தளத்தில் போலி பண்ணிய தலைமுறையாக, இவர்களை ஒட்டு மொத்தமாக குறிப்பிடலாம். கூடவே, சமகால மேல்நாட்டு இஸம் கள்; அவற்றின் விளை நிலங்களை உணராமல் போலிபண்ணப் பட்ட மேல்நாட்டு இயக்கங்கள், ஆசிரியர்கள். *சுயாதீனமான ஆர் வத்துக்கும் இயல்புக்கும் எட்டாத ஆதர்சங்கள்,* ஆபத்தானவை. *ஆர்வத்தின் - உத்வேகத்தின் - மூலநிலையமான தன்னியல்பை, தன்னம்பிக்கையை சிதைப்பவை.* இந்த நுட்பங்கள்கூட, நமது அரைகுறை களுக்கும் சூழல்காரர் களுக்கும் புரியவில்லை.

*1959*இல் இருந்து *1971* வரை நடந்த *எழுத்து* பத்திரிகை மூலம் வெளித்தெரிய வந்தவர் களும் சரி, அதற்குமுன்பே சுமார் 1940-க் களில் *மணிக்கொடி* மூலம் வெளித் தெரியவந்தவர்களும் சரி, தொடர்ந்து *கலைமகளில்* கதைகள் எழுதிய ந.பிச்சமூர்த்தியும் *கலைமகளின்* ஜனரஞ்சகத்தனத்தைவிட அதிகமான ஜனரஞ்சகக் குணம் இருந்த *கல்கி* போன்ற பத்திரிகையில் எழுதிய தி.ஜானகி ராமனும் சரி, மேலே விபரிக்கப்பட்ட 'இலக்கியப் பிடிவாத'த் தினால் விளைந்தவர்களல்லர். மேலே குறிப்பிட்ட பத்திரிகைகளின் கனம், மேலிருந்து - *எழுத்து*விலிருந்து கீழிறங்கி, *கல்கி* வரை - வரிசைப்படுத்தப்பட்டுள்ளது. இது, மேலுள்ள எல்லாப் பத்திரிகை களும் ஒரே தரத்தவை என்றோ, ஒரே வகை ஆரோக்கியத்தின் வெளி யீடுகள் என்றோ வாதிப்பதாகாது. ந.பிச்சமூர்த்தி, தி.ஜானகிராமன் என்ற எழுத்தாளர்களின் குணத்தை, அவர்கள் எழுதிய பத்திரிகை களின் குணம் நிச்சயிக்கவில்லை என்பதையே குறிப்பிடுகிறேன். ஆனால், *கலைமகள்*பிச்சமூர்த்தியின் புதுக்கவிதைப் பரிசோதனைக் கும் அதன் பின்விளைவாக வந்த கவிதையில் நேர்ந்த புரட்சிக்கும், நிச்சயம் இடம் தந்ததில்லை; தரக்கூடிய குணமும் ஆரோக் கியமும் அதற்குக் கிடையாது - அதனால்தான் அது, மேலுள்ள வரிசை யிலேயே கீழ்மட்டத்தில் நிற்கிறது.

பிச்சமூர்த்தியும் ஜானகிராமனும், க.நா.சுப்ரமண்யமும் லா.ச. ராமாமிருதமும், சி.சு.செல்லப்பாவும் காலம்சென்ற புதுமைப் பித்தன், சிதம்பர சுப்ரமண்யன் ஆகியோரும் கலைமகளில் எழுதி இருக்கிறார் கள். இந்த எழுத்தாளர்கள் திறனாளிகள்; தங்கள் திறனின் சிறப்புகளை மலினப்படுத்தவே இயலாத தீவிரவாதிகள். எவ்வளவோ அவசரங் களில் எழுதிய புதுமைப்பித்தன், மலினமடையவே முடியாத திற னுக்கு உதாரணம். செயற்கை யான ஒரு இலக்கியப் பிடிவாதம் அல்ல மேற்படி தீவிரம். ருசிகரமாக மாறவே இயலாத தரிசனங்களைத் தவிர வேறு எதையும் வெளியிட முடியாத குணத்தையே, புதுமைப்பித் தனுடைய உதாரணத்தின் மூலம் குறிப்பிடு கிறேன். இந்த குணத்தை, வெறும் இலக்கியப் பிடிவாதம் வரவழைத்துவிடாது. இன்று இலக் கியப் பிடிவாதக்காரர்கள் சாதித்துள்ளதுவோ, ஒரு வறட்டு எழுத்தைத் தான்; இயல்பான தரிசனங் களையல்ல.

ஆக, மலினமடையவே இயலாத மேற்படி எழுத்தாளர்களைக் *கலைமகள்* ஏன் பிரசுரித்தது? அதுவும், *மணிக்கொடி*க்குப் பிறகு

அந்த எழுத்தாளர்களை, கலைமகளின் கி.வா.ஜகந்நாதன் பின் தொடர்ந்து விடாப்பிடிவாதமாகக் கதைகள் கேட்டு வாங்கிப் பிரசுரித் திருக்கிறார் என, க.நா.சு., சி.சு.செ. ஆகியோரிடமிருந்து அறிந்திருக் கிறேன். இங்கேதான், ருசிகரத்துக்கும் சீரிய இலக்கியத்தின் குணங் களுக்குமிடையே உள்ள ஒரு நுலிழைத் தொடர்பு கவனிக்கப்பட வேண்டும். இது என்ன இழை?

எனது ஆரம்ப காலங்களிலிருந்து நான் கதைகளை விடாமல் படித்து வந்திருக்கிறேன். பெரும்பாலும் எனது சிறு வயதுகால உணர்வுகள் கதைத்தன்மையைத்தான் ரஸித்தன. ஆர்.எல்.ஸ்டீவன் ஸன், ஆங்கில இலக்கிய உலகின் முக்கியமான பெயர்களுள் ஒன்று - அதே சமயம் எனக்கோ ருசிகர மான ஆசிரியன். Treasure Island-ஐ கதைக்காகப் படித்த பிறகு, Kidnapped-ஐயும் அதே ருசியோடு அன்றைய பால்யத்தில் படித்தபோதுதான் இலக்கிய உணர்வு என்ற அநுபவம், அதுவும் அது என்ன என்றே புரியாத ஒரு கூடமான உணர்வாக என்னுள் கிளர்ந்தது. Kidnapped கதை அங்கங்கே புரியா விட்டாலும், அது ருசிகரத்தின் ஈர்ப்பினூடே, அதன் அடியில் பதுங்கியிருந்த ஒரு குகையினுள் என்னை ஈர்த்தது. Treasure Island திரும்பவும் நான் படித்தபோது, நான் அன்று அதே பால்யத்தில் அனுபவித்தது 'கதை'யை அல்ல, இலக்கியத்தை; இலக்கிய உணர் வின் இயற்கையான மலர்ச்சி இவ்விதம்தான் நிகழமுடியும். கி.வா.ஜ. இன்று சாகித்ய அகாடமி விஷயத்தில் செய்துவருவது, இப்படி மலர்ந்த இலக்கிய உணர்வைக் காட்டவில்லை. அவரது கலைமகளும் தொடர்ந்து இலக்கியச் சுரணையை வெளியிட வில்லை. ஆனால், அன்று இலக்கியப் பத்திரிகை வெளியிட முன் வந்த அவரது தரக்குறைவான வாசிப்பைக் கவர்ந்தது என்னவோ, ருசிகரத்தை தோற்றுவித்து, ஆனால் அவரது பலமற்ற உணர்வுகளால் இனங்காணமுடியாதிருந்த ஒரு குகைதான். இது, ருசிகரமாகப் பேரிலக்கியங் களின் முகப்பிலேயே தெரியத் தக்கது. ஆனால், பேரிலக்கியத்தின் முடிவோ, அடிப்படையோ ருசிகரம் அல்ல. இந்த தொடர்புதான், சீரிய இலக்கியங்களுக்கும் வியாபார எழுத்துக் கும் இடையே உள்ள நூலிழைத் தொடர்பு.

இலக்கியப் பிடிவாதத்தோடு, வியாபார எழுத்தின் குணம் என ருசிகரத்தை மறுத்தவர்கள் உணரத் தவறியது இதைத்தான். ருசிகரத் தின் பிராந்தியத்தை விட்டு மூட்டையைக்கட்டியபோது, அதன்

அடியில் நிலவிய அகாதங்களையும் கூடவே இழந்திருக்கிறார்கள். இன்று அவர்கள் அலைவது, வரட்சியான எழுத்தியக்கத்தில்! இத் தகைய அலைச்சலுடன் கூடவே, 'கதை' என்ற பிரயோகம்கூட ஆழமற்ற நையாண்டி களுக்கு இலக்காகி உள்ளது; ''அது என்ன கதே?'' என்ற வகையில்.

சீரிய இலக்கியத்தின் ஆழத்தில் நிலவும் ஆழ்ந்த குணம்தான் ஆனந்தத்தை விளைவிக்க முடியும். இந்த ஆழ்ந்த குணம், சீரிய இலக்கியங்களிலேயே ஒரு புறத்தோற்றமாகத் தெரியவே செய் கிறது. இந்தத் தோற்றம் ருசிகரம்; அதாவது கதைத்தன்மை. இந்த கதைத் தன்மையை சிருஷ்டிக்கிற, இனம் கண்டு அதில் மகிழ்கிற குணாதிசயம் மனிதாத்மாவுக்கு மட்டுமே உண்டு. இந்த குணாதி சயமே அவனை நாகரீகத்தின் பாற்படுத்துகிறது. பிரபஞ்சத்தின் புறத் தோற்றத்தில் நிகழும் தாறுமாறுகளைச் சீர்படுத்தி விளக்கும் ஒரொரு வகைத் துறைகள், ஜோதிடத்திலிருந்து நவீன பௌதீகம் வரை, கதையுணர்வின் அடிப்படைத் தர்க்கத்திலிருந்து கிளர்ந்து பிரிவடை கின்றன. கதை என்பது நிகழ்ச்சிகளின் தொடர்ச்சி எனக் காண் கிறபோது, அது தர்க்க உணர்வைப் போஷிப்பது என்றும் காணலாம். தர்க்க உணர்வின் குழந்தைப்பருவம் 'கதை'தான். எப்போது மனிதன் 'கதை'யை, அதன் சக்தியை, அதைச் சிருஷ்டித்து ரஸிக்கும் உணர்வை இழக்கிறானோ, அப்போது அவன் தேய்வடைகிறான்; காட்டுமிராண்டித்தனத்தை நோக்கி விரைகிறான்.

என்ன வகைக் கலைப்படைப்பாக இருந்தாலும், அது ஓவிய மாகவோ சினிமாவாகவோ, எதுவாக இருந்தாலும், அதன் சகல பகுதிகளிலும் நிரம்பியுள்ள சக்திதான், முன் வருபவனை ஆட் கொள்ளும். இது, கலைஞனது வீர்யம் எனவும் கலைப்பொருளின் உயிர்த்தன்மை எனவும் இனம் காணத் தக்கது. இந்த உயிர்த்தன்மை யின் ஈர்ப்புச் சக்தி, மேல்தோல் அளவில் ருசிகரமாகவும் அதன் சூழலில் குதித்து ஈர்ப்பின் ஆழத்தின் வரை செல்லத்தக்கவனுக்கு ஆனந்தமாகவும் அநுபவமாகிறது.

டால்ஸ்டாயின் *அன்னா கரேனின்*, இத்தகைய பேரிலக்கியங் களுள் ஒன்று. இதன் பரிபூர்ணமான கவித்தன்மை, ரஷ்ய மூலத் திலிருந்து ஆங்கிலத்தினுள் தரப்படவில்லை, தரப்படவும் முடி யாது என்ற தொனியில், ரஷ்ய மொழி, ஆங்கிலம் இரண்டிலுமே

பேரிலக்கியத் தொனியில் எழுதிச் சமீபத்தில் மறைந்த விளடீமர் நபக்கவ் கூறுகிறார்.

டால்ஸ்டாயின் மூலப்படைப்பு சாதித்தது எதுவாக இருக்கும் என்று ஆங்கிலத்தில் தேடினால், அமெரிக்கரான தோர்ன்டன் வில்டர் எழுதிய *த பிரிட்ஜ் ஆஃப் ஸான் லூயிஸ் ரே* நமக்குக் கிடைக்கும். இந்த நாவலைப் படித்திராதவர்கள், ஆங்கில மொழியைத் தெரிந்து வைத்திருப்பதிலேயே அர்த்தமில்லை என்பது என் அபிப்பிராயம். 'அன்னா'வைப்போலவே 'த பிரிட்ஜ்'ஜூம், படிப்பவனை ஈர்த்துச் செல்வது. படித்து முடிக்கும்வரை கீழே வைக்க விடாத ஈர்ப்பு சக்தி இந்த நாவல்களுக்கு உண்டு.

இந்த ஈர்ப்பு சக்தியின் பாமர வடிவத்தை ருசிகரம் என வேண்டும். இந்த ஈர்ப்பு சக்தி, கலையின் ஆத்மாவாகும். இந்த குணம் இல்லாத வரண்ட படைப்பு - உயிரற்றது.

1959இல் சி.சு.செல்லப்பா, க.நா.சுவின் சுளுவான 'அடித்துச் சொல்கிற' விமர்சனத்திலிருந்து மீறி, இலக்கிய விமர்சனத்தை ஒரு கலையாகத் தமிழில் வளர்க்கவென, *எழுத்து* என்ற சிறுபத்திரிகையை (Little Magazine - இத்தகைய பத்திரிகைகள், சிந்தித்து, ஆழ்ந்துணர்ந்து படிக்கும் சிறுபான்மை வாசகர்களுக்காக வெளியிடப்படுவது. மேல் நாடுகளில் இதற்கு நீண்ட சரித்திரமே உண்டு.) வெளியிட்டார். இதில் பத்திரிகைத் தன்மையை, அதாவது ருசிகர அம்சங்களை காண முடியாது. ஏற்கெனவே க.நா.சு., பத்திரிகைக் கதைகள் என இலக்கியக்குணமற்ற கதைகளை இனம் காட்டியது போன்ற, தீவிரமான, விவாதபூர்வமான தொடர்ச்சிகள் *எழுத்து*வில் நீடித்துத் திரள ஆரம்பித்தன. இருந்தும், பெரும்பான்மைப் பத்திரிகைகளை ஏதோ தீட்டுப்பொருள்களாகக் கண்டே ஆகவேண்டும், அப்படிக் காண்பதுவே இலக்கிய உலகுக்குள் நுழையப் போதுமான தகுதி என்ற மனோபாவம் - இலக்கியப் பிடிவாதம் - அதில் பிறக்கவில்லை. *கலைமகள், கல்கி, ஆனந்த விகடன், சுதேசமித்திரன்* ஆகியவற்றில் எழுதிய ந.பிச்சமூர்த்தி, சிதம்பர சுப்ரமண்யன், லா.ச.ராமாமிருதம், சிட்டி (பெ.கோ.சுந்தரராஜன்), அழகிரிசாமி, தி.ஜானகிராமன் ஆகியோர், நான் குறிப்பிடும் வகையான இலக்கியப் பிடிவாதத்தின் மதிப்பீட்டினால் கணிக்கப்பட்டவர்களல்லர். இவர்களிடமே 1959இல் சி.சு.செ., *எழுத்து*வுக்கு எழுதும்படி கேட்

டார். க.நா.சு. உட்பட இவர்கள் எழுதியவை, சுமார் ஆறுமாத காலம் *எழுத்து*வில் வெளிவந்தன. இவர்களுள் தொடர்ந்து *எழுத்து*வுக்கு எழுதியவர் ந.பிச்சமூர்த்தி; ஓரிரு கவிதைகளுடன் நிறுத்திக் கொண்டவர் கு.அழகிரிசாமி - மற்றையவர்கள் இவர்களுக்கு இடைப்பட்ட விதங்களில் *எழுத்து*வுடன் தொடர்பு கொண்டிருந்த வர்கள்; போகப்போக, சுமார் ஓரிரு வருஷங்களில், *எழுத்து*விற்கு எழுதுவதை நிறுத்திவிட்டவர்கள்.

புதிதாக *எழுத்து* மூலம் தெரியவந்து, அதிலேயே எழுதியவர்கள், வெங்கட் சாமிநாதன், டி.கே.துரைஸ்வாமி (நகுலன்), நான் (சீவராமு), சி.மணி (வே.மாலி, செல்வம்), ந.முத்துசாமி போன் றோர். இங்கே, முக்யமான புதுக்கவிஞர்களின் பெயர்களை தவிர்த் திருக்கிறேன். இதன் காரணம், இந்த கட்டுரையில் கதை சம்பந்தப் படுவதால், விவாதத்துக்குப் புறம்பான பெயர்கள் அவர்களுடையவை.

வெகுஜனரஞ்சகமான பத்திரிகைகளில் எழுதுவது தீட்டாக கரு தப்படுகிறது மனோபாவம், *எழுத்து*வின் இறுதி வருஷங்களில் (1967, 68, 69, 70, 71), அதன் பக்கங்களுக்கு வெளியே, அதில் எழுதியதன் மூலம் பெயர் தெரியவந்த ஒருசிலரிடம் வளர ஆரம்பித்திருக் கலாம். இது, சி.மணி, ந.முத்துசாமி ஆகியோரால் 1967, 68 வாக்கில் ஆரம்பிக்கப்பட்டு சுமார் இரண்டு வருஷங்கள் நடந்த *நடை* என்ற குவாட்டர்லியில், வேறு ஒரு சமிக்ஞையின் மூலம் தெரியவருகிறது; அதாவது, ருசிகரக் குணத்துக்கு முரணான வரட்சி மூலம். *நடை* வெளியிட்ட கவிதைகள், கதைகள், நாடகங்களில் இந்த வரட்சியின் குணம், பெரும்பாலானவற்றில் காணக்கிடைக்கிறது.

இன்றைய இந்த வரட்சியின் மூலகங்களைத் தேடினால் - *எழுத்து*வில் சி.சு.செ. செய்த மொழிபெயர்ப்புக்கதைகளில் உபயோகிக்கப் பட்ட நிடரான உரைநடை ஆங்கிலமூலத்தின் வசனக்கட்டமைப்பை அப்படியே தமிழில் தரச்செய்த முயற்சியின் விளைவெனினும், அதில் ஒரு வரட்சியின் சாயலே இருந்திருக்கிறது. பொதுவாகவே சி.சு.செ.யின் உரைநடை வறட்சியானது என்ற மதிப்பீட்டை, இந்த அவரது மொழி பெயர்ப்புகள் உருவாக்கி இருந்தன. மேலும், *எழுத்து*வில் அவர் தொட ராக எழுதிய *ஜீவனாம்சம்* என்ற தமது நாவலில், ஒரு மனோநிலைத் தொடர்ச்சியைச் சித்தரிக்கும்போது, *வாடிவாசல்* போன்ற தமது நாவல் களில் இல்லாதவிதமாக உரைநடையை உபயோகித்தார். *ஜீவனாம் சத்*திலும் இந்த வறட்சியின் சாயல் இருக்கிறது.

ஏற்கெனவே மணிக்கொடியில் எழுதி, அவ்வவ்போது தமிழின் மிகச்சிறந்த சிறு கதை யாசிரியர்களுள் ஒருவராகக் கருதப்பட்டு வந்த மௌனி, இவ்விடத்தில் குறிப்பிடப்பட வேண்டியவராவார். சுமார் 25 கதைகளே எழுதி இருக்கும் இவரைக் க.நா.சு., எழுத்துவின் ஆரம்பகாலத்தில், மிகவும் உயர்ந்த எழுத்தாளராக குறிப்பிட்டு, தொடர்ந்து ஸ்டார் பிரசுராலயத்தின் மூலம் மௌனியின் கதைத் தொகுதி ஒன்றை, *அழியாச்சுடர்* என்ற தலைப்பில் வெளிக் கொண்டுவந்தார். பிறகு, புனர்பிரசுரமாக *மௌனி கதைகள்,* ஏற் கெனவே வந்த கதைகளும் புதியனவுமாக இரண்டு தொகுதிகளில் வெளிவந்துள்ளன. எழுத்துவில் சி.சு.செல்லப்பா, தமது நீண்ட தொடர்கட்டுரையான 'மௌனியின் மனக்கோலம்' மூலமும் நான் இரண்டு மூன்று கட்டுரைகளிலும் இந்த ஆசிரியரைப்பற்றி எழுதி, அவற்றின் விளைவாக, மௌனி மிக முக்யமான ஒரு எழுத்தாளராகத் தெரியலானார். கவித் தன்மையுடன் ஆழ்ந்த மனோநிலைகளைச் சித்தரித்த மௌனியை, நான் இந்தச் சிறப்புகளுக்காகத் தனித்த சாதனையாளராகக் கணித்திருந்தேன். தொடர்ந்து வெங்கட் சாமி நாதன், ந.முத்துசாமி போன்றோரை, மௌனியுடன் நேரில் பழகவும் தொடர்பு படுத்தினேன். இந்த இரண்டும் ஒரு புதுவிளைவை ஏற் படுத்திற்று என்பது, எனது கணிப்பாக அன்று இருந்தது.

எனது கட்டுரைகளை மதித்து வரவேற்றுப் பிரசுரித்தவரெனினும், சி.சு.செல்லப்பா, நான் மௌனியை அளவுமீறிச் சிலாகிப்பதாகவே நினைத்தார். அவரது பார்வையில், தமிழ் புதுக்கவிதையின் முன் னோடியான ந. பிச்சமூர்த்தி, அவரது கவிதைகள் மூலம் பிறந்து வளர்ந்த புரட்சிகரமான புதுக்கவிதை இயக்கத்துக்காகவும் அவரது தத்துவார்த்தப் பார்வைக்காகவும், மௌனியைவிட முக்யமான வராக தென்பட்டார். எனது பார்வையில், மௌனியினது இலக்கியச் சிறப்பு அதை உணரத்தக்கவர்களால் தமிழுக்கு ஒரு புதிய பரி மாணத்தை தரக்கூடியது என்பதாக இருந்திருக்கிறது. இருந்தும், ந.பிச்சமூர்த்தியின் கவிதைகளைப் பற்றியும் நான் நிறைய எழுதி இருந்தேன் என்பது கவனத்துக்கு உரியது. மௌனியின் ஆளுமை மூலம் தமிழில் ஏதும் புதிய இலக்கியப் பிரக்ஞை ஏற்படலாம் என்ற நம்பிக்கையிலேயே, முன்பு கூறியபடி சிலரை அவருடன் தொடர்பு படுத்தினேன். இந்தச்சிலர், புதிய தலைமுறையினர். இவர்களுக்கு முந்திய தலைமுறையினரான சுந்தர ராமசாமி, கிருஷ்ணன் நம்பி

ஆகியோரும், ஏற்கெனவே மௌனியுடன் தொடர்பு கொண்டிருந்தனர். மௌனி மிகவும் தீவிரமாக ஒரு இலக்கியப் படைப்பை விமர்சிக்கக் கூடியவர். நான் ஏற்படுத்திய தொடர்பின் விளைவாக வெங்கட் சாமிநாதன் (இவர் சிலவேளை படைப்பு களையும் பெரும்பாலும் ஆசிரியர்களையும் கலாச்சார நிலைகளையும் பற்றி, அதுவும் விமர்சனங்கள் என்று கூற முடியாத கட்டுரைகளை எழுத்துவில் ஆரம்பித்து எழுதி வருபவர்), மௌனி இருவரும் பரிமாறிக் கொண்ட கடிதங்களை, மௌனி எனக்குக் காட்டியதில் ஒரு ஞாபகம் இருக்கிறது. தி.ஜானகி ராமனின் நாவலில் வரும் வர்ணனை ஒன்றைப்பற்றிய விபரம் இது. கோபுரத்தின் உச்சியில் இருந்து காக்கை ‘கரைதல்’பற்றி (கத்துதல், உருகுதல் என்ற இரண்டு பொருள்களில்) தி.ஜா. எழுதியதை, வெ.சா. தமது கடிதத்தில் மேற்கோள் காட்டி ரஸித்திருந்தார். இந்தச் சிலேடை ஒருதளத்தில் ஸ்தம்பித்துவிட்டதை மௌனி விளக்கினார். மௌனியின் தீட்சண்யம், காக்கையில் இருளைக் கண்டு, அந்த இருள் கரைதலாக தி.ஜா. வினால் உணரப்படாததைச் சுட்டிக்காட்டிற்று. இதே போன்று, நேர்ப்பேச்சுகளில் விமர்சனத் துணுக்குகளாகப் பல அவரிடமிருந்து பிறந்தன. இந்த அவரது விமர்சன குணம், புதிய தலைமுறையினரின் சுரணைக்கு அவசியம் என்பதை முன்னிட்டே, மேற்கூறியபடி புதியவர்களை அவருடன் பழகத் தொடர்பு படுத்தினேன். நடந்தது நான் எதிர்பாராத ஒன்றாக இருந்துவிட்டது - மௌனியின் தனி மனித குறைபாட்டினையும் இந்த விளைவுக்கு ஒரு காரணமாகக் காட்டலாம். அவர் தமது படைப்புகளைப்பற்றி மட்டுமே, அதுவும் மூர்க்கம் என்று கருதத்தக்க பிடிவாதத்தோடு பேசுகிற குறைபாடு உள்ளவர். இது அவரது குறைபாடாக பிறரால் குறிப்பிடப்பட்டு அவரை எட்டிய போதும், அவரால் தவிர்க்க முடியாத ஒன்றாக நீடித்திருக்கிறது; தமது எழுத்துக்களை வெறுமே உதாரணமாக்கி, முக்யமாக விமர்சனப் பொருட்களைப் பேசுவதாகவே அவர் இதற்கு சமாதானம் சொல்லுவார்.

உண்மையில், இது மிகவும் ஆழமான தளத்தில் அவரது மனோவியலில், சுயமுக ரஸனை (Narcissism) என்ற சிடுக்காகவே இருந்திருக்கலாம். அவருடன் பழகியவர்களில், அசோகமித்திரன் (ஜ.தியாகராஜன்) போன்று அவரது இந்த குணத்துக்காக அவரைக் குறைத்து மதிப்பிட்டவர்களானாலும் சரி, ந.முத்துசாமி போன்று

உயர்த்தி மதிப்பிட்டவர் களானாலும் சரி, அவரது ஆளுமைக்கு வசப்பட்டார்கள். இது வலிமையற்ற இவர்களது சுயாதீன சக்தி களையே காட்டுகிறது. கிருஷ்ணன் நம்பியும் இவ்விதம் மௌனி யினால் ஆளுமைப் படுத்தப்பட்டவர் என்றே தெரிய வந்தது.

'மௌனியைப் போல எழுதவேண்டும்' என்று அர்த்தமற்று அபத்தமாக, நேர்ப்பேச்சில் என்காதில் விழ, கிருஷ்ணன் நம்பியும் ந.முத்துசாமியும் அடிக்கடி ஜபித்திருக்கிறார்கள். மௌனியின் இலக்கியத் தரத்தில் எழுத வேண்டும் என்ற அர்த்தமாக இது ஒலிக்க வில்லை. ஏனெனில், தரம் என்பது யாரோ ஒரு எழுத்தாளனின் பெயரோடு மட்டும் இணைந்த ஒன்றல்ல. மௌனியைப் போல எழுதுவது என்றால் என்ன என்று உணர, மௌனியிடமே கேட்டி ருக்கவேண்டும் என்றே நினைக்கிறேன். அந்த வகையில் இது வேறு யாருக்கும் அர்த்தமாகாத ஒன்று. தமது எழுத்தின் சிறப்புகளைத் தமது நேர்ப்பேச்சு விமர்சனத்தின் மூலம் தாமே சிலாகிக்கிற அவரு டைய விமர்சனப்பார்வையின் சிறப்பைத்தான் இது எனக்கு காட் டிற்றேயன்றி, அவரது எழுத்து யாவராலும் பின்பற்றப்பட வேண் டும் என்பதை அல்ல. ஏனெனில், மௌனியின் தனித்த மனிதக் குணங்களும் அடிப்படைப் பயிற்சியுமே, அவரது கதைகளை அவை எத்தகையனவோ அத்தகையன ஆக்குகின்றன. அவரது பயிற்சி அட்சர கணிதவியல். அவருக்கு தத்துவ நூல்களில் ஈடுபாடு. அவரது தனிப்பட்ட வாழ்க்கையில், குடும்பத்துக்குப் புறம்பான அநுபவங்கள் இருந்திருக்கின்றன. இவற்றோடு, அவரிடம் பொது மதிப்பீடு (General sense of values) குறைவு. இந்த குணம், சுயமுக ரஸனையின் பாற்பட்ட ஒன்றுதான். இதன் தீர்க்கமான தளத்தில், இது ஒருபுறம் யந்திர நுட்பங்களைச் சார்ந்த திறனாகவும் இன் னொருபுறம் ஒரு விவாதப் பொருளின் மிக நுண்ணிய பகுதியை மட்டும் கவனிக்கும் திறனாகவும் அவரிடம் செயல்பட்டிருக்கிறது.

இந்த நுண்ணிய ஒற்றைப் பார்வையும் சநாதனமும், அவரால் பொதுமதிப் பீடான சமூகமதிப்பீடுகளை உணர விடவில்லை என நான் கருதுகிறேன். சுயமுக ரஸனையும் சமூக மதிப்பீட்டின்மையும், அவரது பிரக்ஞையின் பிரச்னைக்களங்களை ஒடுக்கி இருக்கின்றன. இது பாதகமானதல்ல; பிரச்னைக் களம் ஒடுங்கியதெனினும் ஆழ மாக துருவிச் சென்றிருந்தால், மேலும் அவர் எழுத உந்துதல் பெற் றிருப்பார். ஆனால், தன்னுள் ஆழ்வதற்கென இயற்கையான நிச்

சலனத்தை, மனோபங்கத்தின் மூலம் அவர் நாடவில்லை. இதற் கெனச் சில லாகிரிப்பொருட்களை, ஸி.சுப்ரமண்ய பாரதி போன்று உபயோகித் திருக்கிறார். அவரது எழுத்தில் காலம் ஸ்தம்பிக்கும் விதமான தரிசனங்களுக்கு மூலகம், இதில் இருந்திருக்கிறது. இவற் றால் பொதுவாக, மௌனியின் கதைகளே விசேஷ அழுத்தங்களைப் பெற்றன என்பதுதான் கவனிக்கப்பட வேண்டும்.

'கதை' என்றால், நிகழ்ச்சிப் பின்னலும் பாத்திர சக்திகளின் உறவுகளினால் நிர்ணயிக்கப்படும் திருப்பங்களும் நிசதர்சனரீதி யான வகையில் நம்பவைக்கிற, அல்லது கவித்வமான வகையில் செம்மை பெறுகிற சம்பவங்களும் - இவற்றுள் ஒன்றோ முழுவ துமோ - உள்ள வடிவம். இந்த வடிவம், இலக்கிய சரித்திரங் களினூடே எண்ணற்ற பரிசோதனைகளுக்கு உட் பட்டிருக்கிறது. இருந்தும் கதையின் லட்சணம், கேட்பவனை, படிப்பவனை ஆட் கொள்வதாக அமைய வேண்டும் என்பதே. அவன் கதையின் எத் தகைய அம்சங்களுக்கு வசப்படுகிறான், படிப்பவனை எத்தகைய அம்சங்கள் மூலம் கதையினால் வசப்படுத்த முடியும் என்பன வற்றை முன்னிட்டு, வாசகனின் தரமும் கதையின் தரமும் கணிக்கப் படுகின்றன.

பாத்திரங்களின் மனோநிலைகள், அவற்றின் உள்முரண்கள், அவற்றின் காரணங்கள் ஆகியவற்றைக் கதையின் கருக்களம் (Ground of action அல்லது Theme) ஆக்கி, நவீன இலக்கியங்கள் பிறந்தன. கருக்களம் என்பது கரு (PLOT) அல்ல. கரு, பெரும்பாலும் நிகழ்ந்த வற்றின், செய்யப்பட்டவற்றின் பின்னலைக் குறிக்கிறது. இதுவே பெருமளவுக்கு கதையம்சமாக வெளித் தெரியவும் கூடும். கருக் களம் கருவைவிட உறுதிபெற்ற படைப்புகளில், 'கதை' என்று சொல்வதற்கு அதிகம் ஏதும் இராது. ஆனால் படிப்பவனை ஆட் கொள்ளும் குணம், வெறுமே 'கதை'த்தன்மை என்று பொதுவாக கொள்ளப்படும் கருவில் மட்டும் தங்கிய ஒன்றல்ல. ஏற்கெனவே மேலே, அது கதாசிரியனின் வீர்யத்திலும் படைப்பின் உயிர்த் தன்மையிலுமே தங்கியிருக்கிறது என்று கூறியுள்ளேன்.

மௌனியின் கதைகளில் கருக்களம்தான் விபரம் பெறும். இது வும், ஒரு நுண்ணிய மனப் பிரதிமையின் விரிவாகவே இருக்கும். கருவுக்கு அவர் அக்கறை காட்டியதில்லை. மனப் பிரதிமையாக விரிவு பெறும் தர்க்க பூர்வமான நிறைவே அவரது கருவை, கதைக்

குணத்தை ஆக்ரமித்தது. அவருடன் செய்த நேர்ப்பேச்சுக்களின் விளைவாக, இந்தக் குணத்தை ஓரிருவர் அறிந்தும் மற்றைய பிறர் அறியாமலும் சுவீகரித்தனர் - அதுவும், இது மௌனியிடம் இயல் பாக விளைந்ததற்கான காரணங்களை அவரது தனித்த வியக்தியில் காணாமல், குருட்டுத்தனமாகச் சுவீகரித்தனர் என்றே நான் நம்பு கிறேன். மௌனியின் கதைகளில் பெயரற்றுத் தோன்றி அமையும் 'அவன்', 1960க்களின் பின் பகுதியிலும் 1970-க்களின் ஆரம்பத்திலும், புதிதாக எழுத வந்தவர்களைப் பீடித்தது. மேலும், கருக்களம் என எதையும் கருவைவிடப் பிராதானமாக்கத் தக்க சிறப்பான சக்திகள் எதுவுமற்று, கருவுக்கு முக்யத்துவமில்லாமலே எழுதும் பழக்கத் தையும் மேற்கொண்டனர். இதற்கு சமாதானமாக, அ - கதை, கதையற்ற கதை (Anti - Story, Non - Story) என்ற புதிய மேல் நாட்டுப் பிரயோகங்களையும் சிலர் பிரயோகித்ததுண்டு.

மேலைநாட்டு அ - கதைக்காரர்களோ, கருவைவிடக் கருக் களத்தை விபரிப்பதன் மூலம், உயிர்தன்மையை வீர்யத்தை வெளி யிட்டனர். அவர் களது கருக்களங்களாக மனோதத்துவப் பிரச்னை கள், அல்லது குறியீட்டுத் தன்மைகள், அல்லது வக்ரமான பாத்ர சிருஷ்டிகள் அமைந்தன. இந்த எதுவுமோ, அல்லது வேறுவகை களில் உக்ரமான எதுவுமோ, தமிழ் அ - கதைக்காரர்கள் என மௌனிக் குப் பிறகு வர்ணிக்கப்பட்ட எவரிடமும் இல்லை. இதன் அடிப் படைக் காரணம், இவர்களுள் எவரிடமும் பிரச்னையின் குணம் இருக்காதது தான். மேல்நாட்டு அ-கதையினரின் வீர்யத்தை தூண்டிச் செலுத்தியதே, அவர்களது பிரச்னை சார்ந்த பிரக்ஞையாகும். நா.முத்துசாமி, அசோகமித்திரன் போன்றோரிடம், 'அவன்' என்ற மௌனியின் அநாமதேயப்பாத்திரம் இல்லையெனினும், பிரச்னை எதுவும் அற்று எங்கோ ஆரம்பிக்கும் தோரணை கையாளப்பட்டது. மௌனியின் சிந்தனைச் செறிவு, இப்படி எங்கோ ஆரம்பித்து, எங்கென்றில்லாமல் செல்லும்போதே, புலனுலக வர்ணிப்புகளி லும் அவற்றை எதிரொலிக்கும் மனோநிலைகளிலும் காலம் சார்ந்து இயங்கும் பிரக்ஞையின் சாயலை எழுப்பத்தக்கது. இதிலும் ஒரு மனோநிலைப் பிரச்னையை மௌனி ஒரு கருச்சரடாக அநுசரிப்ப துண்டு. ந.முத்துசாமி, மௌனியின் பின்னலான சிந்தனையினா லேயே அவரது நடையில் பின்னல் உண்டாகிறது என்பதை உணரா மல், தமது வரட்டுத்தனமான வாக்கியங்களை வில்லங்கமாக முறுக்

கினார். ஒரு மனோநிலையின் பிரதிமையாக, பலனாக, வர்ணனையை மௌனியின் கவித்வம் எழுப்புவதை உணராத அசோகமித்திரன், புலனுலகத்தின் விபரங்களை வழவழா என்று எழுதிக் கொண்டே போனார். இவற்றோடு, ந.முத்துசாமியிடம் ருசிகரத்துக்கு எதிர்வாதமான இலக்கியப் பிடிவாதமும் இருந்தது.

இந்தப் பிடிவாதம் இன்றி பத்திரிகைகளின் வெகுஜன ரஞ்சகத்தில் மோகித்த அசோகமித்திரனிடம் கருவுக்கு முக்யத்வம் தந்து பின்னலான நிகழ்ச்சிகளை உருவாக்கும் அளவு கற்பனை இல்லை; ஏன், இன்று எழுதும் தலைமுறையினருள் எவருக்கும் இந்தத் திறன் இல்லை. இதனால், வெகு ஜனரஞ்சக உலகினுள், அவருக்கு அவர் விரும்பிய பெரிய வரவேற்பும் கிடைக்காமல் போய்விட்டது. 1960 பெப்ரவரி *எழுத்து* (எண் 14) இதழில் அவர், ஜ.தியாகராஜன் என்ற பெயரில் எழுதிய ‘மஞ்சள் கயிறு’, அவரை இலக்கியத் திறனாளி என்றே எனக்கு இனம் காட்டிற்று. ஆனால், இலக்கியப் பிடிவாதத்துக்கு எதிரான ஒரு சபலத்தின் வசப்பட்ட இவர், தமது சுயாதீனமான இலக்கியசக்திகளைப் போஷிக்காமல், ஜனரஞ்சகமாகக் கதைக் கருவை முக்யத்வப்படுத்தி எழுதவும் இயலாமல் ஆன இரண்டும் கெட்டான் நிலைமை, இலக்கியப் பிடிவாதகாரர்களுக்கு ஒரு சாதகமான வாதத்தை அமைத்திருக்கலாம்.

இவர் தமது பிற பத்திரிகைக் கதைகளை *எழுத்து*வுக்கு அனுப்பி இருந்தால், நிச்சயமாக சி.சு.செல்லப்பா அவற்றை நிராகரித்திருப்பார். அதே சமயத்தில், பிற்கால *எழுத்து* வெளியிட்ட கட்டுரைகளும் தீட்சண்யத்தைக் காட்டவில்லை.

மேலும், *எழுத்து*தான் சமகால இலக்கிய மதிப்பீடுகளுக்கு ஒரே ஒரு பிரதிநிதி என்ற நிலை, பலரால் வெறுக்கப்படும் அளவுக்குப் பரவிவிட்டது. இந்த பிரதிநிதித்துவம் தம்மை ஏற்கவில்லை என்பதே வெறுப்பின் காரணம். ‘மஞ்சள் கயிறு’ என்ற கதைக்குப் பிறகு *எழுத்து*வால் நிராகரிக்கப்பட்ட அசோகமித்திரன் (ஜ.தியாகராஜன்), அந்தக் கதையைவிடச் சிறந்ததாகவோ, அதன் தரத்துக்கோ, வேறு எதையும் எழுதவில்லை எனக்காணும்போது, இந்த நிராகரிப்பில் அநீதி தெரியவில்லை. டி.கே.துரைஸ்வாமி (நகுலன்) *எழுத்து*வில் எழுதியவையே, சிதறலாகவும் ஆரம்பத் தனமாகவும்தான் இருந்தன. போகப்போக, விவாத அடிப்படை களோ, ஆதாரங்களோ இல்லாத பார்வைகள்தாம் இவரிடமிருந்து வெளிப் பட்டன என்று

காணும்போது, *எழுத்து*வுடன் இவரது தொடர்பு நின்றமை ஏன் எனப் புரிகிறது. பின்னாடி இவர், இன்று எழுதி வந்தவை மிகவும் தரம் குறைந்த கட்டுரைகளே. ஏற்கெனவே, *எழுத்து*வின் ஆறாவது இதழுடனேயே, சி.சு.செல்லப்பா நிறுவ முயன்ற சார்பற்ற பார்வை, பெ.கோ.சுந்தரராஜனின் கட்டுரை மூலம் க.நா.சுப்ரமண்யத்தைத் தாக்கியமை, க.நா.சு.வுக்கும் *எழுத்து* வுக்கும் தொடர்பு முறியக் காரணமாயிற்று. இந்தப் பின்னணிகள், இந்தக் கட்டுரையின் பொருளைக் கிரகிக்க அவசியமானவை.

*எழுத்து*வைத் தொடர்ந்த *நடை* பத்திரிகையில், அதைவிட அழுத்தமாக, அதைத் தொடர்ந்து பிறந்த *கசடதபற* என்ற பத்திரிகையில் - *நடை*யில் தலை காட்டி, *கசடதபற*வில் ஒருசம்பிரதாய கோஷமாக - இலக்கிய பிடிவாதம் கடைப்பிடிக்கப்பட்டது. இந்த பிடிவாதக்காரர்கள், முதன்மையாக வரட்டுத் தனமாக எழுதியதையும் அதற்கான ஆளுமைகள் எவையாக இருக்கலாம் என்பதையும் ஏற்கெனவே ஆய்ந்துள்ளோம்.

*எழுத்து*வில் கவிதைகளை எழுதிய சி. மணி, தாம் நடத்திய *நடை*யில் வே. மாலி என்ற பெயரில் கவிதைகளை எழுதினார். *எழுத்து*வில், ஆரம்பத்தில் உயிர்த்தன்மையும் ஆழமும் இசைய எழுதிய இவரது எழுத்து காலக் கவிதைகளிலேயே, போகப் போக ஒரு வரட்சி தென்பட ஆரம்பித்தது. சி.சு.செல்லப்பா செய்த கவிதை முயற்சிகளிலும் இந்த வரட்சி இருந்தது. ஆனால், சி.சு.செ. இதை - முக்யமாக சி. மணியின் கவிதைகள் விஷயத்தில் - அறிவியல் தன்மை என்று நேரில் பேசும்போது குறிப்பிட்டிருக்கிறார். எனக்கு இது உயிரற்ற குணமாகவே தென்பட்டது. அறிவுப்பாங்கான குணம் என்பது இரண்டு வகைப்படும். ஒன்று பேரிலக்கியங்களைச் சுட்டி நிற்கும் பிரயோகங்கள்(Classical allusions); இந்த குணம் சி.மணியின் கவிதைகளினது மொத்தத் தொனியுடனோ, கவிதையின் செய்தியுடனோ இயல்பாகச் சேர்ந்து நிற்பதில்லை; சி.மணியினிடத்தில், இந்தச் சுட்டுதல்கள் தவிர்க்கப்படக் கூடிய விதமாகவே கவிதையின் சாரம் இருக்கும். அடுத்த அறிவியல் குணம் சிந்தனை அம்சம். இது சி. மணியிடம் இல்லை. உள்ளவை என்னவோ, உணர்வின் தன்மை ஏறாமையால் வலிமைகுன்றிக் கெட்டித்தனமாக சொல்லப்பட்ட வாசகங்களாக தேங்கி விடுகிறவையாகும். உணர்வின் தன்மை இல்லாமையால், வலிமை குன்றிய பிரயோகங்கள் சிந்தனை அம்

சங்கள் ஆகாது. மேலும், சிந்தனை அம்சங்கள் பின்னலாகவும் கவிதையினது அம்சங்களான உருவகங்கள் போன்று அறிவுக்கு வியப்புகளை ஏற்படுத்தத்தக்கனவாகவும் இருத்தல் வேண்டும். தமிழில் இத்தகைய கவிதைகளை, மௌனியின் உரைநடையில் தவிர வேறு எங்கும் காண முடியாது.

தொடர்ந்து, தமது *நடை*யில் சி. மணி, வே.மாலி என்ற பெயரில் எழுதியவை மேலும் வறண்டுவிட்டன - உருவில் சிறிதாக அவர் எழுதிய வற்றில் தவிர *நடை*யின் வே. மாலி கவிதைகளின் தரம் குறைவுபற்றி எனக்கும் சி.சு.செ.க்கும் ஒரே அபிப்ராயம்தான். சி.மணி யின் வறட்சிக்கு ஒரு காரணம், பிரயோகங்களைச் சிக்கன மாக்கச் வேண்டும் என்ற அகாரணமான பிடிவாதம் என்றே, அவரது கவிதை களிலிருந்து தெரிகிறது. இந்த பிடிவாதத்திலும், இலக்கியப் பிடி வாதம் என்று நாம் ஏற்கெனவே குறிப்பிட்டதின் சாயலைதான் காண முடிகிறது. மற்றபடி சி. மணி (வே.மாலி), 'மினி ஸ்கேட்' போன்ற மேலோட்டமான சமூகவக்ரங்களை, அவற்றின் ஆழத்துத் தூண்டு தல்களை ஆராயாமல் கேலி பண்ணி எழுதினார். *நடை*யில் இத்தகைய சமூக விமர்சன(?)ங்களைப் படித்த எனக்கு, நிலமையில் ஒரு சரிவு தான் தென்பட்டது. ஏற்கெனவே, 'பச்சயம்' என்ற கவிதையில் பச்சையாக எழுதுவதற்கு இலக்கியரீதியான காரணங்களைக் காட் டாமல், குழந்தைகளைப் பெற்று அவற்றைப் பிறர்முன் நிலவ விட்டுக் காட்டுவதையும் பச்சையம் என்றே வாதிட்டவர் சி.மணி. குழந் தைகளைப் பார்த்ததும் மனம் கொள்வது, பச்சையத்துக்கு - செக்ஸுக்கு - முற்றிலும் எதிர்த்திசையில் செல்கிற உணர்வைத்தான் என்பதையே உணராத உடற்கூற்று (Clinical) பார்வை சி.மணியினுடையது. இது அவரது 'அறிவியல்' பாங்கு எவ்வளவு முதிர்ச்சி யற்ற, வரண்ட ஒன்று என்பதற்கு உதாரணமாகும். மற்றபடி, ஜப்பானிய ஹெய்கு என்ற சிறிய வடிவக் கவிதைகளை, ஆங்கிலமூலத்திலிருந்து *நடை*மூலம் தமிழில் தந்த இவர், இந்த வடிவத்தை லேசாக எதிரொலித்து எழுதி யவை, ஓரளவு சிறந்த கவிதைகளாக அமைந்துள்ளன. ஆனால், ஹெய்கு முறை முற்றிலும் விஷேச மானது.

ஹெய்குவில், முதல் கூற்று ஒரு விஷயத்தைப் பற்றியதாகவும் இரண்டாவது கூற்று முற்றிலும் முதலாவதுக்கு சம்பந்தமில்லாத இன்னொரு விஷயத்தைப் பற்றியதாகவும் இருக்கும்; மூன்றாவது கூற்று இந்த இரண்டையும் பிரிக்கமுடியாத ஒருதளத்தில் இணைக்

கும். இந்த முறை, ஜப்பானிய தியான (ஜென்) கலாச்சாரத்தையும் அதற்கு முன்னோடிகளுள் ஒன்றான சீனத்துப் பேரியற்கை (தா ஓ) கலாச்சாரத்தையும் பிரதி பலிப்பது. மேலுள்ள வகையில் ஹெய்கு எழுதப்படுவதன் காரணமும் அந்த முறையை வெற்றிகரமாக கையாளக்கூடிய அடிப்படை மனப்பயிற்சியும், அந்தக் கலாச்சாரங்களினால் பெரிதும் கௌரவிக்கப்படுகிற இயல்புணர்வு (Spontaneity) என்ற மனோசக்தியைச் சார்ந்தவை. அந்தக் கலாச்சாரத்தில், இயல்புணர்வு ஒரு மனிதனது பரிபூர்ணத்துவத்துக்கான உரைகல் ஆகும். ஹெய்கு முறையை வெறும் சொற்சித்தாக நினைத்துத் தமிழில் எழுதியவர்களுக்கு, இவை புரிந்திருந்தனவா என்று தெரியவில்லை. இந்த அடிப்படைகள், ஹெய்குகளை அவ்வப்போது வெளியிட்ட *நடை*, *கசடதபற* ஆகிய பத்திரிகைளில் பிரஸ்தாபிக்கப் படவில்லை. வேடிக்கை என்னவென்றால், இந்த பத்திரிகைகளில் எழுதியவர்களிடத்தே, இயல்புணர்வே இல்லாமல், அல்லது மிகவும் குறைந்து காணப் பட்டது என்பதுதான்.

*எழுத்து*வின் இறுதி வருஷங்களில், *எழுத்து*விலேயே இந்த குறைபாடு தலைதூக்கி விட்டதை முன்பே குறிப்பிட்டிருந்தேன். பிச்சமூர்த்தி, வயோதிகத்தின் மனக்களைப்பி னாலோ ஏதோ, தரக் குறைவான கவிதைகளையே இந்தக் கால கட்டத்தில் எழுதினார். *பிச்சமூர்த்தி கவிதைகள்* தொகுப்பின் இறுதியில் இவை உள்ளன. உணர்வின் வேகமும் பிரயோகங்களின் பின்னலான அழகும் சொல்லாமற் சொல்லி உள்ளுணர்த்தும் சிறப்பும், இந்த கவிதைகளில் இல்லாமலே ஆகிவிட்டன. *எழுத்து*வின் தீவிரமான புதுக்கவிதை இயக்கத்தின் ஆண்டுகளில், இத்தகைய கவிதைகளை ஒரு புதியவர் அனுப்பி இருந்தால், நிச்சயமாகச் சி.சு.செல்லப்பா நிராகரித் திருப்பார்; ஏன், செல்லப்பா எழுதி வெளியிட்டுக்கொண்ட கவிதைகள் பற்றிக் கூட இதைச் சொல்லலாம்.

இவ்விதம், சமீப கால இலக்கியம் எனக் குவிந்துள்ளவை, பெருமளவுக்கு இலக்கியத்தின் அடிப்படைத் தன்மையான ஈர்ப்பு சக்திகூட அற்றவையாகத்தான் உள்ளன. இதன் விளைவாக, உயிரற்ற வகையில் எழுதுவதே இலக்கியம் என்று பிரமை கொள்ளுமளவு, ருசிகரமில்லாத குணத்தை இலக்கிய அளவையாக இந்தச் சூழல் கைக் கொண்டுள்ளது.

1, Augest. *1979*

Department of Tamil, University College, Trivandrum.

சர்ச்சை

கேள்வி: வெகுஜன ரஸனையை ஈர்க்கும் பத்திரிகைக் கதைகள், சினிமாக் களில் உள்ள கதைகள் - இவையும் ஈர்ப்பு சக்தியினால் தானே ஜனங்களைக் கவர்கின்றன? இந்த அளவுகோல் அவற்றை உயர் தரமாக்குவதில்லையே?

பதில்: உங்கள் கேள்வியில், நீங்கள் ஈர்ப்பு சக்தி - கவர்ச்சி என்ற இரண்டு பதங்களை விசாரணையின்றி பிரயோகிப்பதிலிருந்தே, விஷயம் உங்களுக்கு புரியவில்லை என்று தெரிகிறது. வெகுஜனத் தினரைக் கவர்வது என்பது சில formulaக்களின் மூலம்தான்; கதை களின் மூலம் கூட அல்ல. சுவாரஸ்யமான கதைகளை நீங்கள் தமிழ் - இந்திய வெகுஜன மீடியங்களில் காணமுடியாது. கவர்ச்சிக்கான formulaக்களையே காணமுடியும். கதைகள், வெறும் பாட்டி கதை யிலிருந்து இலக்கிய உருவம் வரை - இந்தக் கவர்ச்சி நிலையை யும்விட ஆழமான பின்னல்களை உடையவை - தரத்துக்கு ஏற்ற வாறு. இந்தப் பின்னல் ஈர்ப்பு சக்தி கொண்டது.

கேள்வி: சுவாரஸ்யம் என்பதுக்கும் பிரச்னைக்கும் என்ன சம்பந்தம்? பிரச்னை இல்லாமல் கதை எழுத முடியாதா?

பதில்: பிரச்னையின் தளத்தைப் பொறுத்து ஓரொருவருக்கு அதில் சுவாரஸ்யம் ஏற்படவே செய்யும். நோய், முதுமை, மரணம் ஆகிய பிரச்னைகள் கௌதம புத்தரைத் தூண்டி, மெய்மையை நோக்கி இட்டுச் சென்றுள்ளன. இந்த ஈர்ப்பு சக்தியையே சுவாரஸ்யம் என்கிறேன்; பொழுதைப் போக்க உதவும் மனோநிலையை அல்ல.

பிரச்னையின் இத்தகைய ஈர்ப்பு சக்தி இல்லாத நிலையில், நீங்கள் எதுஎழுதினாலும் அது வரண்டே தெரியும். பிரச்னை இல்லாமல் கதை எழுத முடியாதா என்று கேட்பதைவிட, கதைத்தன்மை அற்றே பிரச்னையின் ஈர்ப்புச் சக்தியை உருவாக்க முடியாதா என்று நீங்கள் கேட்டிருந்தால் உபயோகமாக இருக்கும். கருக்களம் என்ற குணத்தை மட்டும் கொண்டு பிரச்னைத் தன்மையை வெளியிடுவது பற்றி நான் கட்டுரையில் கூறிஉள்ளேன் - கதைத்தன்மை, அதாவது பின்னலான கரு (plot) இல்லாமலே எழுதுவது பற்றி.

கேள்வி: மௌனியின் கதைகள் எல்லாம் பிரச்னைத் தன்மையைக் கொண்டா சுவாரஸ்யமாகின்றன?

பதில்: மௌனி பிரச்னைகளையே எழுப்பி இருக்கிறார். ஆனால், அவை சூஷ்மமான பிரச்னைகள். இருந்தும், 'சாவில் பிறந்த சிருஷ்டி' என்ற ஒரு கதை தவிர மற்ற அவருடைய கதைகள் யாவும், பிரச்னையின் ஈர்ப்பை ஆரம்பத்திலிருந்து முடிவு வரை ஏற்று இயக்க வில்லை. சூஷ்மத்தை நோக்கி ஈர்க்கிற ஸ்தூல பிரதிநிதித்துவம், அவருடைய கதைகளில் பூரணமடையவில்லை - 'சாவில் பிறந்த சிருஷ்டி'யில் தவிர. அந்தக் கதையைவிட உயர்வாக, 'பிரபஞ்ச கானம்' - 'மாறுதல்' - 'அழியாச்சுடர்' ஆகிய அவருடைய கதைகள் சூஷ்மத்தளத்தை சமைத்தால்கூட, அவற்றில் போதிய அளவு ஸ்தூலப் பிரதிநிதித்வம் இல்லை. இது மௌனியின் அடிப்படைக் குறைபாடு. இதன் காரணம், பிரச்னைகளின் புறவுலக நிதர்சனங் களைப் பற்றிய அவரது கோளாறான பார்வை என்றே நினைக் கிறேன். பிரச்னையின் புறவய வடிவத்தை பிரதிநிதியாகக் கொண் டிருந்தால், அவரது சூஷ்ம உலகம் மேலும் உறுதியாக வெளிப் பட்டிருக்கும்; அவரைத் தொடர்ந்து எழுதவும் வைத்திருக்கும்.

கேள்வி: நீங்கள் இதை இன்னும் சற்றே விளக்க வேண்டும்...

பதில்: புறவுலகில், ஜாதீயம், சமூகம், அரசியல் பற்றிய விஷயங் களில் மௌனி, வக்ரமான - முற்றிலும் சுயப்பிரதானமான - வைதீ கக் கோட்பாடுகளை மூர்க்கத்துடன் கடைப்பிடிப்பவர். இந்த மூர்க்கத்துக்கு அவர் ஆன்மீகச் சப்பைக் கட்டுகளையும் தருகிறார். ஆனால், இது முற்றிலும் லௌகீக மானது. *மனித விரோதமானது.* மனித விரோதமும் லௌகீகமும், பிரச்னைக் குணத்தைச் சுயப் பிரதானத்துக்கே உதவத் தூண்டும். இதனால், கலை யுணர்வுக்கு அவசியமான நீதிசார்ந்த விழிப்பு மங்கி விடும். இதுதான் மௌனி யின் கலையிலுள்ள அடிப்படைக் குறைபாட்டின் காரணம் என நம்புகிறேன். அவர் தொடர்ந்து எழுத முடியாமல் போனதுக்கும் இதுவே காரணமாகலாம்.

கேள்வி: கலையுணர்வுக்கு நீதிசார்ந்த விழிப்பு அவசியமா? அந்த விழிப்பு இல்லாத வனால் கலைப்படைப்புக்களைத் தரமுடியாதா?

பதில்: முடியும்; ஒரு மேதையினால் அது முடியும். ஆனால், தனது மேதமையை நீதிசார்ந்த விழிப்பு என்ற ஆகுதியின் உதவியோடுதான் அவன் தொடர்ந்து எரிய வைக்கலாகும். அந்த ஆகுதி இன்றேல், மேதமைகூட விழிப்பின்மையினால் ஸ்தம்பித்து விட இயலும்.

கேள்வி: அப்படியானால், அரசியல் போன்ற விஷயங்களைப்பற்றி மௌனி எழுதி இருக்க வேண்டும் என்கிறீர்களா?

பதில்: இது கம்யூனிஸ்டுகளின் பார்வை. நான் கூறுவதோ பிரச்னா பூர்வமான - நீதி சார்ந்த - விழிப்புகளைப் பற்றியேயாகும். கம்யூனிஸ்டுக் கலைச்சித்தாந்திகளிடம் எவ்வித விழிப்பும் இருப்பதாக எனக்குத் தோன்றவில்லை. அவர்கள், வெறும் கோஷங்களில் ஈடுபட்டுள்ள இன்னொரு வகை வரட்சிகர்த்தாக்கள்! பார்க்கப் போனால், வைதீகவாதிகளின் அதே விழிப்பற்ற மூர்க்கத்தையே, வேறு ஒரு கோணத்தில் நின்று இவர்கள் வெளியிடு கிறார்கள். அரசியல் போன்ற விஷயங்கள் பற்றி மௌனி எழுதி இருக்க வேண்டும் என்று நான் கூறவில்லை. தமது உள்ளுணர்வின் போஷணைக்கு அவர் மனிதாீதியான ஒரு செம்மையை பெற்றிருக்க வேண்டும் *என்றே* கூறுகிறேன். இதை அவர் பெறாததால், உள்ளுணர்வின் கிளர்ச்சியான கலையுணர்வு அவரிடத்தே ஸ்தம்பிதமாகிவிட்டது. ஆனால், தாம் தொடர்ந்து எழுதாத காரணம் தமிழ்மொழி தான் என்கிறார் அவர். இந்த அவரது விளக்கம், அவரது மூர்க்கத்தினையே - வெறுப்புணர்வையே - வெளியிடுகிறது. ஒருவனை எழுதவைக்கத் தான் அவனது மொழி இருக்கிறதே தவிர, அவனை எழுத மாட்டாமல் அடிக்க அல்ல! மௌனியைவிடப் பிரம்மாண்டமான எத்தனையோ எழுத்தாளர்கள் இருக்கிறார்கள். அவர்கள் எவரும் இத்தகைய அபத்தங்களை ஏற்கமாட்டார்கள். அது இருக்கட்டும், தமது சிந்தனையினை வெளியிடத் தமிழ் போதாது எனும் மௌனியின் மன இயக்கத்தை - சிந்தனை இயக்கத்தை - அமைத்தது எந்த மொழி. Witgenstein என்ற ஜெர்மானிய தத்துவவாதி, மொழி இன்றேல் சிந்தனையும் இல்லை *என்கிறார்.* சிந்தனைக்கு அப்பாற்பட்ட அநுபவங்களை மௌனி தமிழில் வெளியிட இயலாது என்றால்கூட, அவற்றை மனிதனின் எந்தமொழியிலும் வெளியிட முடியாது என்று தான் ஆகும். மௌனி எழுத மாட்டாமைக்கான காரணம் இது அல்ல.

கேள்வி: முத்துசாமியின் கதைகளில் வாக்யங்கள் அநாவசியமாகவா முறுக்கப் படுகின்றன? மௌனியைப்போல் அவரும் சூக்ஷ்மமான பிரச்னைகளை கையாள முயற்சிக்கவில்லையா?

பதில்: எழுத்துவில், 'தேனடையும் பாம்பும்' - 'கற்பனை அரண்' ஆகிய கதைகளில்தான் முத்துசாமியின் சுயத்தன்மை வெளியாகிறது. 'நீர்மை' ஒரு சிறந்த முயற்சி எனினும், அவரது இயற்கையான வளர்ச்சியிலிருந்து திசை தவறியதின் விளைவுகளில் ஒன்றுதான். 'இழப்பு' முன்னிரு கதைகளின் வரிசையில் வருகிறது. இந்த இயற்கையான, சுயமான முத்துசாமியின் உலகம், சூஷ்மமானதோ, தத்துவப்பாங்கானதோ அல்ல - வக்ரமானது! மனவியல் பிறழ்ச்சியை வெளியிடுவது; திடீரென உலகைக் கோணலாக்கிக் காட்டுவது. இதுதான் முத்துசாமியின் தனி மனித வியக்தியுடன்கூட ஒத்துவரும்; அவருடன் பழகியவர்களுக்கு இது தெரியும். ஆனால், 'மௌனியைப்போல் எழுதவேண்டும்' என்ற அவரது அசட்டு அபிலாஷை, இரண்டாம் கை எழுத்தாளர் (Derivative writer) ஆக அவரை ஆக்கியுள்ளது. ஆனால், இந்த அபிலாஷைக்காக அவர் உழைத்த பகுதிகளே, சூஷ்மத்தன்மை உள்ளவை யாக நமக்குத் தென்படுகின்றன. இந்த பகுதிகள், முயற்சியின் (effortன்) விளைவுகளே அன்றி, இயல்பாக (Spontaneous ஆக) பிறந்தவை அல்ல. இந்தப் பகுதிகள் தவிர்த்துக் கதையின் பெரும் பகுதிகளில், வசனங்கள் அநாவசிய முறுக்கத்தை அடைவது இதற்கு சாட்சியாகும். மௌனியின் கதைகளில் உள்ள சூஷ்ம விபரங்கள் இயல்பாக இருக்கும். அதோடு, அந்த விபரங்கள் அற்ற பகுதிகள் எளிமையாகவும் அமைந்திருக்கும்.

கேள்வி: மௌனிதான் இன்றைய வரட்சியை விளைவித்த குற்றவாளி என்கிறீர்கள்!

பதில்: அல்ல, அவரைப் போலி பண்ணத் தூண்டிய சூழலைத்தான் குற்றம் சாட்டவேண்டும். பொதுவாகச் சொன்னால், வீர்யமான சுயத்தன்மை உள்ளவன் பிறரைப் போலிபண்ணவே மாட்டான். பாவம், போலி பண்ணப் பட்டவன் இந்த நிலையில், எப்படிக் குற்றவாளியாக முடியும்?

கொல்லிப்பாவை : 9, 1979.

சுந்தர ராமசாமி 1974

31 புதிய புட்டியில் பழைய புளுகு:

ஜே.ஜே. சில குறிப்புகள் - நாவல் விமர்சனம்

இன்றைய சமூக சீர்திருத்த இயக்கங்கள், ஓரிரு மூலபுருஷர் களினால் உருவாக்கப்பட்ட மதிப்பீடுகளையும் இயக்கங்களையும், அரசியல் பகட்டாகமட்டும்தான் நடத்துகின்றன. நாலுவிதமான சமூகப்பிரதிநிதிகள் கூடும் பொது இடங்களில் மட்டும்தான், இந்தச் சீர்த்திருத்தங்கள் செயல்படும். இது, உண்மையில் செயல்படுத்தப் படுகிற சமூக சீர்திருத்தமே அல்ல. கிராமங்களில்கூட, சிறு பொது மேடைகளில் 'சரிநிகர்சமான' ஸ்லோகத்தை உச்சரிக்கிற வாய்கள், தங்களவர்களுக்குள் போட்டு அரைக்கும் அவலை ஆராய்ந்தால், அது நாலாயிரம் வருஷங்களுக்குமுந்திய ஜாதீய உமி என்று காணலாம்.

அறிவியக்கம் என்பது, மூலப்புருஷர்களின் சீர்திருத்த நெருப்பை அணையாமல் காக்கிற இன்னொரு இயக்கம். பொதுவாழ்வின் மீது கருணைகொண்ட மகான்களிடமே, இந்த ஜ்வாலையை உருவாக் கும் ரிஷிமூலப் பொறிகளை, நம் பகுதி உலகில் நாம் காண்கிறோம். சீரடி சாயிபாபா, ராமகிருஷ்ணர், விவேகானந்தர், இன்று இவர்கள் யாவரையும் மிஞ்சும் விஞ்ஞானவடிவ அணுகுமுறையை வெளி யிட்ட ஜே.கிருஷ்ண மூர்த்தி ஆகியோரை, இந்த மகான்களாக இனம் காட்ட முடியும். சமூகமட்டத்தின் கொடுமைகளையும் உள்முரண் களையும் அவற்றுக்கு ஆதரவளிக்கிற சுயமனநிகழ்ச்சி களையும் நேர்முகமாகக்கண்டு திரஸ்கரிக்கும் ஆன்மீகம், உண்மையில் சமூகத் தையும் அதன் மதிப்பீடுகளையும் ஒப்புக் கொண்டதின் விளைவே அல்ல. 'மனமும் உலகும் ஒன்றே' என்கிற பிரமாணம், ஆன்மீக அணுகுமுறையின் அடிப்படை. நேரடியாகச் சமூகக் கொடுமைகள் பற்றிப் பேசாதவர்களிடம்கூட, இந்தப் பிரமாணம் அவர்களது சமூகப் பார்வையை இனம்காட்டிவிடும். இதற்காக, ஆன்மவியலின் லட்சிய மண்டலத்துக்குள் சமூகப்பார்வைக்கு இடமில்லை என்று தடையிட முடியாது.

லட்சியம் எத்தகையதாயிருந்தாலும், அதன் பிரகடனங்களினால் ஏமாறாமல், அதன் பெயரால் நடப்பவற்றை அவதானிப்பதே அறிவியக்கம். இது, லட்சியப்பாதையை சுத்திகரிக்கும் இயக்கமுமாகும். ஆனால் இந்த இயக்கம், லட்சியத்தை தங்களுடைய குறுகிய மனோ பாவங்களுக்குப் பாதுகாப்பாக்கி கொள்கிறவர்களினால் தூஷிக்கப் படும். அந்த நிலையில், அறிவியக்கத்திற்குத் தற்காப்புக் குணம்கொண்ட போர்முகம் பிறக்கிறது. சமீப வருஷங்களில், தமிழிலக்கிய பிரச்னைகளை மையமாகக் கொண்டு வளர்ந்த இந்த இயக்கத்திற்குப் பிறந்துள்ள புதுமுகத்தின் நியாயம், இதுவாகத்தான் இருக்க முடியும்.

தங்களை அறிவியக்கத்தின் போர்க்குணத்திற்கு இலக்காக்கி விடாமல் பார்த்துக்கொள்ளவேண்டிய அவசியம், லட்சியத்தை வாய்மொழியும் குறுகிய மனோபாவகாரர்களுக்கு உண்டு. இதற்காகத் தாங்கள் விமர்சனங்களுக்கு அப்பாற்பட்டவர்கள் என்று, பிறர் கருதவைப்பதற்கான சுயப்பிரபாவங்களில் இவர்கள் இறங்குகிறார் கள்; தாங்கள் புனிதர்கள் என்று புளுகிக்கொகிறார்கள். இவர்களை வழிபடும் கூட்டம், அறிவியக்கத்துக்கு எதிரான வரிசையாக அமையத்தக்க வியூகம் ஒன்றை இதன்மூலம் வகுக்கிறார்கள். அறிவியலாளன் இந்த வியூகத்தையும் ஊடுருவ வேண்டியமை, இன்றைய தமிழில் ஒரு மேலதிகப் பின்னலாகும்.

புனிதப்புளுகர்கள் தங்களையே அறிவியக்கவாதிகளாகக் காட்டிக் கொள்கிறதும் உண்டு. பல வருஷங்களாகவே இந்த வேஷத்தைக் கட்டி ஆடிக்கொண்டிருந்த இவர்களின் அரிதாரப் பூச்சுகள், சமீப வருஷங்களில்தான் கரைய ஆரம்பித்திருக்கின்றன.

இலக்கிய சிருஷ்டித்துறையின் பின்னலான வெளியீட்டு முறைகளைப் புனிதப்புளுகர்களுள் 'புத்திசாலிகள்' கையாள முன்வந்த நிலைமை, இந்தப் பிரச்னையின் இன்னொரு பரிமாணமாகும். இலக்கியக் கருக்களத்தில் கையாளும் விஷயாம்சத்தில், புனிதப் புளுகு சட்டெனத் தெரியாத வகையில் அதை வெளியிடுவது இவர்களுடைய யுக்திமுறை. இதனை ஒரு விஷேச பிரச்னையாக, *கொல்லிப்பாவை* நிர்.12ல் வெளியான எனது 'கருக்களம்' என்ற கட்டுரை ஆய்வுசெய்துள்ளது. மற்றைய லகுவான நேர்முகப் பரிமாணங்களையும் சூழ்ச்சிகளையும், *கொல்லிப்பாவை* வெளி

யிட்ட *விமர்சன ஊழல்கள்* என்ற எனது பேட்டி நூலிலும் அதனுடன் தொடர்பு கொண்ட என் இதர எழுத்துக்களிலும் காணலாம்.

தங்களைச் சிலவேளை சீர்திருத்தவாதிகளாகக் காட்டக்கூட முன் வரும் புனிதப்புளுகர்களின் மாய்மாலங்கள், வெறும் மாய்மாலத் தளத்தில்மட்டுமே நிலவுகிறவையாகும். தீவிரமான எழுத்தியக் கமாகவோ, இதர நடைமுறைகளாகவோ அவை சாட்சியம் பெறுவதில்லை, இருந்தும், 'இவை பிறருக்காக விடப்படவேண்டிய அத்யா வசியமான எச்சங்கள்' என, சில விபரங்களை இவர்கள் அங்கங்கே கழிவு செய்து வைக்கிறார்கள். இந்த யுக்தி முறையை, சுந்தர ராமசாமி தம்முடைய *ஜே.ஜே. சில குறிப்புகள்* என்ற நாவலில் கையாண் டிருக்கிறார்.

ஒரு கலைப்பொருளின் தாரதம்யமாக சமூக நிலைமை பற்றிய தீவிரப்பார்வை அமையுமானால், அது வெறும்துருத்தலாக வெளியே தெரிய வேண்டிய திருஷ்டி பரிகாரப் பொருளாக அல்லாமல், படைப் பின் அகவடிவங்களினூடே எதிரொலிகளாக வியாபித்துப் பன்முகம் பெறும். *ஜே.ஜே.*யில் சமூகநசிவின் பிரதிநிதிகள் கோமாளி முகமூடிகளாக மட்டுமே வெளிப்படையான தளத்தில் கட்டித் தொங்கவிடப்படுகிறார்கள். இவர் களுள், சேர்த்தலை கிருஷ்ண அய்யர் சமூக நசிவின் பிரதிநிதியாக்கப்படுகிறார் என்று கூற, ஒரு பெரிய இடத்தைச் செயற்கையாக உருவாக்குகிறார் சுந்தர ராமசாமி. சேர்த்தலை கிருஷ் ணய்யரின் குடுமி காற்றிற்கு ஏற்றமாதிரி எப் போதும் பறக்கவிடப் படுவதும் விதரணையற்று தலைவர்களுக்குப் பரணி பாடும் அவரது இயக்கமும் பின்னாடி ஆனந்தவல்லி அம்மா என்ற ஆத்மீகக் கவிஞர் பற்றிய விகடங்களும் திருச்சூர் கோபாலன் நாயர் - ஓமனக்குட்டி ஆகியோரைப் பற்றிய விகடங்களும், இந்த கோமாளித்தனமான முகமூடிக் காட்சிகளாகும்; அத்ய வசிய மான கழிவுகளாகும். இவற்றை வாசகருக்குக் காட்டி ஏய்த்து விட்டு, உள்ளூர ஓடும் சுந்தர ராமசாமியின் மதிப்பீட்டு மண்ட லத்தை கண்காணாமல் காப்பாற்ற, சுந்தர ராமசாமியின் வலது கையருகில் ரெடியாக நிற்கிறார் வெங்கட் சாமிநாதன் என்பவர்.

ஆனால், ஒரு நாவலின் இயல்பான மதிப்பீட்டுப் பரப்பு என்ற அளவில், *ஜே.ஜே.* எதை நிறைவேற்றுகிறது என அளவிடுவதே சுந்தர ராமசாமியைப் புரிந்துகொள்ள உதவும். இந்தப் பரப்பு,

கதாநாயகனான ஜே.ஜே.யின் அறிவார்த்தக் கிருதாவாகக் காட்டப் படுகிற அவனுடைய தீர்க்க தரிசனமான 'தியரி ஆப் அப்ஹீவல்' அல்ல. ஏனெனில், அந்தத் தியரியை வெறும் புஸ்வாண வெருட்ட லாக, பெயரளவில் மட்டுமே நாவலில் ஓரிருவரிகள் குறிப்பிடு கின்றன. பொதுவாழ்வையும் விஷேச இந்தியப்பிரச்னைத் தளங் களையும் தீண்டிவிடாமல், சோடா குடிப்பதைவிட இளநீர் குடிக்க லாம், பஸ்ஸில் இடம்பிடிக்க முண்டியடிக்கிறார்கள், பசுமாட்டின் மீது யாரோ காறிதுப்புகிறான் எனப் பாமரமான தர்மாவேசங்களை மட்டுமே, ஜே.ஜே.யின் அறிவார்த்தக் கிருதாமயிர்களென நாம் சந்திக்கிறோம்.

இவை, நிகழ்ச்சிபூர்வமான பிரச்னைகளாக மாறி, ஆழமான சிந்தனைத்தொடர்களை உருவாக்கத்தக்கவையுமல்ல. குஷ்டரோகி ஒருவனைப் பார்த்ததின் விளைவாக ஜே.ஜே. வுக்கு ஒரு சிந்தனை ஓட்டம் ஏற்பட்டதே என்றால், நமக்குக் கிடைப்பது உண்மையில் அவனது சிந்தனை ஓட்டமல்ல. மணிக்கணக்காக ஒரு கடையில் அவன் கல்லுப்பிள்ளை யாராக உட்கார்ந்திருந்தான் என்ற தகவல் மட்டுமே கிடைக்கிறது. இதற்குப் பின்பு, அதாவது மணிகணக்காகக் குஷ்டரோகியினால் தூண்டப்பட்டுச் 'சிந்தித்து' பின்பு, அந்தச் சிந்தனை செயல் வடிவம் பெற்றது எப்படி என்றால், ஒரு ரூபாய் நாணயமாகவாகும். ஆனால், சுந்தர ராமசாமிக்கு என்று வாய்த்த குஷ்டரோகி, நாவலில் கூறப்படாத ஏதோ ஒரு காரணத்தினால், தன்னை அந்த ரூபாய் அவமானப்படுத்திவிட்டதாக நினைக்கிறான். இந்தத் தெளிவின்மையுடன், இதற்கு முன் பின்னாக ஜே.ஜே. அடையும் 'மன பாதிப்புகள்' என்ற வாசகருக்கு தொற்றாத வியாதி கள். குஷ்டரோகியை முகாந்திரமாக்கி முல்லைக்கல் மாதவன் நாயரின் கம்யூனிஸத் தீர்ப்பை இழுத்துப்போட்டு, கூடவே கருநாகப் பள்ளி பாச்சுப்பிள்ளையையும் பிளாஷ்பாக் உத்தியிலே மாட்டி இழுத்து, இதுவரை இல்லாத சாங்கோபாங்கத்துடன் விகடக்கச்சேரி ஒன்றை நடத்தி முடிக்கிறார் ஆசிரியர். இந்தக் கச்சேரியில்தான் சுந்தர ராமசாமியின் இயற்கை வெளிப்படுகிறது. இதற்கு முந்திய அவச நிலைகளின்போது, அவரது நாயகன் ஜே.ஜே.வுக்குப் பிடித்திருந்தது சிந்தனைஉலக மலச்சிக்கல் மட்டுமே.

சிந்தனாவடிவமாக அள்ளி எடுத்துத் தரப்படும் ஜே.ஜே.யின் டயரிப் பகுதி, முதிர்ச்சி யற்ற பிரலாபங்களாகவும் பாமரமான

தர்மாவேசங்களாகவும்தான் நிறைவுறுகிறது. சுயத்வமான பார்வை களாகவோ கலைப்பாங்கான வெளியீடுகளாகவோ சிந்தனை அம்ஸம், இந்த டயரிப்பகுதியிலும் பிறக்கவில்லை. ஆனந்தத்தைத் தேடி எங்கோ (எங்கே கள்ளுக்கடைக்கா? ஜே. ஜே. ஒரு மதுலோலன் என்பதைக் கவனிக்க) யாவரும் போவதாகப் பிரலாபிப்பதும் அது குளத்துப்பாசி போன்ற சாமான்கள் மூலம் பிறப்பதும் ஜே. ஜே. இரண்டு நிமிடங்களுக்கு ஒருதடவை வானத்தை அண்ணாந்து பார்ப்பதும், மானுடப் பிரச்னை யிலிருந்து ரொமான்டிக் லாகிரி மூலம் தப்பிக்கிற ஒரு மனோபாவத்தின் பிரதிபலிப்பாகும். இதுவே தான், ஜே.ஜே.யின் குடிப்பழக்கத்திலும் அதன் விளைவான மரணத் திலும்கூட நிறைவுறு கிறது. அதாவது, சோடா குடிப்பதைவிட இளநீர் குடிக்கலாம். அதையும் மிஞ்சி சாராயத்தில் முழுகலாம்.

'உள் ஒளி' என்ற இன்னொரு ரொமான்டிக் பிரயோகத்திற்கு ஏற்ற ஜிகினா வேலைப்பாடுகள்தான், மேலே குறிப்பிடப்படுகிற சிந் தனைச் சங்கதிகள். எப்படி தியரி ஆப் அப்ஹீவல் ஒரு இன்டலக் சுவல் நகாசு வேலைப்பாட்டுக் காக, அதுவும் பெயரளவில் மட்டும் பிராஸ்தாபிக்கப்படுகிறதோ, அதேபோல் செய்யப்பட்ட ஒரு ஆத்மீக வேலைப்பாடுதான் இந்த உள் 'ஒளி'. இதற்கு, நாவலில் நிகழ்வுகள், பாத்ர உத்வேகங்கள், மதிப்பீட்டு யாத்திரைகள், மாற்றங் கள், அதிர்வுகள், அகப்பார்வைகள் என எவ்வித ஆதாரமும் இல்லை. இதுமட்டுமல்ல, உள் ஒளி பற்றி சுந்தர ராமசாமியின் ஞானசூன்யம் மட்டுமே நாவலில் அங்கங்கே பொத்துக்கொண்டு வெளிப்படுகிறது.

புனிதப்புளுகர்களைப்பற்றிய அடிப்படை பிரச்னையே, அவர் கள் தங்களுக்கு எனப் பாராட்டும் பிரபாவங்களின் அத்திவாரங்களை அவர்கள் அறியாதவர்கள் என்பதுதான். வெறும் வேஷங்களும் உபதேசங்களும், பௌராணிக வெருட்டல்களும்தான், அவர்க ளுடைய கைச்சரக்குகள். சுந்தர ராமசாமிக்குக் கனவுகளை ஆய்வது கூட அலர்ஜி. இது நாவலில் இரண்டு இடங்களில் பிரஸ்தாபிக் கப்படுகிறது. கனவு என்பது, 'உள்ஒளி' சம்பந்தப்பட்ட மனோ உலகத்துப் பிரச்னை என்பதை உணரத் திராணியற்றவன், மனோ ரூபங்களைத் தாண்டி 'உள் ஒளி'யைத் தரிசிப்பது எப்படி? இது மட்டுமல்ல, ஆனந்தமும் அந்தர்யாம அழகும் கவித்துவமாக மலர்ச்சி அடையாமல், வெளியீட்டுக் குப்பையான ஜே.ஜே.யின்

டயரிக் குறிப்பு களாகவா நிறைவுறும்? வாழ்வின் - மனிதக் கணங் களின் - நிறைவும் குறைவும், குழந்தைமையும் மிருகத்தனமும், உள்ஒளிக்காரரின் அவதானங் களில் மனிதமுகம் கொள்ளவில்லை.

உதாரணமாக, ஆடுமாடுகளை கிராமவெளியில் மேய்க்கும் ஈனச்சிறுவர்கள் போன்றோரின் மூலம், எவ்வித மனப்ரகாஸத் தையும் ஜே.ஜே. உணரவில்லை. அவன் கண்ணில்பட்டது குளத்துப் பாசிதான். இதுவே அவனது மண்டைக்குள்ளும் இருந்து கிளம்பு கிறது. இதுமட்டுமல்ல, மனிதப் பிராணியின் விசித்ர உள்முரண்கள் சித்திரம் பெறவில்லை.

தன்னைப் பிறர் ஒதுக்குகிறார்கள், தன்னைப் பிறருக்குப் பிடிக்க வில்லை என்ற மனக்கலவரமும் உணர்வும்தான், ஜே.ஜே.யிட மிருந்து சுந்தர ராமசாமியின் உள்ஒளிப்பண்பாகப் பொத்துக் கொண்டு வெளிப்படுகிறது. இது, உள்ஒளிப் பாதையில் இறங்கிய ஒரு மனப் போர்வீரனின் இயற்கையல்ல; பிறரைக் கவரத் தோலை மினுக்குகிற மனத்தேய்வின் இயற்கை. இதன் ஒரே அக்கறை, தன்னைப் பிறர் விரும்புகிறார்களா என்பதுதான். இத்தகைய மனோபாவகாரன் தன்னை ஆய்வதில்லை. ஜே.ஜே.யும் பிறரிடம், தன்னை அவர் களுக்கு ஏன் பிடிக்கவில்லை என்று கேட்டு, அவர்கள் உண்மை பேசதெரியாதவர்கள் என்ற திசையில் குடைகிறானேயன்றி, தனது தற்பரிவைச் சந்திக்கத் தயாராய் இல்லை. எனவே, எல்லோரிடமும் எப்போதும் பேரன்புடன் இருக்க வேண்டும் என்ற இவனுடைய கனவு, சுந்தர ராமசாமி என்ற சமூக ஜந்துவினுடைய தோல்மினுக் கிற்கு அளிக்கப்படுகிற ரொமான்டிக் பவிஷுதானேயன்றி, ஆன்மிகப் பரிமாணத்தை அடைகிற ஒன்றல்ல.

பேரன்பு பண்ணக்கிளம்பிய ஜே.ஜே., சந்திக்கும் முதல் மனித னாலேயே சீண்டப்பட்டு உணர்வு நாசம் பெறுகிறானாம். (ஏன் பேசாமல் ஏதாவது கோயில் கலாச்சாரம் நடக்கிற இடத்துக்கு போவதுதானே?) அப்புறம், ஜே.ஜே.யின் சிந்தனை தொடர்ந்து வேலை செய்கிறது. இத்தகைய உணர்வு நாசத்திற்கு - அதாவது, பிறரால் சீண்டப்பட்டு பேரன்பைப் பறக்கவிடுகிற நிலைக்குப் பயந்துதான், மகான்கள் ஓடி ஒளிந்து கொண்டார்களோ என உசாவு கிறான் ஜே. ஜே. இங்கேதான் ஜே. ஜே.யின் மதிப்பீட்டு மண்டலம் வெளிப்படுகிறது. அதாவது சுந்தர ராமசாமிக்கு மகான்களாகத்

தென்படுபவர்கள் யாரென்பது இங்கே பெறப்படலாகும்: 1. அவர்கள் தங்களைப் பிறர் மதித்துப் போற்றவேண்டும் என்ற நோக்கமுள்ளவர்கள். 2. அவர்களை மதித்துப் போற்றாவிட்டால் போச்சு; தங்கள் கமண்டலங்களிலே வைத்திருக்கிற பேரன்பைச் சாக்கடையில் கொட்டிவிட்டு ஓடி ஒளிந்து கொள்வார்கள்.

அதாவது, மகான்கள் என்று சுந்தர ராமசாமி பிரபாவம் பாராட்டுவது, மேற்படி லட்சணத் தின் பிரகாரம், சமூகவசதிகளைப் பெற்ற மேல்கட்டுமான ரொமான்டிக் கேஸ்களைத் தானேயன்றி, உண்மையான மகான்களை அல்ல. ஏனெனில், உண்மையான மகான்களைப் பிறரது வெறுப்பு, பழிப்பு, சிலுவை எதுவுமே பாதித்து, அவர்களது பேரன்பை உசுப்பிய சரித்திரமே கிடையாது. அவர்கள் ஏகாந்தத்தை நாடுகிற ஒரு அகமுதிர்ச்சி பெற்றவ ர்களேயன்றி, சுந்தர ராமசாமி புரிந்து கொண்டுள்ளதுபோல், அவர்களது தனிமை ‘ஓடி ஒளிதல்’ அல்ல. உண்மையில், ஓடி ஒளிந்தவர்கள் மகான்களுமல்ல.

இந்த இழையைப் பிடித்தால்தான், இசைத் தட்டுச் சேகரிப்பு என்ற எக்ஸ்பென்ஸிவ் பொழுதுபோக்கைக் கொண்ட அரவிந்தாட்ச மேனனைப் போன்றவர்களை - மருமகளின் வீணா கானத்தின் மூலம், ‘சங்கீத ஞானமுள்ள டாட்டர் இன் லா’ வேண்டும் என்ற கனவுதனை நிறைவேற்றுகிற அரவிந்தாட்ச மேனனைப் போன்றவர்களை – உருவாக்கத் தான் மகான்கள் பாடுபட்டார்கள் என்று சுந்தர ராமசாமி அடையும் புளகாங்கிதம் புரியும். அதாவது, பிறரது வேதனை கண்டு உருகும் உள்ளங்களை உருவாக்க மகான்கள் பாடுபடவில்லை; சமூகச்சீரழிவுகளைக் கண்டு மனம் கொதிப்பவர்களை உருவாக்க மகான்கள் பாடுபடவில்லை.

இதற்கு அடுத்த தளம், சம்பத்தின் கனவும் அதைப் பிரதிபலித்து ஜே.ஜே. வரைந்த ஓவியமும் ஓவியத்தைப் பார்த்த டாக்டர் பிஷாரடி, எஸ்.ஆர். ஆகியோரது அபத்தப் படலங்களும். இந்தியாவின் மகா கேவலத்துக்கு இங்கே முலாம் போடப்படுகிறது. ஆயிரக்கணக்கான வருஷங்களாக மிருகங்களைவிடக் கேவலமாக நடத்தப்பட்ட பறையர்கள், சித்திரப் பொருள்களாக ஜே.ஜே.யின் சர்க்கஸ் ஓவிய சேவை மூலம் உந்நதம் அடைகிறார்கள். இந்தத் தொடரிலே, சம்பத் என்ற பிராமண பாத்திரம் தனது கனவில் அடிப்பட்டுச் சாகிற விஷயம் மட்டுமே மிக மிக அக்கறையுடன் விஸ்தார வர்ணனை

பெறுகிறதே யன்றி, பறையர்களின் கதை அல்ல. அவர்களது ஆடை யின்மையை பிஷாரடியும் எஸ்.ஆரும் மனோவக்ரத்தோடு பார்க்கி றார்களேயன்றி, அவர்களைச் சித்திரமாக்கிய ஜே.ஜே. மூலம் கூட, அவர்கள் எத்தகைய சித்ரவதைகளுக்கு இன்னும் அங்கங்கே ஆளா கின்றனர் என்பது பிரதிபலிக்கப்படவில்லை. அவர்களுக்காக பிராமணன் செத்தான் என்ற தாத்பர்யம்தான், இந்தப் பகுதியின் கிசு கிசு லெவலில் வெளிப் படுகிறது. ஆனால், உண்மையில் இன்று ஒரு ஹரிஜனர் டாக்டராகி கிராமப்புறங்களுக்குப் போனால், அவர் தமது கடமையைக்கூடச் செய்ய முடியாத விதமாக அங்கே தீண்டாமைச் சூழல் இன்றும் நிலவுகிறது.

இது கிராமிய உலகம் என்றால், நகர்ப்புற இண்டலக்சுவல் உலகில் என்ன என்பதை அறிய வெகுதூரம் போக வேண்டிய தில்லை. வெறிநாய்களைப் போல, யார் யாரை நோக்கிப் பாய்கிறார் கள் என்பதை சுந்தர ராமசாமி, வெங்கட் சாமிநாதன், ந.முத்துசாமி கும்பலின் *யாத்ரா* பத்திரிகைப் பக்கங்களில் தரிசிக்கலாம். இதன் விபரங்களுக்கு *விமர்சனஊழல்கள்* என்ற நூலையும் பார்க்கலாம்.

புனிதப்புளுகர்களுக்குப் பொருள் மீதும் அதைத் தமக்கு சலுகை யாக அளிக்கிற போஷகர்கள் மீதும்தான் மதிப்பு உண்டேயன்றி, திறன்மீதோ உந்நதத்துவத்தின் மீதோ அல்ல. ஆனால், பொருள் ரீதியான பிரதிமைகளுக்கே உந்நதப் பவிஷு கொடுக்கிற வகையில் சிந்தனை, கலாச்சார மதிப்பீடு ஆகியவற்றை இவர்கள் 'பண்ணு'வார் கள். இப்படிப் 'பண்ணப்பட்ட' நாவல்தான், மகான்களுக்கு விசித்ர லட்சணம் காட்டுகிற சுந்தர ராமசாமி யின் ஜே.ஜே. சில குறிப்புகள். இந்த நூலில், ஜே.ஜே. என்ற ஜோஸப் ஜேம்ஸ், ஏன் என்று ஆசிரிய ரால் காட்டப்படாத காரணத்துக்காக, குடித்துச் சீரழிகிறான். ஜே.ஜே. யைப் பற்றிய ஆசிரியரின் ஓட்டைகள் சிலவற்றுள் இதுவும் ஒன்று. ஜே.ஜே., பொருள் ரீதியான அத்திவாரங்களை உதாசீனம் செய்தமை தான் நாவலில் தெரிகிறதேயன்றி, பணத்துக்காக ஏதும் தரக்குறை வாக நடந்தான் என்ற விபரம் இல்லை. ஆனால், ஜே.ஜே.யின் சீரழிவிற்குப் பொருளின்மையே காரணம் என்று காட்டுவதோடு, இதை ஒரு மதிப்பீடாக்கி, பொருள் நாட்டத்தினை உதாசீனம் செய்த பாரதி, புதுமைப்பித்தன் இருவரையும் சுந்தர ராமசாமி மறைமுக மாக இழித்துரைக்கவும் முயற்சிக்கிறார். பாரதி ஜமீனுக்கு தூக்கு எழுதினான் - பித்தன், பாகவதருக்கு வசனம் எழுதினான் என்கிறார்.

இவர்கள், பிரிட்டீஷ் ராஜீயத் தொண்டர்களாக மாறி இருந்தால்தான், இழிவுரைக்கு இவர்களை இலக்காக்குவது நியாயமாகும். பட்டினி கிடந்து சாகிற நிலையிலும் இவர்கள் அதைச் செய்ததில்லை. அதாவது, இவர்கள் தங்கள் அடிப்படை லட்சியத்தை விட்டுக் கொடுக்காமல், ஒரு சிறிதளவு சுய பாதுகாப்புக்காகப் பணத்தை நாடியதை சுந்தரராமசாமி பழிப்பதன் அடியில், ஒரு சிறுமையான மனப்பான்மையே செயல்படுகிறது. ஏனெனில், சுந்தர ராமசாமி என்ற எழுத்தாளரின் எழுத்தோ வாழ்வோ, பாரதி, பித்தன் போன்றவர்களினது போல், லட்சியார்த்தமும் கடினமான பின்னணிகளும் இதன் விளைவாக வீர்யதர்சனமும் உள்ளவையல்ல, ஆனால், வாழ்வை வியாபாரார்த்தமான சமூகஜந்துவாக நடத்துபவர். இவருக்குப் பாரதி, பித்தன் போன்றவர்களது அக நெருப்பும் அதன் உள் நிலையில், அவர்கள் அனுபவித்ததாக அவர்களது எழுத்தில் சாட்சியம் பெறும் சுதந்திரமான மனோவிரிவும் எட்டாதவை. எனவே, தனது லௌகீக சௌகர்யங்களின் தளத்தில் நின்று, அவர்களை நோக்கி, எப்போதோ ஓரிரு கணங்களில் அவர்களது சிறுபிறழ்வு அடைந் தார்களா என்று கண்ணில் எண்ணெயை விட்டுத் தேடி, கண்டுபிடித்து ‘வவ்வவ்வே’ காட்டுகிறார். இத்தகையவரின் பார்வையில் பாரதி, பித்தன் போன்றவர்களை உருவாக்குவதற்கு மகான்கள் பாடுபடவில்லை; அரவிந்தாட்ச மேனன், சுந்தர ராமசாமி போன்றவர்களை உருவாக்கவே, மகான்கள் கங்கணம் கட்டிக் கொண்டு கிளம்பினார்கள்.

இவ்வளவுக்கு ஒரு போலியான உந்நதத்தை எழுப்ப முயற்சித்தால், தானறியாமலே சறுக்கியடித்துக் கீழ்த்தர மனோபாவங்களைச் சித்தரிப்பதி லிருந்து தப்பிக்க முடியுமா என்ன? உண்மையில், புனிதப்புளுகு மண்டலமே வக்ர மண்டலம்தான் என்பதையே இது உணர்த்தும். ஜே.ஜே.யை சந்திக்க அவனது இல்லத்துக்கு போன கதையாளன் பாலு, அங்கே ஜே.ஜே.யினது மனைவி சாரம்மா ஜோஸப் தொடை தெரியத் தூக்கிக் கட்டிக் கொண்டு, கோழிப் பராமரிப்பில் ஈடுபட்டிருந்ததைத்தான் தரிசிக்கிறான். விதவையான பின் அதே சாரம்மா ஜோஸப், கதையாளன் பாலுவை டெலிபோன் மூலம் சிரித்துச்சிரித்து நீண்ட ரயில் பயணத்துக்கு அழைப்பதும் அரவிந்தாட்ச மேனன், மருமகளுடன் சங்கீத சம்பாஷணை பண்ணு

வதும், 'உள் ஒளி' என்ற ஜிகினாத் தியானத்துக்குத் எட்டாத வக்ரங்களைப் பிரதிபலிப்பவை.

மேனனை அவரது மகன் காரில் கொண்டுபோய் லைப்ரரியில் விட, அவர் ஏதோ திருட்டுப்புணர்ச்சிக்குப் போகிற தோரணையிலேயே கடலோரமாக நடந்து மருமகளின் வீணை இசைக்கு வருகிறாராம். மருமகளுடன் மாமனாரின் சம்பந்தம்தான் இங்கே முக்யம்; அவளது கணவனும் தனது மகனுமாக உள்ள ஜீவனைப் பற்றி ஒரு பேச்சுமில்லை. அதில் 'கவர்ச்சி' இராதே! வாந்தி வருகிறது!

ஆனால், விமர்சனங்களுக்கு அப்பாற்பட்டவர்களாகத் தங்களை ஸ்தாபித்துப் பழகிப்போனவர்களிடம், 'உள்ஒளி'யிலிருந்து சிருஷ்டி கரம் வரை எந்த விவகாரத்திலுமே நுட்ப மான பொறுப்புகளை எதிர்பார்க்க முடியாது. திறன் இருப்பவர்களிடம்கூட, அவர்கள் சிறுமைகளுக்கு மகுடம் சூட்ட முயற்சித்தால், வெளியீட்டுச்சக்தி தங்களை தாங்களே அம்பலமாக்கும் சக்தியாகத்தான் தொழில் படும். சுந்தர ராமசாமியின் *புளிய மரத்தின் கதை* நாவலும் சரி, *ஜே.ஜே சில குறிப்புகளும்* சரி இத்தகைய சுயஅம்பலங்களை காட்டத் தவறாதவையாகும். இரண்டிலுமே, திருவிதாங்கூரின் பழைய சமஸ்தானத்தின் பிரதிமைகள் செல்லமாகப் பாதுகாக்கப் படுகின்றன - விமர்சனங்களுக்கு அப்பாற்படுத்தப்படுகின் றன. புளிய மரத்தில், சாக்கடைப் பிராந்திய நாற்றத்தைத் தாமே நுகரும் வரை அறியாது பரிபாலனம் செய்த ராஜாவுக்கு ஒரு ரொமான்டிக் கான பரிவுகாட்டுகிற அதே சுந்தர ராமசாமி, ஏழைக் குழந்தை களுக்குப் பால் வார்த்த அமெரிக்கன் மிஷின் பாதிரியாரை, தமது விகடக்கச்சேரிக்கு ஆட்படுத்துகிறார். *ஜே. ஜே.*யில் பழைய சமஸ் தானத்து நிழல்கள், ஓடுகிற ஓட்டத்தில் சிராய்க்கப்பட்டுவிடாமல் விமர்சனத்திலிருந்து தப்பிக்கவைக்கப்படுகின்றன. ஆனால், குறி யீட்டின் வழியாக அவை குதிரைகளின் வடிவம் பெற்று, அதன் சாயல்கள் சுந்தர ராமசாமியின் பிரக்ஞையை மீறியே போற்றுதல் பெறுவது கவனிக்கத் தக்கது.

பழைய மனோபாவகாரர்களான பிஷாரடியும் எஸ். ஆரும், காந்தியின் ஆலயப்பிரவேச இயக்கத்தை ஜே. ஜே. வரைந்த ஓவியத் தில் சந்தித்த கட்டத்தில், அவர்கள் உண்மையில் அன்று பட்டக் கொதிப்பும் ஆத்திரமும் தந்திரமாக மறைக்கப்பட்டிருக்கிறது.

இதற்குப் பதிலாக இவர்கள், ஹரிஜனப்பிரச்னை சம்பந்தமாக, வாயில் விரலை வைத்தால் கடிக்கத் தெரியாத பாப்பாக்கள்போல் சுந்தர ராமசாமியால் சிருஷ்டிக்கப்பட்டிருக்கிறார்கள். எனவே, சமூக வெறிகளின் மூர்க்கங்களைப் பாதுகாப்பதற்காக, ஒரு திறனாளி தனது முழு சக்தியையும் பச்சை விபச்சாரம் பண்ணிய அபார சாதனை, இந்த *ஜே.ஜே. சில குறிப்புகள்.*

சமஸ்தான ராஸலீலா மனோபாவம்தான் ஓமனக்குட்டிக்கும் ஜே.ஜே.க்கும் இடையில் பொத்துக் கொண்டு வருகிறது என்று கண்டால்தான், முப்பது மணி நேரம் துஷ்யந்தனும் சகுந்தலையுமாக இருந்தும்கூட, ஓமனக் குட்டியின் வயிற்றில் ஆயிற்றா என்ற விபரம் ராஸலீலைக்கு ஒத்துவராது என ராமசாமி தவிர்த்ததை உணரலாம்.

லட்சியமும் அதன் பெயரால் செய்யப்படுவதும், ஒன்றை ஒன்று அநுசரிப்பதாக இருப்பதுதான் விஞ்ஞானப்பூர்வமாகும் என்பதை, உணராததின் விளைவுகளுள் ஒன்று மேலே கோடி கட்டப்பட்டுள்ளது. இழிவான உபாயத்தின் மூலம் உந்நத லட்சியத்தை அடைய முடியாது. இது, விஞ்ஞானக்கூடத்திலேயே நிரூபணம் பெற்ற ஒன்று. மெய்மை யின் மூலமே மெய்மையை அடைதல் - சுதந்திரத்தின் மூலமே சுதந்திரத்தை அடைதல் - புனிதத்தின் மூலமே புனிதத்தை அடைதல் - இது கடினமானது, பரிசோதனைகள் நிறைந்தது, பக்குவத்தை விளைவிப்பது.

புதுமைப்பித்தன் கதைகள் தொகுப்பிலுள்ள தலைப்பற்ற இறுதிக் கதையில், காலங்கால மான ஒரு கேள்வி எழுதப்படுகிறது. மிக உயரிய லட்சியம் யாரோ ஒருவனாலேயே அடையப்படும்; அவ்விதம் யாரோ ஒருவன் மட்டும் அடைவதால் உலகுக்கு என்ன பயன் என்பது கேள்வி. இந்தக்கேள்வி, மனித சமூகம் உள்ளவரை கேட்கப் பட்டுக்கொண்டே இருக்கும். ஆனால், சுந்தர ராமசாமியின் உள் ஒளிக்கார நாயகனான ஜே.ஜே.க்கு, இந்தப் பிரச்னையின் வால்நுனி ரோமம்கூட சிலிர்ப்புக் காட்டவில்லை. பந்தாட்டத்தைக் குறியீடாக்கி, குழுதான் முக்யம் என்கிறான் அவன். பேசாமல் 'ஜாதிதான் முக்யம்' என்று சுந்தர ராமசாமி பச்சையாக எழுதியிருந்தால், நான் புதுமைப்பித்தனைப் போன்ற ஆழ்ந்த தர்சி களையோ அவர்கள் எழுப்பிய விசாரங்களையோ இழுத்திருக்கமாட்டேன். உள்ஒளியின் அந்தரங்கத்தை உணராமல், குழு - அதாவது ஜாதிகள் - முக்யம் எனக்

கிசுகிசுக்கிற ஒரு எழுத்து வளைவுக்குள், உபநிஷத்துக்கும் கீதைக்கும் ருத்திராட்சகொட்டைகளுக்குரிய மதிப்புதான் இருக்க முடியும். எனவே, ஆல்பர் காம்யுவிடம் சுந்தர ராமசாமியின் பாத்திரம் உப நிஷத்துக்குப் பதிலாக, ''இந்தாங்கோ, உங்க பேருக்கு மைலாப்பூர் கபாலீசுவரர் கோவில்லே அர்ச்சனை பண்ணின பிரசாதம் புடிங்க,'' என்று கொடுத்திருந்தால் இன்னும் பொருத்தமாக இருந்திருக்கும்.

இவ்வளவு நுட்பமாகப் பார்த்து வாசிக்கத் தெரியாத ஒரு 'பாமர இலக்கிய ரஸனை'யின் பார்வையில், சரித்திர நாவலாசிரியர் திருச்சூர் கோபாலன் நாயர் நையாண்டி பண்ணப் படுவதுதான் தென்படும். சம்பத்தின் கனவு பற்றிய வர்ணனையில், திருவிதாங் கூர் மஹாராஜா தமது மதிநுட்பத்தால் எட்டு வீட்டுப்பிள்ளை மாரிடமிருந்து தப்பித்தது போன்ற லாவணிகளின் அடியில், திருச்சூரின் சரடுகளுக்கு ஆதாரம் இருப்பது தென்படாது. உண்மை யில், சுந்தர ராமசாமி எந்த மஹாராஜாக்களின் மதிநுட்பங்களையும் சாகஸங் களையும் கிசு கிசு லெவலில் புகழ்கிறாரோ, அவர்களைப் பற்றிய முழு விபரங்களும் நமக்குத் தெரிவராதவை என்பதுதான் இங்கே முக்யம். எவனோ சரித்திரக் கதை என்று, உண்மைக்குப் பொருந்தாதவற்றை எழுதினதில்தான் ராமசாமிக்குச் சங்கடம் என்றால் மஹாராஜாக்களைப் பற்றிய உண்மைகளையும் அவர்களது பரிபாலன லட்சணத்தையும் இவர் அம்பலப்படுத்த முற்பட்டிருக்க வேண்டும். ஆனால், திருச்சூரைப் பற்றி விகடகச்சேரி பண்ணு வதுக்குமேல், இவர் இம்மியும் இது விஷயத்தில் நகரவில்லை. திருவிதாங்கூர் சமஸ்தான லட்சணத்தைப் புகழ வேறு செய்கிறார். எனவே, நாம் ராமசாமியாருக்கும் அவரைத் தோளில் தூக்கி வைத்துக் கொண்டு கூத்தாடுகிறவர்களுக்கும் முன்னிலையில், சில சரித்திர விபரங்களைக் கொண்டு வருவோம்.

திருவிதாங்கூரின் மேற்படி மதிநுட்பக்கேஸான மார்த்தாண்ட வர்மன், தமது மந்திரி நீலகண்டபிள்ளை கிறிஸ்துவராகி கிறிஸ்துவப் பிரச்சாரம் செய்ததுக்காக, அவரைக் காட்டுமிராண்டித்தனமாகச் சித்திரவதை செய்து, இறுதியில் கொலைசெய்திருக்கிறான். இது, கன்யாகுமரி மாவட்டத்துக் கிறிஸ்துவ சரித்திரத்தின் மிக முக்யமான அத்யாயம். கிறிஸ்துவ நாயகனைவைத்துக் 'கதைபண்ணி' இருக்கும் ராமசாமியாரின் பிராந்திய மனோ வியலில், இதன் வாடைகூட வீசவில்லை என்றுதான் தோன்றும். ஆனால், இதற்கும் ஒரு கிசு கிசு

லெவல் உண்டு. சம்பத் என்ற பிராமண பாத்திரம், தனது கனவில் அடிபடுவது, எட்டு வீட்டுப்பிள்ளைமாருக்கு மேனாட்டிலிருந்து வந்து கைதியாக இருந்த ஒருவன் செய்துதந்த ஆயுதங்களால். அதாவது, மேனாட்டுச் சமத்துவமதிப்பீடுகள் இந்திய சமாதானத்தை எதிர்த் தமை, இவ்விதமாக வக்ர உதாரணம் பெறுகிறது.

தமது மதிநுட்பத்தை உபயோகித்து வர்மன் பண்ணிய காரியம் எது? திருவிதாங்கூர் ராஜ்யத்தைப் பத்மநாபஸ்வாமி கோவிலுக்குள் உள்ள கல்லுச்சாமிக்கு அர்ப்பணித்து விட்டு, ஒரு ஹிரண்ய கர்ப யாகத்தின் மூலம் பிராமணன் ஆனான் என்றால், அப்போதுதான் அவனது மதிநுட்பத்தின் கையாலாகாத்தனம் புரியும். எட்டு வீட்டுப் பிள்ளைமாரிடமிருந்து தன்னை யும் ராஜ்யத்தையும் காப்பாற்ற ராஜா செய்த இது, வெறும் கிராமீயத் தந்திரமேயன்றி ராஜரீக மதிநுட்ப மல்ல. சரித்திரகதியைப் பின்னே தள்ளிப்போட்ட வேலையே அன்றி, நிகழ்கிற நிலைமைக்கு வளைந்து கொடுக்காமலே சரித்திரத் தின் முன்னேற்ற மதிப்பீடுகளையும் உருவாக்குகிற ராஜ தந்திர மல்ல; ஒரு வீரனுக்குரிய செயல்கூட அல்ல. இத்தகைய ஒருவ னால், வேறு ஒரு மதத்தை, அதிலும் ஜாதி பேதங்களுக்கு அப்பாற் பட்ட சமூக சமத் வத்தை அடிப்படை மனோபாவமாக்கிய கிறிஸ்து வம் போன்ற ஒரு மதத்தை, மனிதத் தன்மை யோடு சந்தித்திருக்க முடியுமா என்ன? மனிதத்தன்மையும் தீரமும் இணைபிரியாதவை. மாற்றுக் கருத்தினை மனிதத்தன்மையுடன் சந்திக்கத் திராணியற்ற மார்த்தாண்டவர்மனின் சரித்திர வடிவம், பரிசீலனைக்கு உரியதே அன்றி ராமசாமிகளின் லாவணிகளுக்கு அல்ல.

ஏதோ காந்தி வந்ததும் ஹரிஜனர்களுக்கு சூரியோதயமாயிற்று என்று, ஜே.ஜே. வரைந்த ஓவியத்தையும் சம்பத்தின் கனவையும் மட்டுமே சித்தரித்த ராமசாமி, எத்தகைய மகாகேவலமான ஒரு சட்டவியலின் சரித்திரத்தை மழுப்புகிறார் என்பது வியப்புக்குரி யது. உண்மையில், இங்கே செயல்பட்டிருப்பது மகாகேவலமான ஒரு அயோக்யத்தனமாகும்.

பிராமணனாகத் தம்மை மாற்றிக்கொண்டவனின் ராஜ்யத்தில், முழு சலுகைகளையும் பெற்றிருக்கக்கூடியவர்கள் யார் என்பது சொல்லாமலே புரியும். ஆனால், இந்த சலுகையின் யதார்த்த நிலை யான சட்டவியல் எவ்விதம் இயங்கியது என்பது விவரிப்புக்கு

உரியது. அங்கே மனு தர்மமே சில குறிப்பிட்ட நிலைகளில் பவித்திரச் சட்டமாயிற்று: ஒரு மாட்டை பிராமணனல்லாதவன் கொன்றால், மனிதனைக் கொன்றதற்கு உரிய ஆயுள் தண்டனை வரை அவனுக்குக் கிடைக்கும். ஆனால் ஒரு மனிதனை ஒரு பிரா மணன் கொன்றால், நாலைந்து வருஷங்கள் அல்லது மாதங்கள்வரை தான் அவனுக்குச் சிறை. இது, பிரிட்டீஷ் காலத்தில்கூட திருவிதாங் கூரில் செயல்படும்படியாக, அங்கே ராஜாங்க மதிநுட்பங்கள் ஏற்பாடுகளைப் பண்ணி இருந்திருக்கின்றன. அதே சமயம், அந்த மதிநுட்பத்தின் அத்தகைய சட்டவியல் போக்கின் விளைவாக, ஒரு உயர்ஜாதிக்காரன் ஒரு கொலையைச் செய்துவிட்டுக் குற்றத்தைக் குறவர்கள், ஹரிஜனர்கள் போன்றோர் மீது சுமத்தலாம். இத்தகைய ஒரு காட்டுமிராண்டி உலகினுள் ஊடுருவிய, பிரிட்டிஷ் தீட்சண்ய மும் காந்தீய மனிதார்த்தமும்தான் கொண்டாடத்தக்கவை. இவற் றின் வளர்ச்சிதான் இன்று பேணப் படவேண்டும். இதை விட்டு, இன்றைய மலையாள கம்யூனிஸமனோபாவத்தை (தமிழக திராவிட இயக்கத்தை நையாண்டி பண்ணத் திராணியற்றுத்தான் ராமசாமி அங்கேபோய் நின்று மலையாளிகளை நையாண்டி பண்ணுகிறாப் போலிருக்கிறது!) நையாண்டி பண்ணும்போதே, பழைய காட்டு மிராண்டித்தனத்தைப் பூசி மெழுகிப் புகழ்வது கீழ்த் தரமானது; அருவருப்புக்கு உரியது. இன்றையது நையாண்டிக்கு உரியது என்றால், நேற்றையதை நோக்கி நாம் காறித் துப்பவேண்டும்.

இன்று, மிகவும் அருவருக்கத்தக்க சூழல்கார வெங்கட் சாமிநாத மனோபாவத்தின் பாதுகாப்புத் தமக்கு இருக்கிறது என்ற அசைக்க முடியாத நம்பிக்கையில்தான், சுந்தர ராமசாமியின் இந்த சுயரூபம் வெளிப்பட்டிருக் கிறது. நமது சூழல்காரரின் அந்தப் பாதுகாப்பு இருக்கிறதே, ஆஹா! எவ்வித அறிவார்த்த ஆதாரமுமற்ற ஒரு ஆஸ்பத்திரி கேஸ் தரும் பாதுகாப்பு அது. அவர்போன்று அறிவு லகத்துடன் சம்பந்தமே இல்லாதவதோன் ராமசாமி யாரும். அதற் குப் பரிகாரமாகத்தான், அறிவியல் துறையையும் அறிவாளியையும் வைத்துக் கதைபண்ண முயன்றிருக்கிறார் இவர். எப்பேர்ப் பட்ட அறிவு! எப்பேர்ப்பட்ட அறிவாளி! லெனினின் முழுப்பெயராகப் பட்டது, விளடிமிர் இலியச் உலியனோவ் லெனின் என்பதை, இந்த அறிவு நூலிலிருந்து அறியலாம். ஆனால், இந்நூலின் அறிவாளிக் கதாநாயகனுடைய அலாதியான டயரிப்பகுதிகளில்கூட, உள்ளு

ரில் சாகும் பறவைகளின் உடல்களைப் பற்றியோ, அவற்றுக்குச் சாவுவரும் விதம் பற்றியோ அறியமுடியாது. ராமசாமீய ஞானத்தின் படி, எங்கோ (எங்கே காசி, ராமேஸ்வரத்துக்கா?) போய் அவை உயிரை விடுகின்றனவாம். மனிதரும் கடைசிக் காலத்தில் இப்படித் தொலையவேண்டும் என்பது ராமசாமீய நாயக னின் அபிலாஷை. இது, இந்த நாவலைப் படித்த எனக்கு தோன்றி மறைந்ததுதான். நாவலாசிரியரது இலக்கிய வாழ்வின் முடிவு இவ்விதம் ஏற்பட்டிருந்தால் கௌரவமாகவே இருந்திருக்கும். மரம்தோறும் துயிலும் பறவைகளை இரையாகக் கொள்ள சிறுமிருகங்கள் உள்ளன என்ற கிராமீய அவதானம்கூட இல்லாத நாவலாசிரியருக்கு, வேறு எது கௌரவமாக முடியும்?

சு.ரா.வின் *ஜே.ஜே. சில குறிப்புகள்* நாவல், ஏதோ பெரிய எதிர்ப்புகளைக் கிளப்பிய தாகக் கூறுகிறார், 21.09.85 *இண்டியன் எக்ஸ்பிரஸி*ல் சு.ரா.வைப் பேட்டி கண்டவர். அந்த நாவலை ஆய்வு ரீதியாக நான் விமர்சித்து, அதில் இந்திய சரித்திரமும் காந்தீயப் போரும் அதன் பிரதிபலனங்களும் மழுப்பப்பட்டுள்ளமையை, மேலே காட்டியுள்ளேன். ஹரிஜன் ஈடேற்றத்துக்காகப் பிராமணன் கொல்லப்பட்டான் என்ற பொய்மையைப்புகட்டும் தந்திர நோக்கம் நாவலில் உள்ளதை, நான் காட்டி உள்ளேன். ஒரு மாட்டைக் கொன்றவன் பிராமணனல்லாதவன் என்றால் அவனுக்கு ஆயுள் தண்டனை, ஒரு மனிதனைக் கொன்றவன் பிராமணன் என்றால் அவனுக்கு ஐந்து ஆண்டுச் சிறைத்தண்டனை மட்டுமே என்ற ரீதியில், பிரிட்டிஷ் காலத்திலேயே, நாவலின் காலத்திலேயே நடைமுறையிலிருந்த சமூகநிலையைத் திரிபுபடுத்துகிறது நாவல். இந்த நாவல் அபரிமிதமாகப் புகழப்பட்டதுக்குப் பதிலாக, நான் எழுதிய, மேலே புதுப்பித்துத்தந்துள்ள கட்டுரையினை, *ஞானரதம்* பத்திரிகை ஆசிரியப் பொறுப்பிலிருந்த கே.வி.ராமசாமி பிரசுரித்தார் (*ஞானரதம்*, ஏப்ரல் 1984). இத்தவறை இவர் செய்தமைக்காகப் பத்திரிகையின் உரிமையாளரான அப்பாஸ் இப்ராஹிம்*, கே.வி.ராமசாமியைப் பதவி நீக்கம் செய்துள்ளார். நாவலுக்கு இந்த விதமான எதிர்ப்பு ஏதும் இல்லை. நாவலை எதிர்க்கவே கூடாது என்ற கெடுபிடிதான் சு.ரா.வின் ஆதரவாளர்களுடையது. தமது நாவலை தமது வாயாலேயே பேட்டியில் சு.ரா. வெற்றிகரமானதாகக் கூறுவது இதில் உச்சக்கட்டமான கெடுபிடி. சு.ரா.வைப் பேட்டி கண்டவரைப் போன்று

இலக்கிய ஸ்மரணையற்றவர்களுக்கு மட்டுமே இந்நிலை வசதி யானது.

க.நா.சுப்ரமண்யத்தால் ஒருசமயம் நம்பிக்கை ஊட்டக்கூடிய எழுத்தாளராகக் குறிப்பிடப்பட்ட சு. ரா., மொழியைக் கையாளும் திறமையைமட்டும் வைத்துக்கொண்டு வாழ்வின் மீதான தர்சனத்தை யும் அபிமானத்தையும் வெளிப்படுத்தமுடியாது. அதற்குக் காரணம், இன்றைய சமுதாய அரசியல் நிலைபாடுகளில், ஒரு ஆரோக்யமான நேர்மையான அணுகுமுறையை அவரால் கையாள முடியாமையில் தான் இருக்கிறது. இவர், பிராமணிய ஜாதீய இந்துக்குழுவைச் சார்ந்த எழுத்தாளர்களுள் ஒருவராய் உள்ளார். நேற்றைய தீண்டத் தகாதவர்கள் இன்று மரியாதைக்குரிய இனமாகப் பரிணாமம் பெற்று வரும் இன்றைய மனிதாபிமான அடிப்படையிலான நவீன சமூக அமைப்பில், இக்குழு பொருந்தி வராது. இதன் விளைவுதான், சு.ரா. போன்றவர்கள் சமகாலக் கருத்துக்களிலிருந்து தூர விலகி நிற்கும் அதேநேரத்தில் அவற்றுடன் கூடிக்குலாவுவதாகப் பாவனை செய்தலும்.

மௌனியைப் பொருத்தவரை, சு.ரா.விடம் புத்திசாலித்தனம் மட்டும் தான் உள்ளது. இது பாராட்டாகப் பேட்டி கண்டவரால் எடுத்தாளப் படுகிறது. புத்திசாலித்தனம் கலையைக் கொன்றுவிடும் என்ற கருத்தை, மௌனி அதன் தொடர்ச்சியாகக் கூறியது இங்கே மழுப்பப்பட்டுள்ளது. க.நா.சு., *ஜே.ஜே. சில குறிப்புகள்* புத்தி சாலித்தனமானது, கலையாக உயர்வடைந்ததல்ல என்று ஒதுக்கு மிடத்திலும் இப்பதம் பயன்படுத்தப்பட்டது. சு.ரா.வின் புத்திசாலித் தனம், விகடத்தனம்தான். கலைஞனை வேறுபடுத்திக் காட்டக் கூடிய ஆழமான மனநிலையும் புதுமைஉணர்வும் இவரிடம் இல்லை.

இந்தியன் எக்ஸ்பிரஸ் பேட்டியில், 'ஸ்டைலிசம்' என்பது என்ன வென்று சு.ரா.வுக்கோ, பேட்டி கண்டவருக்கோ தெரியவில்லை. சு.ரா.வை 'ஸ்டைலிஸ்ட்' என்று பட்டயம் கட்டுகிறார் பேட்டி கண்டவர். சு.ரா. திருப்பிச் சொல்லும் போது, அவருடைய ஸ்டைல் அவருடைய உள்ளடக்கத்தால் விவரம் பெறுகிறது என்கிறார். அவர் உண்மையில் ஸ்டைலிஸ்ட்டாக இருந்தால் - இப்படியில்லாமல், அவருடைய ஸ்டைலின் அழுத்தத்தினால் அவருடைய உள்ளடக் கம்தான் உருமாற்றம் பெற்றிருக்கவேண்டும். இந்தக் காரணத்தினால் தான், ஸ்டைலிஸ்டுகள் புதுரகமான பண்டிதவாதிகளாகவும் ஆகி

றார்கள். சு.ரா.விடம் உள்ள பிரச்னை என்னவென்றால், அவரிடம் மங்கிவிட்ட தர்சனம், அவருடைய ஸ்டைலை அங்கத நடைக்கு மெதுவாக மாற்றி அதிலேயே ஸ்திரம் பெறச் செய்துவிட்டது. அவருடைய தற்போதைய நிலை இதுதான்.

(என்னுடைய இந்தக் கட்டுரை, உருவத்தை உள்ளடக்கத்திலிருந்து தனிமைப்படுத்தும் அடிப்படையில் எழுதப்பட்ட ஒன்றல்ல. பாத்திரங்கள் கோமாளித்தனமானவை என்றும் நிகழ்ச்சிகளிடையே தர்க்க ரீதியாக ஒழுங்கீனம் என்றும் நான் குறிப்பிட்டால், அது உருவக் குறையையே குறிப்பிடும். பாத்திரமும் நிகழ்ச்சித் தர்க்கமும் உருவரீதியானவை. சு.ரா. இது விஷயத்தில் ஜே.ஜே. சில குறிப்புகளில் செய்துள்ளது சோதனை அல்ல; விகடக்கச்சேரி. இலக்கியத்தில் சோதனை என்பது, இதுவரை எட்டப்படாத பாத்திர பரிமாணங்களை எட்டும் முயற்சியாகும்; இதுவரை உணரப்படாத நிகழ்ச்சி ஒழுங்குகளை உணர்த்தும் யத்தனமாகும். நாவலின் கட்டமைப்பு வெறும் உத்திரீதியானது. இந்த உத்தி முறையில் புதுமை செய்பவன், அதன் மூலம் புதிய பாத்திரப்பரிமாணங்களைஎழுப்ப வேண்டும். ஆனால், இதோ பார் இன்ட்லெக்சுவல் பாத்திரம் என்ற ஜபர்தஸ்துடன் ஆரம்பிக்கிற ராமசாமி, *வெளிக்கொணரும் பாத்திரம் வெறும் காட்டுமிராண்டிக் குறளிதான். இதற்கும் மேற்சென்று, எத்தகைய குற்றங்களை எல்லாம் ஒரு கலைஞன் செய்யமாட்டானோ அவற்றையெல்லாம் செய்தும் வைத்துள்ளார் ஆசிரியர்.)* ★

*ஜே.ஜே.*யின் உள்ளடக்கமான இன்டலெக்சுவல் நாயகனுக்கும் அவனது தியரி ஆப் அப்ஹீவலுக்கும்கூட ஒரிஜனல் மவுஸு கிடையாது. ஸால் பெல்லோவின் Mr. Sammler's plane-ஐப் படித்தவர்கள் இதை உணர முடியும். மிஸ்டர் ஸாம்லரின் நண்பர் நிஜ உலகத்து பிரிட்டிஷ் இன்டலெக்சுவல் எச்.ஜி.வெல்ஸ். *ஜே.ஜே.*யில் பாலுவின் தூரத்து நண்பன் ஜோசப் ஜேம்ஸ். ஸாம்லர், தமது சூழலில் நடப்பவற்றிற்கான தீர்க்க தரிசனங்களை, வெல்ஸின் பேச்சிலும் எழுத்திலும் ஒப்பீடு காட்டுகிறார். இன்றைய நகரியல் பயங்கரவாதம் (Urban terrorism) வெல்ஸின் தீர்க்க தரிசனமாகும். ஆனால், பாலு மூலம் ராமசாமி கண்ட ஜே.ஜே.யிடமிருந்து அந்த தியரியையும் காணோம்; அது குறிப்பிடும் அப்ஹீவலின் அடையாளங்களும் நாவலில் இல்லை. இமிட்டேஷனில் கூட கையாலாகாத்தனம்!

நாவலின் 'உள்ளடக்கம்' இப்படி ஒரு அரைவேக்காட்டு இரவல் என்றால், அதன் உத்திமுறை, ஜான் அப்டைக் (John Uptike) எழுதிய Bech : A Book என்ற நாவலிலிருந்து அபேஸ் பண்ணப்பட்டிருக்கிறது என்பதையும், அக்கறை உள்ளவர்கள் தாமே ஒப்பு நோக்கிப்பார்த்து நிச்சயித்துக் கொள்ளலாம். Bech என்பது கற்பனைப்பாத்திரமான ஒரு நாவலாசிரியரின் பெயர். Bech-ஐப் பற்றிய புத்தகம் என்பது Bech: A Book என்ற தலைப்பின் பொருள். இந்தத் தலைப்பே *ஜே.ஜே. சில குறிப்புகள்* என்ற தலைப்பாகவும், சுந்தர ராமசாமி யாரால் திரும்ப வார்க்கப்பட்டிருக்கிறது.

இன்டியன் எக்ஸ்பிரஸ் பேட்டி முடிவில் சு. ரா., பிறருக்காகவே தாம் இனி எழுதப் போவதாக ஒரு சுய விளம்பரம் தருவதை, *ஜே.ஜே.* நாவலுடன் ஒப்பிடுவது அவசியம். பிறர் என்றால் யார் என்பதை அவர் விளக்கவில்லை. மேலும், இந்த முடிவுக்கு முந்தி, தாம் எழுதியவை பிறருக்காக அல்ல என்ற பொருளும் அவரது கூற்றில் உள்ளது. எனவே, 'யார் வேணாலும் வாங்க' என்ற தொனி தான் இந்த விளம்பரம் என்று ஆகிறது. *ஜே.ஜே.*யில் நான் குறிப் பிட்ட மாமனார் மருமகள் உறவின் வக்ரம், விதவை ரயில் பயணத் துக்குச் சிரித்துச் சிரித்து அழைக்கும் வக்ரம் ஆகியவை, இந்த விளம்பரத்துடன் சு.ரா. தரும் சாம்பிள் சரக்குகளாகும். இத்தகைய வக்ரங்களை, அதுவும் இதே மறைமுகப்பாணியில் எழுதுவோர் தாம், வெகுஜனப் பத்திரிகைகளினால் வரவேற்கப்படுகிறார்கள். எனவே, சு.ரா.வின் *இந்தியன் எக்ஸ்பிரஸ்* விளம்பரம் ஏதோ வாசக ரது லெவலுக்கு தமது இமாசலச் சிகரத்தை விட்டிறங்கி வரத் திருவுளம் பூண்ட அவதார இன்டலக்சுவலின் கூற்று அல்ல. 'நான் இப்ப ரொம்ப சீப் ஆயிட்டேங்க, யாரு வேணாலும் வாங்க', என்ற 'அழைப்பு'தான் அது.

ஞானரதம், ஏப்ரல்-ஜுன் 1984 / தீக்ஷண்யம்: : 1, 1986.

★ *ஞானரதம் (ஏப்-ஜுன் 1984) இதழில் வெளியான 'புதிய புட்டியில் பழையபுளுகு' கட்டுரைக்குப் பின்னிணைப்பாக, 'ரஸமட்டம்' பகுதி யில் வெளியிடவென்று ஞானரதத்திற்கு 24 செப் 1984-ல் எழுதப்பட்ட கடிதம் பிரசுரிக்கப்படவேயில்லை. இந்த இரு பத்திகளும்தாம் அக் கடிதம் - (கா.சு).*

32 சிருஷ்டியும் போதனையும்

நவீன வாழ்வினூடே புதுப்பாணிகளில் காலங்காலமான காட்டு மிராண்டித்தனங்கள் வெளியாவதைப்போல, மலினமான மதிப்பீடு களும் புதுவேஷமிட்டுப் பிறந்து, தங்களை உந்நதங்களாகவும் மானுடசாதனையின் நுண்ணிய கொழுந்துகளாகவும் காட்ட முயன்றவண்ணம் இருக்கின்றன. எனவே, ஒவ்வொரு காலகட்டத் திலும் மானுடன், காட்டு மிராண்டித்தனங்களையும் மலினமான மதிப்பீடுகளையும் புதிதுபுதிதாக சந்தித்து, புதுப்புதுத் தீர்வு களைத் தந்தே ஆகவேண்டியது, தவிர்க்க முடியாத ஒன்றுதான். இவ்விதம் தரப்படுகிற தீர்வுகள், மதிப்பீட்டுப் பரப்பினுள் வேரூன்றி விட் டால், தொடர்ந்துவரும் தலைமுறையிலிருந்து பிறக்கும் மலின வாதிகள், அந்த வேரூன்றிய மதிப்பீடுகளின் கிளைகளைக் கொண்டே சமகாலத்திய நுண்மைகளுக்கும் உந்நதங்களுக்கும் தூக்குமரம் சமைக்கின்றனர். ஆனால், தூக்குமரத்தில் தொங்கவிடப்படுகிற உந்நதத்வம், தன்னை இறுக்கிக் கொல்ல முயல்வதற்காக மலின வாதிகள் உபயோகித்த மதிப்பீட்டு மரபின் ஜீவனோடு பிணைந்து, ஒரு புதுமரமாகி வேரூன்றி விடுகிறது. இதுதான் உந்நதங்களுக்கும் மலினங்களுக்கு மிடையே நிகழும் மோதலின் சரித்திரத் தர்க்கம்.

உதாரணமாக, நீதிபோதனையை வெளிப்படையாக்கி, கலை பண்ணுவது ஒன்றும் காலாவதியாகிவிட்ட விஷயமல்ல. பாஷன் தான் மாறியிருக்கிறது. 'மனிதாபிமானம்' என்ற பிரயோகத்தை ஜவ்வு மிட்டாய் மாதிரி இழுத்து இழுத்து, கலைக்கு வேண்டிய கட்டாயச் சரக்கு என்று பிரிஸ்கிரிப்ஷன் செய்யும் கம்யூனிஸ - மார்க்ஸீய - வேறு இன்னும் என்னென்னமோவான இஸம்காரர்கள், நீதிபோதனையின் ஆதிபூர்வநிலையைவிட ஆபாஸமான, ஆச்சார்ய பாவத்தையே வெளியிடுகிறார்கள்.

இன்னொருபுறம், நீதிபோதனை என்பது இலக்கிய சாதுர்யமாக, தம்மைப் புனிதர் என்று காட்டும் மனோபாவத்துக்குத் துணை போகும் கணங்கள் நிகழ்ந்துள்ளன. இங்கே, முந்திய இஸம்களின் ஆச்சார்ய பாவத்தினின்றும் அவ்வளவாக அடிப்படையில் மாறுபடாத ஒரு ஆச்சாரியத் தனத்தையே இனம்காண இடம் உண்டெனினும், இந்தக் கட்சிக்கார ஆச்சாரியர்களிடம் இலக்கிய நோக்கமும் புனிதப் புளுகின் நோக்கமும் போதனை நோக்கமும் பின்னலிட்டு, ஒன்றைவிட மற்றது ஓரொரு சமயங்களில் மேலோங்கியுள்ளது. இதற்குச் சமீப காலத்திய உதாரணம் ந.பிச்சமூர்த்தி.

நேர்ச்சந்திப்பில் இவர், முக்கியமாகத் தமது கடைசி நாட்களில், என்னிடம் தம்மை ஒரு ஞானியாகக் காட்ட முயன்றதின் விபரங்கள் இங்கே வேண்டாம். ஆனால், 'ஞானார்த்த மானவன் இத்தகைய மதிப்பீடுகளைக் கொண்டவன்' என்று தாம் கருதியவற்றையே, அவர் தமது பார்வையாக வெளியிட்டுள்ளதை மறுக்க முடியாது. இவற்றுள், 'வழித்துணை' காவியம் மட்டுமே, அவரது பார்வைகளுள், மேற்படி ஞானார்த்த மதிப்பீடு சம்பந்தமாக உள்முரண்களில்லாதது. மற்றபடி அவர், இயற்கையுடனும் மிருகவுலகத்து இயல்புணர்வு (Instinct) உடனும் வாழ்வதே ஞானார்த்தமான ஒன்று என்றோ, மனித வாழ்வுக்கு உகந்தது என்றோ கூற முயன்ற ஒருவர் தாம். இதன் முக்கியமான உள்முகப் பிரச்னைகளை, நான் அன்று உணர்ந்திருந்தவனல்ல என்பதும், *எழுத்து* காலத்தில், 1960க்களில் ந.பி. பற்றி நான் எழுதிய கட்டுரைகளில், இதுபற்றி என்னிடம் இப்போதுள்ள பார்வைத் தெளிவு ஏற்படவில்லை என்றும் இங்கே கூறிவிட வேண்டியது அவசியம்.

ஆரம்பம் தொட்டு, தமது எழுத்துலக வாழ்வின் பெரும்பான்மைக் களங்களில் அவர் வலியுறுத்தியவை, மிக மலினமான வைதீகச்சார்புகளைத்தான். அன்றே குஞ்சு மீன், தாய் மீனின் பேச்சைக் கேட்காமல், புதியவழி தேடிப்போவதை ஆட்சேபிக்கிற கதை ஒன்றை, ந.பி. கவிதைபண்ணியிருக்கிறார் (பார்க்க: *பிச்சமூர்த்தி கவிதைகள்*). பரிணாமவியலின் இடையறாத கொந்தளிப்பும் இதன் விளைவாகவே பிச்சமூர்த்தி என்ற மானுட ஜன்மம் கூட உருவாயிற்று என்பதும், இவருடைய மேற்படி ஆட்சேபணைக்குச் சிருஷ்டி இயக்கத்தில் இடமில்லாமல் அடித்துவிடுகின்றன. அவ்வப்போது யதார்த்தப் பண்புகளின் கடுமைகளை நிறைவேற்றி,

உரைநடைப் படைப்புகளைச் சிருஷ்டித்துள்ளவர் எனினும் (உதாரணம், 'மாங்காயைத் தலை' போன்ற கதைகள்), 'நாகூர் ஆண்டவர்' போன்ற ஒரு கதை, முற்றிலும் அபத்தமான ஒரு பக்திச் சரக்காகும். இதில், இயல்பாகவே புயல் எழுந்து அடங்குவதை உணராத ஒரு காட்டுமிராண்டித்தனமான பக்தி, நாகூர் ஆண்ட வரை வேண்டிக் கொண்டு கடலுக்குள் தங்க நகைகளைப் போட்டதும் புயல் அடங்குவதாக, அதுவும் மிக அபத்தமான உயிரற்ற விவரணை யாக வெளிவந்துள்ளது(*மாங்காய்த்தலை* தொகுப்பு). இது மனி தனது ஆதிபூர்வமான, சிக்கலற்ற பிரக்ஞையின் சித்திரமாக வெளி வந்திருந்தால் மட்டுமேதான் ஏற்கக்கூடிய ஒன்றாகும். ஆனால், கதையின் காலகட்டம் நவீனமானது என்பதுடன், கதையுடன் தமது ஆசிரியப் பார்வையைக் கட்டியடித்துவிடுகிற ஒரு முதிர்ச்சியின் மையும் சேர்ந்து, 'நாகூர் ஆண்டவர்' கதை, பிச்சமூர்த்தியின் ஆழ மற்ற சில அடிப்படைகளுக்கு உதாரணம் ஆகிறது.

இதற்கு நேர் எதிரானது புதுமைப்பித்தனது அநுபவசாத்யப் பார்வை. *எழுத்து* காலத்தில் 1960க்களிலே நான் எழுதிய ஓரிரு கட்டுரைகளில், புதுமைப்பித்தனைப்பற்றிய என் பிந்திய தீர்க்கமான பார்வைக்கான மூலகங்களே இருந்திருக்கின்றன. பிந்திய என் பார்வையின் விளைவாக, பிச்சமூர்த்தியுடன் ஒப்பீடு பெறும்போது, புதுமைப்பித்தன் அவரைவிடப் பன்மடங்கு முதிர்ந்த ஆத்மாவா கவே சொரூபிக்கின்றார். இந்த ஒப்பீட்டுக் கான தூண்டுதல், 1960 டிஸம்பர் மாதத்துக்கான *எழுத்து* நிர்-12ல், *எழுத்து* பத்திரிகாசிரிய ரான சி.சு.செல்லப்பா எழுதிய 'மலர் சிறுகதைகள்' கட்டுரையில் உள்ளது. அந்த ஆண்டு *கலைமகள்* தீபாவளிமலரில் ந.பிச்சமூர்த்தி எழுதிய 'மெய்யறிவு' கதையை, புதுமைப் பித்தனின் 'சில்பியின் நகரம்' (*புதுமைப்பித்தன் கதைகள்*) உடன் ஒப்பிட்டு இருக்கிறார் சி.சு.செ. பிச்சமூர்த்தியின் 'மெய்யறிவு', மொத்தத்தில் போதனா ரீதியான ஒன்றேயன்றி, கலையின் பின்னலான உள்ப்பிணைப்புகள் மூலம் சிருஷ்டியின் சுயாதீன நிலையை அடைந்து ஒன்றல்ல. 'பொய்யறிவைப் பரப்புவதற்காகக் கலையா?' என்று, ஒரு அசட்டுப் பிரச்னையை பிரமாண்டப்படுத்த முயற்சிக்கிற, பிச்சமூர்த்தியின் ஆழமின்மைக்கு உதாரணம் அவரது 'மெய்யறிவு'.

புதுமைப்பித்தனது பாத்திரங்கள், இத்தகைய அசட்டு அறிவார்த் தங்கள் (Platitudes) உடன் நின்றுவிடுகிறவையல்ல. தமது ஆரம்ப

காலத்திய கதைகளை ஆண்மை தொகுப்பாக வெளியிட்டபோது, அந்தத் தொகுப்புக்கு எழுதிய முன்னுரையில், அந்த காலகட்டத்திய கதைகளின் மனோநிலைப் பின்னணியை நமக்கு அறிமுகப்படுத்துகிற புதுமைப்பித்தன், அறிவார்த்தத் தெளிவினை போதனைக்குப் பலியிடாமல், சிருஷ்டியின் நிதர்சனப்பண்புகளுக்கு உரமாக இட்டு, ஒரு முதிர்ச்சியை வெளியிட்டவராகிறார். அவரது 'சில்பியின் நரகம்' நாயகனாக சாத்தனிடத்தே நிகழும் மனப்போராட்டம், வெளியுலகத்தின் வழியாக வெளிப்படும்படி புதுமைப்பித்தன் எழுதாததின் மூலகாரணம், அவரது முதிர்ச்சியே தவிர சி.சு.செ. பிரமைகொள்வது போல, புதுமைப்பித்தனுக்கு இருந்த ஏதோ ஒரு குறைபாடல்ல. (எழுத்து ஆசிரியராகச் சி.சு.செ. இயங்கிய காலத்தில், அவர் தமது வழிபாட்டுக்கு இலக்காயிருந்த பிச்சமூர்த்தியுடன் புதுமைப்பித்தனை ஒப்பிட்டு, முன்னவர் ஏதோ ரிஷி என்ற ரகமாகவும் பின்னவர் மட்டமான மனிதர் என்ற ரகமாகவும் ஸ்தாபிக்க முயன்றுள்ளார்.)

இனி, கதைகளை விபரமாகப் பார்ப்போம். 'சில்பியின் நரக'த்துச் சாத்தன், நடராஜ வடிவத்தினைக் கருக்கொண்டு வடிவமைத்த சிற்பி. அது வழிபடப் படுவதற்காகவே, அவனது புறமன இயக்கத்தின் சம்மதத்தையும் பெற்று, கோவிலை அடைய நிற்கிறது. வெளியுலகில், அவனது உள் மனதின் பிரதிநிதியாக வருபவன், பைலார்க்கஸ் என்ற கிரேக்கன். பைலார்க்கஸின் பார்வையில், இந்தச் சிற்பம் கலைப்பொருளாக ஆனந்தாநுபவம் தருகிற ஒன்று; வழிபாட்டுக்கு உரியதல்ல. பைலார்க்கஸின் இந்தப் பார்வையைச் சாத்தனின் வெளிமனம் முழுமூச்சோடு எதிர்க்கிறது. முழுமூச்சோடு ஒரு மனநிலை மறுக்கப்பட்டால், அதற்கு எதிரான மனோநிலைக்கு ஆதாரம் அதே எதிர்ப்பினைத்தரும் மனசினுள் ஒளிந்திருப்பதுக்கு ஒரு தடயமாகும் என்ற மனோவியல் விதியை, அறிந்தோ அறியாமலோ புதுமைப்பித்தனது சிருஷ்டிகரமான முதிர்ச்சி, தொடர்ந்து இக்கதையில் வெளியிடுகிறது. நிமிர்ந்து பார்க்கப்படாமல், 'எனக்கு மோட்சம்' என்று ஜபிக்கிறவர்கள் மட்டுமே தனது சிலைமுன் நிழல்களாக வந்து போவதைக் கனவில் காண்கிற சாத்தன், சிலையை - கனவில் தான் - உடைக்கிறான். இதுதான் இவன் உள்மனநிலை. ஆனால் விழித்தெழுந்ததும் கனவைச் சபித்தபடி சாத்தன் நெற்றியில் திருநீறு இடுகிறான். இந்தப் பார்வையின் ஆழமும் யதார்த்த பூர்வமான மனோவியல் சித்தரிப்பும், பிச்சமூர்த்தியின் 'மெய்யறிவு' கதையில்

இல்லை. 'மெய்யறி'வில் ஓவியன் சகாதேவன், வெளி மனநிலை யிலேயே, அறிவார்த்த தளத்திலேயே, தனது ஓவியக் கருவில் குற்றம் கண்டு ஓவியத்தை அழிக்கிறான். இது ஆழ்ந்த ஒரு மோதலைச் சித்தரிப்பதாகாது. பிரக்ஞாபூர்வமான, கணிதார்த்தமான வெளிப் படைத் தீர்வுக்கு இலக்காகக்கூடிய பிரச்சினையின் சித்தரிப்பு இது. எனவே, பிரஸ்தாபக் 'குற்றம்' சம்பந்தமான முடிவை ஸ்தாபிப் பதற்கு உதவுகிற விளக்கப்படம் (Diagram) தான் சகாதேவன். மனிதார்த்தம் என்பது, இத்தகைய சுளுவான விளக்கப்படங்களாகச் சித்தரிக்கப்பட இயலாத ஒன்று. தன்னைத்தானே ஏய்த்துவிடும் உள்ப்பிடிமானங்களின் முரண்பாடுகளே மனிதார்த்தமாகும். இதைத் தனது நாடித்துடிப்பாக உணராத ஒருவன், கலைஞனாகவும் சரி, மனிதனாகவும் சரி முதிர்ச்சியற்றவன் தான்.

மொத்தத்தில் இலக்கியத்தின் சாதனாவடிவம், சிருஷ்டியின் பேரியக்கத்தினைச் சார்ந்த ஒன்றே அன்றி, 'நல்லது கெட்டது'களை அறுதியிடுகிற காரியமல்ல. ஆயினும், நல்லதுகெட்டதுகள் சிருஷ்டி சக்தியின் வியாபக விஸ்தாரத்தில் பெறும் மனோரூபங்களாக, இலக்கியத்திலும் ஊடாடுகின்றன. இருந்தும், இந்த ஊடாட்டத்தின் இயற்கைக்குப் பொருந்தாத அறுதிகள் கலையாவதில்லை. இதனா லேயே போதனை கலையாவதில்லை.

போதனை என்பது, சுயாதீனத்தின் உக்ரநிலைக்கு எழாத முதிர்ச்சி யின்மைகளைச் சார்ந்தது. கலைமூலம் போதிப்பவனும் போதனை யைக் கலையென ஏற்பவனும், இருவருமே முதிர்ச்சியற்ற நிலை யில் உள்ளவர்கள்தான். இவர்கள் கடைப்பிடிக்கும் நன்னெறி, நிசர்சனத்தின் பின்னல்களுக்கு ஈடுகட்டி உக்ரமடையக்கூடிய உண்மையான நெறியின் பண்புகளற்ற நடைப்பிண நெறியாகும். இந்தநெறியே நூற்றாண்டு நூற்றாண்டாக, இந்தியாவின் மனிதப் பண்பற்ற மதிப்பீடுகளுக்கும் 'தர்மசாஸ்திரங்'களுக்கும் அத்திவார மாக அமைந்துவந்திருக்கிறது. இதன் விபரங்கள் இங்கே அவசிய மற்ற அளவு வெளிப்படையானவை.

புனிதமற்றதையும் பூரணமற்றதையும் நிராகரித்துவிட்டால், புனிதமும் பூர்ணத்துவமும் சித்தியாகிவிடும் என்ற பார்வையின் விளைவே போதனை. இந்தப் பார்வையே, கலையின் சிருஷ்டி பூர்வமான பரிமாணங்களைக் காணமறுப்பதுமாகும். ஏனெனில்,

சிருஷ்டி பூர்வமான பரிமாணத்தில், நிறையவே புனிதமின்மையும் அபூர்ணமும் சம்பவிக்கும். ஆனால், புனித மற்றதையும் அபூர்ணத் தையும் உள்ளபடி நேர்நோக்கிச் சந்திப்பதே, புனிதத் துவத்துக்கும் பூர்ணத்துவத்துக்கும் மார்க்கமாகும். எனவே, சத்தியத்தை நாடும் திசையில்கூட, கலையின் சிருஷ்டிபூர்வநிலைதான் போதனையை விட சிலாக்யமானது என்றாகிறது. இந்நிலையில், இதமளிக்கிற சமூகத்தீர்வுகளாகவோ வெளிப்பகட்டு நிறைவேற்றங் களாகவோ அல்லாமல், உள்ளார்ந்த மனப்பின்னல்களைச் சந்திக்கிற நிர்ப்பந் தம் பிறக்கிறது. பிச்சமூர்த்தி, புதுமைப்பித்தன் என்ற இருவருள், பித்தனிடத்திலேயே இந்த நிர்ப்பந்தத்தைக் கலைவடிவாக்கிய மனோபாவத்தை நாம் காணலாம்.

எனவே, போதனையை நிராகரிக்கிற இலக்கியப்பண்பு, இளக் காரமான விஷயமல்ல. இறுக்கமாகச் சொன்னால், இயற்கையில் இயங்கும் நிதர்சன சக்தியே, சுய உணர்வு பெற்று மனக்கருவியாக கலைஞன்மூலம் செயல்படுகிறது எனலாம். ஆனால், இயற்கை யின் தன்மையிலுள்ள குரூரத்தைச் செப்பனிடுவதற்காக, 'நல்லது கெட்டது' என்ற பாகு பாட்டைப் பிரயோகிப்பது போதனை.

சீர்திருத்தக் கருத்துகளும் கட்சீயக் கருத்துகளும்கூட, இலக்கிய வடிவுகளின் மீது பொதியேறுகிறபோது, கதைகள் 'பண்ணப்பட்ட' வடிவினையே பெறுகின்றன என்பது ஒரு புறமிருக்க, வாழ்வை உள்ளபடி சந்திக்கவிடாமல் விழிப்புச் சக்தியை மழுங்க அடிக்கும் சுளுவான தீர்வுகளாகவே இவை நிறைவேறுகின்றன. எனவே, இந்த விழிப்பை மழுங்க அடிப்பதன் மூலம், போதனையாளனும் சீர் திருத்த-கட்சீயக் கருத்தாளனும், தங்கள் உத்தேசத்தையே நிறை வேற்ற இயலாத துயில்நிலைக்கே, வாசக உள்ளத்தைப் பலியிடு கிறார்கள்.

லயம் : 3, ஜூலை 1985.

மௌனி

33 மௌனிக்கு அஞ்சலி

சென்னை தேவநேயப் பாவாணர் நூலரங்கத்தில் (LLA), *21-6-1985* அன்று மாலை, மௌனியின் மறைவுக்கு அஞ்சலி செலுத்தும் கூட்டம் நடைபெற்றது. இந்த இரங்கல் கூட்டத்தின் அமைப்பாளர் பிரமிள். இந்நிகழ்ச்சியில் அவர் பேசியதன் சாராம்சம்:

''**மௌன**ியின் கலை, செக்ஸ் உணர்வின் ஒரு ஆழமான குணத்தை அடிப்படையாகக் கொண்டது எனலாம். காதல் என்ற வார்த்தையையும் தாண்டி, ஒரு ஆழமான தன்மையாக இதை இனம் காண முடியும். ஆண் பெண் கவர்ச்சி என்ற காதலைத் தாண்டி, இரண்டு பெர்ஸனாலிட்டிகளுக்கு இடையே உள்ள உறவாக அவரது கதைகளில் இது பெறப்படுகிறது. மனிதஉறவு, பெர்ஸனாலிட்டி களிடையே ஏற்படும் உறவாக இருக்கும்போதுதான், அது பூர்ண மாகும். பெர்ஸனாலிட்டி என்ற வார்த்தையில், நுட்பமான மனோ பாவங்களி லிருந்து சரீரக் கவர்ச்சி வரை உள்ளடக்கப்படுகிறது. மௌனியைப் பொறுத்த அளவில், இந்த பரிபூர்ண சொரூபங் களிடையே ஏற்படும் ஈர்ப்புதான் காதல். 'செக்ஷுவல் ரெவலூஷன்' என்ற இயக்கத்தின் மனோதத்துவ அடிப்படை இங்கே பிரதிபலிக்கக் காணலாம்.

ஜெர்மனியிலும் இங்கிலாந்திலும், சில மனோதத்துவ நிபுணர் களிடையே நிலவிய கருத்துக்களின் ஒரு வடிவம் செக்ஷுவல் ரெவலூஷன். பூர்ஷுவா மயமாக்கப்பட்ட மதிப்பீடுகளின்படி, வர்க்கத்தைத் தாண்டிய காதல், காமவடிவமாக அர்த்தம் கொள்ளப் பட்டது. இதை எதிர்த்து, காதலை ஒரு ஆழ்ந்த உறவுமுறையாக, பூர்ஷுவாக் குணங் களுக்கும் அப்பால் கொண்டு போன இயக்கமே, அடிப்படையில் செக்ஷுவல் ரெவலூஷன். வர்க்கபேதத்தை தாண் டிய உணர்வுதான் காதல் என்பதை இந்த இயக்கம் வலியுறுத்திற்று.

வர்க்க உணர்வு காதலுக்கு எதிரானது என பறைசாற்றிற்று. வர்க்கங்கள் இல்லாத சமூகத்தில்தான் காதல் சுதந்திரமடையும் என்பது இந்த இயக்கத்தின் கொள்கை. எனவே இந்த இயக்கம், ஆரம்பத்தில் மனோதத்துவவாதி களிடையே பிறந்தாலும், வர்க்கங்கள் இல்லாத சமூகத்தைப் படைக்கும் அரசியல் சித்தாந்தமான சோஷலிஷக் கொள்கையுடன் பிணையலாயிற்று. மௌனியின் ஆண் பெண் பாலாரிடையே, பெர்ஷனாலிட்டி ரீதியான ஈர்ப்பு இருந்தும், அவர்கள் ஒன்று சேர முடிவதில்லை. 'அழியாச்சுடர்' நாயகி, கீழ்வர்க்கத்தின் பிரதிநிதியான கணிகையாக வருவது குறிப்பிடத் தக்கது. 'குடை நிழல்', 'நினைவுச்சுவடு', 'உறவு பந்தம் பாசம்', 'கொஞ்ச தூரம்' போன்ற கதைகளிலும், இதே விதமான பெண்கள் வருகிறார்கள். சமூக அமைப்புக்கும் பெர்ஸனாலிட்டிகளின் ஈர்ப்புக்கும் இடையே உள்ள பிரச்னையாக, அவரது இந்தக் கதைகளைக் காண இடமுண்டு. இந்தப் பெண்கள், தங்கள் வர்க்கத்தினையும் மீறிய ஆழ்ந்த மனித உணர்வுகளையே வெளியிடுகிறார்கள். 'அழியாச்சுடர்' நாயகியின் ஆழ்ந்த கோபமும் 'கொஞ்சதூரம்' நாயகி செய்து கொள்ளும் தற்கொலை யும் உதாரணங்கள். வர்க்க அமைப்பின் விளைவான சமுதாயத்துக்கு இரையானவர்களாக, இவர்களைக் காணமுடியும். 'அழியாச்சுடர்' நாயகி, தனது நிலையை உந்நதப் படுத்தி சமனம் பெறுகிறாள்.

அப்படியானால், மௌனி ஒரு மறைமுக வழியில் தனது சமகால வர்க்கப் போராட்டத் தைச் சித்தரித்தவரா? தன்னையறியாமலே மௌனி இதைச் செய்திருக்கிறார் என்றுதான் தோன்றுகிறது. மிகப் பெரிய கலைஞன், எல்லாவிதமான தளங்களிலும் அர்த்தம் பெறக் கூடிய படைப்புகளைத்தான் சிருஷ்டிப்பான். மௌனியின் கதைகள் வெறும் காதல் கதைகள்தான், சமூகப் பிரச்னைகளை அவை பிரதி பலிப்பதில்லை என்று குற்றம் சாட்டிய வர்கள் இருக்கிறார்கள். மௌனியும், தன்னுடைய கதைகள் சமூகப் பிரச்னைகளைப் பிரதி பலிப்பதில்லை என்றுதான் நம்பினார். உறவுநிலைகளை, ஆழ்ந்த தத்துவப் பிரச்னைகளுக்கு ஒரு பின்னணியாக எழுப்பிக் கொண்டதாகவே, அவர் தமது கதை யுலகைக் கருதினார். ஆனால், உறவு நிலையின் தளத்தில் அது வர்க்கப் பிரச்னையைச் சித்தரித்ததை அவர் உணர்ந்து கொள்ளவில்லை; அவரைத் தாக்கி விமர்சித்தவர்களும் காணவில்லை; அவரைப் புகழ்ந்தவர்களும் காணவில்லை. புகழ்ந்த

வர்களுள் நானும் ஒருவன் என்றாலும் கூட, அன்றைய (1960-70) கால கட்டத்தில் என் இலக்கிய விமர்சன அணுகுமுறை, அத்யாத்மிக அம்சங்களை அடிப்படையாகக் கொண்ட 'ஆர்க்கிடைப்பல்' முறையில் இருந்தமை, எனது பார்வையினை நிச்சயித்திருக்கிறது. மௌனியைத் தாக்கிய இடதுசாரி விமர்சனமுறையினை, சரித்திர அம்சங்கள் அடங்கிய ஹிஸ்டோரிக்கல் அணுகு முறை என்று கூறவேண்டும். இந்த முறையை நுட்பமாக அநுசரித்தால், நான் மேலே இனம் காட்டுகிற வர்க்கப் போராட்ட அம்சங்களை, அன்றே மௌனியில் கண்டிருக்கலாம் என்பதையே, இன்று சுட்டிக்காட்டுகிறேன்.

இதுவரை, மௌனி பற்றி திரும்பத் திரும்பச் சொல்லப்பட்டவற்றிலிருந்து மாறுபட்ட பார்வை இது என்பது எனக்குத் தெரியும். சமீபத்தில்கூட, மௌனியின் கதைகளில் சமூக பிரச்னைகள் எட்டியும் பார்ப்பதில்லை என நான் எழுதியிருக்கின்றேன். மௌனியே இதை ஒப்புக்கொள்வார் என்பதும் ஒன்று. ஆனால், விமர்சனத்தின் ஆய்வு வழியில் பரிபூரணமான கலைஞனைச் சந்திக்கிறபோது, கலைஞனது பலமுகப்பட்ட தன்மைகள் வெளிப்படும். நான், மௌனியைப் பற்றி எவ்விதமாக விமர்சிக்கிறபோதும், அவர் பரிபூர்ணமான கலைஞர் என்பதை வலியுறுத்தி இருக்கின்றேன். எனவே, அவரது மறைமுக அம்சமாகவே, வர்க்கப்போரின் சாயல் ஒன்று அவரது கதைகளில் வந்திருப்பதை என்னால் இன்று கூறக் கூடியதாக இருக்கிறது. பார்க்கப்போனால், மிகச் சிறந்த கலைஞன், தனது உத்தேசங்களை மீறியே அர்த்தங்களை உருவாக்கிவிடக் கூடியவன் என்றும் அந்த அர்த்தங்கள் உந்நதமானவையாக - அர்த்த பூர்வமானவையாக இருக்கும் என்றும் காணலாம். தரக்குறைவானவர்கள் மிக உயர்ந்த உத்தேசங்களைக்கொண்டு படைக்க முன் வந்தாலும், அவர்கள் குறைபாடான உள்நோக்கம் கொண்டவர்களாக இருந்தால், எப்படியும் படைப்பில் விஷத்தைக் கொட்டி விடுவார்கள். இதற்கும் எங்கள் காலத்தில் உதாரணங்கள் உண்டு.''

இது பிரமிளின் பேச்சுச் சுருக்கம்.

II

மௌனி, தமிழில் தம்மால் எழுதமுடியாது, தமது சிந்தனைகளை அதில் கொண்டுவர இந்த மொழி உபயோகமற்றது என்று

கூறியதும், நினைவு கொள்ளப்பட்டது. உண்மையில், பரிவு எதையும் உணராமல் வளர்ந்த ஒரு வெறுப்பு நிறைந்த எதிரொலியே இது என்று பிரமிள் கருத்து தெரிவித்தார்.

இவ்விடத்தில், மௌனியின் 'கலகம்' பற்றி க.நா.சு. குறிப்பிட்ட விஷயத்துடன், மௌனிக்கு இருந்த போதைப் பழக்கத்தையும் நினைவுக்குக் கொண்டு வருகிறோம். இத்துடன், விஷேசமாக அபினி போன்ற வஸ்த்துக்களையும் மௌனி உபயோகித்திருக்கிறார். பிரக்ஞையைக் கூர்மையாக்க இது தனக்கு அவசியம் என்று பிரமிளிடம் கூறி இருக்கிறார். ஆன்மீகரீதியான பயிற்சிகளையோ, கருணையின் அவசியத்தையோ அவர் உணர்ந்ததில்லை என்று தெரிகிறது. இலக்கியத்தைவிடத் தத்துவத்தில்தான் மௌனிக்கு அக்கறை இருந்தது என்ற க.நா.சு.வின் கூற்று, இவ்விடத்தில் நூல் பயிற்சியையும் போதைப் பொருளையும் மீறவில்லை என்றே தெரிகிறது. அபினியின் மூலம் தாம் பெற்ற சில அநுபவங்களையும் மௌனி பிரமிளிடம் கூறி இருக்கிறார். ஆனால், அன்புதான் தத்துவ சிகரப் பிரச்சினையின் ஔஷதம். இதை உணரத்தக்க பாலகப் பிராய மனச் செழுமை, தாயன்பினை உணர்வதிலேயே பிறக்கும். சில வேளை, இது கிடைக்காததினால் தானோ என்னவோ, தனது மிகச் சிறந்த திறனான இலக்கிய சக்தியைக் கூட மௌனியினால் ஊக்கத்துடன் தொடர முடியவில்லை என்கிறார் பிரமிள்.

தத்துவ நூல் தேடல், பிரத்யேக வாழ்வின் சாம்ராஜ்யம் எனப் படுவதன் மூலம் மௌனி பெற்ற தேட்டங்களை விடவும், எப் போதோ ஏனோதானோ என அவர் சிருஷ்டித்த இலக்கியம்தான் அவருக்கு உண்மையான புருஷார்த்தத்தை அளிக்கிறது. 1960க்களின் பின்பகுதியில், தமது வாழ்வின் ஒரே அர்த்தம் தமது இலக்கியச் சக்திதான் என அவர் உணர்ந்திருக்கிறார். தனது இயல்பின் சிகர குணங்களுக்காக வாழ்வது ஒருவரது கடமை. இதை மௌனி ஆரம்பத்திலேயே உணர்ந்து, கூடவே இலக்கிய உலகச் செழிப்புக்கான பொதுநோக்குடன் உழைத்திருந்தாரானால், இன்று நாம் இன்னும் அதிக லாபத்தை அடைந்திருக்கலாம்.

லயம்: : 4, அக்டோபர் 1985.

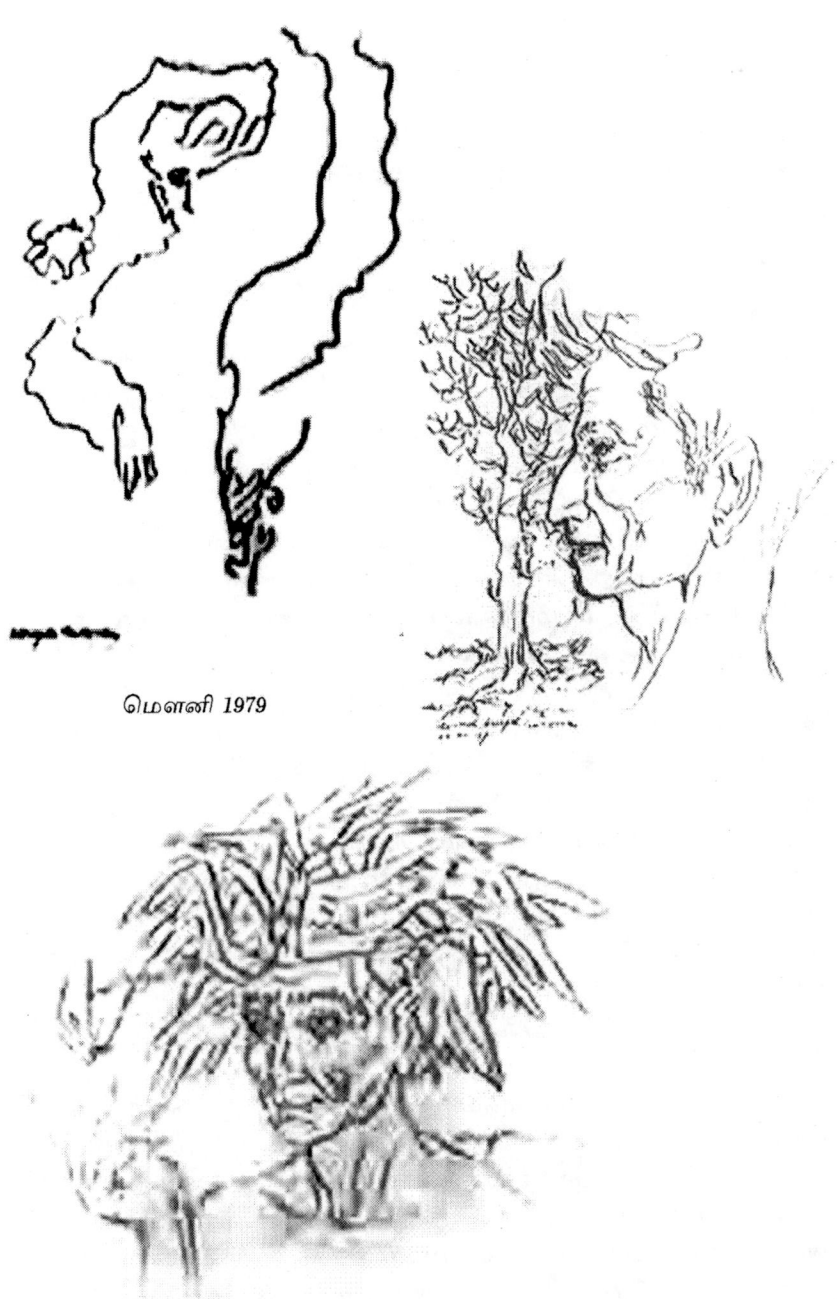

மௌனி 1979

பிரமிள்

34 மௌனி நினைவுகள்

முதலாமாண்டு (இதழ்-நிர்.12) 1959 டிசம்பர் மாதத்துக்கான *எழுத்து* இதழில் வெளியான 'குடை நிழல்' தான், நான் படித்த முதலாவது மௌனி கதை. பிறகு, 1961-62 வாக்கில் நான் இலங்கையிலிருந்து வந்து மௌனியை சந்திக்குமுன், சி.சு.செல்லப்பாவிடமிருந்து *அழியாச்சுடர்* தொகுதியை வாங்கிப் பூரா கதைகளையும் படித்துவிட்டேன். சிதம்பரத்தில் எனது உறவினர்கள் இருந்ததால், அங்கே வசித்த மௌனியுடன் பழகுவதற்கு வசதி இருந்தது. அப்போதெல்லாம் சம்பிரதாயங்களையும் அநுஷ்டானங்களையும் உதாசீனம் செய்த ஒரு அறிவுவாதி அவர். பரஞானம்கூட ஒருவிதத்தில், திடீரென அகந்தை அடங்குகிற ஒரு அறிவுசார்ந்த நிலையாக மட்டும்தான் அவருக்கு தோன்றியிருக்கிறது. பொதுவாழ்வு, கருணை, அபேத சிருஷ்டி என்ற அம்சங்களை மௌனி முக்யப்படுத்தாதவர். இந்த குறைபாடுதான், இயற்கையிலேயே பிரக்ஞைக் கூர்மை பெற்றிருந்தவரெனும், அவரைப் போதை வஸ்துக்களை நாடும்படி செய்திருக்கிறது. நான்கு பையன்களும் ஒரு மகளும் அவருக்கு. ஒரு பையன் மனக் கோளாறில் மாட்டிக்கொண்டவர். மற்ற மூவருள் இருவரைப் பறிகொடுத்த பிறகு, இரண்டாம் தடவை மௌனியை நான் பார்த்த சமயத்தில், அவர் மிகவும் மாறிவிட்டிருந்தார். இனம் புரியாத அச்சத்திற்கு அவரது அறிவுவாதம் ஆட்டப்பட்டிருக்க வேண்டும். இதன் பிரதிபலிப்பை 'மனக்கோட்டை' கதையில் காணலாம். உடல் முழுவதும் பட்டை விபூதி இட்டு, சிதம்பரம் கோவிலைக் காலையும் மாலையும் சுற்றும் பழக்கம் அவருக்கு உருவாகிவிட்டது. இருந்தும் அவரால், சங்கராச்சார்ய மடாதிபதிகளைத் தாண்டி, ரமணர், ஜே.கிருஷ்ணமூர்த்தி, வள்ளலார் சிதம்பரம் ராமலிங்கம் போன்ற எவரையும் மதிக்க முடியவில்லை இறுதி வரை. மூன்றாம் தடவையாக நான் ஜே.கிருஷ்ணமூர்த்தியை நேரில்

சந்திக்கவென்றே இலங்கையிலிருந்து இந்தியாவுக்கு வந்ததை அவரால் ஜீரணிக்க முடியவில்லை. உண்மையில், ஜே.கிருஷ்ண மூர்த்தி பற்றி அவர் அலட்சியமாகக் கூறிய அபிப்ராயங்களை நான் கண்டு கொள்ளாததின் விளைவாக, என்னை அவர் 'வழிபிசகிய பக்தனாய்' கண்டு, தமக்குக்கிடைத்த புதிய குருட்டு பக்தர்கள் சிலரிடம் ஏதோ தவறாக என்னைப் பற்றிச் சொன்னதின் விளைவு கள், ஓரளவுக்கு தமிழ் இலக்கியச் சூழலின் ஆரோக்கியத்தையே பாதித்தது என வேண்டும். அன்றும் இன்றும் மௌனியை ஒரு அற்புதமான கவியாகத்தான் நான் கண்டிருக்கின்றேன். அவரது பேச்சில், அறிவுவாதத்தின் தர்க்கபூர்வமான தெளிவுபிறக்க இடம் விடாத கவித்வ குணாம்சத்தை, அறிவார்த்தத்தின் மூலம் அடக்கி யாள முயன்றவர் மௌனி. இந்த போராட்டத்தை அவர் தொடர்ந்து எழுதி, படைப்பின் வடிவாகச் செய்திருந்தால், அவருக்கும் நமக் கும் லாபகரமாக இருந்திருக்கும். தம்மை அறிவுவாதியாகக் கருதிய மௌனியினால், உண்மையில் கட்டுரை வடிவம் எதையும் ஆளுமை கொள்ள முடியவில்லை என்பது கவனத்துக்குரியது. ராமையா மணிவிழா மலரில் அவர் எழுதியதிலும் சரி, 'எங்கள் ஊர்' கட்டுரை யிலும் சரி, அவரது கவித்வம் மட்டும்தான் விஷயத்தைக் காப்பாற்று கிறது. மௌனியுடன் பழகிய எனது தலைமுறைக்காரர்களுக்கு, அவர் பேசுவது புரியவில்லை என்ற தோற்றம் ஏற்பட்டிருக் கிறது. காரணம், அவரது பேச்சின் கவித்துவ அம்சங்களை இவர்கள் அறி வார்த்த விஷங்களாகக் கொண்டதின் விளைவாகும். அவர் பேச்சு எதையும் விளக்குவதில்லை. இந்த விஷயத்தை உண்மையில் அவரே சரிவர உணர்ந்துகொண்டவரல்ல என்பதுதான் இதில் விசித்ரம். சந்திக்கவருகிறவர்களிடம், 'பெட்டிக்குள் இருந்து கொண்டு, அந்தப் பெட்டியை நானே தூக்கிப் போகும் சௌகர்யத்தைத்தான் தேடுகிறேன்,' என்பார் மௌனி. கேட்டவருக்கு கண்ணைக்கட்டிக் காட்டில் விட்டதுபோல் ஏன் இராது? இந்தச் சித்திரம் சர்ரியலானது. அத்துடன், ஜென் பௌத்தத்தில் புலனுலகத்தைத் தாண்டி மனசை விழிப்படைய வைக்க உருவாக்கப்பட்ட அசத்யா சத்யங்களையும் (Pardoxes) இது பிரதிபலிக்கிறது.

மௌனியின் தந்தை பெயர் சாமா. இளமையில் மௌனி, காவேரி யில் நிறைய நீந்தி இருக்கிறார். காலேஜ் காலத்திலிருந்து பல வருஷங்களாகவே, மைல் மணி என்று தெரிய வருமளவுக்கு, மைல்

ஓட்டப் பந்தயங்களில் முதலாவதாக வந்திருக்கிறார். ஒரு தடவை, அந்தக் காலத்திய நல்ல பேனாவான 'வாட்டர்மன்ஸ்' இரண்டாம் பரிசாகக் கிடைக்கும் என்று கண்டு, இரண்டாவதாக வந்து அதைப் பெறுவதற்காக மைல் ஓட்டத்தில் கலந்துகொண்ட மௌனி, இறுதி உக்ர வேகத்தில் முதலாவதாக வந்துவிட்டார். 'கப்' தான் கிடைத்தது. இதில் தனக்குப் பெருந்த 'ஏமாற்றம்' ஏற்பட்டதைப் பற்றி சுவாரஸ்யப்படுவார் மௌனி.

கூர்மையான பிரக்ஞை உணர்வும் உந்நத மனவெழுச்சிகளும் வாய்க்கப்பெற்றிருந்த மௌனி, இவற்றின் மனிதார்த்த பரிணாமங்களுக்கு அவசியமான தாயன்பை இளமையில் இழந்தமை ஒரு துரதிஷ்டம்தான். இதன் விளைவாக, இந்தியப் புரட்சியின் மனிதாய அடிப்படைகளைப் பிரதிபலித்த எவரையும் அவரால் கௌரவிக்க முடியவில்லை. தன்னைச் சார்ந்த ஜாதீய, இன அடிப்படைகளை மட்டுமே அவர் கௌரவித்தார். மணிக்கொடி எழுத்தாளர்களினுள்ளேயே, மௌனி இது விஷயத்தில் விதி விலக்கான ஒருவர். பாரதியின் லட்சியங்களைக் கடைப் பிடித்த வ.ரா. (*மணிக்கொடி* ஸ்தாபகர்களுள் ஒருவர்), இலங்கை யின் *வீரகேசரி*யில் ஆசிரியராக இருந்துவிட்டுத் திரும்பிவந்த சமயம். கு.ப.ராஜகோபாலன், மௌனியை அழைத்துக்கொண்டு அவரைப் பார்க்கப் போயிருந்தார். வ.ரா.வும் பாரதி போல் பூணூல் இல்லாமல் வாழ்ந்தவர். (க.நா.சு.வும் இவரைப்போலவே இன்றுகூடப் பூணூல் அணிவதில்லை.) மௌனியின் மேல்த்துண்டு விலகி, அவரது பூணூல் தெரிந்தது. வ.ரா. தமது வழக்கமான தோரணையில், ''இந்தப் பூணூலைக் கழற்றி ஆணியில் மாட்டு,'' என்றார். மௌனி சட்டென ஆங்கிலத்தில், "I will rather cut my cock and put it there" என்று பதில் கூறினார். பூணூலைத் துறப்பது அர்த்தமற்றது. உடலின் தீவிர எழுச்சிகளுக்குக் கேந்திரமான செக்ஸ் போன்றவற்றைத் துறப்பதே ஆழமானது என்ற பொருள் இதற்கு உண்டு. ஜாதீயத்தைக் காப்பாற்ற வெடித்தெழுந்த பதில் என்பதைவிட, ஆன்மிக அம்சத்தைப் பற்றிப் பேசிய அர்த்த புஷ்டி இதில் உண்டு. மௌனியின் கவித்துவம், ஜாதீய நோக்கத்தையும் மீறிய ஒன்று. இந்தக் கவித்வத்துக்கு மட்டுமே மௌனி தம்மை அர்ப்பணித்திருக்க வேண்டும் என்பதுதான் எனது கட்சி. ஆனால், மௌனிக்கு வாய்த்த ஜாதீயச் சீடர்கள்,

அவரையும் தங்களுடன் சேர்த்துக் கீழே இழுத்துக்கொண்டு போய் விட்டார்கள்.

தினமணி ஞாயிறு மலர் ஒன்றில் பிச்சமூர்த்தி (இவர் தாடி, காவி ஆகியவற்றுடன் வாழ்ந்தவர்), ஒரு கட்டுரை எழுதி இருந்தார். 'தாடி வளர்ப்பது ஏன்?' என்பது தலைப்பு. அப்போது மௌனியைக் கண்ட பிச்சமூர்த்தி, கட்டுரையைக் குறிப்பிட்டு, ''படிச்சயா?'' என்று கேட்டிருக்கிறார் (மௌனி யைவிடப் பிச்சமூர்த்தி மூத்தவர்). மௌனி, ''பார்த்தேன் படிக்கலே,'' என்றார். இதில் ஒரு சுழி இருப்பதை உணர்ந்து, ''ஏன்?'' என்று கேட்டார் மூத்தவர். மௌனி யின் பதில்: ''தாடி வளர்ப்பது ஏன்னு கேட்டு எழுதியிருக்கேள். தாடி வளர்வது ஏன்னு இருந்திருந்தா படிச்சிருப்பேன்.'' இதில் தெளி வாகவே தென்படும் உட்பொருளை, சர்வாயுத வல்லப விமர்சகரான வெ.சாமினாதனால் புரிந்துகொள்ள முடியவில்லை. ''தாடி வளர்ப் பது பற்றிய விஞ்ஞானக் கட்டுரையாக இருந்தால் படித்திருப் பேன்,'' என்று மௌனி அர்த்தம் பண்ணியதாக இவர் என்னிடம் விளக்கினார். தாடி வளர்ப்பது என்பது ஒரு சின்னத்தைப் பேணுவது. ஆனால், தனது தோற்றத்தில் அக்கறை இல்லாமையால் வேறு ஒருவனுக்கு தாடி தானாக வளர்கிறது. இந்த வித்யாசத்தைத் தான் மௌனி அர்த்தப்படுத்தினார் என்பதுடன், பிச்சமூர்த்தியும் புரிந்து கொண்டு சிரித்திருக்கிறார்.

ஆழ்ந்த தத்துவ நூல்களையும் உயரிய இலக்கியங்களையும் நுட்பமாகப் படித்த மௌனி, சாதாரண மாமியார் மருமகள் கதை களையும் படிப்பார். கல்கியின் சரித்திர நாவல்களையும் படிப்பார். ஆனால் இவை இலக்கியங்கள் அல்ல என்பதில், அவருக்கு, இலக் கியத்தைத் தவிர மற்றவை தீட்டு என்று கூறுவோரைவிட ஆழ்ந்த தெளிவு உண்டு. அவர்களைப் பற்றி, "They suffer from a sentimental fear of sentimentality" என்பார். இது, அவர் மிகவும் விரும்பும் ஜி.கே.செஸ்டர்ட்டனின் வாசகம்.

மணிக்கொடி பத்திரிகையின் ஆரம்பக் கட்டம். அப்போது மௌனியை, 1930க்களில், பி.எஸ்.ராமைய்யா காதி விற்பனை யாளராக மாமாங்க விழா போனபோது சந்தித்திருக்கிறார். மௌனிக்கு இசை விஷயத்தில் தீவிர ஈடுபாடு இருந்திருக்கிறது. அவரது நெருங்கிய நண்பர் தோடி நாராயணசாமி யின் மைந்தரான

பிடில் கல்யாணசுந்தரத்திடம், பிடில் கற்றுக்கொள்ளும் முயற்சியில் மௌனி ஈடுபட்டதும் உண்டு. மௌனியை இலக்கியத்தினுள் இழுத்தவர் பி.எஸ்.ராமைய்யா என்றே சொல்லலாம். ஆனால், இதற்கு முன்பிருந்தே தமக்குப் பளீரெனத் தோன்றுகிறவற்றை ஒரு பெரிய நோட்புக்கில் எழுதிவைத்திருக்கிறார் மௌனி. இது, அவருக்கு இறுதி வரை இருந்த பழக்கம். மௌனியின் பேச்சில் உள்ள சூஷ்மத் தன்மையைக் கண்ட ராமைய்யா, ''நீங்கள் என் கதைகள் எழுதக்கூடாது?'' என்று கேட்டிருக்கிறார். மௌனிக்கு உடனே ஏதும் தோன்றவில்லை. ஆனால், சற்றுக்காலம் கழித்து, தமது நோட்புக்கை வைத்துக்கொண்டு, ஒரு வேகத்தில் பத்துக்கும் மேற்பட்ட சிறுகதைகளை ஒரு சில மாதங்களினுள் எழுதி விட்டார் மௌனி. இவற்றுள் ஒரு குறு நாவலும் அடக்கும். இந்தக் குறு நாவல் பற்றி அவர் சொன்னபடி பார்த்தால், அது மிகமிகச் சாமான்யமான படைப்பு என்றே தெரிகிறது. இது தொலைந்து போய்விட்டது. இதில் அவருக்குத் திருப்திதான்.

கர்நாடக இசையின் ராக ஆலாபனையில், ஆழ்ந்த துக்கம் தொனிக்கும் ஒரு சூன்ய பாவம்தான் மௌனிக்கு இசையாகப் படும். பிருகாக்கள் நிரம்ப வர ஆரம்பித்த காலங்களில், மௌனி இசையை கேட்பதையே தாம் நிறுத்தி விட்டதாகச் சொல்வார். தோடி போன்ற விரிவான ராகங்களை விஷேசமான வையாக அவர் கருதுவது உண்டு. அவர் பிடில் வாசித்து நான் கேட்டிருக்கிறேன். ராகத்தின் முழு விஸ்தாரத்தையும் அவர் பொறுமையாக இருந்து பூர்த்தி பண்ண மாட்டார். வேறு ஒரு கலைஞர், களைகட்டிய பிறகு ஒரு உச்சக் கட்டத்தில் செய்யக்கூடியதை, நேரடியாக மௌனி வாசித்துவிடுவார். இதை ஏதோ சித்து வேலையாக அவர் சாதிப்பதில்லை. இதற்காக ஊமைப் பிடில் (Mute violin) ஒன்றை வைத்துக் கொண்டு நிறைய சிரமப்படுவார் மௌனி. பிடிலின் தந்தியை விரலால் அழுத்தும் டெக்னிக்கில், தமிழகத்து கலைஞர்கள் காட்டும் அசிரத்தையைக் குறிப்பிடுவார். இவர்கள் தங்கள் மணிக்கட்டை அதிகம் அசைப்பதில்லை. தோள்வரை முழுக்கையையும் அசைத்தே தந்தியை அழுத்துகிறார்கள் என்றும் மேற்கத்திய கலைஞர்கள் மணிக்கட்டு அசைவுக்கு முக்யத்வம் தருகிறார்கள் என்றும் கூறுவார். இதையே மௌனி இடைவிடாமல் பயின்றார். மணிக்கட்டு அசைவு தடையில்லாமல் இயங்கவேண்டும் என்பதுக்காக, அவர்

மற்றைய சமயங்களில் தமது இடதுகை மணிக்கட்டை உள்நோக்கி மடக்கிப் பிடித்தபடி போய் வருவார். இதைப் பற்றி அவர் எனக்குச் சொல்லாமலே, நான் கவனித்திருக்கிறேன். ராகத்தின் ஆழ்ந்த பாவத்துக்கு அவர் ஒரே வீச்சில் போவதன் பின்னால், இந்த அளவு தீவிர உழைப்பு இருந்திருக்கிறது. பெரும்பாலும், ஒரு கனமான முதிர்ந்த பெரும் துக்கத்தின் பாவமாக இந்த வாசிப்பும் இருக்கும். இதை வாசித்ததும், இருப்புக் கொள்ளாதவர் மாதிரி மௌனி பிடிலை வைத்துவிடுவார்.

மௌனியின் ஜாதீய உணர்வில், ஒரு கிராமிய மூர்க்கமும் வெளிப் படைத் தனமும் இருக்கும். காலத்துக்கு ஏற்ற மாதிரி 'வளைந்து' கொடுப்பதை அவர் வெறுத்தவர். இதனால்தான் அவர்மீது எனக்குப் பிரியம் இருந்திருக்கிறது. டெல்லியில் பூணூலை கழற்றுவது, தமிழ் நாட்டுக்கு வந்ததும் போட்டுக் கொள்வது என்ற ரகமாகவோ, பிராமணரல்லாதவர் முன்னிலையில் ஒன்றையும் பிராமணர் நடுவே வேறு ஒன்றையும் சொல்லுகிற ரகமாகவோ அவர் நடந்துகொண்டது இல்லை. இதற்காக, பழகுகிறவர்களை அவமதிக்கும் விதமான எதையும் கூட அவர் செய்ய முயன்றதில்லை. காலத்துக்கு ஏற்ற மாதிரி 'வளைந்து' கொடுப்பவர்களின் பேச்சில், அவர்களை அறியா மலே பிறரைக் கீழ்மைப்படுத்தும் அம்சங்கள் வந்துவிடும். பரி பூர்ணமான மாறுதல் இல்லாமல் வெளிவேஷம் போடுவதன் விளைவு இது. இவர்களுடைய எழுத்தைக்கூட இது பாதிக்கிறது. மௌனி வெளிப்படையாக இருந்தமை யாலேயே, அவரது கலை அவரது ஜாதீயத்திலிருந்து தப்பித்திருக்கிறது.

தோடி நாராயணசாமி அய்யர் பற்றி மௌனி குறிப்பிட்டுப் பேசிய ஒரு விபரத்தில், கலையுணர்வைப் பொறுத்தவரை அவரது பார்வை ஜாதீயத்தை மீறிப்பரந்துபட்ட ஒன்று என உணரலாம்: ''நாராயணசாமி அய்யரின் கச்சேரியில் தோடிதான் ரொம்பவும் பிரசித்தம். ஆனால், ஒரு தடவை கல்யாணி பாடி முடித்தார்; அப் போது முன் வரிசையில் ஜரிகை தலைப்பா, குடுமி என்று உட்கார்ந் திருந்த பெரிய புள்ளிகளில் ஒன்று, 'ஐயரே அந்த தோடியைக் கொஞ்சம் பாடுங்க,' என்றார். இதற்கு நாராயணசாமி, 'இப்ப கல்யாணி பாடினேனே, ரொம்ப ரஸிச்சுட்டையோ?' என்றார். அவரது கவனம் முழுவதும், பின்னாடி அரை இருட்டில் பந்தல் காலில் பாதி மறைந்தபடி முண்டாசுத் தலையோடு நின்று கேட்டுக்

கொண்டிருக்கிற எவனோ ஒருவன் மீதுதான் இருக்கும். அவனுக் காகத்தான் பாடினார்.'' மௌனி மிகுந்த ஈடுபாட்டுடன் சொன்ன இது, என் மனசில் ஆழமாகப் பதிந்திருக்கிறது. இதன் விளைவை, என் *மேல்நோக்கிய பயணம்* என்ற கவிதைத் தொகுதியில் உள்ள 'பியானோ' என்ற கவிதையில் காணலாம். பின்னணியில் மாற்றம் உண்டு; கருவில் மாற்றமில்லை.

ஆனந்த விகடன் ஆசிரியராகப் பணிபுரிந்த 'தேவன்', மாதமாடிக்ஸில் மௌனியிடம் டியூஷன் எடுத்தவர். மௌனி படித்தது எம்.ஏ. வரை. முக்கியமான சப்ஜெக்ட் மாதமாடிக்ஸ். தியரி லெவலில் அவருக்கு அலாதியான தெளிவு இருந்தது. எனவே, பிராக்டிகலுக்கு அவர் அதிக சிரத்தை தரவில்லை. இதனால் எம்.ஏ. பாஸாக வில்லை. ஒரு தடவைக்குமேல் இதற்காக முயற்சிக்கவுமில்லை அவர்.

மணிக்கொடியில் அவரது அற்புதமான சிறுகதைகள் தொடர்ந்து வந்திருந்த சமயம் அது. மௌனி, புதுமைப் பித்தனைப்போல நிரம்ப வெற்றிலை போடுறவராததால், ஒரு கடையில் வெற்றிலை பாக்கு வாங்கச் சென்றார். பத்திரிகைகள் தொங்கிக்கொண்டிருந்தன. ''விகடன்! இந்த வாரத்துதாப்பா இது?'' என்று ஒரு பேச்சுக்குக் கேட்டிருக்கிறார். கடைக்காரன் ஒரு வித அங்கலாய்ப்புடன், ''என்ன ஸார் விகடனும் அதுவும் இதுவும்! பத்திரிகையா இதெல்லாம்? படிக்கிற மாதிரியா கதை போடறாங்க?'' என்றவன், ''நீங்க மணிக் கொடி படிங்க ஸார். அதிலே மௌனின்னு ஒருவர் என்ன அற்புதமா எழுதறார் தெரியுமா?'' என்றான். மௌனிக்கு உடல் புல்லரிப்பு ஏற்பட்ட தாம். ''தாங்கமுடியாமல், வெற்றிலையை அவசர அவசர மாய் வாங்கிக்கொண்டு ஓடிவந்து விட்டேன்,'' என்றார் மௌனி. இறுதிவரை, அந்த சாமான்யமான ஒரு வெற்றிலை பாக்குக் கடைக் காரன் அளித்த புகழுரைதான் மிக உயர்ந்த பொக்கிஷமாக அவருக்கு இருந்திருக்கிறது.

'கொஞ்சதூரம்' கதையில், காலத்தின் கதியை நிறுத்துகிற மாதிரி ஒரு தளத்துக்கு மௌனி போயிருக்கிறார். இதை நான் பேச்சுவாக்கில் குறிப்பிட்டபோது, அவர் தம்மைப் பற்றி ஒரு விஷயத்தை சொன் னார். அந்தக்காலத்தில், 'லேக்கா' (அபினி வகை) உபயோகித் திருக்கிறாராம். இது பிரக்ஞையைக் கூர்யைாக்குவதற்காக என்பது

அவர் (பிடி)வாதம். ''எஸ்.டி.காலரிட்ஜ், பிரவுஸ்ட் எல்லாம் லேக்காக்காராதாம்பா,'' என்று தமது கட்சிக்கு ஆள்சேர்த்துக் கொள்வார். இது சம்பந்தமான தமது மூன்று அநுபவங்களை எனக்கு சொல்லி இருக்கிறார். ஒன்று, தம்மைத் தேடி வந்த ஓரிருவர் முன் கதவைத் திறந்து உள்ளே வந்த சமயம்; அப்போது மெளனிக்கு லேக்காவின் தாக்கம். உண்மையில், வந்தவர்கள் தங்களைப் பொறுத்தவரை சாதாரணகதியில் உள்ளேவந்துவிட்டார்கள். ஆனால், மெளனியின் பார்வையில் மிக நீண்டகாலமாக அவர்கள் வந்துகொண்டே இருப்பதாகத் தோன்றிற்று. இன்னொரு சமயம், அவர் கையிலிருந்த ஒரு மருந்துப்புட்டி தவறி விழுந்த சமயம்; புட்டி நீண்டகாலமாக விழுந்துகொண்டே இருந்தது. அடுத்து, அவரது கையைத் தேள் கொட்டிய சமயம்; தேள் இருப்பது தெரியாமல் எதையோ எடுக்கக் கையை நீட்டியிருக்கிறார் மெளனி. தேள் கொட்டப் போகிறது; கையும் தேளைநோக்கி நெடுங்காலமாக போய்க்கொண்டே இருக்கிறது. காலத்தின் கதியில் மாற்றம் இருந்தாலும், தேள் மெளனியைக் கொட்டாமல் விடவில்லை.

இந்திய தேசிய விடுதலை இயக்கத் தலைவர்கள் மீது மெளனி ஈடுபாடு காட்டியவரல்ல. காந்தி, அரவிந்தர், அன்னிபெஸன்ட் போன்றவர்களை அவர் மதிக்கவும் இல்லை. வைதீகவாதியான வீர்சவர்கரின் இயக்கத்தை மட்டும்தான் அவர் ஓரளவு மதித்தார். மனிதாயத்தை முக்யப்படுத்தி, இந்திய சமூகத்திலேயே ஒரு மாற்றம் ஏற்படுவது சுதந்திரத்துக்கு அவசியம் என்று எழுந்த கோட்பாடு எதுவும் மெளனிக்கு உகக்கவில்லை. பாரதி இந்தப் பார்வையைப் பிரதிபலித்தவர். எனவே, பாரதி பற்றி அவர் சொல்கிறவை இடத்துக்கு இடம் மாறுபடும். ஜாதீயக் கட்டுமானத்தை பாரதி தாக்கியதை மெளனியால் தாங்க முடியாதபோது, 'அவனும் ஒரு கலைஞனா?' என்பார். ஆனால், பாரதியின் பித்துக்குளித்தனங்களுக்காக, 'அவன் தான் கலைஞன்!' என்பார். ஒரு உதாரணம் : மெளனி யின் சக எழுத்தாளர்களுள் ஒருவர் தமது ஊரைப் பற்றி எழுதிய கட்டுரை ஒன்றில், தமது கிராமத்து மண் ஒரு சிட்டிகை எடுத்து, அக்கம்பக்கம் பார்த்துவிட்டு வாயில் போட்டுக் கொண்டதாக எழுதி இருந்தார். மெளனி இதுபற்றி, ''ஏன் அக்கம் பக்கம் பார்த்துவிட்டு இதைச் செய்யவேண்டும்? பாரதி தடுக்கி விழுந்தபோது, தூக்கவந்தவர்களை விடாமல் மண்தரையில் எனது தாயின் மடி என்று புரண்டானே,

அவன்தான் கலைஞன்!'' என்றிருக்கிறார். பாரதியின் கவிதைகளில் உள்ள வீர்யம் மௌனிக்கு பிடித்தமான ஒன்றுகூட. ''அதில் ஏதோ இருக்கிறது'' என்று, ஏதோ மர்மத்தைப் பற்றிப் பேசுவதுபோல் குறிப்பிடுவார். வைதீகத்துக்கு அப்பாற்பட்ட இளங்கோவின் சிலப் பதிகாரம், அவருக்குப் பிந்திய காலத்தில் பிடித்திருக்கவில்லை. ஆனால், ராமனைப் பாடிய கம்பனைப் பிடித்திருக்கிறது. என்னுடன் பேசிய காலங்களில், சங்கப் பாடல்களை உயர்வாக மதித்த மௌனி, அவற்றிலும் ஒன்றுமில்லை என்று கூறியதை 22-66-85 இந்தியன் எக்ஸ்பிரஸில் பார்த்து வியந்துபோனேன். புதுமைப்பித்தனின் அபிப்பிராயத்தை எதிரொலிப்பதாகவே இது இருக்கிறது.

நவீன ஓவியம், அப்ஸ்ட்ராக்ட் ஆர்ட் இவற்றை மௌனியால் ரஸிக்க முடியவில்லை. இதற்காக, அவருக்கு ஓவிய உணர்வு, 'கலர் ஸென்ஸ்' ஏதும் இல்லை என்று கூற முடியாது. நவீன ஓவியத்தைத் தூக்கித் தலையில் வைத்துக்கொண்டு கூத்தாடிய தமிழ் இலக்கிய உலகத்துப் புள்ளிகளை விடவும் அவருக்கு கலர் ஸென்ஸ் அதிகம். நவீன வாழ்வின் அதிர்ச்சிகர அம்சங்களின் விளைவு நவீன ஓவியம். இந்த அம்சங்கள் மௌனியின் பிரக்ஞையுள் நுழையாதவை. எனவேதான், அவரால் நவீன ஓவியத்தை ஏற்க முடிய வில்லை. இதற்காக, மற்றைய எழுத்தாளப் புள்ளிகளைப் போல, புரிந்தமாதிரி நடிக்கவும் அவர் தயாராயிருக்கவில்லை. உண்மையில், தாம் ஒரு சிற்பியாக இருந்திருந்தால் தேவலை என்று, தாம் வாழ்ந்த ஊரான சிதம்பரத்துக்கோவிலூடே போகும்போது நினைப்பார். அமானுஷ் யமான அம்மன் சன்னதியைச் சுற்றிவரும்போது, ''இந்தச் சிலை களைச் செதுக்கிய சிற்பியின் ஆவி ஒன்று என்னைப் பேயாக வந்து பிடித்து, நான் சிற்பம் செதுக்க ஆரம்பித்தால் கூட தேவலை,'' என்பார். கோவிலை புனருத்தாரணம் செய்வதற்காக, பழமை வாய்ந்த உந்நத கல்வேலைகளுக்கும் உருவங்களுக்கும் கலர் அடிக் கும் வேலை, மௌனிக்கு எரிச்சலைக்கொடுக்கும். ''இதை எல் லாம் எவன் செய்கிறான்?'' என்று கோவில் பிரகாரத்தில் வைத்து ஒரு தடவை கேட்டேன். எதிரே பக்திக்கோலத்தில் போய்க் கொண் டிருந்த ஒரு பிரமுகரைச் சுட்டிக்காட்டி, ''அவன்தான்,'' என்று கெட்டவார்த்தை சேர்த்துக் குறிப்பிட்டார் மௌனி. புதுமைப் பித்தனைப்போல, கெட்டவார்த்தைகளை ஒரு சிறுவனின் விஷமத் துடன் மௌனி பிரயோகிப்பார்.

மௌனியை நான் முதன் முதலில் சந்தித்தபோது எனக்கு இருபது வயது இருக்கலாம். ஏற்கனவே, எழுத்து பத்திரிக்கையில் சில கட்டுரைகள் எழுதி இருக்கின்றேன். அவற்றில் காப்கா, டி.எச். லாரன்ஸ் பெயர்கள் அடிபட்டிருக்கின்றன. மௌனி, என்னைப் பார்த்ததும் சிறுபையன் என்று முதலில் பேசவிரும்பாதவர்போல இருந்துவிட்டு, திடீரென, "K என்றால் யார்?" என்றார். நான் நிலைமையை சட்டெனப் புரிந்துகொண்டு, "காப்காவின் Trail, Castle நாயகர்களுக்கு பெயர் இராது. 'K' என்றுதான் இருக்கும்," என்றேன். நான் வெறுமனே பெயர் உதிர்ப்புச்செய்து கட்டுரை எழுதவில்லை என்று மௌனி இதில் உணர்ந்திருக்கிறார். இதற்கு பிறகுதான் சரளமாக அவர் என்னுடன் பேச ஆரம்பித்ததே. மௌனி எனக்கு அன்று வைத்த பரீட்சையை, பெயர் உதிர்ப்பாளர்களான வேறு சில பல எழுத்துலகப் புள்ளிகளுக்கும் ஆரம்பத்திலேயே செய்து, அதற்கு பின்பே அவர்களை எழுத்துலகத்தில் ஏற்றிருந்தால் எவ்வளவோ வியாதிகள் தவிர்க்கப்பட்டிருக்கும்.

"தமிழில் என் சிந்தனைகளை வெளியிடுமளவு அந்த மொழி வளரவில்லை" என்று, பிற்காலத்தில் தமிழைத் தாக்கிய மௌனியின் கதைகள், ஆங்கிலத்தில் லகுவாக மொழி பெயர்க்கப்பட முடியாதவை. தமிழ் என்பதைவிட, தமிழக மண்ணிலேயே வேர் விட்டு, அதன் பின்னணியிலிருந்து பெயர்த்து உணரமுடியாத கதைகள் அவை. 'பிரபஞ்சகான'த்தின் இறுதியில் வராட்டிகள் அடுக்கப் பட்டிருக்கும் குறிப்பு, தமிழகத்துக்கு நான் வந்து, அது இங்கே பிணங்களை எரிக்க உபயோகமாவதை உணர்ந்தபோதுதான், தனது முழு சொரூபத்தையும் எனக்கு காட்டிற்று. எனவே, பின் காலத்திய அவரது தமிழ் மொழித் தாக்குதலுக்கு, அவரது இலக்கியத்தில் எதுவித ஆதாரமும் இல்லை.

எவ்வளவுக்கு ஒரு மனிதன் நுட்பமான சக்திகளை இயற்கையில் பெற்றிருக்கிறானோ, அந்த அளவுக்கு ஒருபுறத்தில் அவனது வாழ் வில் குறைபாடுகளையும் இயற்கை சமைத்துவிடுகிறது. தனது சக்தியைக் கொண்டு இந்தக் குறைபாடுகளை நிவர்த்தி செய்வதன் மூலம், ஓரளவுக்கேனும் தன்னையே தாண்டுகிறதற்கான சந்தர்ப்பம் இது. மௌனியின் வாழ்வு, இந்த விதத்தில் தோல்வி அடைந்த ஒன்று என்பதே எனது கணிப்பு. தமது மனசின் வரட்சியை நிவர்த்தி செய்ய அவர் விஷப்பிரயோகத்தை மேற்கொண்டதும் பொது

வாழ்வை உதாசீனம் செய்ததும் உந்நதமான சிருஷ்டிகரம் உள்ள தனது இயல்பான எழுத்தாற்றலுக்கு அக்கறை தராததும் இந்த தோல்வியின் சாட்சியங்கள். சி.சு.செல்லப்பா வும் க.நா.சுப்ர மண்யமும், மௌனி தொடர்ந்து எழுதாதது பற்றி (பெரும்பாலும் நேர்பேச்சில்), அவரால் அவ்வளவுதான் முடியும் என்றோ, அவரது பார்வையை பூரணமாக அந்த அளவுக்குள் சொல்லிவிட்டார் என்றோதான் கூறுகிறார்கள். நான் இதற்கு மாறாக, மௌனி தமது சமகால வாழ்வின் புதிய சமூகச்சலனங்களைக் கண்டுகொள்ளக்கூட விரும்பாததே காரணம் என்று கூறிவந்திருக்கிறேன். அவர் தொடர்ந்து எழுதினால், இந்த சமூகச் சலனங்களின் நிதர்சனங்கள், அவரது கலைமூலம் அவரது மனிதப்பார்வையை மீறியே உயிர்ப்புப் பெற்று விடும் என்பது என் வாதம். இந்த என் பார்வையை நான் வெளி யிட்டதும், மௌனி (*தாய்* பத்திரிகைக்காக அளித்த பேட்டியில்) தமிழ்மொழி தமது சிந்தனையை வெளியிடுமளவு வளர்ச்சி அடை யாததினாலேயே தாம் தொடர்ந்து எழுதுவதில்லை என்று கூறி உள்ளார். *இந்தியன் எக்ஸ்பிரஸ்* பேட்டியில், இறுதியாக அவர் கூறியதிலும் இந்தத் தொனி உண்டு. பார்க்கப்போனால், ஆங்கில மொழிபெயர்ப்புக்கு வசதியாக அகப்படக்கூடிய அவரது ஒரே கதை ‘சாவில் பிறந்த சிருஷ்டி’. இது, நம் அன்றைய சமூகத்தின் விவாக முறையில் பெண்ணுக்குக் காட்டிய கொடூரத்தை அற்புதமாகச் சித்தரிக்கும் கதை. இந்த ஒரு கதை, அவரது இதர கதைகள் யாவற் றிலுமிருந்து, சமூக அமைப்பை நேரடியாக சத்திரகிகிச்சை செய்து காட்டும் பண்பில் வேறுபட்ட ஒன்று. கலியுகம் என்பதே சம காலமாக இங்கே சித்திரம் பெற்று, குரூரமான படிமத் தாக்குதல் ஒன்றுக்கு இலக்காகிறது. ஆனால், இக்கதை பிராமண சமூகத்தின் அவல மரபு ஒன்றைக் காட்டுகிறது என்ற விழிப்பில், அத்தகையதாக எழுதாமல் இருக்க வேண்டும் என்ற மனச்சுருக்கம் மௌனிக்கு ஏற்பட்டது என்றே நான் கருதுகிறேன். ‘மஞ்சள் கயிறு’ என்ற கதையில், பிராமண சமூக அவலத்தை அற்புதமாகச் சித்தரித்த அசோகமித்திரன், அந்த லைனை விட்டு வழவழ கொழகொழ என்று எழுத ஆரம்பித்ததும் இதே அடிப்படையில்தான். ஆனால், புதுமைப் பித்தனைப் போன்ற ஒருவர், தமது கதைகளில் யார், எது பாதிப்படை கிறது என்ற தாட்சண்யத்தைப் பார்க்காத ஒரு நிலையை அடைந் துள்ளார். மேலே மௌனி விஷயத்தில் நான் தரும் உதாரணமான

'சாவில் பிறந்த சிருஷ்டி' ஒன்றில்தான், மௌனி ஒரு முதிர்ந்த மனிதனது கருக்களத்தைக் கையாண்டுள்ளார். மற்றைய கதைகள், வாலிபப் பிராய மனிதனாகத்தான் அவரைக் காட்டுகின்றன. எல்லாப் பிராயத்தினூடேயும் ஒரு பிரபஞ்ச விசாரத்தின் இழை ஓடுகிறது என்பது, அவரது மனவெழுச்சியினது தளத்தைக் காட்டுவது. இங்கே அது அல்ல பிரச்னை. எனவே, சி.சு.செ.யும் க.நா.சு.வும், மௌனி யிடத்தில் ஆழமான பிராமணிய சநாதனீயக் குறைபாடு ஒன்று குடியிருந்து, அவரது கலைத்தன்மையைப் பின்வயதில் வேரறுத் துள்ளது என்பதைக் காண மறுக்கின்றனர். பிராமணிய லட்சியமான மெய்மைத் தேடலைவிட, அதன் இனரீதியான பிறப்புரிமைகளுக் காகத்தான் அவர், வ.ரா.வின் முன்னால் பூணூலுக்காக அன்று அப்படிப் பதில் கூறி இருக்கிறார். மற்றபடி, நடைமுறை வாழ்வில் அவரது போக்குகள் சரீரத்துக்குத் தீனி போடுவதினின்றும் பின்னடை யாத ஒன்றுதான். பூணூல் போடாத வ.ரா. வும் க.நா.சு.வும், இப்படி சரீரத்துக்குத் தீனி போட்டவர்களல்லர். மௌனியின் பதிலை முறி யடிக்கிற நடைமுறை விபரம் இது.

இதையெல்லாம், மௌனியின் குறைபாடுகளினின்றும் அவரது கலாபுருஷார்த்தத்தை மீட்டுத்தருவதற்காக மட்டுமே இங்கு விவரிக் கப்படுகிறது. 'எதற்காக நான் எழுதவேண்டும். அதனால் புண்ணி யமா புருஷார்த்தமா?' என்று கேட்ட மௌனிக்கு மிஞ்சியுள்ளது, அவரது கதைகள் தந்த புருஷார்த்தம் மட்டும்தான். அவரது எழுத்து, நான் ஏற்கெனவே அடிக்கடி கூறியுள்ளதுபோல், அவரது தனிமனிதக் குறைபாடுகளை முறியடித்த உந்நதங்களை மட்டுமே சமைத்துள் ளன. படிப்பவருக்கு இத்தகைய மனவெழுச்சியை ஏற்படுத்தும் அளவில், அது ஒரு புண்ணிய கைங்கர்யம் தான். இதுவே அவரது ஆத்மாவின் பயணத்தை உந்நதமார்க்கத்தில் சேர்க்கும் என நாம் நிச்சயிக்கலாம்.

லயம் : 4, அக்டோபர் 1985.

35 சுந்தர ராமசாமிக்கு ஒரு பதில்

இந்தியன் எக்ஸ்பிரசில் **(21-9-1985)**, சுந்தர ராமசாமியின் பேட்டி ஒன்று வெளியாகியது. அதை விமர்சித்துப் பிரமிள் எழுதிய கடிதம் அக்டோபர், 12-ல் பிரசுரிக்கப்பட்டது. முழுக்கடிதமும் வெளியிடப் படாமல், சில பகுதிகள் மட்டுமே அதில் இருந்தன. தற்போது *கொல்லிப்பாவை* பத்திரிகை (ஜனவரி 1986), சு.ரா.வின் அப்பேட் டியை மறுபிரசுரமாக மொழிபெயர்த்து வெளியிட்டுள்ளது. எனவே அதுபற்றிய பிரமிளின் கடிதம், விடுபட்ட பகுதிகளையும் சேர்த்து இங்கு மொழிபெயர்த்துத் தரப்படுகிறது.

தம் பேட்டியில், எந்தத் தமிழ்ச் சிந்தனா உலகத்தின் வறுமை யைப் பற்றிச் சுந்தர ராமசாமி வேதனைப்பட்டுள்ளரோ, அந்த வறுமைக்கு அவரும் உட்பட்டவர்தாம் என்பதை அவருடைய பேட்டிக் கருத்துக்கள் எடுத்துரைக்கின்றன.

ஒரு குழந்தையின் இழப்புக்குப் பரிகாரமாகத் தமக்குத் தர மார்க்சிடம் ஏதுமில்லை என்று கூறும் சு.ரா., அடுத்த பத்தியிலேயே தானொன்றும் மார்க்சீயத்தை முழுமையாகத் கற்றவரல்ல என்றும் கூறுகிறார். மார்க்சின் தத்துவத்தை முழுதும் அறியாதவரால், எப்படி குழந்தையின் இழப்புக்குப் பரிகாரம் அவரால் கொடுக்கப்பட வில்லை என்று காண முடிகிறது?

எல்லாக் கேள்விகளுக்கும் மார்க்சீயத்தில் பதில் இருப்பதான தோரணையில் பேசுவது ஸ்டாலினிசம்தான். கட்சி வகுப்புகளின் மூலம் குறுக்கு வழியில் மார்க்சீயத்தைப் புகட்ட ஸ்டாலினிசம் வகுத்த கேள்விபதில் முறையில்தான், எல்லாக் கேள்விகளுக்கும் பதில் தரும் போக்கு இருக்கிறது. சு.ரா. இந்த வகையில்தான் மார்க்சை அறிந்திருக்கிறார் போலிருக்கிறது. அவர் அறிந்தது ஸ்டாலி னிசத்தைத்தான்.

இப்போது அவர், சநாதனத்துக்கு மறைமுகமான சப்பைக்கட்டு களைச் செய்கிற ஒருவராகி உள்ளார். இது, அவர் எந்தச் சமயத்திலும் ஒரு கம்யூனிச மனநிலையை அடைத்திருக்கவில்லை என்பதையே பறைசாற்றுகிறது. கம்யூனிச மனநிலை, ஒரு சமூக தர்சனத்தின் பக்குவநிலையாகும். கட்சியில் சேராமலும் 'நான் ஒரு கம்யூனிஸ்டு' என்றெல்லாம் பெருமையடித்துக் கொள்ளாமலும் உள்ள நிலை யில், இம்மனநிலை பிறக்க முடியும். இதற்கு சரித்திர சாட்சியங்கள் உள்ளன. சு.ரா. கம்யூனிஸ்டாகி விலகியதும் இவரைப் போன்ற வேறு 'பிராமின் எழுத்தாளர்கள்' ஆன முத்துசாமி தி.மு.க.வாகி விலகியதும், ஞானக்கூத்தன் தமிழரசுக் கழகத்தினராகி விலகியதும் ஒரே காரணத்துக் காகத்தான்.

இது, பரிபூரண மனோமாற்றமற்ற சந்தர்ப்பவாதம். மனோமாற் றம் ஏற்பட்டிருந்தால், இவர்கள் சநாதனக் குட்டைக்குத் திரும்பி இருக்கமுடியாது. கம்யூனிஸ்டாக இருந்ததின்மூலம் ஒரு பெருமை யைச் சம்பாதிக்க சு.ரா. முன் வருவதே, இந்தச் சந்தர்ப்பவாதத்துக்கு சாட்சியமாகும்.

இன்றைய அவரது பெருமை, கம்யூனிஸ்டுகள் என்று தங்களைக் கட்சி அடிப்படையில் கூறிக் கொள்பவர்களுக்கு உள்ளதைவிட, உண்மையான கம்யூனிஸ மனநிலை - அதாவது வர்க்க, சநாதன உணர்வுகளற்ற மனநிலை மூலம்தான் பெறப்படவேண்டும். ஆனால் சு.ரா., ஒரு வியாபாரியாக இருந்தபடி கலைபண்ணுவதைத் தான் பெருமைக்குரியது என்கிறார் பேட்டி கண்டவர். தமிழ்க்கவி ஔவை,

'விரகர் இருவர் புகழ்ந்திட வேண்டும்
விரல் நிறைய மோதிரங்கள் வேண்டும் - அரையினிலே
பஞ்சேனும் பட்டேனும் வேண்டும், அவர்கவிதை
நஞ்சேனும் வேம்பேனும் நன்று.'

எனப் பாடியிருப்பதைப் பார்த்தால், பேட்டி கண்டவர் சு.ரா.வை விதிவிலக்கான 'வியாபாரிக் கலைஞர்' என்று காட்டுவது தவறு என்பதனை உணரலாம். அவருக்கு முன்பே பலர் இருந்திருக் கின்றனர்...

ஒரு கலைஞனை வேறுபடுத்திக் காட்டக்கூடிய, ஆழமான மனநிலையும் புதுமை உணர்வும் இவரிடம் இல்லை.

ஒரு உதாரணம்: ஜே.கிருஷ்ணமூர்த்தி பற்றிய அவரது பிரஸ் தாபம். தமது குழந்தை இறந்ததுக்குப் பதிலாக மார்க்ஸால் தர முடியாத ஏதோ ஒன்றை ஜே.கே. தமக்குத் தருகிறாராம். இதில் வெறும் மோஸ்தருக்கு ஏற்ற பேச்சுத்தான் தெரிகிறது. ஜே.கே.யைப் புரிந்தமை அல்ல. ஏனெனில், நம் மதங்களும் கலாச்சாரங்களும் குழந்தையின் இழப்புக்குத் தரும் பரிகாரங்கள் யாவற்றை யும் ஜே.கே. பிடுங்கி விடுகிறார். சோகத்தின் தகிப்பை, நாம் எவ்விதப் பரிகாரத்தின் மூலமும் அணைத்துவிடாமல் அதனை நேரே சந்திக்க வேண்டும். இதனால், இறந்தவனுக்காக அல்லாமல் தனக்காகவே சோகிப்பது புரியும். நிகழ்கிற வாழ்வை மதிக்கும் பக்குவம் வரும். இதுவே ஜே.கே.யின் செய்தி. அதைச் செய்யத் தக்க ஒருவருக்கு, மார்க்சீய லட்சியமான குறுகிய உறவைத்தாண்டி, மற்றையவர் களையும் தன்னவனாகக் காணும் பக்குவம் எளிதில் கைவரும். இந்தச் சூட்சுமம் புரிந்திருந்தால், மார்க்ஸை ஜே.கே.யிலிருந்து பிரித்து வைத்துச் சு.ரா. கூறி இருக்கமாட்டார்.

பேட்டியில் சு.ரா. 'பரிபூர்ணத்துவம்' பற்றிப் பேசுவது, 'பூர்ண மும் பூர்ணமும் சேர்த்து பூர்ணம் உண்டாகிறது,' என்ற சமஸ்கிருத சுலோகப் பாதிப்பு. அவரது ஈடுபாடு இத்தகைய மரபுகளை மட்டுமே சார்ந்தது என்பதனை இது உணர்த்திவிடுகிறது. இத்தகைய மரபுகள் உண்மையில் ஜாதீயத்தை நிராகரித்தவையல்ல.

பிரமிளின் குறிப்பு :

டெல்லியில் 1970 வாக்கில் நான் வெங்கட் சாமிநாதன் வீட்டுக்குப் போனபோது, அண்ணாத்துரை படம் சுவரில். ''இது என்ன?'' என்றேன். அண்ணாதுரையின் தீவிர பக்தராக அவர் பதில் சொன் னார். அப்போது அவர் ஒரு தி.மு.க. அநுதாபி. ''எனக்கு பையன் பிறந்தால் அவனுக்குப் பூணூல் போடமாட்டேன்,''என்றார். ''அது தவறு. பூணூலைப் பற்றிய விஷயத்தை அவன் புரிந்து கொள்ளக் கூடிய வயசில், அவனே முடிவுகட்டக்கூடிய மாதிரி சுதந்திரமாக அவனை வளர்ப்பதுதான் முக்கியம்,'' என்றேன். ''அவன் ஏதும் பாப்பாரத்தனம் பண்ணினால் உதைப்பேன்,'' என்றார். இது ஒரு புதுதினுசான வெறி என்று பேசாமல் இருந்துவிட்டேன். இதெல்

லாம், ஏதோ இப்போது திராவிட இயக்கம் தீட்டு என்ற ரீதியில் எப்போதுமே தாம் இருந்த மாதிரி பாவனை பண்ணுவதற்கு முரணானது. இதே வெ.சா., டெல்லியில் பூணுல் இல்லாமல் இருந்தாலும் தமிழ்நாட்டிக்கு விஸிட் வந்தால் எடுத்து மாட்டிக்கொள்வார். திராவிட இயக்கம் வெறும் பிராமணரல்லாதாரைக் கொண்டிருந்ததாக பிரமை காட்டுவதுபோல் சில கட்டுரைகள் எழுதப்படுகின்றன. மேற்கூறிய அநுதாபிகளையும் கவனத்தில் கொள்ளவேண்டும் - இது விஷயத்தில்.

லயம் : 5, ஜனவரி-மார்ச் 1986.

36 மனோவியாதி மண்டலம்

மேனாட்டு இலக்கிய உலகில், செக்ஸ் பிரச்னை ஹென்றி மில்லரைத் தொடர்ந்து ஒரு புதிய பரிமாணத்துக்குச் சென்றிருக்கிறது. அவரோ, ஒருபுறம் பிரெஞ்சு எழுத்து மரபினாலும் மறுபுறம் ஆன்மீகத் தேடலின் ஈர்ப்புகளினாலும், தமது ஆங்கிலப் படைப்பு களில் செக்ஸை நேர்முகமாகச் சந்தித்தார். இதன் நோக்கம், உண்பது போலவே செக்ஸிலும் அதைப்பற்றி ஒரே நினைப்புடன் (Obsession) இராமல் ஆக்குவது. மில்லர், இதை எழுத்து மூலம் பொது மனசில் சாதிக்கவில்லை. அவரது பிரத்யேக விஷயம் பற்றி, அகமுக வளர்ச்சி பற்றி, எவருக்கும் தெரியாது. இருந்தும் அவரது நோக்கத்தை மீறி ஆங்கில எழுத்துக்களில் செக்ஸ் வெறும் வக்ர உபாதையாக வடிவெடுத்தபோது, அவர் தமது பின்வயதில், தாமே எழுப்பி விட்ட பூதத்தை அழிக்க முயன்றிருக்கிறார். இது, அவரது சமூகக் கடமையுணர்வை மிகவும் பிரதிபலிப்பது. சமூகத்தின் சிக்கல்களுடன் செக்ஸைப் பின்னலிட்டுப் பார்த்து எழுதியவர் அவர். ஏற்கெனவே, *லயம்: மௌனி* இதழில் நான் குறிப்பிட்ட, செக்ஸுவல் ரிவல்யூஷனுக்கும் இவரது இயக்கத்துக்கும் தொடர்பு உண்டு.

இங்கே, இலங்கையின் எஸ்.பொன்னுதுரை, இதை விபரம் தெரியாமல் அங்கே இருந்து தூக்கி இங்கே போட்டார். இவரது எந்த எழுத்திலும் சரி, அல்லது *எழுத்து* பத்திரிகைக்கு இவரது கூட்டாளி மு.தளையசிங்கம் அனுப்பிப் பிரசுரமான கட்டுரையில் புகழப்படும் எஸ்.பொ.வின் *தீ* நாவலிலும் சரி, சமூகத்தின் பிரச்னைகளை ஒரு ஆழத்துடன் சித்தரிப் பதை விட்டு, சமூகப்பிரச்னையைச் சாக்கிட்டு செக்ஸை ஒரு Obession உடன் பார்த்த தோரணைதான் உண்டு. தனது Obsessionக்கு சப்பைக்கட்டுகளை டி.எச்.லாரன்ஸ், அல்பர்டோ மொரேவியா முதலியோரிடமிருந்து அவர் பத்திபத்தியாகத் திருடிய

வர். இதை, *செய்தி* (கண்டி) பத்திரிகையில் கந்தசாமிப்பிள்ளை என்ற புனைபெயரில் அம்பலப் படுத்தியவர் ஜோர்ஜ் சந்தரசேகரன்.

அ.கு.பாலசிங்கன் *வீரகேசரி*க்கு எழுதி, ஏற்கப்பட்ட 'கொழும்பு பை நைட்'டில், சமூக ரீதியாகவும் உளவியல் ரீதியாகவும் முதிர்ந்த பாலசிங்கனின் கண்ணோட்டம், ஜர்னலிஸ அடிப்படையில் வெளிப் பட்டது. இதே விஷயத்தைப் பற்றி எஸ்.பொ. எழுதி *வீரகேசரி*யால் நிராகரிக்கப்பட்ட 'கொழும்பு பை நைட்', மீண்டும் அவரது வக்ரப் பீடிப்பையே வெளிப் படுத்தியமை, சம்பந்தப்பட்டவர்கள் மூலம் எனக்குத் தெரியும். எஸ்.பொ., மாற்றிமாற்றி புதுமைப்பித்த னையும் லா.ச.ராமாமிருதத்தையும் தமது 'நடை'யில் இமிட்டேட் வேறு பண்ணி இருக்கிறார். இதற்கும் மேல்போய், விமர்சனம் என்ற பெயரில் ஓயாத கூச்சல் வேறு. இவரால் வெ.சாமிநாதன் கவரப்பட்டு, இவருக்கும் இவரது பரமரசிகரான மு. தளையசிங் கத்துக்கும் கடிதங்கள் எழுதியதை, நான் முன்பே அறிவேன். இதற் காக நான் வெ.சா.வை லேசாக நையாண்டி பண்ணியதும் உண்டு. இதெல்லாம் ஒரு புறமிருக்க - எஸ்.பொ.வின் *தீ*, ஹென்றிமில்லர் செய்ததைப் பார்த்து, 'இப்படிப் பண்ணினால் ஒரு கேவலப்புகழ் (Notoreity) கிட்டும்,' என்று செய்யப்பட்ட வேலை. *தீ*-யில் தெரிவது, நபும்சகனுக்கு செக்ஸ் மீது வரும் கவர்ச்சி வெறுப்பாகும். இது ஆன்மீகத்துக்கு இட்டுக்கொண்டு போவதாக வெ.சா.வுக்கு மு.த. எழுதியிருப்பது (*யாத்ரா-53*), செக்ஸையும் ஆன்மீகத்தையும் சேர்த்து இரண்டையுமே உணரமுடியாமையாகும். எனது இக் கருத்து, பண்டைய ஒருகாலத்தில் இருந்து நான் பேசுவதன் விளை வல்ல. (உபநிஷத காலத்தில் நான் இருப்பதாக மு.த. கருதுவது, ஒரு அசாத்ய காம்ப்ளிமெண்ட், உபநிஷத காலம்தான் ஹிந்துத்வத்தின் மிக உந்நதமான, ஆழ்ந்த விசாரமயமான காலம். அது 'பழைய' காலமல்ல. வர்ணாஸ்ரமம் உட்பட யாவற்றையும் விசாரித்த ஒரு தீவிரமான காலம். எனவே, இன்றும் இருந்தாக வேண்டிய காலம். மு.த. என்ன என்றால், பரிணாமம் என்ற சப்பைக்கட்டுடன் போய் வர்ணாசிரமக்குட்டைக்குள் முடிவில் விழுந்துவிட்டார்.) நவீன உளவியல் வரை, தாந்ரீகத்தின் அன்றைய திரிபுர ரகஸியத்திலிருந்து இன்றைய ஆலன் வாட்ஸின் Nature, Man and Woman நூல் வரை, செக்சுக்கும் நுட்பமான ஆன்மீகத் தொடர்புண்டு. *தீ* பற்றிய எனது பார்வை (*எழுத்து* கட்டுரை), இந்த அடிப்படையிலான மூலக்

கூறுகளை செம்மையற்றேனும் சரியாக வெளியிடுகிறது. வெ.சா., எனது பார்வையை இந்த *தீ* விஷயத்தில் மறுக்கிறாரா ஒப்புக்கொள்கிறாரா என்பதுதான் அடுத்த பிரச்னை. உண்மை யில், இதைப் போன்ற பிரச்னை எதிலும் ஈடுபடக்கூடிய தீட்சண்யம் வெ.சா. வுக்கு அன்றும் இருந்ததில்லை, இன்றும் இல்லை. *தீ* ஒரு மோசமான படைப்பு என்பது மட்டுமல்ல, கீழ்த்தர மனோபாவம் ஒன்றன் சாக்கடை வெளியீடு என வேண்டும். 'இதைப் போன்ற எழுத்தை ஊக்குவித்து' என்னத்தையோ பண்ண வேண்டும் என்று, மு.த. தமது கடிதத்தில் வெ.சா.வுக்கு எழுதி *யாத்ரா*வில் வந்த அந்த வரிகள், ஹென்றி மில்லருக்கு ஆதரவாகக் கோர்ட் வரை சென்ற ஒரு விமர்சகரின் பிரசித்தி பெற்ற அறிவிப்பிலிருந்து திருடப் பட்டவை. ஹென்றி மில்லர் செய்தது தாந்ரீகத்தின் அணுகுமுறையுடன் இசையத்தக்கது. அவர் அடிப்படையில் ஒரு Neo Gnostic. *(கி. பி. 1000 அளவில் ஓங்கியிருந்த* Gnostics, *செக்ஸை தாந்ரீக ரீதியில் அணுகிய கிறிஸ்தவர்கள். ஆனால் சர்ச்சுக்கு எதிரானவர்கள்.)* இது எதுவும் எஸ்.பொ., மு.த., வெ.சா. எவருக்கும் தெரிந்த சுவட்டைக் காணோம். சும்மா 'எனக்கும் தெரியும்,' என்று அடுத்த இதழில் எழுதிவிடுவதல்ல இந்தச் சுவடு. இந்தமாதிரி பீற்றலில் மு.த. ஒரு புலி; போகட்டும். மில்லரின் செக்ஸைப் புரிந்துகொள்ளாமல் எஸ்.பொ. திருட, மில்லரை அநுசரித்த விமர்சகரைப் புரிந்துகொள்ளாமல் மு.த. காப்பியடிக்க, இவர்களை அம்பலப்படுத்திய எனது சேவையை உணராத வெ.சா.வின் urban opportunism and rural idiocy, இப்போது மு. த.வின் ingratiating ஆன கடிதங்களைப் பிரசுரித்து மவுஸு தேடிக்கொள்ள முயற்சிக்கிறது! ஏன்? ஏனெனில் இக் கடிதத்தில் மு.த. எனக்குத் 'தலைக்கனம்' என்கிறார். (கனம் ஏறிண்டே போறது!) வெ.சா. தமது கடிதத்தில் எஸ்.பொ.வின் ஆபாஸ எழுத்து பற்றி குறிப்பிட்டிருக்கிறார் போலிருக்கிறது. உடனே பல்டி அடிக்கிறார் மு.த. தமது எழுத்தாளரான எஸ்.பொ., 'ஒரு Neurotic ஆன குழந்தை போல' என்கிறார்! அபாரம்!

இது எத்தகைய ஒப்புக்கொள்ளல் ஆகிவிடுகிறது என்பது மு.த. வுக்கு புரியவில்லை; நமது வெ.சா.வுக்கும் புரியவில்லை. Neurosis was actually rampant in the career of மு. த. also. இது, இங்கே உள்ள neurotic cases ஆன வெ.சா., கிரியா ராமகிருஷ்ணன் போன்றோரையும் தொற்றியுள்ளது. என்னைப் பற்றி மு.த. எழுதியுள்ள அவ

றுகள், இவர்களுக்கு மிகமிக உபயோகமாகியுள்ளன. இதை முதன்முதலில் கண்டுபிடித்தவர் ராமகிருஷ்ணன். அவர் வெளியிட்டுள்ள, மு.த.வின் *ஏழாண்டு இலக்கிய வளர்ச்சியில்* எனக்கு, 'கூறு பட்ட மனநிலை'(Schizophrenia) என்ற libel வெளியாகியுள்ளது. இதை எழுதும்போதே, மு.த. ஒரு வடித்தெடுத்த கோழைத்தனத்துடன் எனக்குப் புகழுரையும் வழங்குகிறார். உண்மையில் இந்த இரட்டை வேஷம்தான் கூறுபட்ட மனோநிலை என்பதை உணர, ராமகிருஷ்ணனின் neurosis இடம் தரவில்லை. இந்த அறிவுலக அவலத்துக்குள் சுந்தர ராமசாமியின் பிரக்யாதி பெற்ற உழலல். அவருக்கு மு.த. இருபதாம் நூற்றாண்டின் மாபெரும் ஒரிஜனல் திங்கர்! எந்த சுந்தர ராமசாமிக்கு? அன்று க.நா.சு. சொன்னதை ஒப்பித்தபடி, *எழுத்து*வில் சிதம்பர சுப்ரமணியன் எழுதிய 'விண்ணும் மண்ணும்' கட்டுரைத்தொடரை, நேர்ப்பேச்சுகளில் நையாண்டி பண்ணிய அதே சுந்தர ராமசாமிக்கு! இந்த மு.த. வின் மகா குழப்பங்களும் முன் பின் முரண்களும் ஜீரணிக்காமலே எடுத்த வாந்திகளும் அற்ற எளிமை, 'விண்ணும் மண்ணும்' கட்டுரைகளில் காணக்கிடைப்பது.

மு.த.வின் ஆத்மீகம், அவரது தீவிர ஆஸத்துமா வியாதியின் அவதாரமாகும். மனவியல் ரீதியான 'சரிக்கட்டல்' (compensation) என்றே இதைக் கொள்ள வேண்டும். ஆஸ்துமாவின் விளைவான பலவீனம்தான் மு.த.வை, அரவிந்தரின் Superman theoryக்கும் டெய்ல்ஹார்ட் டி. சார்டினின் Phenomenon of Man-க்கும் ஈர்த்துள்ளது. ஆன்மீகத் தேடல் பலவீனத்தின் சரிகட்டல் அல்ல. சரீர பலத்தையும் மீறிய பலத்தின் வீர்யம் அதற்கு வேண்டும். எர்னஸ்டோ செ குவேராவும் ஆஸ்த்துமாகாரர்தாம். ஆனால் உலக சரித்திரத்தின் மகா வீரர்களுள் ஒருவர். இது சரிகட்டல் அல்ல; தன்னையே மீறல்.

மு. த. வின் ஆஸ்துமாவினது சரிக்கட்டலே அவரது ஆன்மீகப் பிரவேசம் என்று நான் கூறும்போது, ஈவிரக்கமற்ற கூற்றாக இதைக் கொள்ளக்கூடாது. அதனால், இப்போது பாதிக்கப்படுமளவு நம்மிடையே அவர் இல்லை. எனது கூற்று, அவரை ஒரு பெரிய சங்கதி ஆக்கி, அவரது பலவீனங்களின் விளைவாக அடித்த பல்டிகளையும் உச்சரித்த உளறல்களையும், தங்களுக்குச் சாதகமாக உபயோகிப்பவர்களுக்காகவே இங்கு வெளிப்படுகிறது. எனவே, அத்தகைய ஒரு பலமற்ற இயக்கத்தை இங்கே தங்களது ஆதாரமாகக் கொள்கிற இவர்கள், அவரைவிடப் பலமற்றவர்களாகின்றனர்.

மு.த.வின் எழுத்துக்கள் பிரசுரமாகட்டும். ஆனால், போய்ச் சேர்ந்த அவரது சிறப்புகளை மட்டும் வெளிப்படுத்தும் விதமாக, அவை எடிட் பண்ணப்பட்டே இது செய்யப்பட வேண்டும். அப் படிச்செய்தால், அது கிரியா ராமகிருஷ்ணனுக்கு உதவாத ஒரு மு.த. வாகவே அமையும். சரீர பலவீனம் மட்டுமல்ல; ராமகிருஷ்ணன் வெளியிட்டுள்ள மு.த. ஒரு உள்பலம்கூட அற்ற கோழையாகவும் வெளிப்பட்டுள்ளார். *தீ* பிரச்னையில் நான் மு.த.வுக்கு பதில் எழுதியதும், அதற்கு எஸ்.பொ. நூலாசிரியர் என்ற அளவில் எழு திய பதிலை மட்டும் *எழுத்து* ஆசிரியர் சி.சு.செல்லப்பா பிரசுரித்து விஷயத்தை முடித்துவிட்டார். எஸ்.பொ.வின் பதில் வழக்கம் போல் கூச்சல்கூப்பாடாகவே அமைந்தது.

நாவலில் இல்லாத தமது 'ஞானங்களை' இந்தக் கூப்பாட்டில் பிரகடனம் பண்ணவும் முயன்றார். அவரால்தான், நான் முதன் முதலாக கிறுக்கு என அழைக்கப்பட்டேன். எஸ்.பொ.வின் உண்மை யான அத்யாத்மிகச் சீடர் வெ.சா. என்பதனை இதிலிருந்து உணர லாம். நடுவே இன்னொன்று; ஏதோ என்னை 'கிறுக்கு', 'குரங்கு' என்று சொல்லி என்னைப் புண்படுத்திவிட்டார் வெ.சா. என்ற பிரமையில் ஒருவர் எழுதி இருந்தார். ஆச்சர்யமாக இருந்தது. நான் கிறுக்காகவோ, குரங்கு லட்சணத்துடனோ இருந்தால்தான் புண் பட்டவனாவேன் என்ற சாதாரண மனோவியல்கூட அறியாத ஒரு கடிதம் அது. உதாரணமாக, மு..வின் ஆஸ்துமா விஷயத்தை அவர் அறியப் பிரஸ்தாபித்து விமர்சிப்பது புண்படுத்தலாகும். காரணம், அந்த ஆஸ்துமா உண்மையானது. என் விஷயத்தில், நான் அபார சித்த சுவாதீனமும் என்னைக் குரங்கிற்கு உவமித்தவரை விட ஓரளவு லட்சணமும் உள்ளவன். என்னே நம் அறிவுலகம்! இந்த அளவுக்கு இதை விளக்கவேண்டி இருக்கிறது! நிற்க, *தீ* பிரச்னை...

மு.த.வும் எனக்குப் பதிலாகக் கட்டுரை எழுதி *எழுத்துவுக்கு* அனுப்பினார். நாவலாசிரி யரது பதிலைப் போட்டு, அப்பதிலின் அவதூற்றுத் தொனியை சி.சு.செ. மறைமுகமாகத் தலையங்கத்தில் கண்டித்துவிட்டுப் பிரச்னையை முடித்துவிட்டார். மு.த.வின் பதிலை மட்டுமல்ல, எஸ்.பொ.வுக்கு நான் எழுதிய பதிலைக்கூட சி.சு.செ. பிரசுரிக்கவில்லை. ஏழாண்டு இலக்கிய வளர்ச்சியில் மு.த. இது விஷயத்தை ஊகிக்கக்கூடிய உள்பலம் கூட அற்று, சி.சு.செ. எனக்

குப் பாரபட்சம் காட்டியதாகப் பிரலாபித்துள்ளார். இது, மு.த.வின் சுயநலம் ததும்பும் பலவீனமேயாகும்.

சரீரமும் மனமும் இவ்விதம் பலமற்றிருந்தமைதான், அவரைப் பின்னாடி 'வாய் வேதாந்தம்' பேச வைத்திருக்கிறது.

தமது நிலையினைச் சந்திக்க இயலாத மனோபாவத்தின் விளைவு அவரது ஆன்மீகம். இதை வைத்து அவரது கட்டுரைகளையும் கணிக்கலாம் என்று நான் கொள்ளவில்லை. அவரது கட்டுரைகள் அறிவார்த்த அளவுகோல்கள் மூலம் பார்த்து கணிக்கப்படவேண்டும். அப்படிப்பார்த்தாலும், அவற்றில் புதிதாக எதுவும் இல்லை. சொல்கிற தோரணையில்கூட, தெளிவோ வீர்யமோ அநுபவக் கொந்தளிப்போ கிடையாது. மு.த.விடம் ஒரு revivalist குணம்தான் இருக்கிறது; சநாதன தர்மக் கூப்பாடுதான் இருக்கிறது. Revivalism இன்னும் தீவிரமடையாத அன்று சிதம்பரசுப்ரமணியனை நையாண்டி பண்ணிய சுந்தர ராமசாமி, தாமும் revivalist ஆனதும் மு.த.வைக் கண்டுபிடித்தார். இதன் விளைவாக மு.த. 'இருபதாம் நூற்றாண்டின் ஒரிஜினல் திங்கர்' ஆனார்.

இந்த ஒரிஜினல் திங்கர், இலங்கையின் முற்போக்குகளைத் தாமேதான் ஒத்தைக்கு ஒத்தையாகச் சந்தித்ததாகப் பீற்றிக்கொண்டு, அதே சமயத்தில், நான் முற்போக்குகளைச் சந்திக்காமல் இங்கே தமிழகத்துக்கு ஓடிவந்துவிட்டதாக வேறு வவ்வே காட்டுகிறார். வெ.சா. வின் அதே பீற்றல் பாணிதான். ஆனால், சீரிய இலக்கியத் தளத்தையும் ஒரு குறிப்பிட்ட ஆழ்ந்த தொனியையும் ஏற்று நான் எழுதிய அந்தச் சமயத்தில், இலங்கையின் முற்போக்கு மந்தைகளைவிடப் பெரிய கூச்சல்காரனான மாஜி முற்போக்கு எழுத்தாளரும் மு.த.வின் குருவுமான எஸ்.பொ.வின் இலக்கிய முகமூடிகளையும் விமர்சக முகமூடிகளையும், எழுத்திலேயே கிழித்தெறிந்திருக்கிறேன். சீரிய ஆரோக்யமான எழுத்துக்கு ஆபத்து, ஒருபுறம் எஸ்.பொ. போன்ற இலக்கியப் போலிகளாலும் இவர்களைப் போன்றோரைப் புகழும் மு.த.களாலும்தான் என்பது அன்றைய எனது கணிப்பு. அதாவது, முற்போக்குகளை ஒத்தைக்கு ஒத்தை சந்தித்த மு.த. வையே ஒத்தைக்கு ஒத்தை சந்தித்துவிட்டவன் நான். முற்போக்கு என்றுபார்த்தால், புரட்சிகர தத்துவரீதியான அழகியலையும் சமூகத்தின் க்ஷீணித்த மரபுகளையும் பற்றிய விழிப்புடன் செயல்படும் ஆழ்ந்த முற்போக்கு என்னுடை யது. புதிய முற்

போக்குத் தலைமுறை ஒன்று இதை உணர ஆரம்பித்திருப்பதான அடையாளங்கள் உள்ளன. மு.த.வோ ரொம்பவும் ஒரிஜினலாக ஓடிப்போய், சநாதனத்துக்குள் விழுந்துபோனவர். இது இப்படி யாகிவிட்ட விஷயம் என்பது, மு.த.வின் புத்தகங்களில் பக்கம் பக்கமாக நிரூபணம் பெறுகிறபோது, அவரன்றி இன்றைய சீரழிவை விசாரிக்கும் நான்தான் ஒரு பழங்காலத்தில் வாழ்வதாக மு.த. உளறிய கடிதத்தினை, எவ்வித ஆய்வோ பரிசீலனையோ அற்று மேளதாளம், ஆரத்தி, நைவேத்தியத்துடன் பிரசுரித்திருக்கிறார் வெ.சா. தமது *யாத்ரா*வில்.

இப்போது, *யாத்ரா*வில் இந்த மு.த.வுக்கு எடுக்கப்படும் திரு விழாக் கூத்தில், மு.த.வை மார்க்ஸீயத் தெளிவுள்ளவராகவும் அதை மீறி வேறு தேட்டங்களுக்குப் போனவராகவும் காட்டுவது, மு.த.வை ரொம்ப உயரமான ஏணியாக்கி, அதன் உச்சியில் வெ.சா. ஏறிக் குந்திகொள்ளுவதற்குச் செய்த திட்டமாகும். தமக்கு மு.த. எழுதிய Ingratiating ஆன (கெஞ்சலும் கொஞ்சலுமான) கடிதத்தை, இந்த உயரத்திற்குப் பீடமாகத் தூக்கிக்கொண்டு ஏணியில் தொத்து கிறார் வெ.சா.. அற்புதமான காட்சி! *யாத்ரா*வில் இப்படித் தொத்தும் அவசரத்தில், பழைய ஏணிகளை உதைத்துத் தள்ளியும் விட்டார். மு.த.விடம் உள்ள குணம், 'நம்மை (அதாவது வெ.சா.வை) சுற்றி யுள்ள அநேகரிடம் காணாத குணம்' என்கிறாரே! இது, அவரைச் சுற்றியுள்ள அன்னம், அகரம், சுந்தர ராமசாமி ஆகிய அரைவேக் காட்டு மார்க்ஸிஸ்டுகள், மாஜி மார்க்ஸிஸ்டுகள் ஆகியோராகவே அர்த்தம் தருகிறது. இவர்களை விட, மு.த.வின் மார்க்ஸீயமும் அதனுடன் அவருக்குப் பின்னாடி ஏற்பட்ட பிணக்கும் திட்ப மானவை. ஆனால், வெ.சா. போடுகிற கூச்சலை நியாயப்படுத்தத் தக்கவை அல்ல. மார்க்ஸீயத்தின் அடிப்படை சித்தாந்தங்களில், நவீன சமூக தர்சனமும் பழைய சநாதனத்தினது உயிரின்மைகளி லிருந்து வேறுபட்டுக்கிளர்கிற புதிய மதிப்பீடகளும், மு.த.வின் ஆத்மாவைத் தீண்டிவிடாமலே போய்விட்டன. இதற்கு ஆதாரம், அவர் மார்க்ஸீயத்தினது செயல்முறைப் பிறழ்வுகளைத் தாண்டி, அதை மீறிய நவீன சமூக தர்சனத்தைப் பெறாதவர் என்பதையும், இறுதியில் அவர் சறுக்கி விழுந்தது ஹிந்து சநாதனக் குட்டைக்குள் என்பதிலே உணரலாம். இதுதான் சுந்தர ராமசாமிக்கும் நடந்திருக் கிறது. இதனால்தான் மு.த.வை சு. ரா., இருபதாம் நூற்றாண்டின்

பெரிய திங்கர் என்றார். இருபதாம் நூற்றாண்டின் பெரிய புரளி இது!

காந்தீயத்தையும் வினோபாவினது சர்வோதயத்தையும், இறுதிக் காலத்தில் அவர் நடத்திய *உள்ஒளி* பத்திரிக்கையில் பிரகடனம் செய்ததுடன், ஒரு வடிகட்டின அரசியல் மனோபாவத்துடன் ஒரு 'சத்தியாக்ரக'மும் செய்தார் மு.த. உள்ளூரில் ஆபத்து எதுவும் அற்ற சுமுகச் சூழலில், வசதி பார்த்து அவர் அடித்த ஸ்டண்ட் இது. ஒரு சம்பிரதாயரீதியில் இதற்காக அவர் 'உள்ளே போய்' விட்டு வந்தவர். இதில் ஏதும் தீவிரத்தன்மையோ, சமூக சக்திகளை எதிர்த்துத் தமக்கு அவப்பெயர் சம்பாதித்த தைரியமோ, சுயமான ஒரு தர்சனமோ கிடையாது. முதலில் மார்க்ஸீயம், பிறகு எஸ்.பொ.வின் அடியாள் விமர்சனம், பிறகு சநாதனம், சர்வோதயம். இவை ஒவ்வொன்றுமே தம்மை விலை கூறி விற்ற ஈடுபாடுகள். இவை யாவற்றினுடேயும் ஒடக்கூடிய ஒரே தர்சனத்தின் மூலக்கூறு எதுவும் கிடையாது. மு.த. இறுதியில் அடித்த 'சத்தியாக்ரக' ஸ்டண்டில், புங்குடுதீவு ஆசிரமப் பின்னணி ஒன்றன் உறுதியான கௌரவம் நிற்கிறது. சத்யாக்ரகம் என்பது, மகாபலசாலியான ஒருவனது ஆன்மீகப் பொறுமையின், கருணையின் இயக்கம். கொடுங்கோலனது மனச்சாட்சியை விழிப் படைய வைக்கவெனக் கைகொள்ளப்படும் இயக்கம் அது. நியாய மான எதிர் விமர்சனத்தையே தாங்கிக்க முடியாமல் அந்தர் பல்டி களை அடிப்பதும் எதிராளியை வாய்க்கு வந்தபடி மனக்கூறுபட்ட வன் என்று வைவதும் திரும்ப அவன் பதில் கொடுத்து விடுவானோ என அஞ்சி அவனை ரொம்ப ஓரிஜனல் எழுத்தாளன் என்று புகழ் வதும், ஒரு அத்திவாரமின்மையையும் தீராத பலவீனத்தையும் ஓயாத அச்சத்தையும் காட்டுவன. மு.த.வைப் பற்றிய இந்த என் கணிப் பினை, நூறு வீதம் சரி என அவருடன் மிக நெருங்கிப் பழகியவர்கள் யாவரும் அறிவர். நான் அவரை நெருங்கவும் இல்லை, பழகவு மில்லை. நான் கூறுகிறவை, அவரது எழுத்துக்களிலும் அவர் எனக்கு எழுதிய கடிதங்களிலும் இருந்து கிடைத்தவை. *யாத்ரா*வில் அவர் வெ.சா.வுக்கு எழுதிய கடிதங்களிலேயே, எனது கூற்றுக்கு ஆதாரம் உண்டு. எனக்கு அவர் எழுதியதிலிருந்து, குறிப்பாக அறிந்த ஒன்றைச் சொல்லலாம். (இது பிரத்யேக விஷயமெனினும் இப்போது சொல்லியாக வேண்டி இருக்கிறது.) மு.த., தம்முடைய மாமனாருக்கே அஞ்சிநடுங்கி, அவருக்குக் கட்டுப்பட்டு வாழ்ந்தவர் தாம். தமது பழக்கங்களில், அவர் கெஞ்சினால் மிஞ்சுவார், மிஞ்

சினால் கெஞ்சுவார். இதற்கு ஆதாரம் *யாத்ரா*விலுள்ள கடிதங்களிலேயே உள்ளது. வெ. சா. லேசாக மிஞ்சுவதையும் உடனே மு. த. கெஞ்சுவதையும் அங்கே தரிசிக்கலாம். இதேபோன்று என்னிடத்திலும் மிஞ்சி, ''நீ எனக்கு எழுதிய கடிதங்களைப் பிரசுரித்துவிடுவேன்,'' என்று பிளாக் மெயில் பண்ணும் அளவுக்குப் போய்பார்த்தவர் வெ.சா. இதேபோல், வேறு நுட்பமான வகைகளில் சு.ரா.வும் மிஞ்சி மிரட்ட முயன்றதுண்டு. நான் இது எதற்கும் எந்தக் கணத்திலும் மசியாதவன். 'எச்சில் இலை, கிறுக்கு, குரங்கு' என்ற அவப்பெயர்கள், ஓயாத மறைமுகப் பிரச்சாரங்கள் யாவும் எனது இயக்கத்தைச் சந்தித்தது இதன் விளைவாகத் தான். இவர்களை நான் இடைவிடாமல் இப்படி அம்பலப்படுத்துவதினின்றும் சுருக்கம் கொள்ள வேண்டுமென்றே, நான் ஏதோ இவர்களினால் புண்பட்டு எதிர்வினை காட்டுவதாக எனக்கு தர்மோபதேசங்களும் நடக்கின்றன. இவை எதனாலும் தளராத தீவிரம் தான் சமூக தர்சன சக்தி ஆகும். இது மு.த.விடம் எள்ளத்தனையும் இல்லை. அவர் செய்து கொண்டது எல்லாம், மார்க்ஸீய மந்தை, எஸ்.பொ.வின் ஆபாஸம், சநாதனக் குட்டை ஆகியவற்றுடன் பண்ணிய சமரசங்கள் தாம். இறுதியிலே சநாதனத்துடன் அவர் சமரசம் செய்தது பற்றி குஷி அடைந்ததே, சு.ரா.வும் வெ.சா.வும் அவரைத் தூக்கி வைத்துக் கொண்டு கூத்தாடுகின்றனர்.

அவர், ஆசிரமத் தொடர்புடன் நடத்திய *உள்ஒளி* பத்திரிகைக்கு, ஊரில் உள்ள காசுக்காரர்களிடம் பணம் தண்டியதுக்கு உதவியது இந்த சநாதனம். மேலும், அவர் எவ்விதத்திலும் இருட்டடிப்புச் செய்யப்பட்டவருமல்ல. இப்படி, இருட்டடிப்புச் செய்யப்பட்டவர் மு.த. என்ற குச்சிவிளக்கைக் காக்க முயலும் வெ.சா., தம்மீது எரியும் எனது வெய்யிலின் உஷ்ணம் தாங்காமல் தான் பாவம், இதைச் செய்கிறார்.

வழவழா என்று அரைத்தமாவையே அரைத்துத் தள்ள நிறைய இடம் பெற்றிருந்த மு.த.வை, இருட்டடிப்புச் செய்யப்பட்டவராக எப்படிக் கூறமுடியும்? அவரை 'உப யோகித்த' ஆசிரமகாரர்களால், ஏதோ அவதாரம் என்றுகூட சிலாகிக்கப்பட்டிருக்கிறார். அவரைக் கொண்டாடியபடி, *பூரணி* என்ற பத்திரிகை ஒன்று ஆரம்பிக்கப் பட்டது என்றால், அது என்ன இருட்டடிப்பு? அவர் மறைந்ததும், அந்தப் பத்திரிகையில் அவரை ராமகிருஷ்ணரது முக்ய சீடர்களுள்

ஒருவரான, 'சசி' என்ற ராமகிருஷ்ணானந்தாவின் அவதாரம் என்று கூட ஒரு கட்டுரை வெளியாயிற்று என்றால், அது என்ன இருட்டடிப்பு? வேறொன்றுமில்லை. மு.த.வினால் விழுந்து கும்பிடப்பட்ட குருநாதரும் குருபத்தினியும், இந்த டெக்னிக் மூலம் ராம கிருஷ்ண சாரதாமணி தம்பதிகளது அவதாரங்களாகிவிடும் நோக்கமோ, ஏதோ!

அதே இதழில், மு.த. இறுதியில் 'மகாசமாதி' அடைந்தாகக் குறிப்பு. இந்த இதழை எனக்கு அனுப்பிய அதன் ஆசிரியர்களுக்கு, நான் இந்த விபரங்களில் உள்ள அபத்தங் களைச் சுட்டிக் காட்டிய போது, 'புஸ் புஸ்' என்று சீறியபடி வந்தது அவர்களது பதில் கடிதம். அதில், எனக்கும் மு.த.வுக்கு மிடையே நடந்த கடிதப் போக்குவரத்து பற்றிக் குறிப்பிட்டு, "ஜாக்கிரதையா இரு! இல்லே தொலைச்சுப் புடுவோம்!" என்ற தொனியிலான மிரட்டல். நான் பதிலுக்கு, "பண்ணுங்கோ," என்ற தொனியில் பதில் எழுதினேன். இதிலே மு.த. பரம்பரைக்கும் வெ.சா.வுக்கும் இடையே உள்ள அலாதியான ஒன்றுமையைக் காண்க. இரண்டுமே பிளாக்மெயில் வரை போகக் கூடிய பிராந்தியம்தான். இன்றும், நான் அந்த பிரக்யாதி பெற்ற கடிதங்களின் பிரசுரத்தை எதிர்பார்த்தபடிதான் இருக்கிறேன் - பூரணி காரர்களிடமும் வெ.சா.விடமும் இருந்தது! வெ.சா. தம்முடைய பங்குக்கு, கார்ல் கிரலவ் கவிதை விஷயமான தமது கடிதத்தை மட்டும் வெளியிட்டு, லயத்தில் மூக்கு உடை பட்டிருக்கிறார்...

ஆக மொத்தத்தில், அன்று பூரணியில் மகாசமாதி ஆன மு.த., இப்போது யாத்ராவில் 'தமது உயிரைப் பணயம் வைத்து அதை இழந்த' பரிதாபநிலைக்குத் தேய்ந்திருக்கிறார். இந்தத் தேய்வினையும், அந்தர்யாமியாக உள்நின்று இயக்கியவன் சிறியேன்தான்! தங்களது பிரமாதங்கள் என்னால் தவிடுபொடியாக்கப்பட்டுவிடும் என்ற ஒரு சின்னஞ்சிறு பயத்தின் ஆரோக்யம் இங்கே செயல் பட்டாலும், மு.த. எதற்காகத் தமது உயிரைப் பணயம் வைத்தார் என்ன கேள்வி இங்கே பிறக்கிறது.

ஏற்கெனவே பெரிய ஆஸ்துமா நோயாளியாக இருந்த அவரிடத்தில், 'பணயம்' என்று கௌரவிக்குமளவு பெரிய ஆரோக்யம் ஏதும் இருந்ததில்லை. அவரது மரணத்தில் தியாகம் ஏதும் நிழலாடியதுகூடக் கிடையாது.

*யாத்ரா*வில் தமக்கு மவுஸு தேடுவதற்காக, மு.த. தமக்கு எழுதிய கடிதங்களைப் பிரசுரித்து நம்மை அறுக்கும் வெ.சா. செய்திருக்க வேண்டியது என்ன? பாழடிக்கப்பட்ட அந்தப் பக்கங்களில், மு.த. வினை அவர் நேர்மையாக விமர்சித்திருக்க வேண்டும். மு.த. விடம் உள்ள அலாதியான சிறப்புகள் என்று அவர் சகட்டுமேனிக்குச் சொல்கிறவற்றுக்கு ஆதாரங்களை, மு.த.வின் கட்டுரைகளிலும் அதைவிட முக்யமாகக் கதைகளிலும் இருந்து எடுத்துத் தந்திருக்க வேண்டும். அப்படி ஏதும் ஆதாரம் ஏதும் அவக்குக் கிடைக்குமா? இருபதாம் நூற்றாண்டின் ஒரிஜினல் ஆகப்பட்ட மு.த.வின் 'திங்கிங்' கில், ஒரு இழை கூட ஒரிஜனல் ஆனதல்ல என்பதைத்தான் நேர்மையான விமர்சனம் நிரூபிக்கும். அவரது படைப்புக்களையே எடுத்தால், மந்தை மார்க்ஸீயத்தின் ஆரம்ப லட்சணங்களே இறுதிவரை அவரிடம் இருந்திருக்கின்றன. தங்களை மார்க்ஸிஸ்டுகள் என்று பீற்றிக் கொண்ட தமிழர்கள் எவராலும், உயிருள்ள, ஒரு பின்னலான, உண்மையான கதாபாத்திரத்தைச் சிருஷ்டிக்க முடிந்ததில்லை. தங்கள் அபிப்ராயத்துக்கு ஏற்ற ஊதுகுழல் களைப் பாத்திரங்களாக்குவது, அவர்களது ஸ்பெஷல் இலக்கிய வியாதி. இதே வியாதி இறுதிவரை, மு.த.வின் கதைகளிலும் நடைச்சித்திரங்களிலும் தொடர்ந்திருக்கிறது.

அடிஅத்திவாரத்தைப் பார்த்தால், இந்த வெ.சா.வும் சு.ரா.வும் சிலாகிக்கிற மதிப்பீடு களும் பார்வையும், என்னிடமே உள்ளன. ஆனால், இவர்களது சகல அடிப்படைகளுக்கும், ஆழ்ந்த ஒரு தளத்தில் விரோதியாக இயங்கியவர் மு.த. வர்ணாசிரம தர்மமும், சநாதன ஸ்துதியுமே மு.தா.விடம் இவர்களுக்குக் கிடைக்கும் எலும்புத் துண்டுகள். இவற்றின் ருசியில், தாங்கள் ஆரம்பத்தில் பேணிய அடிப்படைகளை இன்றும் தீவிரமாக கடைப் பிடிக்கிற என்னைக் கண்டு, இவர்கள் ஓடியபடி இருக்கிறார்கள். இருந்தும், விமர்சனத்தினது சீரியகதியில் சுந்தர ராமசாமி அகப்பட்டு, கிரியா வெளியிட்ட தமது கட்டுரை நூலின் (*சுந்தர ராமசாமியின் கட்டுரைகள்*) முடிவில், மு.த.வினது அபத்தத்தைக் குத்திக்காட்டி உள்ளார். நான் குறிப்பிட்ட வரட்டு மார்க்ஸீயத்தின் பிடியில் அகப்பட்டிருந்த மு.த.வின் மதிப்பீட்டில், கலைஞரான புதுமைப்பித்தனைவிடவும் கலைஞரல்லாத தளத்தில் கருத்துக்களைக் கதைகளாகப் பண்ணிய ஜெயகாந்தனே உயர்ந்தவராகக் கணிக்கப்பட்ட அபத்தம் அது.

அத்தகைய ஒரு அபத்தமான ஒப்பீட்டை, புதுமைப்பித்தனுக்கும் ஜெயகாந்த னுக்குமிடையே செய்ய வேண்டுமானால், ஒருவர் மரமண்டையாகவே ஜனித்திருக்க வேண்டும். சு.ரா. இது பற்றி சரியாகவே அபிப்ராயம் சொல்லி, மு.த.வைக் கிழித்தமை மட்டுமே, மு.த. பற்றியஅவரது நேர்மையான பார்வையாகும். ஆனால், இதே மூச்சில் இதே மு.த.வை இதே சு.ரா., இருபதாம் நூற்றாண்டின் பெரிய ஒரிஜினல் என்றும் கூறுகிறபோது, ஏதோ பைத்யக்கார ஆஸ்பத்திரிக்குள் மாட்டிக்கொண்ட நிலையே எனக்கு ஏற்படு கிறது.

சநாதனத்தின் மதிப்பீடுகளுக்குத் திரும்பிவிடுகிறவர்கள், உண் மையைத் தேடி அதனைச் செய்வதில்லை. கௌரவங்களையே அவர்கள் தேடுகிறார்கள். உண்மையைத் தேடி முகம்திரும்பும் பட்சத்திலே, ஒருவன் எல்லாவிதமான கௌரவங்களுக்கும் ஆபத் தானவன் ஆகிறான். அவனிடத்திலிருந்து பிறக்கும் கருணையில் கூட, சரசத்தின் பாவத்தைக் காண முடியாது. வயலில் விளையும் களைகளை வேரோடு கல்லி எறியும் கருணையில், சரசம் எங்கிருந்து வரும்? எனது இயக்கத்தை இந்தக் கோணத்திலிருந்து பார்த்தால், ஏற்கெனவே பல ஆயிரங்களில் ரூபாயையும் காலத்தையும் விரயம் செய்து கொண்டிருக்கும் 'சக யாத்ரீகர்கள்' இனியேனும் சிருஷ்டி பூர்வமானவற்றுக்கும் உயிருள்ள வற்றுக்கும், தங்களை அர்ப் பணிக்க இடமுண்டு.

மு.த.வின் சூட்சுமத்தைப் புரிந்துகொள்ள வேண்டுமானால், அதற்கு நாம் எவ்வித சூட்சும திருஷ்டியையும் பிரயோகித்து மெனக் கெடக்கூடாது. நமது சூழல்களில் மனிதாயத்தை வாய்கிழியக் கூவுகிற எழுத்தாளர்கள் ஒவ்வொருவருமே, படைப்பாளி களாகவும் சரி, சிந்தனையாளர்களாகவும் சரி, கையாலாகாதவர்கள் என்ற ஞானம் மட்டும் இருந்தாலே போதும்; மு.த. விஷயம் புரிந்துவிடும். இன்று மனிதாயத்தை ஒரு இலக்கிய அளவுகோலாகக் கையாள்ப வர்கள், நேற்று ஆன்மீக நீதிபோதனையை அளவுகோலாக்கிய வர் களது அதே பரம்பரை தான். மு.த.வினிடத்திலோ, இந்த இரண்டு பரம்பரைகளையுமே இரண்டு கைகளிலும் பிடித்த தண்டல் நாயகத் தனம் வெளி வருகிறது. அப்படிப் பார்த்தாலும் சரி இப்படி பார்த் தாலும் சரி, இவரது படைப்புகளும் சிந்தனைகளும் விமர்சன ரீதியாகப் பாதுகாப்படைந்துவிடும் என்பது தான், அவர் தமக்கு

அமைத்துக் கொண்ட இந்த இருபுறப் பாதுகாப்பின்அடிப்படை நம்பிக்கை.

அதாவது, உள்ளதை அதன் மனித இயல்புகளினது சுயேச்சை யான நிதர்சனங்களாகக் காண்கின்ற முதிர்ச்சி, இந்த இரண்டு குறு கிய அளவுகோல்களுக்கும் எட்டாதவை. இந்த அளவுகோல்களின் மூலம் தம்மை மு.த. பாதுகாக்கிறபோது, அவற்றைப் பரீட்சிக்கவும் வேண்டி இருந்திருக்கிறது. அது போழ்து, இப்பரீட்சையின் தர்க்க விளைவாக, புதுமைப் பித்தனை விட ஜெயகாந்தனே உயரிய படைப்பாளியானார். ஏனெனில் புதுமைப்பித்தன் கலைஞர், ஜெய காந்தன் நீதிபோதகர்! மு.த.வின் தண்டங்கள் பு.பி.யை எட்ட முடியாது என்பதற்கு, மு.த.வின் தீர்ப்பு சாட்சியாகும். ஆனால், இதன்விளைவாகத் தாம் அம்பலப் பட்டு விடுகிறோம் என்பதை உணரும் சூட்சும திருஷ்டி மு.த.வுக்குக் கிடையாது.

ரஜஸ், தமஸ், சாத்வீக் என்றும் அசுர, மனுஷ், தேவ என்றும் முக்குணங்களைப் பிடித்துத் தொங்கியபடி, நவீன அரசியல் சிந் தனையுள் ஒரு கானகக் காலத்திலிருந்து வந்து குதித்த 'ஆஸ்த்மீக' டார்ஜான் ஆக, தாம் சநாதனிகளுக்குத் தென்பட இடமுண்டு என் பதில்தான் அவரது நம்பிக்கை. இன்று அவர் எதிர்பார்த்ததைவிட வும் லாபகரமாக, நவீன இலக்கிய உலகின் சநாதனிகளது ஆதரவு அவருக்குக் கிட்டியுள்ளது. இந்த நம்பிக்கையின் தைரியத்தில்தான், மனோவியாதியானது அப்பட்டமான அம்சமாகவே தொனிக்கக் கூடிய அளவு அவர் சுயப்பிரபாவம் பாராட்டி இருக்கிறார். ஒரு முக்கிய உதாரணமாக, *மெய்யுள்* என்ற நூலில் உள்ள 'மெய்முதல் வாதம்', அதைத் தொடரும் 'சுழல்' கள் ஆகியவற்றில் பிரமிக்கத்தக்க அளவுக்கு அவரது அடக்கமின்மை, மன ஆரோக்யத்தின் எல்லை களை மீறி ஊதிப்பெருப்பதைக் காணலாம். உலக இலக்கியத் திலேயே இலங்கை தான், அதிலும் இலங்கைத் தமிழ்தான், துரித கதியையும் பாய்ச்சலையும் காட்டுவதாக ஆரம்பிக்கும் இக்கட்டு ரைக் கருத்துக்கு, ஆதாரமான நூல்கள்? படைப்புகள்? தமது *போர்ப் பறை* என்ற நூலாகவும் அப்போதய அவரது கூட்டாளியான ஒரு வரது *போர்க் கோலம்* என்ற நூலாகவும், இந்தப் பாய்ச்சல்கள் பிரஸ்தாபிக்கப்படுகிறது. அவராலேயே, இதன் மூலம் உலகின் ராக்ஷஸ சொரூபங்களாகத் தங்களை நம்பிக்கொண்டு கும்மாளம் போடும் சிற்றுயிர்களை, ஒரு பூதக்கண்ணாடி மூலம் பார்க்கிற

அநுபவத்தை நாம் பெறுகிறோம். இந்த சிற்றுயிர்களை, எந்த பேருயிர் ராசியும் பொருட்படுத்திப்போவதில்லை என்றுதான் நான் நம்பிக் கொண்டிருந்தேன். ஆனால், இங்கே பேருயிர் ராசிமண்டலத்திலிருந்து சில சுந்தர ராமசாமிகளும், வெ.சாமிநாதன் களும் சிறுத்து, சிற்றுயிர் மண்டலவாசிகளாவார்கள் என்பது அன்று எனக்குத் தெரியாது.

'சுழல் இரண்டு' பகுதியில், கருத்துமுதல்வாதம் என்பது முதலாளித்துவம் கடைப் பிடிக்கிற ஆசாரரீதியான போலி ஆத்மீகம் என்றும் அது பொருளாசையை மறைக்கும் ஆஷாடபூதித்தனம் என்றும் கூறுகிறபோது, மார்க்ஸீயவாதிகள் எல்லா ஆன்மீகவாதிகளையும் உள்ளடக்கிக் கூறியதையே மு.த. வழிமொழிகிறார். எனவே, இந்த கருத்துமுதல் வாதத்திலிருந்து பிறிதான அன்பு, சமத்துவம், விடுதலை என இவர் பின்னாடி செய்யும் பிரம்மோபதேசப் பிரகடனமும், அதே கருத்துமுதல்வாதத்தினுள்தான் அடங்குகிறது. மு.த.வின் இந்தப் பிரகடனங்களைவிடவும் பிரமாதமாக, பிரமாண்டமான பிரம்மவாதப் பிரகடனம் செய்தபடி பச்சை லௌகீகம் பண்ணினவர்கள், பண்ணுகிறவர்கள், அன்றைய ஆஷாடபூதிகளிலிருந்து இன்றைய ரஜ்னீஷ்கள் வரை உண்டு. எனவே, கருத்துமுதல்வாதத்திலிருந்து பிறிதான ஒரு சத்யம் என அவர் தந்திருக்கும் 'மெய்யுள்', அதே பழையபுட்டிச் சரக்குத்தான் அதே ஆஷாடபூதித்தனம்தான். ஆஷாடபூதிக் கருத்துமுதல்வாத முதலாளி வர்க்கத்துக்காகவேதான், அவர் இப்போது இந்த 'மெய்யுள்'வாதத்தையும் எழுப்புகிறார். அவர் எழுப்பும் வாதம், எவ்விதத்திலும் சுயாநுபவ வீர்யமோ தர்சனமோ அற்றது என்பதனை, அவர் தமக்காகத் தேடும் ஆதாரங்களினது பழைமை காட்டுகிறது. அந்தப் பழைமையிலும் புரட்சிகரமானவற்றை நீக்கி, புரட்சிக்கு முரணாக வர்ணம், பரிணாமப் படித்தரம், குணவியல் வகையான தேவ, மனித, ராக்ஷஸப் பிரிவினைகள் என அவர் பேணுகிறார். இது, லௌகீகரீதியாகப் புழுத்து நெளியும் முதலாளீயத்தினது வர்க்கக் கட்டு மானத்துக்குத் தரப்படுகிற சப்பைக்கட்டு அல்லாமல் வேறென்ன?

படைப்பாளியாகவும் சரி, இலக்கியக் கருத்தாளியாகவும் சரி, சமூக தர்சனவாதியாகவும் சரி, தாம் ஒரு மீடியோக்கர் (அபூர்ணம்) என்பதை உள்ளூர உணர்ந்தமையால்தான், மு.த. தமது இறுதிக் காலத்தில் ஆன்மீகத்துக்கும் சர்வோதயத்துக்கும் ஓடி, ஒரு அரசியல்

கவர்ச்சிக்காக, சத்யாக்ரக ஸ்டண்ட் ஒன்றையும் அடித்திருக்கிறார். பரிணாம சித்தாந்தத் தையும் வர்ணாசிரமத்தையும் சநாதனிகளுக்கு ஏற்றபடி முடிச்சுப்போட்டு சப்பைக் கட்டு செய்த அதே மு.த., மறுபுறம் அடித்த இந்த ஸ்டண்ட், தீண்டப்படாதவருக்கு அநு சரணையானது. இப்படி ஒரு 'சென்ஸிட்டிவ்' ஆன துறையில் சத்யாக்ரகம் பண்ணி, அதுவும் ஒரு சம்பிரதாய ரீதியில் இவர் சிறிது சிறை சென்றுவந்தமையாலே, நானும் வேறு அவரை விமர்சித் திருக்கக்கூடியவர்களும் அவரைத் தொடவில்லை. பார்க்கப் போனால், மு.த.வின் ஸ்டண்டுக்கு அடியில், இந்தவிதமாகவேனும் பாதகமான விமர்சனங்களி லிருந்து தம்மைக் காபந்து பண்ணலாம் என்ற நோக்கமும்கூட நிழலாடுகிறது. மாற்றுக் கருத்தைத் தாங்கிக்க முடியாத அவரது பலவீனத்தினை உணர முடிந்தவர்களுக்கு, இதை விளக்கவேண்டியதில்லை. தமது நம்பிக்கைகளுக்காக ஆபத்துக் களை ஏற்பவர், எந்தச் சித்தாந்தவாதி ஆயினும் ஒரு நேர்மையை வெளியிடுகிறவராகிறார். மு.த. ஏற்றது ஆபத்தை அல்ல என்பது தான் கவனத்துக்குரியது. அவர் சத்யாக்ரகம் செய்த சூழல், அவருக்கு இம்மியும் ஆபத்தான தல்ல. ஆனால், இவ்வித ஆபத்தை ஏற்ற ஒரு இலங்கை எழுத்தாளர் இருந்திருக்கிறார். அவரது பெயரை வெ.சா. வுக்கோ சு.ரா.வுக்கோ கனவில்கூட உச்சரிக்கும் சந்தர்ப்பம் வராது.

அவரது பெயர் கே.டானியல். அவர் எழுதிய நாவல் *பஞ்சமர்*. கலைப்பாங்காக அதில் ஒன்றுமில்லை. ஆனால், அதே போல் மு.த.வின் கதைகளிலும் ஒன்றுமில்லை. இருந்தும் *பஞ்சமர்*, ஹிந்துத்துவ சைவவேளாள வர்ணாசிரமதர்மத்தின் 'பொட்டுக்கேடு' களை அப்பட்டமாக்குகிறது. இதற்காக டானியல், கம்யூனிஸ இலக்கிய வியாதிகளின் அம்சங் களை உபயோகித்தாலும்கூட, மு.த.வின் ஒருபுறச் சாய்வுக்கு எதிரான மறுபுறச் சாய்வு என்ற விதத்தில், *பஞ்சமரையும்* டானியலையும் நாம் குறிப்பிட்டே ஆகவேண்டும். ஆனால், *பஞ்சமர்*நாவலையும் மீறியது டானியலின் தைரியமான பாதாள (Under ground) அரசியல் வாழ்வு. இலங்கை யின் அதி தீவிர இடதுசாரி இயக்கத்தில் இருந்து, இவர் கைதாகிச் சிறை சென்று சித்திரவதைகளை ஏற்றவர். உண்மையான ஆபத்துக் களைச் சந்தித்தவர். *யாத்ரா*வில் 'மு.த.வைப் போல உண்டா?' என்று முனகலிடுகிறார் வெ.சா.. டானியலின் நேர்மை யும் தைரியமும் மு.த.வின் ஸ்டண்டில் இருந்ததில்லை என்று இங்கே வெ.சா.வுக்கு

அறிவுறுத்த உள்ளது. மு.த.வின் கடுமையான ஆஸ்துமாவுக்கு நாம் இரக்கம் தரலாம். ஆனால், அதைத் தமது ஸ்டண்டின் ஒரு அங்க மாக்கியதால் அவரது மரணம், உயிரைப் பணயம் வைத்து இழந் ததாக வெ. சா. வினால் காட்டப்படும் பூச்சாண்டிக்கே, இப்போது உபயோகமாகிறது. இவ்விதம் தமது உயிரையே பணயம் வைத்து, சித்திரவதையை மட்டுமல்ல தமது நம்பிக்கைக்காக மரணத்தையும் ஏற்றவர் கே.டானியல்தான்; மு.த. அல்ல. மு.த.வின் மரணம் வெறும் மரணமே!

டானியலின் அம்பலப்படுத்தலுக்கு அகப்பட்ட சமூக ஐந்து களுக்குத்தான் வர்ணா சிரமம் நியாயமானதாகும். அடிப்படையில், இந்த வர்ணாசிரம தர்மம் என்பது ஒரு செக்ஸ் கட்டுமானம்தான். இதையே டானியல், ஒரு முதிர்ச்சியற்ற நிலையிலேனும் சித்தரித் தார். வர்க்கக் கட்டுமானத்தின் ஒரு அம்சம் இந்த செக்ஸ் கட்டு மானம். செக்ஸின் கவர்ச்சியும் காதலும், வர்க்கங்களை ஜாதிகளை மீறத்தக்கது. இப்படியான மீறல் ஏற்படாமல் கட்டுப்படுத்தும் நோக்கமே, வர்க்கத்தின் ஜாதீய வடிவான வர்ணாசிரமம் ஆயிற்று. ஆனால், மு.த., சநாதனிகளுக்கு ஏற்றவிதமாக வர்ணாசிரமத்தை, பரிணாமவியல் என்றும் ஆன்மிக படித்தரத்தின் வெளியீடு என்றும் கயிறு திரித்திருக்கிறார். இவருக்கு ஆன்மீகத்தின் எலிவாலுடன் கூட, செயல்முறைப் பரிச்சயம் இல்லை என்பதனையே இது காட்டுகிறது. ஏனெனில், எல்லா வர்ணத்திலும், அதாவது எல்லா ஜாதியிலும், உந்நதமான ஆன்ம புருஷத்துவத்தை அடையத்தக்க மனித பூர்ணத்துவம் உண்டு.

வர்ணாசிரமத்தின் அத்திவாரமின்மையை, இந்திய வேதமர பிலிருந்தே சாட்சியமாக எடுத்துக் காட்டலாம். ரிக்வேதத்தின் ஆரம்ப மண்டலங்களில், 'வர்ணம்' என்பதன் பொருள் 'நிறம்' அல்ல - 'தேர்வு'. உந்நதமானவனைத் தேர்ந்து கொள்ளும், ஆழ்ந்த அகக்கண்ணின் பார்வை சம்பந்தப்பட்ட சூஷ்மமான விஷயம் இது. ஆழ்ந்ததர்சிகளின் ஆளுமைகளுக்கு உட்பட்ட சூழலில், அன்று மட்டுமல்ல இன்றும் 'தேர்வு' என்பது இவ்வித சூஷ்ம திருஷ்டியின் மூலமே நடப்பதை, தர்சிகளிடத்தில் நேரில் நான் அறிந்திருக் கிறேன். இந்தத் தேர்வும் பதவிக்காக அல்ல; ஒரு புரட்சிகரமான வாழ்வுக்கான பரிசோதனைகளுக்கு ஒருவனை ஆட்படுத்துவதற் காகச் செய்யப்படும் தேர்வாகும்.

ஆனால், ஆன்மீகத்தைப் புனிதப்புளுகாக்கி, பதவிகள், கௌரவங்கள், அதிகாரங்கள் ஆகியவற்றை நாடிய சூழல், 'வர்ணத்தை' விகற்பித்துத் தோலின் நிறமாக்கிற்று; ஜாதியாக்கிற்று. உண்மையான அடிப்படை நிறம் ஏதும் வர்ணத்தின் மூலப்பொருளாக இருந்திருக்குமாயின், அந்த நிறம் சூஷ்மமான ஒரு பரிமாணத்தில் தென்படக்கூடிய நிறமாகத்தான் இருக்க முடியும். தோலின் நிறத்துக்கும் இதற்கும் சம்பந்தமில்லை. இந்த சூஷ்மமான பரிமாணத்தில், ஒவ்வொருவரின் உள்வடிவுகளில் ஏற்படக் கூடிய நிறங்களைப் பற்றி, தியஸபிக்கல் ஸொஸைட்டியின் வெளியீடான Thought Forms என்ற நூலில் அன்னி பெஸன்ட், ஸி.டபிள்யூ.லெட்பீட்டர் இருவரும் எழுதியுள்ளனர். இன்று மருத்துவ விஞ்ஞானம், வர்ணத்துக்கும் மனசுக்குமிடையே தொடர்புகளை நிறுவுகிறது.

இந்திய ஜாதீயமாக வடிவெடுத்த வர்ணாசிரமமோ, தோலின் நிறத்தை மட்டுமே அடிப்படை ஆகிற்று. இன்று இதற்குச் சப்பைக் கட்டுக்களை, பிளேட்டோ வரை தேடிப்போயிருக்கிறார் வெ.சா.. பிளேட்டோவின் விஷயத்திலும் தகுதியே முக்யமாயிற்று என்ற விஷயத்தை, *புனிதப்புளுகு* தொடரில் 'தத்துவப்போலிகள்' கட்டுரையில் விளக்கியுள்ளேன்.

அடுத்து ஆன்மார்த்தத் தகுதியை எடுத்தால், வியாதகீதையை அருளியவர் ஒரு கசாப்புக்கடைக்கார ரிஷி. இன்றும் ஐதீகமாகச் சங்கரரை, காசி விஸ்வநாதரே ஒரு ஹரிஜன ரிஷியாகத் தோன்றி ஆட்கொண்ட கதை உண்டு. புராணகாலத்திலே, முக்தி பெறும் தகுதி பரிணாமத்தின் கீழ் நிலையிலுள்ள ஜீவர்களுக்குகூடக் கற்பிக்கப்பட்டுள்ளது. பசுவுக்கும் குரங்குக்கும் நாய்க்கும் காக்கைக்கும் முக்தி கொடுக்கப்பட்டுவிட்டதாக ரமணர் தாமே அறிவித்து, அவற்றுக்கு அவரே சமாதி கட்டியும் இருக்கிறார். எங்கே இருக்கிறது இதில் ஆத்மீகத்துக்கான பரிமாணப் படித்தரம்? மறு புறம், திருமண விஷயங்களில் ஜாதீயம் பாராட்டுவது ஹிந்துத் துவத்தின் மூலரூப சாஸ்திரத்தில் இல்லாதது என்பதனை நிறுவியவர் மோஹன் தாஸ் காந்தி. தமது மகனுக்கும் ஸி.ராஜகோபாலச்சாரியாரின் மகளுக்கும் மணவினை கோரப்பட்டபோது, ''நான் ஜாதீயத்தை நிராகரிப்பவன். ஆனால், பொதுவாழ்வில் மாற்றம் வேண்டும் என்பதற்காகவே அன்றி, எனது தனிப்பட்ட வாழ்வின் வசதிக்காக நிராகரிக்கவில்லை. பொதுவாழ்வின் ஜாதியம் ஒழியாத

வரை, அதற்கு என் வாழ்வும் கட்டுபட்டே ஆகவேண்டும். நானும் அதன் குரூரத்தை அநுபவித்தே ஆக வேண்டும். ஆனால், சாத்திரங்கள் உண்மையிலேயே ஜாதீயத்தை மணவினை விஷயத்தில் நிராகரிக்குமானால், இதுபற்றி நான் எதிர்ப்புச்சொல்ல இடம் இராது,'' என்ற பொருளில் கூறினார். இது விஷயங்களில் மஹாவித்வானாகத் தமிழகத்தில் இருந்த ஒருவரை அணுகிக் கேட்டபோது, அவர் ஹிந்துத்வத்தின் மூலரூப சாஸ்திரங்களில் இந்தமாதிரி மணவினைக்கு எதிர்ப்பு இல்லை என ஆதாரபூர்வமாகக் காந்திக்கு நிரூபித்தார். இதன் பின்னே காந்தியின் ஒப்புதல் கிடைத்தது. இது, நவீன இந்தியப் புரட்சியின் தீப நிகழ்ச்சிகளுள் ஒன்றாகும். இத் தகையவற்றை மூடி அவித்துவிடும் பிணச்சாம்பல்தான், காந்திக்குப் பிந்திய இன்றையகாலத்தில் மண்டிக் கொண்டிருக்கிறது. இதற்கு ஏற்ற சித்தாந்தச்சரக்கை அருளியிருப்பவரே மு.த. இந்தச்சரக்குத்தான், சு.ரா.வுக்குத் தென்பட்ட இருபதாம் நூற்றாண்டின் ஒரிஜனல் சாம்பல்.

இவ்வளவு தூரம் அப்பட்டமான ஒரு நசிவின் பிரதிநிதிகளாக இருக்கும் இவர்களுள், வெ.சா. பண்ணும் கூச்சல் பிரச்சாரம், சீரிய சிந்தனைத்தளத்தினுள் புழுதிமண்டலமாக இடையறாது எழுப்பப் படுகிறது. *பாவைக்கூத்து* நூலுக்கு முன்னுரையாக எழுதி, *யாத்ரா*வில் வெளியான அவரது 'எனது வார்த்தைகள் சில'விலிருந்து ஒரு உதாரணத்தை காட்டலாம். தங்களது தாளவாத்தியங்கள் உட்படச் சகல வெளியீட்டுக்கருவிகளும் பிடுங்கப்பட்ட நிலையில், அன்றைய அமெரிக்காவின் அடிமைகளாக இருந்த நீக்ரோக்கள், தங்கள் உடலிலேயே கைகளால்தட்டி தாளவாத்திய மரபை உருவாக்கி, அதன் மூலம் மலர்ச்சியடைந்தார்கள் என்ற விபரத்தை, ஒரு கலாச்சார நிகழ்ச்சியிலிருந்து பொறுக்கி எடுத்துத்தந்திருக்கிறார். இதே விதமாகத்தான், எனது விஷயத்தில் *யாத்ரா* உரிமையாளர்களையே மூளைச்சலவை செய்து, எனது கருவியாக அது வந்திருக்கக்கூடிய நிலையில் பிடுங்கிக்கொண்டவர் வெ.சா. *கொல்லிப்பாவை* தோன்றி, அதன் பக்கங்கள் எனது கருவியாகிய போது, அதன் அன்றைய ஆசிரியரையும் மூளைச்சலவை செய்து, அதன் பக்கங்களை பிடுங்க முயன்றவர் வெ.சா. என்னை உண்மைக்குப்புறம்பாக, 'ஒரு பிராமண எதிர்ப்பாளன்' என்று தனது வாசகர்களாக வடக்கே இருந்தவர்களிடையே வக்ரப் பிரசாரம் ஒன்றைக்கூட நடத்தி, என்னைச் சகலவிதத்திலும் தனிமைபடுத்த முன்றவர்

வெ.சா. ஏன், ந.பிச்சமூர்த்தி யிடம் கூட, லா.ச.ராமாமிருத்திடம் கூட இப்படி என்னைப்பற்றிப் பிரச்சாரம் செய்தவர் அவர். இதேதான் அமெரிக்காவிலும் வேறுவிதங்களில் நடந்திருக்கிறது. தனது சேவைக்கும் அங்கே நடந்த இதேவிதமான 'சேவை'க்குமிடையே எவரும் ஒற்றுமை காணுமுன், ஆபிரிக்க அடிமைத் தாளவாத்ய மரபு பற்றிய குறிப்பைத் தொடர்ந்து - சம்பந்தா சம்பந்தமில்லாமல் - யாரோ கம்யூனிஸ மார்க்ஸீய ஆசாமிகளை நோக்கிக் கூச்சலிடுகிறார். உலகத்தில் நடக்கும் அநியாயம் எல்லாம், தனக்கும் தன்னோடு ஒத்துப்போகிறவர்களுக்கும் எதிராகத்தான் நடப்பதான பிரமையை எழுப்பும், இந்த அறிவுலகப் புரளி மன்னனின் பத்திரிக்கையினது அமைப்பில் சாட்சியம் பெறும் ஸ்தாபனப் பின்னணியே அவரை அம்பலப்படுத்துகிறது. வெளிஅமைப்புக்கு ஏற்ற அளவு, உள்ளே விஷயபலம் ஏதுமற்ற சக்கைப் பிரசுரமாகவே *யாத்ரா*வை நடத்தும் இவர், அதை ஆக்கிரமிப்பது இந்தப் புழுதிப் பிரசாரத்தின் மூலம்தான்.

தங்களது திருகுதாளங்களுக்காக என்னிடம் செம்மையாக வாங்கிக் கட்டிக்கொண்ட பிறகு, எப்படியேனும் தமிழ்க் கருத்துத்துறையில் தாங்கள் குந்தி இருக்கவாவது இடம் கிடைத்தால் போதும் என்ற நோக்கத்துடனேயே, வெ.சா.வின் கூடாரத்தினர் செயல் படுவதைத்தான் உப்புச்சப்பற்ற *யாத்ரா*வின் பக்கங்கள் காட்டுகின்றன. ஒரு புறம் ந.முத்துசாமி, தோலினால் ஆன முகமூடியைத் தேடி மீசை என்ற மயிரினால் ஆன முகமூடியை அணிந்ததும் அவரை ஜான் அபிரஹாம் என்ற கலைச் சினிமாக்காரர் இந்த மயிரோடு சேர்த்துக் கட்டிப் பிடித்தும் பற்றி டமாரம். மறுபுறம் வெ.சா., முந்திய காலங்களில் வெளிப்படையாகப் பேசவே வெட்கப்பட்டிருக்கக் கூடிய விஷயமான மு.த.வின் கடிதங்களை, இன்று தலையில் தூக்கி வைத்தபடி சாமியாட்டம். அன்று என்னிடம் பேசும்போது, எஸ்.பொ.வையும் மு.த.வையும் இலங்கையின் அறிவுலகக் கோணங்கிகளாகக் காட்டி, நையாண்டி கூத்துகளை ஆடி என்னை மகிழ்விக்க முயன்றவர் வெ.சா.

எஸ்.பொன்னுதுரையை அடியொற்றிய மு.தளையசிங்கத்தின் இலக்கிய மதிப்பீடுகள், புதுமைப்பித்தனைக்கூட எட்டிப்பார்க்க முடியாமல் போனவை எனக்கண்டோம். நான் மௌனியைப் பற்றிச் சிலாகித்து எழுதியவற்றைத் தாங்கிக்கொள்ளாமல் எஸ்.பொ., மௌனியைப் பம்மாத்து என்று எழுதியவர் என்றால், அப்படி

எழுதிய ஆசாமியை மேதாவியாகக் கொண்டாடியவர் மு.த. இவர், வெ.சா.வுக்கு மௌனியின் பெயரைக் குறிப்பிடுவதில் எவ்வித இலக்கிய ஸ்மரணையும் இல்லை. எப்படி நான் மௌனி பற்றி எழுதினேனோ, அதே மாதிரியாக எஸ்.பொ. பற்றியும் நான் எழுதியாக வேண்டும் என்ற ஆவேசம்தான் தெரிகிறது. அதாவது, என் அபிப்பிராயம் என்னுடையதாக இராமல் தன்னுடையதாக இருக்க வேண்டும். மனோ வியாதியின் மூலக்கூறு இத்தகைய ஆவேசமே ஆகும். கலாச்சார அடிப்படையில், இந்த மு.த.வுக்கும் வெ.சா.வின் கூடாரத்துக்கும் இடையில் ஸ்நானப்பிராப்திகூடக் கிடையாது. ஆனால், மு.த.வுடன் கிரியா ராம கிருஷ்ணன், சுந்தர ராமசாமி, வெ.சாமிநாதன், ந.முத்துசாமி யாவரும் ஒரு விஷயத்தில் ஒத்துப் போகிறார்கள். இது, இவர்களது தினுசு தினுசாக சநாதனவாதங்களை நான் அம்பலப்படுத்துவதினால், இவர்கள் தங்களுக்கு ஆதரவு தேடியதன் விளைவாகப் பிறந்த உடன்பாடு. எனது எழுத்துகாலப் பார்வைகளில், ஹிந்துத்துவத்தின் ஆரோக்கியமான தன்மைகளை நான் சிலாகித்தபோது, இவர்களது சநாதனவாதம் கிளுகிளுப்பு அடைந் திருக்கிறது. ஆனால், மு.த. தமது பிதற்றல் பாணியில், நான் உபநிஷதக் காலத்தில் வாழ்வதாக அன்று எழுதியதை இவர்களே இன்று என் மண்டையிலடிக்க உபயோகிக் கிறார்கள். இன்றும் எனது பார்வை ஆரோக்யமான, ஆழ்ந்த விஷயங்களை அநுசரிப்பது பற்றி இவர்களுக்கு அக்கறையில்லை. இவர்களது மனிதவிரோதத் தன்மைகளை நான் அம்பலமாக்குவதனால், தாங்கள் கும்பிடும் மதிப்பீடுகளையே செருப்பாக்கி என்மீது வீசுகிறார்கள். இதனால், இவர்கள் குடிகொண்டுள்ள பிராந்தியமே ஒரு மனோவியாதி மண்டலமாகக் காட்சியளிக்கிறது.

எந்த விஷயத்திலும் அடிப்படையான அம்சங்களை மட்டும் அநுசரிப்பது அவற்றின் வெளிப்படை முரண்பாடுகளைத் தாண்டி, அவை யாவும் எந்த ஒரே மனித உந்நதத்தை வெளியிடுகின்றனவோ அதனுடன் பொருந்துவதாகும். ஒரு கலைஞனின் விஷயத்தில், அது அவனது கலைப் படைப்புகளாகச் சாட்சியம் பெறுகிறது. மார்க்ஸீயத்திலிருந்து ஆன்மீகம் வரையிலான வெளிப்படை முரண்பாடு களினூடே ஒரு அடிப்படை அர்த்தத் தைத் தேடியவர்தானே மு.த. என்று பார்த்தால், அவரது மார்க்ஸீயத்திலிருந்து ஆத்மீகம் வரை யாவுமே நுனிப்புல் மேய்ச்சலைக் காட்டுகின்றன. இதற்கு அழியாத

சாட்சியம் அவரது படைப்புக்களின் கலைத் தரமின்மை. அவரது இலக்கியக் கருத்துக்களின் ஓட்டை உடைசல் தன்மை. இதை, வெ.சா.வின் கூடாரத்தினாலும் சரி, கிரியா கூடாரத்தினாலும் சரி, மறுக்க முடியாது. 'தியானம் என்றால் என்ன என்பதை நாம் அறியு முன்னர், எது தியானமல்ல என்பதைத் தீர்மானிக்க வேண்டும்,' என்பது ஜே.கிருஷ்ணமூர்த்தியின் விஷேச அணுகுமுறை. இது, நவீன ஆன்மீக உலகில் புரட்சிகரமான ஒரு அணுகுமுறை. ஆனால், ஒரு கடிதத்தில் ஜே.கி.யைத் தூக்கி எறிந்து எனக்கு அபிப்ராயம் விளம்பிய மு.த., அதே ஜே.கி கூற்றைத் திருடிய ஒருவர்தாம். 'அர்த்தங் காணவேண்டுமானால் முதலில் அர்த்தமற்றதை நீக்க வேண்டும்.' இது, மு. த.வின் *கலைஞனின் தாகம்* நூலில், 'யந்திரம்' பகுதியில் உள்ள வரி. இது வெளிப்படையாகத் தெரியும் திருட்டு என்றால், ஜே.கி. பொதுவாக இன்றைய உலகுக்கு விடுத்த அறை கூவலை ஜீரணிக்காமல் அள்ளிஎடுத்து விழுங்கிவிட்டு, 'சர்வோதய' மாகக் கக்கிய அவரது மொத்தமான வாந்தியையும் இந்த வாந்தியை விழுங்கிக் கக்கிய சுந்தர ராமசாமியின் டபுள் வாந்தியையும், பொது வாக மு.த.வின் நூளல்களிலும் விசேஷமாக '*மெய்யுள்*'ளிற்கு சு.ரா. அளித்த முன்னுரையிலும் காணலாம். அதாவது, ஜே.கி.யின் புரட்சி கரம் இங்கே சில சநாதனிகளின் சப்பைக் கட்டுகளுக்கு மசாலாவாக உபயோகப்பட்டிருக்கிறது.

ரிவைவலிஸம் அல்லது பழமையின் புனருத்தாரணம் என்பது அர்த்தம் பெற வேண்டுமானால், புதுமையின் நசிவுகளுக்கு அது தரும் எதிர்ப்பில்தான் அந்த அர்த்தம் பிறக்க முடியும். சற்றே ஊடுரு விச் சிந்தித்தால், பழையதைப் புதிதாக நிறுவ முயற்சி எடுக்காமலே, புதுமையிலுள்ள நசிவுக்குணத்தை எதிர்க்கவும் முடியும் என்று காணலாம். ஆனால், இப்படிப் போகக்கூடிய சிந்தனை எதுவும் மு.த. பிரச்னைக்கு உதவாது. பழமையின் நசிவையே பிரதிபலித் தவர் அவர் என்பதுதான், அவரைப் பற்றிய சங்கதி - பழைமையின் புரட்சிகரமான காலாதீத அம்சங்களை அல்ல. அந்த அம்சங்கள் எதிர்மறையானவை, நெகட்டிவ் ஆனவை; பொய்யைப் பொய் என்று உணரக் கற்றுத் தருகிறவை. அந்த அம்சங்களை மு.த.வும் சரி, அவரைச் சிலாகிக்கும் சு.ரா.வும் சரி உணர்ந்திருந்தால், புதுமைப் பித்தனையும் ஜே.கிருஷ்ணமூர்த்தியையும் இவர்கள் இனங்கண் டிருப்பார்கள். ஆனால், இவர்கள் இருவருமே உடன்பாட்டுத்

தன்மையான, பாஸிட்டிவ் ஆன போதனா ரூபங்களைத்தான் அநு சரிக்கிறார்கள். ஜெயகாந்தனைவிட புதுமைப்பித்தன் நெகட்டிவ் தன்மைக்காகக் குறைவானவர் என்று மு.த. கூறுவதை சு.ரா. மறுத் தாலும், மு.த.வினது இதே பார்வையுடன் சு.ரா. உடன்படவும் செய்கிறார். பழைமையினது உயிரற்ற சம்பிரதாயமான ஆன்மீ கத்தை, பு.பி. கிண்டல் பண்ணினதுக்குமேல் அவர் போகவில்லை என்று, சு.ரா. அதில் கூறுவதன் தாத்பர்யம் இது.

இந்தக் கூற்று, எதிர்மறை அணுகுமுறையின் சிருஷ்டிகரத்தை உணராத மந்தத்தின் விளைவு. நான் இக்கட்டுரையில் ஏற்கெனவே, ஜே.கி.யிடமிருந்து மு.த. திருடியதாக ஒற்றுமை காட்டிய மூலமும் பிரதியும் நெகடிவ் அணுகுமுறையின் சாம்யங்களாகும். ஆனால், மு.த.வின் ஒரிஜினலாக இது இல்லாமையாலேயே, பு.பி.யின் அணுகுமுறை றயிலுள்ளதும் இதுவேதான் என்பதை, மு.த.வும் சரி சு.ரா.வும் சரி உணர முடியவில்லை.

உதாரணமாக, *லயம்* நிர். 3இல் ‘சிருஷ்டியும் போதனையும்’ கட்டுரையில், பு.பி.யின் ‘சில்பியின் நரகம்’ கதையிலுள்ள நெகட் டிவ் அணுகுமுறையினது ஆழ்ந்த சிருஷ்டிகரக் குணத்தைக் காட்டி, பாஸிட்டிவ் ஆன போதனாமுறையில் உள்ளது முதிர்ச்சியின்மை தான் என்பதனையும் விவரித்து இருக்கிறேன்.

பார்க்கப்போனால், பு. பி. வெறும் நெகட்டிவ் அணுகு முறை யுடன் நிறுத்திக் கொண்டவர் அல்ல. பழைமையிலுள்ள உயிரம்சங் களை, தமது சிகரப்படைப்புகள் சிலவான ‘அன்று இரவு’, ‘கபாட புரம்’ போன்றவற்றில் பாஸிட்டிவ் ஆக அவர் புனர்சிருஷ்டி செய்த வர். இங்கேகூட, போதனையின் அவலட்சணத்தையே தேடி ரசிக் கும் மு.த.வினால், பு.பி.யின் இந்த பாஸிட்டிவ் படைப்புகளை இனம்காண முடியவில்லை என்பதுதான் இதில் கவனத்துக்குரியது. ‘சிருஷ்டியும் போதனையும்’ கட்டுரையில் நான் குறிப்பிடுகிற மார்க்ஸீயப் போதனைக்கலை, பழைமைப் போதனைக்கலை இரண்டுக்குள்ளும் அகப்பட்டு நிற்கிறவர் மு.த. இவரால் வாழ்வின் நிதர்சனசக்தியாக எழுந்த புதுமைப்பித்தனை உணரமுடியாமல் போனதில் வியப்பில்லை; ஆனால் இது விஷயமாக, முக்ய கவனத் துக்குரியவர் சு.ரா. இவர் புதுமைப்பித்தனே தமது ஆதர்சம் என்று நெற்றில் எழுதி ஒட்டிக் கொண்டு கிளம்பியவர். இவர் கண்ட

புதுமைப்பித்தன் வெறும் கிண்டல்வாதி. அதாவது, பு.பி.யின் கொந்தளிப்பை, சு.ரா.வின் மூளை உணரவில்லை. எங்கோ தூரத்தில் தமது சௌகர்யமான மனோபாவத்தினுள்ளிருந்து, அவர் இந்தக் கொந்தளிப்பை ஒரு சிலுசிலுப்புச் சப்தமாகத்தான் கேட்டிருக்கிறார். அந்தச் சிலுசிலுப்பைத்தான் சு.ரா. தமது ஆதர்சமாகவும் கொண்டார். பு.பி.யை ஆழ்ந்து உணர்ந்தவரல்ல சு.ரா. என்பதை, இன்று மு.த. வுக்கு அவர் தந்துள்ள முன்னுரைகள் தமுக்கடித்துக் கூறுகின்றன.

புதுமைப்பித்தனது ஆழத்தை, 'சில்பியின் நரக'த்திலே உள்ள குறியீட்டுப் பண்பு கூறுகிறது. சிற்பி சாத்தன், நடராஜ வடிவத்தைக் கருக்கொண்டது வாழ்விலிருந்துதான். இதை அவன் பைலார்க் கஸுக்கு விபரமாகவே கூறுகிறான். இறுதியாக, சிற்பத்தின் புன்னகை, மகாவேதனை ஒன்றாகச் சம்பவித்த அவனது மனைவியின் மரணத்தில் கிடைக்கிறது. மரணத்தின் விளைவான வேதனையிலிருந்து பிறப்பதுதான் தெய்வத்தின் புன்னகை என்ற மகத்தான கவித்வ தர்சனத்தை இங்கே உணரலாம். உயிர்வாழ்க்கையும் அதனிடமிருந்து இணைபிரியாத மரணமும், சாத்தன் என்ற சிற்பியினூடே நடராஜ வடிவமாக ஜனிக்கிறது. இந்த நடராஜ வடிவம், வாழ்வு என்ற நடனமாகும். இதை நிமிர்ந்து பார்த்தே ஆகவேண்டும். கோவிலுள் அடைபடுவதைவிட அந்தப் புரத்து நிர்வாண வடிவங்கள் நடுவே இதற்கு அர்த்தம் உண்டு என்ற பைலார்க்கஸின் சீறலில் பொதிந்துள்ள அர்த்தம் அது. வாழ்வு வாழப்படுவதற்காக உள்ளது; பூரணமாக, முழுத்தொனியில், முழு விழிப்புடன். கோவிலினுள் அடைபட்டதும் அது நிழலாகிறது. அதை நிமிர்ந்துகூடப் பாராதவர்களும் நிழல்களாகவே முன்வருகின்றனர். வாழ்வைத் தரிசிப்பதைவிட்டு தலைகுனிந்தபடி அவர்கள் கேட்பது 'எனக்கு மோட்சம்'. ஆனால், 'எனக்கு' என்ற தன்னி லைக்கு மோட்சம் கிட்டாது. தன்நிலையற்ற பரிமாணத்தில்தான் மோட்சமோ ஏதோ நிலவமுடியும். இதை உணராத சூழலில், விக்ரமும் 'உயிரற்ற மோட்சசிலை' ஆகிறது; உடைக்கப்படுகிறது.

இவ்வளவும், புதுமைப்பித்தனது எதிர்மறை அணுகுமுறையினூடே யிருந்து கிடைக்கிற பொக்கிஷங்கள்தாம். தத்துவார்த்தமாக ஒரு இம்மியும் பிசகாத தர்சனம் இது. இந்த அடிப்படையில்தான் அவரை நான் ('புதிய புட்டியில் பழைய புளுகு' என்ற ஞானரதம் கட்டுரையில்), தர்சி என்று சிறப்பிக்கிறேன். பு.பி.யின் தர்சன சக்தி,

மகத்தான கலைஞனது உந்நத எழுச்சிகளில் சம்பவிக்கிற ஒன்றாகும். அது அவனது மனிதார்த்தங்களை மீறியது. புதுமைப்பித்தனைப் போன்ற, ஒரு கலைஞனைப் பற்றி அபிப்ராயம் சொல்கிறவன், அவர்முன் தன்னை நிறுத்தி தன்னையேதான் அளவிட்டுக் கொள்கிறான். இந்தக் கருத்து, தனது மகத்துவத்தை உணர்ந்திருந்த பு.பி. யின் 'நானும் என் கதைகளும்', கட்டுரையிலேயே உள்ளது. அவரைப் போன்ற கலைஞர்கள், தங்களை மீறிய ஒரு உள் ஒளியைத் தெரிந்தோ தெரியாமலோ பிரதிபலிப்பவர்கள். இத்தகைய பித்தனைப் பற்றி அபிப்பிராயம் விளம்பி உள்ளதன் மூலம், மு.த.வும் சு.ராவும் இந்த ஒளியிலிருந்து ரொம்ப விலகிய இருளிலேயே இருப்பது அம்பலப்பட்டுள்ளது.

II
எழுத்துவைக் கொன்ற மு.த. கும்பல்

யாத்ராவில் வந்திருக்கும் மு.தளையசிங்கத்தின் கடிதங்கள், வெங்கட் சாமிநாதனுக்கு எழுதப்பட்ட அதே காலகட்டத்தில் நடந்து கொண்டிருந்தது, சி.சு.செல்லப்பாவின் *எழுத்து* பத்திரிகை. இலங்கைக்கு இந்திய (தமிழ்) பத்திரிகைகள் வரக்கூடாது என்ற முடிவை, இலங்கையின் இடதுசாரிகள் வலதுசாரிகள் நடுவழிச்சாரிகள் யாவருமாகச் சேர்ந்து முடிவு கட்டி, அதற்கான தடைகளை நிறைவேற்றிய காலம் அது. இதை, மு.த.வின் *யாத்ரா* கடிதம் நியாயப்படுத்துவதற்கு முனைவதைக் காணலாம். உண்மையில், இந்த இயக்கத்தில் ஓரளவு நியாயமும் உண்டு. தமிழகத்தின் பெருவாரிப் பத்திரிகைகள், இலங்கையில் பெருவாரியாக விற்றவை. ஆனால், அவை இலங்கைத் தமிழ் வாழ்வையோ, இலங்கை எழுத்தாளர்களையோ தங்கள் பக்கங்களில் தராதவை. இருந்தும், எந்தத் தடையும் பெருவாரிப் பத்திரிகைகளின் இலங்கை வினியோகத்தைக் கட்டுப்படுத்தவில்லை. மறைமுகவழிகளில், செய்ய வேண்டியதைச் செய்யக்கூடிய ஸ்தாபனங்கள் அவை. ஆனால், இந்தத் தடையினால் பாதிக்கப்பட்ட இயக்கம், *எழுத்து பத்திரிகையினது* தான். இதுபற்றி, சி.சு.செ. இன்றுவரை எழுதாவிட்டாலும், பின்னாடி நேரில் தெரியவந்தவற்றையும் கொண்டு நடந்ததை இங்கே

இப்போது தரலாம். *எழுத்து*வின் அத்திவாரபலம் இலங்கைச் சந்தாக்கள்தாம். இது அடிக்கடி சி.சு.செ. சொல்லிவந்த விஷயம். அச்சில் வெளிப்படுத்தப் படாதது. இதை இந்திய இலக்கிய உள வாளிகள் மூலம் அறிந்துகொண்டு, இந்திய பத்திரிகைகளுக்கு இலங்கையில் ஏற்பட்ட தடையினை, *எழுத்து*வுக்கு எதிரான கொலைபாதகச் சூழல் ஆக்கினார்கள் இருவர். இவர்களுள் ஒருவர் (எஸ்.பொன்னுதுரை, மு.தளையசிங்கம் - இருவருடைய அத்தி யந்த நண்பரும் பிரசுரகர்த்தருமான) எம்.ஏ.ரஹ்மான். உண்மை யில், *எழுத்து*வுக்கு எதிராக எதுவும் செய்யவேண்டிய நோக்கமோ அவசியமோ அற்ற ஒரு வியாபாரப் பதிப்பகத்தார்தான் இவர். ஆனால், இவரை இலக்கியத் துறையில் ஆட்டி வைத்தவர்கள் எஸ்.பொ.வும், மு.த.வும். இவர்களது நூல்களை இலங்கையில் பதிப்பித்து வெளியிட்டவர் இவர் என்பதுடன், எஸ்.பொ. இவர் பெயரில் சில உருவகக் கதைகளை எழுதித் தந்து இவரை மனோ வியல் ரீதியாக வசப்படுத்தி வைத்திருந்தவர். இன்னொருவர் பி.ராம நாதன் என்ற கம்யூனிஸ்ட். இந்த அன்பர்தான், எஸ்.பொ. வின் திருட்டை அம்பலப்படுத்திய கந்தசாமிப்பிள்ளை யாரென்று, அந்த பெயருள் ஒளிந்திருந்த ஜோர்ஜ் சந்திரசேகரிடமே போய்க் கேட்ட வர். தீவிர எஸ்.பொ. உபாசகர் இவர்.

எழுத்து சந்தாக்களை, சி.சு.செ.யின் அனுமதியுடன் இவ்விரு வரும் சேர்த்துக்கொண்டு, சி.சு.செ.க்கு சந்தா போய்விடாதபடி முடக்கினார்கள். இது சந்தாதாரருக்கும் *எழுத்து* வுக்குமிடையே இருந்த உறவை முறித்து, இலங்கைச் சந்தாக்கள் என்ற *எழுத்து*வின் அத்திவாரத்தை நிர்மூலமாக்கிற்று. எஸ்.பொ.வின் *தீ* நாவலும் அதைப் புகழ்ந்து *எழுத்து*வில் மு.த. எழுதிய கட்டுரையும், என்னால் *எழுத்து* பத்திரிகையில் பாதிக்கப்பட்டதின் எதிர் விளைவு இது என்பது எனது கணிப்பு. எஸ்.பொ.வுக்கும் மு.த.வுக்கும், *எழுத்து* சிலம்பமாட இடம் தந்திருந்தால் இது நடந்திராது.

இதில் இப்போதைய விஷேசமும் ஒன்றுண்டு. *எழுத்து* கொல் லப்பட்ட இந்த விஷயத்தையும் சம்பந்தப்பட்ட நபர்களையும் பற்றி, நான் வெ.சா.வுக்கு சொல்லி இருக்கிறேன். இன்றைய தமது தத்தளிப்பில், அவர் யாரைப் பிடித்துத்தொங்குவது என்று புரியா மல், இந்த நபர்களுள் ஒருவரான மு.த.வைப் பிடித்துள்ளார்.

லயம் : 6, ஏப்ரல்-ஜூன் 1986.

37 டி. ராமநாதன் மறைவு :
THE FALL OF A TORCH-BEARER

என்கெளண்டர் என்ற பிரிட்டிஷ் பத்திரிகையின் இலக்கியப் பகுதி ஸ்டீபன் ஸ்பெண்டரின் ஆசிரியத்துவத்தின்கீழ் இருந்த போது, 1950 வாக்கில் அது ஒரு சிறுகதைப் போட்டியை நடத்திற்று. போட்டி, ஆசிய ஆப்பிரிக்க எழுத்தாளர்களுக்கு மட்டுமே நடத்தப் பட்ட ஒன்று. முதல் பரிசு, நூறு பிரிட்டிஷ் பவுண்டுகள்.

போட்டிக்கு வந்து குவிந்த கதைகளுள் ஒன்று, ஒட்டப்படாத கவரினுள் புக்போஸ்ட் என்கிற 'ஸெகண்ட்கிளாஸ் ஏர்மெயில்'லில் இலங்கையின் கொழும்பிலிருந்து வந்த 'The Greatest Census in the World'. அனுப்பிய ஆசிரியரினால், பாதுகாப்பாகக் கதையை அனுப்புமளவுக்குக் கையில் சில்லரைகூட அப்போது இல்லை. காரணம், விதவை ஆகிவிட்ட சகோதரி யின் குடும்பத்தைப் பேண வேண்டிய அளவுக்கு ஏறிவிட்ட சுமைதான்.

இந்தக் கதை ஏற்கனவே நிராகரிக்கப்பட்ட ஒன்று. அப்போது கதாசிரியர் வேலை செய்து கொண்டிருந்த கொழும்பு ஆங்கிலத் தினசரியின் சண்டே எடிஷனுக்காக இதே கதை கொடுக்கப்பட்ட போது, அதன் ஆசிரியர் திருப்பித் தந்துவிட்டார்-பின்வரும் புத்தி மதியுடன்: ''ஒரு சிறுகதைக்கு ஆரம்பம், நடு, முடிவு - மூன்று அங்கங்கள் இருக்கவேண்டும். இதில் ஒன்றுமே இல்லையே.'' கதையை எரிச்சலுடன் பிடுங்கிக் கொண்டுவந்து மேஜை டிராயரின் புல்ஸ்டாப், கமாக்களுக்கு நடுவே போட்டுவிட்டிருந்தார் கதா சிரியர். இப்போது, அவரது நண்பர்கள் அட்டகாசமாக ரிஜிஸ்தர் பண்ணித் தங்கள் கதைகளை என்கெளண்ட ருக்கு அனுப்பியபோது, தமது கதையை இப்படி ஓப்பன் லெட்டராக அனுப்பிவிட்டிருந் தார். ''வெறும் காலிக்கவர்தான் போய்ச் சேரும்,'' என்று மனசு அவநம்பிக்கைப்பட்டுக் கொண்டிருந்தது.

கதைத் தேர்வுக்குழுத் தலைவர் விளடீமர் நபக்கவ்; நமது சிறு கதாசிரியரின் நக்ஷத்திரங்களுள் ஒருவர். அவரா நமக்குப் பரிசைத் தந்துவிடப் போகிறார் என்றும் ஒரு எண்ணம்!

வந்தது முதல் பிரதிபலிப்பு: ''இது உங்களுக்கு மட்டும்,'' என்ற எச்சரிக்கையுடன், கவியும் விமர்சகருமான ஸ்பெண்டரிடமிருந்து. அவசரமாக ஓரம் தாறுமாறாகும்படி ஏரோகிராமைக் கிழித்துக் காரியாலய பில்டிங்கின் மூன்றாவது மாடியிலிருந்து படித்த டி.ராமனாதனுக்கு, ஜன்னல் வழியாக குதித்துவிடலாம் போன்ற குஷி! முதல் பரிசு அவருக்குத்தான். இதை உறுதிப்படுத்தி அடுத்த கடிதம் வந்தது - விளடீமர் நபக்கவ் விடமிருந்து.

தொடர்ந்து பத்திரிகை அறிவிப்பு... எக்ஸட்ரா, எக்ஸட்ரா.

ஆயினும், தமிழுலகம் டி.ராமனாதனின் பெயரைத் தெரிந்து கொள்ள முடியவில்லை. இதற்கு ஒரு காரணம் என்று அவரையே தான் 'குத்தம்' சொல்ல வேண்டும். இலக்கிய இயக்கம் எதனுடனும் அவர் தம்மைச் சம்பந்தப்படுத்திக் கொள்ளாதது ஒன்று. தமிழில் தமது கதைகளை மொழி பெயர்த்ததுடன், அது சம்பந்தமான பொறுப்புகளைக் காவலூர் ராசதுரை என்ற இலங்கை எழுத்தாளரி டம் விட்டதுக்குமேல் ஏதும் செய்யாதது மற்றொன்று.

முதல் பரிசுக்கதையான 'தி கிரேட்டஸ்ட் ஸென்ஸஸ் இன் தி ஒர்ல்ட்', இலங்கைத் தமிழரால் எழுதப்பட்டதெனினும் அது இந்தியா சுதந்திரமடைந்தவுடன் எடுக்கப்பட்ட முதல் ஸென்ஸ ஸைப் பகைப்புலமாக்கிய கதைதான். எனவே, இது ஒரு ஆசியக் கதை; ஆசியாவின் துருவ நட்சத்திரமாக உதித்த இந்தியாவைப் பற்றிய கதை. ஆயினும், கதை நிகழும் பிராந்தியம், குப்பத்தை ஒட்டிய ஒரு பில்டிங்கின் 'காராஜ்'ஜிற்குள் குடியிருக்கும் ஒரு எழுத்தாளரைப் பற்றியது. ஸென்ஸஸ் எடுக்க வந்த 'உயரமான வெளுப்பான' மனிதரின் கண்ணில் தனது மனைவி பட்டுவிடாமல் உள்ளே அனுப்பிவிடுகிற அவர், வந்தவனின் கவனத்தை, தமது விக்டோரியன் மணிக்கூண்டுப் பக்கம் இழுக்க முயற்சிக் கிறார். ''இந்தியா முழுவதையுமே ஸென்ஸஸ் எடுக்க உங்களால் முடியுமா என்ன?'' என்று சந்தேகப்படுகிறார். ஸென்ஸஸ்காரன் போனபிறகு, ஆங்கிலப்படம் பார்க்கப்போய் உட்கார்ந்திருந்து பீடி குடிக்கிறார். திரும்பி வரும் வழியில் ஒரே கூட்டம். பிளாட்பாரத்தில் உருவங்கள்

பிணைகின்றன. புதிதாக ஒரு குழந்தையைக் குப்பத்தில் தனது சிநேகிதி பெற்றிருப்பதாக, அவர் மனைவி சொல்கிறாள். இதுதான் கதை. ஆரம்பம், நடு, முடிவு - இதற்கு எப்படி வரும்?

இன்று, இதையும் இதைப்போன்ற 'பசி' முதலிய கதைகளையும் எழுதிய டி.ராமநாதன் நம்மிடையே இல்லை. கடந்த செப்டம்பர் முதல் வாரத்து சனிக்கிழமையில், அவரது கலையுள்ளத்தினால் புரிந்து கொள்ள முடியாத தீவிர நிலைக்குப் போய்விட்ட குழப்ப மான அரசியல் சூழலின் நடுவே, யாழ்ப்பாணத்தில் அவர் மறைந்து விட்டார்.

ஆங்கிலத்தில் மட்டுமே எழுதியவரான ராமநாதனின் கதைகளில் உள்ள இந்தியப் பின்னணி, அவரது அநுபவமாகும். கடவுளுக்குத் தன்மேல் ஏதும் அக்கறை இருக்கிறதா என்று நேரில் கண்டறிய, ஒருவிதமான சுதந்திரமான (அல்லது பாதுகாப்பற்ற) வாழ்வைத் தேடி, பி.ஏ.யைப் பூர்த்திசெய்யாமலே இலங்கையிலிருந்து இந்தியாவுக்கு 'ஓடி' வந்த அவர், ஒரு சமயம் ஜஸ்டிஸ் கட்சியின் ஆங்கிலப் பத்திரிகை ஒன்றை சென்னையில் எடிட் செய்திருக்கிறார். இன்னொரு சமயம் கன்யாகுமரியிலிருந்து ஹிமாலயம் வரை ஹிட்ச் ஹைக் செய்திருக்கிறார். கர்நாடக சங்கீத ஈடுபாட்டிலிருந்து காய் கறித் தோட்டத்தின் மூலம் தன்னிறைவு வாழ்வை அமைப்பது வரை ஈடுபட்டி ருந்த ராமனாநாதனின் தோற்றம், ரொம்ப சாமானியமான கருத்த குள்ளமான தோற்றம்தான். கிடைக்கக்கூடிய சலுகையைக் கூட விரும்பாமல் ஒதுக்கி இருக்கிற சுபாவம் அவருடையது. இதனால்தான், உலகப் புகழ் பெறக்கூடிய சந்தர்ப்பம் ஒன்று அவரை வீடுதேடி வந்தபோதும்கூட, அதை உபயோகித்துக் கொள்ளும் மூர்க்கம் அவரிடத்தில் வேலை செய்யவில்லை.

தமிழ்நாட்டில் கூத்துப்பட்டறையிலிருந்து கோமாளித் தனமாக விகடக் கச்சேரி நாவல்கள் வரை எதெதையோ எல்லாம் செய்து, சுயதம்பட்டங்கள் மூலமும் ஆள் பிடிப்பது மூலமும் நவீன தமிழ் இலக்கியவாதத்தையே கேவலமாக்கிக் கொண்டிருக்கும் புள்ளி களுக்கும் நிறுவனங்களுக்கும், ராமநாதனின் இந்த மனோபாவம் புரியாது.

முதன்மையாக அவரது மனோபாவம், காந்தீயம் நிலவிய ஒரு சூழலில் மேலெழுந்த ஜுவாலைகளிலே புடம் பெற்றிருந்த ஒன்று.

இன்று *கசடதபற* கும்பலிலிருந்து *கணையாழி* கும்பல்வரை, ஆர்.எஸ்.எஸ்.ஸின் இண்டலக்சுவல் கோணிப்பையான விஸ்வ ஹிந்து பரிக்ஷத்துக்குள் அடைக்கலமாகி இருக்கிறார்கள். காரணம், ஹரிஜனங்களுக்கு தண்ணீர் வழங்காத இவர்களுடைய மதிப்பீடு களின் விளைவாக அவர்கள் முஸ்லீம்களாகியமை யாகும். இன்று இதன் அடுத்தகட்டமாக, ''தண்ணி குடுக்கமாட்டேன்னா முஸ்லீமா நீ ஆயிடறதா? குத்திப்புடுவேன் சூலத்தால்!'' என்ற தத்துவமும் அதற்கு எதிராக அவர்களுடைய சூலங்களும் கிளம்பி இருக்கின் றன. ராமநாதனின் இலக்கியம், இந்தப் பிளவுண்ட இந்திய மனோ நிலத்தின் அடிப்படைகளை ஒன்றிணைத்த ரஸவாதமாகும் - நவ இந்தியாவின் புதிய அத்திவாரமாகும். கொழும்பில் அவருடன் பழகிய நாட்களில், என் ஆங்கிலப் படைப்புகளை (அளவு மீறி) புகழ்ந்த அவர், என்னிடம் கூறிய ஒரு வாக்யம்: ""I have been carrying forward a torch. when I fall you must carry it."

அவர் தாங்கிய torch என்ன என்று நான் கேட்கவில்லை. அவரும் விளக்கவில்லை. ஓரளவுக்கு அவரையே போன்று இந்தியாவுக்கு 'ஓடி' வந்து வாழ்ந்து எழுதி உள்ள ஒரு போக்கில், என்னையறியா மலே புரிந்து என்னையறியாமலே நிறைவேற்றிய ஒரு அர்த்தத் தில்தான், அவரது அன்றைய மர்மமான வேண்டுகோளைப் புரிந்து கொள்கிறேன். நவஇந்திய லட்சியங் களைப் பற்றிய பிரக்ஞைதான் இந்த torch. இதை அவர் அன்று எனக்கு விளக்காமல் விட்டமையே, விளக்கங்களுக்கு அப்பாற்பட்ட உணர்வுகளை அவர் மதித்ததின் அத்தாட்சியாகும்.

லயம் : 8, அக்டோபர்-டிசம்பர் 1986.

9 பொய்த்தேவு : சிறந்த தமிழ் நாவல்

வாரந்தோறும் வெளிவரும் சல்லிசான நாவல்களின் குப்பை மண்டலத்தைப் பார்க்கும் போது, எனக்கு ஒன்று தோன்றும்: இதில் புரளும் பணத்தைக் கொண்டு நீர்ப்பாசன வசதிகளையும் கழிவறைகளையும் கட்டலாம் - அது உண்மையிலேயே நமது மக்களுக்கு உதவக் கூடியது. பிரச்சினைகளுடனும் நுண்ணுணர்வுடனும் சம்பந்தமுள்ள செலவாகவும் அது அமையும்.

நுட்பமான உணர்ச்சிகளுடனும் சிந்தனைமயமான பிரச்னைகளுடனும் சம்பந்த மில்லாத எழுத்துக்கள் இவை. உண்மையில், தமிழ் நாவலின் ஆரம்பகாலம் இப்படி இருக்கவில்லை. முதல் நாவல் என்று கருதப்படும் *பிரதாப முதலியார் சரித்திரம்*, அன்றைய சமூகநிலையினைச் சிறுசிறு நிகழ்ச்சிகள் மூலம் சித்தரிக்கிறது. *கமலாம்பாள் சரித்திரத்தில்*, வாழ்வின் துயில்நிலையிலிருந்து இரண்டு பாத்திரங்கள் ஆத்மீகமாக விழிப்படையும் பயணம் சித்தரிக்கப்படுகிறது. *பத்மாவதி சரித்திரமும்* பிரச்னைகளைக் கட்டுக்கோப்பாகக் கொண்டதுதான். இவற்றில் உள்ள சம்பாஷணைத் திறனும் பாத்திரங்களும், இன்றுகூட வீர்யம் குன்றாதவை.

இந்த ஆரம்பங்களை, வை.மு.கோதைநாயகி அம்மாள் போன்றவர்களின் மலிவான உணர்ச்சிக் கதைகளும் வடுவூர் துரைசாமி ஐயங்கார் போன்றோரின் ருசிகரக் கதைகளும், இரண்டுபுறமும் இழுத்தன. நமது வாழ்வினையும் மனிதர்களையும் கவனிக்காமல், வெளிநாட்டு நாவல்களது தழுவல்களை நமது வாழ்வின் சித்தரிப்பாக காட்டும் அவசரத் தொடர்கதைகள் தொடர்ந்தன. பத்திரிக்கை வியாபாரத்துக்காக இதைக் கூசாமல் செய்த கல்கி ரா.கிருஷ்ணமூர்த்தி, நமது பகை புலத்தை உபயோகிக்கிறபோது கூட, நிகழ்ச்சிகளின் ஒழுங்கும் தர்க்கமும் வெளிநாட்டு சுவாரஸ்ய கதைகளினது தழுவல்களாகவே இருந்தன. டி.கே.சிதம்பரநாத முதலியார் இதை

வெளிப்படையாகவே குறிப்பிட்டிருக்கிறார். கல்கி ஆரம்பித்த இந்த சுவாரஸ்யத் தழுவல், தமிழ்வாணனிலிருந்து சுஜாதா ஈறாகத் தொடர்ந்திருக்கிறது. பெருவாரிப் பத்திரிக்கையினில், இந்தத் தோரணையைக் கையாளாததுடன், இலக்கியப் பூர்வமாகக் கணிக்கத் தக்க எழுத்தையும்கூட படைத்தவர்கள் தி.ஜானகிராமனும் த.ஜெயகாந்தனும்தான். இத்தகைய திறனாளிகளைப் படிப்பது, இவர்களைவிட நுட்பமாக எழுதுவோரை ரசிப்பதற்கான ஒரு ஆரம்பப் பயிற்சியாகவேனும் இருக்கும். இன்றைய பெருவாரிப் பத்திரிகைகளும் சல்லிசான நாவல்களை வெளியிடுவோரும், சற்றே சமூக உணர்வு கொண்டு சிந்தித்தால் இதன் சமூக இலாபங்களை உணரலாம்.

இடதுசாரி எழுத்தாளர்கள், தங்களது அரசியல் தீர்வைத்தான் கலைஞர்கள் யாவருமே வெளியிட வேண்டும் என்று கூப்பாடு போட ஆரம்பித்தபோது, எழுத்துலகில் மிகுந்த குழப்பம் பிறந்தது. இடதுசாரிப்பக்கம் தலையைத் திருப்பி, சல்யூட் அடித்தபடி நடை போடும் படைப்புகள் பிறந்தன. தொன்மையான மரபில் ஊறிய கிராம வாழ்வும் சமூக வாழ்வும், ஒரு பூர்வகுடித்தனமான சரீர வாழ்வாக மட்டும் இவர்களால் சித்திரிக்கப்பட்டுள்ளது. இதற்காக, காமம் சம்மந்தமான சில சுவாரஸ்ய அம்சங்களையும் இவர்களுள் ஓரிருவர் உபயோகித்துள்ளனர். எதையுமே பிரச்சினையாக்கி ஒழுக்கத்துடன் தொடர்புபடுத்தும் மனித இயற்கைக்கூட, இவர்களுக்கு அத்துபடியாகவில்லை.

நாவலை ஒரு கலைப்படைப்பாக சிறப்பிக்கக்கூடிய மனம், சிந்தனை சார்ந்த மனமாக இருக்கவேண்டும். பாத்திரங்களது செயல்களுக்கும் முடிவுகளுக்கும் சிந்தனையே ஆதாரமாக வேண்டும். அப்போதுதான் நாவலின் பரந்த களம் அலுப்புத்தராது. வெறும் சரீரப்பிரச்னைகளைச் சார்ந்த மதிப்பீடுகள், ஒருசில பக்கங்களுள் பிசுபிசுத்துவிடும். மனித மனம், மதிப்பீடுகளை உருவாக்கி அவற்றை அநுபவத்துடன் பொருத்தி விசாரிக்கும் குணத்தைக் கொண்டது. இந்த அடிப்படையுடன், நாவலின் கட்டுக்கோப்புக்குள் முரண்படாதவாறு பாத்திரம், இயற்கையாக வளரவும் வேண்டும். இதற்காக, இயற்கையில் உள்ளதை அப்படியே போட்டோ பிடித்த மாதிரி எழுதவேண்டும் என்று கருதுவது தவறு. பார்க்கப் போனால், ஒவ்வொரு நாவலும் உலகை ஆதாரமாக கொண்டு

வளர்ந்த வேறு ஒரு உலகம்தான். எனவே, 'யதார்த்தம்' என்பதன் பொருளை, நாவலின் கட்டுக்கோப்புக்குள் ஏற்படும் தர்க்கங்களுக் குள்தான் பார்க்க வேண்டும். இது, இன்று தங்களை விமர்சகர்கள் என்று நம்பிக்கொண்டிருக்கும் சிலருக்குப் புரியாதது, தெரியாதது.

இன்றைய தலைமுறை வாசகர்களுள் எத்தனை பேர், *பொய்த்தேவு* என்ற நாவலைப் படித்திருப்பார்கள் என்பது சந்தேகம். இதை எழுதியவர் க.நா.சுப்ரமண்யம். தமிழின் மிகச் சிறந்த நாவல் என்று இதைத்தான் சொல்ல வேண்டும்.

பொய்த்தேவு, யாரோ 'சோமு' என்ற அனாதை ஏழைப்பையனின் விபரீத ராஜ யோகத்தையும் மனிதனாகி அவனடைந்த வீழ்ச்சியை யும் பற்றியது என்றுதான் மேலோட்ட மாகப் பார்த்தால் தோன்றும். கா.ந.சு., மேலோட்டமான சரளபாவத்தில்தான் எப்போதுமே எழுதுவார். இதற்கு விதி விலக்குகள் உள்ளன; *அசுரகணம்* என்ற அவரது இறுதி நாவல், (*கோதை சிரித்தாள்* என்று இப்போது ஏதோ நீளமாக எழுதி இருக்கிறார். அது கா.ந.சு. வின் கவலைக்குரிய நிலையைக் காட்டியதுக்குமேல் பொருட்படுத்தத் தக்கதல்ல), 'தோப்புச் சாலை' என்ற சிறுகதை (இதை ம.கோபாலன் என்ற பெயரில், *எழுத்து* 1959 இதழ் ஒன்றில் அவர் எழுதி இருந்தார். எழுதியவர் க.நா.சு. என்று தெரியாமல், *எழுத்து* ஆசிரியரிடம் விசாரித்திருக்கிறேன். என்னைத் தவிர வேறு எவருமே இந்தக் கதையைக் கண்டு கொள்ளக்கூட இல்லை என்றார் எழுத்து ஆசிரியர் சி.சு.செல்லப்பா), 'தரிசனம்' என்ற கவிதை (இதுவும் *எழுத்து*வில் வெளியானதுதான்).

மேற்படி மூன்றுத் துறைகளிலுமே க.நா.சு ஒரு அப்ஸ்ட்ராக்ட் பாணியில் எழுதி இருப்பது கவனத்துக்குரியது. இதிலும் தேர்ந்த கைதான் தெரிகிறது.

'பொய்தேவு' என்ற தலைப்பு ஒவ்வொரு கணமும் மனதில் தோன்றி மறையும் நோக்கங்களைத் தேவர்களாக - கடவுளராக ஆக்கி, அவை நம்மை உந்துவதுடன் நமது வீழ்ச்சியுடன் அவை வீழ்வதை யும் அர்த்தப்படுத்துகிறது. இந்தப் பயணத்தின் நாயகன்தான் சோமு. நாவலை இந்தக் கோணத்தில் பார்க்கிறபோது, ஒரு பாத்திரத்தின் வாழ்வாக மட்டுமல்லாமல், ஒரு சிந்தனை அம்சத்தின் விபரமான சித்தரிப்பாகவும் அதைக் காணலாம். பார்க்கப் போனால், நாவல்

சோமுவைப் பற்றியதே அல்ல என்றே சொல்லிவிட முடியும். மேலோட்டமான விமர்சகர்கள் இந்த இடத்தில்தான் ஏமாறுகிறார்கள்.

ஒரு பெரிய செல்வந்தர் வீட்டில் திருடவந்த தீவட்டிக் கொள்ளைக்காரர்களைப் பிடிக்க உதவியதன் மூலம், அனாதைப் பையன் 'சோமு' நிலபிரபுத்துவ வட்டத்துக்குள் ஐக்கியமாகிறான். கதையின் இந்த இடம் பலவீனமானது என்பது உண்மைதான். க.நா.சு. வுக்கு இது நன்றாகவே தெரியும். ஆனால், 'பொய்த் தேவு' என்ற தலைப்பையும் மேலே குறிப்பிட்ட அதன் சிந்தனைச் சாயலையும், இங்கே நினைவுகூர வேண்டும்.

தேவு - அதாவது கடவுள் இப்படி ஒரு ராஜயோகத்தைக்கூட மடியில், மண்டையில் போடக்கூடியவர் என்றே சொல்லலாம். அதாவது, ராஜயோகமாக ஆரம்பிக்கின்றவை பொறுப்புகளாகவும் கவலைகளாகவும் அழுத்த ஆரம்பித்துவிடும். சோமுவுக்கு அடித்த யோகம் - எவருக்குமே இந்த விதமாக அடிக்கக் கூடிய யோகம் - அப்படியாகத்தான் முடிகிறது. *பொய்த்தேவு*வை மேற்படி 'பலவீனத்துக்காக' குறை கூறிய எவருமே, கதைக்கு எவ்வளவு தூரம் அத்யாவசியமான 'பலவீன'மாக இது இருக்கிறது என்று காணவில்லை.

ராஜயோகம்கூட, நாள் பட்டதும் மனசின் வெறுமையால் கபளீகரம் செய்யப்பட்டு, மனம் மீண்டும் வறுமை அடையும். நமக்குச் சாதகமாக வேலைசெய்த 'தேவு', மீண்டும் 'பொய்' ஆகிறான். இங்கே நாவலின் சிந்தனை அம்சமே கதையின் மேற்படி நிகழ்ச்சியை உருவாக்கி உள்ளதை உணரலாம். பார்க்கப்போனால், முதல் பார்வைக்கு பலவீனமாகப்பட்ட நிகழ்ச்சியே, இந்த காரணத்தினால் பலமுள்ளதாகி விடுகிறது. தொடர்ந்து சோமு ஒரு பெரிய மனிதனாகும் வழி முடிவில், அவன் நொடிந்து ஆண்டியாவது - *பொய்த் தேவு* நாவலின் மொத்தமான தாக்கம் ஒரு பாலைவனத்து வெக்கைப் போன்றது என்று எங்கோ நான் பல வருஷங்களுக்கு முன் எழுதி இருக்கிறேன் - இந்தத் தாக்கத்தினை உருவாக்கு வது, கதையின் பாத்திர அமைப்புகளும் அவை செய்யும் முடிவுகளுடன் அவர்களது பாத்திர அமைப்புகளும் ஒன்றுபடும் முடிச்சுதான். நாவலை யதார்த்தபூர்வமாக்கும் முடிச்சு இது. இவ்விதத்தில் பாத்திரம், அதன் செயல், நிகழ்ச்சி என்ற முடிச்சை உருவாக்கக் கூடியதுதான் சிறந்த

கலைப்படைப்பாக முடியும். வாழ்வின் தவிர்க்கமுடியாத தன்மையை இந்த முடிச்சில்தான் காணலாம்.

முதிர்ந்த மனத்துடன் வாழ்வைப் பார்க்கிறபோது, பலவிதங்களிலும் சிக்கல் நிறைந்த தாக தென்படும். ஆசைகளையும் கனவுகளையும் நிறைவேற்றுகிற வாலிபப் பிராய நோக்கங்களை, வாழ்வு சிதைத்துவிடும். எனவே, முதிர்ந்த பார்வையிலிருந்து பிறக்கிறவை நம்மை திருப்திப்படுத்தாது - கிச்சுக்கிச்சு மூட்டாது; தவிர்க்கமுடியாத கலக்கநிலையையே உருவாக்கும். இந்தக் கலக்கநிலை இல்லாவிட்டால் மனம் கூர்மை பெறாது. உணர்வுகளும் மயங்கிவிடும். கலைக்கு உள்ள சமூகக் கடமை, மனதையும் உணர்வையும் கூர்மையாக்கு வதுதான். சமூகப் பிரச்சினைகளைக் காட்டுவது இதில் ஒரு அம்சம். ஆனால், பிரச்னை களுக்கு இதுதான் முடிவு என்று தீர்ப்புக் கூறுவது போதனை - அல்லது அரசியல். இதனால், வாழ்வின் உண்மையான கலக்க நிலை உருவாகாது; திருப்தியே உருவாகும்.

சமீபத்தில் ஒரு குழுவினர், மூன்று நாவல்களைத் தமிழின் தலைசிறந்த நாவல்களாகக் குறிப்பிட்டிருக்கிறார்கள்.

மோகமுள், ஜே.ஜே. சில குறிப்புகள், புயலிலே ஒரு தோணி என்ற நாவல்கள் இவை. மூன்றிலுமே சுவாரஸ்யத்தனமாக திருப்திப் படுத்தும் அம்சங்கள் உளளன. *மோகமுள்* சுருக்கமாக எழுதப்பட்டிருக்கக் கூடியது. ஆனால், இந்த மூன்றனுள்ளும் அதுவே சிறந்தது. *ஜே.ஜே. சில குறிப்புகள்* நாவலாகவே வராத அவசர கிறுக்கல்களையும் ஆழமற்ற விகடங்களையும் கொண்டது. *புயலிலே ஒரு தோணி* கலவர நிலையைச் சுவாரஸ்யப் பணியில் மட்டுமே சித்தரிக்கும் நாவல். 'சுஜாதா' பாணியில் எழுதப்பட்ட நாவல் என்றுதான் அதைச் சொல்லவேண்டும். விஷேசமாக, *ஜே.ஜே.*யை மிகச் சிறப்பிப்பதற்காக வேண்டு மென்றே செய்யப்பட்ட தேர்வு இது. மிகச் சிறந்த தமிழ் நாவலை எழுதிய க.நா.சு. இந்த நாவலை நாவலே அல்ல என்று கூறியதுக்காக, க.நா.சு.வின் நாவலைக் கீழிறக்கிக்கூட இந்தக் குழு கணித்திருக்கிறது. க.நா.சு.வுடன் எனக்கும்தான் தீவிரமான அபிப்ராய வேறுபாடுகள் உள்ளன. அதற்காக, ஒரு சிறந்த நாவலைச் சிறப்பில்லாத நாவல் என்று கூறிவிட முடியுமா?

மோகமுள், தன்னளவில் ஒரு பூரணமான நாவல். தலைப்பைத் தொட்டுநிற்கும் பிரச்னையுடன் தொடர்புள்ள வேறு பிரச்னைகளின்

கிளைகளும் அதற்கு உண்டு. *ஜே.ஜே. சில குறிப்புகளில்* எதுவிதப் பிரச்சினையுமே இல்லை. இடதுசாரிகளின் பார்வையை, சரியாக காட்டாமலே, அதை ஓரிரு பாத்திரங்களின் மூலம் ஆசிரியர் கிண்டல் பண்ணு கிறார். இந்தப் பாத்திரங்கள் குறுக்கு வழியில் இடது சாரி அரசியலை உபயோகித்தமையால் இந்தக் கிண்டல். ஆனால், மதிப்பீடுகளின் யாத்திரையோ அதைப் பிரதிப்பலிக்கும் பாத்திரமோ நாவலின் இல்லாததால், இந்தக் கிண்டல் ஆழமற்ற விகடக் கச்சேரியாகவே நிற்கிறது.

உலகை ஆதாரமாகக் கொண்டு வளர்ந்த இன்னொரு உலகின் 'யதார்த்தம்'கூட *ஜே. ஜே.*யில் இல்லை... ஏனெனில், தன்னளவில் தர்க்க பூர்வமாக ஒருமை பெறாத உலகம் அது. ஜே.ஜே. என்பவன் சந்திக்கும் முதல் மனிதனாலேயே, உணர்வுநாசம் பெறுகிறான் என்கிறார் ஆசிரியர். நாவலில், அவனைச் சந்திக்கும் முக்கியப் பாத்திரம்தான் உணர்வு நாசம் பெறுகிறது. ஜே.ஜே. என்ற பாத்திரமே பிறருக்கு உணர்வுநாசம் தரும் பாத்திரம்தான். இப்படித் தன்முரணான ஒரு உலகம் தன்னளவில் யதார்த்தமானதல்ல. மேலும், ''அவனுடைய உயிர் திராவிட உயிர் என்றாலும் தமிழ் உயிர் அல்ல,'' என்ற மறைமுகமான இனவாதமும் நாவலில் உண்டு. இதை நான் விரிவாக வேறு இடங்களில் விமர்சித்துக் காட்டி உள்ளேன்.

புயலிலே ஒரு தோணி, ஒரு கலவர நிலையையும் அதனூடே தப்பி ஓடி வருவதையும் 'டாக்குமெண்டரி'யாக, அதுவும் சுவாரஸ்யத்தை முன்நிறுத்தி எழுதப்பட்ட நாவல். பிரச்னை என்று மதிப்பீட்டுரீதியாக எதையும் எழுப்பாத நாவல்.

பின் இரு நாவல்களையும் விடச் சிறந்தவை என்று, கீழே வரும் நாவல்களை குறிப்பிட முடியும் (கீழுள்ள வரிசைக் கிரமத்துக்கு விஷேச அர்த்தம் இல்லை.):

1. *கமலாம்பாள் சரித்திரம்* - பி. ஆர். ராஜமையர்
2. *பொய்த்தேவு* - க. நா. சுப்ரமண்யம்
3. *நாகம்மாள்* - ஆர். ஷண்முக சுந்தரம்
4. *ஒரு நாள்* - க. நா. சுப்ரமண்யம்
5. *வாழ்ந்தவர் கெட்டால்* - க. நா. சுப்ரமண்யம்
6. *அசுரகணம்* - க. நா. சுப்ரமண்யம்

7. *ஜீவனாம்சம்* - சி. சு. செல்லப்பா
8. *வாடிவாசல்* - சி. சு செல்லப்பா
9. *மோகமுள்* - தி. ஜானகிராமன்
10. *புத்தம்வீடு* - ஹெப்ஸிபா ஜேசுதாசன்
11. *நிழல்கள்* - நகுலன்
12. *ஒருமனிதன் ஒரு வீடு ஒரு உலகம்* - த. ஜெயகாந்தன்

கவிதை, சிறுகதை ஆகிய துறைகளில் உள்ள சாதனை, நாவல் கலையில் இங்கே இன்னும் படவில்லை. இந்த லட்சணத்தில், சமீபமாக ஒரு பத்துப்பதினைந்து வருஷங் களினுள், படிப்பதற்கு எந்தவிதத்திலும் லாபம் தராத விவரணைக் கோவைகள் நிறையவே 'இலக்கிய அந்தஸ்து' பெற்றுள்ளன. இவற்றுள் ஒரு நாவலை, அதன் ஆசிரியர் தமது வெளி நாட்டுத் தொடர்பாளர்கள் மூலம், நாற்பது வெளிநாட்டுப் பிரசுராலயங்களுக்கு அனுப்பி மறுக்கப் பட்டார். இந்த அநுபவத்தைப் பார்த்துவிட்டுக் குறுக்குவழியைப் பிடித்தார்கள், இன்னொரு நாவலாசிரியரின் ஆதரவாளர்கள். பிரெஞ்சு கலாசார நிறுவனத்துடன் செய்துக் கொண்ட ஒப்பந்தம் ஒன்றன் மூலம், அவரது தமிழ் நாவலை பிரெஞ்சு மொழியில் இவர்கள் வெளியிட ஏற்பாடு செய்திருக்கிறார்கள். இந்த நாவலின் பெயரே, *ஜே.ஜே. சில குறிப்புகள்.* இலக்கியச் சாதனைக்கும் ஒப்பந்தங்களுக்கும் எதுவித சம்பந்தமும் இல்லை என்ற உண்மை யைத்தான், இந்த வெளிநாட்டுப் பிரசுரம் நிரூபிக்கிறது.

இத்தகைய ஒப்பந்தத்துக்கு அர்த்தம் கிடைக்கவேண்டுமானால், அர்த்த முள்ள ஒரு காரியத்தை செய்திருக்க வேண்டும்: தமிழின் தலைசிறந்த நாவலான *பொய்த்தேவு*, இந்த ஒப்பந்தத்தின் மூலம் பிரஞ்சு மொழியில் வெளியிடப்பட்டிருக்க வேண்டும். ஆனால், மட்டமான ஒரு நாவலை உயர்வானதாக ஜோடித்துக் காட்ட மட்டுமே, இந்த ஒப்பந்தம் உபயோகமாகி இருக்கிறது. பிரெஞ்சு இலக்கிய உலகமும் தமிழ் இலக்கிய உலகமும், ஒரேவிதக் குருடர் களின் உலகம் என்ற நம்பிக்கையில் செய்யப்பட்ட வேலை என்று தான் இதைச் சொல்லத் தோன்றுகிறது.

அரும்பு, மார்ச்-ஏப்ரல் 1987.

விஷ்ணு நாகராஜன் 1988

39 மனிதச்சுவடு

விஷ்ணுநாகராஜன் சிறுகதைகள்: முன்னுரை

இன்று, நவீன தமிழ் இலக்கியத்தின் உடல் ஒரு சில நச்சுப் பற்களினால் தீண்டப்பட்டு நீலம் பாரித்துக் கிடக்கிறது. வள்ளலார் என்ற சிதம்பரம் ராமலிங்கத்திலிருந்து, பி.ஆர். ராஜமையர், அ.மாதவய்யா, சி.சுப்ரமண்ய பாரதி, புதுமைப்பித்தன் எனத் தொடரும் தமிழிலக்கிய பாரம்பரிய கர்த்தாக்களுள் எவருக்கும் முளை விட்டிராத விஷப்பற்கள் இவை. பாரதத்தின் ஜாதீய இனவாத விஷநாளங்களினை வேரறுக்கும் உந்நத மூலிகை வேர்களாகக் கிளர்ந்த எழுத்துகளுக்கு உதாரணங்கள்தாம் ராமலிங்கரிலிருந்து புதுமைப் பித்தன் வரை தொடர்ந்திருக்கின்றன.

இவர்களைப் போன்றோரிடம் ஆரோக்யமான நவீனத்வம் ஒன்று பிறந்திருக்கிறது. இலக்கியத்தைச் சமூகக் கோளாறுகளுக்கான ஆய்வுக்கண் கொண்டு அணுகியவர்கள் என மாதவய்யா, பாரதி, புதுமைப்பித்தன் ஆகியோரைக் காணலாம். இவர்களது ஆய்வின் அடியில் ஒரு சமூக விஞ்ஞான தீட்சண்யத்தை நாம் காண்கிறோம். இலக்கியகர்த்தாவின் கடமை, இந்தத் தீட்சண்யத்திலிருந்து பிசகாத மனப்பக்குவத்தைப் பேணுவதாகும். ராமலிங்கமும் ராஜமையரும் ஆன்மீகப் பரிகாரங்களை மானுட வாழ்வினது அவல நிலைக்கு மாற்றாக போதித்த அளவில், அவர்களது நவீனப் பாங்கு அபூர்ணம் பெறுகிறது. பரிகாரங்களைச் சிபார்சு செய்வது ஆய்வுக்கண்ணின் தீட்சண்யத்துக்கு நல்லதல்ல. ஒரே பரிகாரத்தினை வலியுறுத்தும் கெடுபிடியாக இது தேய்வடைய இடமுண்டு.

வாழ்வின் அவலங்களுக்கு ஆன்மீகப் பரிகாரத்தினை சிபார்சு செய்வது இந்தியாவின் இலக்கிய மரபாகும். வாழ்வின் நிதர்சனத் தன்மைகளை அவற்றின் அன்றாட அடிப்படையிலும் மனோதத்துவ அடிப்படையிலும் சித்தரிக்கும் மரபு, மேற்கத்திய இலக்கியத் தொடர்புகளாலும் சமகால வாழ்வினது செய்திப் பரிவர்த்தனைத்

தன்மைகளாலும் ஒரு புதிய பார்வைக் கோணமாக இந்தியாவில் எழுந்தது. இந்தப் புதிய பார்வையின் அற்புதசிகரம் புதுமைப் பித்தனது இலக்கியமாகும். பாரதியிடமோ, இந்திய மரபின் ஆன் மிகப் பரிகாரக்குரலும் நவீனமான பார்வைக் கோணமும் இழையக் காணலாம். இருந்தும், ‘கஞ்சி குடிப்பதற்கிலார், அதன் காரணங்கள் இவை என்னும் அறிவுமிலார்’ என, நம் நாட்டு ஜனங்களின் பொரு ளாதார விபரஞானமற்ற வரட்டு வாழ்வினைப் பாரதி சுட்டிக் காட்டு வது போன்ற வரிகள், அவரது ஜீவனாக இயங்கிய இந்திய ஆன்மீக மரபினுக்கே ஒரு புதிய மின் சக்தியினைத் தந்திருக்கிறது. அவரை அடியொற்றியவர்கள் இதனை உணராமல், ஒரு புறம் வெறும் மரபுவாதிகளாகவும் மறுபுறம் வரட்டுப் பிரசாரகர்களாகவும் தேக்க மடைந்து விட்டனர்.

இந்திய இலக்கியமரபின் பரிகாரச் சிபார்சு, நவீன அரசியல் எழுத்தாளர்களைத் தொற்றி இன்னும் ஜீவிக்கவே செய்கிறது. காந் தீய இயக்ககாலத்தில் நவீன இந்தியாவுக்கான அவசியச் சரக்கு களைச் சிபார்சித்த குரல்கள், ஜாதீயத்தை நிராகரிப்பதாகக் கூறி, ஆசிரியர் திராவிடர் என இனவாதம் பண்ணிய குரல்களாகத் தேங்கி, இந்திய விஷநாளங்களில் ஓடும் காலம் காலமான சாக்கடையாக மாறின.

காந்தீய காலத்திலேயே எழுதிய இரண்டு மேதைகளான புதுமைப்பித்தனையும் மௌனியையும் பார்த்தால், இவ்விருவ ரிடையே அரசியல் பார்வையில் ஒற்றுமை இருந்ததில்லை. புதுமைப்பித்தனது அரசியல் நோக்கு மிகவும் நவீனமானது. இந்தியாவின் விஷநாளங்களைக் களைந்தெறிந்து, நவீன வாழ்வுக் கான புதிய பிரக்ஞை ஒன்றை உருவாக்கவேண்டும் என்ற அவ சியத்தினை உணர்ந்திருந்தவர் புதுமைப்பித்தன். இதற்காக எந்தக் கட்சியுடனும் அணி சேர்ந்து கொண்டு விடாமல், தமது விமர்சன சுதந்திரத் தினைப் பேணிக் கொண்ட அபார வீர்யம் அவருடையது.

காந்தீயம் உட்பட எல்லாவித நவீனத்தன்மைகளையும் நிரா கரித்த ஜாதீய இனவாத மரபு மௌனியினுடையது. மௌனியின் அரசியல் பார்வைகூட நியாயம் பெறுவது இந்திய மரபுவாதங் களால் அல்ல என்றும், அவர் கல்லூரியில் படித்துக்கொண்டிருந்த சமயத்தில் இங்கிலாந்தில் எழுந்த ஜி.கே.செஸ்ட்டர்ட்டனின்

வெயிலும் நிழலும் ✎ 400

வாதப்பிரதிவாதங்களினால்தான் என்றும் காணவேண்டும். நவீன வாழ்வின் மதிப்பீட்டுப் பெருக்கினை மனிதாயப் பயன்களுக்காகப் பாய்ச்சும் பொருட்டு எழுந்த பெர்னாட் ஷா, அன்னி பெஸன்ட் போன்ற சமூகப் போராளிகள், மனிதாயத்தின் ஊற்றுக் கண்ணாக உள்ள நிலப்பிரபுத்துவ உறவுகளை வேரறுக்கின்றனர் என்றார் ஜி.கே.செஸ்டர்ட்டன். கடுமையான கருத்து வேறுபாடுகள் இருந் தாலும்கூட, ஜி.கே.செஸ்டர்ட்டனும் பெர்னார்ட் ஷாவும் ஒருவரை ஒருவர் அபாரமாகக் கௌரவித்தவர்கள். காரணம் இருவருமே நவீன உலகில் மனிதாயத்தைப் பேணுவதற்காகப் போராடியவர்கள். வழிமுறைகளைப் பொறுத்த அளவிலும், சரித்திரகதியினைப்ப ற்றிய அறிவிலும்தான் இருவரும் மாறுபட்டனர். இருவருள், நிலப் பிரபுத்துவ சரித்திரத்தில் மனிதாயம் இருந்ததாக வாதித்த ஜி.கே. செஸ்டர்ட்டனின் பார்வை, உண்மையில் சரித்திர விபரஞான மின் மையின் விளைவு என்று இன்று அவரைப் போற்றும் விமர்சகர் கள்கூட சுட்டிக் காட்டுகின்றனர். காந்தீயத்தினை நிராகரித்த மௌனி, இந்தியாவின் ஜாதீய மரபைப் பற்றிய சரித்திரபூர்வமான விபரஞானத்தினையோ, ஜாதீயம் எவ்வளவு தூரம் இந்தியாவினது தேசீய வீர்யத்தை உறிஞ்சி உயிரற்றதாக்கி இருக்கிறது என்ப தனையோ அறிந்து வைத்துப் பேசியவரல்லர். நிலப் பிரபுத்துவக் கட்டமைப்பின் விளைவாகத் தமது பகுதியினர் பெறக்கூடிய கௌர வங்களையும் வசதிகளையும் காப்பாற்றிக் கொள்ளும் குறுகிய நோக்கத்துடனேயே, இதுபற்றிய அவரது நேர்ப்பேச்சுப் பரிவர்த் தனைகள் அமைந்திருந்தன என்பதனை அறியும் பாக்யமோ துர்ப் பாக்யமோ எனக்குக் கிட்டியிருக்கிறது. ஒரு குறுகிய+++காலம் மட்டும் ஒரு குறுகிய கதை வட்டத்துக்குள் பிரபஞ்ச விசாரணை யினது அம்சங்களைப் பிரதிபலித்த மௌனியின் இலக்கியம், விரிவோ தொடர்ச்சியோ பெறாமல் ஒரு இருபது சிறுகதைகளுடன் நின்றுவிட்டமைக்கு, ஆழமற்ற அவரது வரட்டு நிலப் பிரபுத்துவ மனோபாவம் ஒரு காரணமாகலாம். இதற்கு மாறாக, மனிதாயத் தினை மட்டுமே முன்னிறுத்தி, அதற்காக நிலப்பரபுத்துவ மதிப் பீடுகள் தொடரவேண்டும் என்று வாதிட்ட ஜி.கே.செஸ்டர்ட்டனின் ஆழமான மனிதாயம், உலகின் மிகச் செழிப்பான இலக்கிய இயக் கங்களுள் ஒன்றாக இருந்திருக்கிறது. அவர் எழுதியவை கதைகளும் நாவல்களும் கட்டுரைகளுமாகச் சுமார் எழுபது நூல்களாகும்.

செல்வந்தராக வாழ்ந்த மௌனிக்கு நிறைய எழுதக்கிடைத்திருந்தது போன்ற வசதி எதுவும் இல்லாமல், ஏழ்மை விளிம்பில் வாழ்ந்தவர் ஜி.கே.செஸ்டர்ட்டன் என்பதையும் இங்கே நினைவுகூர வேண்டும்.

நவீன தமிழ் இலக்கியத்தினுள் முளைவிட்ட நச்சுப்பற்களுக்கான ஆதார வியக்திகள் என்று, நேர்ப்பழக்கங்களில் ஜாதீய மதிப்பீடுகளைப் பாராட்டிய மௌனி போன்ற எழுத்தாளர்களைக் குறிப்பிடத் தோன்றுகிறது. இவர்கள் பொதுவாழ்வின் ஆரோக்யத்துக்கு நேர் முரணான குழுத்தன்மைகளைப் பேணினர். கால்பந்துக் குழுவை இதற்கு உதாரண மாக்கி, தனி மனிதனோ, அவனது அகண்ட பிரதிபிம்பமான மனித வர்க்கமோ முக்கியமல்ல, குழு தான் முக்கியம் என்று வெளிப்படையாகவே 'தத்துவம்' பண்ணும் எழுத்து கூட இன்று பிறந்துள்ளமையின் ஆதாரம் இதுதான். இந்த தத்துவம், கொள்ளைக் கூட்டத் தத்துவமாகும். ஆச்சரியம் என்னவென்றால், சுந்தர ராமசாமியின் *ஜே.ஜே. சில குறிப்புகள்* என்ற நாவலில் பிரகடனம் பெறும் இந்தத் தத்துவத்தை, 1930-க்களில் சிகாகோ நகரினது கள்ளச்சாராய குழுவின் மன்னனாக வாழ்ந்த கொலைவெறி பிடித்த அல் கப்போன் கூறுவதாகத் திரைநாடகம் எழுதியுள்ளார் டேவிட் மேமட். 'ஆனால், விளையாட்டு மைதானத்தில் குழுதான் முக்கியம்,' என்ற அல் கப்போனின் வசனமும் சுந்தர ராமசாமியின் தத்துவமும், ஒரே உதாரணத்தையே முன்வைத்து ஒரே மனிதச் சீரழிவினை நியாயப் படுத்துகின்றன. *தி அன்ட்ச்சபிள்ஸ்* என்ற புதிய அமெரிக்கத் திரைப்படத்தில், அல் கப்போன் இவ்விதம் சுந்தர ராமசாமியை எதிரொலிப்பதனைக் கண்டு கேட்டு மகிழலாம்.

இலக்கியப் பிரக்ஞையின் மூலிகை வேர்களைக் கருவறுக்கும் பார்வை, தமிழ் நாட்டின் குருட்டு இலக்கியவாதிகளிடையே ஒரு எழுத்தாளத் தத்துவமாக வெளிவரும்போது, மேற்கில் இது ஒரு கொலைவெறி பிடித்த சமூக விரோதியின் வாயிலிருந்து புறப் படுவதாகச் சித்தரிக்கப்படுகிறது. இருந்தும், எத்தகைய விபச்சாரத் தனத்தின் மூலமேனும் இங்கிருந்து அங்கே போய் உல்லாச வாழ்வு வாழவேண்டும் என்ற வாழ்க்கை லட்சியத்தை, இங்கே உள்ள குருட்டு மண்டலங்களில் காணவும் முடிகிறது. மொத்தத்தில், கஞ்சி குடிப்பதற்கில்லா காரணங்களையே அறியாத பாமரர்களை விட மகா கேவலமான குருட்டுத் தத்துவம் பேசும் நம் இலக்கியவாதிகள் இதனுடன் நிற்காமல், சௌகர்யங்களும் உல்லாசமும் நிறைந்த

வாழ்வை ஒரு துளியேனும் ருசிக்கவேண்டும் என இலக்குவைத்து இயங்கும் நிலைக்குச் சீரழிந்துள்ளனர். சமீபத்தில், பாரீஸில் நடந்த கலாச்சார நிகழ்ச்சி ஒன்றிற்குத் தேர்வு செய்யப்பட்டிருந்த ஒரு 'ஒரிஜனல் ஆந்தை'யை நெட்டித் தள்ளி விட்டு, கிரியாவின் கலாச் சார சிக்னல் மூலம் 'பச்சை விழுந்ததும், பாய்ந்து முன்னேறி', பாரீஸுக்குப் போய் வந்திருக்கிறது ஒரு 'மண்ணாந்தை'.

மனிதாயத்தையும் பொதுவாழ்வினது ஆரோக்யத்தையும் பேணு வது, சமூக கதிகளை நிர்த்தாட்சண்யம் பாராமல் ஆராயும் இலக்கியக் கருவி. இதில் பரிகாரங்கள் இவை என்ற சிபார்சுகளுக்கு இட மில்லை. அப்படி ஏதும் ஒரு பரிகாரத்தினை முன் வைத்தால், அது ஒரு சில கால கட்டத்தினுள்ளேயே மனித விரோதிகளுக்கு சாதக மாகிவிடும் விதத்தில் எடுத்தாளப்படும். திராவிட ஆரியப் பிரி வினையைப் பேணிய இரு சாரருமே, இவ்விதம் மனித விரோதக் குழுத்தன்மைகளைப் பேணும் அல் கப்போன்களாகி உள்ளனர்.

விசித்திரம் என்னவெனில், நாம் மேலே குறிப்பிட்ட 'மண் ணாந்தை' போன்றோர், தங்களைச் சுத்த இலக்கியவாதிகள் என்று பண்ணும் பம்மாத்துத் தான். தங்களது குழுதான் முக்யம் என்ற மனோபாவம் எவ்விதத்தில் சுத்த இலக்கியத்தனமாகும் என்ற கேள்வி, அல் கப்போனியச் சிந்தனையில் எழாது.

சுத்தஇலக்கியவாதி, சமூகவிஞ்ஞானபூர்வமான நிர்த்தாட்சண்யத் தினை அடிப்படை யாக்கி, தனிமனிதனில் அகண்டமான மனித வர்க்கத்தை அல்லது பிரபஞ்சத்தின் உயிர் சொரூபத்தைக் காண வேண்டும்; காட்ட வேண்டும். இதனை அவன் ஆழமாக்காமல், உள்பொருள் அளவில் விரிவு பெறாமல் ஒரு வெளிப்படைத்தளத் திலேனும் மனிதாயம் பேணப்பட்டு வராவிட்டால், சமூகத்தின் அறிவார்த்தத்தளம் சீர்குலைகிறது என்றாகும். சுத்த இலக்கியத்தின் பெயரில் நடப்பதுவோ, இந்த வெளிப்படைத் தளத்து ஆரோக்கியத் தைக் கூடப் பேணாத வேலைதான். இவ்விடத்தில், சுந்தர ராமசாமி போன்ற ஒரு சுத்த இலக்கியவாதி, மறைமுகமாக மனிதவிரோதம் பாராட்டுவதும் வெளிப்படைத்தளத்தில் மட்டும் எழுதுகிற விஷ்ணு நாகராஜன், மனிதாயத்தை மட்டுமே தமது எழுத்துக்கு ஆதாரமாகக் கொண்டிருப்பதும் ஒப்பிடப்பட வேண்டும்.

விஷ்ணு நாகராஜன் சமகாலத்திய மனிதனை மனிதாயக் கண்

கொண்டு பார்க்கிறார் என்றால், அந்த மனிதன் ஏதோ நகர்ப்புறத்து சட்டையையும் கால் சட்டையையும் மாட்டிக் கொண்ட மனிதன் என்று கருதிவிடக்கூடாது. சமகால மதிப்பீடு இதுதான் என்று மலினப்படுத்தி மனிதாயத்தையே நிராகரிக்கும் பேர்வழிகள் அவ் விதம் கருதுவார்கள். விஷ்ணு நாகராஜனின் பார்வை, பெருமளவுக் குத் தமிழ்நாட்டு கிராமவாசிகளை நவீனக் கண் கொண்டு பார்க்கிறது. இரண்டு தலைமுறைகளுக்கு முந்திய பாட்டன்மார்களிடத்தி லேயே, கிராமீய விகார மரபுகளை மீறி மனிதாயம் செயல்பட்டி ருப்பதைக் கண்டு எடுத்துக் காட்டுகிறார் விஷ்ணு நாகராஜன். ஆனால், சென்ற தலைமுறைகளில் நிலவிய அதே விகாரங்களைப் பூசிமெழுகி உருமாற்றிக் காட்டுகிறார் சுந்தர ராமசாமி. இவ்வளவுக் கும், சுந்தர ராமசாமி தமது தந்திரமான குழுமானப்பான்மையையும் அதன் அடிப்படை யான மனிதவிரோதத்தையும், விகடத்தனமான ஒரு எழுத்தாற்றலினால் பூசி மெழுகி வாழைப்பழமாக்கி இலக்கிய மார்க்கெட்டில் தள்ளி விடுகிற ஒருவர். விஷ்ணு நாகராஜனிடம் இத்தகைய விகட தந்திரங்கள் இல்லை. நேரிடையான சாமான்யத் தோரணையைக் கையாளும் அவரிடம் வெளிப்படுவது விவேகமும் மனிதாயமும்தான்... விகடத்தைக் கேட்டுக் 'கெக்கெக்கே' என்று ரசிப்பதுதான் இலக்கிய ரசனை என்று நம்பிக் கொண்டிருக் கும் மண்டூக சாம்ராஜ்யத்தில், விஷ்ணு நாகராஜனைவிட சுந்தர ராம சாமிகள்தான் பவனி வரமுடிகிறது. பார்க்கப்போனால், எழுத்தாற்ற லைப் பொறுத்த அளவில்கூட, க.நா. சுப்ரமண்யத்தால் இடை விடாமல் ஊதப்பட்டுக் கொண்டிருக்கும் சா.கந்தசாமியைவிட விஷ்ணு நாகராஜனின் எழுத்தாற்றல் உயர்ந்தது; தெளிவானது. சா.கந்தசாமியின் உலகம் கிராமப்புறத்தைச் சார்ந்து இருப்பினும், அவர் இயற்கையை மனிதன் சுரண்டுவதனை நியாயப்படுத்துகிற குருட்டுத்தனத்தை வெளியிடுகிறார். இயற்கையை மனிதன் நேசித்து, போஷித்து, இவற்றின் விளைவாக இயற்கையினால் மனிதன் போஷிக்கப்படுவதனைத்தான் நியாயப்படுத்தலாம். மேலும், மதிப்பீடுகளின் தளத்துக்கு உயர முடியாத வறட்டுத்தனம் சா.கந்தசாமியுடையது. சாப்பாட்டுப் பிரச்சனையையும் மிஞ்சிப் போனால் சக்கையான பெர்ஸனாலிட்டி வழிபாடுகளையும் தான் அவரால் சித்தரிக்க முடிகிறது. விஷ்ணு நாகராஜனால், இந்த மேல் தோல் பிரச்னைகளைவிட ஆழ்ந்து செல்லத்தக்க சக்தி இருப்பதால்,

சா.கந்தசாமியை இலக்கியாசிரியராகக் கொண்டாடிக் கொண்டிருக்கும் மண்டலத்தில், விஷ்ணு நாகராஜனின் இடம் சா.கந்தசாமியின் இடத்தைவிட உயர் தரமானதாகும்.

சுத்த இலக்கியவாதம் என்பது மனிதாயத்துக்கு முரண்பட்ட போது, மனிதாயத்துக்கு மட்டும் முக்கியத்துவம் தந்து மேல்நாடுகளில் பிறந்தது எதிர்கவிதை (Anti-Poetry) இயக்கம். வேடிக்கை என்னவென்றால், இதையே மனித விரோதக் கவிதைகளை எழுதியவராக என்னால் விமர்சன பூர்வமாகக் காட்டப்பட்ட ஞானக்கூத்தன் என்பவரின் கழுத்தில் கட்டித் தொங்கவிட்டுள்ளார் பிரம்மராஜன் என்பவர். 'என்பவர்க'ளாகவே பிறந்தவர்கள் சரியச் சரிய, அவர்களுக்கு முட்டுக் கொடுத்துக் கொண்டிருப்பதன் மூலம் தாமும் 'என்பவர்' ஆகிக் கொண்டிருக்கிறார் க.நா.சுப்ரமண்யம் என்பதையும் இங்கே குறிப்பிடவேண்டி உள்ளது.

இந்த விஷயங்களை சொல்லியாக வேண்டும் என்று மனிதாய அம்சங்களை முன் வைக்கும் விஷ்ணு நாகராஜனை ஞானக்கூத்தனோடு ஒப்பிட்டால், விஷ்ணு நாகராஜ னிடத்தில் மனிதாயச் செழிப்பேனும் உண்டு; ஞானக்கூத்தனிடமோ மனிதாயமும் இல்லை, இலக்கியமும் கிடையாது. இந்த இரண்டும் கெட்டானை சிலர் கொண்டாடுவதன் காரணம், அவர் மறைமுகமாக ஒரு குழுவினைப் பிரதிபலித்த அல் கப்போனிஸ்டு என்பதால்தான்! பார்க்கப் போனால், இந்த அல் கப்போனிசம், திறனாளியான மௌனியைத் தொடர்ந்து எழுத விடாமல் முடக்கியிருக்கிறது. சுந்தர ராமசாமி என்ற திறனாளியை காயடித்திருக்கிறது. ஞானக்கூத்தனை அரை குறைப் பிரசவ மூளி எழுத்தாளராக்கி இருக்கிறது. இதற்கு மாறாக, மனிதாயத்தையே தமது ஜீவனாகச் சுவீகரித்துக்கொண்ட விஷ்ணு நாகராஜனின் எழுத்துப் பிரசவங்கள் ஆரோக்யக்களை கொண்டிருக்கின்றன. இந்த ஆரோக்கியக் களைக்கு முக்கியத்துவம் தந்த இயக்கம்தான் எதிர் கவிதை இயக்கம்.

இலக்கிய ஸ்மரணையைக் காப்பாற்றும் விதமாக அதன் அம்சங்களை அபாரமாக சாதிக்காவிட்டாலும், பேணிவரும் வேலையையேனும் செய்வோரை இலக்கிய பராமரிப் பாளர் என்று சொல்வதுண்டு. ஆனால், இலக்கியத்தின் ஜீவநாடியான மனித ஆரோக்யத்துக்கு சீர்குலைவு ஏற்படும் விதமாக எழுதுவோர், எவ்வளவு எகிறிக்

குதித்து எழுதினாலும் அவர்கள் இலக்கியச் சீரழிவுகாரர்கள்தாம்; இந்த அளவையை உபயோகித்தால், இலக்கியத் துக்கு ஜீவித நியாயத்தினைத்தரும் மனிதாயத்தைப் பேணும் விஷ்ணு நாகராஜன் போன்ற எழுத்தாளர்கள்தாம் இலக்கியத்தைப் பராமரிப்பவர்களாவர்.

மொத்தத்தில் நாம் ஒன்றைக் கண்டுகொள்ள வேண்டும். சுத்த இலக்கியக்காரர்கள், தங்கள் எழுத்துக்களில் அரசியல் தன்மை களோ, பிரச்னைகளுக்கான வெளிப்படைப் பரிகாரங்களோ, பிர சாரமோ இருக்கலாகாது என்ற விழிப்புடன் செயல்பட்டவர்கள். இவர்களது மதிப்பீட்டைப் பேணுவதாகத் தம்மையும் பிறரையும் ஏய்க்கும் ஸ்தாபனங்கள், ஜாதீய இனவாதக் கிசுகிசுப்புகளை மேற் படி மதிப்பீடுகள் நிலவிய களத்தினுள் பயிரிட்டன. இதை உணர்ந்து கொண்ட அபூர்வமான வாசகர்களுள் ஒருவர்தாம், இன்று விஷ்ணு நாகராஜன் என்ற எழுத்தாளராகப் பரிணமித்திருக்கிறார். சுத்த இலக் கிய அம்சங்களான அழகியல் பண்புகள் இவரது எழுத்தில் ஓய்ந்து ஒலித்தாலும், மனிதனை மனிதனாக உணர்ந்து எழுதும் பண்பு ஓங்கி நிற்கிறது என்றால், சுத்த இலக்கியவாதம் பண்ணுவதாக பம்மாத்துப் பண்ணும் அல் கப்போனிஸ்டுகளுக்கு எதிரான மனிதாயவாதி இவர் என்பதால்தான்.

மனிதாயத்தினை வெளிப்படையான பிரச்சாரப் பொருளாகக் காட்டிக் கூக்குரலிட்ட அரசியல் மனோபவகாரர்களிமிருந்தும் விஷ்ணு நாகராஜன் வேறுபடுகிறார். எல்லா சமூக வியாதிகளுக்கும் ஒரே சர்வரோக நிவாரணத்தை வலியுறுத்தி, வாசகனின் வாய் கண் காது யாவற்றிலும் புதைத்துக் கட்டுப்போடுவது இவர்களுடைய கட்சிவாத இயல்பு. விஷ்ணு நாகராஜனிடம் இந்த வலியுறுத்தல் கிடையாது. இவரது பார்வையில் எளிமையான காமிராக்கண் ஒன்று தான் செயல்படுகிறது. விஷ்ணு நாகராஜனின் அடிப்படை அம்ச மாக இதனைக்கண்டால், அவரது எழுத்துக்குக் காரணமான மனித நிலத்தின் செழிப்பினை உணரலாம்.

(திருவான்மியூர், 24-3-1988.)

மனஊற்று, கிருஷ்ணா பதிப்பகம், 1989.

40 யேசுவின் வேதனை

நிக்கோஸ் கஸான்ஸாகிஸ்(Nikos Kazantzakis) என்ற புகழ் பெற்ற கிரேக்க நாவலாசிரியரால் எழுதப்பட்டது, *யேசுவின் இறுதி மனமயக்கம்* (The last temptation of christ) என்ற நாவல். சமீபத்தில் இந்நாவலை அடிப்படையாகக்கொண்டு எடுக்கப் பட்டுள்ள ஆங்கிலத் திரைப்படம், மேற்கத்திய நாடுகளில் பலத்த விவாதத்தைக் கிளப்பியுள்ளது. சில வருடங்களுக்குமுன் கேரளத் தில், இதே நாவலைத் தழுவி நிகழ்த்தப்பட்ட, *கிறிஸ்துவின் ஆறாவது திருக்காயம் (கிறிஸ்துவின்டே ஆறாம் திருமுறிவு)* என்ற மலையாள நாடகம், இங்கே பெரும் பிரச்னையை எழுப் பியது ஞாபக மிருக்கலாம் *(சல்மான் ருஷ்டியின் சாத்தானின் கவிதைகள்* என்ற நாவல் இன்று உலகம் முழுவதும் புயலைக் கிளப்பியுள்ளதும் இக்கட்டுரையின் சந்தர்ப்பத்தில் கவனத்திற் குரியது). இக்கட்டுரையில், கஸான்ஸாகிஸ்ஸின் நாவல் பற்றிய பிரச்னைகள் விமர்சிக்கப்படுகிறது - கால சுப்ரமணியம்.

கலைத்துறையில் ஆழமாகவும் நுட்பமாகவும் படைக்கிறவர் கள், வெகுஜனக் கலாச்சாரத் துடனும் மதக்காவலர்களுடனும் மோதும்போது, பல சிக்கல்கள் பிறந்துவிடுகின்றன. மதக்காவலர் களுக்கு, 'சாமி' என்றால் 'சாமி'தான் - 'பூதம்' என்றால் 'பூதம்'தான். யாராவது கலைஞர்கள் தனக்குள் இருந்து பூதத்தை வெளியே அடித்து விரட்டும் சாமியைக் காட்டினால், இந்தக் காவலர்களுக்கு எது சாமி - எது பூதம் என்று அடையாளம் தெரிவதில்லை. ஆக மொத்தத்தில், கலைஞரே பூதமாக்கப்பட்டு விடுகிறார்.

கஸான்ஸாகிஸ் தமது நாவல்களுக்காகக் கிரீஸின் திருச்சபையால் தூஷிக்கப்பட்டவர்; மதப் பிரஷ்டம் செய்யப்பட்டவர். ஆனால் ரத்தப் புற்றுநோயால் கஸான்ஸாகிஸ் படுக்கையில் கிடந்தபோது, அவரை மிகக் கௌரவித்த டாக்டர் ஸ்வைட்ஷர் வந்து பார்த்தார். ஆப்ரிக்காவில் மருத்துவப் பணிபுரிந்த ஸ்வைட்ஷர், இந்தியாவில்

பணிபுரியும் அன்னை தெரஸாவைப் போன்று திருச்சபையால் மதிக்கப்பட்டவர்; சமாதான நோபல் பரிசையும் பெற்றவர். இதன் பிறகுதான் அங்கே திருச்சபையினருக்குக் கண் திறந்தது. இருந்தும், கஸான்ஸாகிஸின் சடலத்துக்கு மதச்சடங்கு செய்ய, பாதிரி எவரும் முன் வரவில்லை.

யேசுவின் இறுதி மனமயக்கம் என்ற கஸான்ஸாகிஸின் நாவலில், யேசுவின் மனித ரீதியான குணங்களும் அவரது தெய்வீக அநுபவங் களும் அருகருகே காட்டப்படுகின்றன. வழிப்பாட்டுக்கு மட்டுமே உரிய தெய்வப் பொம்மையாக அவர் காட்டப்படவில்லை. கஸான் ஸாகிஸ் கம்யூனிஸ்டாக இருந்து, சோவியத் ரஷ்யாவுக்கு அழைக் கப்பட்டு, அங்கே கம்யூனிஸ மோட்சம் எப்படி இருக்கிறது என்று நேரில் கண்டவர். இதன் விளைவாகப் புத்தமதத்துக்குத் திரும்பிய வர். கடுமையான தபசுகளையும் செய்திருக்கிறார் கஸான் ஸாகிஸ். தமது அநுபவங்களையே நாவலில், யேசுவின் ஆத்மாநுபவங் களாகவும் காட்டி இருக்கிறார். ஆன்மாநுபவத்தில் *வேதனை மய மான சுத்திகரிப்பு* ஒன்று உண்டு என்ற ரகஸியத்தை நடுத்தெருவுக்குக் கொண்டுவந்தவர் ஜே.கிருஷ்ணமூர்த்தி. கஸான் ஸாகிஸின் இந்த நாவலில்கூட இந்த ரகஸியம், கிருஷ்ணமூர்த்தி இதுபற்றி எழுது முன்பே வெளிப்பட்டிருக்கிறது. யேசு அறிமுகமாவதே இந்த அநுபவத்துடன்தான். இது நாவலின் தகுதிக்கே சான்றாகும். இந்தச் சுத்திகரிப்பு பற்றி கிறிஸ்துவத் திருச்சபை சார்ந்தவர்கள் உட்பட, எவரும் இதற்கு முன் குறிப்பிட்டதில்லை.

யேசுவைக் குருட்டுத்தனமாகப் பின்பற்றித் தலையாட்டிக் கொண்டிருக்கும் மற்றய சீடர்களிலிருந்து வித்யாசமானவராகவே யூதாஸைக் கஸான்ஸாகிஸ் சித்தரிக்கிறார். இதற்கும் ஆதாரம் இல் லாமல் இல்லை. முப்பது வெள்ளிக் காசுகளுக்காக யூதாஸ், தானே நேரில் ஒரு அற்புத மனிதராகக் கண்ட யேசுவைக் காட்டிக்கொடுத் திருப்பானா என்ற பிரச்னை, கிறிஸ்துவ மதத்தத்துவமான 'தியாலஜி' யில் விசாரிக்கப்பட்டுள்ளது. ரோம சாம்ராஜ்யத்தின் பிடியில் இருந்த யூதர்களை விடுவிக்க, யேசு தமது தெய்வீக சக்தியுடன் வெளிப்பட்டு இன்னொரு மோஸஸ் ஆக ரோமர்களை எதிர்க்க வேண்டும் - மோஸஸ், எகிப்தியர்களை தெய்வீக அற்புதங்கள்மூலம் கலங்க அடித்ததுபோல், யேசுவும் செய்ய வேண்டும் என யூதாஸ் நினைத் தான். யூதர்கள் எதிர்பார்த் திருந்த 'ரட்சகர்', மோஸஸைப் போன்ற

அரசியல் ரட்சகரைத்தான். யேசுவுக்கு அரசியல்தனமான விடுதலை முக்யமில்லை. எனவே, ரோமர்களிடம் அவர் மாட்டிக்கொண்டால், மோஸஸாக மாறுவார் என நினைத்தான் யூதாஸ். இதற்காகவே அவன் யேசுவைக் காட்டிக்கொடுத்தான் என்ற கோட்பாடு உண்டு. சிலுவையில் அறையப்பட்ட பின்புகூட, அவர் மோஸஸ் போலக் கிளம்பாமல், முந்திய யேசுவாகவே இருந்ததினால், யூதாஸ் தற் கொலை செய்து கொண்டான்.

யூதாஸைப் பற்றி உள்ள இந்தப் பார்வையைச் சற்றே மாற்றிய கஸான்ஸாகிஸ், யேசுவின் தெய்வீகக் கடமையை அச்சுறுத்தித் தெரிவிப்பவனாக அவனைச் சித்தரிக்கிறார். சிலுவையில் அறையப் படுகிறவரைக்கும், தமது தெய்வீகக் கடமை மனிதகுலத்திற்காகப் பலியாவதுதான் என யேசு உணர்ந்து நடந்துகொள்கிறார். சிலுவை யில் அறையப்பட்ட பின்பு, 'ஏலி, ஏலி, லாமா சபக்தாமி?' ('ஆண்ட வரே, ஆண்டவரே, என்னை ஏன் கைவிட்டீர்?') என்று யேசு கூவியதாகப் *புதிய ஏற்பாடு* கூறுகிறது. நாவலில் யேசு, முதல் தடவை 'ஏலி' என்று கூவி, அடுத்த 'ஏலி ' கூவுமுன், ஒருகணம் மனமயக்கத்துக்கு ஆட்படுகிறார். இதுதான் அவரது Last Temptation. அந்த ஒரு விநாடிக்குள் -

மேரி மக்தலேனாவை யேசு காதலித்துத் திருமணம் செய்து கொள் கிறார்; ஒழுங்காகக் குடும்பம் நடத்துகிறார்; சம்பாதிக்கிறார்; மதச் சடங்குகளைச் செய்கிறார். அதாவது மதங்களைச் சம்பிரதாயமாகப் பின்பற்றுகிறவர் களுடைய உணர்வற்ற - ஆழமற்றவாழ்வை நடத் திக் கிழவராகிறார். ஆனால், மனிதகுலத்தையும் அதற்காகத் தாம் அர்ப்பணிக்கப் பட்டவர் என்பதையும் மறந்து போகிறார். தலை யாட்டிச் சீடர்களும் தலைகளை ஆட்டிக் கொண்டிருக்கிறார்கள். அப்போது தோன்றுகிறான் யூதாஸ். அவன் கண்களில் நெருப்புப் பொறி பறக்கிறது. அவனை கண்டதும்தான் யேசுவுக்குத் தமது கடமை மின்னல்போல் வந்து அடிக்கிறது. அடுத்த விநாடி தொடர் கிறது, இரண்டாவது தடவையாக அவர் ஆண்டவனை அழைக்கும் கூவல். அதாவது நாவலின் முக்கியமான பகுதி, ஒரு விநாடிக்குள் அடங்கிய நீண்டகால வாழ்க்கையின் விபரமான சித்தரிப்பு.

கஸான்ஸாகிஸ் இந்தியமரபுகளுடன் தொடர்பு கொண்டிருந்த வர். நாராயணனிடம் நாரதர், 'உங்கள் மாயா சொரூபம் எப்படிப்

பட்டது?' என்று கேட்ட கதையைக் கஸான்ஸாகிஸ் அறிந்திருக் கிறார் என நாவல் காட்டுகிறது.

நாராயணன், 'முதலில் ஒரு சொம்பு குடிதண்ணீர் கொண்டு வா. எனக்குத் தாகமாக இருக்கிறது!' என்றார். குடிதண்ணீர் தேடிப்போன நாரதர், ஒரு பெண்ணைச் சந்தித்துக் காதலித்துக் கல்யாணம் செய்து குடும்பஸ்தராகிறார். குழந்தை குட்டிகள் எல்லாமாகின்றன. ஆனால், நாராயணனின் தாகத்தை அடியோடு மறந்து போகிறார். அப்பொழுது பெருமழை பிடித்து வெள்ளம் வருகிறது. வெள்ளத் தில் எல்லாமே அடிபட்டுப் போகிறது. அப்போது, 'நாராயணா!' என்கிறார் நாரதர். 'எங்கே குடி தண்ணீர்?' என்று பதில் கொடுக்கிறார் நாராயணன். விழிப்படைந்த நாரதர், அதுவரை தாம் வாழ்ந்த நீண்டகால வாழ்க்கை, உண்மையில் ஒரு கணத்திற்குள் - நாராயணன் முன் நின்று பேசிக்கொண்டிருக்கும்போதே - நடந்திருக்கிறது என உணர்கிறார். 'இதுவே எனது மாயா சொரூபம்,' என்கிறார் நாரா யணன். இக்கதையைத் தழுவியே கஸான்ஸாகிஸ், தமது Last Temptation of Christ என்ற அற்புத நாவலை படைத்தார் என்று எனக்குத் தோன்றுகிறது.

கஸான்ஸாகிஸ் சித்தரித்த பிரச்னை, மனிதத்தன்மையின் கற் பனைக்கும் தெய்வீகத் தின் தூய்மைக்கும் ஏற்பட்ட பிரச்னை. இதனைப் புரிந்துகொள்ளவேண்டுமானால், யேசுவை மனிதராக வும் நாம் காணவேண்டும். அவர் சவுக்கடி பட்டதும் சிலுவையில் அறையப்பட்டதும் மனிதராகத்தான். இவற்றை மனித வேதனை யுடன்தான் அவர் அனுபவித்தார். கடவுளை நோக்கி அவர் அப் போது கூவியதும் மனிதக் குரலில்தான். அந்த மனிதனே, 'இப்படி நான் ஏன் கஷ்டப்பட வேண்டும்? சுகமாக வாழலாமல்லவா?' என்று நாவலில் சபலப்படுகிறான். இந்தப் பலவீனம் நம் எல்லோ ருக்குமே உண்டு. மனித உடலின் வடிவில் மட்டுமின்றி மனித மனதின் வடிவிலும் நமது பலவீனங்களை ஏற்றுக்கொண்ட யேசுவே, கஸான்ஸாகிஸின் யேசு. இதற்காக, கஸான்ஸாகிஸ் அவரது காலத்தில் திருச்சபையினால் ஒதுக்கி வைக்கப்பட்டாலும், போகப்போக அவரது நாவலின் கருத்தம்சம் 'தியாலஜி'க்காரர் களுக்கு அர்த்தமுள்ளதாகத் தென்பட்டிருக்கிறது.

இந்திய ஆன்மிகமரபில், தெய்வங்களின் லீலைகளைப் பற்றிய புராணக் கதைகளுக்கு, ஆழ்ந்த அர்த்தங்களை ஏற்றி ஒத்துக் கொள்வ

துண்டு. ஆனால் கிறிஸ்தவர்கள், முஸ்லீம்கள் இதே விதத்தில் யேசுவையும் நபியையும் ஒப்புக்கொள்ளத் தயாராயில்லை. மோஹினியாக விஷ்ணுவும் பிக்ஷாடனனாகச் சிவனும் மாறி நடத்திய கூத்தைவிடவா - கஸான்ஸாகிஸ் நாவலின் யேசு செய்த காரியம் மோசம்!

சிலுவையில் அறையப்பட்டதன் விளைவாகக் கைகளிலும் கால்களிலும் ஆக நான்கு, மற்றும் விலாவில் ஈட்டியால் குத்தப்பட்டதுடன் ஐந்து காயங்களே பைபிளில் குறிப்பிடப் படுகிறது. தமது சீடர்களுடன் செய்த இறுதி போஜனத்தில் (மத்தேயு - 6:28), தமது உடல் என்று ரொட்டியைப் பகிர்ந்து கொடுத்தபின்பு, மதுக்கிண்ணத்தில் இருக்கும் திராட்சை மதுவைப் பகிர்ந்து, அதுவே தமது ரத்தம் என்று கூறுகிறார் யேசு. அது மற்றவர்களுக்காகச் சொரிவதாகவும் கூறுகிறார். தமது உடல் என்று குறிப்பிடுவது, உண்மையில் பூதசரீரமல்ல; எல்லையற்ற ஆவி(ஆன்மா)தான். இதே அடிப்படையில் தமது ரத்தத்தை மதுவாகக் குறிப்பிடும்போது, மதுக்கிண்ணமே அவரது இருதயத்தின் குறியீடாகிறது. அது உடைந்திருப்பதையே, அதன் ரத்தம் பிறருக்காகச் சொரிவது பற்றி அவர் கூறுவதில் காணலாம்.

'உடைந்த இதயம்' என்பது பிறருக்காக ஆழ்ந்த வருத்தம் கொள்கிற மனோபாவம். 'காது உள்ளவர்கள் கேட்கட்டும்,' என்று யேசு கூறுகிறார். 'கேட்கக்கூடிய காது' என்பதே, உடைந்த இதயத்தைத்தான் குறிப்பதாகப் பைபிள் நிபுணர்கள் கருதுகின்றனர். பிறருக்காக ஆழ்ந்த வருத்தம் கொள்ளக் கூடியவர்களே யேசுவின் வார்த்தைகளைப் புரிந்து கொள்ளக் கூடியவர்கள் என்பதுதான், 'காது உள்ளவர்கள் கேட்கட்டும்' என்பதன் உட்பொருள். இதுவே, யேசுவின் இறுதி போஜனத்து மதுக்கிண்ணக் குறியீட்டிலும் பிரதிபலிக்கிறது. அவரது உடைந்த இதயத்தை இன்னொரு உடைந்த இதயம்தான் புரிந்து கொள்ள முடியும்.

இன்று வெகுஜனக் கலாச்சாரத் தளத்தில், உண்மையான ஆன்மீக ஞானம் உணரப் படாமல் இருப்பதால்தான், கஸான்ஸாகிஸின் நாவலைத் தழுவிய நாடகம், சினிமா போன்றவை பல எதிர்ப்புகளுக்கு இலக்காகின்றன. ஆபாஸமான உள்ளார்த்தங்களும் மனித உடலின் உன்னதத்தைக் கீழ்மைப்படுத்தி காட்டும் நடனங்களும்

ரசித்துத் தள்ளப் படுகின்றன, இந்திய வெகுஜனத்தினரால். உண்மையில் இது அவர்களது வெகுளித் தனத்தின் விளைவு தான். அவர்களின் வெகுளித் தனத்தை நீக்கிப் பார்வையில் தெளிவு ஏற்படுத்துவதைவிட்டு, வெகுளித்தனத்தைத் திருப்திபடுத்திச் சுரண்டுகிறவர்களே ஆபாசத்தை மறைமுகமாகப் பயன்படுத்துகிறார்கள். எந்தத் திருச்சபைக் காரரும் இதைத் திருத்த முன்வரவில்லை. தங்கள் மத அதிகாரம் ஆடிவிடு மோ என்று மட்டும்தான் அவர்கள் கவனிக்கிறார்கள் போல இருக்கிறது!

முன்றில் : 7, ஜுன் - ஜுலை 1989.

41 படைப்பு, போதனை, பொழுதுபோக்கு

பத்திரிகையுகம் என்று குறிப்பிட்டத்தக்க காலம், பாரதிக்குப் பிறகு ஆரம்பித்து, இன்றும் தமிழிலக்கியக்கலாச்சாரப் பிராந்தியங் களின் மீது, பரவி நிலைத்து நடக்கிறது. நூல்கள்தாம் இலக்கியத்தின் வடிவமாகும்; நூல்வடிவில் படைப்புகளை அநுபவிப்பதுதான், அந்தப் படைப்பின் கர்த்தாவுக்குச் செய்யும் உரிய நியாயமாகும். இந்த நிலைமை தமிழில் சரியாக உருவாகவே இல்லை. மலிவுப் பதிப்புகள் இன்றும் பெருகியுள்ளன. இவையும் பத்திரிகை ஸ்தா பனங்களைச் சார்ந்து, அவற்றின் உபகருவிகளாகவே உள்ளன. இந்நிலையில், பத்திரிகைகள் தமது பிரதிகளை எவ்வளவு அதிகம் விற்க முடியுமோ அவ்வளவு அதிகம் விற்பதற்கான லட்சியத்தைத் தவிர வேறு எதையும் சிந்திக்கவில்லை.

மோஹனதாஸ் காந்தியின் தீவிரமான தார்மீக அரசியலும் மதப் பாங்கான அவரது பிரதிமையும் ஜனநாயக ரீதியான சமூகப் பார்வை யும், தமிழகத்தில் பத்திரிகைகளினது வியாபாரப் பொருளாக மாற் றப்பட்டன. பொதுவாக இந்தியாவிலேயே, அன்று புதுமைப் பித்தன் பாடியது போன்று, '...அஹிம்சை கதை பேசி, வித்தகனாம் காந்தியினை விற்றுப் பிழைக்'கிற பத்திரிகைத் தொழில் ஒன்று உருவாகிறது. தமிழகத்தைப் பார்த்தால், காந்தீயம் பெரும்பான்மை யினரால் ஏற்றுக்கொள்ளப்பட்டதையும் அதை அநுசரித்து வாய்ப் பந்தல் எழுப்புவது லாபகரமாக்கப்பட்டதையும் அதனால் பிரிட் டிஷ் ராஜ்யத்தின் தொந்தரவு ஏதும் வந்துவிடாது என்று தோன்றி யதையும் முன்னிட்டே, தமிழ்ப் பத்திரிகைகளின் கொள்கைச் சரித்திரங்கள் அமைந்து வந்திருப்பதைக் காணலாம்; இவைதாம் 'வெற்றிகரமான' - அதாவது பெரும்பான்மை விற்பனையை உத்தே தசித்து அதில் வெற்றிபெற்ற - பத்திரிகைகள்.

தினமணி போன்ற அபூர்வமான பத்திரிகைகளின் சரித்திரம் வேறுவகையானது. சுதந்திர இந்தியாவுக்கான மதிப்பீடுகளுக்கு முன்னோடிகளாக நின்று போரிட்டவர்களின் உண்மையான, தங்களுக்கே ஆபத்தான லட்சியங்களைப் பிரதிபலித்த வ.ரா. என்ற வ.ராமஸ்வாமி, டி.எஸ்.சொக்கலிங்கம் போன்றோரின் பத்திரிகா சிரியத்துவங்களும் வேறு வகையானவை. இன்று நமது நாட்களில் நடந்த, இந்திரா காந்தியின் அவசரநிலை ஆட்சியின் அதிகார துஷ்பிரயோகங்களையும் கொடுங்கோன்மையையும், மேற்படி பத்திரிகைகளின் கொள்கை குணங்களுக்கு உரைகல்லாக நமது தலைமுறை கண்டிருக் கிறது. உலகெங்கும் உள்ள பாரபட்சமற்ற அரசியல் அவதானிகளின் கண்களில் பட்டவற் றையே மறுக்கும் வகையில், *குமுதம்* போன்ற 'வெற்றிகரமான' தமிழ்பத்திரிகைகள் இந்திராசார்புப் பிரசாரங்களைக் காட்டி வந்தமை இதற்கு மறுபுறத்து உதாரணம். இதற்கு எதிர்கோடியில், அன்று டி.எஸ்.சொக்கலிங் கத்தின் கீழ் நடந்து இன்றும் தொடரும் ஒரு *தினமணியையும்* காணலாம்.

தமிழகத்தில் இந்திராவின் அவசரநிலைமையின்போது, பத்திரிகையாளனுக்கு இருந்தாக வேண்டிய சத்தியம் சார்ந்த சுதந்திரத்தின் அஞ்சாமையை வெளிப்படுத்தி, உண்மைநிலை பற்றி எழுதியவர் *தினமணியின்* முன்னாள் ஆசிரியர் டி.என்.சிவராமன். உண்மையான – தமக்கே சங்கடத்தை வருவிக்கும் – தார்மீகத்துக்கும் போலியான – தமக்கு லாபத்தை உத்தேசித்த வியாபார – தார்மீகத்துக்கும் இடையே நிகழும் போர், தமிழ்ப் பத்திரிகைகளில் இவ்விதம் மட்டும் பிரதிபலிக்கவில்லை. இத்தோடுகூட, இவை பிரசுரித்த, பிரபலப்படுத்திய – இதுவே இன்றைய இலக்கியம் என்று காட்டிய – எழுத்தாகவும் அவற்றை எழுதியவர்களாகவும்கூட வெளித்தெரிய வந்துள்ளது. இந்த வியாபார 'தார்மீக'மும் வியாபார 'இலக்கிய'மும், ஒரு எல்லையில் ராஜாஜியின் யதார்த்தமான ஒரு விமர்சனாபூர்வமான அரசியல் உணர்வைச்சார்ந்து இயங்கிய கல்கியிலிருந்து, பெரும்பான்மையினரின் குருட்டு அரசியல் உணர்வுகளை வெளியிடுகிற குமுதத்துக்காக எழுதிய சாண்டியல்யன் வரை, பல்வேறு தரத்தில் காணக் கூடிய ஒன்று.

இத்தகைய எழுத்தாளர்களின் லட்சியம் வெகுஜன ஆதரவுதான். பெரும் பான்மை வாசகர்கள் என்ற ஓட்டெடுப்புமுறைதான்,

இவர்களுக்கு இலக்கியத் தகுதிக்கான சான்றாக இன்றும் இருக்கிறது. மனித வாழ்வின், மனித மனசின் பிரச்னைகள் முழுவதையும் சுலபமாகத் தீர்க்கும் சம்பவங்களே இவர்களது கதைக்களன், கருக்களன். இத்தகைய சுலபத் தீர்வுகள் தமிழ்ப் பண்பாட்டை, தமிழ்க் குடும்பத்தனங்களைச் சார்ந்து இருக்கவேண்டும் என்பதே இந்தக் கதைகளின் சித்தாந்தம். இதனால் எப்படி அரசியல் உலகின் உண்மைகள் மழுப்பப்படுகின்றனவோ, அப்படியே தமிழ்நாட்டின் யதார்த்தமான மனித வாழ்வுகளும் மழுப்பப்படுகின்றன; அல்லது போலியாக மனசின் இயற்கைகள் திருகலடைகின்றன. இதன் விளைவாகத் தமக்கு நிகழும் அவலங்களை எல்லாம் சிறப்பாகப் போற்றுகிற குணமும் பொதுவாழ்வில் போலித் தார்மீகவாதிகளை உணராமல் அவர்களால் ஏமாற்றப் படுவதே அவர்களால் உதவப் படுவதாக மதிக்கும் குணமும், தமிழனது பிரக்ஞையாக உருவெடுத்துள்ளன. இவ்வளவும், எழுதப்படிக்கத் தெரியாதவர்கள் என்ற வரையறையை மீறிய சமூகத் தளத்தின் லட்சணம் என்பதை கவனிக்க வேண்டும்; படித்த தமிழரின் லட்சணம் என்பதைக் கவனிக்க வேண்டும். இந்தச் சமூகதளம்தான், இதர சமூகதளங் களின் பிரக்ஞையை நிர்ணயிக்க உதவுவதாகும்.

ராஜாஜியின் மேதமை, காந்தீயத்தின் பரிபூர்ணமான மனிதாபிமானத்துக்கும் ஆன்மீகச் சார்பான லட்சியத்துக்கும் புறம்பான, ஒரு யதார்த்தரீதியான ராஜதந்திரியாகவே அவரை ஆக்கிற்று. ஆரம்பத்தில் அவருக்கு இருந்த தீவிரமான சமூகப் புரட்சியுணர்வு, காந்தியின் ஆளுமை நீங்கிய பிறகு, 'குலக் கல்விமுறை' திட்டம் போன்ற அவரது பார்வைகளில் அவரை உள்ளார்ந்த சநாதனவாதியாகவே காட்டியது. இருந்தும், இப்படி ஓரிரு வரிகளில் ராஜாஜியைப் போன்ற ஒருவரது பொதுவாழ்வை அறுதியிட்டுவிட முடியாது. ஆனால், காந்தியை ராஜாஜி போன்றோர் ஆழமாகப் புரிந்து கொள்ளவில்லை; இது அவர்களிடையே நிகழ்ந்து வந்த சகல மோதல்களிலும் தெரிந்திருக்கிறது. *புறவுலகில் நிகழ்கின்ற அவலங்கள், தனிமனிதனது உள்ளார்ந்த அவலத்தின் பிம்பங்கள்; உள்ளார்ந்த அவலத் தையே மாற்றுவதற்கு ஒரு பரிசோதனைக் களமாகப் புற உலக அவலத்தைக் கருதி, அதைச் சீராக்க அதனுள் புகுதல் வேண்டும் என்பதே காந்தீயத்தின் சாரம்.* இது உலக அரசியல் தத்துவங்களினுள் ஒரு சிகரமாகும். இதை ராஜாஜி புரிந்துகொள்ளவில்லை

என்பதைவிட, இது உடனடியான பரிகாரங்களுக்கு உதவாது என அவர் கருதினார் என்று கூறுவதுதான், ராஜாஜிக்கு நியாயம் செய்வதாகும்.

இந்த உடனடிப் பரிகார நோக்கம், லட்சியார்த்தமானதல்ல. மேலும், புறநிலைமைகளின் அழுத்தங்களுக்கு விட்டுக்கொடுக்கத் தக்க பலவீனங்களுக்கு ஒரு எல்லையிலும் புறநிலைமைகளைக் கட்டுப்படுத்தவேண்டி பலாத்காரமான அதிகாரங்களை உபயோகிக்கத்தக்க வெறிக்கு மறு எல்லையிலும், வழிவகுக்கக் கூடியது. காந்தீயத்திலிருந்து வழிபிரிந்த படேல், நேரு, ராஜாஜி ஆகியோரின் அரசியல்களில் இந்த இரண்டு அம்சங்களையும் காணலாம்.

லட்சியவாதியாக இடையறாமல் ராஜாஜியை விமர்சித்து வந்த வ.ரா., ராஜாஜியின் தலைமைக்கு அறைகூவல் விடும் ஒரு தலைமையை காங்கிரசுக்குள்ளேயே ஒரு காமராஜராக உருவாக்கிய டி.எஸ்.சொக்கலிங்கம் ஆகியோர், காந்தீயத்தை நான் மேலே கூறும் அழமான தளத்தில் புரிந்துகொண்டவர்களா என்பதற்கு ஆதாரமில்லை. அவர்கள் ராஜாஜியின் விமர்சகர்கள் என்ற அளவில்தான் இங்கே முக்கியத்துவம் பெறுகிறார்கள்.

எப்படி ராஜாஜி உடனடிப் பரிகாரங்களை அரசியலில் மேற்கொண்டாரோ, அவ்விதமே அவரது தமிழிலக்கிய உணர்வுகளைப் பொருத்த விதத்திலும் நடந்திருக்கிறார். அவரது கதைகள் சீர்திருத்தத்தை முன்னிட்டு, யதார்த்தத்தையும் வாழ்வின் ஆழமான பரிமாணங்களையும் மலினப்படுத்தின. ஒருநிலைமையை மாற்றியமைப்பதற்கான முதற்படி, அந்த நிலைமையின் சகலவிதமான உண்மைகளையும் அறிதலாகும். இந்தப் பிரக்ஞைக்கு முற்றிலும் எதிராக, ஒரு நிலைமையை மாற்றியமைப்பதிலுள்ள சிரமங்களை - மனித இயற்கை தருவிக்கும் சிரமங்களை - தவிர்த்து, அந்த நிலைமையின் தீமைகளையும் மாறிய பிறகு வரும் நிலையின் கவர்ச்சியையும் காட்டும் அசட்டுத்தனம், அவரது கதைகளின் அடிப்படை. உடனிகழும் அவலத்தின் ஆழ்ந்த காரணங்கள், மனோ விவகாரங்களாகவும் புறநிலைகளின் அழுத்தங்களாகவும் இருக்கிற போது, அவற்றை வெளிக் காட்டுவது என்பது அபாயகரமாக, ராஜாஜிக்கும் அவரது 'இலக்கிய' சித்தாந்தத்தைப் பின்பற்றியவர்களுக்கும் தோன்றியிருக்கிறது. ஏன் அபாயகரமானதெனில்,

அந்த அளவு சிக்கலான உண்மைக் காரணங்கள் சுலபத் தீர்வுகள் மூலம் மாற்றப்படக் கூடியவையல்ல என்பதாலாகும்.

ஆனால், இலக்கியம் வாழ்வின் அவலத்தை நிதர்சனமாக்கி, தீர்க்கமாக்கிக் காட்டுகிற சக்தியாகும். வாழ்வை மாற்றியமைப் பதற்கான தூண்டுதல் இந்த சக்தியிலிருந்துதான் கிளர்ச்சிபெறு மெனினும், இலக்கியமே கதையுருவில் பிரச்னைகளைத் தீர்த்துக் கட்டி விட்டால், பிரச்னை களின் ராட்சஸத்தனம் படிப்பவனின் உள்ளத்தில் மடிந்து விடும். அவன் தீர்ந்தது சனியன் என்று நிம்மதி யாகிவிடுவான். அதாவது, உண்மையான பிரச்னையுலகிலிருந்து ஓய்வு பெற்றுவிடுவான். சீர்திருத்த 'இலக்கியம்' என்ற வகை, இதனாலேயே சீர்திருத்தத்துக்குப் புறம்பான நிம்மதியான தூக்கத்தை வரவழைக்கும் ரகமாகிறது. பிரச்னைகளுக்குத் தீர்வு தரும்படி 'முற்போக்கு'ச் சித்தாந்திகளையும் கலைஞர்களையும் வற்புறுத் துகிற பிந்திய பார்வையாளர்களும் கூட, அன்று ராஜாஜி ரகத்தினர் தயாரித்த தூக்க மாத்திரைகளைத்தான் வேண்டுகின்றனர். இந்த தூக்க மாத்திரையின் ஒரு சாயலே, கல்கி உருவாக்கிய ருசிகர எழுத்து. இக்கதைகளிலும் முக்கியமானவை வெளிநாட்டுக் கதைகளின் தழுவல்கள் என்பது, கல்கியின் நண்பரான டி.கே.சி. மூலமே வெளிவந்த விஷயம்.

புதுமைப்பித்தன் - அதாவது வ.ரா., டி.எஸ்.சொக்கலிங்கம் ஆகியோர் ஆசிரியர்களாக இருந்த *மணிக்கொடி*யுடனும் *தின மணி*யுடனும் சம்பந்தம் கொண்டிருந்த புதுமைப்பித்தன் - இந்த பொம்மைக் கல்யாண இலக்கிய உலகத்தைச் சாடினார். புதுமைப் பித்தனின் பின்னணியில் இருந்த மேற்படி ஆசிரியர்களின் அரசியல் சமூகப்பார்வைகளும் தீர்க்க மானவை. வெறுமனே உடனடித் தீர்வுகளை அநுசரிக்காதவை; விமர்சன சக்திகளையே முன் நிறுத்தி யவை. வ.ரா.வும் சொக்கலிங்கமும், காந்தீயம் போன்ற ஒரு சித்தாந் தத்தை விளைபொருளாக்கியவர்களுமல்லர். அவர்களது உந்துதல், உயர்ந்த மதிப்பீடுகளையும் சமூகப் புரட்சியையும் சார்ந்த ஒன்று. ஜாதீயத் திற்கு முற்றிலும் எதிராகி, மனித மேதமைக்கும் பெருந் தன்மைக்கும் அது அளவுகோலாகாது என்பதைத் தீவிரமாக நம்பி னார்கள் என்ற அளவில், இவர்களிடத்தே காந்தீயத்தின் ஒரு சில சிறப்பான அம்சங்கள் பிரதிபலித்தன. வக்ரமான பிராமண எதிர்ப்பு களை இவர்களோ, பு.பி. போன்ற புரட்சி கரமான எழுத்தாளர்களோ

கௌரவிக்கவில்லை. அதோடு, வக்ரமான 'முற்போக்கு' களையும் இவர்கள் அநுசரிக்கவில்லை. இந்த குணங்கள், இவர்களது அகன்று ஆழ்ந்த பார்வை எத்தகையது என்று காட்டுகிறது. நிச்சயமாக இவர்கள் உடனடித் தீர்வுக்காரர்களல்ல; உடனடிச்சமயத்து பிரபலங் களை மதித்தவர்களல்ல.

வ.ரா., அன்று வெளித்தெரியாதிருந்த சி.சுப்ரமண்ய பாரதியின் கவிப்ரதிமையை நிறுவியபோது, உடனடிப் பிரபலக்காரரை மதித்த ஆளாக நடந்துகொள்ளவில்லை; இச் சாதனைக்காக அவர் பாரதியை ஷேக்ஸ்பியர், ஷெல்லி போன்றோரைவிட உயர்த்தும் உயர்வு நவிற்சியைச் செய்தார் என்ற குறைபாடு அவரிடம் இருந்ததுதான் எனினும். காமராஜிற்கே தன்னம்பிக்கையை ஊட்டிய சொக்க லிங்கம், ஏற்கெனவே பெருமை பெற்ற ஒருவரை முன்னிட்டுப் பெருமை பெற்றவராக அந்த நிலைமையில் நடந்துகொள்ள வில்லை. ஆனால், பெரும்பான்மை வாசகர்களது 'மனதைக் கவர்ந்த' கதைக்காரரான கல்கியோ, காந்தீயப் போராட்டக்காரர்களின் ரத்தங்களில் விளைந்த பெருமையையே, தமது பத்திரிகைச் செல் வாக்கின் மூலம் பரப்பித் தமக்குப் பெருமை தேடிக்கொண்டவர்.

உண்மையான போராட்டக்காரர்களை, கல்கியால் உதாசீனம் செய்யப்பட்ட மதிப்பீடு களை, மணிக்கொடி வளர்த்தது. 1940-களிலேயே, அந்த இலக்கியத்தரமான எழுத்தி லிருந்து முற்றிலும் மாறுபட்ட ஒன்றாக ருசிகர எழுத்து கருதப்படும் வித்துக்கள், கல்கியால் தூவப்பட்டிருக்கின்றன. பு.பி.யின் கலாசக்தி நிறைந்த யதார்த்தவியலுக்கும் ராஜாஜி, கல்கி போன்றோரின் சுளுவான சுவராஸ்யமும் போதனையுமே முக்கியமாகக் கருதப்பட்ட எழுத் துக்கும் இடையே சம்பந்தம் இல்லை. இதைப் பு.பி.யின் வெளிப் படைப் பார்வைகளே, அன்று அம்பலமாக்கின. கல்கியின் எழுத்து களைப் பு.பி. அன்று தாக்கி எழுதிய கட்டுரை கள், தமிழுலகுக்கு இன்று கிடைக்காது. காரணம், பு.பி. மறைந்த பிறகு கல்கி, தமது செல்வாக்கை உபயோகித்துப் பு.பி.யின் குடும்பத்துக்கு நிதி திரட்டி யமையாகும். இதன் விளைவாகவே, கல்கியைத் தாக்கிப் பு.பி. எழுதிய கட்டுரைகளைக் கல்கிக்குக் கடமைப் பட்ட பு.பி. குடும்பம் வெளியிடாமல் தடுத்து வைத்திருக்கிறது. தர்க்கரீதியாக இந்தச் செயலில் எவ்வித நியாயமும் தெரியவில்லை.

பொன்னியின் புதல்வர் என்று கல்கியின் சரிதையை எழுதிய சுந்தா, கல்கியை மகாப் பெரிய எழுத்தாளர் என்று பெரிய குரலில் - அபத்தமான ஆதாரங்களோடு - எழுதியுள்ளார். அவ்வளவு 'பெரிய' இலக்கிய கர்த்தாவைப் பற்றி, முதலாவதாக அவர் இலக்கியக்காரர் அல்லர் என்று வாதிக்கும் பார்வை, இன்றைய இலக்கிய மாணவர்களுக்கு ஏன் எட்டக்கூடாது? இரண்டாவதாக, இந்தப் பாதகமான பார்வை தவறானது என்றால், அதன் தவறை மாணவர்களே உணர வென ஏன் வசதி செய்து தரக்கூடாது? பு.பி., இலக்கியத் துக்குப் புறம்பான அளவுகோல்களைக் கொண்டு கல்கியைத் தாக்கியிருந் தாரா? அப்படி அவர் செய்திருந்தால், கல்கியை இலக்கிய அளவு களால் மதிப்பிட அவருக்கு முடியவில்லை என்றுதான் ஆகும். ஆகவே, கல்கியைப் பு.பி. தாக்கிய கட்டுரைகளை, நாம் இந்தக் காரணத்துக்காகவும் படிக்க வசதி செய்திருக்க வேண்டும். ஆக,

பு.பி., கல்கியைப் பற்றி எழுதியவை, கல்கியின் பிரதிமைக்கு வீழ்ச்சியைத் தராது என்ற நிச்சயம் இருந்திருந்தால், அவை வெளி வருவதில் எவருக்கும் ஆட்சேபணை இராது என்றே ஆகும். அப்படி யல்ல, கல்கிக்கும் கல்கி கடைப்பிடித்து இன்றுவரை தொடரும் பத்திரிகைத் தனத்துக்கும், பு.பி.யின் கருத்துக்கள் வீழ்ச்சி தரும் எனில் - கல்கி, பு.பி.யின் மறைவை ஒட்டிக் காட்டிய அக்கறை, தமக்கே காட்டிய அக்கறை என்றாகும். கல்கியின் ஞாபகத்தைப் போஷித்து, பிரஸ்தாபப் பிரச்னையில் பு.பி. கட்டுரைகள் வெளி வராமையை நியாயப் படுத்தும் பத்திரிகைப் புள்ளிகள், தங்களது மலினமான மதிப்பீடுகளைப் பு.பி.யின் மதிப்பீடுகளிலிருந்து பாது காக்கச் செய்த மனோபாவங்களை, சுந்தா எழுதிய சரிதை எதி ரொலிக்கிறதென்றே இப்போதுள்ள நிலைமை காட்டுகிறது.

பு.பி., அன்று கடைப்பிடித்த மதிப்பீடுகள், விஞ்ஞானபூர்வமாக எழுதப்பட்டிருக்க முடியாது என்றே, வெளியிடப்பட்டுள்ள அவரது கட்டுரைகளின் தொகுப்பு காட்டுகிறது. இருந்தும், விமர்சனத்தின் வாடையே வீசியிராத அன்று அவரது பார்வைகள், தீர்க்கமான கலையுணர்வின் எதிரொலிகளாகப் பிறந்திருக்கின்றன. பு.பி.யின் இந்த எதிரொலிக்கிற குணாதிசயத்தை, கொஞ்சம் குறைந்த தீவிரத் தோடும் கலைத்தன்மையற்ற கட்டுரைத்தொனியிலும் வெளியிட் டவை க.நா.சுப்ரமண்யத்தின் விமர்சனங்கள். இவரும் விமர்சனத்

திற்கு அவசியமான நியாயத்தளங்களை எழுப்பவில்லை. க.நா.சு. பெருமளவுக்குச் செய்தவை, 'இவர்கள் தாம் மிகச் சிறந்த தமிழ் இலக்கியக் கர்த்தாக்கள்' என்று பெயர்களைத் தெரிவித்தமைதான்; அவரே இதை 'அடித்து' (?) சொல்வது போதும், இதை மீறி விமர் சனம் நமக்கு வேண்டியதில்லை என்று, எழுத்து காலத்திலிருந்து இன்றுவரை எழுதி வந்துள்ளார்.

கல்கிக்குத் திரும்பினால், இவர் வ.ரா.வையோ சொக்க லிங்கத்தையோ போல் புதிய சக்திகளைத் தோற்றுவித்தவரல்ல. பழைய சக்திகளை வியாபாரமாக்கியவர். இலக்கியச் சிறப்பான கதைகளைத் தவிர வேறு எவற்றையும் எழுத இயலாதிருந்தவர் பு.பி. அவர் எத்தகைய பார்வைகளுக்காகவும் மதிப் பீடுகளுக்காகவும் சிறந்தவரோ, அவற்றை உதாசீனம் செய்துவிட்டு, அவரது மறைவினால் அவர் ஏற்ற பெருமையை மட்டும் சிறப்பித்த விசித்திரமான 'சேவை', அசல் 'கல்கி முத்திரை' வாய்ந்த ஒன்று. இது, உடனடித் தனமான ராஜாஜி சித்தாந்தமாக அவரிடம் பிரதிபலித்த குணம் என நினைக்கிறேன். மீண்டும் இங்கே, 'கல்கி', பழைய சக்தியை விற்பனை செய்பவராக முன்னிற்பதைக் காணலாம்.

ஒரு இலக்கிய கலாச்சார இயக்கத்தின் உள்முகப் பரிமாணங்கள், இப்படி வேறுவேறு துறைகளிலும் எதிரொலி தருகிறவை. இந்த எதிரொலியின் முக்கியமான குணம், அடிப்படைகளின் அளவில் நிரந்தர மதிப்பீடுகளைச் சார்ந்ததா, தற்காலத் தனங்களை உத்தேசித்ததுவா என்பதைப் பொறுத்தது. கலைஞனுக்குச் சமூக உணர்வு வேண்டும் என்ற கூச்சலை எழுப்புகிறவர்கள், ஆழ்ந்துணராத பரிமாணம் இது. சமூகஉணர்வு என்பது, புறவாழ்வின் உடனடி நிலைமைகளையும் அவற்றிற்கான பரிகாரங்களை உடனடியாகத் தரும் முடிவுகளையும் பற்றிய அக்கறை என்றே, இந்தக் கூச்சல்காரர்கள் நினைக்கிறார்கள். மேலே நான் காட்டிய உதாரணங்களிலோ, அத்தகைய அக்கறை இலக்கிய வாழ்வுக்கு மட்டுமல்ல, ஆழ்ந்த மதிப்பீடுகளுக்கே முரணாகி, உண்மையான போராட்டக்காரர்களை அவரது மறைவில் அவர்கள் பெறும் பெருமைகளை, கவர்ச்சிகரமான சமூக உணர்வுக்காரரர் கள் கபளீகரிக்கவும் வசதி செய்கிறது.

காந்தியின் ஆன்மீகக் கோட்பாட்டில் உள்ள ஒரு பெரிய குறைபாட்டை, மலிவான சமூக உணர்வுக்காரர்கள் தங்களது கலைத்

திறனின்மைகளுக்கு வசதியாகக் கண்டு, அதையே சிறப்பானதெனக் கண்டதும் இதன் காரணங்களுள் ஒன்று. இந்தக் குறைபாட்டினால் காந்தி, கலையை அதன் சத்யார்த்தம் சார்ந்த யதார்த்த சொரூபத்தில் உணராமல், அதன் சீர்திருத்தம் சார்ந்தபோதனை வடிவிலேயே கண்டார். அவரது ஆதர்சம், இது விஷயத்தில் டால்ஸ்டாய் என்றே கொள்ள வேண்டும். காந்தி, ஆன்மீகத்தின் மூலம் பிரபஞ்சத்தின் ரகஸியத்தை நாடவில்லை. முரண்பாடுகளினூடே ஓடும் குரூரத் தினைச் சமூகத்தில் கண்டு, அந்தக் குறைபாட்டின் மனித நிகழ்ச்சி களை மட்டுமே, அவற்றின் சமூகத்தளத்துக் குறைபாடுகளை அகற்ற வேண்டி அவதானித்தார். இதன் விளைவாக, இயற்கை என்ற பிரம் மாண்டமான வடிவத்தில் நிகழும் பின்னல்கள், அதன் விளைவான அழகியல்கள் ஆகியவற்றுக்கு அவர் கவனம் தரவில்லை. ஆரம்பம் தொட்டு, இந்தியச் சரித்திரத்துக்கு நேர்ந்து வந்துள்ளது இது. மறு புறத்தில் இதேபார்வை, தனி மனிதனது அகவிடுதலையே ஆன்ம விடுதலை என்றும் தேய்வடைந்த ஒன்றாகும்.

பிரபஞ்சத்தின் - மெய்இயற்கையின் - ஒரு குணம், அறுதி பெறாத இருமையின் எதிரெதிர் மோதலாக வாழ்வின்களத்தில் பரிணமிக் கிறது. இதுவே இருள் - ஒளி, இன்பம் - துன்பம், குரூரம் - இதம், விரும்பு - வெறுப்பு என்ற இருமைகளின் இடையறாத சுழற்சி. இந்த சுழற்சியின் யதார்த்த சொரூபத்தைக் கலை வடிவில் உணர்ந்த ஆன்மீக இயக்கம், தா ஓ - ஜென் காணக் கிடைக்கிறது. ஜப்பானிய சரித்திரத்தின் உன்னதங்களில் இதன் பிரதிபலிப்பையும் ஜப்பானிய மேதமையில் இதன் வளைந்து கொடுத்து முன்செல்லும் இயற்கை யையும் காணலாம்; பரிபூர்ணத்துவத்தினை, வெறும் ஒளியாகவும் இடையறாத இன்பமாகவும் கருதி, அதற்கு எதிரான இருளும் துன்பமும் மட்டுமே பரிபூர்ணத்துவமற்ற இம்மையின் வாழ்வு என்று போதித்து, பாரதத்தின் அகமூலமான சித்தாந்தமாக இந்தப் பார்வையைக் கொண்டுள்ளது. மேனாட்டு கிறிஸ்துவ சித்தாந்தமும் இதுவேதான் எனினும், அந்தச் சித்தாந்தத்தை விசாரித்து, அதற்குப் புறம்பான தனித்த இயக்கங் களாகத் தத்துவவாதிகளின் பல்வேறு இயக்கங்கள், அதை மறுத்தும் சீர்திருத்தியும் அதற்கு எதிராக அறி வார்த்தக் கல்விப் புரட்சிகளை எழுப்பியும், ஒரு பின்னலான சித் தாந்த சரித்திரத்தை மேல்நாட்டு உள்ளங்களின் அடிப்படையாக ஏற்படுத்தியுள்ளன. இது இந்தியாவில் நிகழவில்லை. இதற்கு

முக்கிய மான காரணம், மேலைநாடுகளில் கிறிஸ்துவ சித்தாந்தத் தின் பிரதானிகளாக சமூகக் கட்டுக்கோப்பினின்றும் தனித்த தேவாலயச் சிகரங்களில் சஞ்சரித்த மதகுருமார்கள்போல அல்லாமல், பாரதத் தின் சமூகக் கட்டுக் கோப்பினுள்ளே அதன் இயக்கங்களைத் தமது நேரடி ஆட்சியின்கீழ் வைத்திருந்த உயர் ஜாதியினரே, இங்கே நமது அறிவார்த்தச் சித்தாந்தங்களின் பிரதிநிதிகளாகவும் இருந்தமை யாகும். மேனாட்டு மதகுருமாரின் கல்விக் கோட்டங்களினின்றும் புறம்பான, கலாசாலைகள் போன்று இங்கே இல்லாமல், சித்தாந்தப் பிரதிநிதிகளின் நேரடி ஆட்சியிலேயே கல்விக் களங்கள் இதனால் பாரதத்தில் அமைந்தன. எனவே, புரட்சிகரமான சிந்தனைக்கான தீர்க்கமான பிளவுகள், வேறு வேறு வகைக் கல்விக்களங்களில் - கற்றறிந்த சமூகத் தளங்களில் - இங்கே நிகழவில்லை. இதற்கு மாறாக எழுந்த புரட்சிப் பார்வைகள் யாவற்றையும், தன்னுடைய தாகக் கபளீகரிக்கும் ஒரு சமூகக் களமாகவே, நமது சித்தாந்த வர லாற்றின் 'ஒருமைப்பாடு' புலப்படுகிறது. பிராமணீயத்தை எதிர்த் தெழுந்த பௌத்தம்கூட, ஒரு பொதுவான இந்தியச் சித்தாந்தத்தின் பெருவயிற்றுனுள் கபளீகரிக்கப்பட்டமை, பாரதத்துக்கு நேர்ந்த பெரிய சாபமாகும். பிராமணீயத்தின் பெரிய குறைபாடான ஜாதீ யத்தை நிராகரித்த பௌதத்தின் சிறப்பு, இதன் மூலம் மழுப்பப் பட்டது. பாரதத்தின் ஹிந்துத்துவ 'ஒருமைப்பாடு' நிறைவேற்றியது, இத்தகைய மழுப்பல்களைத் தான். இந்த ஒருமைப்படுத்துகிற குணம், கலையின் சிறப்பான அம்சங் களையும் மழுப்பி, வெறும் மேலோட்டமான போதனா ரூபத்தையே அதன் சிறப்பாகக் கௌர விக்கும் மதிப்பீடுகளை ஊக்குவித்துள்ளது.

இருமை சார்ந்த பேரியற்கையின் குணம், கலைஞனது இயல் புணர்வின் வழியே பிறந்து, நிச்சயமானது இதுவே என்ற பிரக்ஞை யின் ஸ்தம்பித்த நிலையை அதிரச் செய்கிறது. இந்த அதிர்ச்சி, வாழ்வின் இடையறாத பிரச்னைக் குணத்தை நோக்கி மனிதனை விழிப்படையச் செய்யத்தக்க ஒன்றுதான். இந்த இடையறா பிரச் னைக் குணத்துக்கும், 'பிரச்னை என்பவை இவை, இவற்றுக்கு முடிவுகள் என்பவை அவை,' என்று தீர்ப்புத் தருவதற்குமிடையே, பெரிய வித்தியாசம் உண்டு. காந்தியும், இது விஷயத்தில் அவரது டால்ஸ்டாயும் உணராதது இது. கலைஞனது தனிப்பட்ட வாழ்வின் குறைகளை இலக்கிய மதிப்பீடாக்கு வோரும் சநாதனிகளும் 'முற்

போக்கு'களும் மார்க்ஸீய சித்தாந்திகளும் கூட, ஒரே கட்சியின ராகிவிடுவது இதைப் புரிந்து கொள்ளாமையால்தான்.

கலை - முதன்மையாக இலக்கியம் - வாழ்வின் இடையறாத பிரச்னையையே பிரதிபலிக்கும். பிரச்னைகளுக்கு இதுவேமாற்று என்று கூறும் ஸ்தம்பிதங்களை, இலக்கியத்தின் இந்த இடையறாத பிரச்னையுணர்வுதான் தாக்குகிறது. இதனால், உடனடித் தீர்வுகளை நாடி, பிரச்னைகளுக்கு மருந்துகளைத் தயாரிக்கும் சித்தாந்திகள், கலையையும் இலக்கியத்தையும் தங்கள் வைரிகளாகக் காண்கி றார்கள். 'சமூக உணர்வு' என்பது, ஒருபுறத்தில் ஒரு சிலரது லட்சி யங்களுக்கேற்ற சமூகத்தை உருவாக்குவதாகவோ, இன்னொரு புறத்தில் பாரம்பரியச் சமூகத்தை லாபகரமாகக் கண்டவர்களினது கொள்கைகளுக்கேற்ப, மரபாக உள்ள நிலைமையினைப் பாதுகாப் பதாகவோதான் இருக்கிறது.

ஆனால், 'சமூக உணர்வு' என்ற பிரயோகத்தின் உண்மையான பொருள், மனிதனை - அவனது விளைநிலமான சமூகத்தை - இயற்கைக் களனை - உள்ளது உள்ளபடி காணல் என்று கொள்வது தான் சரி. இதுதான் இலக்கியக் கலைப்பிராந்தியத்தில் சரியான அளவுகோல்களைப் போஷிக்கும். கலையுலகின் கேள்வி மயமான உட்கிடைக்குத் தத்துவம் தீர்வுகளைத் தரலாம்; அரசியல்வாதி சீர்திருத்தங்களைச் செய்யலாம். ஆனால், அந்த வேலைகளையே கலைஞனும் செய்ய வேண்டும் என்று வற்புறுத்துகிறபோது, 'வாழ் வின் அவலத்தை உரியபடி கண்டு வெளியே சொல்லாதே', என்ற வற்புறுத்தலாகவே அது ஆகிவிடுகிறது. கலைக்கும் இதர துறைக ளுக்கும் ஏற்பட்டுள்ள மோதல்களின் சரித்திரம் புகட்டும் பாடம் இது.

நிகழ் : 12, நவம்பர் 1989.

42 க.நா.சு.வின் லட்சிய வித்துக்கள்

காமராஜரின் தோல் நிறம் கறுப்பு என்பது, அவரை நேரில் பார்த்த என் மறுக்கமுடியாத அநுபவம். ஆனால், அதே காமராஜர் காலண் டர்களில் செக்கச்செவேல் என்று தோன்று கிறார். ''கறுப்பு மனிதரை ஏன் இப்படிச் சிவப்பாக்கியிருக்கிறார் காலண்டர் போட்டவர்?'' என்றால், படத்தை வாங்கி மாட்டிப் பக்தி பண்ணுகிறவன், ''அவர் சிவப்புத்தான்'', என்கிறான். எங்கே போய் முட்டிக்கிறது?

க.நா.சுப்ரமண்யத்துக்கு ஆங்கிலத்தையும் தமிழையும் தவிர வேறு எந்த மொழியும் தெரியாது என்பது, அவருடன் பேசிப் பழகியுள்ள எனக்கு - அவருடைய புத்தக அடுக்குகளை ஆராய்ந் துள்ள எனக்கு - மறுக்க முடியாத அநுபவம். ஆனால், அதே க.நா.சு. வுக்கு ஏராளமான மொழிகள் தெரியும் என்று டி.வி.யில் சொல்லக் கேட்டு, அதை நான் *திசை நான்கு* (ஜூலை - செப் 1989) முதலிதழ் தலையங்கத்தில் மறுத்து எழுதியபோது, ''பல மொழிகளில் இருந்து க.நா.சு. மொழிபெயர்ப்புகள் செய்திருக்கிறாரே?'' என் கிறார் ஒரு கநாசூவிஸ்ட். எங்கே போய் முட்டிக்கிறது?

அது மட்டுமல்ல, ''தாந்தேயைப்படிப்பதுக்காக இத்தாலியன் மொழியைக் கற்றேன்'' என்று க.நா.சு. எழுதியதையோ, ஜெர்மன் மொழியிலேயே கதேயைத் தாம் படித்துள்ளதாக அவர் கதைவிடு கிறதையோ, 'இப்போது என்ன செய்கிறீர்கள் க.நா.சு.?'' என்று எவரோ ஒரு இளிச்சவாயன் கேட்ட போது, ''சுவீடிஷில் ஒரு நாவலை எழுதிக் கொண்டிருக்கிறேன்'', என்று அவர் கப்ஸா அடித்து, இதற்காக *தீபம்* பத்திரிகையில் நா.பார்த்தசாரதியினால் நையாண்டி பண்ணப்பட்டார் என்பதையோ அறியாத ஒரு அன்பர் சமீபத்தில், ''தமக்கு பலமொழிகள் தெரியும் என்று க.நா.சு. எப்போதுமே பெருமை பேசியதில்லை,'' என்று எழுதுகிறார். எங்கேயும் போய் முட்டிக்க வேண்டாம்; கடைவாய் இருபுறமும்

ஆள்காட்டி விரல்களைக் கொக்கியாக்கி மாட்டி இழுத்துப்பிடித் தாவது இளிச்சு விடுங்கள் போதும்; தமிழின் 'டாப்டக்கர்' எழுத் தாளர்களுள் ஒருவராகி விடுவீர்கள்!

க.நா.சு.வை நேரில் அறிந்த எல்லாருக்குமே - நா.பா. ஈறாக - க.நா.சு. வின் பன்மொழி ஞான லட்சணம் தெரியும். இந்நிலையில், அதுவும் டி.வி.யில் ''அவருக்கு ஏராள மொழிகள் தெரியும்,'' என்று சொல்லப்பட்டது எப்படி? இத்தகைய ஒரு புளுகை ஒளிபரப்பும் சாதனம், எப்படி அதன் மற்றைய செய்திகளைப் பொறுத்தவரை நம்பத்தகுந்ததாகும்? - இப்படித் தொடர்கிற பாரதூரமான பிரச்னை யின் தாக்கம் என் மறுப்பில் பிரதிபலிக்கிறது. ஆனால் நம்ப டாப் டக்கர் மண்டைகளில் இது உறைக்கவில்லை. இப்போதுகூட க.நா.சு.வின் புத்தக அடுக்குகளைப்போய்ப்பார்த்து, அவற்றுள் ஆங்கிலம், தமிழ் தவிர்ந்த நூல்கள் உள்ளனவா, அந்த மொழிகளின் அகராதிகள் உள்னனவா என்று முடிவுகட்ட முடியும் - நான் டில்லி யில்தான் அவரது புத்தக அடுக்குகளை ஆராய்ந்தேன் என்பதை இங்கே குறிப்பிடுவது நலம். சென்னைக்கு அவை அவருடன் வந்தனவா, தெரியவில்லை. இருந்தும், உண்மையைத் தேடி அன்று தக்ஷீலம் வரை காடுமலை தாண்டிப் போன நமது பாரம்பரியத் துக்கு, டில்லி என்ன டில்லி!

உலக இலக்கியங்களின் கையடக்க என்ஸைக்ளோ பீடியாவை, க.நா.சு.வின் புத்தக அடுக்குகளைவிட, நிச்சயமாக அவருடைய தலையணை அடியில் காணமுடியும். Jean Genet என்ற பிரெஞ்சு எழுத்தாளர் பற்றி நான் 1971-72 வாக்கில் எழுதியபோது, தலையணை அடியிலிருந்து இதை எடுத்துப் புரட்டிப்பார்த்து அவனைப்பற்றித் தெரிந்து கொண்டதுக்கு மேல் எதுவும் அவர் வாசித்து அநுபவித்த சுவடே இல்லை. வேடிக்கை என்ன வென்றால், ''ஜெனேயை நீ பிரெஞ்சிலேயே படிச்சயா?'' என்றார் க.நா.சு. என்னிடம். ஏற் கனவே நான் என் இரண்டாங்கிளாஸ் பிரெஞ்சை அவர்மேல் பிர யோகித்ததன் பெறுபேறு இந்தக்கேள்வி. இது ஒரு மனோதத்துவக் கணமும் (Psychological moment) ஆகும். அதாவது, ''ஆமாம், ஆனால் டாஸ்டாயவஸ்கிய நான் முதலில் படித்தது நார்வீஜியன் மொழியில்தான். பிறகுதான் ரஷ்யனில் படித்தேன்'', என்று நான் இதற்குப் பதில் சொல்லவேண்டும் என்ற சிக்னலைத் தெரிவிக்கும் கேள்வி அது. சொல்லிவிட்டால், அப்பாடா, இவனும் நம்மைப்

போன்ற ஒரு தமிழ் எழுத்தாளன் தான் என்ற நிம்மதியுடன், அந்த சமயத்தில் அவர் எழுதிக் கொண்டிருக்கும் சுவீடிஷ் நாவலைப் பற்றி ஏதும் சொல்ல ஒரு இடம் ஏற்பட்டிருக்கும். ஆனால், ஏற்கெனவே எழுத்தாளர்களல்லாத என் இலங்கை நண்பர்கள் என்னை, ''ஏண்டா முண்டம்!'' என்று சொல்ல வேண்டிய சமயங்களில், ''ஏண்டா தமிழ் எழுத்தாளா!'' என்று சொல்லிக்கேட்டு எனக்கு அலுப்பு. இதனால், க.நா.சு. கேட்ட கேள்விக்கு நான் சொன்ன பதில் இதுவாகி விட்டது: ''ஜெனே போன்ற எழுத்தாளரை பிரெஞ்சிலேயே படிக்க ணும்னா, பிரான்சிலேயே கணிசமான காலம் வாழ்ந்து, அந்த மொழி யுடன் நாளாந்தம் பழகவேண்டும்!''

இந்தப்பதிலில் க.நா.சு., ''ஏன் கேட்டேன்னா, பிரெஞ்சு பேச றயே?'' என்றார்; பாவம், மனிதருக்கு உயர்தர ஆங்கில வழக்கில் கலந்துள்ள Coup de grace, raison d'etre போன்ற பிரெஞ்சுப் பிரயோகங்கள்கூடத் தெரியாது என்பதை அறிந்த சந்தர்ப்பம் அது. வெட்கியது நிச்சயமாக அவரல்ல, நான் தான்.

II

தமிழில் நிறையவே மொழிபெயர்ப்புகள் வெளிவந்த காலத்தில், க.நா.சு. மொழிபெயர்ப்பு எழுத்தாளராக நிறையவே எழுதியவர். தீவிரமான வாசகர்களின் மதிப்பை அவர் பெற்றதுக்கு, அவருடைய இந்தக் கால கட்டத்திய வேலை முக்ய காரணமாகும். *கடல்முத்து* என்ற மொழிபெயர்ப்புச் சிறுகதை நூலில் அவர், ஸெல்மா லாகர் லஃப் (Selma Lagerlöf) என்ற சுவீடிஷ் பெண் எழுத்தாளர் உட்பட்ட விதவிதப் பிற மொழியாளர்களைத் தமிழ்ப் படுத்தியிருக்கிறார். இந்திய சுதந்திரத்துக்கு முன்பிருந்தே தமிழில் பல்வேறு மொழி பெயர்ப்பாளர்களின் மொழிபெயர்ப்பு நூல்கள் நிறைய வந்திருக் கின்றன. க.நா.சு.வின் உண்மை யான சிறப்பு அவர் ஒரு மொழி பெயர்ப்பாளராக எழுதினார் என்பதில்தான் என்றாலும், தாம் மொழிபெயர்த்த நூல்களின் ஆசிரியர்களுடைய தனித்தன்மையைப் பெரும்பாலும் அவரால் புனர்சிருஷ்டி செய்து தரமுடிந்ததில்லை. இதன் காரணம், க.நா.சு.வின் சுயமான எழுத்து லகுவானது - ஜர்னலிஸத்தனமானது - என்பதனால்தான். ஜர்னலிஸத்தனமான எழுத்தின் லட்சணம், அதன் தெளிவுமட்டுமல்ல; தெளிவாகச்

சொல்லக்கூடிய விஷயங் களை மட்டுமே தேர்ந்து கொள்கிற அடிப்படை கொண்டது தான் ஜர்னலிஸ எழுத்தாகும். க. நா. சு. எப்போதுமே ஆழ்ந்த பின்னலான பிரச்சினைகளையோ, கவித்வ அம்சங்களையோ எடுத்தாண்டதில்லை. இதனால், அவரது மொழி பெயர்ப்பின் மூலம் நமக்குக் கிடைக்கும் எழுத்தாளர்களின் சுயத் தன்மைக்கு அவரது தமிழ் ஈடுகட்டியதில்லை.

மொழிபெயர்ப்பின் உண்மையான சவால், மூல ஆசிரியனின் தனித் தன்மையும் நமது மொழியின் எல்லைகளை விஸ்தரிக்க வேண்டிய அவசியமும் ஆகும். இந்த இரண்டு அம்சங்களையும் நிறைவேற்றுகிறபோதுதான் மொழிபெயர்ப்பு ஓரளவுக்கேனும் பூர்த்தி யாகும். இன்னொன்று கூட உண்டு. பண்பாட்டு, பிரத்தேச, மத வேறுபாடுகளினால் நிர்ணயிக்கப்படும் வழக்குகள், குறியீடுகள் ஆகியவற்றினை வேற்று மொழியிலிருந்து நமது மொழிக்குக் கொண்டுவருதல். இந்த மூன்றாவது அம்சத்தை நேர்மையாக நிறை வேற்றுவதானால், நாம் மொழிபெயர்ப்புடன் விளக்கக் குறிப்பு களையும் தந்தாக வேண்டும். எனக்குத் தெரிந்தவரை, அலெக் ஸாண்டர் புஷ்கினின் ரஷ்யமொழிக் காவியமான *யூஜின் ஒனஜின்* னுக்கு விளடீமிர் நபக்கவ் செய்துள்ள ஆங்கில மொழிபெயர்ப்பில் மட்டுமே இது பூரணமாக நிறைவேற்றப்பட்டுள்ளது. இந்த அள வுக்கு நாம் போகாவிட்டால், மொழி பெயர்ப்பின் மூலம் நாம் அடையவேண்டிய பரந்த உள்ளம் கிட்டாது.

மொழிபெயர்ப்பின் இந்த அளவு லட்சியத்தன்மையை அடை யாவிட்டாலும், மூல ஆசிரியனின் முத்திரையை அப்படியே தரும் முயற்சி முக்யமானது - நிச்சயம் செய்யப்பட வேண்டியது. க.நா.சு. இதற்காக முயன்றதில்லை. அவரது மொழிபெயர்ப்புகளில் அவச ரமும் அசிரத்தையும் அதிகம்.

மூல ஆசிரியனின் படைப்பிலிருந்து வாக்யத்துக்கு வாக்யம் மொழிபெயர்ப்புச் செய்ய முற்பட்டால், அவனது சுயமுத்திரை யைக் கொண்டுவர ஓரளவுக்கு இயலும். க.நா.சு., தொடர்ச்சியாக ஒரு பத்தி அளவு மூலத்தைப் படித்துவிட்டு, அதன் கருத்தைத் தமது சொற்களில் அப்படியே தருகிற உத்தியைத்தான் பெருமளவுக்குக் கையாண்டிருக்கிறார்.

இவ்விடத்தில், அவர் மொழிபெயர்த்தது எல்லாமே ஆங்கிலத்

திலிருந்துதான் என்பதை வலியுறுத்த வேண்டியதில்லை. இதை ஊகிக்கக்கூடிய புத்திகூட இல்லாத, 'சாமியே சரணம் இளிச்ச வாயப்பா'க்களுக்கு இந்த மாதிரிச் சங்கதிகளை விளக்குவது வியர்த் தம். துரதிர்ஷ்டம் என்னவென்றால், சுமார் இருபது வருடகாலமாகக் க.நா.சு.வைச் சுற்றிச் சுற்றி, 'சாமியே சரணம்' என்று பஜனை பண்ணிக் கொண்டிருந்தவர்கள், இன்று தொடர்ந்து பண்ண முயற் சிக்கிறவர்கள், இந்த இளிச்சவாயப்பாக்கள்தாம். தமக்குப் பன் மொழி ஞானம் உண்டு என்ற மேற்படி சுயப் பிரச்சாரத்தை க.நா.சு. செய்ததற்குக் காரணம் இல்லாமல் இல்லை. ஹிட்லர் உலகை வென்று, ஆங்கிலத்துக்குப் பதிலாக ஜெர்மன் மொழியை உலக மொழியாக்கி விடுவான் என்ற குருட்டு நம்பிக்கை, ஸி.ராஜகோபா லச்சாரி ஈறாகப் பரவி யிருந்த ஒரு காலகட்டத்தில், ஜெர்மனைக் கற்க முயன்று கைவிட்டவர்களுள் ஒருவர் க.நா.சு.. ஸ்ரீஅரபிந்தோவும் ஸி.சுப்ரமண்யபாரதியும் பன்மொழி வல்லுனர்கள் என்ற அடிப் படையில் பெற்றிருந்த செல்வாக்கு க.நா.சு.வுக்குத் தெரியும். கூடவே விமர்சன அபிப்பிராயங்களைத் தெரிவிக்கும் முயற்சி யிலும் அவர் ஈடுபட்டார். விமர்சனத்தை ஓரளவுக்கேனும் முறை யாகச் செய்துகொண்டிருந்த புதுமைப்பித்தன்தான், விமர்சனத்தில் க.நா.சு.வுக்கு உதாரணபுருஷர் என்பதைக் கண்டுகொள்வது அவ சியம். பித்தனின் விமர்சனத்தை, சுயத்வமான நுண்ணுர்வும் வீர்யம் மிகுந்த மொழிவீச்சும் நிர்ணயித்தன.

பித்தனுக்கு, அவரது மேதமைவாய்ந்த படைப்பாற்றலும் ஒரு விமர்சகராகச் செல்வாக் களித்திருக்கிறது. க. நா. சு.வுக்கோ இலக் கியச் சுவையுணர்வு மட்டுமே இருந்திருக்கிறது. தீட்சண்யமான பார்வைகூட இருந்ததில்லை. மேலும், ஆழ்ந்து பார்த்து எழுதும் ஆய்வுப் போக்கான உழைப்பும் இருந்ததில்லை. எனவே வெறும் அபிப்பிராயங்களை மட்டுமே விமர்சனங்கள் என்று அவர் தந் திருக்கிறார். இப்படித் தமக்குப்பட்ட அபிப்பிராயங்களை, அதுவும் 'அடித்துச் சொன்னால்' போதும் என்ற ஒரு பலவீனமான 'சித்தாந் தம்' அவருடையது. சி.சு.செல்லப்பா தமது பத்திரிகையில் ஆய்வு பூர்வமான விமர்சனத்தை நிறுவ முயன்றபோது, க.நா.சு. தமது மேற்படி சித்தாந்தத்தை வெளிப்படுத்தி, சி.சு.செ.யின் இயக்கத் திலிருந்து பிரிந்து செயல்படலானார்.

புதுமைப்பித்தனின் தீட்சண்யம், வீர்யம் ஆகியவையோ,

சி.சு.செ. எழுப்பிய ஆய்வு என்ற சவாலை ஏற்கக்கூடிய உழைப்போ இல்லாதிருந்தும், க.நா.சு.வை ஒரு விமர்சகராகக் காப்பாற்றி வந்தவை, அவருக்கு ஏகப்பட்ட மொழிகள் தெரியும் என்ற போலி பவிஷுதான். இந்த பவிஷின் அடிப் படையில்தான், அவர்சொல்ல வந்ததை 'அடித்துச்' சொல்வதோடு நிறுத்திக் கொண்டார். தமக்கு ஏகப்பட்ட மொழிகள் தெரியும் என்ற சுயப்பிரச்சாரத்தை அவர் செய்ததுக்குக் காரணம், இப்படி 'அடித்துச் சொல்வது'க்கு ஆதாரமான செல்வாக்கை உருவாக்கவே என்று காண இடமுண்டு. சி.சு.செ.யின் *எழுத்து* பத்திரிகையில் ஆரம்பித்துத் தொடர்ந்த தீவிரமான விமர்சக இயக்கம், இந்த அசட்டுச் செல்வாக்கை வெகு சீக்கிரத் திலேயே பூஜ்யமாக்கிவிட்டது.

க.நா.சு., அதுவரை ஒரு ஸ்தாபனம் என்று கருதத்தக்க அளவுக்குச் செல்வாக்குடன் செயல்பட்டுவந்திருக்கிறார் - அதாவது தீவிரமான இலக்கியவாதிகளின் மத்தியில்! இருந்தும் அவர் செய்தது ஒரு லகுவான நியூஸ் பேப்பர் லெவல் விமர்சனத்தைத்தான்; அதன் மதிப்பு ஜர்னலிஸத் தன்மைக்குள் மட்டுமே அடங்கும். இடையில் புதுடில்லி சென்று அவர் வாழ்ந்த சமயத்தில், அவர் ஆங்கிலத்தில் எழுதியவையும் இந்தத் தரத்தவைதான். இத்தகைய விமர்சனத்தினுள் இருந்த கருவைக்கண்டு, அதற்கு உயர்தரமான சிந்தனைக் களன் ஒன்றை சி.சு.செ. நிர்மாணித்தபின்பு, அந்தக் களனினுள் க.நா.சு.வும் இயங்குவார் என்ற எதிர்பார்ப்பு நிறைவேறவில்லை. உண்மையில், ஜர்னலிஸத்தனமான விமர்சனத்தை மீறிப் பின்னலான, ஆழ்ந்த, நியாயப்பூர்வமான விமர்சனம் *எழுத்து*வில் பிறந்து வளர்ந்ததைக் கண்ட க.நா.சு., இதற்காகவே சி.சு.செ.யையும் அவரது இயக்கத்தை யும் தமது வைரிகளாகக் கருதினார் என்பது எனது அபிப்பிராயம். அதாவது, தமது ஏகபோகமாக இருந்த விமர்சனத்துறை தம்மால் நிர்வகிக்கவே முடியாத நுண்ணியல்புகளை அடைந்தபோது, அவர் அந்த நுண்ணியல்புகளைப் பேணுவோரையே தமது விரோதி களாகக் கருதினார் என்கிறேன்.

பிரசுரிக்கப்படுகிற எல்லாவற்றையுமே தேடிப் பிடித்துப் படித்துவிடுகிற ஒரே வாசகர் தாமேதான் என்கிற சுயப்பிரச்சாரத்தைக்கூட க.நா.சு. செய்துவந்திருக்கிறார். இதுகூடப் பொய்மையான ஒன்றுதான். போயும் போயும், *எழுத்து*வில் வந்த என் கட்டுரைகளையே அவர் படித்ததில்லை என்பதையும் லயம் சுப்ரமணியன், விக்ர

மாதித்யன் போன்றோரிடம் அவர் ஒப்புக் கொண்டிருக்கிறார். அன்றைய என் கட்டுரைகளை படிப்பதுக்கான அவற்றின் இன்றைய நூல்வடிவான *தமிழின் நவீனத்துவத்தைத்*தான் நாடியிருக்கிறார். என்னுடைய அன்றைய கட்டுரைகளை மட்டுமல்ல, என் கவிதை களில் பெரும்பாலானவற்றையும் *எழுத்து*வுக்குப் பிந்திய என் கட்டுரைகளையும்கூட அவர் படித்ததில்லை என்பதனை, இவை பற்றி அவர் உதிர்த்து வந்திருக்கிற அபிப்ராயங்களில் இருந்தே உணரலாம். இவ்விதம் என் எழுத்துக்களைப் படிக்காமல் விட்டது பற்றி எனக்கு அங்கலாய்ப்பு எதுவும் இல்லை. தமது செல்வாக்கைப் பறித்த 'எழுத்து' இயக்கத்திலிருந்து வளர்ந்த என்மீது அவர் காட்டிய இந்த குருட்டுப் பகைமைபற்றி, நான் அடைந்த வியப்பைத்தான் இங்கே தெரிவிக்கிறேன். இவ்வளவுக்கும் கர்மசிரத்தையாகப் புதுமைப்பித்தன், மௌனி, லா. ச. ராமாமிர்தம் என்ற தரத்திய எழுத்தாளர்களை மட்டுமே மிகச்சிறப்பித்தவர் க.நா.சு. கடினமான, ஆழ்ந்த விஷயங்கள் தமிழில் எழுதப்பட வேண்டும், படிக்கப்பட வேண்டும் என்று கூறிவந்தவர் க.நா.சு. 'சிந்தித்துப் படிக்கும் பழக் கம் தமிழில் ஏற்படவேண்டும்' என்று வலியுறுத்தியவர் க.நா.சு.

ஆனால், *எழுத்து* காலத்துக்குப் பிறகு அவர் தமது பட்டியல்களில் புகுத்த ஆரம்பித்த புதிய பேர்வழிகள் எல்லாருமே, அவருடைய இந்த லட்சியங்களை மலினப்படுத்திக் காலின்கீழ் போட்டு மாசு படுத்தியவர்களாவர். அசோகமித்திரன், கந்தசாமி, ஞானக்கூத்தன் என்போர் அடங்கிய *கசடதபற* கோஷ்டியினராக இவர்களைச் சுட்டிக் காட்டமுடியும். இவர்களைக் க.நா.சு. தமது பட்டியல்களில் புகுத்தியதுக்கு ஒரே காரணம், *எழுத்து* இயக்கத்தின் விளைவாக *தாம் இழந்த செல்வாக்கை இவர்கள் மத்தியில் அவர் பெற்றமை மட்டும் தான். இவர்களால் தாம் கொண்டாடப் படுகிறோம் என்ற நம்பிக்கை மட்டும்தான்.*

உண்மையில் மேலே குறிப்பிட்டவர்கள், *எழுத்து*வின் இயக்கத் தினுள் நுண்ணியல்பு பெற்று வளர்ந்த க.நா.சு.வினது லட்சியங் களைச் சாதிக்க முடியாத இரண்டாந்தர, மூன்றாந்தர, கடைத்தர மூளைகள்தாம். மௌனியின் பிராமணிய வெறியின் அடிப்படை யில் அவரை இலக்கியாசிரியராக, இவர்களுள் அசோகமித்திரன், ஞானக்கூத்தன் போன்றோர் கண்டார்கள் என்பது இவர்களை இலக் கியவாதிகளாக்கி விடாது. ஏனெனில், புதுமைப்பித்தன் பிராமணர்

அல்ல என்ற காரணத்துக்காக அவரது எழுத்தை மட்டம் தட்டும் போக்கு இவர்களிடம் இருந்திருக்கிறது. இதையே இவர்களிட மிருந்து கந்தசாமியும் சுவீகரித்திருக்கிறார்.

இவ்வளவுக்கும், வெளிப்படையாகவே அசோகமித்திரனும் கந்தசாமியும் புதுமைப் பித்தனை உணராத இலக்கியப் சுபோதி அபிப்பிராயங்களை எழுத்துருவிலும் மேடைப் பேச்சுருவிலும் சொல்லி வந்த அதேசமயத்தில், அதே புதுமைப்பித்தனைப் பற்றித் தம்முடைய சீரிய இலக்கியக்கருத்தைச் செம்மையாகவே க.நா.சு. வெளியிட்டிருக்கிறார் - 1977-இல் *புதுமைப் பித்தன் படைப்புகள்* தொகுப்பின் முன்னுரையாக.

இலக்கியச் சுவையுணர்வுடன் செயல்பட்ட க.நா.சு., சுமார் முப்பது கதைகளைப் பித்தனின் மிகச் சிறந்த கதைகள் என்று வரை யறுக்க முற்படுகிறார். ஆக, க.நா.சு. வின் பார்வையில் பித்தனின் சாதாரணக் கதைகள் என்று தென்படுகிறவற்றின் தரமேனும் அதே க.நா.சு. வின் பட்டியல்களில் தொத்தி ஏறி நின்று பித்தனுக்குக் கல்லெறியும் அசோக மித்திரன், கந்தசாமி வகையறாக்களின் மிகச் சிறந்த கதைகளில் உண்டா? - கேட்கிறேன்.

இதற்குத் தரவேண்டிய பதிலையும் கொண்டு நம்மை விட்டு மறைந்து விட்டார் க. நா. சு. அவரது பட்டியல்களில் ஒட்டுண்ணி ராஜ்யம் நடத்திய வர்கள் கலையப்போகிறார்கள். புதுமைப்பித் தனின் பர்வத சொரூபத்துக்கு இவர்கள் எறிந்த கற்கள் உருண்டுவந்து இவர்களை நசுக்கப்போகின்றன. சோர்ந்து விழுந்து சோம்பேறியாகி விட்ட சிங்கத்தின் பிராந்தியத்துக்குள் புகலிடம் கொண்டு, இந்த நரிகள் செய்து வந்திருக்கும் ரசாபாசம் நிரம்பிய இலக்கிய மதிப்பீடு களுக்கு, இனி இவர்கள் தாமாகவே பாதுகாப்புத் தரவேண்டிய அவசியம் வந்திருக்கிறது.

இவ்வளவுக்கும், இவர்களினால் தமது மதிப்பீடுகளே களங்க மடைந்ததைக் கண்டு கொள்ளாமல், இவர்களால் தாம் கொண் டாடப்படுவது போதும் என்று ஒரு விசித்திர இலக்கிய வாழ்வு நடத்தியவர் அந்திமகாலத்திய க.நா.சு. அவரது மதிப்பீடுகளின் பரிமாணத்தில் அதிகபட்சச் சாதனை ஈட்டிய என்னைப் படிக்கா மலே இந்த அந்தி மகாலத்தைக் கழித்தவர் க.நா.சு. இவற்றைச் சுட்டிக்காட்டி, இவற்றுக்காக அவரை நாம் மதிக்கக்கூடாது என்

பதை அறுதியிட்டால்தான், சுவையுணர்வுடன் ஆழ்ந்த தமிழ் ஒன்று வளர வேண்டும் என அவர் இட்ட லட்சிய வித்துக்களை நாம் அடையாளம் காணலாம்.

(திசை நான்கு, ஜூலை-செப்டம்பர் 1989)

III

மேலே உள்ள இரண்டு பகுதிகளிலும் நாம் காணும் க.நா.சு. ஒன்றும் புதிதாக இப்போதுதான் என்னால் காட்டப்படுகிற ஒருவர் அல்ல. 1972 வாக்கில் அவருடைய சீடர் குழாமாகச் செயல்பட்ட *கசடதபற* பத்திரிகை யினரை, அதாவது, அசோகமித்திரன், ராம கிருஷ்ணன், ஞானக்கூத்தன், சா.கந்தசாமி முதலியோர் அடங்கிய கும்பலை, நான் டெல்லியின் *Thought* பத்திரிகையிலும் பின்பு *அஃக்* பத்திரிகையிலும் விமர்சித் திருந்தேன். எனக்குப் பதில் சொல்லும் தோரணையில், 'இலக்கிய அரசியல்' என்று ஒரு கட் டுரையை *கசடதபற*வில் க.நா.சு. எழுதினார். எனது மேற்படி கட்டுரை களை 'அரசியல்' என்று கொச்சைப் படுத்தித் தப்பித்து விடுவதற்குக் க.நா.சு. காட்டிய வழியாகவே அதனை 'கசடத பற'க்கள் எடுத்துக்கொண்டு திருப்திப்பட்டன. அந்த சமயத்தில், சி.சு.செல்லப்பா வின் மணி விழாவையொட்டி வந்த ஞானரதம் இதழில் 'ரஸனை, விமர்சனம், செல்லப்பா' என்ற தலைப்பில் நான், க.நா.சு.வின் விமர்சன அணுகு முறையைக் கோடிட்டுக் காட்டியது, க.நா.சு.வின் இலக்கிய அரசியல் கட்டுரைக்கு முன்னால் என்றே ஞாபகம். எப்படி இருந்தாலும், க.நா.சு.வின் பட்டியல்களில் எனக்குத் தொத்திக் கொள்ளக்கூட இடம் இல்லாமல் போனதுக்கு, அவரது சீடர்களைப் பற்றி - அவரைப்பற்றி - நான் அப்போதே வெளியிட்ட கருத்துக்கள்கூடக் காரணமாகலாம். புதிதாகப் பிறக்கும் வாசகர்களுக்கு மேற்படி விவரங்கள் தெரியாததால், க.நா.சு. 'போன' பிறகுதான் நான் இப்படி எகிறிக்குதிக் கிறேனோ என்று தோன்ற இடமுண்டு. உண்மையில், க.நா.சு. டில்லியிலிருந்து சென்னைக்கு வந்த இறுதிக்காலகட்டத்தில்கூட, நண்பர்களிடம் அவர் கருத்துக்களின் அபத்தங்களைச் சுட்டிக்காட்டியபடிதான் இருந்திருக்கிறேன். இந்த என் நேர்ப்பேச்சுக் களினால், சிந்தனைக் கூர்மையும் விமர்சன விழிப்புணர்வும் தகவல் ஞானமும் அடைந்த

ஒரு சிலர் இல்லாமல் இல்லை. குறிப்பாக, *லயம்* பத்திரிகையில் ‘யுதிஷ்ட்ரன்’ என்ற பெயரில் எழுதிய கால சுப்ரமணியம் கவனத்துக்குரியவர். *தினமணி*யில் க.நா.சு. தெரிவித்த அபத்தக் கருத்துக்களைச் சுட்டிக்காட்டி இவர் எழுதி, *தினமணி*யினால் சுருக்கப்பட்டு வெளியான கடிதங்களும் கவனத்துக்கு உரியவை. ஆனால், டில்லியிலிருந்து சென்னைக்கு வந்த க.நா.சு., எத்தகைய அறிவுத்தளர்ச்சியில் இருக்கிறார் என்பதை நேரில் உணர்ந்த நான், அவரை எழுத்தில் விமர்சிப்பதற்கு உரிய நாசூக் ஆன வழிவகையைத் தேடியதுக்குமேல் எதையும் எழுதிவிடவில்லை. க.நா.சு.வின் அறிவுத் தளர்ச்சியைத் தங்களுக்குச் சாதக மாக்கிக் கொள்ள முயன்ற சில புதிய புள்ளிகள், ‘பாவம் வயது காலத்தில் அவர் எதையோ எழுதுகிறார், போகட்டும்’ என்று என் நேர்முக விமர்சனத்துக்குப் பதிலாக, க.நா.சு.வைப் பாதுகாத்துச் சொன்னதை இங்கே குறிப்பது நலம்.

இப்போது ‘நாசூக்’தனம் தேவையற்றுப் போய்விட்டது என்பதும் இந்த எனது விமர்சனத் தோரணைக்கு ஒரு காரணமாகும். ‘‘இறந்தவரை இப்படிக் கடுமையாக விமர்சிக்கலாமா?’’ என்றும் சில ‘கிரீச்’ சப்தங்கள். இந்த சப்தங்களின் மூலாதாரத்தைத் தேடினால், க.நா.சு.வின் பட்டியல் வாசிகளின் திருட்டு முழிகளை நாம் காணலாம். எனது நோக்கம் இங்கே முற்றிலும் அறிவியக்கத்தைச் சார்ந்தது. இந்த இயக்கத்தின் வெளிச்சத்தைத் தாங்க முடியாத பெருச்சாளிகளின் பொந்துகளிலிருந்து கிளம்பும் ‘கிரீச்கிரீச்’களைப் பொருட்படுத்துவது, ஜீவகாருண்ய சங்கங்களுக்கு உரிய கடமையாகும்.

IV

எதையுமே தீர ஆராயாமல் பராபரியாகக் கேள்விப்பட்டதையும் படித்ததையும் திருகலாகக் கிரகித்து வைத்துக்கொண்டு, அதை இன்னும் திருகலாக்குகிற ‘எளிமை’யோடு வெளியிடுவது க.நா.சு.வின் சிந்தனைப்பாணி. இதற்கு மூன்று முக்கிய உதாரணங்களை இங்கே ஆராயலாம். எனது பார்வையைக் கூர்ந்து கவனிக்க விரும்புகிறவர்கள், க.நா.சு.வின் *கலைநுட்பங்கள்* என்ற நூலில் உள்ள இரண்டு கட்டுரைகளை மீண்டும் படிப்பது நலம்: நூலின் எட்டாவது கட்டுரையான, ‘மேலை நாட்டு இலக்கிய இயக்கங்களும் தமிழ் இலக்கியத்தில் அவற்றின் தாக்கங்களும்’ என்பது ஒன்று, பதினா

றாவது கட்டுரையான ‘கலை கலைக்காகவே என்பது பற்றி’ என்ற கட்டுரை அடுத்தது.

‘ரொமான்டிக்’ கவிதை இயக்கத்தைப் பற்றிப் பேசும்போது அது ''ஆங்கில இலக்கியத்தி லிருந்து முதல் முதல் இந்தியா பூராவிலும் பரிச்சயமான முதல் இயக்கம்,'' என்கிறார். சமஸ்கிருதத்தில் நாடக இலக்கியம் செழித்த காலத்தையும் தமிழின் காவிய காலத்தையும் நாம் நமது ரொமான்டிக் எழுத்தினது ஆரம்பங்கள் என்பதுதான் சரி. இது க.நா.சு.வுக்கு தெரியாமல் போனதுக்குக் காரணம், ரொமான்டி ஸிஸம் என்றால் என்ன என்பதே அவருக்குப் புரியாமல் போனமை தான். ‘மனிதனுக்குப் பிறமனிதனிடம் நேயம் இருப்பது... எல்லோரும் சமம்... எதிர்காலத்தைப்பற்றி... கனவுகள்... அவற்றை நிஜமாக்க கவிதை மூலம் உழைக்க வேண்டும்...'' என்று க.நா.சு. ரொமான்டிஸிஸத்தை விபரிக்கிற பகுதி, உண்மையில் ஹியூமனிஸத்தை விபரிக்கவே உதவும்; மனித இயற்கையையும் அவனது அன்றாட அநுபவங்களையும் முன்நிறுத்தி, இயற்கையை மீறிய அம்சங்களை - அதாவது புராண ரீதியான காவிய மரபுகளை - நிராகரித்து, மானுடத் தேவைகளுக்கு யதார்த்தப் பரிமாணங்களை ஏற்படுத்தித்தந்த இயக்கம் ஹியூமனிஸம். மேலே க.நா.சு. சொல்கிறது இதற்கே ஒத்துவரும். தொடர்கிறார் க.நா.சு., ''கவிதையை மதிக்கும் பண்பாடு, உண்மைக்கும் அழகுக்கும் ஏற்றம், மேன்மையான குணங்களுக்கு ஒரு மதிப்பு''எனும்போது, ரொமான்டிஸிஸத்தின் விசேஷத்தன்மை எதையும் அவர் சொல்லிவிட வில்லை. இதே அம்சங்களை நாம் கிளாஸிசிஸத்திலும் காணலாம். ரொமான்டிஸிஸத்தை அவர் சற்றே சரிவரப் பார்ப்பது, ''அன்பு... காதல் சிறப்பு... உணர்ச்சிக்கு அதிக இடம்...,'' என்ற பகுதியில்தான். ''மனிதன் பிறப்பால் நல்லவன். நல்லதை எடுத்துச் சற்று உணர்ச்சியுடன் சொன்னால் ஏற்றுக்கொண்டு நல்வழிப்படுவான்'' என்று ரொமான்டி ஸிஸ்டுகள் நம்பியதாக க.நா.சு. சொல்வது, ரொமான்டிஸிஸத்தை விளக்கவில்லை. இதுவும் மேற்கொண்டு அவர் சொல்கிற ''ஆணுக்குப் பெண் சமம்... அவள் விடுதலை,'' என்கிற சங்கதிகளும் ரொமான்டிஸிஸ்டுகளினால் மட்டுமல்ல, ஹியூமனிஸ்டுகளினால்கூட எடுத்தாளப்பட்டவை.

இதற்கெல்லாம் பாரதியை உதாரணிக்கும்போது, க.நா.சு. அவரை ரொமான்டிஸிஸ்ட் என வரையறுக்கத் தவறான அளவை

களையே உபயோகிப்பவராகிறார். ''பெண்விடுதலை, சமூகசீர் திருத்தம்'' என பாரதி பற்றி அவர் தருகிற விபரங்கள், அவரை ஹியூமனிஸ்டாகவும் கூடக் காட்டுகின்றன. பாரதியிடம் ரொமான் டிக் ஆன ஒரு வேலைப்பாட்டுடன் வெளிப்பட்டது ஹியூமனிசம் தான் என்பதை உணராமல், அவரது ஹியூமனிஸத்தை க.நா.சு. ரொமான்டிஸிஸமாகப் புரிந்து கொண்டுள்ளார். (பாரதியிடம் ஒரு சமயம் ஹியூமனிஸமும் இன்னொரு சமயம் ரொமான்டிஸிஸமும் அதிகமாகத் தெரியும்.)

ரொமான்டிஸிஸம் என்றால் என்ன என்பதைப் புரிந்துகொள்ள வேண்டுமானால், கிளாஸிசிஸத்தை முதலில் அறிய வேண்டும். உயர்தரமான நுண்ணிய உணர்ச்சிகளை மென்மையாகவும் கட்டு பாட்டுடனும் வெளியிடும் பண்பே கிளாஸிசிஸம். ஏற்கனவே மனசில் பிரதிஷ்டை செய்யப்பட்டுள்ள கலாச்சார மூலகங்களைச் சார்ந்து ஒழுகும் இயக்கம் அது. இந்த ஒழுக்கத்தின் எல்லையினுள் ளேயே புதுமலர்ச்சி ஏற்படப் படைப்பதுதான் கிளாஸிக்கல் கலைச் சாதனை. இந்த வரையறை மீறப்பட்டபோது அது ரொமான்டி ஸிஸம் ஆயிற்று. கட்டுப்பாடற்ற பிரவஹிப்புடன் கற்பனையும் உணர்ச்சியும் வெளிப்படுகிற படைப்புகள் பிறந்த சமயம் அது. கிளாஸிக்கல் யுகம் க்ஷீணித்ததுடன், சமூக வரையறை களை மீறிய காதல்களை வரவேற்று, ஊக்குவித்த புதிய சமூக விஸ்தரிப்பின் கலாச்சாரப் பண்பே ரொமான்டிஸிஸம். இது ஹியூமனிஸத்தின் முன்னோடி என்பதும் கவனத்துக்கு உரியது. இது மேனாட்டின் ரொமான்டி ஸிஸ சரித்திரம்.

இந்தியாவின் சமஸ்கிருத இலக்கியத்தை எடுத்தால், வேதங் களும் இதிகாஸங்களும் - விசேஷமாகக் காளிதாஸன் போன்ற நாடகாசிரியர்களிடம் - ரொமான்டிக் ஆன பிரதிபலிப்பையே அடைந்தன. சமஸ்கிருதத்திலும் சரி, தமிழிலும் சரி, பண்டைய இலக்கியங்கள் மென்மையையும் கட்டுப்பட்ட பிரயோகங்களை யுமே அடிப்படையாகக் கொண்டிருந்தன என்பதும், பிந்திய படைப்புகள் உணர்ச்சிப் பிரவாஹத்தை அடிப்படை யாக்கின என்பதும் வெளிப்படை. பார்க்கப்போனால், குறிப்பாகக் காளி தாஸனிடம் ஆரம்பித்த ரொமான்டிஸிஸம், இன்றைய தமிழ்த் திரைப்படப் பாடலாசிரியர்கள் வரை விடாமல் ஆசு ஊசு என்று ஓடி வந்து கொண்டுதான் இருக்கிறது - கண்ணதாசன் வரை, காமராசன்

வரை, வைரமுத்து வரை, அடியார் வரை. இந்த ரொமான்டிக் இயக்கம், தனது உக்ரத்தை தமிழில் கம்பனிலும் ஓரளவுக்கு பாரதியிலும் வெவ்வேறு விதங்களில் நிறைவேற்றிவிட்டு மடிந்து விட்ட ஒன்று. இன்றைய ரொமான்டிஸிஸ்டுகளிடம் நாம் கேட்பது, பழைய ரெகார்டுகளினைத் தாறுமாறாக லகுவான பிரபலத்துக்காகப் பிராண்டிக் கொண்டிருக்கும் பேனாக்களின் நாராசமான ஊளைகளைத்தான்.

அடுத்து நான் குறிப்பிட்டுள்ள க.நா.சு. கட்டுரையில், 'கலை கலைக்காகவே' என்ற கொள்கையை ஆராய்கிறார் அவர்.

'கலை கலைக்காகவே' என்ற சுலோகம், 'கலை என்றால் என்ன?' என்ற அடிப்படைத் தெளிவின் மூலமே நியாயம் பெற முடியும். க.நா.சு. இவ்விதத்தில் இந்தப் பிரச்னையை ஆராயவில்லை. ''ஒரு நூலுக்குத் தன்னைத் தானே படித்துக் கொள்ளும் திறமை உண்டா?'' என்ற அருவருக்கவைக்கிற கொச்சைப் பாணியில்தான் க.நா.சு. இது பற்றி 'சிந்தனை' செய்கிறார்!

'கலை கலைக்காகவே' என்ற சுலோகத்தின் நியாயத்தைப் புரிந்து கொள்ள வேண்டு மானால், 'கலை வேறு எதற்கு?' என்று கேட்டுப் பார்க்க வேண்டும். 'மனிதனுக்கு' என்ற பதிலை நிச்சயமாக எதிர்பார்க்கலாம். உடனேயே 'கலை', அந்தர் பல்டி அடித்துப்போய் வெகுஜன வாசகப் பாலைவனத்திலோ அரசியல் குட்டையிலோ விழக்காணலாம். இந்தப் பிராந்தியங்களில் வீழ்ந்த உடனேயே கலை வரண்டு, மூச்சிழந்து மடிகிறது. இது விபரிக்கத் தேவையற்ற நேர்முக உண்மை.

எனவே, கலை கலையாகவே பிறக்கவேண்டும். 'கலை கலைக்காகவே' என்ற சுலோகத்தின் பொருள் அது தான். சவால் அது தான்.

ஆஸ்கார் வைல்ட் என்ற ஆங்கில எழுத்தாளர், 'கலை கலைக்காகவே' என்று சொன்னாலும், அவர் எழுதியவை மனிதருக்காக (அதாவது மனிதாபிமானம் கொண்ட தாக) இருப்பதைக் கண்டு பிடித்து - ஆகவே அவரது கலைகூட மனிதர்களுக்காக வந்துவிட்டது என்கிறார் க.நா.சு. முதன்மையாக வைல்டின் கலை, கலையாக இருக்கிறது என்பதைக் க.நா.சு. கவனிக்கவில்லை. 'கலை கலைக்காக' என்றால், அது 'கலையம்சத்தின் தேவைகளைப் பூர்த்தி செய்வதாக' இருக்க வேண்டும் என்பதே பொருள். ஆஸ்கார் வைல்டின் எழுத்துக்கள் கலையம்சத்தைப் பூர்த்தி செய்கிறவை. கலை, மக்

களுக்காக - மதத்துக்காக - மார்க்ஸீயத்துக்காக - என்கிறவர்கள், கலையம்சத்தை உதாசீனம் செய்கிறவர்கள். இதைக் கண்டு சொல்லக்கூடிய தீட்சண்யமோ மனவோர்மையோ அற்ற க.நா.சு., எங்கோ திரும்பி நின்று ஆஸ்கார் வைல்டு பற்றி அபிப்ராயம் சொல்லிக் கொண்டிருக்கிறார்.

மூன்றாவதாக, அதே கட்டுரையில் ஆஸ்கார் வைல்ட்டின் 'விதண்டா வாத மான கருத்துக்கள்' பற்றி க.நா.சு. சொல்கிற குருட்டுக் கருத்துகளைப் பார்ப்போம்.

''இலக்கியம் வாழ்க்கையைப் பின்பற்றுவதாக எல்லோரும் சொல்கிறார்கள், ஆனால் வாழ்க்கை தான் இலக்கியத்தைப் பின் பற்றுகிறது.''

இந்த ஆஸ்கார் வைல்டு மேற்கோள் அர்த்தமற்றது என்கிறார் க.நா.சு. மனித உள்ளத்தினைப் புரிந்து கொண்டு பேசும் ஆஸ்கார் வைல்டு, இலக்கிய ரூபமான, காவிய ரூபமான, புராண ரூபமான பிரதிமைகளை, சினிமாஸ்டார்களிலிருந்து அரசியல் குடுமிகள் வரையிலான பிரதிமைகளை முன்னு தாரணங்களாக வைத்தே மனிதன் வாழ்வதனை உள்ளர்த்தப் படுத்துகிறார். உண்மையில் இத்தகைய பிரதிமைகள் அற்ற நிலையில் மனிதன் ஞானியாக வேண்டும்; அல்லது மிருகமாக வேண்டும்.

''இன்று இவ்வுலகில் பல கெடுதல்கள் மலிந்துவிட்டன. ஏன் தெரியுமா? பொய் சொல்வது குறைந்து கொண்டிருக்கிறது. பொய்கள் நசிந்துவிட்டன.'' - இது க.நா.சு.வால் கொச்சைப் படுத்தப் பட்ட ஆஸ்கார் வைல்டு கட்டுரைச் சாராம்சம். 'பொய்களின் தன்மை மாறிவிட்டது' என்பதே வைல்டின் கருத்து. உதாரண மகத்துவங்களாக ராமன், சீதை போன்றவைகளையே வைல்டு இங்கே பொய்கள் என்கிறார். இத்தகைய பொய்கள் மானுடனை உந்நதப் படுத்தக் கூடியவை. ஆனால் நமக்குக் கிடைக்கும் பொய்கள் வெறும் சினிமா ஸ்டார்களைப்பற்றிய கவர்ச்சிப் பொய்கள் தாம். இது பொய்களின் நசிவே அல்லவா?

''அவள் இசையை நேசித்தாள். அதைவிட இசைக் கலைஞர்களை நேசித்தாள்,'' என்று வைல்டு எழுதுவதை, கேவலம் ஒரு குமுதம் வாசகரால்கூட பரிகாஸம் என்று புரிந்து கொள்ள முடியும். இந்தப் பரிகாஸத்தைக்கூடப் புரிந்துகொள்ள முடியாத அறிவுத்

தளர்ச்சியில் கிடந்த இந்த க.நா.சு.வுக்கும் புதுமைப்பித்தனை, மௌனியைச் சிறப்பித்த க.நா.சு.வுக்கும் என்ன சம்பந்தம்?

★ ★ ★

ருசியுணர்வு என்பது ஒன்றும் லேசுப்பட்டதல்ல. படைப்பின் தரநிர்ணயத்துக்கு அத்யாவசியமான முதல்பட்ச உணர்வு இதுதான். ருசியுணர்வு இருந்தால்தான் ஒரு படைப்பு ஜீவனுள்ளதாக இருக்கிறதா என்பதைக் காண முடியும். ஜீவனற்ற வெளியீடு 'படைப்பு' என்ற தகுதி கூட அற்றது. இதை 'வரட்டு எழுத்து' என்று இனங்காண - இனம்காட்ட- உதவுவது ருசியுணர்வுதான். க.நா.சு.வின் விமர்சனங்களை நியாயப்படுத்த வேண்டுமானால், இந்த ருசியுணர்வின் அடிப்படையில் அவர் செயல்பட்ட அளவு எவ்வளவு, நழுவியது எவ்வளவு என்று காண வேண்டும்.

கொத்தமங்கலம் சுப்புவின் நாட்டுப்பாடல்களும் சுத்தானந்த பாரதியின் பக்திப் பாடல்களும் கி.வா.ஜகந்நாதன் போன்றோரின் செய்யுள்களும் பவனி வந்த ஒரு காலகட்டத்தில், சி. சுப்ரமண்ய பாரதியின் கவித்வ வீர்யம் தமது படைப்புகளில் தொடர்ந்து தெறிக்கக் கவிதைகளை எழுதி வந்தவர் பாரதிதாஸன். இவரை மேலுள்ள வகையான எழுத்தாளர்களிலிருந்து தனிமைப்படுத்தி, இவர் எழுதியவைதாம் அன்று கவிதைகள் என இனம் காட்டினார் புதுமைப்பித்தன். ஆனால் கூட, பாரதிதாஸனை விடவும் பன்மடங்கு ஆழ்ந்த நவீனத்தன்மை வாய்ந்த செழுமையான கவித்வம் புதுமைப்பித்தனுடையது. இது ஒரு புறம் இருக்க,

தாம் எதற்காகப் பாரதிதாஸனைச் சிறந்த கவியாகக் காட்டுகிறோம் என்பதைப் புதுமைப் பித்தன் 'அடித்துச்' சொல்வதுடன் நிறுத்தியதில்லை. பாரதிதாஸனின் கவிதை வரிகளை எடுத்துக் காட்டி, ஒருவித ஆய்வினைச் செய்தே தமது பார்வையை நிறுவினார் புதுமைப் பித்தன். பெரும்பாலும் அவரது போக்கில், ரஸனை விமர்சனத்தின் அம்சங்கள் இருக்கத் தான் செய்கின்றன. ஆயினும், ஆய்வு ரீதியாகத் தாம் உணர்ந்ததைக் காட்ட வேண்டும் என்ற நேர்மையுடன் அன்று அவர் எழுதி இருக்கிறார்.

ருசியுணர்வின் செயல்முறைத் தன்மையை இந்த நேர்மைதான் நிர்மாணிக்கிறது. முதன்மையாக ஜீவன் இருக்கிறதா, அடுத்து கவித்

துவச் செம்மை அமைந்துள்ளதா, இவ்விரண்டின் பிணைப்பினால் கலையம்சம் பிறந்துள்ளதா என்பதை ஒரே வீச்சில் தெரிவிப்பது தான் ருசியுணர்வு. ஜீவனுக்கு ஆதாரமானது, தேர்ந்து கொண்ட பொருளில் கொழுந்து கொண்ட உணர்வுச் செம்மை. இந்த உணர்வும் பொருளம்சமும், வெறும் முதிர்ச்சி யின்மையினாலோ தவறான கொள்கைகளினாலோ அல்லாமல், அறிவின் உருக்காலையில் புடம் பெற்றிருக்கிறதா என்பதைக் காட்டுவது *சிந்தனைச் செம்மை.* ஜீவனின் ஆதாரமான உணர்வின் முதிர்ச்சிக்கு ஆதாரம் சிந்தனைச் செம்மை என்று வருகிற, இந்தப் பிராந்தியத்தை அளவிட வெறும் ருசியுணர்வு போதாது. ஆனால், ருசியுணர்வு அற்றவர்கள் இந்தப் பிராந்தியத்துக்குள் அத்துமீறிப் பிரவேசித்து, பண்டிதப் பெருச்சாளிச் சாம்ராஜ்யங்களை இங்கே காலம் காலமாக நிறுவி வருகிறார்கள். இது இங்கே கவனத்துக்குரியது.

பொருளம்சம் திவ்வியமானது என்ற அடிப்படையில் ஜீவனற்ற பிறப்புகளைச் சிருஷ்டிகள் என்று பிரசவிப்பதற்குத் துணைபோகிறவை இந்த பண்டித சாம்ராஜ்யங்கள். ருசியுணர்வு அற்ற பார்வையே இதற்கு முழுமுதற் காரணம். ''முறையாகத் தமிழ் படித்தவர்களுக்கு இலக்கிய உணர்வு கிடையாது'', என்று இந்த விஷயத்தை மொட்டை யாக ஒரு சமயம் தெரிவித்தார் க.நா.சு. என்பதும் இங்கே கவனிக்கவேண்டிய விஷயம். வெறும் பொருளம்ச ஆராய்ச்சியை மட்டுமே அடிப்படை யாக்கி, இதன் விளைவாக ஜீவனை உணரமுடியாத நிலைக்கு முறையான படிப்பு வழிவகுக்கிறது என்று சொல்லலாம். இதை அன்று சி.சு.செல்லப்பா மறுத்து எழுதியதையும் உடனே குறிப்பிட்டு விடுவது நல்லது.

புதுமைப்பித்தன் அன்று பாரதிதாஸனை ரஸனா பூர்வமாக ஆய்வு செய்தபோது, அவரை உந்தியது அவரது ருசியுணர்வு. தமது ருசியுணர்வினை வெறும் முதிர்ச்சியற்ற விதமாகப் பாரதிதாஸன் தூண்டி விடவில்லை என்று நிறுவுவதற்காக, அவரது கவிதை களின் பொருள் அம்சத்தையும் எடுத்துக்காட்டினார் புதுமைப்பித்தன்.

க.நா.சு. எந்தக்காலகட்டத்திலுமே இவ்விதமாக விமர்சனம் எதுவும் எழுதியவரல்ல; பார்க்கப்போனால், எந்த ஒரு ஆசிரியரையும் எடுத்து வைத்து, அவரை தாம் இலக்கியாசிரிய ராகக் கொள்வதன் காரணம் என்ன என்று காட்டுகிற ஒரு கட்டுரையைக் கூட

க.நா.சு. எழுதியதில்லை. மௌனியின் நூலுக்கும் புதுமைப்பித்தனின் தொகுப்புக்கும் அவர் தந்திருக்கிற விசேஷமான முன்னுரைகளில்கூட அவர் இதைச் செய்யாமல், வேறு ஆலாபனைகளையே நிகழ்த்திக் காட்டிவிட்டு நழுவுகிறார். மற்றபடி அவர் எழுதியவை எல்லாம், அந்தந்தக் காலத்திய இலக்கிய இயக்கத்தின் போது வேண்டியவர், வேண்டாதவர் பார்த்துப் போட்ட பட்டியல்கள் அடங்கிய ரிப்போர்ட்களைத்தான். இந்த ரிப்போர்ட்டுகள் அவரது ருசியுணர்வைக் காட்டுகிறவை - அதுபோதும் என்பது விமர்சன ரீதியாகச் செல்லுபடியாகாத சமாதானமாகும். இது எவ்வளவு தூரம் செல்லு படியாகாது என்று காட்டு வதற்காகத்தான், பாரதிதாஸனை புதுமைப்பித்தன் அன்று அணுகியமை பற்றிய தகவலை தந்திருக்கிறேன்.

தொல்காப்பியப் பொருளாதாரச் செங்கோலோச்சியவர்கள் பழைய பண்டிதர்கள் என்றால், மார்க்ஸீய, ஸ்டரக்சுரலிஸத் தண்டல் நாயகத்தனம் பண்ணக் கிளம்பி யிருப்பவர்கள் புதிய பண்டிதர்கள். எடுத்துக்கொண்ட கவிதை ஜீவனுள்ளதா அல்லவா என்பதை உணர்வதில் இரண்டு பரம்பரையும் சாதிப்பது ஒரே சுழியைத்தான். எழுதப்பட்ட தின் மரபான பொருளம்சத்தைத் திட்டவட்டமாக நிர்ணயித்த அன்றையவர்களின் பொருளதிகார ஒழுக்கம் கூட இன்று இல்லை. இதற்குக் காரணம், இன்றைய படைப்புல கினுள் வாலை விட்டு ஆட்டுவதற்கு இன்றைய பண்டிதர்கள் கிளம்பியிருப்பதுதான் - இன்றைய பண்டிதர்களின் இன்றைய அரசியல் நோக்கங்களின் விளைவு இது. எவனோ எழுதிய படிமப்பிரயோகங்களைத் தோலுரித்து, உரித்த தோலில், பாரதிதாஸன் செய்ததுபோன்று, உபயோகமான செருப்புகளைக் கூடத் தயார் பண்ண முடியாமல், தோல்களாக அப்படியே குவித்துப் போட்டிருக்கும் பிரம்மங்களும் பிரேதங்களும், இந்தப் பண்டிதர் களின் ஸ்ட்ரக்சுரலிஸத்தினால் கவ்விக் குதறப்படுவதற்குத் தங்கள் தோல் படைப்பு களைக் குத்தகைக்கு விடுகிறார்கள்; அன்று பட்டி மன்றம், இன்று பட்டறை.

பண்டிதர்களை அன்று இலக்கிய விரோதிகளாகக் கண்டு காட்டிய க.நா.சு.வுக்கு, இந்தப் பண்டிதக் கூட்டம் தென்படாமல் இல்லை. பொத்தாம்பொதுவாக இவர்களைக் கொள்கை வாதிகளாக, கலை நுட்பங்கள் முன்னுரையில் குறிப்பிடவே செய்கிறார். ஆனாலும், இந்த கொள்கை வாதிகளின், சித்தாந்திகளின், இன்றைய இயக்

கத்தை சந்திக்கக்கூடியது சிந்தனா ரீதியான ஆய்வுப்பண்பு மட்டும் தான். க.நா.சு.வினால் இதைச் சாதிக்க முடிந்ததில்லை. காரணம், அவர் சிந்தனையை அன்றி, தமது செல்வாக்கினை மட்டும் ஆதார மாக்கி அடித்துச் சொல்வதுடன் நிறுத்திக் கொண்ட ஒருவர்தாம். அன்றைய பண்டிதர்கள் அவர்களது முடிவுகளைச் சிந்தனை சாராத சொல்லாடல்கள் மூலமும் தொல்காப்பிய மேற்கோள்களின் மூல மும் 'அடித்துச் சொல்லிக்கொண்டிருந்தபோது' அதற்கு எதிராகக் க. நா. சு. 'அடித்துச்' சொன்னவை போதுமானதாக இருந்திருக்கிறது. இன்றோ, அவர் புதிய பண்டிதர்களின் முன்னிலையில், தமது அழகியலுக்கு அத்திவாரத்தைத் தேடி அத்வைதம் வரை ஓடவேண் டிய ஒரு சிந்தனை வரட்சியைத்தான், தமது பிந்திய சென்னைக் காலத்தின்போது வெளியிட்டிருக்கிறார்.

இலக்கிய தரிசனத்துக்கும் அத்வைதத்துக்கும் இடையில் எவ் வளவு சம்பந்தம் இல்லையோ, அவ்வளவுக்கு மார்க்ஸீயத்துக்கும் 'மார்க்ஸீய அழகிய'லுக்கும் இடையே எவ்வித சம்பந்தமும் இல்லை. இதை க.நா.சு. மட்டும் அல்ல, புதிய பண்டிதர்கள்கூட உணர்ந்திருந்தால், இன்றைய குளறுபடிகள் பலவற்றைத் தவிர்த் திருக்கலாம். பார்க்கப் போனால், 'அழகியல் அழகியல்தான்' என்ற சரியான பார்வையைத்தான் க.நா.சு. வெளியிட்டார் என்பதை, அவரது கலைநுட்பங்களில்கூடக் காணலாம். இதனுடன், "அழகியல் தான் உள்ளது. மார்க்ஸீய அழகியல் என்று எதுவும் கிடையாது,'' என்பதை அவர் அடித்துச் சொல்லியாவது இருக்கலாம். ஆனால், பிந்திய சென்னைக் காலத்திய க.நா.சு.வின் அறிவுத்தளர்ச்சியும் சுயபாதுகாப்புத்தனமான அபிப்ராய வியாபாரமும், அவரை இது விஷயங்களில் தமது அடிப்படை இயக்கத்துக்கு ஏற்றபடி பேச இடம்விடவில்லை. இதற்கும் கீழே போய், ''ஆமாம், உங்கள் பார்வை மார்க்ஸீயப்பார்வை! அதன்படி பார்த்தால் அப்படித்தான் இருக்கும்'', என்று ஹைஜாக் கடத்தல்வாதிகளுடன் சமரசம் பேசும் தோரணையில், மார்க்ஸீயவாதிகளிடம் அவர் கூறியது அவர்களுக்கு குஷி கிளப்பியிருக்கிறது. உண்மையில், கலைநுட்பங்களில் க.நா.சு. வின் இந்த சமரசப் போக்கிற்கு இடமில்லை என்று காட்ட முடியு மெனினும், நாம் அவரது பிந்திய காலத் தளர்ச்சிகளை நிச்சயம் கணக்கில் எடுத்தே அவருடைய மேற்படிக் கூற்றை நிதானிக்க வேண்டும். இந்தக் கூற்றை மட்டுமல்ல; நேரில் வந்து பார்த்துக்

கொண்டாடுகிறவர்களுக்கு ஏற்றபடி அவர் தமது பட்டியல்களை அமைக்கிற குணம், அவரிடம் எப்போதுமே இருந்த ஒன்று. சில முக்யமான பெயர்களை மட்டும் நிரந்தரமாக அவரது பட்டியல்கள் கொண்டிருக்கும். மற்றைய பெயர்களை அவர் சமயசந்தர்ப்பங் களுக்கு ஏற்பச் சேர்ப்பார் - விடுவார்! இதனை அன்று விபரமறிந்த இலக்கிய அபிமானிகளும் எழுத்தாளர்களும், க.நா.சு.வின் 'குணம்' என்று கண்டுகொள்ளாமல் இருந்திருக்கிறார்கள். ஆனால் இந்த 'குணம்', அவரது டில்லிக்காலத்திலும் பிந்திய சென்னைக்காலத் திலும் அவரது ருசியுணர்வே போலி யானதோ என்று சந்தேகிக்க வைக்கிறது. ஜீவனற்ற எழுத்தைப் பிரசவிப்போரை மட்டுமே அவர் இன்றைய தலை சிறந்த எழுத்தாளர்களாகவும் கவிகளாகவும் பட்டி யல்போட ஆரம்பித்த காலம் இது. இதனை அபத்தத்தின் எல் லைக்கே கொண்டுபோயிருக்கிறார் - *கலைநுட்பங்களில்* உள்ள 'புதுக்கவிதை' என்ற கட்டுரையில். இதற்கு அடியில்கூட, அவரது பிந்திய கால தளர்ச்சியைக் காணலாம்தான். எனினும், எழுத்து வடிவில் தந்துள்ள பார்வைக்கு இந்த வகையான சமாதானம் போதாத ஒன்றாகும். மேலும், இந்தக் கட்டுரையில் அவர் மனமறிந்து தமது அபிப்ராய வியாபாரத்துக்கு ஏற்றபடி, பெரிய குழப்பங்களை உருவாக்கி விடுகிறார்.

ந.பிச்சமூர்த்தியைப் புதுக்கவிஞராக க.நா.சு.வினால் இக்கட் டுரையில் ஏற்க முடியாமையும் அதற்கு அவர் தரும் நொண்டிச் சாக்கும் இதில் உச்சகட்டக் குழப்பமாகும். மணிக்கொடிக் காலத்தி லிருந்தே யதார்த்தப் பண்பு காண்ட பொருளம்சங்களை, முற்றிலும் புதியபாணியில் யாப்பை நிராகரித்து எழுதி வந்தவர் ந.பிச்சமூர்த்தி. விமர்சனத்துக்காக சி.சு.செல்லப்பா ஆரம்பித்த *எழுத்து* பத்திரிகை யினையே, புதிய கவிகளின் வீர்யத்துக்கான களமாக்கும் அளவுக்கு, ந.பிச்சமூர்த்தி அதில் எழுதிய கவிதைகளைக் கணிக்கும் பார்வையு முண்டு. இது மட்டுமல்ல; புதுக்கவிதையினை, 'உருவமற்ற உருவம்' என்று இதற்கு முன்பே வருணித்து, அதற்காக ஒரு சார்புக் கருத்தை வெளியிட்டிருக்கிறார் புதுமைப்பித்தன். அப்போது புதுக் கவிதை வடிவில் மனமறிந்த சோதனை செய்து கொண்டிருந்த கு.ப.ராஜகோபாலனையும் ந.பிச்சமூர்த்தியையும் தான் அவர் அங்கீ கரித்து அந்தக்கருத்தைக் கூறினார் என்பது, ஒரு லேசான ஆராய்ச்சி யிலேயே வெளிப்படக்கூடிய விஷயம். இதற்குப்பின்பு, *எழுத்து*

பத்திரிகை புதுக் கவிதையின் களமாகிய கட்டத்தில்தான், புதுமைப் பித்தன் குறிப்பிட்ட 'உருவமற்ற உருவ'மும் 'அவர்கள் வசனத்தில் கவிதை எழுதுகிறார்கள் என்று கொள்ளக்கூடாது' என (கு.ப.ரா, ந.பி. பற்றி) அவர் கூறியதும், சித்தாந்தப் போராட்டம் என்ற உக்ர நிலை ஒன்றை அடைந்தது. இவ்வளவும் நடந்த முடிந்து, புதுக் கவிதை வடிவம் கெளரவமான ஒரு சங்கதி என அறிந்த பிறகு, அந்தப் பாணியில் - அதுவும் வே. மாலி என்ற பெயரில் சி.மணி எழுதிய லகுவான பாணியைப் பின்பற்றி - எழுத ஆரம்பித்தவர் ஞானக்கூத்தன். இந்த ஞானக்கூத்தனிடம் புதுவிதப் பொருளம்சம் இருக்கிறது - ஆகவே இவர் புதுக்கவிதை முதல்வர் என்றும் ந.பிச்ச மூர்த்தியிடம் புதுவிதப் பொருளம்சம் இல்லை - ஆகவே அவர் புதுக்கவிஞர் அல்ல என்றும் க.நா.சு. தீர்த்திருக் கிறார். இதற்காக ஆதாரங்களை இவர்களுடைய கவிதைகளிலிருந்து எவராலும் தர முடியாது.

ந.பிச்சமூர்த்தியிடம் முதன்மையான ஜீவனுண்டு. அதனை முதிர்ந்த உணர்வாகச் சுடரெழுப்பும் அறிவார்த்தத்தெளிவு உண்டு. ஞானக்கூத்தனிடம் ஜீவன் இல்லை. 'பிராமணன் தின்றெறிந்த எச்சல் இலைக்காக நாய்கள் கடிபடுகின்றன', என்று எழுதுகிற அளவுக்கு மூர்க்கம் நிரம்பிய பிராமண வெறியும் தொழுநோயாளி களைக் கிண்டல் பண்ணி எழுதுகிற அளவுக்கு மடமை நிரம்பிய மானுடத்துரோகமும் அவரது 'கவிதை'களில் வெளியாகி இருக்கின் றன. ''கண்ணில் விழுந்த மண்ணைக் கண்ணுக்கே விட்டுவிடு... மண்ணை நீ மண் செய்வாயா?'' என்றும் பேசுகிற ந.பிச்சமூர்த்தியின் வரிகளினூடே தாண்டித் தெரிகிற ஆழ்ந்த பரிமாணம் எதையும் ஞானக் கூத்தனிடம் காணமுடியாது. இந்த என் வரிகள் ஏதோ இப்போதையவை அல்ல. ஞானக்கூத்தனுடைய மேற்கண்ட குறை பாடுகளை நான் ஏற்கனவே பகிரங்கப்படுத்தியிருக்கிறேன். இருந் தும், இது எதுவும் க.நா.சு.வின் பிரக்ஞையில் உறைக்கவில்லை. என் பார்வைகளை அறிந்தவர்களை க.நா.சு. சந்தித்து, அவர்களது கேள்விகளையும் நேர்கொண்டபோது ''அப்படியா? பிரமிள் அப்படி எழுதியிருக்கானா? தெரியாதே!'' என்று, பிரசுரிக்கப்படுகிற எல்லாவற்றையுமே தேடிப் பிடித்துப் படித்து விடுகிற க.நா.சு. கூறியிருக்கிறார்! க.நா.சு.வினால் எவ்வளவு பட்சபாத மில்லாமல் பொய்மையைத் தழுவ முடியும் என அறியாத வாசகர்கள், 'ஐயோ

பாவம், அவருக்கு பிரமிள் கருத்து எதுவும் படிக்கக் கிடைக்கலை', என்று ஏதோ ஆபிரிக்கக் கானகத் துக்குள் போய் க.நா.சு. மாட்டிக் கொண்டதுக்கு ஆதங்கப்படுகிற மாதிரி தவிக்கிறார்கள்!

'புதுக்கவிதை' என்ற *கலை நுட்பங்கள்* கட்டுரையில் க.நா.சு., புதுக்கவிதை முதல்வர்கள் எனக் குறிப்பிடுகிற எவருமே புதுக் கவிதை முதல்வர்கள் அல்லர். மயன் (க.நா.சு.) எழுதியவை வசனங் கள்தாம். 'சவுக்கந்தோப்பினூடே காற்று பாய்ந்து சென்ற பிறகு தோன்றும் ஓயுமொலி,' எனத் தமது சோதனையில் சப்தத்தின் அம்சம் உள்ளதனை ந.பிச்சமூர்த்தி *எழுத்து*வில் கூறியிருப்பது இவ்விடத்தில் கவனிக்கப்படவேண்டும். இவ்விதமான லகுவான சப்தப்பண்பும் இந்த எல்லையினுள் பொருள்ரீதியான வெளியீட் டிலே கவித்வத்தை சுதந்திரமாகச் சாதிக்கும் தன்மையும் கொண்ட வையே புதுக்கவிதைகள். இந்த வகையில் மயனால் எழுத முடிந் ததே இல்லை.

இருந்தும், கு.ப.ராஜகோபாலன், ந.பிச்சமூர்த்தி ஆகிய இரு வரும் செய்த உருவமற்ற உருவக்கவிதைகளுள், கு.ப.ரா.வின் வசனப்பண்பு மிகுதியான வகையை மயனும் பின்பு வல்லிக்கண் ணனும் அன்றே பின்பற்றி எழுதியிருக் கிறார்கள். இந்த அளவில், க.நா.சு. குறிப்பிடுகிறவர்களில் மயன் மட்டுமே பழையவர். அவர் கூட புதுக்கவிதை முதல்வர் அல்லர். அடுத்ததாக பசுவய்யா (சுந்தர ராமசாமி), நகுலன் (டி.கே.துரைசாமி), பிரமிள்(தருமு சிவராம்) ஆகிய மூவரும் *எழுத்து*வில் எழுத ஆரம்பித்தவர்கள். ஷண்முக சுப்பையா எழுதியவை, சப்த நயம் கொண்ட குழந்தைக் கவிதைப் பாணியில் அமைந்த அளவுக்கு மட்டுமே ஒரு லகுவான சுவாரஸ் யத்தைத் தருகின்றன என்பதும் நிச்சயமாக இது புதுக்கவிதையல்ல என்பதும் கவனத்துக்குரியவை. இவர் *எழுத்து* காலத்துக்குப் பிந்திய வர். ஷண்முக சுப்பையாவினால் தொடர்ந்து எழுத முடியவில்லை. முக்கிய காரணம், இவரை ஏதோ தமிழின் எலியட் என்று இவரது கவிதைகளை க.நா.சு.வும் நகுலனும் மொழிபெயர்த்து ஏற்றுமதி செய்ய முயன்றமையும் இந்த பூதாகாரமான ஊதல், பாவம் சுப் பையாவின் எளிமையான பாசாங்கற்ற உள்ளத்தைக் குழப்பிவிட் டது என்பதும் தான். இந்த ரகஸியத்தை க.நா.சு. பூசிமெழுகி உள்ளார். அடுத்து வந்த ஞானக்கூத்தன், பிராமண வெறியைமட் டுமே மூலதனமானக் கொண்ட ஒரு பிறவி. இதை இவர் 'மறைவாக

நமக்குள்ளே' பயிலும் வரைதான் இவரது ஸெட் இவரைச் சாணிப் பிள்ளையார் என்று கும்பிட்டுக் கொண்டிருக்கும். எப்போது பிராம ணீய வெறிகளை இவர் சாடி ஒரு வரியேனும் எழுதுகிறாரோ அப் போது, பிள்ளையார் வெறும் சாணியே என்று சுஜாதா அறிவிக்கக் கேட்கலாம். பச்சை அரசியல்வாதிகளின் களம்தான் இந்த சுஜாதாக் கள் அரசோச்சும் அபிப்ராயக் களம். இதுதான் ஞானக்கூத்தனின் களமும்.

'கீழவெண்மணி' என்ற கிராமத்தில் ஜாதி ஹிந்துக்களால் (பிரா மணர்களால் அல்ல) ஹரிஜனர்கள் தாக்கப்பட்ட விஷயம் பற்றி ஞானக்கூத்தனை எழுதத் தூண்டியது, இந்த அவருடைய அரசியல் மனோபாவம்தானே அன்றி கவித்துவ உணர்வு சார்ந்த மனிதநேயம் ஏதும் அல்ல. மேலும் துருவினால், அவரது 'சைக்கிள் கமலம்' என்ற கவிதையில், பெண்கள் சைக்கிள் விடுவதையே கண்டு நையாண்டி யும் பொச்சரிப்பும் கொண்டு, ஒரு நாள் தம்மீது 'கமலம்' சைக்கிள் விட்டதாகப் பொறுக்கித்தனமான இரட்டை அர்த்த சாதனை ஒன்றை செய்கிறார். இத்தகைய மனோபாவம் கொண்ட ஆண்களை, மேல் நாட்டின் பெண் விடுதலை இயக்கத்தினர் (இவர்களுள் ஆண்களும் உள்ளனர்) சரியாகவே கணித்து, 'ஆண் ஆதிக்கப்பன்றிகள்' (Male Chauvinist Pigs) என்று அழைக்கின்றனர். இத்தகைய ஞானக்கூத்தன், க.நா.சு.வின் கண்களுக்குப் புதுக்கவிதை முதல்வராகத் தென்படும் அளவுக்குச் சமூகப் பிரச்னைகளைப் பிரதிபலித்து எழுதியிருக் கிறாராம்! ஆனால் வர்ணாசிரமம் உட்பட்ட எந்த முற்றுப்புள்ளியும் அற்ற ஒரு 'கமா'வை மட்டும் வைத்திருப்பதான அறிவார்த்தத் தெளிவுடன் எழுதியுள்ள ந.பிச்சமூர்த்தி பழைமைவாதியாம். பிச்ச மூர்த்தியிடம் உள்ள பழைமை வாதம் ஏற்கனவே என் பரிசீலனைக்கு இடமாகி இருக்கிறது. ஆனால், ஞானக்கூத்தனின் அழுகல் பழமை வாதமும் கீழ்த்தரமான குழப்பங்களும் நசிவும் சிறுமையும், பிச்ச மூர்த்தியிடம் இல்லாதவை. இத்தகையவற்றைத் தவிர்த்து எழுது வது அப்படி ஒன்றும் லகுவான விஷயமல்ல. அதற்கு முதல்தர ஆரோக்யம் வேண்டும்.

பிற்காலத்திய க. நா. சு. வினால் பாலூட்டி வளர்க்கப்பட்ட எவருமே, தமிழினை மேம்படுத்தும் இலக்கியப் பண்பையோ, இலக்கிய சிரத்தையையோ முன்வைத்துச் செயல்பட்டதில்லை.

★ ★ ★

க.நா.சு.வின் விமர்சனங்களில் உள்ள தவறான இவ்வளவு போக்குகளுக்கும் நடுவே ஓடுகிற ஒரு சில இழைகள், இன்றும் மதிப்புக்குரியவை என்பதை நாம் மறந்துவிடக் கூடாது. தமிழின் நவீன இலக்கிய உலகை இந்தியாவின் மற்றைய மொழிக்காரர்கள் அறிவதற்கு அவர் ஆங்கிலத்தில் எழுதிய கட்டுரைகள் உதவியிருக் கின்றன. தாம் எழுதியதுடன் நிற்காமல், வெங்கட் சாமிநாதனையும் தமிழ் நவீன எழுத்து பற்றி ஆங்கிலத்தில் வற்புறுத்திஎழுத வைத்த வர் க.நா.சு. தமது ஆங்கிலத்தில் வெங்கட் சாமிநாதன் அவநம் பிக்கை கொண்டு பின்வாங்கியபோதுகூட க.நா.சு. விடவில்லை. ''தப்பிருந்தால் எடிட்டர் திருத்துவான்யா! சும்மா எழுது!'' என்று தூண்டியிருக்கிறார்.

தமிழகக்தின் கலாசாலைகள் மூலமும் அரசியல் நிறுவனங்கள் மூலமும், பண்டிதச் சரக்குகளும் வெகுஜன இயக்கச் சரக்குகளும் தமிழ்மொழியின் பிரதிநிதித்துவப் படைப்புகளாக அயல் மாநிலங் களில் பவனி வந்துகொண்டிருந்த அந்த நாட்களில், தமிழகத்தின் புதுமைப்பித்தனையும் மௌனியையும் லா.ச.ராமாமிருதத்தையும், வெளி மாநிலத்தவருக்குக் குத்துமதிப் பாகவேனும் எடுத்துக்காட்டு வதற்குக் க.நா.சு. வகுத்த பாதை, பேணப்படுவது அவசியம். இந்த எழுத்தாளர்களைப் பற்றி, முக்ய மாக முன்னிரு வரையும் பற்றி, அவர்கள் 'தமிழின் அரிய பொக்கி ஷங்கள்' என்று நாத்தழுதழுக்க மௌனி மறைவு இரங்கற் கூட்டத் தில் க.நா.சு. கூறியது இன்றும் என்காதில் ஒலிக்கிறது. க.நா.சு.வின் கருத்துலகக் கோளாறுகள் முழுவதுமே, இந்த அவரது குரலில் மறைந்து விடுகின்றன.

மேலும் இரண்டு இழைகளைப் பார்ப்போம். க.நா.சு.வின் அபிப்ராயங்கள், இரண்டு முக்யமான இலக்கிய விரோதச்சக்திகளை வெளிச்சமிட்டுக் காட்டுகிற, ஒளிக் கூர்மை கொண்ட பிரயோகங் களை உருவாக்கியிருப்பதை இன்று மீண்டும் கவனிக்க வேண்டும். இலக்கியத் தன்மை கொண்டவற்றை சிறுகதைகள் என்று கொள்கிற போதே, வெகுஜனப் பத்திரிக்கைகளில் வெளியாகிக் கொண்டிருந்த வற்றைப் 'பத்திரிக்கைக் கதைகள்' என்று பகுத்துக் கூறினார் க.நா.சு. தாங்கள் எழுதுவது 'சிறுகதைகள்'தான் என்று இலக்கிய உணர்வுக்கு பட்டை நாமம் தீட்ட முயன்ற ஜனரஞ்சக எழுத்தாளர்களின் பாடு, இந்தப் பிரயோகத்தின் முன்னால் இடைஞ்சலாகியிருக்கிறது. போகப்போக, தாங்கள் 'ஜனங்கள் விரும்புவதை' எழுதுவதாக

ஒப்புக் கொள்ளுமளவுக்கு, அவர்களைப் பணிய வைத்ததின் ஆரம்பம் இந்தப் பிரயோகத்தில் இருக்கலாகும்.

இன்னொருபுறம், ரா.பி.சேதுப்பிள்ளை போன்றோர் பழந்தமிழ் இலக்கியங்களின் மேற்கோள்களை உபயோகித்துப் பிரசவித்துக் கொண்டிருந்த தமிழுலக சுயப்பிரதாபப் பேச்சுகளும் கட்டுரைகளும் இலக்கியம் அல்ல, இலக்கியத்தைப் பற்றி அமைந்தவை, ஆனால் விமர்சனமுமல்ல என்ற பொருளில் இவற்றை, 'பற்றி இலக்கியம்' என்று க.நா.சு. இனம் காட்டினார். இன்று புதிய பட்டிமன்றமாகப் பிறந்திருக்கும் பட்டறைகளுள் ஒன்றில், வேறொருவன் எழுதிய கவிதையின் சொற்களையும் பகுதிகளையும் அடிதலை மாற்றிப் போட்டுப் புனர்நிர்மாணம் (Reconstruction) செய்யவும் நிர் நிர்மாணம் (Decons- truction) செய்யவும் சில புதிய பண்டிதர்கள் கிளம்பியிருக்கிறார்கள். இந்த வேலை சிருஷ்டியுமல்ல, விமர்சனமுமல்ல என்ற அளவில் இதுவும் கூட 'பற்றி இலக்கிய'மாகவே நிற்கிறது. இந்த அளவுக்கு இன்றும் க.நா.சு. வின் ஒரு பிரயோகம் சில புல்லுருவிகளை இனம்காட்ட உதவுவதை நாம் நன்றியறிதலுடன் நினைவுகொள்ள வேண்டும்.

க.நா.சு. இலக்கியத்தடம், ப. கிருஷ்ணசாமி (தொகு.), காவ்யா, 1989.

43 கலைத்தர்க்கம்

சிருஷ்டி பின்னலானது. இயற்கையின் இயக்க சக்திகள் ஒன்று டன் ஒன்று பிணையும் அனந்தகோடித் தாது பூர்வமான நிகழ்ச்சிகள், இந்தப் பின்னல் (Complexity) நிலையை ஒரு சாதனையாக்கு கின்றன. இது ஒவ்வொரு மண்துகளையும் மர்மப் பொதிவுகளாக்கி விடுகிறது. இந்தப் பின்னல், தன்னுணர்வு அல்லது சுயாதீனம் (Self - awareness) என்ற மகோன்னத நிலையை மனிதனிடத்தில் சாதிக் கிறது. மண் துகளின் வஸ்து நிலையிலிருந்து மானுடனின் தன் னுணர்வு வரை ஏறிவரும் இந்த இயற்கையின் பின்னல்களினுள்ளே ஏற்படும் நுண்மை, வெற்றுத் தெளிவுகளை நாடுகின்ற மேலோட் டங்களை நிராகரிக்கின்ற இயக்கத்தின் விளைவாகும். அதாவது இந்தப் பின்னல், வெற்றோட்டமான தெளிவு என்ற நிலையின் விளைவோ, உத்தேசமோ அல்ல.

சிருஷ்டியின் மனோவியற் பிரதிபலிப்பான கலா சிருஷ்டியின் அடிப்படையும் இந்தப் பின்னல்தான். கலையியலுக்கு மாறுபட்ட போதனையின் இயக்கமும் சீர்திருத்த இயக்கங்களும், 'தெளிவான' விஷயத்தைச் சொல்கிற ஒரு அடிப்படையில் மட்டுமே ஜீவித மடைய முடியும்.

போதனையை உத்தேசிப்பவன், கலையியலின் தர்க்கத்தை இழந்தே தன்னுடைய தெளிவைச் சாதிக்கிறானாதலால், அவனது 'தெளிவு', பின்னல் குணத்தை நிராகரிக்கிறது. இதனால், அதன் விஷய தாதுக்களினிடையே உயிரின் ஊடாட்டம் நிகழ்வதில்லை. அதாவது, ஒரு வெற்றுப் பார்வையில் மட்டுமே அது 'தெளிவு' கொண்டு நிற்கும். ஊடுருவும் பார்வையில் அது தெளிவற்று விடும் - உள்த் தொடர்பற்று நிற்கும்.

'குயிலின் சுருதி' என்ற காவியத்திலும் 'காட்டு வாத்து' என்ற நெடுங்கவிதையிலும், மிருகவுலகத்து இயல்புணர்வை (Instinct)

விவரித்து, அதை மனிதனது லட்சியமாக்க முயற்சிக்கிறார் ந.பிச்ச மூர்த்தி. பிந்திய படைப்பில் அவர் வெளிப்படையாக, ''பூட்டி யிருந்தால் பேர்த்தெறிய முயலாதே - குடைக்கம்பி தேடாதே - கட்டிடம் கட்டவரும் ஆயுதத்தைப் போர்க்கரு வியாக்காதே... பேர்த்தெறியும் பெருவேலை உனக்கேனப்பா,'' என்றும் இத்தகைய வேலையைச் செய்தவர்கள் வந்தவழி பார்த்துப் போய்விட்டார்கள் என்றும் இயற்கைத் தாயின் கருணை வெள்ளம் மாட்டும் போக வில்லை என்றும் கூறுகிறார். 'குயிலின் சுருதி'யைப் பாதியளவுக் குக் குயிலின் இசை சார்ந்த அகண்ட வடிவத்தை உணர்த்தும் குறியீடு நியாயப்படுத்தி விடுகிறதெனினும், அதில்கூட, காட்டு வாத்தைப் போலவே கண்மண் தெரியாமல் இயற்கைத் தாய்மேல் பாரத்தைப் போட்டுவிட்டு இனவிருத்தியில் ஈடுபட லாம் என்ற அபத்தமான பார்வைதான் மொத்தமாக நிறைவேறுகிறது.

அல்ல, இந்த இரண்டு படைப்புகளும் குறியீட்டுப் பாங்கானவை என்று வலியுறுத்த முயல்பவர்களுடன், 'குயிலின் சுருதி' விஷயத் தில் மட்டும் - அதுவும் மேற்சொன்ன காரணத்துக்காக - நாம் உடன்பட இடமுண்டு. ஆனால் இதில்கூடப் பிரச்னை - முட்டை இடும் பிரச்னைதான் - அகப் பிரச்னை அல்ல. 'வழித்துணை' போன்ற படைப்புகளில் மட்டுமே, அகப்பிரச்னை அதற்குரிய சரியான பரிமாணத்தை எட்டுகிறது. 'வழித்துணை' நாயகன், இனவிருத்தி விவகாரத்துக்கு சப்பைக்கட்டுத் தரவில்லை என்பது டன், அதன் கைக்கோல் பற்றிய வர்ணனை, ஜாரதுஷ்ட்டிரரின் பாரசீகக் குறியீட்டைப் பிரதிபலித்து ஒரு விசேஷ ஆழத்தையும் அடைகிறது. அதே சமயத்தில் 'வழித்துணை'யில், இங்கே நான் சர்ச்சிக்க எடுத்துக்கொண்டுள்ள அவரது கவிதைகளிலுள்ள 'வெற் றுத் தெளிவு' இல்லாமல், பின்னலிட்ட ஒரு அகப்பண்பு சார்ந்த தெளிவு இருக்கிறது என்பது கவனத்துக்கு உரியது. இங்கே பிரச்னை, 'தெளிவு' என்பதும் அது எவ்வளவு தூரம் கலையியலுடன் ஒவ்வாத ஒன்று என்பதும்தான்.

சிலர் மௌனியின் எழுத்து தெளிவற்றது என்கிறார்கள். ஆனால் அவர்கள் 'தெளிவான' எழுத்துக்கு உதாரணம் தருவதில்லை என்பது டன், 'தெளிவு' என்றாலே என்ன என்றுகூட விளக்குவதுமில்லை. இதனால்தான் நான் இக்கட்டுரையின் ஆரம்பத்தில், 'தெளிவு' என்ற பதத்தின் பிரயோகத்தையே அதன் ஆதிப்பூர்வ நிலைக்கு எடுத்துச்

சென்றிருக்கிறேன். பொதுவாகத் 'தெளிவான எழுத்து' என்று கொண்டாடப்படுகிற பிச்சமூர்த்தியின் எழுத்தையே, இங்கே சர்ச்சைக்கு எடுத்துக் கொள்கிறேன்.

'காட்டுவாத்து' கவிதையில், விஞ்ஞானபூர்வமான மிருக இயல் புணர்வை விவரிக்கிற ஒரு பெரிய தவறைப் பிச்சமூர்த்தி செய்துள்ளார். மேலும், 'பேர்த்து எறிகிற' சமூக நல மாற்றங்களுக்கு முரணானதாகவே, இந்த மிருகவுலகத்து இயல்புணர்வை அவர் காண்கிறார். இவற்றுள் முதலாவதாகப் பிந்திய அம்சத்தை எடுத்தால், இயற்கையின் ஓயாத கொந்தளிப்பினுள் ஒரு பகுதியை மட்டுமே 'இயற்கை' என்று ஏற்கிற தவறையே பிச்சமூர்த்தி இங்கே செய்கிறார். மானுடனின் சுயாதீனபூர்வமான சமூகவியல் பரிசோதனைகள், இயற்கையின் தன்னுணர்வற்ற கொந்தளிப்புமயமான பரிணாம இயக்கத்தினின்றும் வேறுபட்ட ஒன்றுதானா? இது எளிதில் அறுதியிடப்பட முடியாத கேள்வியாகும். மேலும் காட்டுவாத்து (Wild Duck), கனடாவின் பனிப்பாலை யை நீத்துக் கண்டம் விட்டு கண்டம் மாறிப் பறந்துவந்து, நம்மூர் வேடந்தாங்கலில் இனவிருத்தி செய்கிற இயக்கம், அந்தப் பறவை தனக்கு இயற்கை அளித்த பிராந்தியத்தை மறுத்து வேறு சீதோஷ்ணத்தை, ஒரு குறிப்பிட்ட காரியத்துக்காக நாடுகிறபோது, புரட்சிகரமான ஒன்றாக - 'பேர்த்து எறியும் பெருவேலை'யாகத்தானே நிறைவேறுகிறது? இயற்கை வேறு என்ன வேலையைச் செய்கிறது? மேலும் அந்த வேலையைச் செய்தவர்கள் வந்தவழி போய்விட்ட வர்கள்தாமா?

காட்டுவாத்தைப் போன்று கண்டம்விட்டுக் கண்டம் மாறிப் பறக்கும் பறவைக்கு வழிகாட்டுவது ஒன்றும் அந்தர்யாமமான ஏதுமல்ல. தன்னுணர் வற்ற ஒரு இயற்கைச் சக்கரத்துடன் பிணைந்த அதன் உணர்வுகள் அந்தர்யாம நிலையை எட்ட வேண்டு மானால், மானுடனின் சுயாதீனத் தன்னுணர்வை முதலில் அடைந்தாக வேண்டும். இந்த உள் விபரத்தை மறுப்பதாகவே, 'காட்டுவாத்து'வின் அந்தர்யாம அறிவைப் பிச்சமூர்த்தி விஞ்ஞான ஆதாரத்துடன் 'தெளிவாக' எழுத முயன்றமை ஆகிவிடுகிறது. ('தெளிவு' பெறாத குயிலின் சுருதிக்கு இந்த ஆபத்து இவ்வளவு தூரம் நிகழவில்லை). காட்டுவாத்து பின்பற்றுவது, இயற்கையின் சக்கர சக்திகளினுள் மாட்டிக்கொண்ட தன்னுணர்வின்மையின் ஒரு விசேஷ அம்சமாகும். இதன் வழியில், நட்சத்திரங்களின் ராசி மண்டல அமைப்பு

களை வைத்தே காட்டுவாத்து போன்ற பறவைகள் வழி காண் கின்றன. இரவில் இவை பறப்பதும் புயலில் திசை சிதறி இவை அழிவடைவதும் இதனால்தான். அதாவது இந்த திசைகாணும் வழிமுறைகூடக் குறுகியது. அந்தர்யாம அறிவோ எல்லையற்றது. மானுடனின் தன்னுணர்வு, குறுகிய மிருகவுலகத்து அறிவுக்கும் அந்தர்யாமமான அகண்ட அறிவுக்கும் இடைப்பட்டது.

காட்டுவாத்து போன்ற பறவைகள், ராசியமைப்பை உணர்வில் கொண்டு பறப்பது நிரூபிக்கப்பட்ட விவரமாகும் என்பது குறிப்புப் பெறுவது அவசியம். அதாவது, உண்மையில் ராசிமண்டலம் உள்ள திசைக்கு எதிராகச் சுழற்றக் கூடிய ஒரு போலி ராசி மண்டலக் கூரையுள்ள கூண்டுக்குள் பறவை அமைக்கப்பட்டால், போலி மண்டலம் காட்டும் வேடந்தாங்கல் திசையிலேயே பறவை ஒடுங் கும். இது, 'பார்த்துப் பறந்துவரப் படங்களுண்டா?' என்று பிச்ச மூர்த்தி, மிருக ஞானாகாசத்தை வியப்பதுக்குப் பதில் தந்துவிடு கிறது. பார்க்கப்போனால், இன்று விஞ்ஞானம் நிரூபித்துள்ள தின்படி, மிருகவுலகத்து உணர்வுகளைப்போலத் தவறான வழி காட்டி வேறு ஏதும் இல்லை. அதை நாம் நமது அறிவின் அடிப்படை யில் மட்டுமே நம்பவேண்டும். ஏனெனில் மிருகவுலகத்து உணர்வு களைப் பகுத்தறிவு (Reason) ஆள்வதில்லை. உதாரணமாக, தனது குஞ்சுகளின் ஓயாத கீச்சுக் குரலைக் கொண்டு மட்டுமே, வான் கோழியின் தாயுணர்வு இயங்குகிறது. காது செவிடாக்கப்பட்டு குஞ்சுகளின் ஒலி வருவது நின்றதும் வான்கோழி, அவை ஆபத்தான ஊர்கிற ஜந்துக்கள் என்றெண்ணித் தன் குஞ்சுகளையே கொன்று விடுகிறது. இதுதான், பகுத்தறிவற்ற 'இயல்பான' தாழ்மையுணர் வின் ஆழம். 'பூட்டியிருந்தால் பேர்த்தெறியாமல்' நாம் பின்பற்ற வேண்டியது இதைத்தான் என்கிறார் வெங்கடசாமிநாதன் கண்ட 'மாடர்ன் ரிஷி'யான பிச்சமூர்த்தி. பார்க்கப்போனால், இத்தகைய ஆய்வுகளின் அடிப்படையில், அவர் மாடர்னுமல்ல ரிஷியுமல்ல என்பதோடு, ஒரு உயர்தரக் கலைஞருமல்ல என்று ஆகிறது. ஏனெ னில், ரொம்பத் 'தெளிவாக'ப் பூட்டியிருக்கும் கதவைப் பேர்த் தெறியாமல், குடைக்கம்பு தேடாமல், நாம் செய்ய வேண்டியது என்ன என்று சொல்லப் புறப்பட்டவர், பூட்டிய கதவையும் வீட் டையும் (இங்கே 'கதவு' என்பதும் 'வீடு' என்பதும் மரபாக அகக் கதவையும் வீடுபேற்றையும் குறிக்கலாம் என்ற வாதத்தைக் கூட)

கோட்டை விட்டு, 'காட்டு வாத்தாகிச் சிறகை விரி' என்கிறார் பிச்சமூர்த்தி. ஒரு ரிஷி என்ன, விழிப்புள்ள கலைஞனே இவ்வளவு தூரம் சறுக்கி விழாதிருக்க முடியும். இங்கே கதவைத் திறக்கிற பிரச்னையை விட்டுக் காட்டு வாத்து என்ற உவமைக்குத் தாவுகிற நிலைதான், உண்மையில் கலையியலில் 'தெளிவின்மை' ஆகும். பூட்டியிருந்த கதவைப் பேர்த்தெறி யாமல் என்ன செய்வது என்ற பிரச்னை முண்டமாக நிற்கிறது இங்கே; அதாவது, தேர்ந்துகொண்ட விஷயத்தின் தர்க்கபூர்வமான ஜீவிதத்தை, அகாலமாக மரணமடைய விடுகிறார் கவிஞர்.

மௌனியிடத்திலும் சரி, விழிப்புள்ள சீரிய கலையியலிலும் சரி, இப்படித் தெளிவு பண்ணப்போய், உண்மையான அசல் தெளி வின்மைகளினுள் விழும்நிலை ஏதும் கிடையாது. தெளிவின்மை என்று சிலர் குறிப்பிடுவது என்னவோ பின்னலான, கூடமான ஒன்றின் தெளிவைத்தான். பின்ன லானதும் கூடமானதுமே இல்லாத வகையான சங்கதிகள், போலீஸ் ரிக்கார்டு களில்தான் காணலாம். அங்கேகூடக் காரண காரிய அடிப்படை தேடும் குற்றவியல், மனி தனது மனோவியல் என்ற கூடார்த்தப் பிரபஞ்சத்துள் புகவேண்டி யுள்ளது. சரி, பௌதிக உலகை ஆய்வு செய்யும் விஞ்ஞானத் துறை யிலேதான் தெளிவு இருக்கிறது என்று அதற்கு ஒரு டிக்கட் வாங்கிக் கொடுக்கலாம் என்றால், இன்றைய பௌதிகம் (Physics) அன்றைய மீபௌதீகத்தை (Metaphysics) தாண்டிய வகையாகி, அரிதாகிய திறனாளிகளினாலேயே புரிந்து கொள்ளக்கூடியதும் ஆகிவிட்டது. Nuclear Physicsஸின் அணுத்துறை ஆய்வில் என்ன நடக்கிறது என்பதை, அதற்கான பயிற்சியற்ற ஆனால் விழிப்புள்ள வாசகர்கள் அறிவது இன்று இயலாதது. இவ்வளவு தூரம் நாம் 'தெளிவு' என்ற பதத்திற்கு ஒரு சௌக்யமான அர்த்தம் கிடைக்குமோ எனத் தேடி அலையுமளவுக்கு, அதனை விளக்காதவர்கள் நிர்பந்தித்துவிடு கிறார்கள்.

இது அல்ல பிரச்னை. மௌனி கதைகள் புரியவில்லை - அதாவது சிலருக்குப் புரியவில்லை. ஆனால் அப்படிச் சொல்வது விமர்சன மாகாதே? அதனால், 'தெளிவில்லை' என்று சொல்லி விடுகிறார்கள். கிணற்றில் தண்ணீர் வராவிட்டால் ஆளைப் பலிகொடு, ஆட்டைப் பலிகொடு என்ற 'மரபு', சிலவேளை இவர்களுக்குத் தெளிவாக இருக்குமோ என்று தோன்று கிறது. காரணகாரிய வகையான சங்

கிலித் தொடரின் ஸ்பஷ்டம்தானே இவர்கள் ஆராதிக்கும் தெளிவு. இந்த 'மரபின்' தொடர்ச்சியே, மனிதாபி மானம் பேசியபடி, 'மனி தாபிமான விரோதிகள்' என்று மனிதர்களையே தங்களது கழிசடை மிருகத்தனங் களுக்கு (வெறும் 'மிருகத்தனம்' என்று கூறுவது மிருகங்களுக்கு அவமானமாதலால்), ஆளாக்கும் கம்யூனிஸ 'மரபில்' இருக்கிறது. காரணகாரியத் தொடரைக் காட்டுமிராண்டி யான ஆதி மனிதன் புரிந்துகொண்ட அதே 'தெளிவு' தான் இந்த அற்புத மரபு. இது காரணகாரியத்தின் உண்மையைத் தேட மறுப்பது. புறத்தோற்றமான பிரமைகளை உதற மறுப்பது. பலிகளுக்கு வச மாகாத இயற்கை நியதிகளை, எவ்விதம் புரிந்துகொள்ளாமல் ஆதிமனிதன் இருந்தானோ அவ்விதமே, மனித மனசின் இயல்பு நியதிகளையும் தேவைகளையும் தந்திரார்த்தமான அக ஆழங் களையும், புரிந்தவர்கள் எடுத்துக் கூறியும் காணமறுக்கும் நவீன காட்டுமிராண்டிகளான அரசியல் சித்தாந்திகள் இருக்கிறார்கள். இவர்களிடம் பின்னலான, கூடமான ஒரு நிதர்சனத்தைப் பற்றிப் பேச்சு எடுத்தாலே போதும்; தவளைக் கூச்சல் கிளப்ப ஆரம்பித்து விடுவார்கள் - அந்தக் கூச்சல்களுள் ஒன்றாகத் 'தெளிவில்லை' என்ற சப்தமும் கிளப்ப பட்டு, இப்போதும் வேறுவேறு சுருதிகளில் இங்கே வந்து கொண்டிருக்கிறது.

மனசின் பிரபஞ்சத்தில் நிகழும் காரணகாரிய ஓட்டத்தினைத் தான், உயர்ந்த நவீன கலைஞர்கள் தங்கள் கருக்களமாகக் கொண்டார் கள். முதலில், இந்த அகப்பிரபஞ்சத்தின் பிரச்னைகளை உணரக் கூடிய நுட்பம் வாசகரிடம் இல்லாவிட்டால், முழுக் கருக்களமும் ஏறுமாறாகத்தான் தோன்றும். உதாரணமாக, 'அழியாச்சுடர்' நாய கன் ஏன் நேரே 'அவள்'- இடம் சென்று பேசாமல், யாளியையும் லிங்கத்தையும் பார்த்து மிரள்கிறான் என்றே இவர்களுக்குத் தோன்று கிறது. இந்தக் கதைக்கு அர்த்தம் சொன்ன சி.சு.செல்லப்பா ('மௌனியின் மனக்கோலம்' தொடர் கட்டுரை - *எழுத்து*), ஈஸ்வர னுக்கு அர்ப்பணிக்கப் பட்ட தேவதாஸி - அதாவது அன்றைய மரபின் படி கோவிலுடன் சேர்ந்து நியாயம் பெற்ற விபச்சாரத்தைச் செய்பவள் அவள் என்று ஒரு அர்த்தம் - தெளிவான விளக்கம் - சொல்லி, அந்த விளக்கத்தை மௌனி நேர்ப்பேச்சில் ஒப்புக் கொண்டுமிருக்கிறார். அதிர்ஷ்டவசமாக எனக்கு இந்த மரபு அன்று தெரியாமலே, 'அழியாச்சுட'ரில் இந்தத் தெளிவைவிட ஆழ்ந்த

மனோ விகாஸத்தைக் கண்டிருக்கிறேன். இன்றும் சி.சு.செ. தந்து மௌனியும் ஒப்புக் கொண்ட இந்தப் பொருள்தளத்தை மீறித்தான் 'அழியாச்சுட'ரையும் அதேபோன்று விபச்சாரத்தை கதைப் பொருளாக்கிய 'நினைவுச் சுவடு', 'குடைநிழல்' போன்ற இதர கதைகளையும் என் மனம் கிரகிக்கிறது. இவ்விடத்தில், மௌனி ஒரு தத்துவதர்சி என்றும் லட்சியார்த்தமான வாழ்வு அவருடையது என்றும் கூற முயற்சிக்கிற வெங்கட்சாமிநாதனின் மௌனி பற்றிய கட்டுரை (*என் பார்வையில் நூலிலுள்ளது*), மௌனியின் கருக்களப் பிரதேசத்திலிருந்து எழுந்து, 'இது விபச்சாரப் பிரதேசம்' என்றடிக்கும் மூச்சிலேயே குப்புற அடித்துக் கொண்டு வீழக் காணலாம். மௌனியை நேரில் அறிந்த எவருக்கும், வெ.சா.வின் மேற்படி முடிவு, நமட்டுச்சிரிப்பைத்தான் வரவழைக்கும். கருக்களமாக, ஒரு பிரச்னை யுலகாக, விபச்சாரத்தை அவர் ஏற்றுக் கொண்டாலும், தத்துவார்த்தச் சலனமாகவே அந்தப் பிரச்னைகள் அவரது எழுத்தில் உருவெடுத்தன என்பதுதான் மௌனியின் சாதனை. அது அவரைத் தத்துவதர்சியாக்கவில்லை. உணர்வின் நுட்பக் களத்தில் கிளறப்பட்ட, ஆழ்ந்த ஈடுபாட்டை மறுதலிப்பதான எதிரிடையைச் சந்தித்ததைத்தான், 'அழியாச் சுடர்' முதலிய கதைகள் கூறுகின்றன. இது விபச்சாரப் பிராந்தியத்தில் மட்டுமல்ல, சாமான்யமான வாலிபப் பிராயத்தில், உணர்வு நுட்பமுள்ள எவருக்கும் பிறக்கக்கூடியது.

பரிபூரிணமாக மனம் பறிகொடுக்கப்பட்ட பின்பும், பேசக்கூட முடியாது, உள்தடங்க லாக, உணர்வின் ஆழ்ந்த எதிரிடை நிலை பிறக்கிற உக்கிரம்தான் இது. அழியாச் சுடரின் சித்திரம் இதைப் பற்றியதுதான். இது அன்றைய கணிகையர் மரபு பற்றிய கதை மட்டுமே என்றிருந்தால், நாயகன் அவளிடம் போவதைத் தடுப்பதற்கு எவ்வித எதிரிடை நிலையும் இருந்திருக்க வேண்டியதே இல்லை- பணப்பிரச்னை தவிர. மௌனியோ இந்த புறவி பரத்தை - 'தெளிவாக' இருந்திருக்க வேண்டும் என்ற விபரத்தைத்தான் - தெளிவற்ற தாக்குகிறார். இதன் காரணம், இந்த விபரமல்ல அவரது நோக்கம் என்பதே. அவரது நோக்கம், மனசில் எதிரிடை நிலையான தசைப் பார்வையும் (அவள்), அதை நிராகரிக்க வேண்டுமென்று அச்சுறுத்தும் மதிப்பீடும் (யாளி), இவற்றைத் தாண்டிப் புருவம் சுளிக்கும் ஒரு ஆழத்து உக்ரமும் (லிங்கம்) ஆகும். இதுதான் நான் குறிப்பிட்ட பின்னலான, கூடமான, அக உலகத்துத் தெளிவு. இதை

மௌனியின் எழுத்து, தத்துவார்த்தச் சலனமாகவே சாதிக்கிறது என்பதை, இதன் எதிரிடை மோதல்களிலே காணலாம். எதிரிடைகள், வெறும் புறநிகழ்ச்சிகளின் வெளிப்படைத் தர்க்கத்தைத் தாண்டிய வகையாக அவரது படைப்புகளில் மோதுவதாலேயே, அதை நான் தத்துவார்த்தச் சலனம் என்கிறேன். முதல்தரக் கலைஞன் தத்துவதர்சியாகவும் இருக்கவேண்டுமென்று ஒரு கட்டாயமும் கிடையாது.

மௌனியை ஆய்ந்து காட்டிய எனது கட்டுரைகளுள் ஒன்றான 'வெய்யிலும் நிழலும்' என்ற கட்டுரை முடிவில், இன்று வெ.சா., கலைஞனது தனிப்பட்ட வாழ்வையே அவனது கலையில் காண முயற்சிப்பதற்கு மறுப்பாக ஏற்கெனவே எழுதியிருக்கிறேன் என்பதும், உண்மையில் அது, இதே போன்ற அன்றைய சி. சு. செ. யின் மௌனி கட்டுரையிலுள்ள அணுகுமுறையை மறுப்பது என்றும் காணலாம். மேற்கோள்: 'கலைஞனின் தனி மனித அம்சங்களுக்குக் காரணமான தூலத்தன்மைகளை நீக்கிப் பார்க்கும்போதுதான், அவனது பேருடல் புலப்படும்', என்பது அன்றைய என் கூற்று; அதே பகுதியில், இந்தப் பேருடலும் பொதுவாழ்வுமான அவனது கலைப் படைப்பில், அவனது தனிவாழ்வின் அம்சங்கள் புலப்படவே செய்யும் என்பதும் அங்கீகரிக்கப்படுகிறது. இருந்தும், அந்தத் தனிமனித அம்சங்களுக்குக் காரணமான ஸ்தூலத் தன்மைகளை (ஆசிரியரின் விபச்சாரி வீட்டு அநுபவம் என்ற அணுகுமுறைக்கு இலக்காகும் ஸ்தூலத் தன்மைகளை), நீக்கிப் பார்க்கவேண்டும் என்பதே எனது விண்ணப்பம்.

தனி மனிதார்த்தத்தின் ஸ்தூலத் தன்மை, கலைப்பான்மையாக உன்னதம் பெறும் சலனம் என்ற இரண்டனுள், இரண்டாவது தன்மையே வாசிப்பு, ஆய்வு முதலியவற்றுக்கு உரியது. இந்த எனது அணுகுமுறை, மிக நுட்பமாகக் கலைஞனது தனி மனிதார்த்தத்தின் எத்தகைய வடிவத்தையும் ஒப்புக்கொள்கிறபோதே, அதை வைத்து அவனது கலையை அளக்காம லிருக்கும் நுட்பமாகும். அதாவது, சிலையைக் கல் என்று காணமுடிந்தாலும் அந்தக் கல் எந்தப் பாறை யிலிருந்து எடுக்கப்பட்டதோ, அந்தப் பாறை அடையாத ஒரு அற்புத உன்னதப் படைப்பாக நிற்பது சிலை என்பதே எனது அணுகு முறை. இது சி.சு.செ.க்கும் சரி, வெ.சா.வுக்கும் சரி, புரியாத நுட்பம்.

கலாசாதனையைப் பொறுத்தவரை, நான் மேற்கோள் தந்த எனது நுட்பமான அடிப்படையில், தனிமனித வாழ்வைப் பிறிதுபடுத்தி அணுகியமுறை மூலம் மிகச் சிறப்பான கலைஞராக நான் மௌனியை ஸ்தாபித்த பிறகு, அதன் அஸ்திவாரத்துடன் தான் முரண்படுவதையே உணராமல், எனது ஆய்வில், 'மௌனி உயர்ந்த கலைஞர்' என்ற முடிவை மட்டும் வெ. சா. சுவீகரிக்கிறார். பிறகு, 'உயர்ந்த கலைஞர் - ஆகவே உயர்ந்த வாழ்வினையு டையவர் - ஆகவே லட்சியவாதி - ஆகவே தத்துவ தர்சி' என்று செருப்பு அளவாகக் காலை வெட்டிக் கொள்கிறார் வெங்கட் சாமிநாதன். இந்த வினையின் விளைவாகச் சிலர் செருப்பைப் புரட்டிப் போட்டுத் 'தத்துவதர்சி அல்ல - ஆகவே மௌனி உயர்ந்த கலைஞரல்ல', என்று தமது காலை வெட்டிக் கொண்டுள்ளார்கள். முடிந்தது இந்த நடை பாதைக் கூத்து!

பிரக்ஞைநிலை பற்றிய மௌனியின் ஈடுபாடுகள்கூட, அவரிடத்தில் அதற்கான சுளுவான விஷப் பிரயோகங்களை மீறி, ஆழ்ந்த மார்க்கங்களில் அவரை ஈடுபடுத்திய தில்லை. ஆழ்ந்த மார்க்கங் களில் ஈடுபட்டுத் தங்கள் சமூகத்தின் மோசடிகளை நிராகரித்தவர் களைக் கூட, அவரால் கௌர விக்கவும் முடிந்ததில்லை. அவரது சுயவாழ்வின் தத்துவத் தேடல், சுயமுக ரஸனை(Narcissism)யின் இன்னொரு அம்சம்தான். அதாவது, தமது சமூக நிலைக்கு அநு சரணையாக ஜாதீயக் கட்டுமானத்தை அநுசரித்த ஸ்தாபனமாக மட்டுமே, அவருக்குத் 'தத்துவம்' தர்சனமளித்துள்ளது; ஆச்சாரிய மடங் களைத் தவிர, அந்த மடங்கள் கொள்கையளவில் ஏற்கும் ஆன்மீகத்தைச் சாதித்த, புரட்சிகரமான எவரையும் அவரால் கௌர விக்க முடிந்ததில்லை. ஒருபுறம், நந்தனையும் ராமலிங்கரையும் புத்தர் பிரானையும் பற்றி நாக்கில் நரம்பில்லாமல் பேசக் கூசாத அவரால், மறுபுறம் ரமணரைக்கூட ஏற்க முடிந்ததில்லை. இது அவருடன் பழகிய எல்லோருக்கும் தெரியும்.

தனி மனிதராகச் சநாதன மரபின் வகைக்கு அடங்கும் மௌனி, 'அழியாச்சுடர்' போன்ற கதைகளில் ஒரு அகண்டமான அடை யாளங்களற்ற மனிதராகிறார். இது, கலையியலின் விசேஷ தர்க் கத்தை, அவர் தற்பரிவற்ற உக்ரத்துடன் அநுசரித்தமையின் விளைவு. இதனால் அழியாச்சுடர் நாயகன், அதன்பின் நிற்கிற தேவதாஸி முறையின் சுளுவான சநாதன வசதி மூலம், தனது உடலின் தேவை

யைப் பூர்த்தி செய்யாமையைத்தான் சித்தரிக்கிறார் மௌனி. அவன் அங்கே, உணர்வு நுட்பங்களின் கூடமான சந்நிதியிலே, சநாதன வசதிகளைத் துறந்து மறைகிறான். கதை முடிவில் அவன் எங்கே சென்றான் என்று காட்டப்படாமை, சநாதனம் சார்ந்த ஒரு போலி உலகையே அவன் துறந்த நிலைமையாகிறது. மௌனியின் எல்லா நாயகர்களும் ஏறத்தாழ இதே நிலையினை அடைபவர்கள் தாம். இது கலையியலின் விசேஷ தர்க்கவியலை எவ்வளவுக்கு எவ்வளவு நாம் அனுசரிக்கிறோமோ, அவ்வளவுக்கு அது சநாதனம் - அரசியல் போன்ற குறுகல்களை மீறிய, அகண்ட (Universal) பரிமாணத்தினைச் சாதிப்பதற்கான சாட்சியம் ஆகும்.

கனவு, அக்டோபர் 1989.

44 தனிமனிதவாதத் தீட்டு

''படைப்பாளி என்ற தனிமனிதனின் மேல் பிரமிள் ஏற்றும் முக்கியத்துவம் எதுவரை போகிறது என்றால், சினிமா போன்ற, கூட்டாக உற்பத்தி செய்யப்பட வேண்டிய கலையைக் கூட, இயக்குநர் என்ற தனிமனிதனே முழுவதும் செய்யவேண்டும் என்று விவாதிப்பது வரை போகிறது.'' *(அஸ்வமேதா இதழ்)*

1960களில் *எழுத்து* பத்திரிகையில் வெளியாகி, இப்போது 1987-ல் *தமிழின் நவீனத்துவம்* என்ற நூலில் தொகுக்கப்பட்டிருக்கும் என்னுடைய கட்டுரைகளைப் பற்றி எழுதப்பட்டுள்ள ஒரு அபிப்ராயம் மேலே தரப்பட்டுள்ளது.

நூலில் உள்ள 'நிழல்கலை' என்ற சினிமா பற்றிய கட்டுரையில், சினிமாவின் எல்லா அம்சங்களும் டைரக்டரின் ஆளுமையினுள் இருக்கவேண்டும் என்று கூறியுள்ளேன்; அப்போது தான் அது டைரக்டரின் படைப்பாகும் என்றும் சினிமாவைக் கலை வடிவமாகக் கையாளுவதற்கு இது அவசியம் என்றும் விவரித்துள்ளேன். அதாவது, *கலாரீதியான ஆளுமை இல்லாத வியாபார நோக்கங்களை நிராகரிப்பதுதான் என் நோக்கம்.* 'கூட்டியக்கம்' என்ற வழிபாட்டுப் பிரயோகம் எதையும் நான் கணக்கில் எடுக்கவில்லை. அது இப்போது கிளம்பியிருக்கிற புதிய புரளி. நான் 'நிழல்கலை'யை எழுதியபோது இந்தப் புரளி இன்னும் பிறந்திராத ஒன்று. 'நிழல் கலை' யின் தனிமனிதவாதம், தமிழ் சினிமாத்துறையின் பார்முலா வாதத்துக்கு எதிரான ஒன்று. மற்றய கட்டுரைகளில் நான் எழுத்துக் கலைஞனுடைய சிருஷ்டி இயக்கங்களை ஆராய்ந்துள்ளேன். 'வெய்யிலும் நிழலும்' கட்டுரையில், ''கலைப் படைப்பு அதனைப் படைத்த கலைஞன் என்ற தனிமனிதனை விட உயர்ந்தது; கலைஞனை அளவிடுவதன் மூலம் அவனது படைப்பை அளவிட்டுவிட முடியாது'' என்ற வாதத்தை முன்வைக்கிறேன். இங்கே கூட 'கூட்டியக்

க'மோ அல்லது வேறு எந்த வகையான கோவிந்த நாமசங்கீர்த்தனக் கும்பலோ விவாதிக்கப்பட இடமில்லை. கலைப்படைப்பின் ஜன்மாரம்பம் தான் என் ஆய்வுகளில் சர்ச்சிக்கப்படுகிறது. இதனைப் புரிந்துகொள்ளாமலே மிரண்டு புழுதியைக் கிளப்பியிருக்கிறார் ஒரு 'அஸ்வமேதா'வி.

டைரக்டரின் ஆளுமைக்கு நான் தந்த முக்கியத்துவத்தினை, 'இயக்குநர் என்ற தனிமனிதனே முழுவதும் செய்ய வேண்டும்' என்று தமக்குச் சௌகர்யமாகத் திருகி வைத்து அதனைப் பதம் பார்க்க முயன்று இருக்கிறார் இவர். இன்றைய தமிழ் சினிமாத் துறையில் டைரக்ஷன், கதை, வசனம், காமிரா, இசை, நடிப்பு எல்லாவற்றையும் ஒருவரே பண்ணி இருப்பதை இந்த மேதாவிக்கு சுட்டிக்காட்ட வேண்டும். ஆனால், என் நோக்கம் டைரக்டரினது *கலாரீதியான ஆளுமைக்கு* முக்கியத்துவம் தருவதுதான். வியாபார *ரீதியான ஆளுமைக்கு* அல்ல. இதைப் புரிந்துகொள்ளாததின் விளைவாக சம்பந்தா சம்பந்தம் இல்லாமல், 'சினிமா கூட்டாக உற்பத்தி செய்யப்பட வேண்டியது', என்று உளறி இருக்கிறார். இதனை இவர் தமிழகத்தின் பாக்யராஜ்களிடமும் ராஜேந்தர்களிடமும் போய்ச் சொல்லி கும்மாங்குத்துக்களை வாங்கிக் கட்டிக் கொள்வாராக.

தனிமனிதனின் ஆளுமையினுள் சினிமா வந்துவிட்டால் ஒன்றும் அது கலையாகி விடாது என்பதற்கு உதாரணமாகப் பாக்யராஜையும் ராஜேந்தரையும் நமது அஸ்வமேதாவி எனக்குச் சுட்டிக் காட்டியிருந்தாலாவது பரவாயில்லை. அவ்விதமான வாதத்தின் மூலம் கலாசிருஷ்டிக்கு அவர் முக்கியத்துவம் தருகிறார் என்று நாம் புரிந்துகொண்டிருக்கலாம். ஆனால் அஸ்வமேதாவியாரின் நோக்கம் கலை அல்ல; கூட்டியக்கம்தான். இதனாலேயே என்னுடைய அடிப்படை நோக்கம் தனிமனிதவாதம் மட்டுமே என்று மஞ்சள்காமாலைப் பார்வை செலுத்தி உள்ளார். என்னுடைய நோக்கம் கலையின் விருத்தி ஆகும்.

சரி, இந்த தனிமனிதவாதத் தீட்டுத்தான் என்ன, இதனால் ஏற்படக் கூடிய பிரம்மஹத்தி தோஷம் எப்பேர்ப்பட்டது என்று பார்க்கலாம்.

★ ★ ★

'புதிய தியரிப்படி சினிமா ஒரு கூட்டியக்கக் கலைதான்' என்போரும் உளர். இந்தத் தியரியின்படி தனிமனித ஆளுமைக்கு சினிமாவில் இடமே இல்லையா? அத்தகைய ஆளுமையின் படைப்பு கலையாகாதா? பதில் இல்லை. சற்றே ஊடுருவினால், தனிமனித ஆளுமையைச் செயல்படுத்த முடியாத நிலைமைகளும் பிரதேசங்களும்தான் இத்தகைய தியரியின் அத்திவாரம் எனக் காணலாம். கலை பற்றிய தியரி என்பதைவிட, எப்படி யாவது சினிமா ஒன்றை எடுத்துவிட வேண்டும் என்ற சினிமாக் கவர்ச்சிக்காரர்களுக்கு ஏற்ற தியரி இது என்று கண்டுகொள்ளலாம். சென்னையில் மட்டும் இந்தக் கவர்ச்சியில் கிடந்து தவிப்பவர்களின் தொகை சுமார் இரண்டு லட்சம் என்று கேள்வி. இவர்களிடமா 'நிழல் கலை'யின் 'தனிமனிதவாதத் தீட்டு' ஒட்டிக்கப் போகிறது? இவர்களை இது ஒட்டவும் ஒட்டாது; இவர் களை இது ஒட்டி ஏதும் உருப்படியாக இந்தக் கவர்ச்சிக் கிறுக்குகளினால் சாதிக்கவும் முடியாது. எந்த வகையான கலைத்தரத்தையும் கூட்டாகவோ தனியாகவோ உருவாக்க வேண்டுமானால், அவர்களுள் ஒவ்வொருவரும் தனிமனிதர்களாக கலையுணர்வு கொண்டிருக்க வேண்டும். இது அரிச்சுவடி.

கூட்டியக்கத்துக்கு முக்கியத்துவம் தந்தால், கலையுணர்வு இரண்டாம் பட்சமானதாகி விடும். கலையுணர்வு முக்கியமானதாக கருதப்பட்டால், அந்த உணர்வு அதிகமாக உள்ளவரின் ஆளுமைக்கே கூட்டியக்கம் வசப்படும். இதுவும் அரிச்சுவடி. இன்றும் நம் கண் முன்னால் செயல்படும் சினிமாக் கலை மேதை சத்யஜித்ரேயிடம் சாட்சியம் பெறுகிறது இது. அவரது சினிமாக்களின் ஸுப்பர் ஸ்டார் அவர்தான் - டைரக்டர்தான்.

'என்னைப் பொறுத்தவரை, டைரக்டர் என்பவன் எக்காலத்திலுமே ஒரு ஸுப்பர் ஸ்டார்தான். உன்னதமான படங்களின் உன்னதத்துவத்துக்கு டைரக்டர் மட்டுமேதான் காரணகர்த்தா. 'ஸிட்டிஸன் கேன்' (ஓர்ஸன் வெல்ஸ்), '8½' (பெலினி) மற்றும் 'ஸெவன் ஸமுராய்' (அக்கிரா குரஸவா) என்று சொல்கிறோம். அப்படி சொல்கிறபோது, அந்தப் படங்களில் ஒவ்வொன்றிலும் ஸ்டார் ஆக விளங்குகிறவன் அதன் டைரக்டர் என்றே பொருள் கொள்கிறோம். அவனே படத்தை உருவாக்குகிறான், சிருஷ்டிக்கிறான்.' இந்தக் கருத்து டைரக்டர் ரோமன் போலன்ஸ்கியுடையது. (The Film Director as Superstar. பதினாறு டைரக்டர்களின் பேட்டிகள். By Joseph Gelmis, *1970.)*

மேற்படி கருத்து அடங்கிய நூல் வெளிவருமுன்பே எனது அவ தானத்தின் மூலம் 1960-களில் நான் எழுதிய கருத்திலும் டைரக்டர் முதன்மையானவராகக் கருதப் பட்டிருக்கிறார். மேற்படி நூலின் முன்னுரையில் நூலாசிரியர் ஜோஸப் கெல்மிஸ் கூறுவதை கவனிப் போம்: ''ஸ்டூடியோ முறை என்ற சினிமாவின் 'நிலப்பிரபுத்துவ' கட்டுமானத்தில், கதை வசனகர்த்தா, காமிரா காரன், நடிகன், ஆடையலங்காரத்தைக் கவனிக்கும் லேடி ஆகியோரைப் போன்று டைரக்டரும் வாடகைக்குப் பிடிக்கப்பட்ட ஒருவன்தான். அவன் ஸ்டூடியோவில் ஒரு பயிற்சித் தொழில்காரனாகச் சேர்ந்து, கம்பெனி யின் போக்குகளைக் கற்றுக்கொண்டு, கொஞ்சம் கொஞ்சமாக வளைதோண்டி முன்னேறி, வேறு எவரோ தேர்ந்தெடுத்த கதை வசனம், நடிகர்கள், எடிட்டர் ஆகியோருடன் சேர்ந்து தன்னால் முடிந்த அளவு தனது சாமர்த்தியத்தைக் காட்டியவன்... புரொடி யூஸரே எல்லாவற்றையும் கட்டுப்படுத்தியுள்ளான். ஸ்டூடியோ தனது முத்திரையை மட்டுமே தயாரிக்கப்பட்ட சரக்கில் பதித் திருக்கிறது. டைரக்டர்களை மாற்றலாம், ஆனால் பார்முலா சாந் நித்யமானது.''

இது ஹாலிவுட்டைப் பற்றிய சித்திரம். அங்கேகூட வில்லியம் வைலர் போன்றோர் விதிவிலக்குகளாக இயங்க இடம் பெற்றிருந் திருக்கிறார்கள். Ben-Hur-ன் புரொடியூஸர் ஸாம் ஜிம்பாலிஸ்ட் என்றாலும்கூட சிருஷ்டி கர்த்தா வில்லியம் வைலர்தான். ஹாலிவுட் டின் ஸ்டூடியோ முறையைச் சமீப காலங்களில் ஸ்டான்லி கப்ரிக் *(2001:* A Space odyssey, lolita, Dr. Strange love முதலிய படங்களைச் சிருஷ்டித்தவர்) போன்றோர்தாம் பின்தள்ளி இருக்கிறார்கள். (இவர் பின்னாடி எடுத்த Shining, A clock-work orange ஆகியவை இந்தியா வுக்கு வராதவை.) ஸ்பார்ட்டகஸ் என்ற படத்தை அதில் ஸ்பார்ட் டகஸாக நடித்த கெர்க் டக்ளஸ் எடுத்தபோது, படத்தின் பாதியில் அவருக்கும் அப்போதிருந்த அதன் டைரக்டருக்கும் இடையில் தகராறு. டைரக்டரை நீக்கிவிட்டு மிக இளைஞராக இருந்த கப்ரிக்கை கொண்டு வந்தார் டக்ளஸ். அதுவரை கப்ரிக் எடுத்திருந்த படங்கள் டாகுமென்டரிகள் தாம். ஸ்பார்ட்டகஸில் மிக முதிர்ந்த ராட்சஸ நடிக நடிகைகளை இயக்குவித்தார் இளைஞர் கப்ரிக். படம் நூற்று

வீத வியாபார வெற்றியாகவும் ஹாலிவுட் மதிப்பின்படி கலைத் தரமுள்ளதாகவும் அமைந்த ஒன்று; ஸ்டான்லி கப்ரிக்கிற்கு சினிமாத் துறையில் ஒரு பெரிய ஸ்தானத்தை அளித்த ஒன்று. இருந்தும் கப்ரிக் இதனைத் தமது படமாக ஒப்புக்கொள்வதில்லை. காரணம், பாதிப் படமே அவருடைய இயக்கத்தில் விளைந்தது என்பதைவிட, புரொடியூசர் + நடிகர் கெர்க் டக்ளஸின் ஆளுமையே படத்தை நிர்மாணித்தது என்பதுதான் கப்ரிக் தரும் காரணம். 'அது என்னுடைய படம் அல்ல, டக்ளஸின் படம்' என்கிறார் கப்ரிக். எங்கே உங்கள் புதிய தியரி? கூட்டியக்கம் ஒரு கலைப்படைப்பை விளைவித்த நிலைமை அல்ல இது. புரொடியூஸர் தமது திருப்திக்கு ஏற்றவிதமாகக் கூட்டியக்கத்தை உபயோகித்தார்; அவ்வளவு தான். ஹாலிவுட் நியதியின்படி, மிகப்பிரமாதமான ஒரு டைரக்டர் ஒரே ஸீகுவென்ஸிற்கு ஐந்து, பத்து, இருபது என்று ஃபைனல் ஷாட்டுகளை சிருஷ்டித்துத் தருகிறான். இவற்றுள், டைரக்டரின் பார்வையில் சிறப்பான ஷாட்டை இறுதிப் படைப்பாக ஹாலிவுட் புரொடியூஸர் ஏற்பதில்லை. தனது ருசி, கம்பெனியின் பார்முலா, வியாபார நோக்கம் என்ற மூன்று குணங்கள் மூலம் புரொடியூஸரே இறுதிப் படைப்பில் எந்த எந்த ஷாட்டுகள் சேர்க்கப் படவேண்டும் என்று தீர்மானிக்கிறார். இதில் கூட்டு ஏது? இயக்கம் ஏது?

''எங்களை எந்தப் புரொடியூஸரும் உபயோகித்துவிடாதபடி ஒவ்வொருவரும் தங்கள் திருப்திகளைப் படைப்பில் நிறைவேற்றும் முறையினையே 'கூட்டியக்கம்' என்று கூறுகிறோம்,'' எனப் பாளையங்கோட்டைப் பனைமரத்திலிருந்து பதில் குரல் எழும்பும்; சரி, இதனையும் பார்ப்போம்.

தங்கள் திருப்தி என்ற நிலையில், ஒவ்வொருவரும் தனது கலைத் தர்சனத்தினது பூர்த்தியை மட்டுமே குறிப்பிட முடியும். இந்நிலையில் ஒவ்வொருவனும் தனிமனிதனாகவே ஆகிறான். ''நோ! நோ! கூட்டாகச் சேராமல் தனியாக உள்ள நிலையில் இவர்களில் எவரும், இவர்களில் எந்தத் தனிமனிதனும் கலைஞன் அல்ல. கூட்டாக இவர்கள் இயங்க ஆரம்பித்த பிறகுதான் அந்தக் கூட்டியக்கம் கலை இயக்கமாகிறது.'' என்ற அடிமுட்டாள் வாதத்தைத் தான் பாவன்னா கோவன்னா பனைமர மூளை இவ்விடத்தில் தர முடியும். அதாவது, இந்தக் கட்டுரையின் தலைப்பகுதியில் தரப்பட்டுள்ள *அஸ்வமேதா* மேற்கோளின் அத்திவாரச் சித்தாந்தம் இதுவாகவே இருக்க முடியும்.

இதனால்தான் அது சிந்தனையின் விளைவுமல்ல, சிருஷ்டி இயக்கங் களை அவதானித்ததின் விளைவுமல்ல. ஒரு புத்திசுவாதீனமுள்ள சமூகத்தில் கூட்டியக்கமே கலை இயக்கம் என்ற உளறல் அர்த்தமே ஆகாது. சினிமாவை எடுத்தால், ஸ்டான்லி கப்ரிக்கின் படைப்பு ஒன்றைப் பார்ப்போம். 2001: A Space Odyssey என்ற அவரது படைப்பு ஒருபுறம் விஞ்ஞானக்கற்பனைப் படமாகவும் அதன் கவித்துவ பரிமாணத்தில் உயிரின் ஆழ்ந்த யாத்திரையை உணர்த்துவ தாகவும் பிறந்துள்ளது. இந்த பன்முகத்தன்மையினது சிருஷ்டி கர்த்தா ஸ்டான்லி கப்ரிக் மட்டும்தான். தகவல்களினுள் நுழை வோம்:

1. ஆர்தர் ஸி.கிளார்க் எழுதிய Sentinel என்ற சிறுகதையைக் கப்ரிக் கதையாகத் தேர்ந்து கொள்கிறார். கதைத் தேர்வு கப்ரிக்கினுடையது. இதில் கிளார்க்கின் பங்கு சிறுகதை யாசிரியர் என்பதுதான்.

2. கிளார்க்கைச் சினிமா கதாசிரியராக வரும்படி கேட்டு, இருவ ரும் சேர்ந்து கதையைச் சினிமாவுக்கு ஏற்றவிதமாக சிந்திக்கிறார்கள். இது சினிமா சரித்திரத்திலும் புத்தக வெளியீட்டுச் சரித்திரத்திலும் இல்லாத ஒரு நிலைமையைக்கூட உருவாக்கிய ஆளுமை. ஒருவித மாகக் கதையை எழுதிக் கப்ரிக்கிற்கும் திருப்தி என்ற நிலையில், அது படமாக எடுக்கப்படும் போதே, கப்ரிக்-கிளார்க் இணையாசிரிய நாவலாக நூல்வடிவு பெறுவதற்குப் புத்தக வெளியீட்டாளரிடம் கொடுத்துவிட்டு, இலங்கையில் உள்ள தமது வீட்டிற்குத் திரும்பு கிறார் கிளார்க். வெளியீட்டாளரிடம் இருந்து ஓவர்ஸீஸ் டெலி போன் கால் வருகிறது. நாவலின் உருக்கு அச்சுப் பிளேட்டுகள் தயாராகிவிட்டன. ஆனால் நாவலின் வெளியீட் டுரிமையைத் தர மறுக்கிறார் கப்ரிக்! காரணம் கதையின் அந்த வடிவத்தில் கப்ரிக் கிற்குத் திருப்தியில்லை. தலையில் அடித்துக்கொள்ளாத குறை யாகக் கப்ரிக்கைப் பார்ப்பதற்கு லண்டன் விரைகிறார் கிளார்க். வெளியீட்டாளர் தாம் உருக்கி வார்த்த பிளேட்டை உடைக்க வேண் டியவரானார். அதாவது கப்ரிக் அசைந்து கொடுக்கவில்லை. பெரு மூச்சுடன் மீண்டும் எழுத உட்காருகிறார் கிளார்க். எந்தக் கட்டத்தில் ஒரு மயிரிழையும் அசைந்து கொடுக்காத இந்த நிலையை எடுத் திருக்கிறார் கப்ரிக் என்பதைப் பாருங்கள்!

3. படத்தின் ஷூட்டிங்கில் என்ன நடக்கிறது என்று காமிரா நிபுணர் முதலியோர்க்குப் புரியவில்லை. கிளார்க்கிற்கே ஓரிரு

விஷயங்கள் புரியவில்லை. உதாரணமாக: சினிமா சரித்திரத்தின் மிக உன்னதமான ஒரு மாட்ச் கட் 2001இல் வருகிறது. இதைக் கப்ரிக் எடுத்தபோது இதன் சிருஷ்டிகரம் அவரது மனதில் மட்டுமே பிறந்த ஒன்றுதான். மனிதக் குரங்குடன் ஒப்பிடத்தக்க நியேண்டர்தேல் காலத்து மனிதன், முதன்முதலாக ஒரு பெரிய எலும்பை ஆயுதமாக உபயோகித்துவிட்டு, அந்த எக்களிப்பில் அதை ஆகாயத்தில் எறிகிறான். அது ஸ்லோமோஷனில் சுழல்கிறது. கட்; ஸ்லோமோஷனில் ஒரு விண்கலம் சுழன்றபடி பூமிக்கோளத்துக்கு வெளியே விண்வெளியில் நகர்கிறது. அதாவது, நான்கு மில்லியன் வருஷத்திய காலவெளியை ஒரே மூச்சில் பாய்ந்து தாண்டுகிறது பிலிம்! பார்க்கிறவனின் மூச்சை நிறுத்துகிற இந்த மாட்ச் கட்டை, கப்ரிக் தனி மனிதனாகவே சிருஷ்டித்தார். நியேண்டர்தேல் ஸீகுவன்ஸை ஒரு வெளிப்புறத்தில் ஷூட் பண்ணி விட்டுத் திரும்பிக்கொண்டிருக்கும்போது, ஒரு எலும்பை மேலே ஒரு கையால் எறிந்து விட்டு மறுகையில் இருந்த ஹான்ட் காமிராவினால் அதைப் பிலிம் பண்ணியபடி - கப்ரிக்கின் மீதே விழுந்து காயம் ஏற்படுத்தக்கூடிய விதமாக இதைச் செய்துகொண்டு - நடந்திருக்கிறார். அருகே நடந்து வந்துகொண்டிருந்த யூனிட் அங்கத்தினர்களுக்கோ கிளார்க்கிற்கோ அங்கே மாட்ச் கட் உருவாகிக் கொண்டிருந்தமை தெரியாது. கப்ரிக்கிலிருந்து ரே வரை பெர்க்மெனிலிருந்து குரஸவா வரை, இப்படி எவ்வளவோ தனி மனிதத்தனமான (*'ச்சீ! த்தூ!'*) சங்கதிகளை யூனிட் தகவல்களாக அறிய இடமுண்டு. பெரும்பாலும் இத்தகைய தகவல்கள் பரவலாக தெரிவதும் இல்லை, பதிவு பெறுவதும் இல்லை. மேலே நான் கப்ரிக் பற்றி தந்துள்ள விபரங்கள் The Lost Worlds of 2001 என்ற Arthur C. Clarke நூலில் பதிவு பெற்றுள்ளவை.

4. அடுத்த கட்டத்துக்கு வருவோம். ஸ்டான்லி கப்ரிக் அப்படி ஒரு தனிமனிதவாதப் பிசாசுதானா? அல்ல. விளடிமர் நபக்கவ்வின் *லொலீட்டா* நாவலை, கப்ரிக் இதற்கு முன்பே படமாக்கியதை, நபக்கவ் தரும் விபரத்திலேயே பார்ப்போம். நபக்கவ் படத்துக்காக எழுதிய ஸ்கிரிப்டை கப்ரிக் உபயோகிக்கவில்லை என்ற அளவில், *'அடடா! பிசாசு! தனிமனிதவாதப் பிசாசு!'* என்று மேலும் பாவன்னா கோவன்னா பனைமரக் குரல் கிளம்பலாம். உண்மையில், 'லொலீட்டா'விலும் 'டாக்டர் ஸ்ட்ரேஞ் லவ்'விலும் நடித்த சம்பாஷணை மேதையான பீட்டர் ஸெல்லர்ஸ் என்ற பிரிட்டிஷ்

நடிகர், யூனிட்டில் பேச்சுவாக்கில் சொன்னவற்றை -முக்கியமாக ஸ்ட்ரேஞ் லவ்வில் உபயோகித்திருக்கிறார் கப்ரிக், ஸ்கிரிப்டைத் தூர வைத்துவிட்டு.

5. இதற்கும் அடுத்த கட்டம்: மிக நுட்பமான இலக்கிய அவதானிகளினால், ஷேக்ஸ்பியருடன் ஒப்பிடப்படுகிறவர் விளடீமர் நபக்கவ். டாஸ்டாயவ்ஸ்கி, தாமஸ் மன் போன்றோரையோ தூக்கி எறிந்து இலக்கிய அபிப்ராயம் சொல்கிறவர் நபக்கவ். இத்தகைய உக்ரமான மனிதர், தமது ஸ்கிரிப்டினால் உருவாகியிருக்கக் கூடியதைவிடவும் சிறந்த ஒரு சினிமா வடிவை லொலீட்டாவுக்கு கப்ரிக் தந்ததைக் கண்டதும், தமது ஸ்கிரிப்ட் உபயோகிக்கப்படாததில் தமக்கு அதிருப்தியேதும் இல்லை என்று மனம் விட்டுச் சொல்லி இருக்கிறார். (Strong Opinions - by Vladimir Nabokov)

6. இன்னும் ஒன்று; 1959 வாக்கில் கொழும்புவில் இருந்த நான் 2001 படத்தைப் பார்த்து நாவலையும் படித்தேன். படத்தின் பாதிப்பில் ஒரு ஆங்கிலக் கவிதையை எழுதினேன் (இது *அஃக்* வெளியிட்ட *கண்ணாடியுள்ளிருந்து* தொகுப்பில் ஆங்கிலத் திலேயே வெளிவந்துள்ளது). இக்கவிதையை, நான் ஆர்தர் கிளார்க்கின் 2001 படத்தின் பாதிப்பாக எழுதியதாக, கொழும்பில் இரண்டு தெரு தாண்டிக் குடியிருந்த கிளார்க்கிற்கு அனுப்பி, அவரைச் சந்திக்க விரும்புவதாகக் குறிப்பிட்டேன். சந்தித்தபோது என்னிடம் மென்மையான வெட்கம் கலந்த பக்தித் தொனியில் இப்படிச் சொன்னார்: ‘2001 is not my movie; It is stanley Kubrick's movie!' இவ்வளவுக்கும் ஒரு உபசாரமாகவே அதனை கிளார்க்கின் படம் என்று நான் குறிப்பிட்டிருந்தேன். அந்த அளவில் கூட, அதுவும் எங்கோ ஒரு மூலையில் உள்ள யாரோ ஒருவனின் உள்ளத்தில்கூட அந்தத் தவறான பார்வை இருக்கக்கூடாது என்பதில் அக்கறை எடுத்திருக்கிறார் கிளார்க். அதாவது கூட்டாகத்தான் இயங்கியிருந்த தோரணையினுள், கப்ரிக்கின் தனிமனித சிருஷ்டிகரத்தை மட்டுமே படத்திற்கு பொறுப்பாக்குகிறார் ஆர்தர் கிளார்க். இவ்வளவு தூரம் கப்ரிக்கின் மீது, Telstar-ன் தந்தையான கிளார்க் காட்டும் பக்தியை நிர்ணயிப்பது எது? கப்ரிக் ஏதோ பெரிய அரசியல் இயக்க சித்தாந்தத்தின் ஆச்சாரியார் என்பதுவா? கிளார்க்கை விடப் பெரிய பட்டங்களைப் பெற்றவர் என்பதுவா? எதுவுமில்லை. பார்க்கப்போனால் கப்ரிக் காலேஜுக்குக் கூடப் போகாதவர். மேனாட்டுக் கல்வித் தர அடிப்

படையில் பார்த்தால் ஹோட்டல் சிப்பந்தி வேலைக்குத்தான் அவர் லாயக்கானவர். அவரது ஒரே தகுதி அவரது மேதமைதான். அவரது தனிமனிதத்துவத்தின் விசேஷ அம்சம் இது. இந்த மேதமையைக் கண்டு மதிப்பளிப்பதற்கு ஒரு சிறிதளவு புத்திசுவாதீனமாவது வேண்டும். இத்தகைய புத்திசுவாதீனத்தின் வாடை கூடப் படாத மூளைகள், தங்கள் கையாலாகாத் தனத்தின் புழுக்கிடங்கினுள் கிடந்து திரிக்கும் தியரியின்படி, கப்ரிக்கைப் போன்றவர்களது மேதமையின் இயக்கம் 'தனிமனித வாதம்' - கண்ட இடத்தில் காட்டுத் தனமாக அடித்துக் கொல்லப்பட வேண்டிய பாம்பு - கண்டாலே ஒட்டிக்கும் தீட்டு. நாம் மேலே தந்த விதமான விவாதங்களையோ, கலையுலகச் சரித்திர விபரங்களையோ, இந்த மூளைகள் முன்வைத்து முடிவு கட்டுவதில்லை. இங்கே செயல்படுகிற இந்த மூளைகளைப் பிறப்பிக்கும் புழுக்கிடங்குகள் மேனாடுகளிலும் உள்ளன என்பதைக் குறிப்பிட வேண்டும். கிடங்குகளினுள் நிரம்பும் கழிவின் தாரதம்யத்தில் சிறிதளவு வேறுபாடு இருக்கலாம். ஆனால் தங்களது முடிவுகளுக்கு எதிரானவற்றை கண்டுகொள்ளாமலே 'சிந்திக்கும்' ஆற்றலைப் பொறுத்த அளவில், அந்தக் குழிகளில் விளைகிறவையும் இந்தக் குழிகளில் விளை கிறவையும் ஒரே வகைக் கையாலாகாத தனத்தில் பொருமும் புழுமூளைகள்தான். இவைகள் திரிப்பவைதான் 'நவீன தியரிகள்'.

அன்று, இந்த அளவுக்கு விபரங்கள் அறியாமலே, செயல்முறைத் தன்மை வாய்ந்த கலையுணர்வைப் பற்றிய தெளிவை மட்டும் அத்திவாரமாகக் கொண்டு நான் எழுதிய கட்டுரை 'நிழல்கலை'. அது எழுத்துவின் பிந்திய இதழில் வெளிவந்தது எனினும், அது எழுதப்பட்ட காலம் அதற்கும் முந்தியது. பொதுவாக, கலைஞனின் படைப்பியக்கம் பற்றி நான் எழுதிய வற்றினுள் இருந்த ஒரு தனி மனிதவாதத்தைப் பிடுங்கிக் கொண்டு வந்து, அதைச் சினிமாத் துறைக்குப் பொருத்தி, சினிமா கூட்டியக்கத்தின் 'உற்பத்தி' (கவனிக்க : படைப்பு அல்ல, உற்பத்தி) என்று உளறி, அந்த உளற லின் அடிப்படையில் பொதுவான கலைப் படைப்பியக்கம் பற்றிய என் கருத்து முழுவதையும் சின்னாபின்னமாக்கிவிட்ட திருப்தியை, நாம் இங்கே சர்ச்சித்த அஸ்வமேதா மேற்கோளில் கவனித்தோம். சினிமாவின் இந்த கூட்டியக்கத் தியரியே இந்தச் சர்ச்சையின் விளைவாக, தகவல்களின் முன் தாக்குப்பிடிக்க முடியாமல் சிதை

வதையும் கண்டோம். இதன் விளைவாக, பொதுவான கலை இயக்கம் பற்றி *தமிழின் நவீனத்துவம்* நூலில், நான் வெளியிட்டுள்ள பார்வையின் கால்தூசிகூட *அஸ்வமேதா* கட்டுரையாளரினால் தீண்டப் படவில்லை என்பது புலனாகும்.

சரி, சினிமா கூட்டியக்கத்தினால் விளையும் கலை வடிவம் என்றால், எழுத்துக்கலை என்ன என்று நான் இந்த அஸ்வமேதாவியைக் கேட்கலாம். பதில் உண்டு; சொல்லாமலே சொல்லியிருக்கிறார் அதே கட்டுரையில். எல்லாக் கலையிலுமே கூட்டியக்கம் உண்டு என்று கூறுகிறார்களோ என நாம் வியப்பதுடன் நிலைமை நிற்கவில்லை. சினிமாவில் கூட்டியக்கத்துக்கு இந்த அஸ்வமேதாவி தரும் முக்கியத்துவம் எதுவரை போயிருக்கிறது என்றால், தனி மனிதர்களான புதுமைப்பித்தனிலிருந்து ஹென்றிமில்லர் வரை நடையாய் நடந்து பிச்சை எடுத்துக் கொண்டுவந்து ஒரு அகதையை 'உற்பத்தி' செய்யுமளவிற்குப் போயிருக்கிறது. படைப்பாளியின் தனி மனிதத்துவத்துக்குத் தீட்டு பாராட்டுகிறவரும் இந்த அகதை உற்பத்தி யாளரும் ஒருவரே என்பது எல்லாருக்கும் தெரிந்த விஷயம்.

என்னுடைய விமர்சனத்தை விமர்சிக்குமளவு முறுக்கிக் கொண்டு நிற்கிற இந்த அஸ்வமேதாவிகள் - ஏதோ முரண்பாடுகள் இருக்கிறதாமே பிரமிளிடம் - அதே பிரமிளிடம் பிச்சை எடுத்துக் காரியத்தை நிறைவேற்றி உள்ளார்கள். விக்ரமாதித்யனின் *எழுத்து சொல் பொருள்* என்ற தொகுப்புக்கு மதிப்புரை எழுதும்போது, இரண்டாமிதழ் *அஸ்வமேதாவில்*, அதாவது எனக்கு தீர்ப்பு வழங்குகிற அதே இலக்கியப் பொறுக்கிக் கோர்ட் கட்டுரை உள்ள இதழில், இந்த பிக்ஷாடனக் கோலம் பூண்டு நிற்கிறார்.

விக்ரமாதித்யனின் கவிதைகளில் 'கவித்துவ தர்க்கம்' இல்லை என்கிறார். அவரது கவிதைகள், 'கவித்துவ உணர்வு வெளிப்பாடாக இல்லாமல், வெறும் விவரணைக் குறிப்புகளாக' இருக்கின்றன என்கிறார். இந்தத் தீர்ப்பு உண்மையில் ஆதாரமற்றது என்பது ஒரு புறம் இருக்கட்டும்; 'கவித்துவ தர்க்கம்' என்ற பிரயோகமும் 'வெற்று விவரணைக் குறிப்புகள்' என்ற பிரயோகமும், பிரமிளிடம் அஸ்வமேதாவிகள் எடுத்த பிச்சை என்பதுதான் இங்கே பிரச்சினை.

இந்தப் பிரயோகங்களை பிறர் உபயோகிக்கக் கூடாது என்பதல்ல; அப்படி உபயோகிக்கிறவர் இங்கே ஒரு கவிஞரை விமர்சிப்பதுக்காக அல்லாமல் மட்டம் தட்டுவதுக்காக உபயோகித்துள்ளார் என்பது ஒன்று. தம் பத்திரிகையில் எந்த விமர்சகருக்கு தீர்ப்பு வழங்கினார்களோ அவரிட மிருந்து இதே பிரயோகங்களை ஒரு அஸ்வமேதாவி பிச்சை எடுத்தார் என்பது மற்றது. இந்தப் பிரயோகங்கள் என்னுடையவை என்பது எப்படி? இவற்றை அன்றைய இலக்கியக் குழப்பநிலை ஒன்றன்போது தீட்சண்யத் துடன் உபயோகித்துக் குழப்பத்தை நிவர்த்தி செய்தவன் நான் என்பது இவற்றை என்னுடையதாக்கி விடுகிறது. அத்தகைய பிரயோகங்கள் இப்போது *அஸ்வமேதா*வில் மலினப்படுத்தப்பட்டு உள்ளன. இதனை அறிய நாம் சில விஷயங்களை நினைவுபடுத்திக் கொள்ள வேண்டும் – சிறிது விரிவாகவே.

தமிழின் சீரிய இலக்கியக் களத்தில் மாபெரும் குழப்பங்கள் ஏற்பட் டுள்ளன. ஒரு இருபது வருஷக்காலத்துக்குள் நடந்த வெளிப்படையான சரித்திரம்கூட குளறுபடியாகி இருக்கிறது. இதன் விளைவாகத் தமிழ்ப் புதுக்கவிதையின் குணாம்சங்களைப் பிரக்ஞா பூர்வமாக மேற்கொண்ட வர்கள் யார் என்பது, இன்று எழுதப்பட்டுள்ள கட்டுரைகள் மூலம் தெரிந்துகொள்ள முடியாத விஷயம். முதலில் பாரதி தமது பாஞ்சாலி சபதத்தின் சூர்யாஸ்த மன வர்ணனையில் ஒருவிதமாகவும் வசன கவிதைப் பகுதியில் வேறுவிதமாகவும் இதற்கு வித்திட்டார். தொடர்ந்து புதுமைப்பித்தன் ஒரு வகையிலும் ந.பிச்சமூர்த்தி வேறு வகையிலும் இதனை வளர்த்தனர். சி.சு. செல்லப்பாவின் *எழுத்து* பத்திரிகையில்தான் புதுக்கவிதை இயக்கம் பூரண வீர்யம் பெற்றிருக்கிறது. சி.சு.செ., இந்தத் துறை தமிழ் எழுத்தியக்கத்தினுள் கலந்து விடுவதற்கான ஒரு போராட்டத்தையே நடத்தியவர். பிரமிள், புதுக்கவிதையின் எதிர்காலம் பற்றி தீர்க்க தர்சனமான பார்வைகளை வெளியிட்ட ஒருவராக சி.சு.செ.யினால் குறிப்பிடப்படுகிறவர். இவ்வளவும் வெளிப்படையான சில்லரை உண்மைகள். ஆனால் இது படுகளேபரம் அடைந் திருக்கிறது. *எழுத்து*வில் புதுக்கவிதை இயக்கம் தீவிரம் பெற்றுச் சித்தாந்த ரீதியான முதிர்ச்சியை அடைந்து கொண்டிருந்த காலக்கட்டத்தில், அதன் ஆசிரியரான சி.சு.செ.யிடம் ஓயாமல் புதுக்கவிதையைப் பழித்து எதிர்த்து பண்டிதவாதக் கூச்சல் போட்டுக் கொண்டிருந்தவர்

ஞானக்கூத்தன். *நடை* ஆரம்பிக்கப்பட்ட காலகட்டத்தில், டில்லி யிலிருந்து கீழிறங்கி வந்த வெ.சாமிநாதனைச் சந்திக்கிறார் அவர். அழுக்குக் கலர் கொண்ட கைச் சலவைக் கதருடன் போய் வந்து கொண்டிருந்த சி.சு.செ.யை விட, டில்லியிலே உத்தியோகம் பண்ணுகிற பாண்டு ஷர்ட்டுக்கார வெ.சா. புதுக்கவிதை பற்றி ஞானகூத்தனுக்குச் சொன்னவை கரெக்டாகப் பட்டிருக் கின்றன. உடனே புதுக் கவிதையை அவர் தழுவினார். தாம் பிடித்துப் போட் டது இந்தப் பிண்டம் என்பதால்தான் வெ. சா., ஞானக்கூத்தனைச் சகாப்தக் கவி ஆக்கி ஆவேசக் கருத்து வெளியிட்டார் அன்று. இதுவே நான் குறிப்பிடும் இலக்கியக் குழப்ப நிலை. இதுவரை வெளி வராதது மேற்படி உள் விஷயம். ஞானக்கூத்தன் ஞானோபதேசம் பெற்றுக் கட்சி மாறியதன் அடியில், வெ.சா.விடம் இருந்த டில்லி மவுசுதான் வேலை செய்திருக்கிறது. இல்லை, அதுவரை *எழுத்து* வில் வந்திருந்ததையும் சி.சு.செ. சொல்லி இருந்திருக்கக் கூடிய தையும்விட தெளிவாக ஞானக் கூத்தனுக்கு வெ.சா. செய்த ஞான ஸ்நானம் அமைந்திருந்தது என்றால், அதனை வெ.சா. நிச்சயம் அச்சில் தந்திருப்பார். எவ்வளவோ சந்தர்ப்பங்கள், பதில் தர வேண் டிய தேவைகள் ஏற்பட்டும், இப்படி ஒரு உபயோகமான விஷயத் தை வெ.சா. தமது கட்டுரைகளில் தராதது மேலுள்ள எனது கூற்றுக்கு ஆதாரமாகிறது. இந்த ஞானக்கூத்தனைத்தான் புதுக்கவிதை முதல் வர்களுள் ஒருவராக லிஸ்டு போட்டார் க.நா.சுப்ரமண்யம் - தமது *கலைநுட்பங்களில்*. ந.பிச்சமூர்த்தியைத் தவிர்த்தும் உள்ளார். என் பெயர் வால்மாதிரி, பேலன்ஸுக்காக ஒட்டித் தொங்க விடப்பட் டிருக்கிறது. ஏன் என்று கேட்டால், அது தனிமனித ஆராய்ச்சிக்கு இட்டுச் செல்லும்.

அதாவது, தமது கட்டுரை முடிவில் அஸ்வமேதாவியார், 'இனி மேலாவது கலைஞன் என்ற தனிமனிதனையும் பிரமிள் ஆர ய ணும்,' என்று தருகிறாரே ஒரு அருள்வாக்கு! க.நா.சு. என்ற தனி மனிதனை ஆராய வேண்டிய அவசியம் மேலே பிறந்திருப் பதனைக் காட்டவேண்டும். இதற்குக்கூட அஸ்வமேதாவிக்கு அகப்படுவது கலைஞன் அல்ல, விமர்சகன்தான். அவர் கொடுத்து வைத்தது அவ்வளவுதானா? இல்லை. அப்படிச் சொல்லிவிட முடியாது! ஒரு கலைஞன் அவரால் ஆராயப்படுவதற்கு என்று ரெடியாக நிற்கி றான். அவனைச் சந்திக்கு முன், க.நா.சு.வைக் கவனித்தால், *சீரிய*

இலக்கிய இயக்கத்தைத் தமக்கு ஏற்ற பிஸினஸ் ஆக்குவதற்காக, தமிழிலிருந்து ஆங்கிலத்தில் மொழிபெயர்ப்பதற்கு ஏற்ற லகுவான விஷயங்களுக்கு மவுசு கொடுக்க ஆரம்பித்தமை க.நா.சு. தமிழுக்கு இழைத்த அநீதி ஆகும். அவரால் மொழிபெயர்ப்பதற்கு ஏற்ற விதத்திலேயே எழுதியபடி அவருக்கு கோவிந்தா போட்ட கும்பலே அவரால் சிலாகிக்கப் படலாயிற்று. கிருஷ்ணன் நம்பியின் ('யானை நல்ல யானை') குழந்தைக் கவிதைப் பாணியில் ஒழுங்காக எழுதி வந்த ஷண்முக சுப்பையா (இவரும் க.நா.சு.வின் புதுக்கவிதை முதல்வர் லிஸ்டில் குந்தியிருக்கிறார்), அந்தப் பாணியைக் கை விட்டு மொழிபெயர்ப்புப் பாணிக்குத் திரும்பி, தமது ஒரு சிறு கவித்துவத்தையும் தொலைத்தது, க.நா.சு.வினால் மொழி பெயர்ப் பதற்கு ஏற்றபடி எழுத ஆரம்பித்ததால்தான்.

அறிவியக்கத்தில் 'தேக்கநிலை' என்று ஒன்றினைக் குறிப்பிடுவதுண்டு. இந்தப் பிரயோகத் தில் ஒரு உதாரணப் பிசகு இருக்கிறது. அறிவியக்கத்தை நதி போன்ற நீரோட்டமாகக் கருதி அது தேங்குவதாகக் கூறும் பிசகு இது. உண்மையில் அறிவியக்கம் தேங்குவதில்லை. அப்படித் தேங்குவது எவ்வளவோ தேவலை. அறிவியக்கம் ஒன்று மேல் நோக்கிப் போகும். இன்றேல், அதனைத் தேக்கி, இவ்விடத்தில் அதனை ஸ்தம்பிக்க வைக்கலாம் என்றால் அது தேங்காது; கீழ் நோக்கிப் போக ஆரம்பிக்கும். சரித்திரத்தில் இதற்குப் பல உதாரணங்கள் உள்ளன. மேலே குறிப்பிட்ட ஷண்முக சுப்பையா விவகாரம் கீழ்நோக்கிய ஓட்டத்தின் விளைவாகும்.

வெளியீட்டுச் சாதனம் என்பது தீர ஆராய்ந்து பெறுகிற உண்மைகளை வெளியிடக் கிடைப்பது என்ற அடிப்படைகூட இன்று சீரிய எழுத்துத் துறையில் இல்லை. எதை வேண்டுமானாலும் எழுதலாம் - அதற்கு ஆதார மாக தனக்கு உள்ள செல்வாக்கை பந்தயம் கட்டலாம் - என்பதுதான் இன்றைய தமிழ்க் கருத்துலகப் போக்கு.

வெ. சா. உருவாக்கி விளைந்த மேற்படி குழப்ப நிலையின் போது, ஞானக்கூத்தனின் கவிதைகளில் வெற்று விவரங்கள்தான் உள்ளன என்பதையும் கவித்துவ தர்க்கம் இல்லை என்பதையும் நான் காட்டினேன். ஒரு புதிய படைப்பாளியின் சுயத்தன்மையை இனம் கண்டு அதன் விஷேச குணம் இன்னது என்று காட்டுவதற்கும் சரி, மேலே குறிப்பிட்டது போன்ற களேபரநிலையைத் தீர்த்து வைப்

பதற்கும் சரி என்னால் முடிந்திருக்கிறது. விமர்சனம் என்பது இது தான். அசோகமித்திரன், ஞானக்கூத்தன், க. நா. சு. வின் பிற்காலக் கவிதைகள் போன்றவற்றை விமர்சிக்க, 'உயிரற்ற வெற்று விவரங் கள்', 'கவித்துவ தர்க்கம் இல்லை', என்ற பிரயோகங்களை நான் கையாண்டிருக்கிறேன். இந்தப் பிரயோகங்களை எடுத்து ஆளும் போது இவற்றை ஒரு நெறியுடன்கூட உபயோகிக்கத் திராணி யற்றவர், அதே *அஸ்வமேதா*வில் அதே இதழில், தாம் எவரிட மிருந்த பிச்சை எடுத்தாரோ அதே பிரமிளுக்கு 'தீர்ப்பு' வழங்கவும் முன்வருகிறார்.

★ ★ ★

'கலை என்பது கூட்டியக்கமே' என்ற அஸ்வமேதாவிய சித்தாந் தம் கூட ஒரிஜினல் அல்ல. ஞானக்கூத்தனைச் சகாப்தக் கவியாகத் தூக்கிப் பிடித்து, பின்பு அவரால் எட்டி உதைக்கப் பட்டு விழுந்த வெ.சா., மீண்டும் தம்மை நிலை நிறுத்திக் கொள்வதற்காக, சோறு தண்ணி இல்லாமல் கிடந்து 'திங்' பண்ணிக் கண்டு பிடித்த 'சூழல்' சித்தாந்தமே 'கூட்டியக்க'மும் ஆகும். 'சூழல்' என்ற பதத்திற்கு வெ.சா., 'கலைஞனும் சூழலும்' என்ற *பாலையும் வாழையும்* நூல் கட்டுரையில் ஏற்றும் அர்த்தம் இது: கலைஞன் தானே எதையும் பண்ணிவிட முடியாது; அவன் உருவாக்கப் படுகிறான். அவனை உருவாக்குவது அவனது சஹிருதயர்களாக அமைந்து நெறிப்படுத்து வோரைக் கொண்ட சூழல். அதாவது வெ.சா.வின் கருத்துப்படி, கலைஞனை உருவாக்குகிறவர்களின் கூட்டியக்கமே 'சூழல்'. கலை என்பது தனிமனிதப் படைப்பு அல்ல, அது ஒரு 'கூட்டியக்கம்' என்னும் அஸ்வ மேதாவியாரின் தியரி, எவருடையதென்று இப் போது புரிகிறதோ? இங்கே கூட்டியக்கம் கலைஞனை, அவனது படைப்பை, அபிப்ராயங்களின் மூலமும் நெறிப் படுத்துதல் மூல மும் உருவாக்கினால், இதுவே அனுமார் வாலாக நீண்டு மற்றயவர் களின் படைப்புகளிலிருந்து ஸ்குரூக்களையும் நட்டுக்களையும் பிடுங்கி, கூட்டியக்கக் கலை உற்பத்தி பண்ணுவதற்கும் ஒரு அத்தி வாரத்தை வழங்கியுள்ளது. வெ. சா. வுக்கு பதில் தந்து *கொல்லிப் பாவை*யில் எழுதிய 'கலைஞனும் கோட்பாடும்' கட்டுரையில் ஆரம்பித்து இந்த சூழல், கூட்டியக்கம் முழுவதையுமே 'நான் சென்ஸ்' என நிரூபித்து வருகிற கட்டுரைகள் என்னுடையவை.

எழுத்து காலத்திலிருந்து இன்றுவரை இதில் என்னிடம் முரண்பாடு கிடையாது. கலைஞன் என்பவன் மிக விசேஷமான ஒரு பிறவி. அவனை மிக விஷேசமானவனாகக் கண்டு அவனது விசேஷத்துவத்தைப் பேணுவதுதான் புத்தி சுவாதீனத்தைக் காட்டுகிற சமூகமாகும். அவன் ஒரு சூழலின் விளைவு அல்ல. கூட்டியக்கத்தின் அங்கம் என்று கூறுகிறவர்கள் என்ன சொல்கிறார்கள் என்பது அவர்களுக்கும் புரிவதில்லை, மற்றவர்களுக்கும் புரிவதில்லை. காரணம் சரித்திர ரீதியான உதாரணங்கள் ஏதும் அவர்களது கூற்றுக்கு ஏற்றதாக முன்நிற்பதில்லை. ஆனால் மேற்படி தியரிக்காரர்களுக்கு உதாரணங்கள் அல்ல முக்கியம். தங்கள் பொறாமைக்குப் பாத்திரமானவர்களை நோக்கி, 'நீயே பண்ணிப் பிடுங்கிவிட்டேன் என்று நினைக்காதே', என்று விரலை ஆட்டிக் காட்டிவிட்டால் போதும்; அவர்களது புகைச்சலுக்கு ஒரு ஆறுதலாகும்.

உருவாக்கப்பட என்று வளைந்து வரும் கேஸ்கள், தங்கள் அரைவேக்காட்டுத் திறனை விற்றுப் பிழைப்பவர்களேயன்றி கலைஞர்களல்ல. இத்தகையவர்களைச் சூழல்காரர்களும் கூட்டியக்கவாதிகளும் கலைஞர்களுக்கு உதாரணப்படுத்தினால், அதை நாம் ஏற்பதற்கில்லை. இவர்கள், சீரிய இலக்கியக் களம் வயலாய் விளையும் போது, மணி பொறுக்க வரும் குருவிக்கூட்டமாக கும்பல் போட்டு வந்துவிட்டு, அகப்பட்ட புகழைச் சுருட்டிக் கொண்டு ஓடிவிடுபவர்கள்தாம். வெ.சா.வினால் புதுக்கவிஞராக ஞானஸ்நானம் பெற்ற ஞானக் கூத்தன் இத்தகையவரே.

மொத்தத்தில், சஹிருதயர்களின் சூழல் இல்லாவிட்டால் கலைஞன் இல்லை என்பதும் கூட்டியக்கம் இல்லாவிட்டால் கலை இல்லை என்பதும், ஒரே கையாலாகாத்தனத்தில் ஊறி, ஒரே விதமாக நாறும் தியரிகள்தாம். இந்தக் 'கூட்டியக்கம்' வெறும் கும்பல்தனத்துக்குத் தீட்டப்படுகிற அரிதாரமாகும். தங்களுடைய மண்டைகளை உபயோகிக்கத் திராணியற்றவர்களே இத்தகைய ஒரு அரிதாரப் பூச்சை ஏற்கக் கியூ வரிசையில் வருவார்கள். இதற்குக் காரணம், தங்கள் சிருஷ்டிக்கும் சிந்தனைக்கும் தாங்களே பொறுப்பாக இருக்க வேண்டும் என்ற இயற்கை வழி, இவர்களுக்கு கிலி உண்டாக்குவதனால்தான். இவர்கள் பண்டிதவாதிகளாகவோ பழமைவாதிகளாகவோதான் இனம் காட்டப்படலாம். தனிமனித வாதி என்று இவர்களால் ஏசப்படுகிறவனோ, தனது கருத்துக்களுக்கு தானே

பொறுப்பாளி ஆவான். இதற்கான அறிவார்த்தப் பெறுபேறுகளை விருத்தி செய்து, தனது பார்வையினை தன்னுடையதாக வெளியிடும் பண்பும் பொறுப்பும் அவனு டையது. கூட்டியக்க வாதிகளிடம் இந்தப் பொறுப்புணர்வு இராது. இருக் கவும் கூடாது. ஏனெனில், தனிமனிதனான ஒருவனது உதவி தேவையற்ற உறுதியை ஏற்கனவே கொண்டதுதான் 'கூட்டியக்கக் கும்பல்'. இந்தப் பிரமையுடனேயே கும்பல்வாதி ஒவ்வொருவனும் செயல் படுகிறான். இவர்கள் மார்க்ஸீய சநாதனிகளானாலும் சரி, பிராமணாளிஸ சநாதனி களானாலும் சரி, இந்தப் பிரமைதான் இவர்களுடைய ஒரே பலம். இத்தகைய கூட்டியக்கங்களினால் மூளைச்சலவை செய்யப்பட்டுள்ளவர்கள் தான் இன்றைய அஸ்வமேதாவிகள். இலக்கியத்தை ஒரு தொடர் நிலை இயக்கமாகத் தக்கவைத்துக்கொள்ள வேண்டிய பொறுப் புணர்வுடன் இவர்கள் செயல்படுவதில்லை. தங்களது ஆதர்சசிகரங் களான எழுத்தாளர்களை அண்ணாந்து பார்த்துக் காறியுமிழ்கிற காரியத்தையே இவர்கள் செய்கிறார்கள். இவர்கள் ஒவ்வொருவரும் தனிமனிதர்களாகத் தங்கள் கருத்துக்கு பொறுப்பேற்கிறவர்களா னால் இப்படி ஆகி இருக்கமுடியாது என்பது நிச்சயம். உமிழ்ந்த எச்சில் தங்கள் மூஞ்சிகளிலேயே விழுந்தவுடன், திக்குக்கு ஒன்றாக சிதறுவதில்தான் இவர்களது அடுத்த கட்டத்து இயக்கம் ஈடுபடும்.

என்னிடம் ஏதோ முரண்பாடு இருப்பதாகக் கொட்டாவி விட்டபடி எழுந்திருந்து அஸ்வ மேதாவியார் கண்ட முரண்பாடு, அவரு டைய மூக்கை அவரே தோண்டி எடுத்துக் கொண்ட சரக்காகத்தான் முடிவடைகிறது. அவரது கட்டுரையில் கலை என்பது ஒரு கூட்டி யக்கம். ஆனால் விமர்சகனின் வேலை, கலையை ஆராய்வதுடன் நிற்காமல் கலைஞன் என்ற தனி மனிதனையும் ஆராய்வதுதானா கும். 'கூட்டியக்கமே கலையை விளைவித்தால், கூட்டியக்கக் கும்பலை ஆராய்வதுதானே சரி?' என்று நாம் கேட்கக் கூடாது. நமது அஸவமேதாவி, 'என்னால் தனிவிரல் ஒன்றைத்தான் மூக்குக்குள் ஒட்டித் தோண்ட முடியும்' என்று பதிலடி தந்து விடுவார்!

தனிமனிதத் தத்துவமே அற்ற நிலைதான் கூட்டியக்கம். இதில் ஆராய் கிறதுக்கு தனிமனிதன் எங்கே கிடைப்பான்? இப்படி முரண் பாடுகளில் தாங்கள் மாட்டிக் கொண் டிருப்பது தெரியாமல் பிறரி டம் முரண்பாடு காணக் கிளம்புகிறவர்கள், தங்களையே முதலில் ஆராய்வதுதான் ஒழுங்கானது.

★ ★ ★

புதுக்கவிதை இயக்கத்தை மட்டம் தட்டிப் பார்த்துவிட்டு, அதன் வீர்யத்தின் முன் தங்கள் ஜம்பம் சாயாமல் அதைத் தழுவிய முற்போக்குகளினுள் பிறந்த மு.மேத்தா தான் புதுக்கவிதையின் தாத்தா என்றொரு டமாரம் ஒருபுறத்தில் ஒலிக்கிறது. இன்னொரு மூலையில், என்னுடைய விமர்சனக் கருத்துக்களை அறிவார்த்தத் தளத்தில் சந்திக்க முடியாதவர்கள், எல்லா அடிப்படைகளையும் துறந்து அடிப்பவர்களைப் பிடித்துவைத்திருக்கிறார்கள். கலைபண்ணினால் மட்டும் போதாது. 'டாய்! விமர்சனமா எழுதறே! அடிப்பேன்!' என்று பொறுக்கித்தனமும் பண்ண வேண்டிய நிலை இன்று. அதாவது, ஏற்கெனவே குறிப்பிட்டபடி, அஸ்வமேதாவி யாரால் ஆராயப்படுவதற்கு ஏற்ற 'கலைஞன் என்ற தனிமனிதன்' பிறந்திருக்கிறான்! அஸ்வமேதாவியார் கொடுத்து வைத்தவர்தான்! 'அடிச்சுப்புடுவேன், நாளைக்கு அடிப்பேன், நாளன்னைக்கு அடிப்பேன்', என்று தெருக்கூச்சல் போடுகிறவனை போலீஸிடம் ஒப்படைத்தால், போலீஸிற்கு லஞ்சம் தருகிறான். இதை அஸ்வமேதாவி ஆராய்ந்தே ஆக வேண்டிய சங்கடம் நிச்சயமாக அவருக்கு உண்டு. ஏனெனில், போலீஸிற்கு லஞ்சம் தரும் அதே அடிபுடிக்காரன், அஸ்வமேதாவியார் குறிப்பிடுகிற 'சினிமா என்ற கூட்டாக உற்பத்தி செய்யப்பட வேண்டிய துறை'யில் ஈடுபட்டு, அரசியல் ஊழல், போலீஸ் ஊழல் பற்றியெல்லாம் சினிமா கதை வேறு பண்ணுகிறான். இவனை ஆராயாமல் கம்பி நீட்டி விடுவீரா, அஸ்வமேதாவியாரே?

மேலும் ஒரு கொசுறு ஆராய்ச்சிக்கும் இடம் உண்டு. 'கலை பண்ணுகிறவனை போல் பணம் பண்ணுகிறவன் கூட கலைஞனாக இருக்கலாம்', என்ற அரிய கருத்து! இதற்கு ஆதாரமாக, ஒரு பெரிய பம்பாய் துணிமில்காரர் தமது மகனின் அடாவடித்தனத்தைச் சொல்லி அழுததைத் தருகிறார், தமிழில் 'டாப்டக்கர் திங்கர்' ஒருவர். மகனைச் செம்மைப்படுத்த முடியாதவன் கலைஞன்! ஏனென்றால் அவனால் பணம் பண்ணமுடிகிறது! ஆகவே பணக்காரன் கலைஞனாகவும் ஆகலாம்! அவன் அழுவதே இதற்குச் சான்று! இதற்கும் மேலே போய், லஞ்சம் கொடுப்பவன் கூட கலைஞன்தான் என்று

நமது திங்கர் கூறினால் கூட ஆச்சர்யப்படுவதற்கில்லை. ஏனெனில், அந்த மாதிரி ஆட்களின் கவைக்குதவாத கடிதங்களுக்குக் கூட முன்னுரை தந்து பிரசுரிக்கும் பத்திரிகை இயக்கத்தில் ஈடுபட்டவர் திங்கர்! இவரை ஆராயாமல் கம்பிநீட்டிவிடுவீரா அஸ்வ மேதாவியாரே?

இன்னொருபுறம், வெ.சா.வுக்குப் பரிவட்டம் பிடித்து 'பராக்' போட்டு, தமிழ்நாட்டு எருமைச் சாணிக்குவியலைக் கூட விலை போட்டு போர்டு பவுண்டேஷனுக்கு ஏற்றுமதி செய்வதுக்காக ஓடித் திரிகிற சுயகாரியப்புலி என்றும், ஒருவரது இயக்கம் காட்டிக் கொடுத் திருக்கிறது. ஆழமற்ற திறன் இப்படித்தான் வேலை செய்யும்.

'கூத்துப்பட்டறை' என்ற இயக்கத்தின் மூலம் முத்துசாமி செயல் பட்டிருக்கும் தோரணை, தெருக்கூத்தின் முக்கியமான அம்சங்களை மழுங்கடித்துத் திசை திருப்பும் 'கூட்டியக்கமாக' விளைந்திருப் பதை இங்கே குறிப்பிடலாம். முதலாவதாக, *தெருக்கூத்து என்பது மேல்கட்டுமான சமூகத்தினரைக் கீழ்கட்டுமானத்தில் உள்ளவன் விமர்சிக்கிற அடிப்படையை கொண்டது.* இவ்விடத்தில் ஒன்று - தெருக்கூத்து ஒரு கலையாகுமா என்ற கேள்வி தனியாக எழுப்பப் பட வேண்டியது. 'கிராமீயப் பாடல் எனும் கிண்ணாரக்குப்பை' என்றார் புதுமைப்பித்தன். கிராமீயப் பாடல், நாட்டுப் பாடல் என்ற வகை எப்படிக் கவிதை ஆகாதோ, அதேபோல் தெருக்கூத்து என்ற வகை, நாடகம், நாவல், சிறுகதை போன்ற ஒரு கலை வகை ஆகாது. தமது கதைகள் மூலம் தமக்கு எதுவிதமான பிரமாண்ட லாபமும் கிடைக்காது என்று கணக்குப் போட்டு முத்துசாமி கட்டிப் பிடித்ததே தெருக்கூத்து. தெருக்கூத்தை வைத்துத் தம்மை ஊதிக் காட்டுவ தற்குத்தான், அவர் அடிப்படைத் திருகல்களைத் தெருக்கூத்தில் செய்திருக்கிறார்.

செக்கோஸ்லோவேக்கியாவிலிருந்து வந்த, தெருக்கூத்தை ஆராய்ந்த ஒருவர் அதனை விளக்கி - மேல்கட்டுமான சமூகத்தை கீழ்கட்டுமானத்தில் உள்ளவன் விமர்சிக்கிற அடிப்படையை விளக்கி - காந்தி நிறுவனப் பத்திரிகை ஒன்றில் 1980-81 வாக்கில் ஒரு கட்டுரையை எழுதினார். அது வெ.சா., முத்துசாமி போன்றோரின் கட்டுரைகளைத் தாங்கிவந்த 'கால்' பத்திரிகையில் மறுபிரசுரமா யிற்று; ஆனால் 'கட்'களுடன். கட் பண்ணப்பட்ட பகுதியில்

மேற்படி அடிப்படையைச் சித்தரிக்கும் வரிகளும் அந்த அடிப் படையும் நீக்கப்பட்டிருந்தன. 'பூசகர்கள் வந்திருக்கிறார்கள்' என்ற செய்தியைக் கோமாளி, 'போக்கிரிகள் வந்திருக்கிறார்கள்' என அரசனிடம் சொல்லி, பூசகர்கள் அடிபடுவது பற்றிய உதாரணம் இது. தெருக்கூத்தில் கெட்ட வார்த்தை பிரயோகங்கள் அவசியம். அதன் கீழ்க்கட்டுமானப் பூர்வகுடித்தனப் பின்னணி, இந்தக் கெட்ட வார்த்தைப் பிரயோகங்கள் மூலம்தான் தெருக்கூத்தாக வடிவெடுக்கிறது. ஆயினும் இந்தப் பிரயோகம் விரசமாகவோ ஆபாசமாகவோ வடிவெடுக்கக்கூடாது. *கபடற்ற ஒரு மனோநிலையினையே இது வெளிப்படுத்த வேண்டும்.* இதனைச் சாதிப்பது கூத்தரின் திறனைக் காட்டுவதாகும். இந்த முக்கிய அம்சம் முத்துசாமிக்குப் புரியவில்லை. தாம் பிடித்து வைத்திருக்கும் கூத்தர்களிடம், 'கெட்ட வார்த்தை வேண்டாம்' என்று தீர்த்துவிட்டார். அவர்களும், 'ஆமாஞ் சாமி' என்று ஒப்புக்கொண்டு விட்டார்கள். 'கலைஞர்கள்' அல்லவா? 'சூழலை' உருவாக்கும் 'ஸஹிருதயர்' ஒருவர் சொன்னால் கேட்டுக்காமல் இருக்க முடியுமா? தெருக்கூத்தில் அக்கறை கொண்டு இவர் செயல்பட்டிருந்தால், நான் குறிப்பிட்ட திருகல்களைச் செய்திருக்கமாட்டார். தெருக்கூத்தின் ஜீவனையே துவம்சம் செய்யும் வேலையைத்தான் அவர் செய்திருக்கிறார். இதன் ஒரே காரணம், டாய்லெட் சோப் கமகமக்க வந்து Folk Arts-ஐ ரசிக்கும் நவீன மேல்கட்டுமானங்களைப் பிடித்து, அதன் மூலம் போர்டு பவுண்டேஷன் பணமூட்டையில் ஓட்டைப்போடும் நோக்கமாகும். இந்த மேல்கட்டுமானங்களை விமர்சிப்பதும் அவர்கள் முன் கெட்டவார்த்தை பண்ணுவதும் இந்தத் திட்டத்துக்கு ஒத்து வராது. இந்தத் தெருக்கூத்துக்காரக் கலைஞனை ஆராயாமல் கம்பி நீட்டி விடுவீரா, அஸ்வமேதாவியாரே?

கனவு: :16, மார்ச் 1991.

45 'பொய்த்தேவு'த் தடம்

ஒரு இலக்கியப் படைப்பை அநுபவிக்கும்போது வாசகனுக்குக் கிடைப்பது அவனுடைய முதிர்ச்சியினால் - உணர்வின் முதிர்ச்சி, அறிவின் முதிர்ச்சி, அநுபவத்தின் முதிர்ச்சி என்பவற்றால் - நிர்ண யிக்கப்படுகிறது. இதற்கெல்லாம் புறம்பான பார்வைதான் இந்தப் படைப்பில் இது மட்டுமே இருந்தாக வேண்டும் என்ற பார்வை. இந்தப் பார்வை முதிர்ச்சியற்ற நுகர்பொருள்தேடியின் பார்வை; இலக்கியாநுபவத்துக்கும் இதற்கும் சம்பந்தமில்லை. நூலினது காலத்தின் இயல்பு, இயக்கம், இயங்குவோர் ஆகிய அம்சங்களில் பிசகு உண்டா என்று பார்ப்பதும், விமர்சன பூர்வமான இலக்கியா நுபவத்தின் செயல்முறை என்பதும் ஒன்று.

ஜே ஜே சில குறிப்புகள் நாவலில் அதன் காலத்திய இயல்பு, இயக்கம், இயங்குவோர்ஆகியவற்றைப் பொறுத்து உள்ள கோளாறு களை நான், 'பழைய புட்டியில் புதிய புளுகு' கட்டுரையிலும் வேறு இடங்களிலும் காட்டியுள்ளேன். ஆனால் இந்த விபரப் பிசகுகளைப் பற்றிய சர்ச்சையை விட்டு, இந்த விபரப் பிசகுகள் இல்லாமையால் சிறப்புப் பெறும் நாவல் *பொய்த்தேவு* என நான் எழுதிய கருத்தை, கோ. ராஜாராம் என்பவர் பொறுக்கியெடுத்து அதனை விமர்சித் திருக்கிறார். இப்போது, *க.நா.சு. இலக்கியத் தடம்* என்ற கட்டுரைத் தொகுப்பு நூலில் கோ. ராஜாராம், க.நா.சு.வின் *பொய்த்தேவுவில்* எதையோ தேடி அது கிடைக்காத வயிற்றெரிச்சலில், நூலைப் 'பிராமணப் பார்வையின் விளைவு' என்று தீர்த்திருக்கிறார்.

ஜே. ஜே. சில குறிப்புகள் என்ற நாவலைவிடப் *பொய்த்தேவு* என்ற நாவல், தன் காலத்திய சமூகத்தை நேர்மையாகச் சித்தரித் திருக்கிறது என்ற என் கருத்துக்கு 'எதிரடி' என அவர் இதை எழுதி யிருக்கிறார். இதற்காகப் *பொய்த்தேவுவிலிருந்து* மேற்கோள்களை யும் அள்ளித் தூவியுள்ளார். மேட்டுத்தெரு என்ற சமூகக் கீழ்மட்டப்

477 ~ பிரமிள்

பிராந்தியத்தை நாவலாசிரியரான க.நா.சுப்ரமண்யம் பார்ப்பதே பிராமணக்கண் மூலம் என்கிறார். எந்தக் கண், எந்தக் காது, எந்த மூக்குடனும் கோ.ரா. எந்தக் குப்பத் துக்குள் போனாலும், அங்கே உணர்வு நுட்பம் கொலை செய்யப் படுகிற அழுத்தங்களை உணரலாம் - அவருக்கு மேற்படி உறுப்புகள் உணர்வுடன் வேலை செய்தால்! இது அவரது கண், காது, மூக்கு எதையும் பிராமணீயப் படுத்தியதாகாது! இது வெறும் அரிச்சுவடிச் சுகாதாரவியல்! அறிவார்த்த வெட்கம் (intellectual shame) இல்லாதவர் கோ.ரா. என்ற அளவில், குப்பங்களில் தாம் கண்ட, கேட்ட, நுகர்ந்த அனுபவங்கள் மானுட உன்னதம் கொண்டவை என்று கூறவும் கூடும். கூற முற்படுகிறார் - க.நா.சு. *பொய்த்தேவு*வில் வரும் குப்பத்துவாசிகள் பற்றிய பச்சை உண்மையைக் கூறுவதை மறுதளிக் கும் போது - ஆனால் மறுதளிப்பு உருவெழத்தான் இல்லை. உண் மையில் கோ.ரா. போக வேண்டிய திசை, உணர்வு நுட்பம் பேணப் பட முடியாத இந்தச் சூழலின் காரணம் என்ன, இதற்கு பரிகாரம் என்ன என்பதுதான். 'இதற்கு உணர்வு நுட்பத்தைப் பேணுவோர் தாம் காரணம்' என்ற கசாப்புக்கடைச் சித்தாந்தத்தை எழுப்புவது, கோ.ரா.வின் ஜீவ வர்க்கத்து இயல்பு என்பதையும் நானறிவேன். உணர்வு நுட்பத்தைப் பேணவும் நசிவடையவும் வைக்கிற விஷேசப் பிறவிகள் எந்தச் சூழலிலும் உள்ளனர் என்பதை, அவரது கசாப்புக் கடை சமூகவியல் ஒத்துக்கொள்ளாது என்பது அதைவிட அம்பலம். இந்தப் பிரச்னைகளைச் சார்ந்தது அல்ல *பொய்த்தேவு*.

*பொய்த்தேவு*வில் உணர்வின் இருவேறு உலகத்துத் திவலைகள் சந்திக்கின்றன. தத்தம் இயற்கைகளுடன் வளர்கின்றன. இது அந்தந்தப் பாத்திர விஷேசத்தின் சித்தரிப்பேயன்றி, கோ.ரா. பிரமை கொள்வது போல் வில்லங்கமாக ஒரு பின்னணியைக் குறி வைத்த சித்தரிப்பல்ல. சோமு உணர்வு நுட்பத்தின் நசிவுப் பிராந்தியத்தில் பிறந்து வளர்ந்தவன். அவனது மனப்பின்னணியை இது நிர்ணயிக்கவே செய்யும். இந்தப் பின்னணியை நிழலாக்கி ஒளிரத்தக்க தர்சன சக்தியோ, அறிவார்த்த வீர்யமோ அற்ற சாமான்யன் அவன். அவனது சக்திகள் பணம் என்ற மாயா சொரூபத்துக்கே பலியாகின்றன. இதில், 'உணர்வு நுட்பத்தின் நசிவுப் பிராந்தியத்தில் அதை மீறியவர்கள் இல்லையா?' என்ற கேள்விக்கு இடமில்லை. கேட்டால், சரித்திரத்தில் டாக்டர் அம்பேத்கரையும் கதையுலகில் எனது 'பிரசன்

னம்' கதாபாத்திரங்கள் சிலவற்றையும் காட்டலாம். அதாவது, சோமு தனது இயல்புகளின், கணிப்புகளின், திசைகளின் வளர்ச்சி என்கிறேன். அவனது பிறவிமூலத்தின் வளர்ச்சி அல்ல. அத்தகைய முடிவைச் சாதிப்பதுதான் நாவலாசிரியரின் நோக்கம் என்றிருந்தால், *சோமுவின் சமூக உலகு போலித்தனமாகச் சித்தரிக்கப்பட்டிருக்கும்.* ஆனால் நாவலாசிரியர் க.நா.சு., அன்றைய சமூக அமைப்பில், சாதியத்தின் அடிப்படைகளில், எத்தகைய சாதிகள் பலாபலன்களை விரிவாய்ப் பெற்றன என்பதும் எந்தச் சாதிகள் வஞ்சிக்கப்பட்டன என்பதும் 'தெளிவாகவே' தெரிய எழுதியுள்ளதாகக் கோ.ரா. கூறு கிறார்.

இவ்விதம் கூறிய உடனேயே அவர் எழுப்பும் குற்றச்சாட்டுகள் பல்லிளித்து விடு கின்றன என்பது, பாவம், அவருக்கே புரிய வில்லை. மேலும், அவரது கட்டுரையின் பெறுபேறாக, *பொய்த் தேவுவின் காலத்திய சக்திகள் சித்தரிக்கப்பட்டுள்ள சிறப்புக்கு மாறாக ஜே.ஜே.யின் காலத்திய சக்திகள் திருகலாக்கித் தரப்பட் டிருக்கின்றன* என்ற என் கணிப்பு பாதிப்படையவில்லை. இதுவும் கோ.ரா.வுக்குப் புரியாது.

மீறல் : 1, டிசம்பர் 1991.

46 கலைத் தர்க்கமும் இலக்கியப் புறம்புகளும்

கலையியலின் தர்க்கம், கலைப்பொருள்களினிடையே உள்ள தாதுக்களின் உள்பிணைப்புகளைச் சிருஷ்டிபூர்வமாக நிறைவேற்று கிறது. அதன் காரணகாரிய ஜீவிதம், பிரச்னையினை உயிர்பெற வைப்பதன் மூலமே சொரூபிக்கும். பிரச்னைக்கு முடிவு கூறும் உத்தேசம், காரணகாரியத்தின் இயற்கையான குணத்தை அறியாத அபூர்ணமான நிலையின் விளைவு என்பதுடன், பிரச்னையின் ஜீவனையே ஒழித்துக் கட்டிவிடுவதாகும்.

முடிவு கூறுதல் என்பது, பிரச்னையின் அவச-இயக்கத்தைக் கண்டு கிலிகொள்கிற மனோபாவத்தின் விளைவு. இந்த மனோ பாவம், தனது எல்லைகளை மீறமுடியாமல் குறுகல்கொண்டு, தனது எல்லையினுள்ளேயே பிரச்னையைச் சுருக்கி முடக்கும் நிலையே பிரச்னைக்குத் தீர்வு என்றாகும். இது ஒரு நம்பிக்கை அல்லது இனவாத உணர்வு அல்லது சித்தாந்தம் என்ற குறுகலினுள், வாழ்வின் அவச இயக்கத்தை முடக்குவதாக உதாரணிக் கிறது. தனது நம்பிக்கை, இனப்பாதுகாப்பு, சித்தாந்த சாம்ராஜ்யம் ஆகியவற் றுக்குக் காரண காரியரீதியாகத் தன்நிலை பெற்ற ஒரு ஜீவிதப் பிரச்னை ஆபத்துத் தருகிறது என்று காண்கிறபோது, பிரச்னை யையே தனது நம்பிக்கை, இனவாதம், சித்தாந்தம் ஆகியவற்றுக்கு ஏற்றவாறு ஒருவன் கத்தரித்து விடுவானே யானால், அவன் கலைஞ னல்ல. பிரச்னைக்கு முடிவு சொல்வதும் இவ்விதம் பிரச்னையை அதன் ஜீவித வடிவிலேயே தனது முன்கூட்டிய தீர்வுகளுக்கு ஏற்ற கேள்வியாகக் கத்தரிப்பதும், ஒரேவகை கிலியின் இருவேறு வடிவங் கள் தாம்.

கலைஞன் இத்தகைய குறுகல்களைப் பாதுகாக்கிறதற்காகச் செயல்படுகிறவனல்லன். மேற்கொண்டு -

கலையியலின் விஷேச தர்க்கவியல், மனிதஉணர்வின் செம்மையை மட்டுமே நிறைவேற்றி, இதன் விளைவாகவே, கலை பொருளுக்கு கால தேசங்களைத் தாண்டி ஜீவிக்கிற சக்தியை வழங்குகிறது என்பதற்கு வருவோம். இன்று, யூதர்களின் மரபுப் பிரச்னைகளைக் கருவாகக் கொண்டு எழுதும் ஐஸக் பேஷவிஸ் ஸிங்கர் சாதிப்பதும் இதைத்தான். புதுசாக, 'எங்களை உந்நதப்படுத்திக் காட்டுவதே இலக்கியம் - எங்களை மட்டும்' என்ற தோரணையில் தமிழில் கூறுவோர், கலையியலின் இந்த விஷேச தர்க்கத்தினை மௌனி பூர்த்தி பண்ணியதுபோல் நிறைவேற்றாமல், வெறும் கழிசடை அரசியலை வைத்துக் குறளிவித்தையினைப் பண்ணிக் கொண்டிருக்கிறார்கள். ஸிங்கரின் படைப்புகளிலும் இன்னொரு யூதரான ஸால்பெல்லோ படைப்புகளிலும், யூதர்களின் சகல மனித நிலைகளும் - அவர்களது பலவீனங்கள், கீழ்மையான குணங்கள் உட்பட - சித்தரிப்பு பெறுவதாலேயே அவை இலக்கியமாகின்றன. ந.முத்துசாமியின் 'உந்திச்சுழி' நாடகத் திலோ, முட்டையிலிருந்து வருகிறவன் (அதாவது இது நேரடியாக பார்ப்பனனைக் குறிக்கிறது) உயர்வானவனாகவும் மற்றவர்கள் 'சும்பா' என்று விளிக்கத் தக்கவர்களாகவும் சித்தரிப்புப் பெறுகின்றனர். தங்களைப் பார்ப்பனர் - அதாவது இருபிறப்பாளர் - என்று பிரகடனம் செய்வோர், உண்மையில், இருபிறப்பு என்ற ஞான ஜனனத்தினை அடைந்த அபூர்வமான தர்சிகளாகத் தங்களைப் போலி பண்ணுவோர்தாம். ஒரு கலைஞன், இதைத்தான் அம்பலமாக்க முன்வர வேண்டும் அல்லது கலையியலின் விஷேச தர்க்கம் (மௌனியிடம் நிறைவேறியது போல்) பூர்த்திபண்ணப்பட்டிருந்தால், தங்களைப் பார்ப்பனர் என்று கூறுவோர், வெறுமே உந்திச் சுழியிலிருந்து வந்தவர்கள் தான் என்பதை மட்டுமல்ல - பஞ்சஜனர் ஆக, தீண்டத்தகாதவராக ஒதுக்கப்பட்ட பாலயோகி சுப்பாராயுடு என்ற மும்முடிவரத்து மஹர்ஷி போன்றவர்களுடன் லௌகீகமான பார்ப்பனரை மனிதத்தரத்தில் ஒப்பிடக் கூட முடியாது என்பதைக் கலையியலின் தர்க்கம் காட்டிவிடும். ஏனெனில், கலையில் பொய் பொய்யாகவும் உண்மை உண்மையாகவும் நிறுவப்படுவதே, அதன் மாயாஜாலத்தின் மொத்த வேலை. மற்றைய துறைகளைப் போலன்றி, கலையியல் இந்த நிறுவுதலை வாசக உள்ளத்தில் ஒரு அநுபவமாக மாற்றுகிறது. உதாரணமாக, 'கொலைகள் சிலது பண்ணியதால் ஒருவன் உன்னத

மனிதனாகி றான்', என்ற சங்கதி கலையாகாது. ஆனால், 'கொலை செய்தமையால் மனம் வருந்தி, அந்த வருத்தத்தின் பிழம்பினால் உன்னதமானான்', என்ற விபரம் கலைத் தர்க்கத்தை அநுசரித்தது. 'நாங்கள் மட்டும் உயர்வு' என்று 'கலை பண்ண' முடியாது என்பதும் இதே அடிப்படையில்தான்.

இதைபுரிந்து கொள்ளாத ஒருவர் முத்துசாமி என்றால், இன்னொருவர் - முத்துசாமியைவிடப் புத்திசாலித்தனமான இன்னொருவர் - சுந்தரராமசாமி. முத்துசாமி, முட்டையை மட்டும் போட்டுவிட்டுப் பாத்திரங்களைச் சிருஷ்டிக்காமல் தப்பிக்க முயல்பவர். சுந்தரராமசாமியின் 'புத்திசாலித்தனம்', பத்திரங்களைச் சிருஷ்டிக்க முயல்வது. இதனால், இவரது சில சிருஷ்டிகள் இவரது உத்தேசத்தை மீறிக் கலையியலின் தர்க்கத்தை, இவரறியாமலே பூர்த்தி பண்ணி விடுகின்றன. இவ்விதம் ஒரு ஆபத்து தமது உத்தேசத்துக்கு வருவதை என்மூலம் உணர்ந்தமையால்தான், தமது உண்மையான சிக்னலைப் புரிந்து கொண்ட பார்வை என்று, நாரணோ ஜெயராமன் ஜாதீயச் சார்பாகத் தம்மை விமர்சித்ததை இவர் பெற்றுத் தம் *பல்லக்குத் தூக்கிகள்* கதைத் தொகுப்புக்கு முன்னுரையாக்கி உள்ளார். இதற்கு ஆதாரமாக, நடைமுறை வாழ்வில் தாம் நேரே கண்டதாக, 'வாசனை' கதையில் ஒரு குஷ்டரோகி ஒரு பார்ப்பன ஸ்திரீயிடம், 'உன்னைப் போல் ஒரு பாப்பாத்திதான் இந்த வியாதியைக் கொடுத்தா. நீ திரும்ப வாங்கிக்கோ' என்று அவர் சித்தரிக்கும் விபரம், அவரது உத்தேசத்தை நிறைவேற்றவில்லை. அவரது உத்தேசம், 'பார்ப்பனரை நிந்திப்பது ஒரு சமூக நசிவு' என்ற ஒரு பாமர எதிர்வினைதான். ஆனால், 'கலாபூர்வமாக' அதைச் சொல்லவந்ததினால், கலையியலின் தர்க்கத்துக்குத் தனது உத்தேசத் தைப் பறிகொடுத்து, தமது உத்தேசமான பொய்மைக்குப் புறம்பான உண்மையையே நிறைவேற்றுகிறார். கலைத் தர்க்கத்தின்படி, பார்ப்பனப்பெண்ணிடம் மேலுள்ளவாறு குஷ்டரோகி கூறுவது விபரமாக மறுக்கப்படாததால், அவனுக்கு யாரோ இன்னொரு பார்ப்பனத்திதான் இந்த வியாதியைக் கொடுத்தாள் என்ற விபரம் உண்மையாகி விடுகிறது. உண்மையாகிய உடனேயே, அவனது ரோகமும் கூற்றும் குறியீட்டின் வழியில், ஒரு நசிவடைந்த சமூகமும் அதன் குரலுமாக மாறுகிறது. 'எனது நசிவுக்கு உனது மதிப்பீடுதான் காரணம். இதை நீயே வைத்துக்கொள்,' என்ற பொருள் பிறக்கிறது. இந்திய-தமிழ் வாழ்

வின் நசிவுக்கு, அதன் ஜாதீயமும் ஜாதீயத்தின் மூலம் லாபங்களை மிக அதிக அளவில் பெற்றவர்களுமே காரணம் என்ற உண்மையை இது பிரதிபலிக்கவும் செய்கிறது. பார்ப்பனரை நிந்திப்பது நசிவு என்று கூறுவது, மேலுள்ள உண்மையுடன் ஒப்பிடக்கூடத் தகுதி யற்ற அபத்தமாகும். ஆனால், இதையே 'நசிவு' என 'வாசனை' கதையில் ஆசிரியர் கூற உத்தேசித்து, அதற்கு ஜெய ராமனது விமர் சன உணர்வற்ற ஜாதீயப் பிரதிபலிப்பை ஏற்றுக்கொண்டார். அந்த அபத்த அர்த்தத்தை முறியடிக்கும் கலையியலின் தர்க்கந்தான், நான் குறிப்பிடும் உண்மை நிலை.

பழைய சங்க இலக்கியங்களில், பார்ப்பனர் 'இருபிறப்பாளர்' என்று சிறப்பிக்கப்படுவதையும் சமஸ்கிருத அகராதியுடன் பார்ப் பனக் கொள்கை, திராவிடரை - நசிவடைந்த (கீழ்த்தர) க்ஷத்ரிய னிலிருந்து வந்தவர்களென - இழிவுப்படுத்துவதையும் அறிஞருலகு அறியும்; இங்கே மட்டுமல்ல, இந்தியவியலை அறிந்த மேனாட்டு அறிஞருலகு உட்பட அறியும். இந்த ஒரு பின்னணியின் பிரமாண்ட உண்மையை, ராமசாமி திரிக்கும் சரடு எப்படிப் பொய்ப்பிக்க முடியும்? மேலும், அவர் சித்தரித்த நிலை உண்மையில் நடந்திருந் தாலும்கூட, அது விதிவிலக்கேயன்றி, அன்றாட உண்மையோ, அடிப்படைச் சமூக நிலையின் சித்திரிப்போ அல்ல. சமூக நிலை யினளவில், அங்கங்கே பிறப்பின் அடிப்படையிலன்றித் திறனின் அடிப்படையிலேயே மதிப்பும் தேர்வும் நடக்கிறது என்பதே, ராமசாமியிடமிருந்து 'வாசனை' போன்றவற்றைப் பிறப்பித்திருக்க முடியும். இல்லை, 'திராவிட அரசியலை பார்' என்று அவர் கூறினால், 'ஆர். எஸ். எஸ். ஸைப் பார்' என்று நாம் பதிலுக்கு கூறலாம்.

பத்திரிகை இயலின் பொதுநல உணர்வு சார்ந்த தெளிவுகூட, இப்பேர் பட்ட 'கலைஞர்' களிடம் இல்லை என்று தெரிகிறது. செல்லப்பாவின் எழுத்து பத்திரிகையிலும் அவரது ஆசிரியத்துவத் திலும் அவருக்கு முன்னோடியாக இருந்த தமிழின் நவீன இலக் கியக் களத்தின் பாரதி, வ.ரா. போன்றோரிடமும் இருந்த இந்தத் தெளிவு, மௌனியின் இனவாத மூர்க்கங்களினால் ஊட்டம் பெற்ற ஒரு புதிய தலைமுறையிலேயே சிதறலடைகிறது; இந்த மூர்க்கத்தை மட்டும்தான் மௌனியிடமிருந்து இன்று இந்தத் தலைமுறையைச் சார்ந்த பலர் பெற்றுப் பிரதிபலிக்கின்றனர்; நான், மௌனியின்

சாதனையான கலைத்தன்மை என்று இனம் காட்டிய அவரது அம்சங் களை அல்ல என்பதையும் வெளிப்படையாகவே காண லாகும். 'வாசனை'யைத் தொடர்ந்து, 'குரங்குகள்', 'பள்ளம்' என்ற கதை களிலும் (*பள்ளம்* தொகுப்பு), பூடகமாகச் சு.ரா. தமது குறுகிய மனோபாவத்தை வெளியிட்டுள்ளார். 'பள்ள'த்தில் இது சொல்லப் போனால் வெளிப்படையானது. தமிழ் சினிமா ஒன்றைப் பார்க்கும் சுவாரஸ்யத்தின் போது, தனது குழந்தையின் கண்ணைப் பிடுங்கி விட்டாள் ஒரு ஏழைத்தாய் என்று போகும் 'பள்ளம்', ஒரு சாமான்ய மான சமூக சரித்திர உண்மையை மறைக்கும் முயற்சிதான். அதாவது, 'கோவில்கலை'மூலம் வெளிப்படுத்தப்பட்ட போதனை களையும் நல்லவன் தீமையை வெல்லும் தீர சாகசங் களையும் தமிழ்ச் சினிமா மூலம் வெளிப்படுத்தி, அந்தக் காலங்காலமான 'பர்முலா'வுக்கு ஏற்பத் தமது பிரதிமையை சமைத்துத் தமிழக முதல் வராக ஒருவர் ஆகியிருந்திருக்கிறார் என்பதுதான் உண்மைச் சங்கதி. இது 'பள்ளத்'தில் மறைக்கப்படுகிறது. கோவில் சார்ந்த கேந்திரத்தை விட்டு, கவர்ச்சி வேறிடத்திற்குப் போயிருக்கிறது என்பதுதான் இதில் வித்தியாசம். 'பள்ளம்' பாத்திரம் தன்னை மறக்கும்படியாக, 'கோவில்கலை', 'சினிமா' இரண்டிலுமே நீதிபோதனை, வீர சாகசம், ஆபாசம், அற்புதம் எல்லாம் உண்டு என்பது மறைக்கப் பட்டிருக்கிறது. 'சினிமா ருசி'யில் குழந்தையின் கண்ணைப் பிடுங் கினாள் ஒருத்தி என்ற விபரத்தை மட்டும் எடுத்தால், இது நடை முறைக்கு ஒரு சிறிதளவும் பொருந்தாத அபத்தமாகவும் இதன் விளைவாக, ஆசிரியருக்கு (அவரைச் சிலாகிக்கும் ஜெயராமனுக் கும்) வெளிப்படை விவரணையிலிருந்து குறியீடு வேறுபட்டது என்பது புரியவில்லை என்றும் ஆகிறது. குறியீடு என்பது, மறுக்கப் பட முடியாத இயற்கையின் உண்மையாகவே வடிவு பெறும்; விவாதத்துக்கு உரியவை குறியீடாகாது.

ஐஸக் பேஷவிஸ் ஸிங்கரை யூத எழுத்தாளர் என்று குறிப்பிட முடிந்தால், அது யூத உலகின் சித்தரிப்பை அவர் உள்ளுணர்ந்து சாதித்தமையாகும். இதுவும், யூத அரசியல் வாதிகளுக்குச் சாதக மானதாகவோ, பிறர் மீது துவேசம் காட்டுவதாகவோ, அவரது படைப்புகளில் நிறைவேறுவதில்லை. ஆனால், இங்கே இவ்வித மான சித்தரிப்புகளைச் சு.ரா. போன்றவர்களிடம் காணோம். இங் குள்ளவர்களிடம் எல்லாம், மொட்டை விபரங்களாகவோ, பிறரை

இழித்துரைக்க முயன்றவையாகவேதான் பிறந்துள்ளன. இல்லை யில்லை, உன்னதங்களை மட்டுந்தான் சித்தரிக்க வேண்டும் என் றால், இதே விதிப்படி, நேற்றுவரைதமிழ்ப்ரபவம் பாராட்டி எழுதிக் குவித்த இயக்கத்தின் படைப்பு களும், இவர்களது இந்தப் 'புது' மதிப்பீட்டின்படி, நவீன இலக்கியங்கள்தான் என்றா கின்றன.

ஸிங்கரின் படைப்புகளிலும் இன்னொரு யூதரான ஸால் பெல்லோவின் படைப்பு களிலும், யூதர்களின் சகல மனித நிலை களும் - அவர்களது பலவீனங்கள், கீழ்மையான குணங்கள் உட்பட - சித்தரிப்புப் பெறுவதாலேயே அவை இலக்கியம் ஆகின்றன.

'குரங்குகள்', கவனக்குறைவாக எழுதப்பட்ட கதை... இந்தக் கதை, காஃப்காவின் கட்டுரை ரூபக் கதைகளின் மரபை நினை வுறுத்துகிறது. காஃப்காவின் பெரும்பாலான சிறுகதைகள், கட் டுரை உருவில் உள்ளன. கட்டுரை ரூபத்தின் விபரபூர்வமான அம்சங் கள், இத்தகைய கதைக்கு ஒரு மறுக்க முடியாத தன்மையை ஏற்ற வேண்டும். விவரபூர்வமான விஷயங் களின் அணிவகுப்பே கதை யாக மாறிவிடும் வித்தை, அங்கே நிகழ்ந்தாக வேண்டும். சுந்தர ராமசாமி இந்த வித்தையில் தோல்வி அடைகிறார். விபர பூர்வமான விஷயங்கள், 'குரங்குகளி'ன் ஆரம்பத்திலிருந்தே பலவீனமாகத் தென்படுகின்றன. உச்சகட்ட பலவீனம் பாம்புகளை - அவை பாம்புகள் என அறியாமல் - காகிதப் பொட்டலங்களிலிருந்து குரங்குகள் யாவுமே எடுத்து, பாம்பென அறிந்ததும் எல்லாக் குரங்குகளும் பாம்புகளின் தலைகளைப் பிடித்துக்கொள்வது. விபர பூர்வமாக நம் அறிவை எட்டி, அதை சமாதானப் படுத்தி அல்லது அதை ஏமாற்றி, உணர்வாக மாறியிருந்தால் தான் இது நல்ல கதை யாகும். அறிவு நம்ப மறுப்பது, இந்த நிலைமைக்கு எல்லாக் குரங்கு களும் ஒரே வகையில் ஆட்படுவதைத்தான். அது பற்றி சுந்தர ராம சாமி எழுதி உள்ள குறைபாடான தோரணைதான் அறிவுக்குத் திருப்தி தரவில்லை. ஓரிரண்டு குரங்குகள் அங்கங்கே காகிதப் பொட்டலங் களை மனிதக் கைகளிலிருந்து வாங்கி, அல்லது தரையிலிருந்து பொறுக்கி எடுத்து, பிரித்த உடனே மிருக இயல்பின் மின் வேகத் தோடு பாம்புகளின் தலைகளைப் பிடித்துக் கொள்ளலாம். சரி! பிடித்துக்கொண்டு அவை அலறுவதில் ஊரார் கொள்ளும் உணர்வு கூட, இதர குரங்குகளுக்கு வராதா? அல்லது 'அவன் கிடக்கிறான் சோமாறி' என்றுவிட்டு, இதர குரங்குகளும் ஒவ்வொன்றாக அதே

வகையில் பொட்டலங்களைப் பொறுக்கிக் கொள்ளுமா? - இந்த விபரம் தீண்டக் கூடப் படவில்லை. எனவே குரங்குகளின் குருட்டுத்தனம் அபூரணமாகவே சித்தரிக்கப் பட்டுள்ளதாகிறது. இதற்கு மேல், இறுதியில் யாரோ ஒரு மேதாவி செத்துக்கொண்டிருக்கும் குரங்கின் அறிவின்மைக்கு இரங்குவது இருக்கிறதே! ஆசிரியரின் உணர்வின்மைக்கு அது உதாரணம்! குரங்குகள், நாட்கணக்காக அலறி அலறிச் செத்த நிலைமையின் குரூரம், அந்த ஒரே வழியைத் தவிர வேறு எதையும் கொண்டு ஒழிக்க முடியாத சுந்தர ராமசாமியின் மனிதர்களது அறிவின்மை, சக உணர்வின்மையைத்தான் காட்டுகிறது. அந்த மனிதர்கள், தாங்கள் எந்த ஜீவன்களை இந்த உத்தி மூலம் ஒழிக்க முன் வந்தார்களோ, அந்த ஜீவன்களைவிடக் கேவலமானோராகவே என் கண்களுக்குப் படுகிறார்கள். இந்த மனிதர்கள், குரங்குகளை ஒழிக்க முடிவுகட்டியதற்கான காரணங்களில் சில நம்பத்தக்கதாக உருப் பெற வில்லை என்பதும் இன்னொன்று. இரண்டு ஸ்தலங்களில் குரங்குகள் பொறிகள் மூலம் பிடிக்கப்பட்டு, காடுகளுக்கு அகற்றப்பட்டுள்ள உண்மை விபரங்கள் எனக்குத் தெரியும். இவற்றுள் ஒன்று, சுந்தர ராமசாமி நன்கு அறிய வந்துள்ள பூதப்பாண்டி. பொறிகள் மூலம் பிடிப்பதையே ஒருவர் எழுதி, இன்னொரு குரங்குகள் கதையை முன்னதைவிடச் சிறப்பாக சிருஷ்டிக்க முடியும். 'பாம்பு பிராய்டிஸ ஆண்குறியாயிற்றே! அது அல்லவா என் கண்ணுக்கு படவேண்டும்' என்று ந.முத்துசாமி சொன்னால், ''பொறி பிராய்டிஸ பெண்குறி அய்யா. அதைப் பாருங்கள்!'' என்று என்னால் கூற முடியும். இந்தக் குறியீடு, உட்பொருள், தெருப் புழுதி எல்லாம் காண வேண்டியது செம்மை பெற்ற இலக்கியப் படைப்பில் தானேயன்றி, குறியீடு ஒன்று இந்தக் கதையில் தொங்குகிறது, ஆகவே இது செம்மை பெற்றது என்பது இலக்கியப் பார்வை அல்ல; குறியீடு போன்ற அம்சங்களை இலக்கணரீதியாகக் கண்டு பிடிக்கும் வேலை அது.

காரண காரியங்களையும் காலதேச வரம்புகளையும் மீறிய உட்பொருள்களைப் பற்றிச் சலனிக்க கூடிய அளவுக்கு, கலைஞனது தர்சனம் நுட்பமடையக் கூடியது. ஆனால், இந்தக் கலைஞருடைய தர்சனத்திலோ, உயிர் கூடத் 'திராவிட உயிர்' என்று விபரிக்கப்படக் கூடிய சரக்குத்தான். இந்தப் பிரயோகத்தைச் சு.ரா.வின் ஜே.ஜே. சில குறிப்புகள் நாவலில் சந்திக்கிறோம். உயிரின் கதி இப்படியாகிப்

போனால், அடுத்தபடியாக அறிவு. பெண்ணாகப் பிறந்து தொலைத்து விட்ட ஒரு அறிவாளியைப்பற்றி, 'அவள் பார்க்கப்பார்க்க பெண்ணாகவே காட்சியளிக்கக் கூடியவள்' என்கிறார், சு.ரா.வின் கற்பனையில் பிறந்த ஒரு ஆணினத்து அறிவாளி. சு.ரா.வின் கற்பனா மண்டலத்து அறிவியல் உலகில் பெண்களின் அறிவு, அவர்களது விஷேச உறுப்புகளின் அடையாள வித்தியாசத்தின் மூலம்தான், ஆண் அறிவாளி களால் கிரகிக்கப்படுகிறதோ?

ஜே. ஜே.யின் சில மாடல்களின் ஒன்று, ஸால்பெல்லோவின் Mr. Sammler's Planet நாவல். ஸாம்லர், தமது நண்பரான எச். ஜி. வெல்ஸ் என்ற நிஜ உலகத்துப் பிரிட்டிஷ் தீர்க்கத்தரிசி கூறியவை இன்றைய உலகில் நிறைவேறுவதை அவதானிக்கிறார்; ஜே.ஜே.யின் 'தியரி ஆஃப் அப்ஹீவல்' என்ற தீர்க்கதரிசனம் பற்றிச் சு.ரா. குறிப்பிட்டு, அவனைப் பற்றிக் 'குறிப்புகள்' எழுதி இருக்கிறார். இதுதான் அடிப்படை ஒற்றுமை. ஆனால், ஸாம்லர் விஷயத்தில், சு.ரா.வைப் போன்று ஜே.ஜே.யைப் புரிந்துகொள்ள முடியாமல், 'இரைக்க இரைக்கப் பின்தொடர்ந்து ஓடிவிட்டு நின்றுவிட்ட' சங்கதிகள் ஏதுமில்லை. சு.ரா., இங்கே அந்தத்தியரியை ஒரு வெருட்டலாகக் குறிப்பிட மட்டும் உபயோகித்துவிட்டு, அத்தகைய ஒரு பெரிய விவகாரத்தில் இறங்க முடியாத தம்முடைய கையாலாகத்தனத்தை, 'அடக்கம்' என்று காட்ட முயற்சிக்கிற குறளி வித்தை எதுவும் ஸாம்லரில் இல்லை. அங்கே பிரச்னை, கதையின் நிகழ்வுகளிலும் ஸாம்லரின் சிந்தனைகளிலும் எதிரொலித்துப் பரிபூர்ணமாக நிறைவேறுகிறது. சு.ரா.விடமோ, நான் ஏற்கனவே காட்டியது போன்று, உயிர், அறிவு ஆகிய சங்கதிகளைத் தளுக்கிக் குலுக்கிக் குழப்பியடிக்கும் சிந்தனைத் தெளிவின்மையும் அறிவார்த்தக் குழப்பமும் நேர்மையற்ற இனவாத அணுகுமுறையும்தான் வெளியாகின்றன.

தம்முடனும் தமது அன்றாடச் சமூகப் பிரச்சினைகளுடனும் சம்பந்தமற்ற ஒரு சங்கதியைச் சு.ரா. தேர்ந்து கொண்டதே, அவரது நேர்மையின்மையைக் காட்டுகிறது. அவர் ஒரு பிராமணப் பின்னணியைச் சேர்ந்தவர் - கம்யூனிஸ்டாக இருந்து விலகியவர். அவரைப் போலவே, கம்யூனிஸ்டாக இருந்து விலகிய ஜே.ஜே.யின் பின்னணி, பிராமணப் பின்னணியல்ல - 'கிறிஸ்துவ வைதீகம்' என்று சு.ரா. குறிப்பிடுகிற ஒன்றைச் சார்ந்தது. சு.ரா.வுக்குப் பிராமண சநாதனத்தைப் பற்றித்தான் தெரியும்; கிறிஸ்துவ சநாதனத்தைப்

பற்றித் தெரியாது. ஏனெனில், கிறிஸ்துவ சநாதனம் மேற்கத்திய பிரச்னை. அதற்கு மிக விஷேசமான குணாம்சங்கள் உள்ளன - உட்பிரிவுகள், துவேஷங்கள், யூதப்பூசாரி வர்க்கமே யேசுவின் மரணத்திற்குக் காரணமாக இருந்தமையால் யூதருக்கு எதிரான இனவாதம், கத்தோலிக்க புரோட்டஸ் டாண்டுப் பூசல்கள் என்று எவ்வளவோ உள்ளன. அதுவே கிறிஸ்துவ சநாதனம். இந்தியாவில் உள்ள கிறிஸ்துவ சநாதனம், வெறும் இந்திய சநாதனம்தான் - இந்திய ஜாதீயத்தின் நகல்தான். கிறிஸ்தவராயினும் இந்திய ஜாதீயத்தைக் கடைபிடிக்கும் பழக்கமே, இந்தக் கிறிஸ்துவ சநாதனம். ஆனால், ஜே.ஜே.யில் இந்தியக் கிறிஸ்துவ சநாதனத்தின் ஒரு அம்சமான ஜாதீயம் ஆராயப்படவில்லை. ஏன்? ஏனெனில், அதை ஆராய்வது ஜாதீயப் பிரச்னையினுள் கதையை இறக்கி, சு.ரா.வின் பின்னணியினை ஆராய்கிற காரியத்துக்கு இட்டுக் கொண்டு போய் விடும். இதன் பிரச்னைச் சொரூபங் களை விட்டு விட்டுத் தந்திரமாக, ஹரிஜனரது உதயத்துக்குப் பிராமணன் பலியான கனவுக்காட்சி ஒன்றைத்தான் சு.ரா. சித்தரிக்கிறார். இதன் அபத்தத்தைப் பற்றி ஏற்கனவே ‘புதிய புட்டியில் பழைய புளுகு’ என்ற கட்டுரையில் குறிப்பிட்டுள்ளேன் - *தீக்ஷண்யம்* முதல் தொகுப்பில் (1986).

இவ்வளவையும் நாவலெனத் தந்துள்ள சு.ரா.வின் நோக்கம், தமது சநாதனப் பிராமண வண்டவாளங்களைத் தவிர்த்துக் கதை பண்ணுவதுதான். ஜே.ஜே.யைப் போல் இவரும், கம்யூனிஸ்டாக உழன்று திரும்பியிருந்தும், அந்த அம்சத்தைமட்டுமே தம்முடைய அநுபவத்தி லிருந்து கதைக்குத் தந்திருக்கிறார். தமது பிராமண சநாதன ஈடுபாட்டைத் தவிர்ப்பதற்காக அவர் கண்டுபிடித்ததுதான், ஜே.ஜே.யின் கிறிஸ்துவ சநாதனம். இது, தங்கள் வண்டவாளங்களை மறைக்கிற இந்திய சநாதனத்தின் மனோபாவத்தையே பிரதிபலிக்கிறது.

மீறல் : 1, டிசம்பர் 1991.

மௌனி 1967

ஆ பிரமிள்

47 மௌனியும் மவ்னியும்

'மவ்னி' திருவிழா. நெய்வேலியில் 18-1-92 ஆரம்பித்து, மௌனி யின் கதைகளை மறுபிரசுரமும் கூடவே விமர்சனமும் பண்ணும் நிகழ்ச்சிக்கு அழைக்கப்பட்டபோது, அதில் கலந்து கொள்ள மறுத்து விட்டேன். அன்பர் குருநாத் கணேசனுக்கு எழுதிய - தனிப்பட்ட - இன்லேண்ட் கடிதத்தில், நிகழ்ச்சியை 'மவ்னி திருவிழா' என குறிப்பிட்டிருந்தேன். இதைத் தவறாக 'மௌனி திருவிழா' என்று புதிய நம்பிக்கை இதழில் மேற்கோள்காட்டி, நான் 'கிண்டலாகவோ பாராட்டும்முகமாகவோ' அப்படிக் குறிப்பிட்டிருந்ததாக, மா.கணே சன் (நெய்வேலி) எழுதியிருக்கிறார். இவ்வளவு அப்பட்டமான விஷயமே இவர்களுக்கு வெவ்வேறான, அதுவும் எதிர்எதி ரான பொருளைக் கொடுக்கும் என்பது எனக்குப் பிரமிப்பு. பெரியார் தமிழெழுத்துத் திருத்தத்தின்படி மௌனி மவ்னியாகத் தான் இருக்க முடியும்.

கி.அ.சச்சிதானந்தம் கையில் மௌனியின் இலக்கியம் சிக்கி இருப்பது ஒரு துரதிர்ஷ்ட கரமான நிலை. மௌனியே என்னிடம் வற்புறுத்திக் கேட்டு வாங்கிய என் முன்னுரையுடன் தான் மௌனி யின் செலவில் (கி.அ.ச. இதை தம்முடைய செலவு என்று *தாய்* பத்திரிகையில் விளம்பியிருக்கிறார்.) மௌனியின் அறுபதாமாண்டுச் சிறப்புக்காக வெளியாகிய நூல் *மௌனி கதைகள்.* இதன் அச்சுப் பொறுப்பும் விற்பனைப் பொறுப்பும் மட்டுமே கி.அ.ச. விடம் தரப்பட்டிருந்தன. *மௌனி கதைகள்* வெளிவந்ததுக்கே ஒரு பின் னணி உண்டு.

எழுத்து 1959 இதழ்களில் மௌனி பெயரை மிக விஷேசித்து க.நா.சுப்ரமண்யம் குறிப்பிட்டு இருந்தார். அவரது படைப்புகள் கிடைக்காத நிலையில், 'மௌனி ஒரு Ghost' என்ற புரளி கிளம் பிற்று. அப்போதுதான் க.நா.சு., மௌனி கதைகள் நூல்வடிவம்

பெற வேண்டிய அவசியத்தை உணர்ந்து, மௌனியுடன் தொடர்பு கொண்டார். மௌனிக்கு இதில் அக்கறை எதுவும் அப்போது இருக்கவில்லை. காபிரைட் விஷயமாகக் கையெழுத்து கூட தராமல் விட்டு விட்டார். க.நா.சு., ஸ்டார் பிரசுரத்தின் மூலம் மௌனி கதைகள் நூலை *அழியாச்சுடர்* என்ற தலைப்பில் இப்படித்தான் வெளியிட்டார். இதன் இரண்டாம் பதிப்பின்போது க.நா.சு., மௌனியு டன் தொடர்பு கொள்ளவில்லை. போகப்போக, தமது இலக்கிய முக்யத்வத்தை உணர்ந்து அதை அநுபவிக்கவும் துவங் கினார் மௌனி. அதாவது, ஆரம்பத்தில் இதுபற்றி அவருக்கு இருந்த அலட்சியத்தின் காரணம், இந்த இலக்கியத்தால் என்ன 'புண்ணி யமா புருஷார்த்தமா?' என்ற பார்வைதான். ஆனால் இதில் ஒரு புருஷார்த்தமுண்டு என்ற நிலை ஓங்கியபோது, ஒதுங்கிய மௌனி இப்போது ஈடுபட ஆரம்பித்தார். இந்த மௌனிக்கு, *அழியாச்சுடர்* தம்முடைய கையைவிட்டுப் போய் விட்டதோ என்றொரு சிக்கல். அப்போது மௌனியுடன் எனக்குப் பழக்கம் நெருங்கி விட்டது. நான் இதுபற்றிய காபிரைட் சட்டத்தைச் சொல்லி, இதற்குப் பரிகார மாக மௌனியே தமது கதைகளை வெளியிடுவது நலம் என்று கூறினேன். அப்போது அவருடைய அறுபதாமாண்டு நிறைவும் நெருங்கிய தால் அந்தச் செலவுடன் இதையும் அவர் ஏற்றுக்கொண் டார். என்னிடம் முன்னுரை கேட்டார். நான் ஒதுங்க முயன்றேன்; அவர் விடவில்லை. ஏற்கனவே மௌனி பற்றி நான் *எழுத்து*வில் எழுதிய கட்டுரைகள் இருந்தன. ஆனால் அவை நிரடலானவை. லகுவாக மௌனியை ஏன் அறிமுகப் படுத்தக் கூடாது என்று எனக் கும் தோன்றியது. இதன் விளைவாக நான் எழுதியதுதான் *மௌனி கதைகளுக்கு* என் முன்னுரை. இது என் விமர்சனப்பான்மையில் ஒரு லகுத்தன்மையை ஏற்படுத்திய முதலாவது கட்டுரை. பல்வேறு தரத்திய வாசகர்களையும் கருத்தில் வைத்து எழுதப்பட்டது அது. மௌனியைப் பரவலாக ஏற்றுக்கொள்ள உதவிய விமர்சனம்கூட அதுதான் என்று, பின்னாடி நான் புதுவாசகச் சந்திப்புக்களில் அறிந் திருக்கிறேன். இந்தக் கட்டுரையின் இந்த லகுத்தன்மை, மௌனி என் விமர்சனங்களுக்குத் தந்த விமர்சனங் களின் நேரடி விளைவு என்றும் குறிப்பிட்டாக வேண்டும்.

மௌனியின் கதைகளுக்கு, அவரது நூல்களோடு வெளியான முன்னுரை களுடன் இப்போது ஒரு புதிய பரிபூர்ணத் தொகுப்பை

வெளியிடும் பாவனையில், கி.அ.ச. ஒரு 'வேலை' செய்திருக்கிறார். என் முன்னுரையை விலக்கிவிட்டு, க.நா.சு.வுடன் 'நானும், நானும்' என்று ஒரு முன்னுரைப் பேட்டியாளராக உக்காந்து கொண்டார் - அவரது கையில் மெளனி கதைகள் சிக்கியதன் விளைவு இது. கி.அ.ச.வின் சரக்கு எதுவும் மெளனி கதைகள் நூல்களுடன் வெளிவந்திராதவை. என் முன்னுரையைத் தவிர்த்த குற்றத்துடன், தமக்கு சுய முக்யத்துவம் தரும் விதமாகத் தமது சரக்கை இந்தத்தொகுப்பில் சேர்த்த மேலதிகக் குற்றத்தையும் செய்திருக்கிறார் இவர். 1967 *தீபம்* இதழில் தாம் மெளனியைக் கண்ட பேட்டியை கி.அ.ச. எனக்கு அன்று நேரில் தெரிவித்த சமயத்தில், அதற்குத் தாம் எழுதிய முன்னுரைப் பகுதிக்கு என் கட்டுரைகள் உதவியிருந்ததை, அன்று அடக்கத்துடனும் தற்பரிகாசத்துடனும் குறிப்பிட்டதை நான் இன்னும் மறக்கவில்லை. 'எவற்றின் நடமாடும் நிழல்கள் நாம்?' என்பதை மறந்து விடக்கூடாது, சச்சி!

மெளனியின் மிகச்சிறப்பான கதைகளுள் ஒன்றான 'சாவில் பிறந்த சிருஷ்டி', 1966 வரை கிடைக்கவில்லை. திருச்சியில் திருலோக சீதாராம் நடத்திய *சிவாஜி* மலர் ஒன்றில், 1940களில்(?) வெளியான கதை இது. ஒரு பழைய பைண்டு வால்யூமிலிருந்து இந்தக் கதையை நான் பிரதி எடுத்து, அது *எழுத்து*விலும் பின்பு *மெளனி கதைகள்* நூலிலும் வெளியாகி இருக்கிறது. இந்தச் சந்தர்ப்பத்தின் மூலம், திருலோக சீதாராமின் விசித்திரமான பெர்ஸனாலிட்டியுடன் ஏற்பட்ட தொடர்பைக் குறிப்பிடப்படவேண்டிய நிலை இப்போது எழுந்திருக்கிறது. கரிச்சான் குஞ்சு மறைந்தது சம்பந்தமாக, அவர் எழுதிய 'ஒரு செய்தி' என்ற கட்டுரையை *விருட்சம்* இதழில் படித்ததின் விளைவு இது. திருலோக சீதாராம் செய்த பெரிய ஸ்டண்டுகளில் ஒன்று பற்றிய இந்தச் செய்தியை, வெறும் ஸ்டண்ட் என்று உணராமல் கரிச்சான் குஞ்சு எழுதி இருக்கிறார். தங்களைத் தேவர்களாகப் பாவனை பண்ணும் ஒரு குழுவை திருலோக சீதாராம் உருவாக்கிய செய்தி இது. இதில் சேர்கிறவர்கள் இந்தக் குழுவுக்குள் 'அமிர்த' என்ற பட்டம் பெறுவர். இதன்படி அமிர்த திருலோக சீதாராம், அமிர்த சாமிநாத ஆத்ரேயன், அமிர்த கரிச்சான் குஞ்சு - இத்யாதி, இத்யாதி. இந்த சமாசாரம் மட்டுமல்ல, *விருட்சம்* வெளியிட்டிருக்கும் செய்தியில் இன்னொரு உள்விபரமும்கூட இல்லை. தேவர்களாகுதல் எப்படி என்றால், இந்திரன்

அகலிகை சமாசாரத்தை சரிவரப் புரிந்து கொள்ளவேண்டும்; அது தான் சரியான வழி. செய்துபார்ப்பார்களோ ஏதோ இந்த 'விருட்சம்'காரர்கள்! ஒன்றும் சொல்வதற்கில்லை.

மிக இரகசியமாக அங்கத்தினர்களால் பேணப்பட்ட இந்திரன் அகலிகை சமாசாரத்தை எனக்கு வெளியிட்டவர் மௌனிதான். அவரை எப்படியாவது அமிர்த மௌனியாக்கிவிட திருலோக சீதாராம் படாதபாடு பட்டுக்கொண்டிருந்தார். தங்களுடைய ரகசியப் பிரசுரங்களை அவருக்கு அனுப்பிக்கொண்டிருந்தார். மௌனிக்கு இது ஒரு மாபெரும் காமெடியாக மட்டும் தான் பட்டிருக்கிறது. ''இந்திரனும் அகலிகையும் பண்ணின காரியம்தாம்பா அமிர்தத்துவம். சொல்றாம்பா இந்த சீதாராம். எங்கினியாவது இருக்காப்பா இப்படி?'' என்பார் மௌனி. ''இதில் கோதமன் இடம் எது, அகலிகையை அவன் கல்லாகும்படி சபித்தது, ராமபிரான் அவளுக்குச் சாபவிமோசனம் கொடுத்தது - இதெல்லாத்துக்கும் அமிர்தத்துவத்தில் எந்த இடம்?'' என்று நான் குழப்பவாதம் பண்ணுவேன். அப்போது மௌனிக்கு உதவியாக இருந்த ஜே.வி.நாதன் உள்ளே வருவார். ''ஏன்பா அமிர்த ஜே.வி.நாதன், விளக்கத்தைக் குடுப்பா'' என்பார் மௌனி. சம்பாஷணை டல் அடித்தால், இப்படி அமிர்த க.நா.சு. என்று உள்ள பெயர்வழிகளை எல்லாம் மௌனியும் நானுமாக அமிர்தத்தில் போட்டுப் புரட்டிக்கொண்டிருப்பது வழக்கம்.

மௌனியுடன் ஏற்பட்ட நேர்ச்சந்திப்புக்கள் எனக்கு ஒரு விதத்தில் உதவி இருக்கின்றன என்றாலும், இன்னொரு விதத்தில் இலக்கியக் கலை உணர்வு என்பது மனிதப்பண்பின் பூரணத்துவத்தைக் காட்டும் உரைகல் ஆகிவிட முடியாது என்பதை உணர்த்தியும் இருக்கின்றன. பூரணத்துவத்துக்கு உறுதுணையான சமத்துவ பாவம் அவரிடம் இருந்த தில்லை என்பதுடன், ஜாதிவெறி, இதன் விளைவான தமிழ்மொழித் துவேஷம் என்பவை தான் அவரிடம் வளர்ந்திருக்கின்றன. இதன் நேரடி விளைவாக, 'வள்ளலார்' என்ற சிதம்பரம் ராமலிங்கத்திலிருந்து ஜித்து கிருஷ்ணமூர்த்திவரை, பெரியவர்கள் பற்றி ஆதாரமற்ற அவதூறுகளை அவர் உதிர்க்கக்கேட்கும் துர்ப்பாக்யம் எனக்கு கிடைத் திருக்கிறது. இருந்தும் திருலோக சீதாராம் போன்ற ஒருவரின் அமரபாவ இயக்கம் எதையும் அவர் அநுசரித்ததில்லை. ஒரு சில சந்தர்ப்பங்களில் மிக அமுத்தலாக, ஹிந்துவெறித் தலைவரான வீர்சவர்க்கரை அவர் மதித்து முணு

முனுத்ததையும் அப்போது அவரிடம் பதுங்கி வெளிப்பட்ட பக்தியையும் ஒரு அதிர்ச்சியுடன் கவனித்திக்கிறேன். என்னை மௌனி முற்றாக வெறுக்கும் தோரணையில் பின்னாடி அவரது பக்தர்களிடம் எதையோ சொல்லி, அது எனக்குப் பாதகமாக உபயோகமாவதாக நினைத்து ஒரு '*கசடதபற*'வினால் *ஞானரதம்*-இல் உளறப்பட்டு, இதனால் கடுமையாக மௌனியே பாதிக்கப்பட்ட கதை ஒன்று ண்டு. ஜித்து கிருஷ்ணமூர்த்தியைச் சந்திக்க நான் சென்றதை ஒட்டியே மௌனி என்மீது ஒருவித பகையுணர்வைக் கொண்டார் என்பது என் கணிப்பு. ஏனெனில், இலக்கிய மதிப்பீட்டுத் தளத்தில் அவருக்கும் எனக்கும் இடையே ஏதும் ஆகிவிடவில்லை. மாறுபட்ட சில கருத்துக்களை நாங்கள் கொண்டிருந்தும் கூட, இலக்கிய உணர்வையும் கலையின் பாதையையுமே வாழ்வின் ஆதாரமாக்கி விடாமல், என்னை மௌனியின் இக்குணவிசித்ரம் பாதுகாத்திருக்கிறது என்றுகூடச் சொல்லலாம். மௌனியின் கவித்வசக்தி கொண்ட படைப்புகளை மிக மதித்தவன் நான் என்பதுதான், இவ்வித எதிர்மறைக் கல்வி ஒன்றினை நான் அவரிடமிருந்து கற்றுக் கொள்வதற்குப் பின்னணியாக இருந்திருக்கிறது. மட்டமாக எழுதுவதும் உயர்ந்த பாவனைகளுடன் பழகுவதுமாகப் பம்மாத்துப் பண்ணும் பிரபலங்கள் எத்தகைய போலிகள் என்பதைக்கூட, இந்தப் பின்னணியும் இந்தக் கல்வியும் எனக்கு உணர்த்தியிருக்கின்றன. இந்தவகையில் பார்த்தால், மௌனியிடம் எந்தவிதமான பம்மாத்தும் இருந்ததில்லை. இதுதான் அவரது வெறிகளின் சுயமுக்கியத்துவத்துக்கு உதவியிருக்கக்கூடிய அம்சம்.

II

மௌனியின் இலக்கியப் பார்வைகள் என்ன? அவருடன் நேரில் சந்தித்துப் பேசினால் பிரபஞ்சம் தலைகீழாகத் தெரியும் என்கிறார்களே உண்மையா? அந்தப் பேச்சுக்களைப் பதிவு செய்திருக்கலாமே? - என்ற கேள்விகள் இன்றைய தலைமுறையினருக்கு ஏற்படுவதுண்டு. மௌனியின் படைப்புகள் நம்மிடம் உள்ளன. அவற்றில் உள்ள மௌனி செம்மையான வகையில் நிற்கிற ஒரு சிருஷ்டிகரமாகும். அவரது பேச்சுக்களிலோ இந்தச் செம்மை

இராது. ஒரு மகத்தான சிற்பத்தின் சிதறுண்ட பகுதிகள் போலத்தான் அவை தோன்றும். சிற்பக் கலை நுட்பத்தை உணர்ந்தவர்களுக்கு இந்தச் சிதறல்களில் உள்ள சிறுபகுதிகள் ஒரு வியப்புணர்வை தரும். பெரும்பாலானோர் சிற்பத்தின் படைப்புப்பகுதியைவிட்டு, சிதறல் பகுதியைப் பார்த்து, இதிலென்ன கிடக்கிறது என்பதுண்டு. தமது நேர்ப்பேச்சுக்களில் இப்படிப் பிரச்னை இருப்பதை மௌனி உணர்ந்திருந்த ஒருவராவர். எனவேதான் அவர் பேட்டி தருவதிலோ, தமது நேர்ப்பேச்சுக்கள் பதிவு பெறுவதிலோ, ஆர்வம் காட்ட வில்லை. பதிவு செய்வதற்கு நான் முயன்றிருக்கிறேன். விளைவு மிகுந்த ஏமாற்றத்தைத் தந்தமையால் அதை விட்டு விட்டேன். பாதிக்குப்பாதி ஒரு சிறப்பான பார்வையுடன் ஆதாரமற்ற துவேஷ மும் இணைந்து அவரிடமிருந்து வெளிப்படுவதுண்டு. பார்க்கப் போனால், 'தத்துவம்' என்றதுமே நாம் அதனுடன் கைகோர்த்தபடி பிரசன்னம் தருகிற கருணையை மௌனியிடம் எதிர்பார்க்க முடி யாது. மௌனியின் சிருஷ்டியில்கூட கருணையின் மூச்சு இயங்குவ தில்லை. தமது சிறப்பு, இதன் விளைவான ஒரு ஆழ்ந்த தாபம், இந்தத் தாபத்தின் தத்துவார்த்தச் சலனம், இவைதான் மௌனியின் சிருஷ்டிகரமாக மலர்ந்திருக்கின்றன. தமது சிறப்பை ஓரிரு கதை களில் சுயரூப வர்ணனையாக அசிங்கப்படுத்தியிருந் தாலும், இத னையே சங்கீதபாவமாக வேறு கதைகளில் உந்நதப்படுத்தியிருக் கிறார். மற்றபடி தான் என்பதே தாபமாகி இருக்கிறது. பெர்ஸன லாகப் பார்த்தால், சிறு வயதிலேயே தாயை இழந்து மாற்றாந் தாயினால் வளர்க்கப் பட்டதின் அந்தரங்கம் அவரது தாபத்திற்கு வித்தாகி இருக்கிறது. கருணை காட்டப்படாமையினால், அதை வெளிப்படுத்தவும் முடியாத ஒரு தத்து வார்த்தம் அவரது படைப்பில் ஊடாடுவதையும் இது நிர்ணயித்திருக்கலாம். இது பற்றி அபிப்ராய பேதத்திற்கு இடமுண்டு.

இவ்வளவையும் சொல்லாமல், மௌனியின் இலக்கியப் பார்வையாக பதிவு பெற்றுள்ள துரதிர்ஷ்டங்களை நாம் எடுத்துக் கொள்வது பொருந்தாது. அதாவது, தமக்கு முக்யத்வம் தந்தபடி கருணை தவிர்த்து, சமத்வ உணர்வின் பிரக்ஞையைக் காட்டாமல் மௌனி தமது படைப்புகளை ஒரு ஆழ்ந்த தாபமாக சிருஷ்டித் திருக்கிறார் என்றால் - அதற்கு அந்தரங்க உந்துதலும் ஒன்று உண்டு என்றால் - அவரது இலக்கியப்பார்வையில்கூட சுய முக்யத்வம் தான்

ஊடாடும் என்பதை நாம் எதிர்பார்த்துத்தான் ஆகவேண்டியிருக் கிறது. இப்பார்வை யினால் தாக்கப்படுகிற புதுமைப்பித்தனின் 'ஐரனி' பற்றி, நாம் அடுத்து ஒரு மேலோட்டப் பார்வை செலுத்த வேண்டும்; 'ஐரனி' பற்றியும்கூட.

ஐரனியின் விஷேசத்தன்மை, சோக்ரட்டீஸிடமே முதன் முதலில் தனிமைப்படுத்தி, உணரப்பட்டதாக மேலை நாட்டு இலக்கிய சரித்திரம் கூறும். இருந்தும், வாழ்வை நோக்கும் ஒரு குறிப்பான பார்வைக் கோணம் இது என்ற அளவில், இது மனித குலத்துக்கு புதியதல்ல. இலக்கிய மதிப்பீடாக, ஐரனியின் தொனி சிறப்புக் கொண்டது உரைநடை இலக்கிய வளர்ச்சிக்குப் பிறகுதான். பொது வாக இந்திய உள்ளத்துக்கு 'விதியின் விளையாட்டு' என்று தோன்றும்போது பெறப்படும் 'விளையாட்டு' ஐரனியாகும். தர்மா தர்மத்தின் நியதிகளுக்கு அடங்காமல் நிதர்சனவாழ்வு நடப்பதையே இந்த 'விளையாட்டு' குறிப்பிடுகிறது. இந்த அளவில் ஐரனி ஒரு உக்ரமான தர்சனப்பண்பை உள்ளடக்கி நிற்கிறது. இது ஏதோ லேசுப்பட்ட சமாசாரமாக க.நா.சு.வுக்கும் அவரை அடியொற்றும் மௌனிக்கும் தென்பட்டதின் காரணம், பரிஹாஸத்வனி சார்ந்த ஐரனியை மட்டுமே இவர்கள் ஐரனியாகக் கொண்டமைதான். (பேட்டி: பீகாக் பதிப்பு *மௌனியின் கதைகள்* பின்னிணைப்பு) பார்க்கப்போனால், மாயாதத்துவமே ஒரு ஐரானிக்கல் ஆன தத்துவ மாகிவிடும். உலகம் உள்ளதும்தான் இல்லாததும் தான் என்பது மட்டுமல்ல, வறுமையும் கொடூரமும் கூட கருணையின் ஊற்றான மூலசக்தியினுள் அடங்கி இருக்கிறது என்பது மகாப்பெரிய ஐரனி யாகும். ஆனால் இந்தத்தளத்துக்கு ஐரனியை க.நா.சு.வோ, மௌனியோ கொண்டுபோகாமல், பரிஹாஸத்வனி சார்ந்த ஒரு பார்வையையே ஐரனி என்று கொள்கின்றனர். நிற்க,

மௌனியை, கி.அ.ச.கண்ட பேட்டிக்கு வருவோம். பரிஹாஸத் தினை ஆதாரமாகக் கொண்ட 'ஐரனி'யை மட்டும் புதுமைப்பித் தனில் கண்ட மௌனி, அவரை எடுத்தெறிந்து பேசுவதற்கு முயற்சி செய்கிறார், *மௌனியின் கதைகள்*(பீகாக் பதிப்பு) பிற்சேர்க்கையாக உள்ள இந்த பேட்டியில். இந்தப் பேட்டி, மௌனியையும் சரி அவரது பார்வைகளையும் சரி, சிறப்பிக்கும்விதமாக இல்லை. ஆணித்தரமாகப் பதில் தரவேண்டிய அவரது தொழில் நுணுக்க விஷயத்தில்கூட அவர் பின்வாங்கலாகவே பதில் தருகிறார்.

உண்மையில் இது சம்பந்தமாக கேட்கப்பட்ட கேள்வியே தவறு தான். அபூர்வமாகவும் அயர்வாகவும் மௌனி எழுதியதை வைத்துத் தான் அவரை, 'சிறுகதையின் திருமூலர்' என்றார் புதுமைப்பித்தன். இது தமக்குபுரியவில்லை என்று மௌனி கூறுவதாக உள்ளதும் இந்த சிம்பிள் விஷயத்தைப் பேட்டி கண்டவர் விளக்காததும் அநா வசியமான, அசட்டுத் தனமான 'மர்மம்' ஒன்றை உருவாக்குகின் றன. திருமூலர் ஆண்டுக்கு ஒரு கவிதை சொன்னவர் என்பது ஐதீகம்; இருந்தும் அவரது பெயரில் மூவாயிரம் கவிதைகள் உள்ளன. இதன் காரணம், அவர் அவ்வளவு நெடுங்காலம் வாழ்ந்தவர் என்பது ஐதீகத்தின் அடுத்த படி. இதெல்லாம் மௌனிக்கு நன்றாகவே தெரியும். திருமூலரைத் தாம் படித்ததில்லை என்று மௌனி கூற வேண்டிய அலட்சிய அவசியம்தான் இந்தப்பதிலில் பிறந்துள்ளது. இது ஒரு அநாவசிய அலட்சியம். இத்தகைய ஸ்டண்ட்டுகளைப் பேட்டி தவிர்த்திருக்க வேண்டும்.

III

புதுமைப்பித்தன், அதுவும் ஒரு ரேடியோ பேச்சில் (திருச்சியில்) செய்த உரைதான், மௌனிக்கு இதுவரை மிகப்பெரிய விளம்பரமாக அமைந்திருக்கிறது. 'வார்த்தைகளில் அடைபட மறுக்கிறவற்றை மடக்கிக் கொண்டு வருதல்', 'கற்பனையின் எல்லைக்கோடு' என்ற அம்சங்கள்தான் அவர் கூற்றில் விமர்சனரீதியாகச் சிறப்பானவை. திருமூலர் சமாசாரம் அல்ல. இங்கே கூட, 'கற்பனை' என்ற அம்சத் தினை புதுமைப்பித்தன் குறிப்பிடுவது கவனத்துக்குரியது. தத்துவத் துக்கும் கற்பனைக்கும் அவ்வளவு அந்நியோன்யம் கிடையாது. இருந்தும், தத்துவார்த்தச் சலனம் ஒன்றினை மௌனியின் கற்பனை ஆவாகணித்திருக்கிறது என்று கூறலாம். இவ்விதமாக நாம் சித்தாந் தித்தவுடனேயே, 'எல்லைக்கோடு' மறைந்து விடுகிறது; மௌனி யின் விஷேசத்துவம் புலப்பட்டு விடுகிறது.

இவ்வளவு நுட்பமான பார்வைக்கு இடம் விடுகிற வகையில், ஓரிரு கரிக்கீறல் களிலேயே மௌனியின் படைப்புகளைச் சித்தரித்த மேதமை புதுமைப்பித்தனுடையது. இவரது படைப்புகளின் சிறப் பம்சங்களை வியந்து போற்றி, இதே போன்ற ஓரிரு கரிக்கீறல்களை,

தம்முடைய ஒரிஜினலான பார்வையாக மௌனியினால் தர முடிந் திருக் கிறதா என்று பார்த்தால்...?

கிடைப்பது, சச்சிதானந்தம் கண்ட பேட்டியில் உள்ள சுருதி பேதங்கள்தாம். அதுவும், க.நா.சுப்ரமண்யம் 'போகிற போக்கில்' எழுதிய ஒரு வாக்யத்தை அடிப்படையாக்கித்தான், இந்த சுருதி பேதங்களைக் கூட இசைத்திருக்கிறார் மௌனி. புதுமைப்பித் தனைப் போன்ற ஒரு மேதையின் படைப்புகளைப் பொறுப்புடன் அணுகவேண்டிய கடமை க.நா.சு. வுடையது. அவர் எப்போதுமே எதையுமே பொறுப்புடன் கணித்த விமர்சகர் அல்லர். அவரது விமர்சனப் போக்கின் அடிப்படை எப்போதுமே போகி போக் காகத்தான் இருந்திருக்கிறது. இவ்வளவுக்கும் புதுமைப்பித்தன், மௌனி பற்றிக் கூறியதுகூட போகிற போக்கில்தான். அந்தப் புதுமைப்பித்தன் போனபோக்குக்கு எதிர்த்திசையில்தான் க.நா.சு. போயிருக்கிறார், புதுமைப்பித்தனை வெறும் பரிஹாஸத்வனி கொண்ட ஐரனிக்கல் எழுத்தாளர் என்று தீர்த்துக்கட்டியபோது!

புதுமைப்பித்தனின் மிகச்சிறந்த படைப்பாகக் க.நா.சு.வே கூறும் 'செல்லம்மாள்'ளில் எங்கே இருக்கிறது இந்த ஐரனி? பயங்கரமான வறுமையின் விளைவாக உள்ளுணர்வு சிதறிவிட, வெறும் வெளிப் படை மனோபாவத்தில் மட்டும் கணவனை மதிக்கும் நிலைக்குத் தள்ளப்பட்டவள் செல்லம்மாள். ஒரு தளத்தில், இந்திய லட்சி யார்த்தங்களே அவளது வடிவில் உருவகம் பெறுகிறது எனலாம்.

'செல்லம்மாள்', 'சாபவிமோசனம்', 'அன்று இரவு', 'பிரம்ம ராஷஸ்' என்று பல்வேறு பட்ட கற்பனைத்தளங்களில் புதுமைப் பித்தன் சாதித்தவற்றில் இந்த ஐரனி கிடையாது. பரிஹாஸத் தையே அடிப்படையாக்கி, 'வேதாளம் சொன்ன கதை', 'அபிநவ ஸ்நாப்' போன்று எழுதிய கதைகளில் இந்த ஐரனியே உயிர்நாடி.

இந்த ஐரனியை, பரிஹாஸத்வனியை, ஏன் அலட்சியப் படுத்த வேண்டும்? பித்தனை ஐரனியாளராக க.நா.சு. ஒதுக்கியதில், ஐரனிக் குப் புறம்பான தொனி ஒன்று இருக்க வேண்டும் என்று சம்சயித்து விட்டு, அது என்ன என்று யோசிக்கக்கூட நேரமில்லாத வராகத் துண்டை உதறித் தோளில் போட்டுக்கொண்டு கிளம்புகிறார் மௌனி. உண்மையில் தம்மைத்தூக்கிய பித்தனின் தோள்மீது தாம் ஏறும் அவசரம்தான் மௌனியுடையது. எவ்வித ஆதாரமோ, இலக்

கியச் சுவையுணர்வோ இல்லாத அவசரம் இது. இருந்தும் கூட, ஆதாரபூர்வமாகவும் சுவையுணர்வுடனும் பேசக்கூடியவர் மௌனி. ஆனால், தமது ஸ்தானத்தை மகோன்னதப்படுத்த வேண்டிய அவசியத்தின் விளைவாக, அவற்றை 'தியாகம்' செய்த மௌனி தான் மேலே வெளிப் படுகிறவர்.

ஆமாம், ஆங்கில இலக்கியத்தையும் பிறபாஷைகளில் இருந்து ஆங்கிலத்தில் மொழி பெயர்க்கப்பட்ட இலக்கியங்களையும் படித்து, அவற்றால் பண்பட்ட தலைமுறை தம்முடையது என்று ஆரம்பிக் கிறாரே மௌனி - அந்த ஆங்கிலவழி இலக்கியங்களில் ஐரனிகள் இல்லையா, இருப்பது வெறும் 'வேறு ஏதோ'க்கள்தாமா? பரி ஹாஸமான ஐரனியையே, உயிர்நாடியாகக் கொண்ட ஜி.கே. செஸ்டர்ட்டனை மௌனிக்கு மிகமிகப் பிடிக்கும். இந்த ஐரனி இல்லாவிட்டால் ஜி.கே.சி.யின் கதை தொய்வடையும். இவ்விடத் தில்தான், ஐரனியின் தவிர்க்க முடியாமையை நாம் நவீன எழுத்தில் நிதானிக்க வேண்டியவர்களாகிறோம். ஷேக்ஸ்பியருடன் ஒப்பிடப் படும் விளடீமர் நபக்கவ், ஐரனியின் மூலமே கிளாஸிக்கல் சாத னையை ஏற்படுத்தியிருக்கிறார். இவரது இலக்கிய பாரம்பரியம், ஜான் அப்டைக் போன்றோரிடம் தொடர்கிறது. இந்த ஐரனியின் தொனியிலிருந்து வேறுபட்டவிதத்தில் எழுதினால்கூட, எழுத்துப் போக்கில், உரைநடையை கொண்டு செல்லும் தொனியில் ஐரனி அவசியம். இந்தத் தொனி மௌனியிடம் ஒரு சிட்டிகையளவுகூட இல்லாமையால்தான், 'அவன் பட்டணத்தில் உயர்படிப்புப் படித் துக்கொண்டிருந்தபோது', என்பதுபோன்ற வரட்டு வசனப்பகுதி கள், அவருடைய கவித்வமான பகுதிகளை இணைக்கும் செலோ டேப் பகுதிகளாக அமைந்திருக்கின்றன. இத்தகைய செலோடேப் பகுதிகளே இல்லாதவை புதுமைப்பித்தனுடைய படைப்புகள்.

மௌனி பதில் சொல்லாமல் நழுவியது, இந்த செலோடேப் சமாசாரமே தமது தொழில் நுட்பம் (Craft) என்று தெரியக்கூடாது என்பதற்காகவா? தமது கணக்கு வழக்குகள், ஞாபகங்கள் முதலிய வற்றுக்காக மௌனி, ஸ்பெஷலாக பைண்டு பண்ணிய பெரிய குறிப்புப் புத்தகங்களை உபயோகித்து வந்திருக்கிறார். அவ்வப் போது மனதில் தோன்றும் கவித்வமான பளீரடிப்புகளை இவற்றில் தாறுமாறாக எழுதிவைப்பார். இவற்றுள் ஒன்றுக் கொன்று தொடர்பு இராது. ஒரு வடிவமாக இவற்றைத் தரவேண்டிய நிலையில், இவற்

றுக்கு எளிமையான கதைச்சாரம் ஒன்றினை நிறுவி, அவற்றுக்குள் இவற்றைப் பொருத்திவிடுவது மௌனியின் தொழில்நுட்பம். இப்படிப் பொருத்தும்போது, ஒரே கதையைப் பத்துத் தடவைக்கும் மேலாகக்கூட எழுத வேண்டி இருக்கும்.

இதற்கு ஒரு விதிவிலக்கு 'மனக்கோலம்'. கதை கேட்டுவந்தவருக்காக, பக்கம்பக்கமாக ஒரே பிரதியில் எழுதி, வந்தவர் பக்கம் பக்கமாகப் படிக்கப் படிக்க கொடுக்கப்பட்ட கதை 'மனக்கோலம்'. இதற்குக்கூடத் தமது நோட்புக்கைப் பிரித்துவைத்து, அவற்றில் அங்கங்கே உள்ள கவித்வப் பகுதிகளை தேர்வு செய்த பின்பே, இந்த ஒரே பிரதிப்படைப்பை மௌனி நிறைவேற்றினார். இத்தகைய ஒரு ஊன்றுகோல் கூடப் புதுமைப்பித்தனின் படைப்புகள் எதற்குமே கிடையாது. அவை யாவுமே அசுரவேகத்தில், ஒரே பிரதியில் படைக்கப் பட்டவை. இவற்றுள் 'படபடப்பு', ஒரு சிகரசாதனை. குறுக்கும் நெடுக்குமாக நடந்தபடி, புதுமைப்பித்தன் சொல்லச் சொல்லக் கதை கேட்டு வந்தவராலோ, வேறுயாராலோ எழுதி எடுக்கப்பட்ட கதைகளும் ஒன்றிரண்டு உண்டு.

தனித்தனியாக எழுதி வைத்த கவித்வப் பகுதிகளைப் பின்னாடி இணைக்கும் முறை, மௌனியின் விசேஷத் தொழில்நுட்பமும் அல்ல; இது ஏதோ பலவீனத்தைக் காட்டும் முறையும் அல்ல. நம்மிடையே சமகாலத்தவராக வாழ்ந்து மறைந்த விளடீமர் நபக்கவ், தனித்தனி கார்டுகளில் இப்படி எழுதி வைத்துப் பின்னாடி நாவல்களாக அவற்றை இணைக்கிற தொழில் நுட்பக்காரர்தாம். ஆனால் மௌனிக்கும் இத்தகைய பிறருக்கும் ஒரு வித்யாசம். பின்னாடி இணைப்புப்பகுதிகளாக எழுதப்படுகிற பகுதிகளில் மௌனி மிகமிகத் தொய்வடைகிறார். இந்த இணைப்புப்பகுதி கள்தாம் மிகவும் சிரமம் தருகிறவை என்பது, எத்தகைய தொழில் நுட்பத்தைப் பின்பற்றுகிற எழுத்தாளருக்கும் அநுபவமாகும். இருந்தும், நபக்கவ் போன்றோரின் உரைநடையைப் படிக்கிறபோது செலோடேப் பகுதிகள் எதுவும் தென்படாது. ஒரே உருக்காக ஓடி உறைந்த பரிசுத்தமான எஃகின் திரவமாகவே நபக்கவின் உரைநடை நிற்கிறது.

இன்னொன்று, மௌனி எழுதியது சொற்பம்தான் என்பதற்கு மறுதளிப்பாக, 'இல்லை இரண்டாயிரம் பக்கம், இரண்டாயிரம்

பக்கம்' என்று இரண்டாயிரம் தடவைகள் சொல்லிவிட்டால் போதாது. உண்மையில் இரண்டாயிரம் பக்கம் வரக்கூடிய இரண்டு குறிப்புப் புத்தகங்களில், அங்கங்கேதான் மௌனி தமது கவித்வப் பகுதிகளை குறித்துள்ளார். அதுவும் தமக்கே புரியக்கூடிய மகா அவசரக் கையெழுத்தில். மௌனியுடன் ஏற்பட்டிருந்த கடிதத் தொடர்பில் ('கார்டுத் தொடர்பு' என்பதுதான் பொருந்தும்), நான் அவரது கையெழுத்துடன் மல்யுத்தம் செய்துதான் புரிந்துகொள்ள முடிந்திருக்கிறது. எனவே அந்தக் குறிப்புகளை அர்த்தப்படுத் தாதவரை, 'இரண்டாயிரம் பக்கம், இரண்டாயிரம் பக்கம்' என்று கூவுவது வெறும் பிளாட்பாரக் கூவலாகவே கால ஓட்டத்தில் போய்விடும்.

அந்தக் குறிப்புப் புத்தகங்கள் எங்கே? மௌனியின் கவித்வக் குறிப்புகளை எவராவது படித்துப் படிவம் எடுத்து பிரஸிற்குத் தரும் முயற்சியில் ஈடுபட்டிருக்கிறார்களா? இவை உடனடியாக தெரிய வரவேண்டும். ஏனெனில், மௌனியின் அந்தக் குறிப்புகள், கவித்வ மாக நிறைவு கொண்டுள்ளன என்றால், அவை வாசகச் சொத்தாகும். மௌனியின் இரங்கல் கூட்டத்தில் (ஜுன் 21, 1984, சென்னை L.L.A. லைப்ரரி), இந்தக் குறிப்பேடு பற்றி நான் பிரஸ்தாபித்தபோது, அது படிவம் எடுத்துப் பிரசுரமாக வேண்டிய அவசியத்தைக் க.நா.சு. குறிப்பிட்டு, நாத்தழுதழுக்கும் குரலில், ''புதுமைப்பித்தனும் மௌனியும் தமிழின் அரிய பொக்கிஷங்கள்'' என்று கூறியதை இங்கே நினைவுகூர வேண்டும்.

மௌனி அடிப்படையில் ஒரு கவிஞர்தாம். ஆனால், கவிதைக் குரிய செய்யுள் பயிற்சி அவருக்கு கிடைத்ததும் இல்லை, அதற்காக அவர் முயன்றதும் இல்லை. பாரதியின் வசனகவிதைப் பாணி யில்தான் அவரது கவித்வம் சரிவர வெளிவந்திருக்க முடியும். ஆனால், வசன கவிதையையும் சரி புதுக்கவிதையையும் சரி அவர் உணர்ந்தது இல்லை. இதற்கு காரணம், அவரது சுயமுக்யத்வம்தான் எனலாம் - ஏற்கெனவே பாரதியில் ஆரம்பித்த ஒரு இயக்கத்தினைச் சார்ந்து ஒழுக விரும்பாமையாக இருக்கலாம். செய்யுள் வடிவில் மட்டுமே கவிதை சாத்யம் என்பது, அவரது அசைக்க முடியாத நம்பிக்கையும்கூட.

ஒரு குணரூப (Abstract) வடிவில் அமைந்த படைப்புகளைத் தந்த அவரால், புதுக்கவிதையின் இதே அம்சங்களையோ நவீன ஓவியங்

களையோ உணர முடிந்ததில்லை. பார்க்கப்போனால், குணரூபத்தின் அம்சங்களையே முழுவதும் சார்ந்து எழுதாமல், 'கதை' என்ற காமிரா, மைக் சிஸ்டம் சார்ந்த வடிவில் எழுத முற்பட்டமையால், குணரூபமேயான அவரது சிருஷ்டிகரம் பரிபூர்ணம் பெறாமலே போய்விட்டது என வேண்டும்.

'சாவில் பிறந்த சிருஷ்டி'யை இது விஷயத்தில் தனிமைப்படுத்தி, ஒரு பூரணமான உரைநடைப் படைப்பாகக் காட்டலாம் என்றாலும், மனைவி கௌரிமீது சுப்பய்யர் எரிச்சல்கொண்டு, அவளது பிறந்தகத்திலிருந்து உடனே ஊருக்குக் கிளம்ப வைக்க அவளை, 'தனியே கூப்பிட்டு ஏதோ அவள் மனது நோகப் பேசி'யதாக எழுதுகிறார் மௌனி. காமிரா, மைக்சிஸ்டம் இந்த 'ஏதோ'வுக்கு ஏன்? எதுவாயிருந்தாலும் அதைப் பதிவு செய்வது அல்லவா இந்த சிஸ்டம்? இத்தகைய 'ஏதோ' எதையும் புதுமைப்பித்தனிடம் காண முடியாது. இதற்கு ஒரு காரணம், ஐரானிக்கல் ஆன அவரது உரைநடையின் வீர்ய வீச்சாகும். நவீன உரை நடையின் தராதரத்துக்கே இன்று ஐரனிதான் உரைகல். சென்டிமென்டாலிட்டியின் பரமவைரி இந்த ஐரனி. கருணையைக்கூடப் புதுமைப்பித்தனின் 'ஐரானிக்கல் ஆட்டிட்டியூட்', 'கடவுளும் கந்தசாமிப்பிள்ளையும்' போன்ற படைப்பில், மாற்றுக் குறையாமல் பிரதி பலித்துக் காட்டுகிறது. எனவே, தமது சுயமுக்யத்துவத்துக்கு மட்டும் மகோன்னதம் தரும் பார்வைதான் மௌனியிடமிருந்து பித்தனின் ஐரனியை மட்டம் தட்டும் முயற்சியாகி வெளிப்பட்டிருக்கிறது. ஐரனி கைவராத மௌனிதான், தமது கவித்வத்துடன் சம்பந்தமற்ற உரைநடையில் ஈடுபட்டு, தமது கவித்வத்தைப் பூரணமான சாதனையாக்காமல் கைவிட்டவர் என வேண்டும்.

மௌனியால் கையாள முடியாதிருந்த 'ஐரனி'யை அலட்சியமாக எடுத்தாண்டவர் புதுமைப்பித்தன். இந்த கையாளலையே ஒரு pose, அதாவது செயற்கையான நிலையெடுப்பு என்று மட்டம் தட்டும் அளவுக்குப்போகிற மௌனி, தம்மாலும் பரிஹாஸ த்வனியில் எழுதமுடியும் என்று நினைத்து 'மாறாட்டம்' என்ற தலைப்பில், மூக்குகளினால் ஆள்மாறாட்டம் நடக்கும் சிறுபிள்ளைத் தனமான கதை ஒன்றை எழுதி இருக்கிறார். புதுடுப் பித்தனின் ஹாஸ்யரஸம் ததும்புகிற கதைகளான 'எப்போதும் முடிவிலே

இன்பம்', 'வேதாளம் சொன்ன கதை' போன்ற படைப்புகள் இப்படி மூக்குகளுடன் முடிந்துவிடுகிறவை அல்ல. இந்திய மனோபாவங் களையும் சரித்திரகதி களையும் ஹாஸ்யபாவங்களாக்கிச் சித்தரித்த கதைகள் இவை. இத்தகைய கதைகள், ஜாதீய எல்லையை மீறி நிதானிக்கவே முடியாதிருந்த மௌனிக்கு கொடுத்த எரிச்சல்தான், புதுமைப்பித்தன் பற்றிய அவரது இளக்காரத்தில் வெளிப்படுகிறது. இவரை நான் மௌனியாகக் கருதவில்லை. 'மவ்னி' என்றே கொள்கிறேன்.

மீறல் : 2, ஜூலை 1992.

48 ஜோர்ஜ் சந்திரசேகரின் சிறுகதைகள்

எவ்விதமான அலட்டலும் இல்லாமல், காமிரப் பார்வையுடன் எட்ட நின்று பார்த்து, 'கதை' எழுதும் உள்பலம் கொண்டவர் ஜோர்ஜ் சந்திரசேகரன். இலக்கியம் பற்றிய முன்கூட்டிய தீர்மானங்களுடன் அவரை அணுகினால் ஏமாறவேண்டிவரும். இதேவிதத்தில் ஏமாறக்கூடிய சிறுகதைகள் சில சி.சு.செல்லப்பாவிடமும் க.நா.சுப்ரமண்யத்திடமும் இருந்து பிறந்திருக்கின்றன. கதை சொல்லும்போது அபிப்ராயபூர்வமாக ஆசிரியர் குறுக் கிடாமை, ஒவ்வொரு அடியாக கால உணர்வுடன் கதையை நகர்த்திச்செல்லல் என்கிற பண்புகளை உணர்ந்து அனுபவிக்கக்கூடியவர்களுக்குத் தான் இவர்களது படைப்பு விஷேசம் புலனாகும். இந்தப் பண்புகளைப் பொறுத்தவரை, ஜோர்ஜ் சந்திரசேகரன் இலங்கைத் தமிழ் எழுத்தாளர்களுள் விஷேசமானவர்.

முதல் பார்வைக்கு ஒன்றுமில்லாத மாதிரி தோன்றும் எளிமையான வசனங்கள், தொடர்ந்து ஓடுகிறபோது கடிகார ஓட்டமாகக் கதையை நகர்த்துகின்றன. இவ்வளவுக்கும், ஜோர்ஜ் சந்திரசேகரன் எடுத்தாளும் விஷயங்கள் சன்னமானவை. ஆவேசங்களுக்குப் பயன்படாதவை. சமூகத்தின் விளிம்பில் நிகழ்கிறவை.

ஒருநாள் முழுவதும் ஏதும் கிடைக்காமல், நாள் முடிவில் பத்து சத நாணயம் ஒன்றைப் பொறுக்கி எடுத்து, தோசை சாப்பிடப் போகும் வழியில், மழை, கார் என்பவற்றினால் - (இயற்கை, உயர்தளத்து சமூக சக்தி என்கிற அம்சங்களினால்?) - ஏற்பட்ட தடுமாற்றத்தில் நாணயத்தைத் தொலைத்து விட்டு, அதைத் தேடிக் கொண்டிருக்கும் பிச்சைக்காரனின் பிரச்னை 'சில்லரை' ஆனது. ஆனால் ஜோர்ஜ் அதைச் செல்கிற அப்பட்டமான காமிராப் பாணியில் பிரச்னை, தீர்வுகளைத் தாண்டிய குரூர நிதர்சனமாகிறது.

இன்னொரு கதையிலிருந்து:

''மூன்று வருடங்களுக்கு முன், இதே கோவில்தான். ஆனால் வெறுங் கோயில். இதே போன்றதொரு வெள்ளிக்கிழமைதான். ஆனால் ஏராளமான கூட்டம். அவனும் இதே போலத்தான் - ஆனால் வெறும் இதயத்தோடு நின்று கொண்டிருந்தான்...''

'பிரதிஷ்டை' என்ற இந்தக் கதையிலே, வெறும் கோயிலில் அம்மன் விக்ரகப் பிரதிஷ்டை நடைபெறும்போது, அங்கு காரில் வந்திறங்கி அவனைப் பார்த்து நகைத்த வளை, தனது இதயத்தில் 'பிரதிஷ்டை' செய்து கொள்கிறான் அந்தப் பிச்சைக்காரன். பிச்சைக் கார வரிசையில் நிற்கிறவன் கார் வரிசைக்காரி மீது கொள்ளும் ஊமைக்காதல், ஜோர்ஜின் கைவழியே அற்புத வடிவம் பெறுகிறது. இவ்வளவுக்கும் பிச்சைக்காரனை அவள் பார்த்தது 'காதல்' கொண்டு அல்ல என்பதையும் சொல்லாமலே புரியும் வகையில் சொல்கிறார். பிச்சைஎடுக்கும் தரத்திய கீழ்மட்டத்தினனை நாம் பார்க்கும் கோணம், எவ்வளவு ஆழமற்ற மேம்போக்கான பார்வை என்ற சூட்சுமம் கதையின் தளங்களுள் ஒன்று. தமிழின் சிறந்த சிறுகதை களின் வரிசையில் இதை வைக்க இடமுண்டு. அத்துடன், இந்த கதையில் உயர் மட்டத்தினள் மீது அடிமட்ட நிலையிலுள்ளவன் கொள்ளும் காதலோடு, மௌனியின் 'அழியாச்சுடர்'ரில் கோவில் தேவதாஸி நிலையில் உள்ளவள் மீது ஒருவன் கொள்ளும் காதல் ஒப்பிடப்பட வேண்டும். இரண்டுமே நிறைவேற்றத்துக்கு அப்பாற் பட்டவையாக சித்தரிக்கப்பட்டுள்ளன. இருந்தும், 'காதல்' என்ற அளவில், ஜோர்ஜின் பிச்சைக்காரக்காதலன், மௌனியின் காதலன் இருவருமே ஒரே மானுடத்தகுதியுடன் நிற்கின்றனர். இங்கே உணர் வின் வெளியில் சமூகத்தகுதி பூஜ்யமாகிறது. உணர்வை செயல் முறையில் நிறைவேற்றாவிட்டாலும் அதைப் பூஜ்யமாக்கிவிடா மல் 'எங்கோ' போய்விடுகிற மௌனியின் காதலனுக்கும் உணர் வைக் கிழித்தெறிந்துவிட்டுப் போகிற பிச்சைக்காரனுக்கும் இடை யில் வேறுபாடு ஏற்படுகிறது என்பதையும் கண்டுகொள்வது அவ சியம். இவ்விடத்தில் பிச்சைக்காரனின் காதல் தனது ஜீவ சக்தியை இழக்கிறது.

இந்தத் தொகுப்பில் பன்னிரண்டு கதைகளே உள்ளன. 1960ல் ஆரம்பித்து 1993 வரை சுமார் முப்பது ஆண்டுகளுக்குள் அவர் எழுதிய

கதைகளின் எண்ணிக்கை, ஆசிரியருக்குத் தெரியவில்லை என்றே தெரிய வருகிறது. இந்தத் தொகுப்பில் உள்ள கதைகளைச் சேகரித்து அளித்தவர்கள் வாசக நண்பர்களும் இதர எழுத்தாளர்களும்தாம். பார்க்கப்போனால், குடும்ப நிலவரத்தின் குரூர அழுத்தங்களுக்கு தமது சக்திகளை ஈடுகட்டியதின் விளைவாக ஜோர்ஜ் சந்திரசேகரன், எழுத்துக்கு தாம் தந்திருக்கவேண்டிய முழு அக்கறையையும் தர வில்லை எனலாம். தொகுப்பில் இடம்பெற்றுள்ள 'அணுவைப் பிளந்து', 'குரங்குகள் மனிதனைக் கண்டதும் பற்களைக்காட்டிச் சிரிப்பதுபோல் பாசாங்கு செய்வது ஏன்?' என்ற இரண்டும் தரக் குறைவானவை. ஆசிரியரின் எழுத்தியக்கம் பாதிக்கப்பட்டமை யின் சுவடுகளாக இவற்றின் குறைபாடுகள் தெரிகின்றன. எழுத்து ஒரு சமூகத்தவம். இதனை எங்கள் கலாச்சார மதிப்பீடுகள் இன்று உணர்த்துவதில்லை. இதன் விளைவை நாம் 'மௌனி'யின் பிந்திய காலக் குறைகளிலேயே கண்டிருக்கிறோம்.

'கறுப்புச் சூரியன்' கதையில், தனது கர்ப்பமான வயிற்றை அசிங் கமாகக் கொள்ளும் பெண்ணின் மனோபாவம் அவ்வளவாக நம்பத் தகுந்ததாயில்லை. இதிலும் 'தகுதியற்றவள்' ளிலும் சொல்ல வரு கிற அடிப்படை விஷயம் மறைபொருளாகி அதன் மூலம் வலிமை பெறக்கூடிய தன்மை இல்லை. பிரச்னை முன்பே வந்து குரல் காட்டுவது, ஒரு தோல்வி கரமான எழுத்தோட்டத்தைக் காட்டுகிறது. ஒவ்வொரு வகையான கதைப் பாணிக்கும் ஒவ்வொரு வகையான ஆபத்து உண்டு. இந்தக் கதைகளில் நடந்திருக்கும் ஆபத்து, அப் பட்டமான விபரப்பாணியில் தூர நின்று விஷயத்தை தொட்டும் தொடாமலும் சொல்லவேண்டிய முறை பிசகி, கதையை ஆபத்துக் குள்ளாக்கி விடுகிறது. 'அணுவைப் பிளந்து' என்ற கதையில் நாடக அமைப்புகள் குறுக்கிட்டு உருவத்தைக் குலைப்பதுடன், முதிர்ச்சி யற்ற காதல் பேச்சுக்கள் வேறு நம்மை முகம் சுளிக்க வைக்கின்றன. 'மோகம்' கதையிலும் 'நகரம்' கதையிலும் செக்ஸின் தாக்கம் வெவ்வேறு விதங்களில் தீர்க்கம் பெற்றுள்ளது. 'மோகம்' மனோ வீழ்ச்சிக்கு எதிராக நிற்க முயன்று தோல்வியடைவதையும் 'நகரம்' இந்த விழ்ச்சியில் உணர்வற்று உழல்கிற ஒரு வாழ்வையும் சித்தரிக் கின்றன. மேலே குறிப்பிட்ட சர்ரியலிஸ சித்திரமும் இறைச்சிக் கடைக்காரன் சிதறிய ரத்தம் துளிர்த்த ஷர்ட்டுடன் திரும்பும் கண வனை, முறை தவறி உறவு கொண்ட அவனது மனைவியும் அவனது

தம்பியும் வரவேற்று, ஷர்ட்டின் நிலை பற்றிப் பேசுவதும், ஊடுருவிப் பார்த்து உணரப்பட வேண்டிய அம்சங்கள். கதை 'நகரம்'.

'மேரி', சற்றே பிசிறடித்தாலும் அருமையான இறுதி வரி அதிர்ச்சிகொண்ட கதை.

'குண்டுமாமா', ஒரு குழந்தையின் வார்த்தைகளில் அதற்குப் புரியாத செக்ஸ் பிசகு பற்றி சொல்லப்பட்ட சோதனை முயற்சி.

'சோமண்ணை', எளிமையாகச் சொல்லப்பட்டாலும் இதன் வலிமை, தண்ணி போடக்கூடிய ஒரு வாலிபனிடம் மாட்டிக் கொண்ட கஞ்சத்தனம் கொண்ட ஒருவரது பாத்திரம் ஆகும். இந்த இரண்டு பாத்திரங்களும் பிளெயின் (டிகாக்ஷன்) டீக்கு பில் கொடுக்கும் பிரச்னையில் சந்தித்துத் தங்கள் மனோபாவங்களை வெளிப் படுத்திக்கொள்வதை அலாதியாக ஆசிரியர் கையாண்டிருக் கிறார்.

'போஸ்டர்', மிகவும் குரூரமான கதை. தாயினால் பிறந்தவுடன் தெருவோரத்தில் போடப்பட்டு, அனாதையாக வளர்ந்து, பிச்சைக் காரச் சிறுவனாகி, கூலி வேலை செய்யும் இளவாலிப நிலையில் சினிமாப் பைத்யமான ஒருவன், சினிமா வழி பாலுணர்வு பெறுவதும் செக்ஸ் சினிமா போஸ்டரைப் பார்த்துவிட்டு சினிமாவுக்குப் போய் டிக்கட் எடுக்கும் களேபர நெரிசலில் கையை இழப்பதும் கதை. இது சொல்லப்படுகிற பாணியின் மூலம், இதன் ஒவ்வொரு அம்சத்தையும் பற்றிய உணர்வுகளைப் படிப்பவனின் பொறுப்பில் விட்டு ஆசிரியர் ஒதுங்கி நிற்கிறார். இது கதை சொல்லும் முறையின் சிறப்பம்சம் என்பது இன்றைய அபிப்ராயவாதி களுக்குத் தெரியாதது. இருந்தும் கையை இழந்ததைவிடப் படத்தைப் பார்க்க முடியாமல் போனதுக்கு இளைஞன் வருந்துவது பிசிறடிக்கிறது.

ஜோர்ஜ் சந்திரசேகரன் ஒரு நாடகாசிரியரும் நாடக நடிகரும்கூட. நாடகங்களை இயக்கியும் இருக்கிறார். எளிமையான பேச்சுத் தன்மைகொண்ட இயல்பான உரையாடல் களை அவரது கதைகளில் படிக்கிறபோது, அங்கே ஒரு நாடகாசிரியரின் கை தெரிகிறது. நாடகத்தின் வர்ணனைப் பகுதிகளில் விபரங்கள் அப்பட்டமாகச் சொல்லப்படவேண்டும். அங்கே ஆசிரியரது எழுத்துத்திறன் சிக்கனமாக இருக்கும். இந்த இலக்கணமே ஒரு விதத்தில் ஜோர்ஜின் கதைகளில்கூட நிரவியிருக்கிறது எனலாம். அங்கங்கே வர்ணனை வீர்யம் இல்லாமலும் இல்லை.

செக்ஸ் வருகிற ஒரு இடத்தில், முறை தவறி உறவுகொள்ள முயல்கிற இருவரை ஒரு முதியவர், பக்கவாதத்தினால் பாதிக்கப் பட்டவராகக் கிடந்த படி, பேச்சு சக்திகூட அற்று வெறுப்புடன் பார்ப்பது ஒரு சர்ரியலிஸ சித்திரம். 'நகரம்' கதையில் இது; கதை சுமார் என்றாலும் இவ்விவரம் விசேஷம்.

மொத்தத்தில், ஓரிரு கதைகள் தவிர்த்து, ஜோர்ஜ் சந்திரசேகரனின் படைப்புகள் சிறுகதை உருவத்தை அலாதியாக நிறைவேற்றி விடு கின்றன. சிறுகதைக்கு உருவ லட்சணம் என்று ஒன்று இருக்கிறது என்பதையே அறியாமல் இன்று எழுதக்கிளம்புகிறவர்கள், ஜோர்ஜி டம் இருந்து கற்றுக் கொள்ள வேண்டும்.

நூலின் பெயர்: *ஜோர்ஜ் சந்திரசேகரின் சிறுகதைகள்* (முதல் பதிப்பு 1994). வெளியீடு: அமோரா பதிப்பகம், 99, ரத்னம் ரோட், கொழும்பு-13, ஸ்ரீலங்கா. பக்: 99. விலை ரூ. 50.

நவீனவிருட்சம், ஜனவரி-மார்ச் 1995.

49 மீறல்: பிரேமிள் சிறப்பிதழ் - முன்னுரை

வன்முறை என்ற பதத்துக்கு, 'வலிமையையே முறையாகக் கொள்ளல்' என்று பொருள் காணலாம். பொதுவாக, இது சரீர வலிமையைச் சுட்டுகிறது; சரீரம் சார்ந்த ஆயுத பலத்தையும்கூட. ஆனால், அபிப்ராயங்களை ஆதார மில்லாமல் சூழ்ச்சிகளின்மூலம் உருவாக்கும் முறைகூட வன்முறைதான். இந்தச் சூழ்ச்சிகள், கலாச் சாரமாகவும் மதம்சார்ந்த விஷயங்களாகவும் காட்டப்பட்டுவிட் டால், இவை சூழ்ச்சிகளே என்பது பெருவாரி மக்களுக்குத் தெரி யாமல் போய்விடும். மக்களை மந்தைகளாக்கவென்றே செய்யப் பட்ட சூழ்ச்சிகள்கூட, இந்த கலாச்சார, மதானுஷ்டான முறை மூலம் இதே மக்களுடைய பார்வையில் சூழ்ச்சிகள் என்று புலனாகி விடாமல் பண்ணப்பட்டிருக்கிறது காலம் காலமாக. எல்லா நாடு களிலும் எல்லாக் காலங்களிலும் புதுப்புதுவிதங்களில் இது செய்யப் பட்டுள்ளது. பழைய கலாச்சார அமைப்புகளையும் மதங்களையும் 'ஒழித்துக்கட்டும்' புதிய கலாச்சாரங் களும் புதுவித அரசியல் கோட்பாடுகளும் கூட இதையே செய்கின்றன.

இவ்விடத்தில், சூழ்ச்சிகளைப் புரிந்துகொண்டு விடுகிறவர் கள்தாம் உண்மையான கலைஞர்கள்; இவர்கள் கலைப்படைப்பு களை உருவாக்காவிட்டாலும்கூட கலைஞர்கள் தாம். நுட்பமாகப் பார்த்தால், இவர்கள் மூன்று விதங்களில் செயல்படுவதைக் காண லாம். விமர்சனம், கலாசிருஷ்டி, ஞானார்த்தம். இம்மூன்றும் வேறு வேறாகத் தோன்றினாலும், மனித மனோவிடுதலைக்கு விரோதமான சூழ்ச்சிகளையும் அந்தச் சூழ்ச்சிகளை உருவாக்கும் சமூக சக்தி களையும் அந்த சக்திகளைப் பேணுவோரையும் அம்பலப்படுத்தும் செயலில் இம்மூவரும் ஒரே வகையானோர்தாம். இதனால் இம் மூவருக்கும் ஒரே பெயராகக் 'கலைஞர்கள்' எனலாம். இந்தக் கலைஞர்களை மட்டம் தட்டுவதற்கு சூழ்ச்சியாளர்கள் பல்வேறு

உபாயங் களைக் கையாள்வதுண்டு. நான் இதற்கு இலக்காகியவன். அந்த விபரங்கள் அநாவசியமானவை.

பழைமை சார்ந்த சூழ்ச்சியாளர்கள், தாங்கள் அம்பலப்பட்டு விடுவதை விரும்புவதில்லை. எனவே, விமர்சனம் எதுவும் இல் லாத விதமாகவே கலைப்படைப்பும் ஞான மார்க்கமும் இருக்க வேண்டும் என்று இவர்கள் வலியுறுத்துகிறார்கள். இவ்விதம் விமர் சன திருஷ்டி இல்லாமல் வெளிப்படு கிறவைதாம் உண்மையான கலாச்சாரம் என்று கூறுகிறார்கள். காந்தீயமும் பாரதீயமும் புதுமைப் பித்தனீயமும் மேலோங்கியிருந்த காலகட்டத்தில் சிதறலடைந்த இந்த சூழ்ச்சி, மீண்டும் ஓட்டுவேலைப்பாடுகளுடன் எழுந்துநிற்கக் காண்கிறோம்.

பழைமையை அதற்கு ஆதாரமான ஞானார்த்தக் கலைமரபி லிருந்து பிரித்துணர்கிறவனே மேலே குறிப்பிடப் பட்ட கலைஞன். பழைமையும் ஞானார்த்தக் கலாச்சாரமும் ஒன்றுதான் என்பது சூழ்ச்சியாளரின் கொள்கை. இவர்கள் ஞானார்த்தக் கலாச்சாரத்தின் நாடியை அறுத்தெடுத்து, அதை உயிர்த்துடிப்பற்ற பூணூலாக்கும் பேர்வழிகள். இதை இவர்கள் செய்தவுடனேயே, எவ்வித அறுவை யினாலும் இறந்துவிடாத ஞானார்த்தக் கலாச்சார நாடி இவர்களது பூணூலிலிருந்து வேறுபட்டுத் துடிக்கிறது.

'பழைமைவாதச் சூழ்ச்சிகளை நாம்தான் திட்டவட்டமாக விமர் சிக்கிறோம்' என்ற பிரகடனத்துடன், அரசியல் மனோபாவம் கொண்டவர்கள் கூடக் கிளம்புகின்றனர். இவர்களது நோக்கம் சூழ்ச்சியாளர்களுடைய அதிகார பீடத்தைக் கைப்பற்றுவதில் மட் டுமே தங்கியிருக்கிறது - அதிகார பீடத்தின்மூலம் வருவாய்ப் பெருக் கம் காண்கிற சூழ்ச்சி யாளர்களும் அதே நோக்கத்துக்காக அவர்களை விமர்சிப்பவர்களும், ஒரே நோக்கத்தின் அடிப்படையில் ஒன்று படுகின்றனர்.

சூழ்ச்சியாளர்களினால் பேணப்படும் சமூக சக்திகளைத் தாக்கும் போது, ஞானார்த்தக் கலாச்சாரத்தையும் சேர்த்தே இந்த அரசியல் மனோபாவக்காரர்கள் தாக்குகின்றனர். இது ஞானார்த்தக் கலாச் சாரத்தின் வைரிகளாக இவர்களை உருவாக்கிவிடுகிறது. தங்களுக்கு இப்படி ஒரு கோர உருவம் வந்துவிட்டதை உணராமலே, பழைமை வாதச் சூழ்ச்சியாளர் களையும் அவர்களது பூணூலின் மூலநாடியான

ஞானார்த்தக் கலாச்சாரத்தையும் இவர்கள் சேர்த்துவைத்துத் தாக்கு கிறார்கள்.

ஆக, ஞானார்த்தக் கலாச்சாரத்தின்மீது ஒட்டுண்ணி வியாபாரம் செய்கிற சூழ்ச்சியாளர்கள், அவர்களைத் தாக்கும்போது ஞானார்த்தக் கலாச்சாரத்தையும் சேர்த்துத்தாக்கும் அரசியல் மனோபாவ காரர்கள் என்ற இரண்டு அணிகளையும் கலைஞன் அம்பலப்படுத்த வேண்டிய நிலை இன்று. இதன் நுட்பங்கள் மேலே குறிப்பிட்ட தொனியில் இங்குள்ள விஷயங்களில் எதிரொலிக்கின்றன. இவற்றினை, வெவ்வேறு பரிமாணங்களினை உணர்ந்துதான், இந்த *மீறல் சிறப்பிதழ்*-க்கு முன்பும் இவ்விதழிலும் என் பார்வைகளை வெளியிடுகிறேன். இதுவே இன்றைய யக்ஞம்.

இவ்விதழில் உள்ள 'அதிரடிக் கவிதைகள்' ஒவ்வொன்றுக்கும் ஒரு பின்னணி உண்டு. விசேஷமாக இப்பகுதியிலுள்ள மிகநீண்ட ஒரு கவிதை (*கவுன்டர் கல்சர் லிமிடெட்*), மதுரையில் நடந்த அரசியல் மனோபாவ நாடகம் ஒன்று சம்பந்தப்பட்டது. கவிதைகளைப் படிக்கும்போது ஒரு தளமாகவும் அவற்றின் பின்னணியை அறியும்போது இன்னொரு தளமாகவும் பிரச்னை புலனாகும்.

சிதம்பரம், 12-10-1993.

மீறல் : 4 - பிரேமிள் சிறப்பிதழ், 1993.

50 ஜாலயதார்த்தம்:

புதுமைப்பித்தனின் 'மேஜிக்கல் ரியலிஸம்'

''புதுமைப்பித்தனின் 'சில்பியின் நரகம்'... ராமையாவின் *மணிக்கொடியில் 1935*-ல் வெளிவந்தது. அதைப்போன்ற கதை, உலகத்துச் சிறுகதைகளிலேயே வெகுசிலதான் தேடினாலும் கிடைக்கும் என்று எனக்குத் தோன்றியது... கலை என்பது மத விஷயத்துக்கு ஆதாரமாக இருக்க வேண்டும் என்கிற மரபுக் கருத்தைக் கண்டித்தும் கண்டிக்காமலும், ஓரளவுக்கு இரண்டு சித்தாந்தங்களும் சரி என்று சொல்லுகிற மாதிரியும் அமைந் திருந்தது கதை. மேலெழுந்தவாரியாகப் படிக்கும்போது மதத் துக்கு அநுசரணையாகக் கலை இருப்பது சரியல்ல என்று ஆசிரியர் சொல்வது போலவும் இருந்தது. இதை மறுத்து நான் ஒரு கதை எழுத வேண்டும் என்று எண்ணினேன். ஆனால் ஏழாண்டுகளுக்குப் பிறகுதான்('தெய்வ ஜனனம்') 1942-ல் எழுத முடிந்தது. அதில் புதுமைப்பித்தனில் இருந்த பூரணத்துவம் வரவில்லை, த்வனியும் வரவில்லை என்பது எனக்குத் தெரிகிறது.''

இதை எழுதியிருப்பவர் க.நா.சுப்ரமண்யம். ('முன்னுரை'. 1.6.1987. *புதுமைப்பித்தன் படைப்புகள்*, சிறுகதைத்தொகுப்பு.) பிரஸ்தாபக் கதையின் மூலத்தலைப்பு 'சில்பியின் நகரம்' என்ப தால் கீழே அவ்விதமே குறிப்பிடுகிறேன். (இத்தகைய தவறுகள் புதுமைப்பித்தனை மறுபிரசுரம் செய்வோரால் இழைக்கப்படு கின்றன.) 'சில்பியின் நரகம்'மை உலகின் அபூர்வமான சிறுகதை களுள் ஒன்றாக உணரமுடிந்த க.நா.சு.வினால் அதன் பொருள்தளங் களை உணர முடியவில்லை என்பது ஒரு விடம்பனம். மேலோட் டத்தில், ''மதத்துக்கு அநுசரணையாக கலை இருப்பது சரியல்ல'' என்று பு.பி. கூறுவதாகக் க.நா.சு.வுக்குப் படுகிறது. அதேசமயம் அப்படி அநுசரணையான ('ஆதாரமாக') இருக்க வேண்டும்/வேண்

டாம் என்பதாகவும் அர்த்தம் தொனிக்கிறதாம். இந்தப்பார்வைகள் எல்லாமே மேலோட்டமானவைதாம்.

முதன்முதலில் நடராஜ விக்ரஹத்தைக் கருக்கொண்டவனாகப் பு.பி. சித்தரிக்கும் சாத்தன், சிற்பத்தில் வெளியிட்ட மகத்தான பாவங்களை தனது வாழ்வின் இன்பதுன்பங்களினது உக்ரங்களிலிருந்தே வடித்தெடுத்துள்ளான் என்பதும் – 'கலைக்கண்' மூலம் சிலையை பைலார்க்கஸ் என்கிற கிரேக்கன் உணர்கிறான்; ஆனால் 'எனக்கு மோட்சம்' என்று சிலையை நிமிர்ந்துகூடப் பார்க்காத பக்தர்கள் சிலையை உணரவில்லை என்பதும் கதை. சாத்தன் தனது கனவில், 'உயிரற்ற மோட்சச்சிலையே' என்று விக்ரகத்தை உடைப்பது மிக நுட்பமாகப் பார்க்கப்பட வேண்டியது. சாத்தனின் இந்தக் கூற்று பு.பி.யின் ஆழ்ந்த தர்சனசக்திக்கான தடயம். இது மதத்தையும் கலையையும் கடந்த சமாச்சாரம் என்பது எனது துணிபு. இதற்குப் பொருத்தமாக ஏற்கெனவே *லயம்*, நிர்.3, ஜூலை - செப்டம்பர் 1985 இதழில் 'சிருஷ்டியும் போதனையும்' கட்டுரையில் நான் கூறியிருப்பதைக் கீழே தரலாம்:

''சில்பியின் நரக'த்துச் சாத்தன், நடராஜ வடிவத்தினைக் கருக்கொண்டு வடிவமைத்த சிற்பி. அது வழிபடப்படுவதற்காகவே, அவனது புறமன இயக்கத்தின் சம்மதத்தையும் பெற்று, கோவிலை அடைய நிற்கிறது. வெளியுலகில், அவனது உள்மனத்தின் பிரதிநிதியாக வருபவன், பைலார்க்கஸ் என்ற கிரேக்கன். பைலார்க்கஸின் பார்வையில் இந்தச் சிற்பம் கலைப் பொருளாக ஆனந்தானுபவம் தருகிற ஒன்று, வழிபாட்டுக்குரியதல்ல. பைலார்க்கஸின் இந்தப் பார்வையைச் சாத்தனின் வெளிமனம் முழு மூச்சோடு எதிர்க்கிறது. முழுமூச்சோடு ஒரு மனநிலை எதிர்க்கப்பட்டால், அதற்கு எதிரான மனோநிலை... மனதினுள் ஒளிந்திரு(க்கிறது)... 'எனக்கு மோட்சம்' என்று ஜபிக்கிறவர்களை மட்டுமே... காண்கிற சாத்தன், சிலையை - கனவில்தான் - உடைக்கிறான். இதுதான் இவனது உள்மனநிலை. ஆனால் விழித்தெழுந்ததும் கனவைச் சபித்தபடி சாத்தன் நெற்றியில் திருநீறு இடுகிறான்.''

தொடந்து, *லயம்* : நிர்.6, ஏப்ரல் - ஜூன் 1986 இதழின் 'மனோவியாதி மண்டலம்' கட்டுரையில் நான் கூறியிருப்பது:

''சிற்பி சாத்தன், நடராஜ வடிவத்தைக் கருக்கொண்டது வாழ்வி

லிருந்துதான்; இதை அவன் பைலார்க்கசுக்கு விபரமாகவே கூறு கிறான். இறுதியாக, சிற்பத்தின் புன்னகை, மகா வேதனை ஒன்றாகச் சம்பவித்த அவனது மனைவியின் மரணத்தில் கிடைக்கிறது. மரணத் தின் விளைவான வேதனையிலிருந்து பிறப்பதுதான் தெய்வத்தின் புன்னகை என்ற மகத்தான கவித்வ தர்சனத்தை இங்கே உணரலாம். உயிர் வாழ்க்கையும் அதனிடமிருந்து இணைபிரியாத மரணமும் சாத்தன் என்ற சிற்பியினூடே நடராஜ வடிவமாக ஜனிக்கிறது. இந்த நடராஜவடிவம் வாழ்வு என்ற நடனமாகும். இதை நிமிர்ந்து பார்த்தே ஆக வேண்டும். கோவிலுள் அடைபடுவதைவிட அந்தப்புரத்து நிர்வாண வடிவங்கள் நடுவே இதற்கு அர்த்தம் உண்டு என்ற பைலார்க்கஸின் சீறலில் பொதிந்துள்ள அர்த்தம் அது. வாழ்வு வாழப் படுவதற்காகவே உள்ளது - பூரணமாக, முழு ஒளியில், முழு விழிப்புடன். கோவிலினுள் அடைபட்டதும் அது நிழலாகிறது. அதை நிமிர்ந்துகூடப் பார்க்காதவர்களும் நிழல்களாகவே அந்த நிழலின்முன் வருகின்றனர். வாழ்வைத் தரிசிப்பதைவிட்டு தலை குனிந்தபடி அவர்கள் கேட்பது: 'எனக்கு மோட்சம்.' ஆனால் 'எனக்கு' என்ற தன்னிலைக்கு 'மோட்சம்' கிட்டாது. தன்னிலை யற்ற பரிமாணத்தில்தான் மோட்சமோ ஏதோ நிலவ முடியும். இதை உணராத சூழலில், விக்ரகமும் 'உயிரற்ற மோட்சச்சிலை' ஆகிறது. உடைக்கப்படுகிறது.''

இந்த மேற்கோள்களையும் தாண்டியதாகப் புதுமைப்பித்தனின் கதையுலகப்பாணி, 'சில்பியின் நரகம்' போன்ற கதைகளில் எத்தகை யது என்பதுதான் இப்போது இங்கே விசாரிக்கப்படுகிறது. புதுமைப் பித்தன், இதுபோன்ற கதைகளுக்காக ஒரு விசேஷ பாணிக்குரிய வரன்முறை வகுத்துக்கொண்டவரல்லர். எப்போதும், எங்கும், எவ்விதமான படைப்புத் துறையிலும், படைப்பு முன்னதாகவும் அதனை வகைப்படுத்தும் வரன்முறை பின்னதாகவும்தான் இருக் கும். இவ்விதமாக ஒரு வரன்முறைக்குள் கலைஞன் தனது இயக்கம் செயல்படுவதாக உணர்ந்து படைப்பதும் உண்டு. ஆனால் வரன் முறையை ஒரு மோஸ்தராகப் பின்பற்றுவது படைப்பில் வீர்யத் தைச் சாதிக்க முடியாதவர்கள் செய்யும் ஏய்ப்பு முறையாகும்.

இங்கே 'மேஜிக்கல் ரியலிஸம்' என்ற வரன்முறை, ஸ்பானிஷ் மொழி எழுத்தாளர்களான ஜோர்ஜ் லூயிஸ் போர்ஜஸ் (ஹோர்ஹெ லூயிஸ் போர்ஹெஸ்' என்பது மூலமொழி உச்சரிப்பு. இது எழுதப்

படும்விதம் Jorge Luis Borges), கேப்ரியல் கார்ஸியா மார்க்கஸ் (Gabriel Garcia Marquez) என்ற இருவரின் படைப்புகளினை வரன்முறைப்படுத்த முயன்றமையின் விளைவாகும். இந்த வரன் முறைக்குள் இவர்கள் காலத்திலும் இவர்களுக்கு முந்தியும் வெவ் வேறு மொழிகளில் படைப்புகள் பிறந்துள்ளன. ரஷ்ய மொழியில் சோவியத் கட்டமைப்புக்குப் புறம்பாகப் பிறந்த எதிர்ப்பு இயக்கங் களைச் சேர்ந்த ஆப்ராம் டெர்ட்ஸ் மற்றும் மிகாயில் புல்காக்கவ், அர்ஜன்டைனாவின் ஸ்பானிஷ் எழுத்தாளர் போர்ஹெஸ் மூவரும் ஒரு ஆரம்ப கட்டம். அடுத்த கட்டம், போர்ஹெஸைப் போன்ற லத்தீன் அமெரிக்கர்களான மார்க்கஸ் மற்றும் கார்லோஸ் புயுண் டஸ் உடன் மேற்கு ஜெர்மனியின் குந்தர் கிராஸ். இதற்கு அடுத்த கட்டம் பிரிட்டனின் சால்மன் ருஷ்டீ, கருப்பு இன எழுத்தாளர் பென் ஓக்ரி, மேற்கு ஜெர்மனியின் ராபர்ட் சுஸ்கின்ட் - இப்படி வெவ் வேறு மொழிகளிலே தாங்கள் உருவாக்கும் பாணியை அறிந்தும் அறியாமலும் படைப்பாளிகள் மேஜிக்கல் ரியாலிஸ வகையில் எழுதி உள்ளனர். இவ்விடத்தில் இந்தவகை எழுத்தினை தமிழில் ஜாலயதார்த்தம் என்று குறிப்பிடலாம் என நினைக்கிறேன். மனோ ராஜ்யவியல்(Fantasy), தேவதாவியல் (Fairy Tale), யதார்த்தாதீதம் (Sur-realism), விஞ்ஞானக் கற்பிதம் (Science Fiction), புதிய புராணவியல் (Neo Mythology) என்று வெவ்வேறு வகைகளில் படைப்புகள் பிறந்துள்ளன. இவற்றுள் ஒன்று இன்னொன்றிரண் டின் அம்சங்களைக் கொண்டதாகவும் இருக்கலாம். உதாரணமாக டால்கினின் *லார்ட் ஆஃப் த ரிங்ஸ்* (Lord of the Rings by J.R.R. Tolkien) என்ற படைப்பு, மனோராஜ்யவியல் முதலிய எல்லா வகைகளுக்கும் ஈடுகட்டுவதுடன் அங்கங்கே ஜாலயதார்த்தத்துக்கும் ஈடுசெய்கிறது. இது ஒரு மேதையின் விளைவு என்பது ஒருபுற மிருக்க, இவ்விடத்தில் நான் குறிப்பிட விரும்புவது இதைத்தான்: ஒரு தலைசிறந்த இலக்கியப் படைப்பு, இந்த வகையை மட்டுமே சேர்ந்த ஒன்று என்று வகைப்படுத்துதல் செயற்கையான வேலை ஆகும். இதற்கு ஒரு அபார உதாரணம் புதுமைப்பித்தனின் படைப்பு இயக்கம். இதுபற்றி ஒரு உள் விபரம்: 'பிரம்ம ராக்ஷஸ்' என்ற புதுமைப்பித்தனின் கதை, அவரது யதார்த்தவியலுக்குள் அடங்காத ஒன்று. இதனை வகைப்படுத்த முயன்ற தொ.மு. சிதம்பர ரகுநாதன், இதற்கு 'பயானகரஸம்' என்று *புதுமைப்பித்தன் வரலாறு*-வில்

குறிப்பிடுகிறார். ஆனால் நவரஸங்களுள் ஒன்றான பயானகம் பயத்தை வருவிப்பது, வெளியிடுவது. இதனை யதார்த்தவியல் மூலம்கூடச் சாதிக்க முடியும். ஏன் அமானுஷ்யமான இடத்தில் தோன்றும் வழிப்பறிகாரனைப் பற்றிய யதார்த்தச் சித்தரிப்பான 'சங்குத்தேவன் தர்மம்' பயானகரஸத்தை வெளியிடவில்லையா? எனவே இங்கு தெரிவது என்ன? யதார்த்தவியலின்பாற்பட்டவராக மட்டுமே வகைப்படுத்த முடியாமல் விரிந்துநின்ற புதுமைப்பித்தனை ரகு நாதன் 'பிரம்ம ராக்ஷஸ்'ஸில் இனம் கண்டமைதான், பயானகரஸம் என்று அவர் அக்கதையைக் குறிப்பிட்டதில் தெரிகிறது.

யதார்த்தம் என்கிற எதுவும், படைப்பில் தோற்றுவிக்கப்பட முடியாத ஒன்று என்றும் யதார்த்தவியல் என்று கணிக்கப்படும் படைப்புகளில், நிஜவாழ்வைக் கலைஞன் தனது கலைக்கண் மூலம் கண்டமைதான் நிறைவேறுகிறது என்றும் சொல்வதுண்டு. போர்ஹெஸிடமிருந்து ஒரு விதத்திலும் விளடீமர் நபக்கவ்விடமிருந்து வேறு ஒரு விதத்திலும் பிறந்த இந்த சூட்சுமமான பார்வை, இன்று மேனாட்டின் விமர்சகர்களிடையே மிகுந்த செல்வாக்குப் பெற்றிருக்கிறது. போர்ஹெஸை விடத் திட்டவட்டமாக இந்தப் பார்வையை வெளியிட்டவர் நபக்கவ் (*Strong Openions* மற்றும் *Lectures on Literature*). 'யதார்த்தவியல் மரணித்து விட்டது' என்ற விமர்சனக் கூப்பாடு பிறக்குமளவுக்கு விமர்சன உலகைக் கவ்விய இந்தப் பிரக்ஞையின் மூலகர்த்தாக்கள் இருவருமே கலைஞர்கள் என்பதைக் கவனிக்கவேண்டும். இது இன்று வெவ்வேறு வகையான லேபல்களுடன் பிரம்மாண்டமான இலக்கியத் தத்துவ ஜோடனைகள் செய்யப்பட்டு, வெளியே வந்துநின்று, சீனத்து யாளி மாதிரி நெளிந்து கொண்டிருக்கிறது. எவ்வளவு பிரம்மாண்டமான யாளிக் கருத்தாயிருந்தாலும் அதன் சூக்ஷ்மம் ஒரு பொறியளவு சிறிய ஒன்று தான்.

எனவே புதுமைப்பித்தனை யதார்த்தவாதி என்று வகைப்படுத்தியமைகூட மறுபரிசீலனைக்குரிய ஒன்றாகிறது. இருந்தும், அவருக்கு முன்பு, ஸி.சுப்ரமண்ய பாரதி ஈறாக எவரும் வாழ்வைச் சித்தரிக்காதவிதத்தில் அவர் படைத்தார். அவரது கதைகளில் உரைநடையே புதுவிதமாக ஜனித்திருக்கிறது. இதன் விளைவாக க.நா. சுப்ரமண்யம் குறிப்பிடுகிற விசேஷமான 'த்வனி' புதுமைப்பித்தனிடம் பிறந்தது. இவை யாவற்றையும் ஒட்டு மொத்தமாகக் கிரகிக்கிறபோது, நிஜவாழ்வுக்கும் அவரது கதைகளுக்கும் இடையே உள்ள

நெருக்கம் அதிகம் என்று உணரலாம். இந்த நெருக்கத்தின் விளை வாக, வாழ்வின் நிஜத்தன்மை வெளிப்பட்டுநிற்கிறது. இந்த நிஜத் தன்மை, கலைஞனின் வீர்யமான பார்வையும் நிஜவாழ்வும் இணைந்தமையின் விளைவு. எனவே இது பச்சைவெட்டான நிஜம் அல்ல. அசட்டுத்தனமாக ஒரு எல்லையிலும் தகவல்தனமாக மறு எல்லையிலும் தோன்றுகிற ஒன்றுதான். இது தொடர்புச் சாதனங் களின் வழிவந்து 'செய்தி' ஆகலாம். நிஜத்தன்மையை நிஜவாழ்வும் பெறவேண்டுமானால் கலைஞனின் விஷேச சக்திகளுக்கு அது ஆட்பட வேண்டும். யதார்த்தவியல் என்று கூறப்படுகிற வகையின் இலக்கணம் இது. அதாவது புதுமைப்பித்தன் சாதித்தது, அன்றாட வாழ்வின் நிஜத்தன்மையையே ஆகும். இது பச்சையான நிஜமல்ல; அதாவது யதார்த்தம் அல்ல. இதற்கு யதார்த்தம் என்ற பெயர் கிடைப் பது, இது கலையுருவின் வழி பெறும் நிஜத்தன்மையால்தான்.

'யதார்த்தவியல் செத்துவிட்டது' என்கிற கூக்குரல் எவ்வளவுக்கு அசட்டுத்தனமானது என்பதை இவ்விடத்தில் உணரலாம். யதார்த்த வியலை பச்சைவெட்டான நிஜம் என்று கண்ட கணிப்பு காலாவதி யாகி விட்டது என்பதே சரியான பார்வை. வாழ்வின் நிஜத் தன்மை யைச் சாதிக்கும் யதார்த்தவியல் மறையவில்லை, மறையாது, மறையவும் கூடாது.

நிஜத்தன்மையை நிறைவேற்றுவதற்காக அன்றாட வாழ்வை கையாளும் கலை வடிவம் யதார்த்தவியல். இந்த யதார்த்தவியல் தன்னையே மீறி வேறு ஒரு பரிமாணத்துக்குப் போகிறபோது அதை யதார்த்தாதீதம் - Sur-realism - எனலாம். யதார்த்தரீதியான சாத்யக் கூறுகளை விஞ்ஞானக் கற்பிதமாக வெளியிடும் எழுத்து வகைகளுள் மிக சிறந்தது யதார்த்தாதீதமாகி விடுவதுண்டு. விஞ்ஞானக் கற்பித எழுத்துக்களை யதார்த்தாதீத எழுத்துவகையுள்தான் அடக்க வேண் டும் என்ற பார்வைகூட அங்கங்கே எழுந்துள்ளது. (New Maps of Hell-Kingsley Amiss.)

ஆனால், யதார்த்தாதீதம் ஓவியத்துறையையே பெருமளவுக்குச் சார்ந்த ஒன்று. இதன் உச்சகட்ட ஓவியச்சாதனையாளர்கள் ஸல்வ டோரே டாலி, ஜோர்ஜஸ் சிரிக்கோ, யிவிஸ் டுங்கே, மீரோ முதலி யோர். ஓர் ஓவியத்தில் ஒட்டகச்சிவிங்கி யதார்த்தமாக வரையப் பட்டு, அதன் பிடரி முதுகுப்பகுதிகளிலிருந்து தீச்சுவாலைகள்

எழுவது சேர்க்கப்படுகிறது. யதார்த்தமான மனிதவடிவின் பாதணி கள், உடலின் பகுதியாகச் சேர்ந்து வளர்ந்திருக்கின்றன இன்னொரு ஓவியத்தில். டுங்கேயின் ஓவியங்களில் கற்கள் அந்தரத்தே நிற்கின் றன. ஆனால் சிரிக்கோ, பெரிய வெளிகள், கட்டிடங்கள், கரிய நிழல்கள் முதலிய சாதாரணத்தோற்றங்களை யதார்த்தத்தின் எல் லைக்குள்ளேயே சித்தரிப்பவர். ஆயினும் அவரது ஓவியங்களைப் பார்ப்பவனுக்குத் தொற்றும் பாவம் யதார்த்தாதீதமானது. சிரிக்கோ இச்சாதனைக்காக மிகவும் சிறப்பிக்கப்படுபவர். எவரும் இவரை யதார்த்தாதீதர் அல்லர் என்று கூறத் துணியவில்லை. கீழே வரும் விவாதத்துக்கு இது அவசியமாகும்.

*அ*தாவது யதார்த்தாதீதம் என்பது பச்சைவெட்டாக, தீப்பிடித்த ஒட்டகச் சிவிங்கிகளையும் அந்தரத்தில் மிதக்கும் கற்களையும் சித்தரிப்பதல்ல. அப்படிச் சித்தரிக்கிறபோதே ஒரு அசாதாரண பாவசொரூபங்களாக அவை பிறந்தால்தான் ஓவியம் யதார்த்தா தீதமாகும். இந்த பாவத்தை விளைவிப்பது கலைத்தன்மையாகும். வெறும் ஃபார்முலா அல்ல. ஃபார் முலாவை முன்வைத்துக் கணித் தால் சிரிக்கோ ஒரு யதார்த்தாதீதர் அல்லர் என்றாகிவிடும். கலைத் தன்மை யற்றவர்கள் நிறையவே யதார்த்தாதீத ஃபார்முலா பிரகாரம் ஓவியங்களைப் 'பண்ணி' இருக்கிறார்கள். இவை யதார்த்தாதீதமு மல்ல, எந்த கணிப்பு வகைக்கும்கூட உரியதுமல்ல. முதலில் கலைத் தன்மையின் வலிமைமூலம் ஒரு கிளர்ச்சிநிலையை ஒரு படைப்பு ஏற்படுத்த வேண்டும். இவ்விதம் ஏற்படும் கிளர்ச்சிதான் - அந்தப் படைப்பு இன்ன வகையானது என்று - வரன்முறைப்படுத்தப் படும். வெறும் ஃபார்முலாவை நிறைவேற்றி விடுவதன்மூலம் இந்தக் கிளர்ச்சி ஏற்பட்டுவிடாது. எனவே அவ்விதம் படைக்கப் பட்டது அந்த ஃபார்முலாவின் வகையைச் சேர்ந்தது என்று குறிப் பிடப்படும் தகுதிக்குக்கூட உரிய ஒன்றல்ல.

இக்கட்டுரையின் ஆரம்பத்தில் உள்ள க.நா.சு. மேற்கோளின் இறுதி வரிகளை இவ்விடத்தில் மீண்டும் நினைவுகூர வேண்டும். புதுமைப் பித்தனின் 'சில்பியின் நரகம்' கதைக் கருவை மறுத்து, தாம் ஒரு கதையை (இது நமது இலக்கிய மரபில் 'வெட்டிப்பாடுதல்'

என்று ஆகும்) எழுதியதாகக் குறிப்பிடும் க.நா.சு., அப்படித் தாம் எழுதிய 'தெய்வ ஜனனம்'மில் 'புதுமைப்பித்தனில் இருந்த பூரணத் துவம் வரவில்லை, த்வனியும் வர வில்லை' என்று அனாயாசமான அடக்கத்துடன் கூறுகிறார். பிந்தியகாலத்து க.நா.சு.வின் மீது மொய்த்து அவரது ஆதாரமற்ற அபிப்ராயங்களை உறிஞ்சிய கொசு எழுத்தாளர்களுள் சிலருக்கு இத்தகைய அடக்கம் அடிபட்டு நசுங் கிய நிலையில்கூட வருவதில்லை; போகட்டும்.

'சில்பியின் நரகம்' ஒரு மேலோட்டப் பார்வையில் யதார்த்த ரீதியானது. மனோவியல் அடிப்படையில் எழுந்த யதார்த்தம் இது. ஆயினும் இதன் 'த்வனி', வாசகனது மனதில் இக்கதை எழுப்பும் கிளர்ச்சிநிலை, யதார்த்தத்தை மீறிய ஒன்றாகும். நடராஜ விக்ரஹத் தின் உற்பாதங்களாக சாத்தனின் வாழ்வில் நிகழ்ந்தவற்றை அவன் நினைவுகூறும் இடத்திலேயே, யதார்த்தம் உள்வாங்கி வேறு ஒரு பரிமாணத்தை அடைகிறது. அவனது கனவில் இது ஜாலயதார்த் தத்தை வருவிக்கிறது. க.நா.சு.வின் 'தெய்வ ஜனனம்' கதை, ஃபார் முலா அடிப்படையில் ஜாலயதார்த்தமாக கணிக்கப் படக்கூடிய தெனினும் சாதிக்கப்பட்ட கிளர்ச்சி நிலையின் அடிப்படையில் 'சில்பியின் நகரம்'தான் இந்தக் கணிப்புக்கு உரியதாகிறது. ஜால யதார்த்தம் என்கிற கணிப்பு ஏற்பட்டிராத சந்தர்ப்பத்தில் 'த்வனி' என்ற பதத்தைக் குறிப்பிட்டு, அது தமது கதையில் வரவில்லை என்ற க.நா.சு. கூறும்போதுகூட இதே அர்த்தம்தான் பிறக்கிறது.

லா.ச.ராமாமிர்தம் எழுதிய 'ஜனனி' கதை, க.நா.சு.வின் 'தெய்வ ஜனனம்'மை விட வார்த்தை ஜால அடிப்படையிலும் வர்ணனை வீர்யத்திலும் சிறப்பானதெனினும்கூட, 'சில்பியின் நரகம்' -மை விட இந்த 'த்வனி' விஷயத்தில் பின்தங்கியே நிற்கிறது.

இருந்தும், 'சில்பியின் நரகம்' யதார்த்தவியலின் அம்சங்களையே கொண்ட கதை. அதில் சித்தரிக்கப்படும் கனவு கனவாகவே கொள் ளப்படுமளவில், யதார்த்தபூர்வமான ஒன்றுதான். ஆனால் கனவின் மூலம் நிறைவேறுவதாக நான் முன்பு குறிப்பிட்ட அம்சங்கள் கதையின் யதார்த்தத்தன்மையை மீறித் தத்துவப்பண்புகளாக மாறு கின்றன. இது இவ்விதம் பரிமாண மாற்றம் பெறுகிற நிலையில் ஜாலயதார்த்தமாகக் கதையே மாறுதலடைகிறது. எப்படி சிரிக்கோ வின் ஓவியங்கள், யதார்த்தபூர்வமான அம்சங்களையே கொண்டிருந்

தும் கூட, யதார்த்தாதீதக் கிளர்ச்சியை ஏற்படுத்தினவோ அதேபோல், 'சில்பியின் நரகம்'மும் யதார்த்தபூர்வமான அம்சங்களைக் கொண்டிருந்தும்கூட ஜாலயதார்த்தக் கிளர்ச்சியை ஏற்படுத்துகிறது.

இங்கே நான் ஏற்கெனவே குறிப்பிட்ட புதுமைப்பித்தனின் 'பிரம்ம ராக்ஷஸ்', ஜாலயதார்த்தத் தின் எல்லாவித அம்சங்களையும் நிறைவேற்றுகிற படைப்பாகும். 'சில்பியின் நரகம்'போல ''உலகத்துச் சிறுகதைகளிலேயே வெகுசிலதான் தேடினாலும் கிடைக்கும்'' என்று க.நா.சு. சொல்கிறமாதிரி, 'பிரம்ம ராக்ஷஸ்' பற்றிச் சொல்ல முடியாது. காரணம் அதிலிருந்து ஏற்படும் கிளர்ச்சிநிலையின் பெறுபேறான தத்துவப் பரிமாணம் மிகவும் குறுகியது என்பதுதான். அதாவது ஜாலயதார்த்தத்தின் ஃபார்முலாவுக்கு 'பிரம்ம ராஷஸ்' பொருந்தினாலும், அந்த பார்முலாவை பூர்த்தி செய்யாத அமைப்பைக் கொண்ட 'சில்பியின் நரகம்'தான் ஜாலயதார்த்தத்தின் கிளர்ச்சி நிலைக்குப் பொருந்துகிறது.

ஜாலயதார்த்தத்தின் இலக்கணம் என்ன என்பதை இந்த விவாதத்தின் போக்கு காட்டக்கூடும். யதார்த்தாதீதத்துக்கும் ஜாலயதார்த்தத்துக்கும் இடையே வேறுபாடு மிகக்குறைவு. யதார்த்தாதீதமான அம்சமும் ஜாலத்தன்மையும் சேர்கிற ஒரு நிலை என்றுதான் ஜால யதார்த்தத்தைக் குறிப்பிடலாம். யதார்த்தாதீதம் பெருமளவுக்கு வர்ணனைத் தளத்துக்கும் ஜாலயதார்த்தம் பொருளம்சத் தளத்துக்கும் உரியவை. ஜாலயதார்தத்தின் பொருளம்சம், மனோசக்திகளை யதார்த்தத்தளத்துக்கு இடம் மாற்றுகிற வேலையை செய்வதாகும். இந்த மனோசக்திகள் வெறும் பாரம்பரிய நம்பிக்கைகளாகக்கூட இருக்கலாம். இவை யதார்த்தப் பண்பைப் பெறும் விதமாகச் சித்தரிக்கப்பட்டால்தான் ஜாலயதார்த்தம் பிறக்கும். இந்த அடிப்படையில் வெறும் பாரம்பரிய நம்பிக்கை, மனோசக்தி என்ற தளங்களில் 'பிரம்ம ராக்ஷஸ்'-உம் நம்பிக்கைகளைத் தாண்டிய விசார வடிவான மனோசக்தித்தளத்தில் 'சில்பியின் நரகம்'-மும் நிலவக் காணலாம்.

இவ்விரண்டு கதைகள் மட்டுமல்ல, ஜாலயதார்த்தத்தின் வெவ்வேறு சாயல்களை வெளியிடுவனவாகப் புதுமைப்பித்தன் எழுதிய இந்தக் கதைகளையும் காட்டலாம்: கனவுப்பெண், அன்று இரவு, கபாடபுரம், அகலிகை, ஞானக்குகை, சாபவிமோசனம், கடவுளும்

கந்தசாமிப் பிள்ளையும், வேதாளம் சொன்ன கதை, எப்போதும் முடிவிலே இன்பம், நாரத ராமாயணம், கட்டிலை விட்டிறங்காக் கதை, காலனும் கிழவியும்.

இவற்றுள் பல்வேறு தரங்களும் ஆழங்களும் ரஸங்களும் உள் ளன; பயானகத்திலிருந்து ஹாஸ்யம்வரை. இவை யாவற்றையும் தனித்தனியாகப் பார்ப்பது இங்கே இயலாது. ஒரு சில திசைகாட்டிக் கூற்றுகளை மட்டும் தரலாம், அதுவும் ஒரே ஒரு கதை விஷயத்தில்:

'காலனும் கிழவியும்' கதை தமது 'எங்கிருந்தோ வந்தான்' கதையிலிருந்து பெறப்பட்டது என்று கூறியிருக்கிறார் மௌனி (இது அவர் என்னிடமே நேரில் சொல்லி நான் அவரிடம் மறுதளித்த விஷயம்). இது *தாய்* பத்திரிக்கையில் (1982) 'மௌனியின் மௌனம் கலைகிறது' என்ற பேட்டியில் வெளிவந்து, இப்போது *மௌனி இலக்கியத் தடமிலும்* சேர்க்கப்பட்டிருப்பது எனக்கு வியப்பளிக் கிறது. கதையின் சிறப்பம்சங்களைப் பொறுத்த வரை 'எங்கிருந்தோ வந்தான்' குறைபாடானது. ஒரு கதைக்கான குறிப்புகளின் சிதறலான தொகுதியாகவே 'எங்கிருந்தோ வந்தான்' தொனிக்கிறது. இக்கதை யில் உள்ள பின்வரும் பகுதியைக் கவனித்தால் -

''கூனப்பாட்டி செத்துப்போய்விட்டாள்.'' என்றேன்... ''பொய் சொல்லுகிறாய். பாட்டியைக் காணோம். ஆனால் வருவாள். அதோ பார், அவள் தடிக்கம்பு இருக்கிறதே. அதை எடுக்க வரமாட்டாளா? எப்போதாவது வருவாள்.'' என்றான்.

ஒருவர் உபயோகித்த பொருளைப் பார்த்ததும் அவரது நினைவு வருவது இயல்பு. இந்த இயல்பு மேற்படி உரையாடலில் வெளிப் பட்டுள்ளது என்பதுக்காக, இந்த இயல்பு இந்த உரையாடலை எழுதியவரது காப்பிரைட் ஆகிவிடமுடியாது. ஆகுமானால் எந்த மனித இயல்பும்கூட எவராலும் கையாளப்பட முடியாததாகும். இந்த இயல்பை கருவாகக் கொண்ட 'காலனும் கிழவியும்' என்ற புதுமைப்பித்தனின் கதையில், யமதர்மராஜனின் பாத்திர சிருஷ்டி தான் மிக முக்கியமானது. மார்க்கண்டேயன் விஷயத்தில் அவனுக்கு நேர்ந்த தோல்வியும் தலைக்குமேல் தொங்கும் வாளை அவன் அவ்வப்போது அண்ணாந்து பார்ப்பதும் அந்த வாள் ஒளிகுன்றி இருப்பதும், யமதர்மராஜனை தேவதா உலகிலிருந்து இடம்மாற்றி ஒரு சிக்கலான நிலையிலுள்ள யதார்த்தவுலகத்து மேலதிகாரியின்

இடத்துக்குக் கொண்டு வருகிறவை. இவற்றை நான் நேர்ப்பேச்சில் மௌனிக்குக் கூறியபோது அன்று அவர் ஒப்புக்கொண்டிருக்கிறார். ஆனால், மீண்டும், என்னிடம் சொல்லியதை பின் வருமாறு *தாய்* பேட்டியில் கூறியுள்ளார்:

''என் 'எங்கிருந்தோ வந்தான்' கதையைப் படித்துவிட்டு புதுமைப்பித்தனின் கதையைப் படியுங்கள்.''

இந்த வரிகளில் மௌனியின் தொனி, 'காலனும் கிழவியும்' கதை அப்படியே 'எங்கிருந்தோ வந்தான்'னின் பிரதி என்றே கூறுகிறது. இது மடத்தனமான தொனி. ஆனால் அவர் கூற வந்தது இதை அல்ல.

'''எங்கிருந்தோ வந்தான்' சிறுகதையின் இரண்டுவரிகளைக் கொண்டு மிகவும் புத்திசாலித்தனமாக அக்கதையைப் புதுமைப் பித்தன் எழுதி யிருக்கிறார். உண்மையிலேயே நல்ல கதையாக அது அமைந்து விட்டது.''

எதைச் சொல்ல வருகிறோம் என்ற தெளிவுகூட அற்று ஆரம்பத்தில் கதைத் திருட்டு என்ற பொருளைத் தந்துவிட்டு, பிறகு இரண்டு வாக்கியங்களுடைய உரிமைக்குத் தேய்த்து, இருந்தாலும் புதுமைப் பித்தன் பரவாயில்லை என்று முடியும் இந்தக் கூற்று பரிசுத்தமான குழப்பத்தைக் கவசமாகக்கொண்ட போக்கிரித்தனத்தைத்தான் வெளியிடுகிறது. இதே மாடலில்தான், அறைபட்டு செத்துக்கொண்டிருக்கும்போதுகூட தாங்கள் யாளிகளாக உறுமுகிறோம் என நம்பி 'ஙொய்' என்கிற கொசுக்களும் அபிப்ராயங்களை விளம்பி கொண்டிருக்கின்றன. விஷேசமாக ஒரு மூன்றில் கொசு புதுமைப்பித்தன் என்கிற யாளியையே காப்பாற்றுகிற வேலை தன்னது என்று நம்பிக் கொண்டிருந்தமை ஒரு ஜாலயதார்த்த விடம்பனம்.

இக்கட்டான நிலையில், ஏற்கெனவே தோல்விகண்ட மனத்தினனாக ஒரு யமனை நிறுத்திச் சித்தரிக்கும் புதுமைப்பித்தனின் அனாயாசமான எழுத்தாற்றலை மௌனி யிடத்தில், அதுவும் அவரது 'எங்கிருந்தோ வந்தான்'னில் காணமுடியாது. ஆனால் சொல்கிறார் மௌனி, புதுமைப்பித்தன் இக்கதையைப் 'புத்திசாலித்தனமாக' எழுதி யிருப்பதாக. அதாவது இதில் மேதமை சார்ந்த கலைப்பண்பு இல்லை என்கிறார் மௌனி. 'புத்திசாலித்தனம்' என்ற பதத்தை அவர் எப்போதுமே நேர்ப்பேச்சில் இப்படித்தான் விளக்குவார். என்

னிடம் பேசும்போது இந்தப்பிரயோகத்தை அவர் புதுமைப்பித்தனுக்கு பயன்படுத்தியதே இல்லை. ஆனால் சுந்தரராமசாமியின் எழுத்துக்கு பயன்படுத்துவார். அது பொருத்தம் என்பது என் பார்வையும்கூட. என்னுடன் பேசும்போது 'புதுமைப்பித்தனில் ஏதோ இருக்கிறது' என்றுதான் அவரது தீர்ப்பு இருக்கும். இந்த 'ஏதோ' என்ற பிரயோகம் அவரது பேச்சில் மிக உயரிய, ஆழ்ந்த, இனம்காண முடியாத தன்மைக்கான பரிபாஷைச் சொல் ஆகும். அவ்வப்போது பாரதிக்கும் இந்த ஒற்றைப்பத அர்ச்சனையை அவர் செய்வ துண்டு. அந்தக் காலத்திய மௌனியை நான் அன்று பதிவு செய்துவிட்டு, அப்பதிவின் அபூர்ணத்தன்மையால் அதிருப்தியுற்று அழித்திருக்கிறேன். இதன் பிறகு பிந்தியகாலத்திய தேய்வடைந்த குறளிச் சிந்தனையாளராக மௌனியை, அதுவும் விதரணையற்ற சிலர் விவஸ்தையற்றவிதத்தில் பதிவுசெய்து, இவர்தாம் மௌனி என்று இலக்கியக் கருத்துலகத்தின்மீது சுமடேற்றியுள்ளனர். என் அன்றைய தவறுக்குப் பரிகாரமாக அங்கங்கே மேற்கூறிய விபரங்களைத் தருவது என் கடமை. நிற்க.

பொருளம்சத்தின் அடிப்படையில் பார்க்கலாம். மரணித்தவரின் ஞாபகம், உயிரோடு உள்ளவருக்கு இருக்கும். இதற்கு உபகரணமாக மரணித்தவர் உபயோகித்த பொருள்கள் இருக்கும் என்பது, அநாதியான ஒரு நம்பிக்கையையும் அன்றாட உண்மையையும் ஒரே சமயத்தில் வெளியிடுகின்றன. இதில் எவருக்கும் பாத்யதை இல்லை. மேலும், உயிரோடு உள்ள ஒருவரது பொருள் கூட அவரை ஞாபகத்துக்கு கொண்டுவரவே செய்யும். இந்த ஞாபகம், உணர்வு பூர்வமான நெகிழ்ச்சியாக இருக்கும்போதுதான் அதற்கு அர்த்தம் உண்டு. ஒருவர் மரணித்த பிறகு அவரது பொருள்மூலம் கிட்டும் இந்த நெகிழ்ச்சியை, அவர் உயிரோடு ஆனால் எதிரில் இல்லாத போதுகூட, அவர் உபயோகிக்கும் பொருள்மூலம் பெறலாம். இது அன்புறவுகளின் அன்றாட உண்மை. இந்த ஆராய்ச்சிகளில் ஈடுபட முடியாத சிறுப்பிள்ளைப் பருவப்பாத்திரங்கள் மௌனியுடையவை. எனவே அவர் எளிதாக அந்த வரிகளை எழுதிவிட்டார். ஆனால் புதுமைப்பித்தனின் கதாபாத்திரங்கள், உலக வாழ்வில் ஊறிப் பழுத்த கிழவியும் தர்மத்தின் அதிபதியான யமனும். இந்தப் பாத்திரங்கள் மூலம் மேற்படி பிரச்னையை எழுப்பிச் சந்திப்பது ஒரு அபாயகரமான சவால். கதை பிசக்கிவிடக்கூடிய அபாயம் இங்கே உண்டு.

இந்த சவாலைச் சந்திப்பதற்காகத்தான் முந்திய தோல்வி, ஒளி மழுங்கும் அந்தரத்து வாள் ஆகியவற்றின் மூலம் மனக்கிலேசம் கொண்ட ஒரு யமனைச் சிருஷ்டிக்கிறார் புதுமைப்பித்தன். இவன் பூமியில் இறங்குவது எவ்வளவுக்கு பயானகரஸம் கொண்ட யதார்த் தாதீதச் சித்திரமாகிறதோ அவ்வளவுக்கு எதிரிடையான சாமான்ய யதார்த்தத் தன்மையுடன், யமனைத் தனது பேரப்பயலாகவும் அவனது வாகனத்தை தன் வீட்டு எருமையாகவும் கருதும் கிழவி யின் பேச்சு அமைந்துள்ளது. இந்த இடத்தில் தேவன் ஒரே வீச்சில் மனிதனாக்கப்படுகிறான். அநாயாசமான ஒரு மேதையின் வீச்சு இது... 'காலனும் கிழவியும்' மின் வெளியீட்டுச் சிறப்பு, கட்ட மைப்பு, ரஸங்கள் முதலியவைபற்றி இப்படி இன்னும் சொல்ல லாம். பொருளம்சத்துக்கு வருவோம்.

காலனுக்கு பதில் சொல்லும்போது, தான் இருந்த நினைப்பை - ஞாபகத்தை - அவனால் அழித்துவிட முடியுமா என்று கேட்கிறாள் கிழவி. உண்மையில் யமனின் வேலை ஒருவரது உயிரை எடுப்ப துடன் முடிந்து விடுகிறது. அவர் இருந்த நினைப்பை அழிக்கும் வேலை அவனுக்கு இல்லை. யமன் இதைக் கிழவிக்கு பதிலாகக் கூறி அவளது உயிரைப் பறித்திருக்கலாம். மௌனியின் சிறுபிராயப் பாத்திரங்களின் பேச்சில் இந்த அபாயம் இல்லை. இந்த அபாயத் தைத் தவிர்த்து யமனைக் கிழவியின் முன்னால் பேச்சிழக்க வைத்து, அவனை 'வெறுங் கையுடன்' திரும்பவைக்கிறார் புதுமைப்பித்தன். இதற்காகவே அவனது பழைய தோல்வி முதலிய அம்சங்களின் மூலம் அவனை கிலேசம் கொண்டவனாக்கியுள்ளார் அவர். இதனை சாதிப்பதற்குப் பூர்வாங்கமாக, அவன் கிழவியின் இறுதி விருப்பம் என்ற அடிப்படையில் தனது வாகனத்தை தொழுவத்தில் கட்டி அதற்குப் பருத்திக்கொட்டைத் தீனியைப் போடுகிறான். கிழவி யினிடத்தில் யமன் தோற்கப்போவதின் ஆரம்பம் இங்கேயே நிறு வப்படுகிறது. வீச வேண்டிய பாசக்கயிறுகூட செயலற்ற நிலை இது. 'காலனும் கிழவியும்'மின் சாதனைத் தளங்கள் இவைதாமேயன்றி, 'இருந்த நினைப்பு' பற்றிய வாயடிப்பு அல்ல. ''உண்மையிலேயே நல்ல கதையாக அது அமைந்து விட்டது,'' என்று மௌனி கடைசி யில் சொல்லியே ஆகவேண்டிய நிர்பந்தத்தை ஏற்படுத்துகிறது 'காலனும் கிழவியும்' என்பது கவனத்துக் குரியது.

முடிவாக, புதுமைப்பித்தனைப் பொறுத்த அளவில் ஜால யதார்த்த வகை ஏன் பிறந்தது என்று கேட்டுப்பார்க்கலாம் - பதில் திட்டவட்டமாக இராதெனினும்கூட.

யதார்த்தத்தின் தீவிரமான தேவைதான் புதுமைப்பித்தனை ஜால யதார்த்த வாதி ஆக்கிவிட்டதா? பார்க்கப் போனால் யதார்த்தவியலின் எல்லையைத் தொட்டவர் அவர். பு.பி. காலமான சமயம் கல்கி ரா. கிருஷ்ணமூர்த்தி அவர் எழுத்துபற்றி, ''இவர் ஏன் இதை எல்லாம் எழுதுகிறார் என்று நம்மை நினைக்கவைக்கும் எழுத்து,'' என்ற பொருளில் கூறியதை இங்கே நினைவுகூரலாம். இது ஒரு நிந்தா ஸ்துதி. புதுமைப்பித்தனின் யதார்த்த வீக்ஷண்யத்தைத் தாங்க முடியாத ஒரு மனோபாவம் கல்கியின் குரலிலேயே தன்னை வெளியிடும். இந்த எல்லைக்குப் போகக் கூடிய வீரியம் இந்த எல்லையை மீறுவது இயல்பு. யதார்த்தத்தன்மையை மீறினால்தான் யதார்த்தமான ஒரு நுட்ப விஷயத்தைச் சொல்ல முடியும் என்ற காரணமும் இதற்கு இருக்கலாம். யதார்த்தபூர்வமாக உள்ளபோதே பு.பி. யின் உலகம் அன்றாடத் தன்மைகளின் அடியில் மறைந்துள்ள மனித நுட்பங்களைக் கொண்டதாகும். அவரது பாத்திரங்களுள் பலர் தாங்களே உணராத உள்மன உத்வேகங்களினால் முடுக்கப்படுகின்றனர். இந்த உள்-வெளி முரண் 'சில்பியின் நரகம்' கதையில் தத்துவார்த்தப் பிரதேசம் ஒன்றினைத் தன்னகத்தே கொண்டிருக்கிறது. இங்கே ஒரு பெரும் கலாச்சார நிறுவனத்தின் உள்-வெளி முரணை ஒரு சிற்பியின் மனோரூபங்களில் ஆவாகணித்து அதன்மீது ஒரு தத்துவ மென்மையைப் பெய்கிறார் புதுமைப்பித்தன். இந்தத் தேவைதான் யதார்த்தத்தின் எல்லையை மீறும்படி அவரை உந்துகிறது. இவ்விதமான தேவைதான் ஜாலயதார்த்த வகையான எழுத்துக்குக் காரணமாகவும் வேண்டும்.

லயம் :13, அக்டோபர் 1995.

51 இலக்கிய தர்சனங்களும் நிராகரிப்புகளும்

ஜோஸப் கான்ராட் (Joseph Conrad), ஆங்கிலத்தில் Lord Jim, Heart of Darkness முதலிய நாவல்கள் எழுதிய போலந்து - உக்ரைன் காரர். இங்கிலாந்தின் கடல் துறைப்பணியில் கடலோடியாக இருந்த இவரது அனுபவங்களே இவ்வித நாவல்களாகப் பிறந்தன. ஆங்கில உரைநடையில் சிறந்த ஆளுமை இவரிடம் இருந்தாலும், பேசும் போது தவறாகவே ஆங்கிலச் சொற்களை உச்சரிப்பார் என்று தகவல் தருகிறார் இவருடன் பழகிய எச். ஜி. வெல்ஸ்.

கான்ராட் நாவல்களை விளடீமர் நபக்கவ் மதிப்பதில்லை. ஆனால் எச்.ஜி.வெல்ஸ் மீது நபக்கவுக்கு நன்மதிப்பு உண்டு. இவ்வளவுக்கும் 'இலக்கியத்தனம் பண்ணும்' கதைகள் கான்ராட் உடையவை. எச்.ஜி.வெல்ஸ், சுவராஸ்யத்தை முன்வைத்து எழுதிய படியே இலக்கியத்தைச் சாதித்த பிரிட்டிஷ் எழுத்தாளர். நவீன விஞ்ஞானக் கற்பனைக் கதைகளை அற்புதக் கலைப்படைப்புகளாக வடித்தவர் இவர். இதில் இவரை யாரும் மீறவில்லை.

அமெரிக்கர்களான ஹென்றி ஜேம்ஸ், வில்லியம் ஜேம்ஸ் இருவரும் சகோதரர் கள். ஹென்றி கதாசிரியர், வில்லியம் தத்துவ வாதி. ஹென்றி தமது கதைகளைத் தத்துவச் சிடுக்குகள் மாதிரி எழுதி னார் என்றும் வில்லியம் தமது தத்துவச் சிடுக்குகளைக் கதைபோல விளக்கினார் என்றும் சொல்வதுண்டு.

ஹென்றி ஜேம்ஸ், எச். ஜி.வெல்ஸ் இருவரும் புனைகதைச் சித்தாந்த அடிப்படையில் மோதி இருக்கிறார்கள். தத்துவச் சிடுக்கு கள் போலத் தமது கதைகள் இருப்பது இலக்கியபூர்வமானது என்பது ஹென்றி ஜேம்ஸ் கட்சி. கதை 'கதை'யாக இருக்கவேண்டும் என்பது வெல்ஸ் கட்சி. இவர்களது மோதல் ஒரு நூலாகத் திரட்டப்பட் டுள்ளது. இருவருமே உயர்தரக் கலைஞர்கள்தாம்; எனவே இருவ

ருள் எவரது முடிவு சரி எனத் தீர்ப்பளிப்பது அசாத்யம்.

ௐ வில்லியம் கோல்டிங் 1982க்கான நோபல் பரிசைப் பெற்றவர். இவர் பிரிட்டிஷ் எழுத்தாளர். The Lord of the Flies, Darkness Visible போன்ற முழுநீள நாவல்களையும் Scorpion God முதலிய குறுநாவல் களையும் பல சிறுகதைகளையும் படைத்தவர். நாவல்கள்கூட நீளமானவையல்ல. மனிதனை அவனது கடின நிலைக்கோ, சூழ்நிலைக்கோ தள்ளிநிறுத்தி, அந்நிலையில் அவனது அடிப்படை இயற்கையை வெளியிடவைத்துக்காட்டும் முறை இவருடையது. குழந்தைகளைமட்டும் கொண்ட *லார்ட் ஆஃப் தி பிளைஸ்*தான் இவரது மிகச் சிறந்த படைப்பு எனலாம். குழந்தைகள் வரும் பகுதிகளிலேயே இவரது இதர படைப்புகளிலும் விசேஷ சக்தி வெளிப்படுகிறது.

ௐ இவருக்கு நோபல் பரிசு கிடைத்தது பற்றிச் சிறு அபிப்ராயபேதம் உண்டு என்பதும் கவனிக்கப்பட வேண்டிய ஒன்று. இந்தப் பிரச்னை முழுவதும் வெளித்தெரியாவிட்டாலும், கோல்டிங்கின் பிந்திய படைப்புகளில் சில தாக்கான பொருளம்சக் குறைபாடுகள் தெரிகின்றன. இது கத்தோலிக்க மதச்சார்புக்கு வெளியே நிகழும் அகதர்சனங்களை ஏளனப்படுத்த முயற்சிக்கும் குறைபாடு. *ஸ்கார்ப்பியன் காட்டில்* பண்டைய எகிப்தின் ஆளுமைகளை ஏளனப்படுத்துகிறார் கோல்டிங். அதுவும் அந்த நாகரீகத்தின் அன்றாடத் தன்மைகளை ஓரச்சாய்வாகச் சித்தரித்து இதைச் செய்திருக்கிறார். இதே சித்தரிப்பினைக் கத்தோலிக்கக் கிறிஸ்தவத்துக்கும் நாம் தரமுடியும் என்பது கோல்டிங்கிற்குப் புலனாகாமை அவரது தர்சனக் கோளாறாகும். டார்க்னஸ் விஸிபிள்-இல் இங்கிலாந்தில் கடை வைத்திருக்கும் இந்திய பாகிஸ்தானியர் களுக்கு ஒரு கோணலான பிரதிநிதித்வம்; தியாஸபிகல் குழு ஒன்றுக்கும் இதே போல் ஒரு ஏளனம். ஆனால் பழைய படைப்புகளோ இவ்விதம் சறுக்காத தர்சனக்கூர்மையை வெளிப் படுத்துகின்றன. இவருக்கு முன்பு பரிசுகளைப் பெற்ற ஸால் பெல்லோவும் ஐஸக் பெஷவிஸ் ஸிங்கரும், யூத விஷயங்களைப் பற்றி எழுதிய யூதர்களெனினும், அவர்களது படைப்பு எதிலுமே கோல்டிங்கின் பிந்திய ஓரச்சாய்வு விழவில்லை என்பது கவனத்துக் குரியது. பாத்திரச்சிருஷ்டி வேறு, வேண்டுமென்றே செய்கிற ஓரச்சாய்வான பிரதிநிதித்துவம் வேறு என்பதைப் புரிந்துகொண்டு இதைப் பார்க்க வேண்டும். கலையியலின் முழு அறைகூவலுமே இந்தக் கோணலில்

முடங்காமல் கூர்மைபெற்றுப் படைப்பதில்தான் அடங்கியுள்ளது. இது வெறும் வெளியீட்டுத்திறனையும் மீறிய தர்சனத்தின்–சுயநிராகரிப் பின்–விளைவாகவே இருக்க முடியும்.

ஞ நோபல் பரிசுக்குத் திரும்பத் திரும்பப் பெயர் சமர்ப்பிக்கப் பட்டும் பரிசுபெறாமலேயே மறைந்தவர் அர்ஜன்டைனாவின் ஹோர்ஹெ லூயிஸ் போர்ஹெஸ் (Jorge Luis Borges). உயர்தரக் கலையம்சமும் தர்சனத் தெளிவும் அற்புத சிகரம் ஒன்றில் இணையும் படைப்புகள் இவருடையவை. ஆனால் எந்த ரகமான அரசியல், மதப் பிரசாரத்துக்கும் இவருடைய எழுத்து பயன்படமுடியாது.

ஞ பெயர் பிரஸ்தாபிக்கப்பட்டு நோபல் பரிசு பெறாமலேயே மறைந்தவர் பட்டியலில் கிரஹாம் கிரீன் பெயரும் ஒன்று. (The Honourary Consul என்ற, அர்ஜன்டைனாவின் பகைப்புலத்தில் இவர் எழுதிய நாவலில், இவர் போர்ஹெஸைப் புகழ்ந்துரைப்பது குறிப் பிடத் தக்கது.) ஆனால் தரமான எழுத்து என்ற அடிப்படையில் கிரீன் ஒன்றும் இலக்கிய ஜாம்பவான் அல்ல. அதிசயம் என்னவென்றால், பரிபூர்ணமாக அரசியல் சதியுலகைக் கருவாக்கி இவர் எழுதியும் கூட, ஓரச்சாய்வான பிரதிநிதித்துவங்களாக இல்லாமல், எடுத்துக் கொண்ட பிரச்னையையும் பாத்திர சிருஷ்டியையும் முக்கியமாக்கியே இவர் படைத்துவந்திருக்கிறார் என்பதாகும். தொடர்ந்து நாவல்களை எழுதிவந்த இவரிடம் இது சம்பந்தமான பிறழ்வு ஏற்படவேயில்லை. இலக்கிய அவதானிகள் இத்தகைய தர்சனத் தெளிவுக்காகவே கிரீனை மதிக்கிறார்கள். இலக்கியத்துக்கு அடிப் படை யான இது, நம்மூரில் ஒண்ணரைக் கவிதை எழுதியவனி லிருந்து, ஒன்பது குட்டிக்கரண விமர்சனங்களையும் ஒண்ணே முக்கால் நாடக அபத்தங்களையும் நாவல் என்ற பெயரில் உக்கிராண அறைப் பிரலாபங்களையும், இலக்கியம் என்ற பெயரில் பொதி யேற்றுகிறவர்களுக்கு இன்னும் வரவில்லை.

(லயம் பத்திரிகைக்காக பிரமிள் எழுதித் தந்த (1995) குறிப்புகள் சில முன்பகுதியிலும் கோல்டிங் நோபல் பரிசுபெற்றபோது எழுதிய குறிப்பு கள் (1983-84) பின்பகுதியிலுமாக இங்கு தொகுத்தளிக்கப்பட்டுள்ளன.)

லயம் :15 - பிரமிள் நினைவிதழ், ஜுலை 1998.

ஞ

வெயிலும் நிழலும்
கட்டுரைகள் பற்றிய தகவல் குறிப்புகள்

வெயிலும் நிழலும்

கட்டுரைகள் பற்றிய தகவல் குறிப்புகள்

தொகுப்பு : கால சுப்ரமணியம்

ஞ

இலக்கியச் சிறுபத்திரிக்கைகளில் பிரசுரம் பெற்ற கட்டுரைகள்: கட்டுரைத்தலைப்பு. பிரசுரமான ஆண்டும் மாதமும். கட்டுரைக்கு ஆசிரியர் சூட்டிக்கொண்ட பெயர். பிரசுரித்த பத்திரிக்கையின் பெயர், அதன் இதழ் எண்: கட்டுரை வெளியான பக்க எண்கள் - என்ற முறையிலும், நூலில் வெளியான கட்டுரைகள் : கட்டுரைத் தலைப்பு. ஆசிரியர் வைத்துக் கொண்ட பெயர். நூலின் தலைப்பு. நூல் வெளியான ஆண்டு. நூலாசிரியர் அல்லது தொகுப்பாசிரி யரின் பெயர். பதிப்பகம் அமைந்துள்ள இடம்: பதிப்பகத்தின் பெயர் - என்ற முறையிலும் அமைக்கப் பட்டுள்ளன. கட்டுரை தொடர்பான தகவல்களும் ஆய்வுக் குறிப்புகளும் தேவைக்கேற்பத் தொகுத்துக் கொடுக்கப் பட்டுள்ளன.

1. ‘சொல்லும் நடையும்’. ஏப்ரல் 1960. தருமு. சிவராமு. எழுத்து-16 : 96-100.

இலங்கையின் திருக்கோணமலையில் பிறந்த (1939) பிரமிள், சென்னையில் சி.சு. செல்லப்பாவால் 1959-ல் ஆரம்பிக்கப் பட்ட, தமிழின் முதல் சிறுபத்திரிக்கையான எழுத்துவின் 13வது இதழில் (ஜனவரி 1960), ‘நான்’ என்ற கவிதையை, அச்சில் வெளியான தன் முதல் படைப்பாகப் பெற்றார். மூன்று மாதத்திற்குப் பின், அதற்கு அடுத்ததாகப் பிரசுரம் பெற்ற முதல் கட்டுரை ‘சொல்லும் நடையும்’. இதற்கு அடுத்த இதழில் (மே 1960) வெளியான ‘கவிதைவளம்’ என்ற கட்டுரையையும் ‘சொல்லும் நடையும்’ கட்டுரையையும் ஒரே கட்டுரையாகவே எழுத்துவுக்கு

அனுப்பியிருந்தார் பிரமிள். ஆனால், செல்லப்பா அதைத் தனித் தனி இரு கட்டுரை களாக்கித் தலைப்புகளும் இட்டு, இரு இதழ்களில் பிரசுரித்து விட்டார். (எழுத்துவில் வெளியான பெரும்பாலான பிரமிள் கட்டுரைகள், 'தருமசிவராமு' என்ற பெயரிலேயே பிரசுரம் பெற்றுள்ளன. தந்தையின் பெயரை முன்னொட்டாகக் கொண்ட இப்பெயர், அறுபதுகளின் இறுதிவரை கையாளப்பட்டு வந்துள்ளது. எழுபதுகளில் தான் 'பிரமிள்' என்ற புனைபெயரை அவர் அதிகம் மேற்கொள்ளத் தொடங்கினார்.) இவ்விரு கட்டுரைகளையும் பற்றி, **தீபம்** பத்திரிக்கை யில் எழுதின **எழுத்து அநுபவங்கள்** என்ற தொடர் கட்டுரையில், தனியாக இரு அத்தியாயங்களுக்கு விவரித்துப் பாராட்டியிருக் கிறார் சி.சு.செல்லப்பா. "இந்தக் கட்டுரை மாதிரி அதுவரை தமிழில் வரவே இல்லை," என்று புகழ்ந்து கூறியுள்ளார் (தீபம், ஏப்ரல் 1976:3).

பிற்காலத்தில், என்னை வெளியீட்டாளராகவும் பிரமிளை ஆசிரியராகவும் கொண்டு வெளியான **படிமம் இதழில்** (1981), 'சொல்லும் நடையும்' என்ற இந்தத் தமது முதல் கட்டுரை யைச் சுருக்கித் தந்து, அதை ஒட்டிப் பின் விளக்கமாக, 'தமிழின் நவீனத்வம்' என்ற கட்டுரையை எழுதி வெளியிட்டார் பிரமிள். ('கவிதை வளம்' கட்டுரையை, **வானமற்றவெளி: கவிதை பற்றிய கட்டுரைகள்** (2004) என்ற நூலில் காணலாம். 'தமிழின் நவீனத்வம்' கட்டுரை, **வரலாற்றுச் சலனங்கள்** என்ற தலைப்பில் தொகுக்கப்பட்டுள்ள சமுதாயவியல் கட்டுரை களின் தொகுப்பில் இடம் பெற்றுள்ளது.)

'சொல்லும் நடையும்' கட்டுரை எழுதத் தூண்டுதலாக இருந்தவை : எழுத்துவில் செல்லப்பா எழுதிய தலையங்கக் குறிப்புகளும் 'தமிழில் உரைநடை - சிலகுறிப்புகள்' என்ற கட்டுரையும், அவர் எழுத்தாளர் சங்க மாநாட்டில் படித்துப் பிரச்சனைக்குரியதாகி எழுத்துவில் பிரசுரிக்கப் பட்ட 'தமிழில் உரைநடை' கட்டுரையும், ரா. ஸ்ரீ. தேசிகன் எழுதிய 'புதுமைப் பித்தன் உரைநடை' பற்றிய மறுபிரசுரக் கட்டுரையும் ஆகும்.

2. 'ஜீவனாம்சம்-ஆய்வு'. மே 1960. தருமசிவராமு.
எழுத்து-17: 129-131.

செல்லப்பா, *சந்திரோதயத்*தில் வெளிவந்த தமது **வாடிவாசல்** *(1959)* நாவலைத் தனிப்புத்தகமாகப் பிரசுரித்து, இரண்டா மாண்டு எழுத்துச் சந்தாதாரர்களுக்கு இலவச இணைப்பாக வழங்கினார். தமது **ஜீவனாம்சம்** நாவலை, **எழுத்து** 7வது இதழிலிருந்து (ஜூலை 1959) 16வது இதழ் (ஏப்ரல் 1960) வரை தொடராக வெளியிட்டார். அத்தொடர் முடிந்ததும், அடுத்த இதழில் வெளியான அது பற்றிய ஆய்வுக் கட்டுரை இது. "**எழுத்து**வில் புதியதாக ஒருவர் விமர்சனப்பாங்குடன் எழுதிய முதல் ஆய்வுக் கட்டுரை இதுதான். எந்தத் துறை தமிழில் வளர வேண்டும் என்று **எழுத்து** மூலம் விரும்பி னேனோ அந்த முயற்சிக்கு இது நல்ல ஆரம்பமாகப் பட்டது எனக்கு." என்று செல்லப்பா இக் கட்டுரை பற்றிக் கூறியுள்ளார் ('எழுத்து அநுபவங்கள்'. **தீபம்**. மே 1976 : 38).

3. 'மொழி பெயர்ப்பு' (எழுத்து அரங்கம்). ஜூலை 1960. தரும சிவராமூ. **எழுத்து**-19 183-184.

எழுத்து இதழில் வெளிவந்த விஷயங்கள் பற்றிய விமர்சனக் கடிதங்களில், தனிக்கட்டுரையாகப் பிரசுரிக்க முடியாதவற்றை, அல்லது கடிதமாக வெளியிடுவதற்கும் மேலாக விஷயகனம் கொண்டவற்றை, 'எழுத்து அரங்கம்' என்ற பகுதியில் செல்லப்பா வெளியிட்டுவந்தார். அப்பகுதியில் வெளிவந்த குறிப்பே இச் சிறுகட்டுரை. விமர்சனத்துடன் மொழிபெயர்ப் புக்கும் **எழுத்து** இடம் அளித்து வந்தது. அதில் அவை பற்றிய விமர்சனங்களும் வெளிவந்தன. ஹென்றி ஜேம்ஸின் 'புரூக் ஸ்மித்', ஆண்டன் செக்காவின் 'கூஸ்பர்ரிஸ்' ஆகிய கதைகளை, சி.சு.செல்லப்பா **எழுத்து**வில் மொழி பெயர்த்து வெளியிட் டிருந்தார். அவரது மொழிபெயர்ப்பு நடை பற்றி இலங்கை யின் முருகையன் விமர்சித்துக் கருத்துத் தெரிவித்திருந்தார். கொழும்புவிலிருந்து எஸ்.சிவகுமாரன் **எழுத்து**-18, ஜூன் 1960 இதழ் 'எழுத்து அரங்க'த்தில், 'மே ஏடு பற்றி' எழுதியிருந்தார். அதில், "**ஜீவனாம்சம்** நூலுக்கு வியாக்கியானம் தரும் விதத்தில் தரும சிவராமூ அவர்கள் 'ஆய்வு' எழுதியிருப்பது சுவையாக இருந்தது. அவரது அபிப்ராயத்தைத் திறம்படக் கூறியிருக் கிறார். அவ்வளவுதான், ஜீவனாம்சத்தில் sentimentality இல்லை என்று கூறுவது தவறு. சென்டி மென்டலிஸம் ஒன்றும் வெறுக்கத்

தக்கதல்ல.....” என்று குறிப்பிட்டிருந்தார். ‘கூஸ்பர்ரிஸ்’ கதையின் மொழிபெயர்ப்பு நடையைக் குறைகூறியிருந்தார். அதற்கான பதில் இந்த ‘எழுத்து அரங்க’க் குறிப்பு.

4. ‘கலைக்கொள்கை’. அக்டோபர் 1960. தருமு சிவராமு. எழுத்து-22 : 234-236.

‘உருவமும் உள்ளடக்கமும்’ பற்றி ரகுநாதன் எழுதிய கட்டுரை, (சென்னை, அகில இந்திய எழுத்தாளர் மாநாட்டில் ஆங்கிலத்தில் பேசியதன் தமிழ் மொழிபெயர்ப்பு) எழுத்து, மார்ச் 1960 இதழில் வெளியாகியிருந்தது. அதைத் தொடர்பாக ‘எழுத்து அரங்கம்’ பகுதியில் பல இதழ்களாகத் தொடர்ந்து அபிப்பிராயங்கள் வெளிவந்தன. இதன் விளைவு இக்கட்டுரை.

5. ‘சி.சு. செல்லப்பாவின் இயக்க உலகு’, பிப்ரவரி 1961. தருமு சிவராமு.எழுத்து-26 : 29-32.

எழுத்து ஆசிரியர் செல்லப்பாவின் நாவல்கள், சிறுகதைகள் பற்றியும் அவரது மொழிநடை பற்றியும் ‘ஜீவனாம்சம் - ஆய்வு’, சி.சு.செ.வின் இயக்க உலகு’, ‘கல்தீபம்’, ‘பேச்சு எழுத்து இணக்கநடை’, ‘ரஸனையும் விமர்சனமும் செல்லப்பாவும்’ ஆகிய கட்டுரைகளை பிரமிள் எழுதியிருக்கிறார்.

6. ‘மொழிப்பிரயோகம்’ (எழுத்து அரங்கம்). ஜுன் 1961. தருமு.சிவராமு.எழுத்து-30 : 138-139.

எழுத்துவில் வெளியான விஷயங்களில் வெளிப்பட்ட புதுவித மொழிப் பிரயோகங்கள் குறித்து எழுதப்பட்ட சிறுகட்டுரை; எழுத்து அரங்கம் பகுதியில் வெளிவந்த கட்டுரை இது.

7. ‘நம் சைத்ரிகர்’. ஜுலை 1961. தருமு சிவராமு. எழுத்து-31 : 146-148.

ஓவியராகவே தமது படைப்பு வாழ்க்கையைத் தெடங்கியவர் பிரமிள். இலக்கியத்துக்குமட்டுமே பிரதானம் கொடுத்து, செல்லப்பா எழுத்து பத்திரிகையை நடத்தினார். அதில், பிற கலைத்துறை பற்றி வந்த கட்டுரை இது. தமிழ்ச் சிறுபத்திரிகை யில் சித்திரக்கலை பற்றி வந்த முதல் கட்டுரையும் இதுவே; ஓவியம் பற்றி பிரமிள் எழுதிய ஒரே ஒரு கட்டுரையும் இதுவே.

8. 'அக உலகக் கலைஞர்கள்'. டிசம்பர் 1961. தரும சிவராமூ. எழுத்து-36 : 251-255.

லா.ச.ராமாமிருதம், மௌனி, புதுமைப்பித்தன் ஆகியோரின் தனித் தன்மைகளையும் வித்தியாசங்களையும் முதன்முறையாக ஸ்தா பித்த கட்டுரை இது. இக்கருத்துக்களே இதன்பின்பு எல்லோ ராலும் எடுத்தாளப்பெற்றன. இதில் குறிப்பிடப்படும் 'எமிலி கிரீர்ஸன்' கதை, வில்லியம் பாக்னருடையது; எழுத்துவில் வந்தது.

9. 'பச்சைக்கனவு : மதிப்புரை'. ஜனவரி 1962. எழுத்து-37 :2122.

'புத்தகங்கள்' என்ற பகுதியில் பெயரில்லாமல் வந்த மதிப்புரை இது. எழுத்துவின் மூன்றாம் ஆண்டில் பெயர் போடாமல் புத்தக மதிப்புரைகளை வெளியிடும் சோதனையைச் செய்ய முனைந்தார் செல்லப்பா. இரு ஆண்டுகளாக, ஒருசில இதழ்களில் மட்டும் இவ்வாறு மதிப்புரைகள் வெளியாயின. பிரமிளின் இரு புத்தக மதிப்புரைகள் மட்டும் இவ்வாறு வெளிவந்தன என நம்புகிறேன். **பச்சைக்கனவு** பற்றிய மதிப்புரை தன்னுடையதே என்று கூறி, நான் தொகுத்த **எழுத்து** கட்டுரைகளின் தொகுப்பான **தமிழின் நவீனத்துவம்** நூலில் அதை இடம்பெறச் செய்தார் பிரமிள். லா.ச.ராமா மிருதம் பற்றி, இம்மதிப்புரை மற்றும் 'அகஉலகக் கலைஞர் கள்' கட்டுரைக் கருத்துக்களே இதன்பின்பு எல்லோராலும் எடுத்தாளப்பெற்றன. இம்மதிப்புரையுடன் வெளியான 'மனத்துக்கினியவள்' மதிப்புரையும் பிரமிளுடையதே என்று அதன் தொனியி லிருந்து தெரிகிறது. எழுத்துவில் தொடர்ந்து வெளிவந்த பிற மதிப்புரைகளில் ஏதும் இவருடையனவாக உண்டா என்று தெரியவில்லை. மற்ற அனைத்து மதிப்புரை களும் செல்லப்பாவாலேயே எழுதப்பட்டிருக்கலாம்.

10. 'மனதுக்கு இனியவள் - மதிப்புரை'. ஜனவரி 1962. .... எழுத்து-37 : 29-32. (காண்க : 9)

11. 'தேசிய இலக்கியம்'. ஜனவரி 1962. தரும சிவராமூ. **மரகதம்** (இலங்கை) 13-14.

எழுத்து பத்திரிக்கையில் எழுதிப் பெயர் பெற்ற பின்பு, இலங்கைப் பத்திரிக்கைகளிலும் மிகச் சில கட்டுரைகளை

எழுதினார் பிரமிள். **மரகதம்** என்ற இலங்கை இடதுசாரி இதழ், தேசிய இலக்கியம் குறித்துத் தொடர்ந்து சில கட்டுரைகளை வெளியிட்டது. அதில், நான்காவது கட்டுரையாக வெளிவந்தது இது. இவ்வாறு வந்தவற்றில் க.கைலாசபதி, ஏ.ஜே.கனக ரத்னா ஆகிய இருவர் கட்டுரை களையும் **எழுத்து** மறுபிரசுரம் (செப். 1961, அக்.-நவ. 1961) செய்தது. ஆனால், பிரமிளின் கட்டுரை அவ்வாறு மறுபிரசுரம் பெறவில்லை.

12. 'இருமை வாழ்வு : "சித்தி" ஆய்வு'. மார்ச் 1962. தருமு சிவராமு. **எழுத்து**-39 : 57-60.

புதுமைப்பித்தன் படைப்பு பற்றி, முதன்முதலில் அவர் விரிவாக எழுதிய கட்டுரை இது.

13. 'இலக்கிய மதிப்பீடு'. ஆகஸ்ட் 1961. தருமு சிவராமு. **எழுத்து**-44 : 159 162.

இலங்கையின் **கலைச்செல்வி**யில் வெளியான 'பொருள் மரபும் விமர்சனக் குரல்களும்' என்ற க.கைலாசபதியின் கட்டுரை யும் (டிச. 1961), **தாமரை**யில் வெளியான தி.க.சிவசங்கரனின் 'இப்படியும் ஒரு கருத்து' என்ற கட்டுரையும் (பிப். 1962) **எழுத்து**வில் மறுபிரசுரம் செய்யப்பட்டன. வெ.சாமிநாதனின் 'வடிவமும் பொருளும்' என்ற கட்டுரையும் (பிப். 1962) வெளிவந்தது. இவற்றை ஒட்டி, செல்லப்பாவின் 'இலக்கிய மும் கொள்கைப் போராட்டமும்' (பிப். 1962) என்ற கட்டுரை வெளியானது. **புதுமை இலக்கியம்** இதழில் கா.சிவத்தம்பி, 'பொருளும் விமர்சனமும்' என்ற கட்டுரையை இதன் தொடர்பாக எழுதி, அதுவும் **எழுத்து**வில் மறுபிரசுரம் (ஏப். 1962) செய்யப்பட்டது. 'எழுத்து அரங்கம்' (ஜூலை 1962) பகுதியில் கே.எஸ்.சிவகுமாரன் இவை பற்றி எழுதினார். இதன் பின் வெளியானதே, பிரமிளின் இக்கட்டுரை.

14. 'வெயிலும் நிழலும்'. நவம்பர் & டிசம்பர் 1961. தருமு. சிவராமு. **எழுத்து**-47 & 48 : 215-217 & 239-240.

சி.சு.செல்லப்பா, வெங்கட் சாமிநாதன் ஆகியோரின் பார்வை களுக்கு மாறான பார்வையை வெளிப்படுத்திய கட்டுரை இது. 'இம்பெர்ஸன' லானது கலைப்படைப்பு என்பது இதில்

வலியுறுத்தப்படுகிறது. யார்த்தவாதத்துக்கு மாறாக, பிரதிபலிப்புக் கொள்கைக்கு மாறாக, இலக்கியம் என்பது தனி ஒரு அமைப்பு என்ற பார்வை இதில் வெளிப்பட்டுள்ளது.

15. ' "தீ" பற்றி' (எழுத்து அரங்கம்). பிப்ரவரி 1963. தருமு சிவராமு. எழுத்து-50 : 42-44.

மு.தளையசிங்கத்தின் 'பொன்னுத்துரையின் தீ' என்ற கட்டுரை, எழுத்து ஜனவரி 1963 இதழில் வெளியானது - 'ஆபாசம் கலந்த அர்த்தமற்ற கதை' என்று பலர் கூறுவதற்கு மறுப்பாக. இதற்கு பிரமிள் எழுதிய பதில், தனிக் கட்டுரையாக வெளியிடப் படாமல், 'எழுத்து அரங்கம்' கட்டுரையாகவே பிரசுரமானது. (இதில், பொன்னுதுரை கத்தோலிக்கக் கிறிஸ்தவர் என்ற தகவல் தவறானது.) 'தீ பற்றி என் பதில்' என்று எஸ்.பொன்னுதுரை எழுதிய மறுப்பும், 'எழுத்து அரங்கத்'தில் (ஏப். 1963) பிரசுரமானது. (இப்பதில் பற்றித் தளையசிங்கம்கூட, தன் ஏழாண்டு இலக்கிய வளர்ச்சியில், 'உண்மையில் பொன்னுதுரை தர்மு சிவராமுவின் கட்டுரைக்குப் பதிலளிக்கவில்லை என்றுதான் சொல்லவேண்டும்' என்றே குறிப்பிட்டுள்ளார்.) இவ்விவாதம் தொடர்பாக தளையசிங்கமும் பிரமிளும் எழுதிய மறுப்புக் கட்டுரைகளை எழுத்து பிரசுரிக்காமல், விவாதத்தை அத்துடன் முடித்துக் கொண்டது. பின்பு தளையசிங்கத்தின் மீதான ஒட்டுமொத்தப் பார்வையை, 'மனோவியாதி மண்டலம்' (லயம், ஏப்-ஜூன் 1985) கட்டுரையில் வெளியிட்டார் பிரமிள்.

16. 'பொறி விளக்கு'. ஆகஸ்ட் 1963. தருமு சிவராமு.எழுத்து-56 : 151-156.

இலக்கியத்தைவிட ஆன்மீக ஈடுபாடே பிரமிளுக்கு முதன்மை யானது. ஆன்மீகம் பற்றிய (ஆரம்பகால) பார்வையை வெளிப் படுத்திய முதல் கட்டுரை இது. தளையசிங்கத்துக்கும் பிரமிளுக்கும் நடந்த தீ நாவல் பற்றிய பிரச்னை குறித்து, "மட்டரகமான நாவலைப் பற்றி ஒருவரும் இன்றைய ஹிந்து வாழ்வைப் பற்றின அனுமானத்தில் மற்றவருமாக இருவருமே தவறு செய்கின்றனர்," என்ற வெ.சாமிநாதன் (பிரசுரம் பெறாத) கருத்துக்குப் பதிலாக எழுந்த கட்டுரை இது.

17. 'பேச்சு, எழுத்து, இணக்க நடை'. அக்டோபர் 1963. தர்மூ சிவராமூ.எழுத்து-58 : 187-190, 199-201.

எழுதுவதைப் பிரமிள் குறைத்துக்கொண்ட காலத்தில், அவர் ஆரம்பத்தில் எழுதி அனுப்பிப் போடாமல் வைத்திருந்த கட்டுரைகளை எடுத்து எழுத்துவில் பிரசுரித்தார் செல்லப்பா. அப்படி வெளியான கட்டுரை இது.

18. 'கல்தீபம்'. டிசம்பர் 1963. தர்மு சிவராமூ.எழுத்து-60 : 231-236.

இதுவும் ஆரம்பகாலக் கட்டுரைகளில் ஒன்றே. சி.சு. செல்லப்பாவின் வெற்றிபெற்ற சிறுகதைகள் பற்றிய சிறந்த மதிப்பீடு இது.

19. 'படைப்பாளி மனநிலை'. டிசம்பர் 1965. தர்மு சிவராமூ. எழுத்து-84 : 218-220.

20. 'சிருஷ்டி இயக்கம்'. ஜூன் 1966. தருமூ சிவராமூ. எழுத்து90 : 126, 137- 138.

'படைப்பாளி மனநிலை' கட்டுரையும் 'சிருஷ்டி இயக்கம்' கட்டுரையும் சேர்ந்து, 'படைப்பாளி இயக்கம்' என்ற தலைப்பில் (பிரேமில் பானுசந்தரன் என்ற பெயரில்), நகுலன் வெளியிட்ட 'குருக்ஷேத்ரம்' தொகுப்பில்(1967) இடம் பெற்றது.

21. 'நிழல்கலை'. பிப்ரவரி 1967. தர்மு சிவராமு.எழுத்து-9830-32.

'நிழல் கலை : சினிமா உண்மையில் பூர்ணமான கலையாவது எப்போது?' என்ற தலைப்பில் வெளியான இக்கட்டுரை திரைப்படம் பற்றிய பிரமிளின் முதல் கட்டுரை. தமிழில் சினிமா பற்றி வந்த கட்டுரைகளில் முக்கியமானது. இதுவே எழுத்துவில் வெளியான பிரமிளின் கடைசிக் கட்டுரை.

இதில் குறிப்பிடப்படும் 'ரத்னதீபம்', சத்யஜித் ராய்க்கு முந்திய காலகட்டத்து வங்கப் படம். 'கம்பெரலய', லிஸ்டர் ஜேம்ஸ் பீரிஸ் என்ற சிங்கள டைரக்டர் எடுத்த படம்; பல பரிசுகளைப் பெற்றது. காசிப்படிக்கட்டில் சந்யாஸி மரணம் என்று சத்யஜித் ராயின் படக்காட்சி ஒன்று குறிப்பிடப் படுகிறது. இது

அபு பற்றி அவர் எடுத்த படத்தொடரில் வருவது. இறப்பது சந்யாஸி அல்ல; அபுவின் தந்தை.

22. 'மௌனி கதைகள் : முன்னுரை'. 1967. தருமு சிவராமு. **மௌனி கதைகள்.** சிதம்பரம் : மௌனி, பக். I-XVI.

மௌனி பற்றிய ஆழ்ந்த மதிப்பீடு. இப்பார்வைகளே பின்பு எல்லோராலும் வழிமொழியப்பட்டன. தற்போது வெளியான **மௌனி கதைகள்** என்ற முழுத்தொகுப்பில் இம் முன்னுரை இடம்பெறாதது, தொகுப்பாளரின் கீழ்மையையே காட்டுகிறது.

23. 'புனித ஜெனே'. பிப்ரவரி 1971. தர்மு அரூப் சிவராம். **கசடதபற-5 : 2- 4.**

எழுத்துவுக்குப் பிறகு அல்லது அதன் இறுதிக் காலகட்டத்தில், இலங்கைப் பத்திரிக்கைகளில் பிரமிள் எழுதிய சில கட்டுரை கள் எனக்குக் கிடைக்கவில்லை. **தேனருவி** என்ற கொழும்புப் பத்திரிக்கை யில், சரியான இலக்கியப் பின்னணியற்றுத் திடீரென்று பத்திரிக்கை ஆரம்பிக்கும் போக்கை விமர்சித் துள்ளார். கொழும்பு **தினகரன்** பத்திரிக்கை யில் மௌனி பற்றி ஒரு கட்டுரை, **இலங்கை எழுத்தாளன்** பத்திரிக்கையில் ஒரு கட்டுரை எழுதியுள்ளார். **வீரகேசரி** பத்திரிகையில் 1970 காலப் பகுதியில், 'நவீன உலக இலக்கியம்' என்ற அறிமுகக் கட்டுரைத் தொடரை எழுதினார். அறிமுகப்படுத்தப்பட்ட முக்கியமான நூல்களும் நூலாசிரியர் களும்: சார்த்தர், காம்யு, ஜெனே, ஹென்றிமில்லரின் படைப்பியக்கம், **The Hell** (Henri Barbusse), மற்றும் எக்ஸிஸ்டென் ஷியலிஸம்.

கசடதபறவில் எழுதிய 'புனித ஜெனே' என்ற இக்கட்டுரை, **வீரகேசரி** தொடரில் ஜெனே பற்றி எழுதியதிலிருந்து பிறந்த ஆழமான விமர்சனங்களுள் ஒன்று; எழுத்தும் எழுத்தாளனும் ஒன்று என்ற வெங்கட் சாமிநாதனின் கோட்பாட்டுக்கு மாறாக, படைப்பும் படைப்பாளியும் வேறுவேறு என்று ஸ்தாபித்த கட்டுரை; பிறகு வந்த அமைப்பியல் சிந்தனைக்கு முன்னோடிக் கட்டுரை; குற்றத்தின் - தீமையின் அழகியல் பற்றிப் பேசுவது.

24. 'மௌனியின் "தவறு" பற்றி'. மார்ச் 1971. தர்மு அரூப் சிவராம். **கசடதபற- 6 : 9.**

நீண்ட இடைவேளைக்குப் பின்பு மௌனி எழுதி, **கசடதபற** மார்ச் 1971 இதழில் வெளியான 'தவறு' என்ற சிறுகதை பற்றிய விமர்சனம்.

25. 'கோணல்கள்'. அக்டோபர் 1972. டி. அரூப் சிவராம். **அஃக்-** 5 : 1-11.

வெங்கட் சாமிநாதனின் **இலக்கிய ஊழல்கள்** நூலுக்குப் பின்பு, இலக்கிய உலகின் கோணல்களை எடுத்துக்காட்டி, நேர் செய்த முக்கியமான கட்டுரை இது. (**கசடதபற**வினர் **கோணல்கள்** என்ற தலைப்பில் சிறுகதைத் தொகுப் பொன்றை வெளியிட் டிருந்தனர்.)

26. 'ரஸனையும் விமர்சனமும் செல்லப்பாவும்'. மார்ச் 1973. தர்மு அரூப் சீவராம். **ஞானரதம்** : 18-22.

செல்லப்பா சிறப்பிதழுக்காக எழுதப்பட்ட கட்டுரை.

27. 'மூன்றாவது துருவம்'. ஜுன்-டிசம்பர் 1975. அரூப் சீவராம். **அஃக்**-15 : 1- 13 & **பாலம்**-2 : 1976.

அம்பையின் **பயங்கள்** நாடகம், பிரமிளின் **நக்ஷத்ரவாஸி** நாடகம் தோன்றக் காரணமாயிற்று. அதற்கு எழுதிய (3.12.1975) முன்னுரை, பரந்தாமனின் **அஃக்** பத்திரிகையில் வெளியானது. பிறகு, ஜி.எம்.எல். பிரகாஷின் **பாலம்** பத்திரிகையில் நாடகம் முழுமையாகப் பிரசுரமானபோது, இம் முன்னுரை அதன் முகப்பில் இடம் பெற்றது (21.6.1976). நாடகம் பற்றி பிரமிள் எழுதிய ஒரே ஒரு கட்டுரை இது.

28. 'கலைஞனும் கோட்பாடும்'. அக்டோபர் 1976. தருமு: ஔரூப் சீவராம்.**கொல்லிப்பாவை**-1: 1-12.

வெங்கட் சாமிநாதனின் 'பாலையும் வாழையும்' நூலில் பிரமிளை விமர்சித்து ஒரு கட்டுரை வெளிவந்தது. அதன்பின், வெ.சா.வின் கோட்பாடுகளை நேரடியாக மறுத்து முதன்முதலில் வெளிப் படையாகப் பிரமிள் எழுதி வெளிவந்த கட்டுரை இது (29.3.1976).

29. 'அக்ரஹாரத்தில் கழுதை : முன்னுரை'. 1977. ராஜபாளையம் : ஸ்ரீமணி பதிப்பகம். பக். III-XIV.

வெங்கட் சாமிநாதனின் **அக்ரஹாரத்தில் கழுதை** திரைநாடகத்திற்கு எழுதிய முன்னுரை (24.2.1977). சினிமா பற்றித் தமிழில் வெளிவந்த முக்கியமான கட்டுரை. திரைப்படம் பற்றிய பிரமிளின் இரண்டாவது கட்டுரை இது.

30. 'ருசிகரம்'. *1979.* பாநுசந்ருக்த் ப்ரமிள். **கொல்லிப்பாவை**-*9 : 1–8.*

கொல்லிப்பாவையில் வெளிவந்த'வெகுஜன ரஸனையும் மத மரபும்' என்ற கட்டுரையே (காண்க: **வரலாற்றுச் சலனங்கள்** தொகுப்பு நூல்), நான் பிரமிள் மீது ஈடுபாடு கொள்ளக் காரணமாய் அமைந்தது. அடுத்து வெளிவந்த 'ருசிகரம்' கட்டுரை என்னை அவரது தீவிர அபிமானி யாக்கியது. இதன் பின் நடந்த கடிதப்போக்குவரத்தில், 'இனி உங்களுக்காகவே எழுதுவேன்' என்றும் பிரமிள் தெரிவித் திருக்கிறார்; (My 'birth' place என்று, எனது ஊரான நகலூரைப் பற்றி, தனது இளமைக் கால நண்பரான திருக்கோணமலை டாக்டர் ராமச்சந்திரனுக்கு எழுதிய கடிதத்தில் குறிப்பிட்டுள்ளார் பிரமிள் - காண்க: **பாதையில்லாப் பயணம்**, ப. *32.)*

'ருசிகரம்', தமிழில் புதுவெளிச்சத்தை வீசிய ஒரு முக்கியமான கட்டுரை. நீண்ட கட்டுரையான இது, திருவனந்தபுரம் பல்கலைக்கழகத் தமிழ்த்துறையில் வாசிப்பதற்காகச் சுருக்கப் பட்டது; அந்தச் சுருக்கிய வடிவமே **கொல்லிப்பாவையிலும்** வெளியானது; இப்போது இங்கு முழுமையாக வெளியிடப் படுகிறது.

31. 'புதிய புட்டியில் பழைய புளுகு: ஜே.ஜே. சில குறிப்புகள் - நாவல் விமர்சனம்'. ஏப்ரல்–ஜுன் *1984.* தர்மோ ஜீவராம் பிருமிள். **ஞானரதம்** & *1986.* **தீக்ஷண்யம்**–*1.*

சுந்தர ராமசாமியின் **ஜே.ஜே. சில குறிப்புகள்** நாவல் வந்த போது, அதைச் சிதைவாக்கம் செய்து, கே.வி.ராமசாமி துணையாசிரியப் பொறுப்பிலிருந்த **ஞானரதம்** இதழில் இக்கட்டுரையை எழுதினார். பின்பு அது மேலும் செப்பனிடப் பட்டு, நண்பர் வி.எஸ்.சத்யா வெளியிட்ட **தீக்ஷண்யம்** முதல் இதழில் வெளியானது. வி.எஸ்.சத்யா, அவரது ஓரிரு நூல்கள் வெளிவர

உதவிய அபிமானி. பிரமிளின் இறுதிக்காலத்தில் வி.எஸ்.சத்யா, **பரிசீலனை** என்ற இதழைக் கொண்டுவர முயன்றார். அதற்காக மீண்டும், 'புதிய புட்டியில் பழைய புளுகு' கட்டுரையைப் புதுக்கித் தந்தார் பிரமிள். ஜனவரி 1997-ல் வரவேண்டிய **பரிசீலனை** வெளியாகவேயில்லை; அந்த இறுதி வரைவுக் கட்டுரையே இங்கு தரப்படுகிறது. (பிரமிளின் மறைவுக்கு அடுத்த ஆண்டில், சத்யாவும் மறைந்தார்.)

32. 'சிருஷ்டியும் போதனையும்'. ஜூலை 1985. பிருமிள் ஜீவராமுவ். **லயம்**- 3 : 1-5.

புனிதப் புளுகு கட்டுரைத் தொடரில் எழுதப்பட்ட ஒன்று இது; பிச்சமூர்த்தியை விமர்சிப்பது.

33. 'மௌனிக்கு அஞ்சலி. அக்டோபர் 1985. **லயம்**-4 : 1-13.

மௌனியின் மறைவையொட்டி சென்னையில் ஒரு அஞ்சலிக் கூட்டத்துக்குப் பிரமிள் எற்பாடு செய்து நடத்தினார். அந்நிதழ்ச்சி பற்றி, **லயத்தில்** பிரசுரிப்பதற் கேற்ப அவரே தொகுத்து அளித்தார். அக்கட்டுரையே இது. அகஉலகக் கலைஞராக பிரமிளால் அடையாளம் காணப்பட்டு, பின்பு மற்றவர்களாலும் அவ்வாறே பார்க்கப்பட்ட மௌனியின், புறஉலகச் சித்தரிப்பைப் பற்றிய அவதானம் இதில் பிரமிளால் வைக்கப்பட்ள்ளது இதன் சிறப்பு.

34. 'மௌனி நினைவுகள்'. அக்டோபர் 1985. பிருமிள் தர்மு ஜீவராம். **லயம்**- 4 : 8-16.

மௌனி நினைவுகள் பற்றி **எழுத்துவுக்கு** பிரமிள் எழுதித் தந்த கட்டுரை செல்லப்பாவால் அப்போது பிரசுரிக்கப்பட வில்லை. மௌனியின் மறைவையொட்டி, **லயத்திற்காக** அவர் எழுதித் தந்த நினைவுக் குறிப்புகள் இவை.

35. 'சுந்தர ராமசாமிக்கு ஒரு பதில்'. ஜனவரி-மார்ச் 1986. பிருமிள். தமிழாக்கம்: கால சுப்ரமணியம். **லயம்**-5 : 31-35.

இந்தியன் எக்ஸ்பிரஸ் ஆங்கில நாளிதழில் சுந்தர ராமசாமியின் பேட்டி வந்தபோது, அது பற்றி பிரமிள் எழுதிய கடிதம் அடுத்துப் பிரசுரமாயிற்று. அந்த ஆங்கிலக் கடிதத்தின் தமிழாக்கம் இது. தமிழாக்கத்தில் அருள் சின்னப்பன் துணை நின்றார்.

6. 'மனோவியாதி மண்டலம்'. ஏப்ரல்-ஜூன் 1986. பிருமிள் தர்மு ஜீவராம். **லயம்**-6 : 7-27.

தளையசிங்கத்தின் நூல்கள் பல தமிழகத்தில் க்ரியா, சமுதாயம் பிரசுராலயம் ஆகியவற்றில் வெளிவந்தபோது, ஏழாண்டு **இலக்கிய வளர்ச்சி** நூலில் பிரமிள் பற்றித் தளையசிங்கம் எழுதியவற்றுக்குப் பதிலாக, தளையசிங்கத் தின் கோட்பாடுகள் மீதான ஒட்டுமொத்தப் பார்வையை, 'மனோவியாதி மண்டலம்' கட்டுரையில் வெளியிட்டார் பிரமிள்.

37. 'டி. ராமநாதன் மறைவு'. அக்டோபர்-டிசம்பர் 1986. தர்மோ ஜீவராம் பிருமிள். **லயம்**-8 : 34-37.

அஞ்சலிக் கட்டுரை.

38. 'பொய்த்தேவு: சிறந்த தமிழ் நாவல்'. மார்ச்-ஏப்ரல் 1987. பிருமிள். அரும்பு : 27-31.

சிறந்த தமிழ் நாவல் பற்றி சி.மோகன், **புதுயுகம்** பத்திரிக்கையில் ஒரு கட்டுரை எழுதியிருந்தார். அதனை மறுத்து எழுதியது இக்கட்டுரை.

39. 'மனிதச்சுவடு : முன்னுரை'. 24.3.1988. ப்ரமிள் (சிவகுப் அரபிந்தோ ப்ரமிள்). **மன ஊற்று**. 1989. விஷ்ணு நாகராஜன் . சென்னை: கிருஷ்ணா பதிப்பகம். பக். V-XIV.

பிரமிள் மதுரையில் வசித்தபோதிருந்தே அவரது அபிமானி யாக விளங்கியவர் விஷ்ணுநாகராஜன்; அவருக்கு அவ்வப் போது பணஉதவி செய்துவந்தவர். **பசுமை** என்ற விவசாய இதழுக்கு அவர் பொறுப்பா யிருந்தபோது, பிரமிளை அதில் பங்கேற்க வைத்து, படைப்பு ரீதியிலும் பொருளாதார ரீதியிலும் உதவியிருக்கிறார். அன்னம் வெளியிட்ட நவகவிதை வரிசையில் அவரது **புதிய திசை** என்ற கவிதைத்தொகுப்பு வெளிவந்தது; ஜனரஞ்சகமாகக் கதைகள் எழுதக்கூடியவர். அவரது கதைத் தொகுப்புக்குப் பிரமிள் அளித்த முன்னுரை இது.

40. 'யேசுவின் வேதனை'. ஜூன்-ஜூலை 1989. ராம் டி. பிரமிள். முன்றில்-7 : 4-8.

41. ‘படைப்பு, போதனை, பொழுதுபோக்கு’. நவம்பர் 1989. பிரேமிள். *நிகழ்*-12 : 19-27.

புனிதப் புளுகு என்ற நூலாக வெளியிடுவதற்கு, 1983-ல் தூத்துக்குடியில் வைத்து, ஒரே மூச்சில் சில நாட்களுக்குள் பல கட்டுரைகளைத் தொடர்ச்சியாக எழுதினார் பிரமிள். ஆனால், நூல் வெளிவரவில்லை. அக்கட்டுரைகளுள் சிலவற்றைப் பின்பு 1985-ல் **லயம்** அரம்பிக்கப் பட்டபோது பிரசுரித்தேன். அவை: ‘இந்திய வைதீகமும் நாஸிகளும் (ல-1 : 3-6), ‘சிருஷ்டியும் போதனையும்’ (ல-3 : 1-5), ‘இந்திய மதமரபு’ & ‘தத்துவப் போலிகள்’ (ல-8 : 15-30). எப்ரல் 1987-ல் இருந்து மே 1994 வரை **லயம்** வெளிவரவில்லை. எனவே, 1989-ல் மீதியிருந்தவற்றில் நீண்ட இருகட்டுரை களைக் கோணங்கியின் **கல்குதிரை** பத்திரிக்கைக்கு அளித்தேன். அவை: ‘வரலாற்றுச் சலனங்கள்’, ‘இந்தியக் கலைமரபும் ஹிட்ல ரிஸமும்’. 1990-ல்ஞானியின் **நிகழ்** பத்திரிக்கைக்கு, ‘வாழ்வும் இதிகாசங்களும்’ (**நிகழ்**, பிப்ரவரி 1990), ‘படைப்பு போதனை பொழுதுபோக்கு’ (**நிகழ்**, நவம்பர் 1990), ‘விஞ்ஞானம் - ஞானம் - விபூதிப்பட்டை’, (**நிகழ்**, டிசம்பர் 1990.), ‘விஞ்ஞானப் பார்வையும் காலாதீதமும்’ (**நிகழ்**, மே 1990) ஆகிய கட்டுரைகளைக் கொடுத்துப் பிரசுரிக்கச் செய்தேன். (இக்கட்டுரைகளை, **வரலாற்றுச் சலனங்கள்** மற்றும் **பாதையில்லாப் பயணம்** ஆகிய தொகுதிகளில் காணலாம்.)

புனிதப் புளுகுகில் முதல் கட்டுரையாக எழுதப்பட்டு, ‘பித்தனீயமும் ராஜாஜீயமும்’ என்று பிரமிளால் தலைப்பிடப் பட்டிருந்ததை, ‘விஞ்ஞானம் - ஞானம் - விபூதிப்பட்டை’ என்ற தலைப்பைப்போல், ‘படைப்பு போதனை பொழுது போக்கு’ என்று நான் மாற்றம் செய்து வெளியிடச் செய்தேன்; அக்கட்டுரையே இது.

42. ‘க.நா.சு.வின் லட்சிய வித்துக்கள்’. ஜூலை-செப்டம்பர் 1989. பிரமிள்.*திசைநான்கு*-1:8-12 & **க.நா.சு. இலக்கியத்தடம்**.1989. ப.கிருஷ்ணசாமி (தொகு). பெங்களூர்: காவ்யா. பக்.55-76.

கோயம்புத்தூரிலிருந்து சமுதாயம் பிரசுராலயம் சீனிவாசன், பிரமிளைச் சிறப்பாசிரியராகவும் என்னை ஆசிரியராகவும்

கொண்டு, **திசைநான்கு** என்ற சிறுபத்திரிக்கையை ஆரம்பித்தார். ஒரு இதழுடன் நின்றுபோனது அப்பத்திரிகை. அதில் பிரமிள் எழுதிய தலையங்கத்தில் நான்காவது பகுதியாக (க.நா.சு.வின் மறைவையொட்டி) 'க.நா.சு.வின் லட்சிய வித்துக்கள்' என்ற குறிப்பு அமைந்திருந்தது. **காவ்யாவின் இலக்கியத்தடம்** நூல் வரிசையில் க.நா.சு. பற்றி வந்தபோது, அதன் தெகுப்பாசிரியர் ப.கிருஷ்ணசாமி கேட்டுக் கொண்டதற் கிணங்க, மேற்கூறிய க.நா.சு. பற்றிய குறிப்பை மேலும் விரித்தெழுதினார் பிரமிள்; அதுவே இக்கட்டுரை.

43. 'கலைத் தர்க்கம்'. அக்டோபர் 1989. ராம் டி. பிரமிள். கனவு-11 : 8-15.(காண்க: கட்டுரை எண் - 46)

44. 'தனிமனிதவாதத் தீட்டு', மார்ச் 1991. பிரமிள். கனவு-16:3-17.

தமிழின் நவீனத்துவம் நூல் பற்றி அஸ்வமேதா-2ஆம் இதழில், புத்தக மதிப்புரை ஒன்று புனைபெயரில் வெளியிடப்பட்டது. அநேகமாக, எம்.டி.முத்துக்குமாரசாமி அதை எழுதியவரா யிருக்கலாம். அதற்குப் பதில் இக்கட்டுரை. பிரமிள், சினிமா பற்றி எழுதிய மூன்று கட்டுரைகளில் இறுதியானது இது - பின்பகுதியில், சினிமா தவிர்த்த வேறு விஷயம் பேசப் பட்டிருந்தாலும். நேரில் ஆளைப் பார்த்த அவதானம் ஒரிரு வரிகளில் வெளியிடப்படுகிறது. அப்படி விமலாதித்த மாமல்லனும் குறிப்பிடப்படுகிறார். புதுக்கவிதை முன்னோர் கள் யார் என்று பிரபல வணிகப் பத்திரிக்கைகளில் நடந்த விவாதம் பற்றியும் பின்பகுதி தொட்டுக்காட்டுகிறது.

45. 'பொய்த்தேவுத் தடம்', டிசம்பர் 1991. பிரமிள். மீறல்-1 : 3-5.

காவ்யா வெளியிட்ட 'இலக்கியத்தடம்' வரிசை நூல்களில் ஒன்றான **க.நா.சு. இலக்கியத்தடம்** என்ற (பிரமிளின் கட்டுரை யும் சேர்க்கப்பட்டிருந்த) நூலில், கோ.ராஜாராம், **பொய்த்தேவு** நாவல் பற்றி எழுதிருந்தார். (**பொய்த்தேவு** நாவல் பற்றிப் பிரமிள், 'தமிழில் சிறந்த நாவல் **பொய்த்தேவு**' என்ற கட்டுரையை முன்பே எழுதியிருந்தார்.) கோ.ராஜாராம் இதற்கு முன்

எழுபதுகளில், **கண்ணாடியுள்ளிருந்து** கவிதைத் தொகுப்பு பற்றி எழுதி, பிரமிளிடம் பதில் பெற்றிருந்தார்; **தமிழின் நவீனத்துவம்** நூல் வெளிவந்தபோது, பெங்களூரி லிருந்து வெளிவந்த **இங்கே இன்று** பத்திரிகையில் அந்நூலுக்கு விமர்சனமும் எழுதியிருந்தார். (பிரமிளின் இறுதிக் காலத்தில் அவருக்கு **விளக்கு** பரிசு வழங்கப்பட்ட போது, அப்பரிசுக் குழுவில் முக்கியப் பொறுப்பில் இருந்தவர் கோ.ராஜாராம் என்பதும் இங்கு குறிப்பிடத் தகுந்தது.)

கோ.ராஜாராம் **பொய்த்தேவு** பற்றி எழுதிய கட்டுரையின் கருத்துக்குப் பதிலாக எழுதப்பட்டது இக்கட்டுரை.

46. 'கலைத்தர்க்கமும் இலக்கியப் புறம்புகளும்', டிசம்பர் 1991. பிரமிள்.மீறல்-1 : 14-21.

புனிதப் புளுகு கட்டுரைத் தொடரில் எழுதப்பட்டவை 'கலைத் தர்க்கம்', 'இலக்கியப் புறம்புகள்' ஆகிய இரு கட்டுரைகள்; இவை, தொடர்ச்சியாகச் சில விஷயங்களைப் பேசுகின்றவை. **பள்ளம்** என்ற தொகுப்பு நூலாக, சுந்தர ராமசாமியின் சிறுகதை கள் வெளியான சமயத்தில், 'இலக்கியப் புறம்புகள்' கட்டுரை யின் ஒரு பகுதி மட்டும் பிரித்தெடுக்கப்பட்டு, **லயம்**-7 (ஜுலை-செப்டம்பர் 1986) இதழில், 'இலக்கியப் புறம்புகள்: சுந்தரராமசாமியின் சிறுகதைகள்' (பக்.15-19) என்ற தலைப்பில் வெளியிடப்பட்டது. இடையில் **லயம்** நின்று விட்டது (1987-940); எனவே, மீதிப் பகுதியும் மற்ற கட்டுரையும் வெளிவர, சில ஆண்டுகள் ஆயின. **கனவு** இதழில் 'கலைத் தர்க்கம்' கட்டுரை பிரசுரம் பெற்றது (அக்டோபர் 1989). மேலும் சில ஆண்டுகளுக்குப் பின், **மீறல்** சிறப்பிதழில் (டிசம்பர் 1991), 'கலைத்தர்க்கமும் இலக்கியப் புறம்புகளும்' என்ற தலைப்பில், 'இலக்கியப்புறம்புகள்' கட்டுரையின் மீதிப் பகுதி பிரசுரம் செய்விக்கப்பட்டது.

தற்போது, முழுமையான கட்டுரை இங்கு வெளியாகிறது.

லயத்தில் 'இலக்கியப் புறம்புகள்' கட்டுரை வெளியான சமயத் தில், *கொல்லிப்பாவையில்* வெளிவந்த 'சூழலோ சூழல்' என்ற இலக்கிய அரசியல் கட்டுரையிலிருந்து, 'குரங்குகள்' சிறுகதை பற்றி எழுதப்பட்ட பகுதி, பின் இணைப்பாகச் சேர்த்துப்

பிரசுரிக்கப்பட்டிருந்தது. எனவே, அப்பகுதியும் இக் கட்டுரையில் இங்கு இணைந்தே வருகிறது. 'குரங்குகள்' கதை *யாத்ரா* இதழில் வெளிவந்தபோது, ந.முத்துசாமி அதை அபரிமிதமாகப் புகழ்ந்து தள்ளியிருந்தார். எனவே, முத்துசாமி பற்றி இக்கட்டுரையில், இக்கதை தொடர்பாகப் பிரஸ்தாபிக்கப் பட்டுள்ளது.

47. 'மௌனியும் மவ்னியும்'. ஜுலை 1992. பிரமிள். **மீறல்-2 : 3-19.**

தமிழில் 'திராவிட' மயமாக்கப்பட்ட மௌனியையே, 'மவ்னி' என்று பெயர் மாற்றத்தின் மூலம் குறிப்பிட்டுள்ளார் பிரமிள். மௌனி கதைகள் தொகுப்பாக வெளிவந்த பின்பு (அதில் மௌனி கதைகள் பற்றிய பிரமிளின் முக்கியமான முன்னுரை, கவனமாகத் தவிர்க்கப் பட்டிருக்கிறது. நெய்வேலியில், 'வேர்கள்' அமைப்பின் சார்பில், மௌனி பற்றிய விமர்சனக் கூட்டம் நடத்தப் பெற்று அதில், பிரமிள் கலந்து கொண்டு கட்டுரை தர அழைக்கப்பட்டும், அவர் மறுத்து விட்டதால், மௌனி பற்றி இதுகாறும் பிரமிள் எழுதியவை பற்றிய தொகுப்புரை யைத் தர என்னை அழைத்திருந்தனர். 'நடமாடும் நிழல்கள் மௌனி பற்றிய பிரமிள் பார்வைகள்' என்ற தலைப்பில் வெளியிட்ட மௌனி **இலக்கியத்தடம்** என்ற தொகுப்பு நூலில் சேர்க்கப் பட்டது.

48. 'ஜோர்ஜ் சந்திரசேகரின் சிறுகதைகள்': ஜனவரி-மார்ச் 1993. பிரேமிள். **நவீன விருட்சம்-27:** 37-40

ஜோர்ஜ் சந்திரசேகர் (1940 -): அறுபதுகளில் இலங்கை எழுத்தாளர்களுள் பிரம்ம ஞானி என்ற பெயரில் எழுதிய ஆண்டன் எஸ்.பாலசிங்கத்தை யும், ஜோர்ஜ் சந்திரசேகர னையும்தான் பிரமிள் விஷேசமாக மதித்துப் பழகியிருக்கிறார். எழுத்துவில் எஸ்.பொன்னுத்துரையைத் தாக்கி பிரமிள் விமர்சித்ததில் ஜோர்ஜிற்கு முதலில் உடன்பாடில்லை. பிறகு மொரேவியா, லாரன்ஸ் போன்றோரின் நாவல்களைப் படித்து, அவர்களிடமிருந்து எஸ்.பொ. பத்தி பத்தியாக திருடி இருப்ப தும் அவருடைய இலக்கியத் தனமான பத்திகள் அனைத்தும் அவர்களிட மிருந்து அப்பட்டமாக எடுக்கப்பட்டவைதான்

என்பதையும் கண்டுபிடித்த ஜோர்ஜ், *செய்தி* என்ற இலங்கைப் பத்திரிக்கையில், கந்தசாமிப் பிள்ளை புனைபெயரில் அம்பலப்படுத்தினார். இதற்காக, எஸ்.பொ.வின் ஆதரவாளர் கள், கந்தசாமிப் பிள்ளையை உதைக்கக் கிளம்பிப்போய், ஜோர்ஜிடமே 'யாரவன்?' என்று விசாரித்து வந்ததுண்டு. இந்த அம்பலப் படுத்தலொன்றும் எஸ்.பொ.வின் போலி மவுசைப் பாதிக்க வில்லை. அவரது ரசிகரான மு.தளையசிங்கம் போன்றோர் இதைக் கண்டு கொள்ளவே இல்லை. இந்த போலியான இலக்கியச் சூழலில் வெறுப்புற்ற ஜோர்ஜ், எழுத்தையே துறந்து விட்டார். பிரம்மஞானி, இங்கிலாந்து சென்றுவிட்டார். பிரமிள் தமிழகம் வந்தார்.

ஜூலை 1983 இனக்கலவரத்தில் ஜோர்ஜ் குடும்பமும் ஓரளவு பாதிக்கப்பட்டதாகத் தெரிகிறது. அவரது *பொம்ம லாட்டம், ஒரு வாழ்க்கை முடிச்சு அவிழ்கிறது* ஆகிய நாவல்கள் **செய்தி, மித்திரன்** பத்திரிக்கைளில் தொடர்கதைகளாக (1960-68) வெளிவந்துள்ளன. 1994-ல் *ஜோர்ஜின் கதைகள்* நூலுருப் பெற்று, அருட்தந்தை வின்செண்ட் பற்றிக் அடிகளார், சமோரா வெளியீடாக அதை வெளியிட்டுள்ளார் - பெனடிக்ற் பாலன் முன்னுரையுடன். பிரமிளுக்கும் நூல் அனுப்பப் பட்டது; அதற்கு இவர் எழுதிய மதிப்புரையே இது.

ஜோர்ஜின் வாழ்வுடன் ஒன்றாகக் கலந்த கொழும்பு நகரத்தைப் பகைப்புலமாகக் கொண்டவை அவரது கதைகள் ('குட்டிப் பசாசுகள்'). இலங்கை ஒலிபரப்புக் காட்சி ஸ்தாபனம், இலங்கைத் தொலைக்காட்சிச் சேவை ஆகியவற்றில் அவர் பணிசெய்து வருவதால், மக்கள் தொடர்புச் சாதனங்களில் செல்வாக்கு இருந்தும், அதைப் பயன்படுத்திப் பிரபலம் பெற்ற நினைக்காதவர் ஜோர்ஜ்; பல வானொலி, தொலைக்காட்சி நாடகங்களை எழுதி நெறிப்படுத்தியவர்.

*49. 'மீறல் : பிரேமிள் சிறப்பிதழ் முன்னுரை'. 1993. டி.அஜித் ராம்பிரமிள். நெய்வேலி : **மீறல்-4 : 3-4.***

தண்டபாணி, குருநாத் கணேசன் ஆகியோரால் நெய்வேலி யிலிருந்து நடத்தப்பட்ட **மீறல்** இதழ், தனது இறுதி இதழை

பிரமிள் சிறப்பிதழாக வெளியிட்டது. அதற்கு எழுதிய முன்னுரை.

50. 'ஜாலயதார்த்தம்: புதுமைப்பித்தனின் மேஜிக்கல் ரியலிஸம். அக்டோபர் 1995. பிரேமிள். *லயம்*-13: 1-13.

1995ல் கும்பகோணத்தில் நடைபெற்ற புதுமைப்பித்தன் பற்றிய கருத்தரங்கில் கலந்துகொள்ள பொதியவெற்பன் கேட்டுக் கொண்டதன் பேரில் இக்கட்டுரை எழுதப்பட்டு, பின்பு அக்கருத்தரங்கின் நோக்கம் பற்றி அறிந்து கலந்து கொள்ளாமலும் கட்டுரையை கொடுக்காமலும் விட்டு விட்டார். அது *லயத்தில்* பின்பு பிரசுரம் பெற்றது. புதுமைப் பித்தனின் படைப்பாற்றல் பற்றிய மிக முக்கியமான கட்டுரை இது; மேஜிக்கல் ரியலிசம் பற்றிய சரியான பார்வையை வெளிப்படுத்தியது.

51. 'இலக்கிய தர்சனங்களும் நிராகரிப்புகளும்'. ஜூலை 1998. பிரமிள்.*லயம்-15* (பிரமிள் நினைவிதழ்) : 135-136.

பத்திரிகை அச்சிடும்போது ஏற்படும் பக்க இடைவெளிகளை நிரப்பும் முன்னேற்பாடாக, *லயம்* பத்திரிக்கைக்காக பிரமிள எழுதித் தந்த (1955) குறிப்புகள் சில முன்பகுதியிலும் கோல்டிங் நோபல் பரிசு பெற்றபோது எழுதிய குறிப்புகள் (1983-84) பின்பகுதியிலுமாகத் தொகுத்தளிக்கப் பட்டன; தலைப்பு என்னால் இடப்பட்டது. பிரமிளின் மறைவுக்குப் பின் வெளிவந்த, *லயம்:* பிரமிள் நினைவுச் சிறப்பிதழில் வெளியான கட்டுரை இது.

பிரமிள் நூல் வரிசை : *(பதிப்பு : கால சுப்ரமணியம்)*

1. *பிரமிள் கவிதைகள்.* 1998. (முழுத் தொகுதி). (லயம்).
2. *தியானதாரா.* 1989 (லயம்)/2005(ஆகாஷ்)/(1999),(2006),2008 (கவிதா).
3. *மார்க்ஸும் மார்க்ஸீயமும்.* 1999. பீட்டர் வோர்ஸ்லி. (லயம்).
4. *பிரமிள் படைப்புகள்.* 2003. (அடையாளம்).
5. *வானமற்ற வெளி:* கவிதை பற்றிய கட்டுரைகள். 2004. (அடையாளம்).
6. *பாதையில்லாப் பயணம்:* ஆன்மீக-மறைமுகஞானப்படைப்புகள்.2007. (வம்சி).
7. *பிரமிள் கவிதைகள்.* 2007. (சிறப்புப் பதிப்பு). (அடையாளம்).
8. *விடுதலையும் கலாச்சாரமும்:* மொழிபெயர்ப்புப் படைப்புகள். 2009. (விருட்சம்)
9. *சிறீலங்காவின் தேசியத் தற்கொலை.* 2009. (தமிழோசை).
10. *யாழ் கதைகள்.* 2009. (லயம்).
11. *காலவெளிக் கதை :* அறிவியல் கட்டுரைகள். 2009. (உள்ளுறை).
12. *வெயிலும் நிழலும்:* இலக்கிய விமர்சனக் கட்டுரைகள். 2011. (வம்சி).
13. *வரலாற்றுச் சலனங்கள்:* சமுதாயவியல் கட்டுரைகள். 2011. (வம்சி).
14. *எதிர்ப்புச் சுவடுகள்:* பேட்டிகள்-உரையாடல்கள். 2011.
15. *தமிழின் நவீனத்துவம்:* எழுத்து கட்டுரைகள். 2011.

தொகுப்பாசிரியர் **கால சுப்ரமணியம்:**

கா.சுப்ரமணியன், ஈரோடு மாவட்டம் நகலூரில் 27.2.1955-ல் பிறந்தவர். பிரமிள் கவிதைகளை ஆய்வுசெய்து டாக்டர் பட்டம் பெற்ற இவர், தற்போது கோயம்புத்தூர் அரசு கலைக்கல்லூரியில் தமிழ்ப் பேராசிரிய ராகப் பணிபுரிந்து வருகிறார். கவிஞர், விமர்சகர், மொழிபெயர்ப் பாளர், பதிப்பாசிரியர், பத்திரிக்கையாசிரியர். பிரமிளின் நெருங்கிய நண்பராக வும் ஆய்வாளராகவும் வெளியீட்டாளராகவும் விளங்கிய கால சுப்ர மணியம், தமது *லயம்* பத்திரிகையில் 1985-லிருந்து பிரமிளின் படைப் பியக்கத்திற்குக் களம் அமைத்துத் தந்தார். லயம் வெளியீடு களாக அவரது நூல்களைப் பதிப்பித்தார். பிரமிளின் மறைவுக்குப் பிறகு, அவரது அனைத்து எழுத்துகளையும் (16 தொகுதிகளாக) திரட்டிப் பிரசுரித்து வருகிறார். தற்போது, *எதிர்முனை* இதழின் சிறப்பாசிரியர். கால சுப்ரமணியத்தின் பிற நூல்கள் : 1. *மேலே சில பறவைகள்* (கவிதைத் தொகுதி) 1995. 2. *சங்கேதங்களும் குறியீடுகளும்:* மேலை நாட்டுச் சிறுகதைகள் (தமிழாக்கம்), 2008. 3. *இடியின் முழக்கம்:* அறிவியல் புனைகதைகள் (தமிழாக்கம்), 2011.4. *உலகம் நீதான்,* ஜே.கிருஷ்ணமூர்த்தி (தமிழாக்கம்), 2011. 5. *தமிழாக்கக் கவிதைகள்,* 2011.

முகவரி: கா.சுப்ரமணியன், 155, கிழக்குவீதி, நேருநகர், சத்தியமங் கலம்-638402. Cell:9442680619, 9976196514.Email: kasu.layam@gmail.com

பொருள் வகைபாடு

புதுமைப்பித்தன்
1. அக உலகக் கலைஞர்கள்
2. இருமை வாழ்வு
3. பொறி விளக்கு
4. சிருஷ்டியும் போதனையும்
5. படைப்பு போதனை பொழுதுபோக்கு
6. ஜால யதார்த்தம்

மௌனி
1. அக உலகக் கலைஞர்கள்
2. வெயிலும் நிழலும்
3. மௌனி கதைகள் - முன்னுரை
4. மௌனியின் 'தவறு' பற்றி
5. மௌனிக்கு அஞ்சலி
6. மௌனி நினைவுகள்
7. மௌனியும் மவ்னியும்

ந. பிச்சமூர்த்தி
1. அக உலகக் கலைஞர்கள்
2. கலைத்தர்க்கம்

சி.சு. செல்லப்பா
1. ஜீவனாம்சம்
2. சி.சு.செல்லப்பாவின் இயக்க உலகு
3. பேச்சு எழுத்து இணக்கநடை
4. கல்தீபம்
5. ரஸனையும் விமர்சனமும் செல்லப்பாவும்

க.நா. சுப்ரமண்யம்
1. பொய்த்தேவு - சிறந்த தமிழ் நாவல்
2. க.நா.சு.வின் லட்சிய வித்துக்கள்
3. பொய்த்தேவுத் தடம்

லா.ச. ராமாமிருதம்

1. அக உலகக் கலைஞர்கள்
2. பச்சைக் கனவு

சுந்தர ராமசாமி

1. புதிய புட்டியில் பழைய புளுகு
2. சு.ரா.வுக்கு ஒரு பதில்
3. கலைத்தர்க்கமும் இலக்கியப்புறம்புகளும்

இலங்கை எழுத்துலகம்

1. தேசிய இலக்கியம்
2. எஸ்.பொ.வின் தீ நாவல் பற்றி
3. மனோவியாதி மண்டலம்
4. டி.ராமநாதன் மறைவு
5. ஜோர்ஜ் சந்திரசேகரன் சிறுகதைகள்

உலக இலக்கியம்

1. புனித ஜெனெ
2. யேசுவின் வேதனை
3. இலக்கியதர்சனங்களும் இலக்கியப்புறக்கணிப்புகளும்

திரைப்படம்

1. நிழல் கலை
2. அக்ரஹாரத்தில் கழுதை - முன்னுரை
3. தனிமனிதவாதத் தீட்டு

ஓவியம்

1. நம் சைத்ரிகர்

நாடகம்

1. மூன்றாவது துருவம்

மொழி, மொழிநடை

1. சொல்லும் நடையும்
2. மொழி பெயர்ப்பு
3. மொழிப் பிரயோகம்
4. பேச்சு, எழுத்து, இணக்கநடை

இலக்கியக் கோட்பாடுகள்

1. கலைக் கொள்கை
2. இலக்கிய மதிப்பீடு
3. படைபடபாளி மனநிலை
4. சிருஷ்டி இயக்கம்
5. கலைஞனும் கோட்பாடும்
6. சிருஷ்டியும் போதனையும்
7. கலைத்தர்க்கம்.

நாவல் விமர்சனம்

1. ஜீவனாம்சம்
2. சி.சு. செல்லப்பாவின் இயக்க உலகு
3. மனதுக்கு இனியவள்
4. எஸ்.பொ.வின் தீ பற்றி
5. புதிய புட்டியில் பழைய புளுகு
6. பொய்த்தேவு - சிறந்த தமிழ்நாவல்
7. யேசுவின் வேதனை
8. பொய்த்தேவுத் தடம்

சிறுகதை விமர்சனம்

1. அகஉலகக் கலைஞர்கள்
2. பச்சைக் கனவு
3. இருமை வாழ்வு
4. வெயிலும் நிழலும்
5. கல் தீபம்
6. மௌனி கதைகள் - முன்னுரை
7. மௌனியின் 'தவறு' பற்றி
8. சிருஷ்டியும் போதனையும்
9. மனிதச் சுவடு
10. படைப்பு போதனை பொழுதுபோக்கு
11. கலைத்தர்க்கம்
12. கலைத்தர்க்கமும் இலக்கியப்புறம்புகளும்
13. ஜோர்ஜ் சந்திரசேகரன் சிறுகதைகள்
14. ஜாலயதார்த்தம்